# ਖੋਜ
### (ਕਹਾਣੀ ਸੰਗ੍ਰਹਿ)

ਸਜ਼ੱ
(ਧੀਰਜ ਡਿੱਟਕ)

ਇਸੇ ਕਲਮ ਤੋਂ...........
     ਬਲੀ                 (ਨਾਵਲ)
     ਹੋਣੀ                       ”
     ਆਫੀਆ ਸਦੀਕੀ ਦਾ ਜੇਹਾਦ     ”

# ਖੋਜ

## ਹਰਮਹਿੰਦਰ ਚਹਿਲ

**ਸੰਗਮ ਪਬਲੀਕੇਸ਼ਨਜ਼, ਪਟਿਆਲਾ**

# Khoj

(a book of short stories)

by

**Harmohinder Chahal**

7305 Sterling Grove Dr

Springfield VA 22150

PH 001-703-362-3239

email: chahals57@yahoo.com

ISBN 978-93-84273-25-5

© Author

2014

**Price Rs. 180/-**

Published by

**Sangam Publications**

S.C.O. 94-95 (Basement)

New Leela Bhawan, **Patiala**-147001 (Pb.)

Ph. 0175-2305347

Mob. 99151-03490, 98152-43917

Printed & Bound at:

Aarna Printing Solutions, Patiala

Ph. 99148-40666

ਸਮਰਪਤ
ਦੋਹਤਰੇ, ਰਣਵੀਰ ਅਤੇ ਯੁਵਰਾਜ ਨੂੰ

# ਤਰਤੀਬ

- ਪਛਾਣ/9
- ਖੋਜ/17
- ਘੁੰਮਣਘੇਰ/34
- ਫੁਲਕਾਰੀ/46
- ਮਮਤਾ/56
- ਗਰੀਨ ਕਾਰਡ/60
- ਪੁੰਨ/71
- ਨਕਾਬਪੋਸ਼/79
- ਕਰਜ਼/91
- ਚਸਕ/100
- ਵਾਪਸੀ/112

# ਪਛਾਣ

ਦੁਪਹਿਰ ਦੋ ਕੁ ਵਜੇ ਮੈਂ ਪਾਰਕਿੰਗ ਲਾਟ ਵਿੱਚ ਕਾਰ ਖੜੀ ਕਰਕੇ ਬਾਹਰ ਨਿਕਲਿਆ ਤਾਂ ਲੱਗਿਆ ਜਿਵੇਂ ਕਿ ਆਲੇ ਦੁਆਲੇ ਅੱਗ ਬਲ ਰਹੀ ਹੋਵੇ। 'ਇੰਨੀ ਗਰਮੀ!' ਤੌਬਾ ਤੌਬਾ। ਤਿੰਨ ਹੋਰ ਸਟੇਟਾਂ ਨੂੰ ਛੱਡ ਕੇ ਅੱਜ ਵਿਰਜੀਨੀਆਂ ਵਿੱਚ ਤਾਪਮਾਨ ਸਾਰੇ ਅਮਰੀਕਾ ਵਿੱਚੋਂ ਵੱਧ ਹੈ। ਬਾਹਰ ਦਾ ਤਾਪਮਾਨ 104 ਡਿਗਰੀ ਪਹੁੰਚਿਆ ਹੋਇਆ ਹੈ। ਉੱਪਰੋਂ ਪੈਂਦੀ ਧੁੱਪ ਇਉਂ ਲੱਗ ਰਹੀ ਹੈ ਜਿਵੇਂ ਕਿ ਸਿਰ ਵਿੱਚ ਮੋਰੀ ਹੋ ਰਹੀ ਹੋਵੇ। ਤੇ ਅੱਜ ਹਿਊਮਿਡਿਟੀ ਵੀ ਹੱਦ ਦਰਜੇ ਦੀ ਹੈ। ਸਾਹ ਕਿਹੜਾ ਆ ਰਿਹਾ ਹੈ। ਮੈਂ ਕਾਹਲੀ ਨਾਲ ਕਾਰ ਦਾ ਦਰਵਾਜ਼ਾ ਬੰਦ ਕਰਦਾ ਸਾਹਮਣੇ 'ਕੁਇਕ ਸਟੋਰ' ਵਿੱਚ ਜਾ ਵੜਿਆ। ਅੰਦਰ ਜਾਂਦਿਆਂ ਈ, ਏ ਸੀ ਨਾਲ ਠੰਢੇ ਹੋਏ ਸਟੋਰ ਵਿੱਚ ਪਹੁੰਚ ਕੇ ਬੜਾ ਸਕੂਨ ਮਿਲਿਆ। ਇਹ ਛੋਟਾ ਜਿਹਾ ਕਨਵੀਨੀਐਂਟ ਸਟੋਰ ਹੈ, ਜਿੱਥੇ ਮੈਂ ਕੈਸ਼ੀਅਰ ਦੀ ਪਾਰਟ ਟਾਈਮ ਨੌਕਰੀ ਕਰਦਾ ਹਾਂ। ਮੈਨੇਜਰ ਨੇ ਪਿਛਲੀ ਸ਼ਿਫਟ ਕਲੋਜ਼ ਕਰ ਦਿੱਤੀ ਸੀ ਤੇ ਦੋ ਵਜਦਿਆਂ ਈ ਮੈਂ ਚੈੱਕ ਇਨ ਕਰ ਲਿਆ। ਥੋੜ੍ਹਾ ਹਿਸਾਬ ਕਿਤਾਬ ਜਿਹਾ ਸੈੱਟ ਕਰਕੇ ਮੈਂ ਸ਼ੈਲਫਾਂ ਅਤੇ ਕੋਕ ਮਸ਼ੀਨਾਂ ਚੈੱਕ ਕਰਨ ਵਾਸਤੇ ਸਟੋਰ ਵਿੱਚ ਗੇੜਾ ਕੱਢਣ ਲਈ ਉੱਠਿਆ। ਕਾਊਂਟਰ ਤੋਂ ਹੇਠਾਂ ਪੈਰ ਰੱਖਦਿਆਂ ਈ ਮੇਰਾ ਧਿਆਨ ਇੱਕ ਕੋਨੇ ਵੱਲ ਗਿਆ। ਅੱਜ ਵੀ ਉਹ ਇੱਕ ਖੂੰਝੇ ਵਿੱਚ ਪਾਸੇ ਪਰਨੇ ਸੁੱਤਾ ਪਿਆ ਹੈ ਤੇ ਨਾਲ ਹੀ ਉਸਦਾ ਸਾਰੇ ਸਾਮਾਨ ਦਾ ਭਰਿਆ ਬਿਸਤਰ ਬੰਦ ਰੱਖਿਆ ਹੋਇਆ। ਉਸਦੇ ਇੱਕ ਪੈਰ 'ਚ ਟੁੱਟਿਆ ਹੋਇਆ ਬੂਟ ਫਸਿਆ ਹੋਇਆ ਤੇ ਦੂਸਰੇ ਵਿੱਚ ਘਿਸੀ ਜਿਹੀ ਚੱਪਲ। ਵੱਡੇ ਵੱਡੇ ਸੁੱਜੇ ਹੋਏ ਪੈਰ ਬਾਹਰ ਝਾਕ ਰਹੇ ਹਨ। ਉਸਦਾ ਚਿਹਰਾ ਅਗੜੀ ਦੁਗੜੀ ਵਧੀ ਹੋਈ ਦਾਹੜੀ ਨਾਲ ਢਕਿਆ ਹੋਇਆ ਤੇ ਗੋਰਾ ਲਾਲ ਚਿਹਰਾ, ਧੁਆਂਖਿਆ ਹੋਇਆ ਪਿਆ ਹੈ। ਮੈਂ ਉਸਨੂੰ ਉਵੇਂ ਪਏ ਨੂੰ ਛੱਡ ਕੇ ਆਪਣਾ ਕੰਮ ਮੁਕਾਉਂਦਾ ਵਾਪਸ ਕਾਊਂਟਰ 'ਤੇ ਆ ਗਿਆ। ਪਿਛਲੇ ਤਿੰਨ ਦਿਨਾਂ ਤੋਂ ਦੁਪਹਿਰ ਵੇਲੇ ਇਹ ਹੋਮਲੈੱਸ ਗੋਰਾ ਬੋਚ ਕੇ ਜਿਹੇ ਇੱਥੇ ਆ ਕੇ ਸੌਂ ਜਾਂਦਾ ਹੈ। ਇਸ ਤੋਂ ਪਹਿਲਾਂ ਮੈਂ ਇਸਨੂੰ, ਮੋਢੇ ਆਪਣੇ ਸਾਮਾਨ ਵਾਲਾ ਬਿਸਤਰਬੰਦ ਟੰਗੀ ਸਾਰਾ ਦਿਨ ਪਾਰਕਿੰਗ ਲਾਟ ਵਿੱਚ ਤੁਰਿਆ ਫਿਰਦਾ ਵੇਖਦਾ ਸੀ। ਪਰ ਪਿਛਲੇ ਦਿਨਾਂ ਦੀ ਬੇਤਹਾਸ਼ਾ ਗਰਮੀ ਨੇ ਇਸਨੂੰ ਵੀ ਕੋਈ ਠੰਢੀ ਥਾਂ ਲੱਭਣ ਨੂੰ ਮਜਬੂਰ ਕਰ ਦਿੱਤਾ ਲੱਗਦਾ ਹੈ। ਪਹਿਲੇ ਦਿਨ ਇਹ ਸਿੱਧਾ ਅੰਦਰ ਵੜਿਆ ਤੇ ਜਾ ਕੇ ਇੱਕ ਪਾਸੇ ਲੰਮਾ ਪੈ ਗਿਆ। ਮੈਂ ਇਸਨੂੰ ਰੋਕਣਾ ਚਾਹਿਆ ਤਾਂ ਥੋੜ੍ਹਾ ਕੁ ਚਿਰ ਆਰਾਮ ਕਰਨ ਦਾ ਕਹਿ ਕੇ ਇਹ ਚੁੱਪੀ ਵੱਟ ਗਿਆ। ਫਿਰ ਜਦੋਂ ਇਹ ਲੰਮਾ ਪੈਂਦਿਆਂ ਹੀ ਸੌਂ ਗਿਆ ਤਾਂ ਮੈਂ ਇਹ ਸੋਚਦਿਆਂ ਉੱਠ ਕੇ ਜਾਣ ਨੂੰ ਨਾ ਕਿਹਾ ਕਿ ਬਾਹਰ ਅੱਤ ਦੀ ਗਰਮੀ ਪੈ ਰਹੀ ਹੈ ਤੇ ਇਸ ਵੇਲੇ ਬਿਜ਼ਨਸ ਵੀ ਬਹੁਤ ਸਲੋ ਹੈ। ਉਸਦੇ

ਬਾਅਦ ਇਹ ਕਦੋਂ ਉੱਠ ਕੇ ਚਲਾ ਗਿਆ ਮੈਨੂੰ ਪਤਾ ਈ ਨਾ ਲੱਗਿਆ। ਕੱਲ੍ਹ ਜਦੋਂ ਇਹ ਉੱਠ ਕੇ ਜਾਣ ਲੱਗਿਆ ਤਾਂ ਮੈਨੂੰ ਪਤਾ ਲੱਗ ਗਿਆ ਤੇ ਮੈਂ ਇਸ ਵੱਲ ਵੇਖਿਆ। ਇਸਦੀਆਂ ਅੱਖਾਂ ਵੱਲ ਵੇਖਦਿਆਂ ਮੈਨੂੰ ਉਸਦਾ ਚਿਹਰਾ ਕੁਛ ਜਾਣਿਆਂ ਪਹਿਚਾਣਿਆਂ ਜਿਹਾ ਲੱਗਿਆ। ਮੈਂ ਸੋਚਣ ਲੱਗਿਆ ਕਿ ਇਹ ਕੌਣ ਹੋਇਆ ਪਰ ਕੁਛ ਯਾਦ ਨਾ ਆਇਆ। ਅੱਜ ਫਿਰ ਇਹ ਅੰਦਰ ਸੁੱਤਾ ਹੋਇਆ ਹੈ। ਫਿਰ ਮੇਰਾ ਧਿਆਨ ਇਸ ਵੱਲੋਂ ਹਟ ਕੇ ਆਪਣੇ ਘਰ ਵੱਲ ਚਲਾ ਗਿਆ ਜਿੱਥੇ ਮੈਂ ਹੁਣੇ ਮੈਡਮ ਨਾਲ ਬਹਿਸ ਕਰਦਾ ਆਇਆ ਹਾਂ। ਮਨ ਤਾਂ ਸਵੇਰ ਦਾ ਈ ਉੱਖੜਿਆ ਹੋਇਆ ਹੈ। ਰਾਤ ਕਾਫੀ ਲੇਟ ਕੰਮ ਤੋਂ ਆ ਕੇ ਸੁੱਤਾ ਸੀ ਕਿ ਕਿਸੇ ਦੇ ਫੋਨ ਨੇ ਸਵੇਰੇ ਈ ਗੂਹੜੀ ਨੀਂਦ ਵਿੱਚੋਂ ਜਗਾ ਦਿੱਤਾ। ਕੋਈ ਸਪੈਨਿਸ਼ ਬੰਦਾ ਪੁੱਛ ਰਿਹਾ ਸੀ ਕਿ ਕੀ ਮੈਂ ਆਪਣੇ ਲਾਨ ਦਾ ਘਾਹ ਕਟਵਾਉਣਾ ਹੈ। ਮੈਂ ਰੁੱਖੀ ਆਵਾਜ਼ ਵਿੱਚ ਨਾਂਹ ਕਹਿੰਦਿਆਂ ਫੋਨ ਕੱਟ ਦਿੱਤਾ। ਅਜਿਹੇ ਛੋਟੇ ਕੰਮਾਂ ਵਾਲਿਆਂ ਦੇ ਫੋਨ ਅੱਜ-ਕੱਲ੍ਹ ਆਮ ਈ ਆਉਣ ਲੱਗ ਪਏ ਹਨ। ਇੱਕ ਦੋਸਤ ਦੱਸ ਰਿਹਾ ਸੀ ਕਿ ਇਹ ਬੇਰੁਜ਼ਗਾਰ ਸਪੈਨਿਸ਼ ਲੋਕ, ਫੋਨ ਬੁੱਕ ਲੈ ਕੇ ਸਵੇਰੇ ਹੀ ਲੋਕਾਂ ਦੇ ਘਰੀਂ ਫੋਨ ਕਰਨ ਲੱਗ ਪੈਂਦਾ ਹੈ। ਜ਼ਿਆਦਾ ਤਾਂ ਅੱਗੋਂ ਝਾੜਾਂ ਈ ਪੈਂਦੀਆਂ ਨੇ ਪਰ ਇੱਕ ਅੱਧ ਜਾਬ ਮਿਲ ਵੀ ਜਾਂਦੀ ਐ। ਖੈਰ ਮੇਰੀ ਅਤੇ ਘਰਵਾਲੀ ਦੀ ਤਲਖੀ ਅੱਜ ਕੱਲ੍ਹ ਆਮ ਈ ਹੋ ਗਈ ਹੈ। ਹਰ ਰੋਜ਼ ਕਿਸੇ ਨਾ ਕਿਸੇ ਗੱਲ ਪਿੱਛੇ ਉਲਝ ਪੈਂਦੇ ਹਾਂ। ਗੱਲ ਕੋਈ ਖਾਸ ਨਹੀਂ ਹੁੰਦੀ ਤੇ ਕਸੂਰ ਵੀ ਕਿਸੇ ਦਾ ਨਹੀਂ ਹੁੰਦਾ। ਕਸੂਰ ਤਾਂ ਸਾਰਾ ਹਾਲਤਾਂ ਦਾ ਐ। ਕੁਛ ਦੇਰ ਪਹਿਲਾਂ ਤੱਕ ਸਭ ਕੁਝ ਵਧੀਆ ਚੱਲ ਰਿਹਾ ਸੀ। ਮੇਰੀ ਨੌਕਰੀ ਵੀ ਚੰਗੀ ਸੀ ਤੇ ਘਰਵਾਲੀ ਦੀ ਵੀ। ਛੋਟਾ ਜਿਹਾ ਆਪਣਾ ਘਰ ਤੇ ਦੋਵਾਂ ਕੋਲ ਆਪਦੀਆਂ ਕਾਰਾਂ। ਪਰ ਜਦੋਂ ਰਿਸੈਸ਼ਨ ਵਾਲਾ ਧਮਾਕਾ ਹੋਇਆ ਤਾਂ ਮੇਰੀ ਨੌਕਰੀ ਪਹਿਲੀਆਂ ਵਿੱਚ ਹੀ ਚਲੀ ਗਈ। ਘਰਵਾਲੀ ਨੂੰ ਉਸਦੀ ਕੰਪਨੀ ਨੇ ਆਫਰ ਦਿੱਤੀ ਕਿ ਜਾਂ ਤਾਂ ਨੌਕਰੀ ਛੱਡ ਦੇਵੇ ਜਾਂ ਘੱਟ ਤਨਖਾਹ ਵਾਲੇ ਕਿਸੇ ਛੋਟੇ ਆਹੁਦੇ 'ਤੇ ਤੈਨਾਤ ਹੋ ਜਾਵੇ। ਘਰਵਾਲੀ ਨੇ ਕੰਪਨੀ ਦੀ ਗੱਲ ਮੰਨ ਕੇ ਛੋਟਾ ਅਹੁਦਾ ਸਵੀਕਾਰ ਕਰ ਲਿਆ। ਇਸ ਤਰ੍ਹਾਂ ਆਮਦਨੀ ਘਟ ਗਈ ਤਾਂ ਘਰੇਲੂ ਖਰਚਿਆਂ 'ਚ ਕਟੌਤੀ ਕਰਨ ਲਈ ਇੱਕ ਕਾਰ ਵੇਚ ਦਿੱਤੀ। ਫਿਰ ਘਰਦੀਆਂ ਕਿਸ਼ਤਾਂ ਪਿੱਛੇ ਪੈਣ ਲੱਗੀਆਂ। ਚੰਗੀ ਨੌਕਰੀ ਭਾਲਦੇ ਨੂੰ ਮੈਨੂੰ ਕਿਸੇ ਸਕਿਉਰਟੀ ਕੰਪਨੀ ਵਿੱਚ ਮਸਾਂ ਰਾਤ ਦੀ ਨੌਕਰੀ ਮਿਲੀ। ਇਸ ਨਾਲ ਵੀ ਪੂਰਾ ਨਾ ਪਿਆ ਤਾਂ ਨਾਲ ਈ ਮੈਂ ਇਹ ਪਾਰਟ ਟਾਈਮ ਨੌਕਰੀ ਕਰਨ ਲੱਗਿਆ। ਅੱਜ ਸ਼ਾਮ ਇੱਥੋਂ ਵਿਹਲਾ ਹੋਵਾਂਗਾ ਤਾਂ ਸਿੱਧਾ ਸਕਿਉਰਟੀ ਵਾਲੀ ਨੌਕਰੀ 'ਤੇ ਜਾਵਾਂਗਾ। ਇਸੇ ਕਰਕੇ ਮੈਂ ਅੱਜ ਕਾਰ ਲਿਆਉਣ ਲਈ ਜ਼ਿੱਦ ਕੀਤੀ ਜਦੋਂ ਕਿ ਘਰਵਾਲੀ ਦਾ ਕਹਿਣਾ ਸੀ ਕਿ ਕਾਰ ਉਹ ਲੈ ਕੇ ਜਾਵੇਗੀ ਕਿਉਂਕਿ ਉਸਦੀ ਨੌਕਰੀ ਦੂਰ ਹੈ ਤੇ ਉਸਨੂੰ ਬੱਸਾਂ ਗੱਡੀਆਂ ਬਦਲਦਿਆਂ ਈ ਦਿਹਾੜੀ ਫੁੱਟ ਜਾਂਦੀ ਹੈ। ਬੱਸ ਇਸੇ ਗੱਲ ਤੋਂ ਤਲਖੀ ਵਧ ਗਈ ਤੇ ਮੈਂ ਚੁੱਪ ਚਾਪ ਕਾਰ ਲੈ ਕੇ ਇੱਧਰ ਆ ਗਿਆ। ਉੱਧਰ ਕੁਛ ਖੜਕਾ ਜਿਹਾ ਹੋਇਆ ਤਾਂ ਮੈਂ ਖਿਆਲਾਂ 'ਚੋਂ ਨਿਕਲਦਾ ਪਿੱਛੇ ਵੱਲ ਗਿਆ। ਇਹ ਤਾਂ ਉਸ ਗੋਰੇ ਨੇ ਪਏ ਪਏ ਨੇ ਪਾਸਾ ਬਦਲਿਆ ਤਾਂ ਉਸਦਾ ਪੈਰ ਅਲਮਾਰੀ ਵਿੱਚ ਵੱਜਿਆ ਸੀ। ਮੈਂ ਉਸਦੇ ਨੇੜੇ ਹੋ ਗਿਆ। ਉਸਦੀ ਇੱਕ ਬਾਂਹ ਇੱਕ ਪਾਸੇ ਨੂੰ ਫੈਲੀ ਹੋਈ ਸੀ। ਮੈਂ ਨੇੜੇ ਹੋਇਆ ਤਾਂ ਨਜ਼ਰ ਉਸਦੀ ਬਾਂਹ ਉੱਪਰ ਖੁਣੇ ਹੋਏ ਨਾਂ ਉੱਪਰ ਚਲੀ ਗਈ। ਲਿਖਿਆ ਹੋਇਆ ਸੀ 'ਜੈਕ ਮੇਕ'। ਮੇਰੇ ਦਿਮਾਗ

ਵਿੱਚ ਅਚਾਨਕ ਕੁਛ ਕੌਂਧਿਆ।

'ਹੈਂ! ਜੈਕ ਐ ਇਹ ?" ਮੈਂ ਉਸ ਵੱਲ ਵੇਖ ਹੀ ਰਿਹਾ ਸੀ ਕਿ ਉਹ ਛੇਤੀ ਦੇਣੇ ਉੱਠਿਆ। ਪਾਸੇ ਪਿਆ ਬਿਸਤਰਬੰਦ ਮੋਢੇ ਪਾ ਕੇ ਬਾਹਰ ਨੂੰ ਤੁਰ ਚੱਲਿਆ। ਜਦੋਂ ਉਸਦੇ ਚਿਹਰੇ ਨੂੰ ਹੋਰ ਨੇੜਿਉਂ ਵੇਖਿਆ ਤਾਂ ਮੈਂ ਉਸਨੂੰ ਚੰਗੀ ਤਰ੍ਹਾਂ ਪਛਾਣ ਲਿਆ ਕਿ ਇਹ ਜੈਕ ਹੀ ਹੈ। ਉਹ ਕੋਲ ਦੀ ਲੰਘਣ ਲੱਗਿਆਂ ਤਾਂ ਮੈਂ ਜੈਕ ਕਹਿ ਕੇ ਆਵਾਜ਼ ਮਾਰੀ। ਪਰ ਉਹ ਬਿਨਾਂ ਮੇਰੇ ਵੱਲ ਵੇਖਿਆਂ ਬਾਹਰ ਨਿਕਲ ਗਿਆ ਤੇ ਸਾਹਮਣੇ ਪਾਰਕਿੰਗ ਲਾਟ ਵੱਲ ਚਲਾ ਗਿਆ। ਉਸਨੂੰ ਜਾਂਦੇ ਨੂੰ ਵੇਖਦਿਆਂ ਮੈਨੂੰ ਉਹ ਵੇਲਾ ਯਾਦ ਆਇਆ ਜਦੋਂ ਜੈਕ ਮੇਰਾ ਬੌਸ ਹੁੰਦਾ ਸੀ। ਉਦੋਂ ਮੈਂ ਦਿਨੇ ਨੌਕਰੀ ਕਰਦਾ ਤੇ ਰਾਤ ਨੂੰ ਕਾਲਜ ਜਾਂਦਾ। ਮੇਰੇ ਨਾਲ ਇੱਕ ਹੋਰ ਵੀ ਪੰਜਾਬੀ ਮੁੰਡਾ, ਸੱਤਾ ਕੰਮ ਕਰਦਾ ਸੀ। ਸਾਡੀ ਕੰਪਨੀ 'ਹੋਮ ਸਰਵਿਸਜ਼' ਦਾ ਕਾਫੀ ਵੱਡਾ ਵੇਅਰਹਾਊਸ ਸੀ ਤੇ ਜੈਕ ਇੱਥੇ ਮੈਨੇਜਰ ਸੀ। ਨੇੜੇ ਹੀ ਇੱਕ ਬਹੁਤ ਵੱਡੀ ਮਾਡਰਨ ਅਪਾਰਟਮੈਂਟ ਬਿਲਡਿੰਗ ਸੀ। ਇਹਨਾਂ ਅਪਾਰਟਮੈਂਟਾਂ ਦਾ ਇੱਕ ਹਿੱਸਾ ਸੈਮੀ ਹੋਟਲ ਵਜੋਂ ਵਰਤਿਆ ਜਾਂਦਾ ਸੀ। ਇੱਥੇ ਰੋਜ਼ਾਨਾ, ਹਫਤਾਵਾਰੀ ਜਾਂ ਮਹੀਨਾ ਭਰ ਰੁਕਣ ਵਾਲੇ ਜ਼ਿਆਦਾ ਤੌਰ 'ਤੇ ਬਿਜ਼ਨਸਮੈਨ ਠਹਿਰਦੇ ਸਨ। ਜੈਕ ਦੀ ਕੰਪਨੀ 'ਹੋਮ ਸਰਵਿਸਜ਼' ਇਹਨਾਂ ਅਪਾਰਟਮੈਂਟਾਂ ਵਿੱਚ ਰੋਜ਼ਾਨਾ ਦੀ ਜ਼ਰੂਰਤ ਦਾ ਸਾਮਾਨ ਜਿਵੇਂ ਕਿ ਬਿਸਤਰੇ, ਕਿਚਨ ਸਾਮਾਨ, ਅਤੇ ਟੀਵੀ ਵੀਸੀ ਆਰ ਬਗੈਰਾ ਕਿਰਾਏ ਉੱਪਰ ਦਿੰਦੀ ਸੀ। ਜਦੋਂ ਨਵੇਂ ਗ੍ਰਾਹਕ ਆਉਂਦੇ ਤਾਂ ਅਸੀਂ ਇੱਕ ਟਰੱਕ ਵਿੱਚ ਸਮਾਨ ਲੱਦ ਕੇ ਜਾ ਕੇ ਕਮਰਿਆਂ ਵਿੱਚ ਸਜਾ ਆਉਂਦੇ। ਜਦੋਂ ਗ੍ਰਾਹਕ ਮੂਵ ਹੁੰਦੇ ਤਾਂ ਪੁਰਾਣਾ ਸਾਮਾਨ ਟਰੱਕ ਵਿੱਚ ਭਰ ਕੇ ਵੇਅਰ ਹਾਊਸ ਲੈ ਆਉਂਦੇ। ਜੈਕ ਦਾ ਪੂਰਾ ਨਾਮ ਜੈਕਸਨ ਮੈਕਡੋਨੀਅਲ ਹੈ। ਪਰ ਸਾਰੇ ਉਸਨੂੰ ਉਸਦੇ ਛੋਟੇ ਨਾਂ ਜਾਣੀ ਕਿ ਜੈਕ ਨਾਲ ਹੀ ਬੁਲਾਉਂਦੇ ਸਨ। ਜੈਕ ਦਾ ਸੁਭਾਅ ਬੜਾ ਰਲੌਟਾ ਸੀ ਤੇ ਇਹ ਬਹੁਤ ਜੌਲੀ ਬੰਦਾ ਸੀ। ਜਦੋਂ ਕੰਮ ਜ਼ਿਆਦਾ ਹੁੰਦਾ ਤਾਂ ਕਿਸੇ ਨੂੰ ਕੰਨ ਖੁਰਕਣ ਦੀ ਵਿਹਲ ਨਾ ਮਿਲਦੀ। ਪਰ ਜਦੋਂ ਕਿਤੇ ਕੰਮ ਸਲੋ ਹੁੰਦਾ ਤਾਂ ਸਾਰੇ ਇੰਮਪਲਾਈ ਵੇਅਰ ਹਾਊਸ ਵਿੱਚ ਈ ਘੁੰਮਦੇ ਫਿਰਦੇ। ਕਈ ਵਾਰੀ ਤਾਂ ਕੰਮ ਇੰਨਾ ਸਲੋ ਹੋ ਜਾਂਦਾ ਕਿ ਸਾਨੂੰ ਟਰੱਕ ਧੋਣ ਅਤੇ ਵੇਅਰ ਹਾਊਸ ਦੀ ਸਾਫ ਸਫਾਈ ਤੋਂ ਬਿਨਾਂ ਹੋਰ ਕੋਈ ਕੰਮ ਨਾ ਰਹਿੰਦਾ। ਅਜਿਹੇ ਵੇਲੇ ਜੈਕ ਵੇਅਰ ਹਾਊਸ ਵਿੱਚ ਉੱਚੀ ਆਵਾਜ਼ 'ਚ ਗਾਣੇ ਲਾ ਕੇ, ਨਾਲ ਗਾਉਂਦਾ ਫਿਰਦਾ। ਇੱਧਰ ਉੱਧਰ ਫਿਰਦਾ ਕਦੇ ਉਹ ਕਿਸੇ ਨੂੰ ਮਖੌਲ ਕਰਦਾ ਤੇ ਕਦੇ ਕਿਸੇ ਨੂੰ। ਕਈ ਵਾਰੀ ਮੈਂ ਤੇ ਦੂਜਾ ਮੁੰਡਾ ਘਰੋਂ ਲਿਆਂਦੀ ਰੋਟੀ ਖਾ ਰਹੇ ਹੁੰਦੇ ਤੇ ਉਹ ਸਾਡੇ ਕੋਲ ਆ ਕੇ ਇੱਕ ਰੋਟੀ ਚੁੱਕ ਕੇ ਉੱਪਰ ਸਬਜ਼ੀ ਪਾ ਕੇ ਉਸਦੀ ਪੂਣੀ ਜਿਹੀ ਬਣਾ ਲੈਂਦਾ ਤੇ ਫਿਰ ਤੁਰਿਆ ਫਿਰਦਾ ਖਾਂਦਾ ਰਹਿੰਦਾ। ਅਜਿਹੇ ਦਿਨ ਉਹ ਸ਼ਾਮ ਵੇਲੇ ਅੱਧਾ ਘੰਟਾ ਪਹਿਲਾਂ ਹੀ ਦਫਤਰ ਬੰਦ ਕਰਕੇ ਵੇਅਰਹਾਊਸ ਨੂੰ ਜਿੰਦਰੇ ਲੁਆ ਦਿੰਦਾ। ਫਿਰ ਸਾਰੇ ਜਣੇ ਪੈਸੇ ਇਕੱਠੇ ਕਰਕੇ ਬੀਅਰ ਲਿਆਉਂਦੇ। ਘੰਟਾ ਘੰਟਾ ਭਰ ਬੀਅਰ ਚੱਲਦੀ ਰਹਿੰਦੀ। ਪਰ ਕੰਮ ਦੇ ਜ਼ੋਰ ਫੜਦਿਆਂ ਹੀ ਜੈਕ ਮੈਨੇਜਰ ਦੇ ਰੂਪ ਵਿੱਚ ਆ ਜਾਂਦਾ। ਜ਼ਿਆਦਾ ਕੰਮ ਵੇਲੇ ਉਹ ਵੀਕ ਐਂਡ 'ਤੇ ਇੰਪਲਾਈਆਂ ਨਾਲ ਮਿਲ ਕੇ ਪਾਰਟੀਆਂ ਮਨਾਉਂਦਾ। ਅਸੀਂ ਉਸਦੀਆਂ ਵੀਕ ਐਂਡ ਵਾਲੀਆਂ ਪਾਰਟੀਆਂ ਵਿੱਚ ਕਦੇ ਘੱਟ ਹੀ ਸ਼ਾਮਲ ਹੋਏ ਸੀ। ਸਾਡੇ ਟਰੱਕ ਦਾ ਹੈਲਪਰ ਹੋਜ਼ੇ ਕਈ ਵਾਰ ਚਲਿਆ ਜਾਂਦਾ ਸੀ। ਇੱਕ ਵਾਰ ਹੋਜ਼ੇ ਨੇ ਦੱਸਿਆ ਕਿ ਪਿਛਲੇ ਐਤਵਾਰ ਜੈਕ ਨੇ

ਆਪਣੀ ਮੈਰਿਜ ਐਨੀਵਰਸਿਰੀ ਦੀ ਪਾਰਟੀ ਦਿੱਤੀ ਸੀ ਤੇ ਉੱਥੇ ਸਭ ਨੇ ਬਹੁਤ ਇੰਜੁਆਏ ਕੀਤਾ ਸੀ। ਇਹ ਗੱਲ ਸੁਣਦਿਆਂ ਮੈਂ ਉਸ ਦਿਨ ਸ਼ਾਮ ਵੇਲੇ ਦਫਤਰ ਬੈਠੇ ਜੈਕ ਨੂੰ ਹੈਪੀ ਮੈਰਿਜ ਐਨੀਵਰਸਿਰੀ ਕਿਹਾ ਤਾਂ ਉਹ ਥੈਂਕਸ ਕਹਿੰਦਾ ਤ੍ਰਬਕਿਆ। ਮੈਂ ਸਮਝ ਗਿਆ ਕਿ ਉਹ ਸਾਨੂੰ ਨਿਮੰਤਰਣ ਦੇਣਾ ਭੁੱਲ ਗਿਆ ਲੱਗਦਾ ਹੈ। ਖੈਰ ਇਸਦਾ ਘਾਟਾ ਉਸਨੇ ਅਗਲੇ ਐਤਵਾਰ ਨੂੰ ਪੂਰਾ ਕਰ ਦਿੱਤਾ ਜਦੋਂ ਉਹ ਮੈਨੂੰ ਅਤੇ ਸੱਤੇ ਨੂੰ ਬੀਅਰ ਪਿਆਉਣ ਕਲੱਬ ਲੈ ਗਿਆ। ਉੱਥੇ ਉਸਦੇ ਨਾਲ ਉਸਦੀ ਵਾਈਫ ਪੈਗੀ ਵੀ ਸੀ। ਜੈਕ ਨੇ ਪੈਗੀ ਨਾਲ ਇੰਟਰੋਡਿਊਸ ਕਰਾਉਂਦਿਆਂ ਦੱਸਿਆ ਕਿ ਉਹਨਾਂ ਨੇ ਸਾਲ ਕੁ ਪਹਿਲਾਂ ਹੀ ਵਿਆਹ ਕੀਤਾ ਹੈ ਤੇ ਇਹ ਉਹਨਾਂ ਦੀ ਪਹਿਲੀ ਐਨੀਵਰਸਿਰੀ ਹੈ। ਉਹਨਾਂ ਦਾ ਇੱਕ ਤਿੰਨ ਸਾਲ ਦਾ ਮੁੰਡਾ ਹੈ। ਉਸਨੇ ਹੋਰ ਦੱਸਿਆ ਕਿ ਉਹ ਪੈਗੀ ਨੂੰ ਨਰਸਿੰਗ ਦੀ ਪੜ੍ਹਾਈ ਕਰਵਾ ਰਿਹਾ ਹੈ ਤਾਂ ਕਿ ਉਹਨਾਂ ਦੀ ਜ਼ਿੰਦਗੀ ਹੋਰ ਬਿਹਤਰ ਬਣ ਜਾਵੇ।

ਹੋਮ ਸਰਵਿਸ ਵਿੱਚ ਅਸੀਂ ਦੋ ਸਾਲ ਹੋਰ ਕੰਮ ਕੀਤਾ ਤੇ ਜਦੋਂ ਜਿਹੇ ਉੱਥੋਂ ਨੌਕਰੀ ਛੱਡੀ ਤਾਂ ਜੈਕ ਉਦੋਂ ਵੀ ਉੱਥੇ ਦਾ ਮੈਨੇਜਰ ਸੀ। ਫਿਰ ਪੜ੍ਹਾਈ ਪੂਰੀ ਕਰਕੇ ਮੈਂ ਕਿਧਰੇ ਚੰਗੀ ਨੌਕਰੀ 'ਤੇ ਲੱਗ ਗਿਆ ਤੇ ਇੱਧਰੋਂ ਲਿੰਕ ਟੁੱਟ ਗਿਆ। ਕਾਫੀ ਚਿਰ ਬਾਅਦ ਜੈਕ ਮੈਨੂੰ ਅਚਾਨਕ ਇੱਕ ਸ਼ਾਪਿੰਗ ਸੈਂਟਰ 'ਚੋਂ ਨਿਕਲਦਾ ਮਿਲ ਗਿਆ। ਹਾਲ ਚਾਲ ਪੁੱਛਣ ਤੋਂ ਬਾਅਦ ਮੈਂ ਉਸਨੂੰ 'ਹੋਮ ਸਰਵਿਸਜ਼' ਬਾਰੇ ਪੁੱਛਿਆ ਤਾਂ ਉਸਨੇ ਦੱਸਿਆ ਕਿ ਉਹ ਦੋ ਹਫਤਿਆਂ ਦੀ ਛੁੱਟੀ 'ਤੇ ਹੈ। ਕਿਉਂਕਿ ਅੱਜ-ਕੱਲ੍ਹ ਕੰਮ ਦਾ ਮਾੜਾ ਹਾਲ ਚੱਲ ਰਿਹਾ ਸੀ ਤੇ ਕੰਪਨੀ ਵੱਲੋਂ ਹਦਾਇਤ ਹੋਈ ਸੀ ਕਿ ਸਾਰਿਆਂ ਦੇ ਘੰਟੇ ਘਟਾਏ ਜਾਣ। ਉਹ ਕਹਿਣ ਲੱਗਿਆ ਕਿ ਸਭ ਤੋਂ ਪਹਿਲਾਂ ਉਸਨੇ ਆਪਣੇ ਹੀ ਘੰਟੇ ਘਟਾਉਣ ਲਈ ਦੋ ਹਫਤਿਆਂ ਦੀ ਛੁੱਟੀ ਕਰ ਲਈ। ਦੋ ਚਾਰ ਗੱਲਾਂ ਕਰਦੇ ਅਸੀਂ ਆਪੋ ਆਪਣੇ ਰਾਹ ਪੈ ਗਏ।

ਇਸਦੇ ਬਾਅਦ ਉਹ ਇੱਕ ਵਾਰ ਮੈਨੂੰ ਚਰਚ ਵਿੱਚੋਂ ਆਉਂਦਾ ਮਿਲਿਆ। ਪੈਗੀ ਉਸਦੇ ਪਿੱਛੇ ਪਿੱਛੇ ਮੁੰਡੇ ਦੀ ਉਂਗਲ ਫੜ੍ਹੀ ਆ ਰਹੀ ਸੀ। ਦੋਨੋਂ ਇੱਕ ਦੂਜੇ ਤੋਂ ਬੇਪ੍ਰਵਾਹ ਜਿਹੇ ਤੁਰ ਰਹੇ ਸਨ। ਉਹ ਮੈਨੂੰ ਸਿਰਫ ਚਲਵਾਂ ਜਿਹਾ ਹੀ ਮਿਲਿਆ। ਉਸਨੇ ਦੱਸਿਆ ਕਿ ਰਿਸੈਸ਼ਨ ਦੀ ਵਜ੍ਹਾ ਕਰਕੇ 'ਹੋਮ ਸਰਵਿਸਜ਼' ਕੰਪਨੀ ਬੰਦ ਹੋ ਗਈ। ਉਸਨੂੰ ਨੌਕਰੀ ਤੋਂ ਪੱਕੀ ਛੁੱਟੀ ਹੋ ਗਈ। ਅੱਜ-ਕੱਲ੍ਹ ਉਹ ਵਿਹਲਾ ਘੁੰਮ ਰਿਹਾ ਸੀ। ਮਹੀਨਾ ਕੁ ਭਰ ਬਾਅਦ ਮੈਂ ਇੱਕ ਦਿਨ ਜੈਕ ਨੂੰ ਸੜਕ ਕਿਨਾਰੇ ਸਾਈਨ ਬੋਰਡ ਲਾਉਂਦਿਆਂ ਵੇਖਿਆ। ਇਹ ਉਦੋਂ ਜਿਹੇ ਸੀ ਜਦੋਂ 2008 ਦੀ ਪਰੈਜ਼ੀਡੈਂਟ ਚੋਣ ਹੋ ਰਹੀ ਸੀ। ਸ਼ਾਇਦ ਇਹ ਦਿਹਾੜੀਦਾਰ ਕਾਮੇ ਕਿਸੇ ਉਮੀਦਵਾਰ ਦੀ ਮਸ਼ਹੂਰੀ ਦੇ ਬੋਰਡ ਲਾਉਂਦੇ ਫਿਰਦੇ ਸਨ। ਮੈਂ ਥੋੜ੍ਹਾ ਚਿਰ ਉਸ ਵੱਲ ਵੇਖਿਆ ਪਰ ਜਦੋਂ ਉਸਦਾ ਧਿਆਨ ਮੇਰੇ ਵੱਲ ਨਾ ਆਇਆ ਤਾਂ ਮੈਂ ਅਗਾਂਹ ਲੰਘ ਗਿਆ। ਅਗਲੀ ਵਾਰ ਮੈਂ ਜੈਕ ਨੂੰ ਇੱਕ ਸ਼ਰਾਬ ਦੀ ਦੁਕਾਨ ਦੇ ਬਾਹਰ ਖੜ੍ਹੇ ਨੂੰ ਮਿਲਿਆ। ਉਸਦੇ ਘਿਸੇ ਪੁਰਾਣੇ ਕੱਪੜੇ ਪਾਏ ਹੋਏ ਸਨ ਤੇ ਉਸਦੀ ਖਸਤਾ ਜਿਹੀ ਹਾਲਤ ਸੀ। ਮੈਂ ਉਸਨੂੰ ਉਤਸ਼ਾਹ ਨਾਲ ਬੁਲਾਉਂਦਿਆਂ ਹੱਥ ਅਗਾਂਹ ਕੱਢਿਆ।

"ਹੇ ਸਿੰਘ!" ਉਸਨੇ ਹਲਕਾ ਜਿਹਾ ਹੱਥ ਮਿਲਾਇਆ। ਮੈਂ ਉਸਦਾ ਹਾਲ ਚਾਲ ਪੁੱਛਿਆ ਤਾਂ ਉਸਨੇ ਚਲਾਵਾਂ ਜਿਹਾ ਕਿਹਾ ਕਿ ਵਾਹਵਾ ਈ ਐ ਹਾਲ। ਉਸਦੀਆਂ ਬਲੌਰੀ

ਅੱਖਾਂ ਦੀਆਂ ਪੁਤਲੀਆਂ ਵਿਰਾਨ ਜਿਹੀਆਂ ਲੱਗ ਰਹੀਆਂ ਸਨ।

"ਜੈਕ ਡੂ ਯੂ ਨੀਡ ਐਨੀ ਹੈਲਪ ?" ਮੈਂ ਸੋਚਿਆ ਕਿ ਸ਼ਾਇਦ ਉਹ ਕਿਤੇ ਰਾਈਡ ਦੀ ਉਡੀਕ ਨਾ ਕਰ ਰਿਹਾ ਹੋਵੇ।

"ਸਿੰਘ ਇਫ ਯੂ ਡੌਂਟ ਮਾਈਂਡ ਪਲੀਜ਼ ਗਿਵ ਮੀ ਏ ਫੇਵਰ।" ਉਹ ਮੇਰੀ ਕਹੀ ਗੱਲ ਨੂੰ ਅਣਸੁਣੀ ਕਰਦਿਆਂ ਵਿਚਕਾਰੋਂ ਹੀ ਬੋਲਿਆ।

"ਬੋਲ ਜੈਕ ?"

"ਫਰੈਂਡ! ਮੈਨੂੰ ਅੱਜ ਬੀਅਰ ਪਿਆ ਫਿਰ।"

"ਓ ਸ਼ਿਅਰ। ਕਮ ਆਨ।" ਮੈਂ ਉਸਨੂੰ ਨੇੜਲੇ ਪੀਜ਼ਾ ਹੱਟ ਵਿੱਚ ਲੈ ਗਿਆ। ਇੱਕ ਪਾਸੇ ਟੇਬਲ 'ਤੇ ਬਹਿੰਦਿਆਂ ਮੈਂ ਬੀਅਰ ਦਾ ਆਰਡਰ ਦਿੱਤਾ ਤੇ ਨਾਲ ਹੀ ਕੁਝ ਖਾਣ ਨੂੰ ਵੀ। ਬਹਿਰੇ ਦੇ ਬੀਅਰ ਰੱਖਦਿਆਂ ਹੀ ਜੈਕ ਨੇ ਹਾਬੜਿਆਂ ਵਾਂਗ ਗਲਾਸ ਚੁੱਕ ਕੇ ਛੇਤੀ ਦੇਣੇ ਮੂੰਹ ਨੂੰ ਲਾਇਆ ਤੇ ਉਹ ਨੀਵੀਂ ਪਾਈ ਚੁੱਪਚਾਪ ਬੀਅਰ ਪੀਂਦਾ ਰਿਹਾ।

"ਜੈਕ ਹੋਰ ਫਿਰ ਕੀ ਬਣਦੈ ਅੱਜ ਕੱਲ੍ਹ ?"

"ਨੱਨ ਮਾਈ ਫਰੈਂਡ।" ਉਸਨੇ ਗਲਾਸ ਖਾਲੀ ਕਰਕੇ ਇੱਕ ਪਾਸੇ ਰੱਖ ਦਿੱਤਾ ਤਾਂ ਬਹਿਰਾ ਹੋਰ ਬੀਅਰ ਰੱਖ ਗਿਆ। ਜੈਕ ਨੇ ਦੂਸਰਾ ਗਲਾਸ ਚੁੱਕ ਕੇ ਬੀਅਰ ਪੀਣੀ ਸ਼ੁਰੂ ਕਰ ਦਿੱਤੀ। ਕੁਛ ਕੁ ਮਿੰਟਾਂ ਬਾਅਦ ਉਸਦੀਆਂ ਅੱਖਾਂ ਵਿੱਚ ਨਸ਼ੇ ਦੀ ਲਾਲੀ ਉੱਘੜੀ ਤਾਂ ਉਹ ਮੇਰੇ ਵੱਲ ਝਾਕਿਆ।

"ਕਿਵੇਂ ਐਂ ਫਿਰ ?" ਉਸ ਵੱਲ ਵੇਖਦਿਆਂ ਮੈਂ ਮਜ਼ਾਕੀਏ ਲਹਿਜੇ 'ਚ ਪੁੱਛਿਆ।

"ਲਾਈਫ ਇਜ਼ ਨਾਟ ਫੇਅਰ ਮਾਈ ਫਰੈਂਡ।" ਉਸਨੇ ਉਦਾਸ ਜਿਹੀ ਆਵਾਜ਼ ਵਿੱਚ ਇਹ ਕਿਹਾ ਤਾਂ ਅੱਗੋਂ ਮੈਂ ਪੁੱਛਿਆ ਕਿ ਕੀ ਹੋਇਆ।

"ਆਈ ਹੈਵ ਲੌਸਟ ਐਵਰੀਥਿੰਗ।" ਉਸਦੀਆਂ ਅੱਖਾਂ ਵਿੱਚ ਪਾਣੀ ਤੈਰ ਰਿਹਾ ਸੀ।

"ਵਟ ਯੂ ਮੀਨ?"

"ਆਈ ਮੀਨ ਐਵਰੀਥਿੰਗ ਐਂਡ ਆਲ, ਮਾਈ ਫਰੈਂਡ....।"

"ਇਟ ਇਜ਼ ਏ ਸੈਡ ਸਟੋਰੀ ਮਿਸਟਰ ਸਿੰਘ।"

"ਜੈਕ, ਇਫ ਯੂ ਵਾਂਟ ਯੂ ਕੈਨ ਟੈੱਲ ਮੀ।"

"ਸਿੰਘ, ਪਹਿਲਾਂ ਮੇਰੀ ਨੌਕਰੀ ਗਈ ਤੇ ਬਾਅਦ ਵਿੱਚ ਸਭ ਕੁਝ ਹੀ ਚਲਾ ਗਿਆ।"

"ਤੇ ਪੈਗੀ...ਮੇਰਾ ਮਤਲਬ ਉਹ ਕਿੱਥੇ ਐ ?"

"ਪੈਗੀ....।" ਉਹ ਕੁੜੱਤਣ ਜਿਹੀ ਵਿੱਚ ਜ਼ਰਾ ਕੁ ਮੁਸਕਰਾਇਆ ਤੇ ਫਿਰ ਆਪਣੀ ਕਹਾਣੀ ਦੱਸਣ ਲੱਗਿਆ।

"ਜਦੋਂ ਪੈਗੀ ਮੈਨੂੰ ਮਿਲੀ ਸੀ ਉਦੋਂ ਮੇਰੇ ਕੋਲ ਆਪਣਾ ਘਰ ਸੀ। ਵਧੀਆ ਕਾਰ ਤੇ ਹੋਮ ਸਰਵਿਸ ਦੀ ਚੰਗੀ ਨੌਕਰੀ ਸੀ। ਅਸੀਂ ਮਿਲਣ ਤੋਂ ਥੋੜ੍ਹੀ ਦੇਰ ਬਾਅਦ ਹੀ ਫੈਸਲਾ ਕਰ ਲਿਆ ਸੀ ਕਿ ਅਸੀਂ ਮੈਰਿਜ ਕਰਾਂਗੇ। ਫਿਰ ਮੈਂ ਪੈਗੀ ਨੂੰ ਪੜ੍ਹਨ ਲਈ ਉਤਸ਼ਾਹਤ ਕੀਤਾ ਤੇ

ਉਸਨੇ ਨਰਸਿੰਗ ਦੀ ਪੜ੍ਹਾਈ ਦੁਬਾਰਾ ਸ਼ੁਰੂ ਕਰ ਲਈ ਜੋ ਕਿ ਪਹਿਲਾਂ ਪੈਸੇ ਦੀ ਥੁੜ ਕਾਰਨ ਉਸਨੂੰ ਬੰਦ ਕਰਨੀ ਪਈ ਸੀ। ਹੁਣ ਕਾਫੀ ਮੱਦਦ ਮੈਂ ਕਰਦਾ ਸੀ ਤੇ ਉਹ ਵੀ ਪਾਰਟ ਟਾਈਮ ਜਾਬ ਕਰਨ ਲੱਗੀ। ਉਸਦੇ ਬਾਅਦ ਸਾਡੇ ਘਰ ਮੁੰਡੇ ਦਾ ਜਨਮ ਹੋਇਆ। ਫਿਰ ਉਸਦੀ ਪੜ੍ਹਾਈ ਪੂਰੀ ਹੋ ਗਈ ਤੇ ਉਸਨੂੰ ਲੋਕਲ ਹਸਪਤਾਲ ਵਿੱਚ ਜਾਬ ਮਿਲ ਗਈ। ਪਰ ਇਸਦੇ ਬਾਅਦ ਸਾਡੇ ਵਿਚਕਾਰ ਅਣਬਣ ਰਹਿਣ ਲੱਗੀ।"

"ਪਰ ਕਿਉਂ ?" ਮੈਂ ਵਿਚਕਾਰੋਂ ਟੋਕਿਆ।

"ਕਿਉਂਕਿ ਉਹ ਕਹਿਣ ਲੱਗ ਪਈ ਕਿ ਮੈਂ ਉਸਦੀ ਜ਼ਿੰਦਗੀ ਬਰਬਾਦ ਕਰ ਦਿੱਤੀ।"

"ਬਰਬਾਦ! ਪਰ ਤੂੰ ਤਾਂ ਉਸਨੂੰ ਪੜ੍ਹਾ ਕੇ ਉਸਦੀ ਜ਼ਿੰਦਗੀ ਬਣਾਈ ਸੀ।"

"ਨਹੀਂ, ਇਹ ਗੱਲ ਨਹੀਂ ਸੀ ਸਿੰਘ। ਇਸਦਾ ਤਾਂ ਉਹ ਹਮੇਸ਼ਾ ਅਹਿਸਾਨ ਮੰਨਦੀ ਸੀ। ਪਰ ਉਸਦਾ ਕਹਿਣਾ ਸੀ ਕਿ ਜੇ ਮੈਂ ਉਸਨੂੰ ਨਾ ਮਿਲਿਆ ਹੁੰਦਾ ਤਾਂ ਉਸਨੇ ਇਕੱਲਿਆਂ ਰਹਿੰਦਿਆਂ ਅਜੇ ਹੋਰ ਇਨਜੁਆਏ ਕਰਨਾ ਸੀ।"

"ਹੈਂ!" ਮੈਂ ਹੈਰਾਨ ਜਿਹਾ ਹੋ ਕੇ ਉਸ ਵੱਲ ਦੇਖਿਆ।

"ਵੇਖ ਉਹ ਉਮਰ ਵਿੱਚ ਮੈਥੋਂ ਛੋਟੀ ਸੀ। ਪਹਿਲਾਂ ਸ਼ਾਇਦ ਉਸਨੂੰ ਇਹ ਮਹਿਸੂਸ ਨ੍ਹੀਂ ਹੋਇਆ ਹੋਣਾਂ ਪਰ ਜਦੋਂ ਉਹ ਨਰਸ ਬਣਨ ਮਗਰੋਂ ਖਰਚੇ ਵੱਲੋਂ ਆਜ਼ਾਦ ਹੋ ਗਈ ਤਾਂ ਫਿਰ ਈ ਉਸਨੂੰ ਇਹ ਖਿਆਲ ਆਇਆ ਹੋਊ ਕਿ ਅਜੇ ਉਸਨੂੰ ਵਿਆਹ ਨਹੀਂ ਸੀ ਕਰਵਾਉਣਾ ਚਾਹੀਦਾ...।"

"ਮੈਂ ਉਸਨੂੰ ਸਮਝਾਉਂਦਾ ਰਹਿੰਦਾ ਸੀ ਪਰ ਕੁਛ ਦਿਨ ਠੀਕ ਰਹਿ ਕੇ ਉਹ ਫਿਰ ਚਿੜਚੜੀ ਹੋ ਜਾਂਦੀ ਸੀ। ਇਸ ਵਿਚਕਾਰ ਰਿਸੈਸ਼ਨ ਸ਼ੁਰੂ ਹੋ ਗਿਆ। ਪਹਿਲਾਂ ਮੇਰੀ ਜਾਬ ਗਈ। ਜਦੋਂ ਜਾਬ ਨਾ ਰਹੀ ਤਾਂ ਘਰਦੀਆਂ ਕਿਸ਼ਤਾਂ ਬੰਦ ਹੋ ਗਈਆਂ। ਕਿਸ਼ਤਾਂ ਦੇ ਰੁਕਣ ਨਾਲ ਬੈਂਕ ਨੇ ਮੇਰਾ ਘਰ ਖੋਹ ਲਿਆ। ਮੈਂ ਟੁੱਟਵੀਆਂ ਜਾਬਾਂ ਦਾ ਪ੍ਰਬੰਧ ਕੀਤਾ ਤੇ ਅਪਾਰਟਮੈਂਟ ਵਿੱਚ ਮੂਵ ਹੋ ਗਿਆ। ਪਰ ਸਾਡੇ ਵਿੱਚ ਦੂਰੀਆਂ ਵਧਦੀਆਂ ਗਈਆਂ। ਉਦੋਂ ਜਿਹੇ ਕੰਮ ਕਰਦੇ ਦੇ ਮੇਰੇ ਸੱਟ ਲੱਗ ਗਈ ਤਾਂ ਮੈਂ ਘਰੇ ਬੈਠ ਗਿਆ। ਇਹਨਾਂ ਦਿਨਾਂ ਵਿੱਚ ਤਾਂ ਪੈਗੀ ਬਹੁਤ ਹੀ ਅੱਪਸੈਟ ਹੋ ਗਈ। ਫਿਰ ਇੱਕ ਦਿਨ ਉਹ ਆਪਣਾ ਸਾਰਾ ਸਾਮਾਨ ਇਕੱਠਾ ਕਰਕੇ ਆਪਣੇ ਨਵੇਂ ਬੁਆਏ ਫਰੈਂਡ ਨਾਲ ਤੁਰ ਗਈ।"

"ਤੇ ਤੁਹਾਡਾ ਮੁੰਡਾ ?"

"ਉਸਨੂੰ ਉਹ ਮੇਰੇ ਕੋਲ ਈ ਛੱਡ ਗਈ ਸੀ। ਪਰ ਮੈਂ ਇਕੱਲਾ ਤੇ ਬੇਰੁਜ਼ਗਾਰ ਉਸਨੂੰ ਕਿਵੇਂ ਸੰਭਾਲ ਸਕਦਾ ਸੀ। ਮੈਂ ਇੱਕ ਦਿਨ ਉਸਨੂੰ ਸੋਸ਼ਿਲ ਸਰਵਿਸ ਵਾਲਿਆਂ ਦੇ ਹਵਾਲੇ ਕਰ ਦਿੱਤਾ ਤੇ ਆਪ ਅਪਾਰਟਮੈਂਟ ਛੱਡ ਕੇ ਹੋਮਲੈਸ ਸ਼ੈਲਟਰ ਵਿੱਚ ਚਲਿਆ ਗਿਆ। ਕੁਛ ਦੇਰ ਬਾਅਦ ਉੱਥੋਂ ਵੀ ਨਿਕਲਣਾ ਪਿਆ ਤੇ ਫਿਰ ਮੈਂ ਸੜਕ 'ਤੇ ਆ ਗਿਆ।"

"ਜੈਕ ਤੇਰਾ ਕੋਈ ਹੋਰ ਰਿਸ਼ਤੇਦਾਰ। ਮੇਰਾ ਮਤਲਬ ਮਾਂ ਪਿਉ ਜਾਂ ਕੋਈ ਭੈਣ ਭਰਾ ?"

"ਮਾਂ ਪਿਉ ਤਾਂ ਆਪ ਸੀਨੀਅਰ ਸਿਟੀਜ਼ਨ ਹੋਮ ਵਿੱਚ ਦਿਨ ਕਟੀ ਕਰ ਰਹੇ ਨੇ।

ਇੱਕ ਭਰਾ ਐ। ਉਹ ਡਾਕੇ ਦੇ ਕੇਸ ਵਿੱਚ ਜੇਲ੍ਹ ਦੀ ਸਜ਼ਾ ਭੁਗਤ ਰਿਹਾ।"

"ਚੱਲੀਏ ਫਿਰ ?" ਇੰਨਾ ਕਹਿੰਦਿਆਂ ਮੈਂ ਉੱਠਣ ਲੱਗਿਆ ਤਾਂ ਉਹ ਵੀ ਕੁਛ ਸੋਚਦਾ ਜਿਹਾ ਮੇਰੇ ਨਾਲ ਈ ਉੱਠ ਖਲੋਇਆ। ਦਰਵਾਜ਼ੇ ਤੋਂ ਬਾਹਰ ਨਿਕਲਦਿਆਂ ਮੈਨੂੰ ਪਿੱਛੋਂ ਉਸਦੀ ਆਵਾਜ਼ ਸੁਣੀ।

"ਮਿਸਟਰ ਸਿੰਘ ਇੱਕ ਫੇਵਰ ਤਾਂ ਦੇਹ।" ਉਸਦੀ ਗੱਲ ਸੁਣ ਕੇ ਮੈਂ ਤੁਰਿਆ ਜਾਂਦਾ ਖੜ੍ਹੋ ਗਿਆ ਤਾਂ ਉਸਨੇ ਮੈਥੋਂ ਬੀਹ ਡਾਲਰ ਮੰਗੇ। ਮੈਂ ਕੁਛ ਝਿਜਕ ਜਿਹੀ ਵਿਖਾਈ ਤਾਂ ਉਹ ਥੋੜ੍ਹਾ ਰੁੱਖਾ ਬੋਲਿਆ।

"ਉਧਾਰ ਈ ਮੰਗਦਾਂ। ਜਦੋਂ ਮੇਰੇ ਕੋਲ ਪੈਸੇ ਆ ਗਏ ਤੈਨੂੰ ਮੋੜ ਦਊਂਗਾ।"

ਮੈਂ ਧਿਆਨ ਨਾਲ ਉਸਦੇ ਮੂੰਹ ਵੱਲ ਵੇਖਿਆ ਤੇ ਫਿਰ ਔਖ ਜਿਹੀ ਮੰਨਦੇ ਨੇ ਜੇਬ 'ਚੋਂ ਦਸ ਦਾ ਨੋਟ ਕੱਢ ਕੇ ਉਸ ਵੱਲ ਵਧਾ ਦਿੱਤਾ। ਉਸਨੇ ਨੋਟ ਫੜ੍ਹਿਆ ਤੇ ਮੈਂ ਆਪਣੀ ਕਾਰ ਵਿੱਚ ਜਾ ਬੈਠਾ। ਦੋ ਕੁ ਮਹੀਨੇ ਬਾਅਦ ਮੈਂ ਹਾਈਵੇ ਚੜ੍ਹਨ ਲਈ ਵੱਡੀ ਟਰੈਫਿਕ ਲਾਈਟ ਉੱਪਰ ਰੁਕਿਆ ਹੋਇਆ ਸੀ ਤਾਂ ਮੈਂ ਵੇਖਿਆ ਕਿ ਸੱਜੇ ਹੱਥ ਪੁਲੀ ਦੇ ਹੇਠਾਂ ਕੋਈ ਨੀਵੀਂ ਪਾਈ ਬੈਠਾ ਸੀ ਤੇ ਨਾਲ ਹੀ ਉਸਦਾ ਸਾਮਾਨ ਪਿਆ ਸੀ। ਉੱਪਰ ਪੁਲ਼ੀ ਦੀ ਛੱਤ ਹੋਣ ਕਰਕੇ ਸ਼ਾਇਦ ਕਿਸੇ ਨੇ ਇਸ ਥਾਂ ਨੂੰ ਆਸਰਾ ਬਣਾਇਆ ਹੋਇਆ ਸੀ। ਨੇੜੇ ਆ ਕੇ ਉਸਨੂੰ ਪਹਿਚਾਣਦਿਆਂ ਹੋਇਆਂ ਮੇਰੇ ਅੰਦਰੋਂ ਠੰਢੀ ਆਹ ਨਿਕਲੀ, ਕਿਉਂਕਿ ਇਹ ਜੈਕ ਸੀ।

****

ਦਰਵਾਜ਼ਾ ਖੁੱਲ੍ਹਿਆ ਤੇ ਇੱਕ ਗ੍ਰਾਹਕ ਅੰਦਰ ਆਇਆ ਤਾਂ ਮੇਰੇ ਖਿਆਲਾਂ ਦੀ ਲੜੀ ਟੁੱਟੀ। ਗ੍ਰਾਹਕ ਮੈਨੂੰ ਬੁਲਾ ਕੇ ਇੱਕ ਪਾਸੇ ਚਲਿਆ ਗਿਆ ਜਿੱਥੇ ਕਿ ਰਸਾਲੇ ਤੇ ਅਖ਼ਬਾਰ ਬਗੈਰਾ ਪਏ ਸਨ। ਉਸਨੇ ਇੱਕ ਨਕਸ਼ਾ ਚੁੱਕਿਆ ਤੇ ਪੰਜ ਸੱਤ ਮਿੰਟ ਵਰਕੇ ਫਰੋਲਦਾ ਰਿਹਾ। ਮੈਂ ਸੋਚਿਆ ਕਿ ਇਹ ਨਕਸ਼ਾ ਖਰੀਦੂਗਾ ਪਰ ਉਸਨੇ ਆਪਣਾ ਕੰਮ ਸਾਰਿਆ ਤੇ ਨਕਸ਼ਾ ਵਾਪਸ ਰੱਖ ਦਿੱਤਾ। ਮੈਂ ਮਨ ਮਸੋਸ ਕੇ ਰਹਿ ਗਿਆ ਕਿ ਘੰਟੇ ਬਾਅਦ ਇੱਕ ਗ੍ਰਾਹਕ ਆਇਆ ਸੀ ਤੇ ਉਹ ਵੀ ਗੱਲੀਂ ਬਾਤੀਂ ਸਾਰਦਾ ਮੁੜ ਗਿਆ। ਬਾਹਰ ਵੱਲ ਵੇਖਦਿਆਂ ਫਿਰ ਤੋਂ ਜੈਕ ਖਿਆਲਾਂ 'ਚ ਵੜਨ ਈ ਲੱਗਿਆ ਸੀ ਕਿ ਮਨ ਇੰਡੀਆ ਵੱਲ ਚਲਾ ਗਿਆ।

ਮੇਰਾ ਦਾਦਾ ਬੜਾ ਸਖਤ ਤੇ ਰੁੱਖੇ ਸੁਭਾਅ ਵਾਲਾ ਸੀ। ਉਹ ਸਾਧਾਂ ਤੇ ਹੋਰ ਮੰਗਤਿਆਂ ਦੇ ਬੜਾ ਖਿਲਾਫ ਹੁੰਦਾ ਸੀ। ਉਹ ਉਹਨਾਂ ਵਿੱਚੋਂ ਕਿਸੇ ਨੂੰ ਵੀ ਖੈਰ ਨਹੀਂ ਪਾਉਣ ਦਿੰਦਾ ਹੁੰਦਾ ਸੀ। ਸਾਧਾਂ ਨੂੰ ਵੇਖਦਿਆਂ ਈ ਉਹ ਡਾਂਗ ਚੁੱਕ ਲੈਂਦਾ। ਜਿਹੜੇ ਜਾਣਦੇ ਸਨ ਉਹ ਸਾਡੀ ਬੀਹੀ 'ਚ ਆਉਣ ਦੀ ਜੁਰਅਤ ਨਾ ਕਰਦੇ। ਉਹ ਮੰਗਣ ਵਾਲਿਆਂ ਨੂੰ ਲਾਹਣਤਾਂ ਪਾਉਂਦਾ ਕਿ ਹੱਟੇ ਕੱਟੇ ਹੋ ਕੇ ਮੰਗਣ ਦੀ ਬਜਾਇ ਕੋਈ ਕੰਮ ਕਰੋ, ਮੁਫਤ ਦਾ ਖਾਣ 'ਤੇ ਕਿਉਂ ਲੱਕ ਬੰਨ੍ਹਿਆ ਹੈ। ਇੱਕ ਵਾਰ ਗਰਮੀਆਂ ਦੇ ਤਿੱਖੜ ਦੁਪਹਿਰੇ ਕਿਸੇ ਭਾਠ ਨੇ ਆਣ ਦਰਵਾਜੇ 'ਤੇ ਬੋਲ ਮਾਰਿਆ ਕਿ ਉਹ ਭੁੱਖਾ ਹੈ ਕੁਛ ਖਾਣ ਨੂੰ ਦਿਉ। ਉਸਦਾ ਲੰਬਾ ਕੱਦ ਸੀ। ਪਤਲਾ ਸਰੀਰ, ਸੁੱਕਿਆ ਚਿਹਰਾ ਤੇ ਚਿਹਰੇ ਉੱਪਰ ਲੰਬੀਆਂ ਘੁੰਗਰਾਲੀਆਂ ਮੁੱਛਾਂ ਸਨ। ਸਿਰ 'ਤੇ ਬੂਟੀਆਂ ਵਾਲਾ ਵੱਡਾ ਸਾਰਾ ਪੱਗੜ, ਇਗੜਾ ਦੁਗੜਾ ਬੰਨ੍ਹਿਆ ਹੋਇਆ ਸੀ। ਇਹ ਭਾਠ ਪਿਛਲੇ ਕਈ ਦਿਨਾਂ ਤੋਂ ਸਾਡੇ ਪਿੰਡਾਂ ਵੱਲ ਘੁੰਮ ਰਹੇ ਸਨ। ਉਹਨਾਂ ਦੇ ਗਾਈਆਂ ਦੇ ਬੱਗ ਸਨ ਜਿਹਨਾਂ

ਨੂੰ ਚਾਰਦੇ ਉਹ ਇੱਕ ਪਿੰਡ ਤੋਂ ਦੂਸਰੇ ਪਿੰਡ ਜਾਂਦੇ ਰਹਿੰਦੇ ਸਨ। ਬੁੜੀਆਂ ਨੇ ਦਾਦੇ ਵੱਲ ਵੇਖਦਿਆਂ ਭਾਠ ਨੂੰ ਇਸ਼ਾਰੇ ਨਾਲ ਜਾਣ ਨੂੰ ਕਿਹਾ ਪਰ ਉਦੋਂ ਨੂੰ ਦਾਦਾ ਕੋਲ ਆ ਗਿਆ। ਦਾਦੇ ਨੇ ਉਸਨੂੰ ਪੁੱਛਿਆ ਕਿ ਉਹ ਕੌਣ ਹੈ। ਉਸਨੇ ਦੱਸਿਆ ਕਿ ਉਹ ਭਾਠ ਹੈ ਤੇ ਉਧਰ ਰਾਜਸਥਾਨ ਵਿੱਚ ਸੋਕਾ ਪੈ ਗਿਆ ਹੈ, ਜਿਸ ਕਾਰਨ ਉਹਨਾਂ ਦੀ ਫਸਲ, ਬਾਜਰੀ ਗਵਾਰਾ ਬਗੈਰਾ ਸਭ ਕੁਝ ਮਾਰਿਆ ਗਿਆ ਹੈ। ਧਰਤੀ ਸੁੱਕ ਗਈ ਤੇ ਪਸ਼ੂ ਭੁੱਖੇ ਮਰਨ ਲੱਗ ਪਏ। ਇਸੇ ਕਰਕੇ ਉਹ ਡੰਗਰਾਂ ਨੂੰ ਚਾਰਨ ਲਈ ਇੱਧਰ ਆਏ ਹਨ। ਦਾਦੇ ਨੇ ਉਸਨੂੰ ਬਿਠਾਇਆ। ਫਿਰ ਬੁੜੀਆਂ ਨੂੰ ਕਹਿ ਕੇ ਉਸ ਲਈ ਰੋਟੀ ਮੰਗਵਾਈ ਤੇ ਉਹ ਉੱਥੇ ਈ ਬਹਿ ਕੇ ਖਾਣ ਲੱਗਿਆ। ਮੈਂ ਡਰਦੇ ਜਿਹੇ ਨੇ ਦਾਦੇ ਨੂੰ ਪੁੱਛਿਆ ਕਿ ਅੱਜ ਤੁਸੀਂ ਮੰਗਤੇ 'ਤੇ ਕਿਵੇਂ ਮਿਹਰਬਾਨ ਹੋ ਗਏ। ਦਾਦੇ ਨੇ ਤਿਉੜੀ ਚੜ੍ਹਾਉਂਦਿਆਂ ਕਿਹਾ ਕਿ ਇਹ ਮੰਗਤਾ ਨਹੀਂ ਹੈ। ਇਸ 'ਤੇ ਤਾਂ ਕੁਦਰਤ ਦੀ ਮਾਰ ਪਈ ਹੈ। ਵਰਨਾ ਇਹ ਮੰਗਣ ਵਾਲੇ ਲੋਕ ਨਹੀਂ ਹਨ। ਇੱਕ ਮੇਰਾ ਚਾਚਾ ਹੁੰਦਾ ਸੀ ਜਿਸਦਾ ਨਾਂ ਬੱਗਾ ਸੀ। ਉਸਦਾ ਪਰਿਵਾਰ ਬਾਹਰਲੇ ਘਰ ਰਹਿੰਦਾ ਹੁੰਦਾ। ਲੋਕ ਉਸਨੂੰ ਬੱਗਾ ਦਾਨੀ ਕਹਿੰਦੇ ਹੁੰਦੇ ਸਨ। ਕਿਉਂਕਿ ਉਹ ਕਿਸ਼ੇ ਵੀ ਮੰਗਤੇ ਨੂੰ ਖਾਲੀ ਨਹੀਂ ਮੋੜਦਾ ਹੁੰਦਾ ਸੀ। ਉਹ ਜਦੋਂ ਕਿਸੇ ਮੰਗਤੇ ਨੂੰ ਖੈਰ ਪਵਾਉਂਦਾ ਤਾਂ ਉਸਦੇ ਚਿਹਰੇ ਉੱਪਰ ਵਿਚਾਰਗੀ ਦੇ ਭਾਵ ਆ ਜਾਂਦੇ। ਉਹ ਹਮੇਸ਼ਾਂ ਕਹਿੰਦਾ ਕਿ ਪਤਾ ਨਹੀਂ ਕਿਸ ਬਿਪਤਾ ਦਾ ਮਾਰਿਆ ਇਹ ਮੰਗਤਾ ਬਣਿਆ ਫਿਰਦਾ ਹੈ। ਮੈਨੂੰ ਉਸਦੀ ਇਹ ਗੱਲ ਬੜੀ ਚੰਗੀ ਲੱਗਦੀ।

ਦਰਵਾਜ਼ਾ ਖੁੱਲ੍ਹਣ ਦੀ ਆਵਾਜ਼ ਆਈ ਤਾਂ ਮੇਰਾ ਧਿਆਨ ਉੱਧਰ ਨੂੰ ਗਿਆ। ਮੈਂ ਵੇਖਿਆ ਕਿ ਸਾਹਮਣੇ ਜੈਕ ਖੜ੍ਹਾ ਸੀ। ਉਸਨੇ ਅੱਧਾ ਕੁ ਦਰਵਾਜ਼ਾ ਖੋਲ੍ਹ ਕੇ ਛੱਡ ਦਿੱਤਾ ਤੇ ਉਹ ਅੰਦਰਾ ਆਉਂਦਾ ਆਉਂਦਾ ਰੁਕ ਗਿਆ। ਫਿਰ ਉਹ ਉੱਥੋਂ ਈ ਵਾਪਸ ਮੁੜਿਆ ਤੇ ਇੱਕ ਪਾਸੇ ਕੰਧ ਦੀ ਛਾਂ ਹੇਠ ਜਾ ਕੇ ਬੈਠ ਗਿਆ। ਮੈਂ ਛੇਤੀ ਦੇਣੇ ਉਸਦੇ ਪਿੱਛੇ ਗਿਆ ਤੇ ਜੇਬ 'ਚੋਂ ਦਸ ਡਾਲਰ ਕੱਢ ਕੇ ਉਸਦੀ ਝੋਲੀ ਵਿੱਚ ਰੱਖ ਦਿੱਤੇ। ਉਹ ਅਚਾਨਕ ਖੜ੍ਹਾ ਹੋਇਆ ਤੇ ਮੇਰੇ ਵੱਲ ਕੈਰ ਝਾਕਦੇ ਨੇ ਦਸ ਡਾਲਰ ਪਰਾਂਹ ਚਲਾ ਮਾਰੇ।

"ਗਾਡੈਮ! ਆਏ ਐਮ ਨਾਟ ਏ ਬੈਗਰ। ਮੈਂ ਮੰਗਤਾ ਨੀ ਆਂ।" ਇੰਨਾ ਕਹਿੰਦਿਆਂ ਉਸਨੇ ਬਿਸਤਰਬੰਦ ਮੋਢੇ ਲਟਾਕਇਆ ਤੇ ਕਾਹਲੀ ਤੁਰਦਾ ਅੱਖਾਂ ਤੋਂ ਉਹਲੇ ਹੋ ਗਿਆ।

# ਖੋਜ

ਕੈਟਰੀਨਾ ਨੇ ਅੱਜ ਅੱਧੇ ਦਿਨ ਦੀ ਛੁੱਟੀ ਲਈ ਹੋਈ ਸੀ। ਲੰਚ ਬਰੇਕ ਹੁੰਦਿਆਂ ਸਾਰ ਉਹ ਘਰ ਨੂੰ ਚੱਲ ਪਈ। ਦਰਵਾਜ਼ਾ ਖੋਲ੍ਹਦਿਆਂ ਹੀ ਉਸਨੇ ਸੋਫੇ ਵੱਲ ਨਜ਼ਰ ਮਾਰੀ। ਉਸਦੀ ਧੀ, ਸੈਫੀ ਟੇਢੀ ਜਿਹੀ ਹੋਈ ਸੋਫੇ 'ਤੇ ਧੌਣ ਸੁੱਟੀ ਪਈ ਸੀ। ਕੈਟਰੀਨਾ ਦੇ ਕਾਲਜੇ 'ਚ ਹੌਲ ਜਿਹਾ ਪਿਆ। ਉਹ ਛੇਤੀ ਦੇਣੇ ਨੇੜੇ ਆਈ। ਪਰ ਉਸਨੇ ਵੇਖਿਆ ਕਿ ਸੈਫੀ ਦੀਆਂ ਅੱਖਾਂ ਬੰਦ ਸਨ। ਲੱਗਦਾ ਸੀ ਕਿ ਸ਼ਾਇਦ ਉਹ ਸੁੱਤੀ ਪਈ ਹੈ। ਪਿਛਲੇ ਕਈ ਦਿਨਾਂ ਤੋਂ ਸੈਫੀ ਕੁਝ ਜ਼ਿਆਦਾ ਹੀ ਬਿਮਾਰ ਸੀ। ਕੈਟਰੀਨਾ ਦੇ ਪਰਿਵਾਰਿਕ ਡਾਕਟਰ ਨੇ ਉਸਨੂੰ ਸਾਈਕਾਇਆਟ੍ਰਿਸਟ ਡਾਕਟਰ ਦੇ ਵਿਖਾਉਣ ਦਾ ਸੁਝਾਅ ਦਿੱਤਾ ਸੀ। ਉਸ ਪਿੱਛੋਂ ਹੀ ਕੈਟਰੀਨਾ ਨੇ ਡਾਕਟਰ ਤੋਂ ਸੈਫੀ ਲਈ ਅੱਜ ਵਕਤ ਲਿਆ ਹੋਇਆ ਸੀ। ਇਸੇ ਕਰਕੇ ਉਹ ਜਲਦੀ ਕੰਮ ਤੋਂ ਮੁੜ ਆਈ ਸੀ। ਸੈਫੀ ਤਾਂ ਅੱਜ ਸਕੂਲ ਗਈ ਹੀ ਨਹੀਂ ਸੀ। ਖੈਰ ਕੈਟਰੀਨਾ ਨੇ ਥੋੜ੍ਹਾ ਬਹੁਤ ਖਾਣ-ਪੀਣ ਕੀਤਾ ਤੇ ਘੜੀ ਵੱਲ ਨਜ਼ਰ ਮਾਰੀ। ਵਕਤ ਹੋਇਆ ਹੀ ਪਿਆ ਸੀ। ਉਸਨੇ ਸੈਫੀ ਦੇ ਕੋਲ ਬਹਿੰਦਿਆਂ ਉਸਨੂੰ ਪੁਚਕਾਰ ਕੇ ਉਠਾਇਆ। ਸੈਫੀ ਇੱਕਦਮ ਉੱਠਦਿਆਂ, ਭਵੰਤਰਿਆ ਵਾਂਗੂੰ ਆਲੇ ਦੁਆਲੇ ਵੇਖਣ ਲੱਗੀ। ਕੈਟਰੀਨਾ ਉਸਦੇ ਸਿਰ 'ਚ ਹੱਥ ਫੇਰਨ ਲੱਗੀ ਤਾਂ ਸੈਫੀ ਹੌਲੀ-ਹੌਲੀ ਸੰਭਲ ਗਈ। ਫਿਰ ਉਹ ਸੈਫੀ ਨੂੰ ਲੈ ਕੇ ਕਾਰ 'ਚ ਜਾ ਬੈਠੀ। ਅੱਧੇ ਘੰਟੇ ਬਾਅਦ ਉਹ ਸਾਈਕਾਇਆਟ੍ਰਿਸਟ ਦੇ ਕਲੀਨਕ ਪਹੁੰਚ ਗਈਆਂ। ਉਨ੍ਹਾਂ ਦੀ ਵਾਰੀ ਆਉਣ 'ਤੇ ਡਾਕਟਰ ਨੇ ਦੋਨਾਂ ਮਾਵਾਂ ਧੀਆਂ ਨੂੰ ਦਫਤਰ 'ਚ ਬੁਲਾ ਲਿਆ। ਉਸਨੇ ਕੈਟਰੀਨਾ ਨੂੰ ਉੱਥੇ ਹੀ ਬੈਠਣ ਦਾ ਇਸ਼ਾਰਾ ਕੀਤਾ ਤੇ ਸੈਫੀ ਨੂੰ ਅੱਗੇ ਆਪਣੀ ਕਲੀਨਿਕ 'ਚ ਲੈ ਗਿਆ। ਪੂਰੇ ਦੋ ਘੰਟੇ ਉਸਨੇ ਸੈਫੀ 'ਤੇ ਲਾਏ। ਫਿਰ ਉਸਨੇ ਸੈਫੀ ਨੂੰ ਬਾਹਰ ਭੇਜਦਿਆਂ ਕੈਟਰੀਨਾ ਨੂੰ ਅੰਦਰ ਬੁਲਾਇਆ। ਉਸ ਨਾਲ ਵੀ ਉਸਨੇ ਵਾਹਵਾ ਲੰਬੀ ਗੱਲਬਾਤ ਕੀਤੀ। ਆਖਰ ਉਸਨੇ ਆਪਣਾ ਕੰਮ ਨਬੇੜਿਆ ਤੇ ਕੈਟਰੀਨਾ ਨੂੰ ਦਫਤਰ 'ਚ ਜਾ ਕੇ ਬੈਠਣ ਦਾ ਕਹਿ ਕੇ ਉਹ ਕੁਝ ਕਾਗਜ਼ੀ ਕੰਮ ਨਿਪਟਾਉਣ ਲੱਗਿਆ। ਕੈਟਰੀਨਾ ਦਫਤਰ 'ਚ ਸੈਫੀ ਕੋਲ ਆ ਬੈਠੀ। ਦਸ ਕੁ ਮਿੰਟ ਪਿੱਛੋਂ ਡਾਕਟਰ ਵੀ ਉਨ੍ਹਾਂ ਕੋਲ ਆ ਗਿਆ। ਸੈਫੀ ਦੀ ਫਾਇਲ ਮੇਜ਼ 'ਤੇ ਰੱਖਦਿਆਂ ਹੋਇਆਂ ਉਹ ਕੈਟਰੀਨਾ ਵੱਲ ਵੇਖਦਾ ਬੋਲਿਆ, "ਮਿਸ ਕੈਟਰੀਨਾ ਉਂਝ ਤਾਂ ਇਹ ਕੇਸ ਬਹੁਤਾ ਪੇਚੀਦਾ ਨ੍ਹੀਂ ਹੈ। ਪਰ ਮੁਸ਼ਕਲ ਵੀ ਹੋ ਸਕਦਾ ਐ।"

"ਡਾਕਟਰ, ਉਹ ਕਿਵੇਂ ?"

"ਵੇਖੋ ਸੈਫੀ ਦੀ ਸੋਚ ਤੇ ਇਸਦਾ ਸਰੀਰ ਇਸਦੇ ਪਿਉ 'ਤੇ ਐ। ਇਸਦੇ ਸਰੀਰ ਦੀਆਂ ਬਹੁਤ ਸਾਰੀਆਂ ਕਿਰਿਆਵਾਂ, ਪ੍ਰਤੀਕਿਰਿਆਵਾਂ, ਭਾਵਨਾਵਾਂ, ਇਸਦੇ ਹਾਵ-ਭਾਵ

ਤੇ ਸੋਚਣ ਦਾ ਢੰਗ ਬਗੈਰਾ ਜੈਨੇਟਿਕ ਨੇ। ਪਰ ਇਸ ਵੇਲੇ ਇਹ ਆਪਣੇ ਉਸ ਜੈਨੇਟਿਕ ਮੁੱਢ ਤੋਂ ਦੂਰ ਐ। ਇਹੀ ਇਸਦੀ ਬਿਮਾਰੀ ਦਾ ਕਾਰਨ ਐ। ਇਸਦਾ ਅਰਧ ਸੁਚੇਤ ਮਨ ਆਪਣੇ ਜੈਨੇਟਿਕ ਸੂਤਰ ਦੇ ਕੋਲ ਹੋਣਾ ਲੋਚਦਾ ਐ। ਮੈਂ ਤੇਰੇ ਨਾਲ ਵੀ ਇੰਟਰਵਿਊ ਕੀਤੀ ਐ। ਪਰ ਇਸਦੇ ਜੈਨੇਟਿਕ ਗੁਣ ਤੇਰੇ ਜਾਂ ਤੇਰੇ ਪਰਿਵਾਰ ਨਾਲ ਨ੍ਹੀਂ ਮਿਲਦੇ। ਮੈਂ ਨਤੀਜਾ ਕੱਢਿਆ ਐ ਕਿ ਸੈਫੀ ਦੇ ਇਹ ਗੁਣ ਇਸਦੇ ਪਿਉ ਨਾਲ ਮਿਲਦੇ ਨੇ। ਜੇਕਰ ਇਸਨੂੰ ਇਸਦੇ ਪਿਉ ਨਾਲ ਮਿਲਾ ਦਿੱਤਾ ਜਾਵੇ ਤਾਂ ਇਹ ਠੀਕ ਹੋ ਸਕਦੀ ਐ।"

ਉਸਦੀ ਗੱਲ ਸੁਣ ਕੇ ਕੈਟਰੀਨਾ ਕੁਝ ਨਾ ਬੋਲੀ।

"ਮਿਸ ਕੈਟਰੀਨਾ ਕੀ ਤੂੰ ਘਰਵਾਲੇ ਨਾਲੋਂ ਵੱਖ ਰਹਿੰਦੀ ਐਂ ?" ਡਾਕਟਰ ਨੇ ਪੁੱਛਿਆ।

"ਜੀ, ਮੇਰੇ ਘਰ 'ਚ ਸਿਰਫ ਮੈਂ ਤੇ ਸੈਫੀ ਈ ਰਹਿੰਦੀਆਂ ਆਂ।"

"ਕੀ ਤੂੰ ਤਲਾਕਸ਼ੁਦਾ ਐਂ ?"

"ਜੀ ਨ੍ਹੀਂ।"

"ਕੀ ਇਹ ਤੇਰੇ ਕਿਸੇ ਬੁਆਏਫਰੈਂਡ ਦੀ ਉਲਾਦ ਐ ?"

"ਨ੍ਹੀਂ ਜੀ।"

"ਕੀ ਤੂੰ ਮੈਨੂੰ ਦੱਸ ਸਕਦੀ ਐਂ ਕਿ ਸੈਫੀ ਦਾ ਪਿਉ ਕੌਣ ਐਂ ?"

"ਜੀ, ਮੈਂ ਇਹ ਗੱਲ ਨ੍ਹੀਂ ਦੱਸ ਸਕਦੀ।"

"ਕਿਉਂ ? ਮੇਰਾ ਮਤਲਬ ਅਜਿਹਾ ਕੀ ਕਾਰਨ ਐਂ ?"

"ਕਿਉਂਕਿ ਮੈਂ ਖੁਦ ਨ੍ਹੀਂ ਜਾਣਦੀ ਕਿ ਇਸਦਾ ਪਿਉ ਕੌਣ ਐਂ।"

"ਉਹ ਆਈ ਐਮ ਸੌਰੀ। ਮੈਂ ਮੁਆਫੀ ਚਾਹੁੰਦਾ ਆਂ ਜੇਕਰ ਮੈਂ ਤੇਰਾ ਦਿਲ ਦੁਖਾਇਆ ਹੋਵੇ ਤਾਂ।" ਡਾਕਟਰ ਨੇ ਆਪਣੀ ਐਨਕ ਉਤਾਰ ਕੇ ਪਾਸੇ ਰੱਖ ਦਿੱਤੀ ਤੇ ਉਹ ਧਿਆਨ ਨਾਲ ਸੈਫੀ ਵੱਲ ਝਾਕਿਆ। ਉਸਦੇ ਤਿੱਖੇ ਨੈਣ ਨਕਸ਼, ਕਣਕਵੰਨਾ ਰੰਗ ਅਤੇ ਛਾਂਟਵੇਂ ਸਰੀਰ ਵੱਲ ਵੇਖਦਿਆਂ ਉਹ ਸਮਝ ਗਿਆ ਕਿ ਸੈਫੀ ਕਿਸੇ ਪੰਜਾਬੀ ਦੀ ਧੀ ਐ। ਕੈਟਰੀਨਾ ਉਦਾਸ ਜਿਹੀ ਉੱਠੀ ਤੇ ਸੈਫੀ ਨੂੰ ਨਾਲ ਲੈ ਕੇ ਘਰ ਨੂੰ ਚੱਲ ਪਈ। ਰਾਤ ਵੇਲੇ ਸੈਫੀ ਆਪਣੇ ਕਮਰੇ 'ਚ ਪਈ ਪਾਸੇ ਮਾਰਦੀ ਰਹੀ ਪਰ ਉਸਨੂੰ ਨੀਂਦ ਨਹੀਂ ਆ ਰਹੀ ਸੀ। ਉਹ ਉੱਠ ਕੇ ਲਿਵਿੰਗ ਰੂਮ 'ਚ ਆਈ ਤਾਂ ਉਸਨੇ ਵੇਖਿਆ ਕਿ ਉਸਦੀ ਮਾਂ ਆਪਣੇ ਆਪ 'ਚ ਗੁਆਚੀ, ਸੋਫੇ 'ਤੇ ਬੈਠੀ ਸਿਗਰਟ ਤੇ ਸਿਗਰਟ ਫੂਕੀ ਜਾ ਰਹੀ ਸੀ। ਸੈਫੀ ਉਸਦੇ ਕੋਲ ਜਾ ਕੇ ਬੈਠੀ ਤਾਂ ਕੈਟਰੀਨਾ ਤ੍ਰੱਭਕ ਕੇ ਉਸ ਵੱਲ ਝਾਕੀ। ਉਸਨੇ ਸਿਗਰਟ ਬੁਝਾ ਦਿੱਤੀ ਤੇ ਸੈਫੀ ਦੇ ਸਿਰ 'ਤੇ ਹੱਥ ਫੇਰਿਆ।

"ਮਾਮ, ਤੈਨੂੰ ਇੱਕ ਗੱਲ ਪੁੱਛਣੀ ਐਂ ?"

"ਹਾਂ, ਪੁੱਛ ਮੇਰੀ ਬੱਚੀ।"

"ਕੀ ਤੈਨੂੰ ਬਿਲਕੁਲ ਈ ਪਤਾ ਨ੍ਹੀਂ ਐ ਕਿ ਮੇਰਾ ਬਾਪ ਕੌਣ ਐਂ ਜਾਂ ਫਿਰ ਤੂੰ ਜਾਣ ਬੁੱਝ ਕੇ ਦੱਸਣਾ ਨ੍ਹੀਂ ਚਾਹੁੰਦੀ ?"

"ਵੇਖ ਬੇਟੀ ਤੂੰ ਪਹਿਲਾਂ ਵੀ ਕਈ ਵਾਰ ਇਹ ਸੁਆਲ ਪੁੱਛਿਆ ਐ ਪਰ ਮੈਂ ਸੱਚ

ਕਹਿ ਰਹੀ ਆਂ ਕਿ ਮੈਂ ਤੇਰੇ ਪਿਉ ਨੂੰ ਨ੍ਹੀਂ ਜਾਣਦੀ। ਤੂੰ ਮੇਰਾ ਭਰੋਸਾ ਕਰ।"

"ਫਿਰ ਮੈਂ ਇਸ ਦੁਨੀਆਂ 'ਚ ਕਿਵੇਂ ਆਈ ? ਮੇਰਾ ਮਤਲਬ....।"

"ਮੇਰੀ ਧੀ, ਤੂੰ ਮੇਰੇ ਬਾਰੇ ਗਲਤ ਨਾ ਸੋਚ। ਜੋ ਤੂੰ ਸੋਚ ਰਹੀ ਐਂ ਅਜਿਹਾ ਕੁਝ ਵੀ ਨ੍ਹੀਂ ਐ। ਪਰ ਇਹ ਵੀ ਸੱਚ ਐ ਕਿ ਮੈਨੂੰ ਬਿਲਕੁਲ ਈ ਪਤਾ ਨ੍ਹੀਂ ਕਿ ਤੇਰਾ ਪਿਉ ਕੌਣ ਐਂ।"

ਸੈਫੀ ਕੁਝ ਨਾ ਬੋਲੀ ਤੇ ਵਾਪਸ ਆਪਣੇ ਬੈੱਡ ਰੂਮ ਨੂੰ ਤੁਰ ਗਈ। ਕੈਟਰੀਨਾ ਸਾਰੀ ਰਾਤ ਸੌਂ ਨਾ ਸਕੀ। ਉਸ ਨੇ ਸੋਫੇ 'ਤੇ ਪਾਸੇ ਲੈਂਦਿਆਂ ਸਾਰੀ ਰਾਤ ਇਨ੍ਹਾਂ ਸੋਚਾਂ ਵਿੱਚ ਹੀ ਗੁਜ਼ਾਰ ਦਿੱਤੀ ਕਿ ਉਹ ਇਸ ਮਸਲੇ ਦਾ ਕੀ ਹੱਲ ਲੱਭੇ। ਸਵੇਰੇ ਜਿਹੇ ਉਸਦੀ ਅੱਖ ਲੱਗੀ ਸੀ ਕਿ ਉਦੋਂ ਈ ਸੈਫੀ ਉੱਠ ਕੇ ਸਕੂਲ ਜਾਣ ਲਈ ਤਿਆਰ ਹੋਣ ਲੱਗੀ। ਉਸਦੇ ਤੋਰੇ ਫੇਰੇ ਨੇ ਕੈਟਰੀਨਾ ਨੂੰ ਜਗਾ ਦਿੱਤਾ। ਉਸਨੇ ਸੈਫੀ ਦੇ ਚਿਹਰੇ ਵੱਲ ਵੇਖਿਆ। ਇਸ ਵੇਲੇ ਉਹ ਠੀਕ ਜਾਪ ਰਹੀ ਸੀ। ਉਦੋਂ ਹੀ ਉਸਦੇ ਮਨ 'ਚ ਅਚਾਨਕ ਖਿਆਲ ਆਇਆ ਕਿ ਉਹ ਇਸਦੇ ਪਿਉ ਨੂੰ ਲੱਭ ਸਕਦੀ ਹੈ। ਜਦੋਂ ਉਸਨੇ ਇਸ ਨਵੇਂ ਆਏ ਵਿਚਾਰ ਬਾਰੇ ਵਾਹਵਾ ਸੋਚਿਆ ਤਾਂ ਉਸਨੂੰ ਹੌਂਸਲਾ ਹੋ ਗਿਆ ਕਿ ਉਹ ਇਸ ਕੰਮ 'ਚ ਕਾਮਯਾਬ ਹੋ ਸਕਦੀ ਹੈ। ਉਸਦਾ ਮਨ ਢਹਿੰਦੀਆਂ ਕਲਾਂ 'ਚੋਂ ਨਿਕਲ ਆਇਆ ਤੇ ਉਹ ਹੌਂਸਲੇ 'ਚ ਹੋ ਗਈ। ਉਸੇ ਵੇਲੇ ਸੈਫੀ ਉਸਦੇ ਕੋਲ ਆਈ ਤਾਂ ਉਸਨੇ ਵੀ ਮਾਂ ਦੇ ਚਿਹਰੇ 'ਤੇ ਰੌਣਕ ਵੇਖੀ। ਕੈਟਰੀਨਾ ਉਸਨੂੰ ਜੱਫੀ 'ਚ ਲੈਂਦਿਆਂ ਬੋਲੀ, "ਮੇਰੀ ਬੱਚੀ, ਮੈਂ ਤੇਰੇ ਪਿਉ ਨੂੰ ਲੱਭ ਸਕਦੀ ਆਂ। ਮੈਨੂੰ ਹੁਣੇ ਈ ਇਹ ਗੱਲ ਸੁਝੀ ਐ।"

"ਉਹ ਸੱਚ ਮਾਮ!?"

"ਹਾਂ ਬਿਲਕੁਲ। ਪਰ ਇਸ 'ਚ ਤੈਨੂੰ ਵੀ ਮੇਰੀ ਮੱਦਦ ਕਰਨੀ ਪਊਗੀ।"

"ਠੀਕ ਐ ਮਾਮ, ਮੱਦਦ ਤਾਂ ਮੈਂ ਕਰੂੰਗੀ। ਪਰ ਇਹ ਸਭ ਹੋਊਗਾ ਕਿਵੇਂ ਜਦੋਂ ਕਿ ਤੂੰ ਤਾਂ ਕਹਿਨੀ ਐਂ ਕਿ ਤੂੰ ਉਸਨੂੰ ਵੇਖਿਆ ਤੱਕ ਨ੍ਹੀਂ ਐ।"

"ਆਪਾਂ ਇਸ ਗੱਲ 'ਤੇ ਸ਼ਾਮ ਨੂੰ ਵਿਚਾਰ ਕਰਾਂਗੀਆਂ। ਉਦੋਂ ਈ ਮੈਂ ਤੈਨੂੰ ਹੋਰ ਕੁਝ ਵੀ ਦੱਸੂੰਗੀ। ਪਰ ਇਸ ਵੇਲੇ ਤੇਰੇ ਸਕੂਲ ਦਾ ਵਕਤ ਹੋ ਗਿਆ ਐ। ਹੁਣ ਤੂੰ ਜਾਹ।"

ਸੈਫੀ ਬੈਗ ਚੁੱਕਦੀ ਬਾਹਰ ਨਿਕਲ ਗਈ। ਉਦੋਂ ਹੀ ਬਾਹਰ, ਕਿਨਸਡੇਲ ਹਾਈ ਸਕੂਲ ਦੀ ਬੱਸ ਆਈ ਤੇ ਸੈਫੀ ਬੱਸ ਚੜ੍ਹ ਗਈ।

ਸਕੂਲ ਦੀ ਬੱਸ ਵੱਲ ਵੇਖਦਿਆਂ ਕੈਟਰੀਨਾ ਨੂੰ ਖਿਆਲ ਆਇਆ ਕਿ ਇਸ ਸਕੂਲ 'ਚ ਜਾਣ ਪਿੱਛੋਂ ਹੀ ਸੈਫੀ ਦੀ ਮਾਨਸਿਕ ਬਿਮਾਰੀ ਵਧ ਗਈ ਸੀ। ਪਹਿਲਾਂ ਤਾਂ ਉਹ ਘਰ ਦੇ ਨੇੜਲੇ ਸਕੂਲ ਤੁਰ ਕੇ ਹੀ ਜਾਂਦੀ ਹੁੰਦੀ ਸੀ। ਪਰ ਹੁਣ ਸਕੂਲ ਦੂਰ ਹੋਣ ਕਰਕੇ ਉਹ ਬੱਸ ਰਾਹੀਂ ਜਾਂਦੀ ਸੀ। ਸੈਫੀ ਜਦੋਂ ਕਿਨਸਡੇਲ ਹਾਈ ਸਕੂਲ 'ਚ ਦਾਖਲ ਹੋਈ ਤਾਂ ਕੁਝ ਦਿਨ੍ਹਾਂ ਪਿੱਛੋਂ ਹੀ ਕੈਟਰੀਨਾ ਨੂੰ ਸਕੂਲ 'ਚੋਂ ਨਰਸ ਦਾ ਫੋਨ ਆਇਆ ਸੀ। ਨਰਸ ਨੇ ਉਸਨੂੰ ਛੇਤੀ ਸਕੂਲ ਬੁਲਾਇਆ ਸੀ ਕਿਉਂਕਿ ਸੈਫੀ ਅਚਾਨਕ ਬਿਮਾਰ ਹੋ ਗਈ ਸੀ। ਕੈਟਰੀਨਾ ਭੱਜੀ-ਭੱਜੀ ਸਕੂਲ ਪਹੁੰਚੀ। ਅਗਾਂਹ ਉਸਨੇ ਵੇਖਿਆ ਕਿ ਸੈਫੀ ਨਰਸ ਦੇ ਕਲੀਨਕ 'ਚ ਕੁਰਸੀ ਦੀ ਪੁਸ਼ਤ 'ਤੇ ਸਿਰ ਟਿਕਾਈ ਅੱਖਾਂ ਮੀਚੀ ਨਿਢਾਲ ਪਈ ਸੀ। ਕੈਟਰੀਨਾ, ਸੈਫੀ ਦੇ ਕੋਲ ਬਹਿੰਦੀ ਉਸਦੇ ਸਿਰ 'ਤੇ ਹੱਥ ਫੇਰਨ ਲੱਗੀ। ਸੈਫੀ ਨੇ ਹੌਲੀ-ਹੌਲੀ ਅੱਖਾਂ ਖੋਲ੍ਹੀਆਂ। ਆਪਣੀ ਮਾਂ ਵੱਲ ਵੇਖ ਕੇ ਉਸਨੇ ਅੱਖਾਂ ਭਰ ਲਈਆਂ। ਕੈਟਰੀਨਾ ਨੇ ਸੈਫੀ ਨੂੰ ਛਾਤੀ ਨਾਲ ਲਾ ਕੇ ਉਸਨੂੰ

ਹੌਂਸਲਾ ਦਿੱਤਾ ਤਾਂ ਸੈਫੀ ਉੱਚੀ-ਉੱਚੀ ਰੋਣ ਲੱਗੀ। ਕੈਟਰੀਨਾ ਨੇ ਹੌਲੀ-ਹੌਲੀ ਉਸਨੂੰ ਚੁੱਪ ਕਰਵਾਇਆ। ਸੈਫੀ ਚੁੱਪ ਹੋ ਗਈ ਤੇ ਬਾਥਰੂਮ 'ਚ ਮੂੰਹ ਧੋਣ ਚਲੀ ਗਈ। ਪਿੱਛੋਂ ਕੈਟਰੀਨਾ ਨੇ ਨਰਸ ਨੂੰ ਪੁੱਛਿਆ ਕਿ ਅੱਜ ਇਹ ਕਿਵੇਂ ਬਿਮਾਰ ਹੋਈ ਤਾਂ ਨਰਸ ਬੋਲੀ, "ਇਸਦੀ ਕੰਮਪਿਊਟਰ ਦੀ ਕਲਾਸ ਸੀ। ਨਾਲ ਦੇ ਕੰਮਪਿਊਟਰ 'ਤੇ ਕੋਈ ਪੰਜਾਬੀ ਕੁੜੀ ਬੈਠੀ ਹੋਈ ਸੀ। ਇਹ ਉਸ ਵੱਲ ਵੇਖਣ ਲੱਗੀ। ਲਗਾਤਾਰ ਉਸ ਬੱਸ ਵੇਖਦੀ, ਗੁਆਚ ਜਿਹੀ ਗਈ। ਫਿਰ ਗਸ਼ ਖਾ ਕੇ ਧਰਤੀ 'ਤੇ ਡਿੱਗ ਪਈ। ਮੈਨੂੰ ਪਤਾ ਲੱਗਿਆ ਤਾਂ ਮੈਂ ਤੁਰੰਤ ਇਸਨੂੰ ਸੰਭਾਲ ਕੇ ਅੰਦਰ ਲੈ ਆਈ ਤੇ ਤੈਨੂੰ ਫੋਨ ਕਰ ਦਿੱਤਾ।"

ਨਰਸ ਦੀ ਗੱਲ ਸੁਣ ਕੇ ਕੈਟਰੀਨਾ ਨੂੰ ਹੈਰਾਨੀ ਨਾ ਹੋਈ ਕਿਉਂਕਿ ਇਹ ਪਹਿਲੀ ਵਾਰ ਨਹੀਂ ਹੋਇਆ ਸੀ। ਇਸ ਤਰ੍ਹਾਂ ਬਹੁਤ ਵਾਰ ਹੋ ਚੁੱਕਾ ਸੀ। ਅਸਲ 'ਚ ਜਿਉਂ ਹੀ ਸੈਫੀ ਨੇ ਹੋਸ਼ ਸੰਭਾਲੀ ਸੀ ਤਾਂ ਉਸਦੀ ਇਹ ਬਿਮਾਰੀ ਇਵੇਂ ਹੀ ਚੱਲਦੀ ਆ ਰਹੀ ਸੀ। ਜਿਉਂ-ਜਿਉਂ ਉਹ ਸਿਆਣੀ ਹੁੰਦੀ ਜਾ ਰਹੀ ਸੀ ਬਿਮਾਰੀ ਵਧਦੀ ਜਾ ਰਹੀ ਸੀ। ਹਾਈ ਸਕੂਲ 'ਚ ਦਾਖਲ ਹੋਣ ਕਰਕੇ ਉਹ ਇਸ ਸਕੂਲ 'ਚ ਨਵੀਂ ਸੀ। ਇੱਥੇ ਆ ਕੇ ਉਸਦੀ ਬਿਮਾਰੀ ਇੱਕਦਮ ਜ਼ਿਆਦਾ ਹੋ ਗਈ ਸੀ।

ਸੈਫੀ ਦੀ ਇਹ ਮਾਨਸਿਕ ਬਿਮਾਰੀ ਤਾਂ ਪਿੱਛੋਂ ਸ਼ੁਰੂ ਹੋਈ ਸੀ। ਪਹਿਲਾਂ ਉਸਨੂੰ ਜੰਮਦੀ ਨੂੰ ਹੀ ਇੱਕ ਹੋਰ ਬਿਮਾਰੀ ਸੀ। ਕਈ ਵਾਰ ਉਹ ਛਿੱਕਾਂ ਮਾਰਨ ਲੱਗਦੀ ਤੇ ਲਗਾਤਾਰ ਬੀਹ ਪੰਝੀ ਛਿੱਕਾਂ ਮਾਰਦੀ। ਇਸ ਪਿੱਛੋਂ ਉਸਦਾ ਨੱਕ ਵਗਣ ਲੱਗਦਾ। ਪਰ ਅਜਿਹਾ ਉਸ ਦਿਨ ਹੀ ਹੁੰਦਾ ਜਿਸ ਦਿਨ ਹੁੰਮਸ ਹੁੰਦਾ। ਅਤੇ ਇਹ ਵੀ ਜ਼ਰੂਰ ਹੁੰਦਾ ਕਿ ਜਿਸ ਦਿਨ ਸੈਫੀ ਨੂੰ ਇਹ ਛਿੱਕਾਂ ਆਉਂਦੀਆਂ ਤੇ ਉਸਦਾ ਨੱਕ ਵਗਦਾ ਤਾਂ ਉਸ ਦਿਨ ਮੀਂਹ ਜ਼ਰੂਰ ਪੈਂਦਾ। ਜਦੋਂ ਉਸਨੂੰ ਸਕੂਲ ਲਾਇਆ ਗਿਆ ਤਾਂ ਪਹਿਲੇ ਹੀ ਦਿਨ ਜਦੋਂ ਉਸਨੇ ਇਸ ਤਰ੍ਹਾਂ ਛਿੱਕਾਂ ਮਾਰੀਆਂ ਤਾਂ ਟੀਚਰ ਨੂੰ ਹੱਥਾਂ ਪੈਰਾਂ ਦੀ ਪੈ ਗਈ। ਉਸਨੇ ਫਟਾ-ਫਟ ਕੈਟਰੀਨਾ ਨੂੰ ਬੁਲਾਇਆ। ਪਰ ਕੈਟਰੀਨਾ ਨੇ ਜਾ ਕੇ ਟੀਚਰ ਨੂੰ ਸੈਫੀ ਦੀ ਇਸ ਜਮਾਂਦਰੂ ਬਿਮਾਰੀ ਬਾਰੇ ਦੱਸਦਿਆਂ ਸ਼ਾਂਤ ਕਰ ਦਿੱਤਾ ਤੇ ਨਾਲ ਹੀ ਦੱਸ ਦਿੱਤਾ ਕਿ ਅੱਜ ਮੀਂਹ ਜ਼ਰੂਰ ਪਵੇਗਾ। ਇਹ ਗੱਲ ਸੱਚ ਵੀ ਹੋਈ। ਉਸ ਪਿੱਛੋਂ ਅਗਲੀ ਵਾਰ ਇਸੇ ਵਜ੍ਹਾ ਕਰਕੇ ਕੈਟਰੀਨਾ ਨੂੰ ਟੀਚਰ ਨੇ ਸਕੂਲ ਬੁਲਾਇਆ ਤਾਂ ਉਸਦੇ ਸਕੂਲ ਪਹੁੰਚਦਿਆਂ ਹੀ ਟੀਚਰ ਸੰਜੀਦਾ ਹੁੰਦਿਆਂ ਬੋਲੀ, "ਮਿਸ ਕੈਟਰੀਨਾ ਤੇਰੀ ਕੁੜੀ ਤਾਂ ਚਮਤਕਾਰੀ ਐ। ਇਸ ਨੂੰ ਪਹਿਲਾਂ ਈ ਪਤਾ ਲੱਗ ਜਾਂਦਾ ਹੈ ਕਿ ਅੱਜ ਮੀਂਹ ਪਵੇਗਾ ਤੇ ਇਹ ਉਸ ਬਾਰੇ ਛਿੱਕਾਂ ਮਾਰਦਿਆਂ ਦੱਸ ਵੀ ਦਿੰਦੀ ਐ।"

"ਟੀਚਰ ਪਹਿਲਾਂ-ਪਹਿਲਾਂ ਮੈਨੂੰ ਵੀ ਇਹ ਖਿਆਲ ਆਇਆ ਸੀ। ਪਰ ਪਿੱਛੋਂ ਡਾਕਟਰ ਨੇ ਦੱਸਿਆ ਕਿ ਲੱਖਾਂ 'ਚੋਂ ਇੱਕ ਅੱਧ ਇਨਸਾਨ ਕਈ ਵਾਰੀ ਕੁਦਰਤ ਦੇ ਕਿਸੇ ਵਰਤਾਰੇ ਨਾਲ ਸਿੱਧਾ ਜੁੜਿਆ ਹੁੰਦਾ ਹੈ ਜਿਵੇਂ ਕਿ ਸੈਫੀ। ਮੌਸਮ ਖਰਾਬ ਹੋ ਕੇ ਜਦੋਂ ਮੀਂਹ ਪੈਣ ਦੀ ਤਿਆਰੀ ਕਰਦਾ ਹੈ ਤਾਂ ਕੁਦਰਤ ਸੈਫੀ ਦੇ ਸਰੀਰ ਨੂੰ ਵੀ ਸਿਗਨਲ ਦੇ ਦਿੰਦੀ ਹੈ। ਫਿਰ ਇਹ ਵੀ ਮੌਸਮ ਮੁਤਾਬਕ ਕੰਮ ਕਰਨਾ ਸ਼ੁਰੂ ਕਰ ਦਿੰਦੀ ਹੈ।"

ਟੀਚਰ ਤਾਂ ਸੰਤੁਸ਼ਟ ਹੋ ਗਈ ਪਰ ਕਈ ਆਂਢੀ-ਗੁਆਂਢੀ ਸੈਫੀ ਨੂੰ ਕਰਾਮਾਤੀ ਸਮਝਦੇ ਰਹੇ। ਖੈਰ ਕੈਟਰੀਨਾ ਨੇ ਇਸ ਗੱਲ ਨੂੰ ਕਦੇ ਸੰਜੀਦਗੀ ਨਾਲ ਨਾ ਲਿਆ। ਉਹ ਤਾਂ

ਸਗੋਂ, ਜਦੋਂ ਹੀ ਸੈਫੀ ਛਿੱਕਾਂ ਮਾਰਨੀਆਂ ਸ਼ੁਰੂ ਕਰਦੀ ਤਾਂ ਹੱਸ ਕੇ ਕਹਿ ਦਿੰਦੀ ਕਿ ਲਓ ਹੁਣ ਕੁਝ ਹੀ ਦੇਰ 'ਚ ਮੀਂਹ ਆਇਆ ਲਉ। ਪਿੱਛੋਂ ਤਾਂ ਸੈਫੀ ਇਸ ਗੱਲ ਲਈ ਆਪਣੇ ਦੋਸਤਾਂ ਵਿੱਚ ਵੀ ਮਸ਼ਹੂਰ ਹੋ ਗਈ। ਜਦੋਂ ਹੀ ਉਹ ਕਿਧਰੇ ਬਾਹਰ ਖੇਡ ਰਹੇ ਹੁੰਦੇ ਤੇ ਸੈਫੀ ਛਿੱਕਾਂ ਮਾਰਨ ਲੱਗਦੀ ਤਾਂ ਸਾਰੇ ਇਹ ਕਹਿੰਦੇ ਘਰਾਂ ਨੂੰ ਭੱਜ ਲੈਂਦੇ ਕਿ ਮੀਂਹ ਆ ਰਿਹਾ ਹੈ ਬਚ ਲਉ ਜਿਸ ਤੋਂ ਬਚੀਦਾ ਹੈ।

ਇੱਕ ਵਾਰੀ ਕੈਟਰੀਨਾ ਕਿਸੇ ਦੋਸਤ ਡਾਕਟਰ ਦੇ ਘਰ ਪਾਰਟੀ 'ਤੇ ਗਈ ਸੀ। ਉੱਥੇ ਅਚਾਨਕ ਸੈਫੀ ਨੇ ਇਸ ਤਰ੍ਹਾਂ ਛਿੱਕਾਂ ਮਾਰੀਆਂ ਤੇ ਨਾਲ ਹੀ ਉਸਦਾ ਨੱਕ ਵਗਣ ਲੱਗਿਆ। ਕੈਟਰੀਨਾ ਨੇ ਉਸ ਡਾਕਟਰ ਨਾਲ ਗੱਲ ਕੀਤੀ। ਉਸਨੇ ਵੀ ਕੁਦਰਤ ਦੇ ਵਰਤਾਰੇ ਵਾਲੀ ਗੱਲ ਹੀ ਕਹੀ ਪਰ ਨਾਲ ਹੀ ਉਹ ਕੁਝ ਸੋਚਦਾ ਹੋਇਆ ਬੋਲਿਆ, "ਮਿਸ ਕੈਟਰੀਨਾ, ਸੈਫੀ ਦੀ ਬਾਡੀ 'ਚ ਇਹ ਗੱਲ ਜੈਨੈਟਿਕ ਐ। ਤੁਹਾਡੇ ਘਰ ਵਿੱਚ ਅਜਿਹਾ ਕੋਈ ਵੱਡਾ ਜ਼ਰੂਰ ਹੋਵੇਗਾ ਜੋ ਇਸੇ ਤਰ੍ਹਾਂ ਦੇ ਵਰਤਾਰੇ ਵਿੱਚੋਂ ਦੀ ਗੁਜ਼ਰਦਾ ਹੋਵੇਗਾ। ਮੇਰਾ ਮਤਲਬ ਤੇਰਾ ਪਤੀ ਜਾਂ ਤੇਰੇ ਮਾਪਿਆਂ 'ਚੋਂ ਕੋਈ।" ਡਾਕਟਰ ਦੀ ਗੱਲ ਸੁਣ ਕੇ ਕੈਟਰੀਨਾ ਨੇ ਆਪਣੇ ਖਾਨਦਾਨ ਵਿੱਚ ਧਿਆਨ ਮਾਰਿਆ ਤਾਂ ਉਸਨੂੰ ਕੋਈ ਅਜਿਹਾ ਨਾ ਦਿੱਸਿਆ ਜੋ ਸੈਫੀ ਵਾਂਗੂੰ ਛਿੱਕਾਂ ਮਾਰਦਾ ਹੋਵੇ। ਫਿਰ ਉਸਦਾ ਧਿਆਨ ਆਪਣੇ ਪਰਿਵਾਰ ਤੋਂ ਅਗਾਂਹ ਗਿਆ ਤਾਂ ਉਹ ਉਦਾਸ ਹੋ ਗਈ। ਡਾਕਟਰ ਨੇ ਉਸਦੇ ਮੋਢੇ 'ਤੇ ਹੱਥ ਰੱਖਿਆ ਤਾਂ ਉਹ ਸੰਭਲ ਗਈ। ਖੈਰ ਸੈਫੀ ਦੀ ਇਸ ਬਿਮਾਰੀ ਦਾ ਕੈਟਰੀਨਾ ਨੂੰ ਫਿਕਰ ਨਹੀਂ ਸੀ। ਉਸਨੂੰ ਤਾਂ ਉਸਦੇ ਮਾਨਸਿਕ ਰੋਗ ਦਾ ਫਿਕਰ ਸੀ ਜੋ ਦਿਨੋਂ ਦਿਨ ਵਧਦਾ ਜਾ ਰਿਹਾ ਸੀ। ਕਈ ਵਾਰੀ ਕਈ-ਕਈ ਹਫਤੇ ਸੈਫੀ ਬਿਲਕੁਲ ਠੀਕ ਰਹਿੰਦੀ ਸੀ। ਪਰ ਫਿਰ ਅਚਾਨਕ ਹੀ ਉਹ ਬਿਮਾਰ ਹੋ ਜਾਂਦੀ।

ਉਂਝ ਕੈਟਰੀਨਾ ਵੇਖਦੀ ਰਹਿੰਦੀ ਸੀ ਕਿ ਸੈਫੀ ਦੀਆਂ ਭਾਵੇਂ ਹੋਰ ਵੀ ਸਹੇਲੀਆਂ ਸਨ ਪਰ ਗੁਆਂਢੀ ਪੰਜਾਬੀ ਪਰਿਵਾਰ ਦੀਆਂ ਕੁੜੀਆਂ ਨਾਲ ਉਹ ਬੜਾ ਘੁਲ ਮਿਲ ਕੇ ਖੇਡਦੀ ਸੀ। ਕਈ ਵਾਰੀ ਦੇਰ ਰਾਤ ਤੱਕ ਸੈਫੀ ਉਨ੍ਹਾਂ ਦੇ ਘਰ ਹੀ ਰਹਿੰਦੀ ਸੀ। ਅਜਿਹਾ ਵੀ ਕਈ ਵਾਰ ਹੋਇਆ ਸੀ ਕਿ ਸੈਫੀ ਉਦਾਸ ਹੁੰਦੀ ਤਾਂ ਕੈਟਰੀਨਾ ਗੁਆਂਢ ਰਹਿੰਦੇ ਪੰਜਾਬੀ ਪਰਿਵਾਰ ਦਾ ਦਰਵਾਜ਼ਾ ਜਾ ਖੜਕਾਉਂਦੀ ਤੇ ਸੈਫੀ ਨੂੰ ਉੱਥੇ ਛੱਡ ਆਉਂਦੀ ਜਾਂ ਉਨ੍ਹਾਂ ਦੀਆਂ ਕੁੜੀਆਂ ਨੂੰ ਆਪਣੇ ਘਰ ਲੈ ਆਉਂਦੀ। ਉਨ੍ਹਾਂ 'ਚ ਘੁਲ ਮਿਲ ਕੇ ਸੈਫੀ ਠੀਕ ਹੋ ਜਾਂਦੀ। ਕਈ ਵਾਰੀ ਕੈਟਰੀਨਾ ਦੇ ਨਾਲ ਸੈਫੀ ਕਿਧਰੇ ਬਾਹਰ ਜਾਂਦੀ ਤਾਂ ਕੈਟਰੀਨਾ ਨੋਟ ਕਰਦੀ ਕਿ ਸੈਫੀ ਕੋਲ ਦੀ ਲੰਘਦੇ ਉਸੇ ਵਰਗੇ ਨੈਣ ਨਕਸ਼ਾਂ ਵਾਲਿਆਂ ਪੰਜਾਬੀਆਂ ਵੱਲ ਬੜੀ ਗੋਝ ਨਾਲ ਵੇਖਦੀ ਹੈ।

ਕੈਟਰੀਨਾ ਆਪੇ 'ਚ ਪਰਤੀ। ਸੈਫੀ ਦੀ ਸਕੂਲ ਬੱਸ ਜਾ ਚੁੱਕੀ ਸੀ। ਉਹ ਵੀ ਤਿਆਰ ਹੋ ਕੇ ਕੰਮ 'ਤੇ ਚਲੀ ਗਈ। ਕੰਮ 'ਤੇ ਸਾਰਾ ਦਿਨ ਉਹ ਸੈਫੀ ਬਾਰੇ ਹੀ ਸੋਚਦੀ ਰਹੀ ਤੇ ਇਸ ਮਾਮਲੇ 'ਚ ਅੱਗੇ ਕੀਤੇ ਜਾਣ ਵਾਲੇ ਕੰਮ ਦੀ ਸਕੀਮ ਬਣਾਉਂਦੀ ਰਹੀ। ਕੰਮ ਤੋਂ ਛੁੱਟੀ ਮਿਲਦਿਆਂ ਹੀ ਉਹ ਫੇਅਰਫੈਕਸ ਹਸਪਤਾਲ ਪਹੁੰਚੀ। ਹਸਪਤਾਲ ਦੇ ਪਿਛਲੇ ਪਾਸੇ ਬਣੇ ਨਿਵੇਕਲੇ ਜਿਹੇ ਦਫਤਰ 'ਚ ਜਾ ਕੇ ਉਸਨੇ ਆਪਣੇ ਆਉਣ ਦਾ ਮਕਸਦ ਲਿਖਦਿਆਂ ਅਰਜ਼ੀ ਭਰੀ ਤੇ ਕਲਰਕ ਨੂੰ ਫੜ੍ਹਾ ਕੇ ਆਪਣੀ ਵਾਰੀ ਦੀ ਉਡੀਕ ਕਰਦੀ ਪਾਸੇ ਬੈਂਚ 'ਤੇ ਬੈਠ

ਗਈ। ਉਸਦੀ ਨਿਗ੍ਹਾ ਸਾਹਮਣੇ ਲਿਖੇ ਦਫਤਰ ਦੇ ਨਾਂ 'ਤੇ ਜਾ ਪਈ। ਲਿਖਿਆ ਹੋਇਆ ਸੀ 'ਸਪੱਰਮ ਬੈਂਕ'। ਇਹ ਪੜ੍ਹਦਿਆਂ ਹੀ ਉਸਦੀ ਸੋਚ ਪਿਛਾਂਹ ਨੂੰ ਮੁੜ ਗਈ ਤੇ ਉਹ ਖਿਆਲਾਂ 'ਚ ਗੁਆਚ ਗਈ। ਉਸ ਨੂੰ ਉਹ ਵੇਲਾ ਯਾਦ ਆਇਆ ਜਦੋਂ ਉਹ ਇੰਗਲੈਂਡ ਰਹਿੰਦੀ ਸੀ। ਇਹ ਕੋਈ ਬੀਹ ਸਾਲ ਤੋਂ ਵੀ ਪਹਿਲਾਂ ਦੀ ਗੱਲ ਹੋਵੇਗੀ। ਉਹ ਲੈਜ਼ਬੀਅਨ ਸੀ। ਇਹ ਰੁਚੀ ਉਸ ਵਿੱਚ ਬਚਪਨ ਤੋਂ ਹੀ ਸੀ। ਕਾਲਜ ਦੀ ਪੜ੍ਹਾਈ ਪਿੱਛੋਂ ਉਸਨੇ ਆਪਣੀ ਸਹੇਲੀ ਨਾਲ ਰਹਿਣਾ ਸ਼ੁਰੂ ਕਰ ਦਿੱਤਾ। ਕਈ ਸਾਲ ਗੁਜ਼ਰ ਗਏ। ਪਰ ਫਿਰ ਅਚਾਨਕ ਉਸ ਅੰਦਰ ਤਬਦੀਲੀ ਆਉਣ ਲੱਗੀ। ਉਸ ਅੰਦਰ ਇੱਕ ਵੱਖਰੀ ਹੀ ਰੁਚੀ ਅੰਗੜਾਈਆਂ ਲੈਣ ਲੱਗੀ। ਇਸ ਬਾਰੇ ਉਸ ਆਪਣੀ ਸਹੇਲੀ ਨੂੰ ਦੱਸਿਆ ਬੋਲੀ, "ਮੈਂ ਆਪਣਾ ਬੱਚਾ ਚਾਹੁੰਨੀ ਆਂ।"

"ਤੂੰ ਪਾਗਲ ਤਾਂ ਨ੍ਹੀਂ ਹੋ ਗਈ ਐਂ। ਇਹ ਮੁਮਕਿਨ ਨ੍ਹੀਂ ਐ। ਕਿਉਂਕਿ ਮੈਂ ਆਪਣੀ ਜ਼ਿੰਦਗੀ ਇਸੇ ਤਰ੍ਹਾਂ ਕੱਢਣ ਦਾ ਫੈਸਲਾ ਕੀਤਾ ਐ।" ਸਹੇਲੀ ਨੇ ਹੈਰਾਨੀ 'ਚ ਅੱਖਾਂ ਕੱਢੀਆਂ।

"ਪਰ ਤੈਨੂੰ ਕੀ ਇਤਰਾਜ਼ ਐ। ਇਹ ਕੰਮ ਤਾਂ ਮੇਰਾ ਹੋਵੇਗਾ। ਬੱਚਾ ਵੀ ਮੈਂ ਜੰਮੂਗੀ।"

ਉਸਦੀ ਸਹੇਲੀ ਨੂੰ ਇਹ ਗੱਲ ਬਿਲਕੁਲ ਵੀ ਪਸੰਦ ਨਾ ਆਈ ਤੇ ਅਗਲੇ ਦਿਨ ਹੀ ਉਨ੍ਹਾਂ ਦੀ ਜੋੜੀ ਟੁੱਟ ਗਈ। ਕੈਟਰੀਨਾ ਇਕੱਲੀ ਰਹਿ ਗਈ। ਪਰ ਉਹ ਖ਼ੁਸ਼ ਸੀ ਕਿ ਹੁਣ ਉਹ ਆਪਣੀ ਮਨ ਦੀ ਕਰ ਸਕਦੀ ਹੈ। ਆਪਣੀ ਚਾਹਤ ਬਾਰੇ ਉਸਨੇ ਹੋਰ ਡੂੰਘਾਈ ਨਾਲ ਸੋਚਿਆ ਤਾਂ ਉਸ ਦੇ ਦਿਲ 'ਚੋਂ ਆਵਾਜ਼ ਆਈ ਕਿ ਉਹ ਇੱਕ ਧੀ ਦੀ ਮਾਂ ਬਣੇ। ਉਸਨੇ ਅਗਲੇ ਦਿਨ ਤੋਂ ਹੀ ਇਸ ਬਾਰੇ ਪੁੱਛ ਪੜਤਾਲ ਸ਼ੁਰੂ ਕਰ ਦਿੱਤੀ। ਆਖਰ ਉਹ ਇੱਕ ਸਪੱਰਮ ਬੈਂਕ ਪਹੁੰਚੀ। ਉੱਥੇ ਦੇ ਕਈ ਚੱਕਰ ਕੱਢਣ ਤੋਂ ਪਿੱਛੋਂ ਉਸਦੀ ਚਾਹਤ ਪੂਰੀ ਹੋਣ ਦਾ ਭਰੋਸਾ ਦੁਆ ਦਿੱਤਾ ਗਿਆ। ਇਸਦੇ ਲਈ ਡਾਕਟਰੀ ਕਾਰਵਾਈ ਵੀ ਸ਼ੁਰੂ ਹੋ ਗਈ। ਪਰ ਜਦੋਂ ਉਸਨੇ ਦੱਸਿਆ ਕਿ ਉਹ ਸਿਰਫ ਧੀ ਹੀ ਜੰਮਣਾ ਚਾਹੁੰਦੀ ਹੈ ਤਾਂ ਬੈਂਕ ਮੈਨੇਜਮੈਂਟ ਨੇ ਉਸਨੂੰ ਜੁਆਬ ਦੇ ਦਿੱਤਾ। ਉਨ੍ਹਾਂ ਕਿਹਾ ਕਿ ਉਸਦੀ ਬੱਚਾ ਪੈਦਾ ਕਰਨ ਦੀ ਖ਼ੁਹਾਇਸ਼ ਤਾਂ ਪੂਰੀ ਹੋ ਸਕਦੀ ਹੈ ਪਰ ਪੁੱਤਰ ਜਾਂ ਧੀ ਲਈ ਉਹ ਗਰੰਟੀ ਨਹੀਂ ਕਰਦੇ। ਉਨ੍ਹਾਂ ਕੋਲ ਇਸਦਾ ਕੋਈ ਪ੍ਰਬੰਧ ਵੀ ਨਹੀਂ ਹੈ ਤੇ ਨਾ ਹੀ ਯੂ. ਕੇ. ਦਾ ਕਾਨੂੰਨ ਇਸਦੀ ਇਜ਼ਾਜਤ ਦਿੰਦਾ ਹੈ। ਉਸਦੇ ਮਿੰਨਤ ਤਰਲਾ ਕਰਨ 'ਤੇ ਕਿਸੇ ਕਰਿੰਦੇ ਨੇ ਉਸਨੂੰ ਦੱਸਿਆ ਕਿ ਉਸਦੀ ਇਹ ਖੁਆਹਿਸ਼ ਸਿਰਫ ਅਮਰੀਕਾ 'ਚ ਪੂਰੀ ਹੋ ਸਕਦੀ ਹੈ ਕਿਉਂਕਿ ਉੱਥੇ ਦਾ ਕਾਨੂੰਨ ਇਸ ਦੀ ਇਜ਼ਾਜਤ ਦਿੰਦਾ ਹੈ। ਉੱਥੇ ਦੇ ਸਪੱਰਮ ਬੈਂਕ, ਤੁਹਾਨੂੰ ਮੁੰਡੇ ਜਾਂ ਕੁੜੀ ਲਈ ਵੱਖਰੇ-ਵੱਖਰੇ ਸਪੱਰਮ ਮੁਹੱਈਆ ਕਰਵਾ ਸਕਣ ਦੇ ਸਮੱਰਥ ਹਨ।

ਕੈਟਰੀਨਾ ਨੇ ਬਿਨਾਂ ਕੁਝ ਹੋਰ ਸੋਚਿਆਂ ਅਮਰੀਕਾ ਜਾਣ ਦੀ ਤਿਆਰੀ ਸ਼ੁਰੂ ਕਰ ਦਿੱਤੀ। ਆਪਣਾ ਕੰਮ ਧੰਦਾ ਸਮੇਟ ਕੇ ਉਹ ਅਮਰੀਕਾ ਦੀ ਵਰਜੀਨੀਆਂ ਸਟੇਟ ਦੇ ਸ਼ਹਿਰ, ਸੈਂਟਰਵਿਲ ਆ ਪਹੁੰਚੀ। ਕੁਝ ਦੇਰ ਉਸਨੂੰ ਸੈੱਟ ਹੋਣ ਵਿੱਚ ਲੱਗ ਗਈ। ਇਸ ਵਿਚਕਾਰ ਉਹ ਇੰਟਰਨੈੱਟ ਅਤੇ ਹੋਰ ਤਰੀਕਿਆਂ ਰਾਹੀਂ ਸਪੱਰਮ ਬੈਂਕਾਂ ਬਾਰੇ ਪਤਾ ਕਰਦੀ ਰਹੀ। ਜਦੋਂ ਉਹ ਪੈਸੇ ਟਕੇ ਵੱਲੋਂ ਪੂਰੀ ਤਰ੍ਹਾਂ ਤਿਆਰ ਹੋ ਗਈ ਤਾਂ ਉਸਨੇ ਇੱਕ ਦਿਨ ਜਾ ਕੇ ਬਣਦੀ ਫੀਸ ਜਮ੍ਹਾ ਕਰਵਾ ਦਿੱਤੀ ਤੇ ਸਪੱਰਮ ਬੈਂਕ ਵਾਲਿਆਂ ਦੇ ਡਾਕਟਰ ਨੇ ਕਾਰਵਾਈ ਆਰੰਭ ਕਰ ਦਿੱਤੀ। ਆਖਰੀ ਦਿਨ ਉਸਨੂੰ ਇੰਟਰਵਿਊ ਲਈ ਬੁਲਾਇਆ ਗਿਆ। ਸਾਹਮਣੇ ਬਿਠਾਉਂਦਾ ਮੈਨੇਜਰ

ਬੋਲਿਆ, "ਮਿਸ ਕੈਟਰੀਨਾ ਸਭ ਤਿਆਰੀਆਂ ਹੋ ਚੁੱਕੀਆਂ ਨੇ। ਤੇਰੀ ਇੱਛਾ ਐ ਕਿ ਤੇਰੇ ਲੜਕੀ ਹੀ ਪੈਦਾ ਹੋਵੇ ਤੇ ਅਸੀਂ ਇਸਦਾ ਪ੍ਰਬੰਧ ਵੀ ਕਰ ਲਿਆ ਗਿਆ ਐ। ਭਾਵੇਂ ਸੌ ਫੀਸਦੀ ਗਰੰਟੀ ਅਸੀਂ ਨ੍ਹੀਂ ਦਿੰਦੇ ਪਰ ਲੱਖਾਂ 'ਚ ਇੱਕ ਅੱਧ ਕੇਸ ਈ ਸਾਡੀ ਤਕਨੀਕ ਦੇ ਉਲਟ ਹੁੰਦਾ ਐ। ਖੈਰ ਤੂੰ ਭਰੋਸਾ ਕਰ ਸਕਦੀ ਐਂ ਕਿ ਤੇਰੇ ਧੀ ਹੀ ਜੰਮੇਗੀ।"

"ਜੀ ਧੰਨਵਾਦ।" ਕੈਟਰੀਨਾ ਤੋਂ ਖ਼ੁਸ਼ੀ ਸੰਭਾਲੀ ਨਹੀਂ ਸੀ ਜਾ ਰਹੀ। ਉਸਦਾ ਸੁਪਨਾ ਪੂਰਾ ਹੋਣ ਦੀ ਘੜੀ ਆ ਗਈ ਸੀ।

"ਪਰ ਕੁਝ ਸੁਆਲ ਮੈਂ ਪੁੱਛਣਾ ਚਾਹੂੰਗਾ। ਕਿਉਂਕਿ ਇਨ੍ਹਾਂ ਗੱਲਾਂ ਦਾ ਵੀ ਸਾਡੇ ਕੋਲ ਪ੍ਰਬੰਧ ਹੈ। ਕੀ ਤੂੰ ਕਿਸੇ ਖਾਸ ਖਿੱਤੇ ਨਾਲ ਸਬੰਧਤ ਧੀ ਜੰਮਣਾ ਪਸੰਦ ਕਰੇਂਗੀ? ਮੇਰਾ ਮਤਲਬ ਹੈ ਜਪਾਨੀ, ਚੀਨੀ ਅਰਬੀ ਜਾਂ ਇੰਡੀਆ ਬਗੈਰਾ?"

"ਜੀ ਨ੍ਹੀਂ। ਮੈਨੂੰ ਕੋਈ ਪ੍ਰਵਾਹ ਨ੍ਹੀਂ ਐ। ਮੈਨੂੰ ਤਾਂ ਬਸ ਧੀ ਚਾਹੀਦੀ ਐ। ਸਗੋਂ ਇਹ ਗੱਲ ਮੇਰੇ ਲਈ ਬੜੀ ਰੁਮਾਂਚਿਤ ਹੋਵੇਗੀ ਕਿ ਜਦੋਂ ਧੀ ਜੰਮੇ ਮੈਨੂੰ ਉਦੋਂ ਈ ਪਤਾ ਲੱਗੇ ਕਿ ਇਹ ਕਿਸ ਖਿੱਤੇ ਦੀ ਐ।" ਕੈਟਰੀਨਾ ਨੇ ਬਿਨਾਂ ਸੋਚਿਆਂ ਤੁਰੰਤ ਉੱਤਰ ਦਿੱਤਾ।

"ਸਪੱਰਮ ਡੋਨਰ ਦਾ ਸਰੀਰਕ ਬਾਇਓਡੈਟਾ ਵੀ ਸਾਡੇ ਕੋਲ ਹੁੰਦਾ ਐ। ਜਿਵੇਂ ਲੰਬਾ, ਮਧਰਾ ਜਾਂ ਦਰਮਿਆਨਾ ਕੱਦ। ਗੋਰਾ, ਕਾਲਾ ਜਾਂ ਕਣਕਵੰਨਾ ਰੰਗ। ਭਰਵਾਂ ਜਾਂ ਇਕਹਿਰਾ ਸਰੀਰ। ਮੇਰਾ ਮਤਲਬ ਤੂੰ ਇਹ ਗੱਲਾਂ 'ਤੇ ਵੀ ਵਿਚਾਰ ਕਰ ਲੈ। ਕਿਉਂਕਿ ਕਈ ਵਾਰੀ ਤੁਹਾਡੀਆਂ ਇਹ ਇੱਛਾਵਾਂ ਵੀ ਪੂਰੀਆਂ ਹੋ ਜਾਂਦੀਆਂ ਨੇ।"

"ਨਹੀਂ ਜੀ, ਇਹ ਸਭ ਕੁਦਰਤ 'ਤੇ ਰਹਿਣ ਦਿਉ।"

"ਵੈਸੇ ਬੱਚੇ ਦੇ ਪਿਉ ਬਾਰੇ ਥੋੜ੍ਹੀ ਬਹੁਤ ਜਾਣਕਾਰੀ ਅਸੀਂ ਪਿੱਛੋਂ ਵੀ ਦੇ ਸਕਦੇ ਹੁੰਨੇ ਆਂ। ਇੱਕ ਗੱਲ ਹੋਰ ਤੈਨੂੰ ਦੱਸ ਦਿਆਂ ਕਿ ਉਸਦਾ ਤੇਰੀ ਧੀ 'ਤੇ ਕੋਈ ਅਧਿਕਾਰ ਨ੍ਹੀਂ ਹੋਵੇਗਾ, ਨਾ ਹੀ ਤੇਰੀ ਧੀ ਪ੍ਰਤੀ ਉਸਦੀ ਕੋਈ ਜ਼ਿਮੇਵਾਰੀ ਹੋਵੇਗੀ। ਧੀ ਸਿਰਫ ਉਹ ਤੇਰੀ ਈ ਹੋਵੇਗੀ। ਹਾਂ, ਇੰਨਾ ਜ਼ਰੂਰ ਐ ਕਿ ਉਸਦਾ ਬਾਇਲੋਜੀਕਲ ਫਾਦਰ ਉਹੀ ਹੋਵੇਗਾ। ਪਰ ਕਾਨੂੰਨਣ ਅਸੀਂ ਤੈਨੂੰ ਉਸਦਾ ਫੋਨ ਜਾਂ ਪਤਾ ਬਗੈਰਾ ਨ੍ਹੀਂ ਦੇ ਸਕਾਂਗੇ।"

"ਜੀ ਮੈਨੂੰ ਸਭ ਮਨਜ਼ੂਰ ਐ।"

ਡਾਕਟਰ ਨੇ ਜੋ ਵੀ ਕਿਹਾ ਕੈਟਰੀਨਾ ਸਿਰ ਹਿਲਾ ਕੇ ਹਾਮੀ ਭਰਦੀ ਗਈ। ਆਖਰ ਹਲਕਾ ਜਿਹਾ ਉਪਰੇਸ਼ਨ ਹੋਇਆ ਤੇ ਕੈਟਰੀਨਾ ਪਰੈੱਗਨੈਂਟ ਹੋ ਗਈ। ਫਿਰ ਦੋ ਚਾਰ ਹਫਤਿਆਂ ਪਿੱਛੋਂ ਉਹ ਚੈੱਕ ਅੱਪ ਲਈ ਆਉਂਦੀ ਰਹਿੰਦੀ ਸੀ। ਆਖਰ ਨੌਂ ਮਹੀਨੇ ਪੂਰੇ ਹੋਏ ਤੇ ਉਸਨੇ ਇੱਕ ਕਣਕਵੰਨੇ ਰੰਗ ਤੇ ਤਿੱਖੇ ਨੈਣ ਨਕਸ਼ਾਂ ਵਾਲੀ ਧੀ ਨੂੰ ਜਨਮ ਦਿੱਤਾ ਜਿਸਦਾ ਨਾਂ ਉਸਨੇ ਸੈਫੀ ਰੱਖਿਆ। ਉਸਦੀ ਖ਼ੁਸ਼ੀ ਦੀ ਹੱਦ ਨਾ ਰਹੀ। ਦੋ ਕੁ ਦਿਨਾਂ ਦੀ ਸੈਫੀ ਨੂੰ ਲੈ ਕੇ ਉਹ ਘਰ ਆ ਗਈ। ਫਿਰ ਦਿਨ ਬੀਤਣ ਲੱਗੇ ਤੇ ਸੈਫੀ ਵੱਡੀ ਹੋਣ ਲੱਗੀ। ਪਹਿਲੀ ਗੱਲ ਤਾਂ ਛਿੱਕਾਂ ਲੱਗ ਕੇ ਨੱਕ ਵਗਣ ਵਾਲੀ, ਤੇ ਉਸਦੇ ਕੁਝ ਦੇਰ ਪਿੱਛੋਂ ਮੀਂਹ ਪੈਣ ਵਾਲੀ ਹੋਈ। ਇਸ ਗੱਲ ਦੀ ਕੈਟਰੀਨਾ ਨੂੰ ਕੋਈ ਪਰੇਸ਼ਾਨੀ ਨਹੀਂ ਸੀ। ਉਹ ਤਾਂ ਸਗੋਂ ਹੋਰ ਵੀ ਖ਼ੁਸ਼ ਹੋਈ ਕਿ ਉਸਦੀ ਧੀ ਕਰਮਾਂ ਵਾਲੀ ਹੈ ਜੋ ਕੁਦਰਤ ਨਾਲ ਸਿੱਧੀ ਜੁੜੀ ਹੋਈ ਹੈ। ਪਰ ਦੂਸਰੀ ਗੱਲ ਨੇ ਉਸਨੂੰ ਪਰੇਸ਼ਾਨ ਕਰ ਦਿੱਤਾ। ਕਿਉਂਕਿ ਜਿਉਂ-ਜਿਉਂ ਸੈਫੀ ਵੱਡੀ ਹੁੰਦੀ ਗਈ ਤਿਉਂ-ਤਿਉਂ ਆਪਣੀਆਂ

ਜੜ੍ਹਾਂ ਬਾਰੇ ਸੋਚਦੀ ਉਹ ਮਾਨਸਿਕ ਬਿਮਾਰੀ ਦਾ ਸ਼ਿਕਾਰ ਹੋ ਗਈ। ਇਸਦੇ ਲਈ ਕੈਟਰੀਨਾ ਉਸਨੂੰ ਸਾਈਕਾਇਆਟ੍ਰਿਸਟ ਡਾਕਟਰ ਕੋਲ ਲੈ ਕੇ ਗਈ ਸੀ ਤਾਂ ਉਸਨੇ ਦੱਸ ਦਿੱਤਾ ਸੀ ਕਿ ਉਹ ਉਦੋਂ ਹੀ ਠੀਕ ਹੋ ਸਕੇਗੀ ਜਦੋਂ ਆਪਣੇ ਅਸਲੀ ਪਿਉ ਨੂੰ ਮਿਲੂਗੀ।

"ਮੈਮ ਤੇਰੀ ਵਾਰੀ ਆ ਗਈ ਐ।" ਕਲਰਕ ਨੇ ਆ ਕੇ ਬੈਂਚ 'ਤੇ ਬੈਠੀ ਕੈਟਰੀਨਾ ਨੂੰ ਸੋਚਾਂ 'ਚੋਂ ਕੱਢਿਆ। ਕੈਟਰੀਨਾ ਉੱਠ ਕੇ ਸਪੱਰਮ ਬੈਂਕ ਦਫਤਰ ਦੇ ਅੰਦਰ ਚਲੀ ਗਈ। ਅਗਾਂਹ ਮੈਨੇਜਰ ਉਸੇ ਦੀ ਅਰਜ਼ੀ ਲਈ ਬੈਠਾ ਸੀ। ਕੋਲ ਹੀ ਉਸਨੇ ਇੱਕ ਪੁਰਾਣੀ ਫਾਇਲ ਰੱਖੀ ਹੋਈ ਸੀ। ਸਾਹਮਣੀ ਕੁਰਸੀ 'ਤੇ ਕੈਟਰੀਨਾ ਨੂੰ ਬੈਠਾਉਂਦਾ ਮੈਨੇਜਰ ਬੋਲਿਆ, "ਮਿਸ ਕੈਟਰੀਨਾ ਮੈਂ ਤੇਰੀ ਅਰਜ਼ੀ ਪੜ੍ਹ ਲਈ ਐ। ਤੂੰ ਇਸ 'ਚ ਲਿਖਿਆ ਐ ਕਿ ਤੂੰ ਤੇਰੀ ਧੀ ਲਈ ਸਪੱਰਮ ਡੋਨੇਟ ਕਰਨ ਵਾਲੇ ਬੰਦੇ ਦਾ ਨਾਂ ਪਤਾ ਜਾਣਨਾ ਚਾਹੁੰਨੀ ਐਂ?"

"ਜੀ ਹਾਂ।"

"ਇਹ ਸੰਭਵ ਨ੍ਹੀਂ ਐ। ਆਹ ਮੇਰੇ ਕੋਲ ਈ ਤੇਰੀ ਉਸ ਵੇਲੇ ਦੇ ਕੀਤੇ ਐਗਰੀਮੈਂਟ ਦੀ ਕਾਪੀ ਪਈ ਐ ਜਦੋਂ ਤੂੰ ਸਪੱਰਮ ਲੈਣ ਇਸ ਬੈਂਕ ਆਈ ਸੀ। ਇਸ ਵਿੱਚ ਸਾਰੀਆਂ ਸ਼ਰਤਾਂ ਲਿਖੀਆਂ ਹੋਈਆਂ ਨੇ। ਤੈਨੂੰ ਡੋਨਰ ਬਾਰੇ ਕੋਈ ਜਾਣਕਾਰੀ ਨ੍ਹੀਂ ਦਿੱਤੀ ਜਾ ਸਕਦੀ। ਮੈਂ ਸਿਰਫ ਇੰਨਾ ਈ ਦੱਸ ਸਕਦਾ ਆਂ ਕਿ ਡੋਨਰ ਕੋਈ ਪੰਜਾਬੀ ਸੀ।"

ਉਸਦੀ ਗੱਲ ਸੁਣ ਕੇ ਕੈਟਰੀਨਾ ਉਦਾਸ ਹੋ ਗਈ। ਫਾਈਲ ਫਰੋਲਦਾ ਮੈਨੇਜਰ ਅੱਗੇ ਬੋਲਿਆ, "ਡੋਨਰ ਦਾ ਨਾਂ ਤੇ ਕੁਝ ਕੁ ਜਾਣਕਾਰੀ ਹੋਰ, ਸਿਰਫ ਤੇਰੀ ਧੀ ਹੀ ਲੈ ਸਕੇਗੀ। ਪਰ ਉਹ ਵੀ ਉਦੋਂ ਜਦੋਂ ਕਿ ਉਹ ਬਾਲਗ ਹੋ ਗਈ।"

ਬਾਲਗ ਹੋਣ ਵਾਲੀ ਗੱਲ ਸੁਣ ਕੇ ਕੈਟਰੀਨਾ ਨੂੰ ਕੁਝ ਧਰਵਾਸ ਮਿਲਿਆ ਤੇ ਉਹ ਉੱਠ ਕੇ ਘਰ ਨੂੰ ਆ ਗਈ। ਅੱਗੇ ਸੈਫੀ ਉਸਨੂੰ ਬੜੇ ਉਤਸ਼ਾਹ ਨਾਲ ਉਡੀਕ ਰਹੀ ਸੀ। ਉਸਦੇ ਅੰਦਰ ਜਾਂਦਿਆਂ ਹੀ ਸੈਫੀ ਨੇ ਉਸਦੇ ਗਲ ਦੁਆਲੇ ਬਾਂਹਾਂ ਪਾ ਲਈਆਂ ਤੇ ਪਿਆਰ ਭਰੇ ਲਹਿਜੇ 'ਚ ਬੋਲੀ, "ਮਾਮ ਸਵੇਰ ਵੇਲੇ ਤੂੰ ਕਿਹਾ ਸੀ ਕਿ ਤੂੰ ਮੇਰੇ ਪਿਉ ਨੂੰ ਭਾਲ ਸਕਦੀ ਐਂ। ਨਾਲ ਈ ਤੂੰ ਕੋਈ ਹੋਰ ਗੱਲ ਵੀ ਮੇਰੇ ਨਾਲ ਸਾਂਝੀ ਕਰਨ ਦਾ ਕਹਿ ਰਹੀ ਸੀ। ਦੱਸ ਨਾ ਕਿ ਉਹ ਕੀ ਗੱਲ ਐ?"

"ਹਾਂ ਜ਼ਰੂਰ ਦੱਸਦੀ ਆਂ ਬੇਟੀ। ਪਹਿਲੀ ਗੱਲ ਤਾਂ ਇਹ ਐ ਕਿ ਤੇਰਾ ਪਿਉ ਪੰਜਾਬੀ ਐ।"

"ਅੱਛਾ! ਪੰਜਾਬੀ! ਮਤਲਬ ਆਪਣੇ ਗੁਆਂਢੀਆਂ ਵਰਗਾ?"

"ਮੇਰੀ ਕਮਲੀ ਧੀ ਗੁਆਂਢੀਆਂ ਵਰਗਾ ਵੀ ਪਰ ਬਿਲਕੁਲ ਤੇਰੇ ਵਰਗਾ।"

"ਹੈਂ! ਬਿਲਕੁਲ ਮੇਰੇ ਵਰਗਾ। ਮਾਮ ਇਹ ਤਾਂ ਬੜੀ ਕਮਾਲ ਦੀ ਗੱਲ ਐ। ਪਰ ਉਹ ਕਿੱਥੇ ਐ? ਆਪਾਂ ਨੂੰ ਕਦੋਂ ਮਿਲੂਗਾ?"

"ਵੇਖ ਬੇਟੀ ਕਾਨੂੰਨਣ ਤੈਨੂੰ ਉਸ ਬਾਰੇ ਜਾਣਕਾਰੀ ਉਦੋਂ ਮਿਲੂਗੀ ਜਦੋਂ ਤੂੰ ਬਾਲਗ ਹੋ ਗਈ। ਪਰ....।"

"ਅੱਛਾ! ਫਿਰ ਤਾਂ ਅੜਚਣ ਈ ਕੋਈ ਨ੍ਹੀਂ ਐ। ਅਗਲੇ ਸਾਲ ਮੈਂ ਬਾਲਗ ਹੋ ਜਾਣਾ ਐਂ।"

ਸੈਫੀ ਨੂੰ ਇਹ ਸੁਣ ਕੇ ਬੜਾ ਚੰਗਾ ਲੱਗਿਆ ਕਿ ਅਗਲੇ ਸਾਲ ਉਹ ਆਪਣੇ ਪਿਉ ਨੂੰ ਮਿਲਣ ਦੇ ਕਾਬਲ ਹੋਊਗੀ। ਉਹ ਦਾ ਚਿਹਰਾ ਚਮਕ ਉੱਠਿਆ ਤੇ ਉਸਨੇ ਅਗਲਾ ਸੁਆਲ ਕੀਤਾ, "ਮਾਮ ਡੈਡ ਬਾਰੇ ਹੋਰ ਵੀ ਕੁਝ ਦੱਸ ਨਾ। ਮੈਨੂੰ ਬੜਾ ਚਾਅ ਐ ਉਸ ਬਾਰੇ ਜਾਣਨ ਦਾ।"

ਕੈਟਰੀਨਾ ਉਸਦੇ ਮੂੰਹ ਵੱਲ ਵੇਖਦੀ ਰਹੀ ਤੇ ਫਿਰ ਉਸਨੂੰ ਬਾਂਹੋਂ ਫੜ ਕੇ ਕੋਲ ਬਿਠਾ ਲਿਆ। ਉਸਨੇ ਹੌਲੀ-ਹੌਲੀ ਆਪਣੀ ਬੀਤੀ ਹੋਈ ਜ਼ਿੰਦਗੀ ਦੀਆਂ ਗੱਲਾਂ ਕਰਦਿਆਂ ਉਸਨੂੰ ਇਹ ਦੱਸ ਦਿੱਤਾ ਕਿ ਉਸਦਾ ਜਨਮ ਸਪੱਰਮ ਬੈਂਕ ਰਾਹੀਂ ਹੋਇਆ ਸੀ। ਸੈਫੀ ਦਾ ਚਿਹਰਾ ਹੋਰ ਵੀ ਖਿੜ ਗਿਆ ਤੇ ਉਹ ਬੋਲੀ, "ਮਾਮ ਅੱਜ ਪਹਿਲੀ ਵਾਰ ਮੈਨੂੰ ਤੇਰੀਆਂ ਗੱਲਾਂ ਸੁਣ ਕੇ ਬਹੁਤ ਖੁਸ਼ੀ ਮਿਲੀ ਐ। ਕਿਉਂਕਿ ਹੁਣ ਤੱਕ ਮੈਂ ਇਹੀ ਸੋਚਦੀ ਰਹਿੰਦੀ ਸੀ ਕਿ ਸ਼ਾਇਦ ਮੈਂ ਕਿਸੇ ਦੀ ਅਣਚਾਹੀ ਉਲਾਦ ਆਂ।" ਉਸਨੇ ਢਿਲਕ ਆਏ ਹੰਝੂ ਪੂੰਝੇ।

"ਨਹੀਂ, ਮੇਰੀ ਬੱਚੀ, ਤੂੰ ਮੇਰੀ ਪਿਆਰੀ ਧੀ ਐਂ। ਹੁਣ ਤੂੰ ਜਾਣ ਈ ਗਈ ਐਂ ਕਿ ਮੈਂ ਕਿਨ੍ਹਾਂ ਚਾਵਾਂ ਨਾਲ ਤੇਰੀ ਪ੍ਰਾਪਤੀ ਕੀਤੀ ਸੀ। ਪਰ ਹੁਣ ਇੱਕ ਗੱਲ ਇਹ ਵੀ ਯਾਦ ਰੱਖੀਂ ਕਿ ਆਪਾਂ ਨੂੰ ਤੇਰੇ ਬਾਲਗ ਹੋਣ ਤੱਕ ਉਡੀਕ ਕਰਨੀ ਪਵੇਗੀ।"

"ਕੋਈ ਗੱਲ ਨ੍ਹੀਂ ਮਾਮ, ਮੈਂ ਇਹ ਉਡੀਕ ਕਰਾਂਗੀ।"

ਵਕਤ ਬੀਤਣ ਲੱਗਿਆ ਤੇ ਆਖਰ ਕੈਟਰੀਨਾ ਨੇ ਸੈਫੀ ਦਾ ਅਠਾਰਵਾਂ ਜਨਮ ਦਿਨ ਬੜੀ ਧੂਮ ਧਾਮ ਨਾਲ ਮਨਾਇਆ। ਅਗਲੇ ਹੀ ਦਿਨ ਸੈਫੀ ਆਪਣੀ ਮਾਂ ਨਾਲ ਸਪੱਰਮ ਬੈਂਕ ਪਹੁੰਚੀ। ਲੋੜੀਂਦੇ ਫਾਰਮ ਬਗੈਰਾ ਭਰਨ ਤੋਂ ਬਾਅਦ ਉਸਨੂੰ ਪਰਿੰਟ ਹੋਇਆ ਕਾਗਜ਼ ਮਿਲ ਗਿਆ ਜਿਸ ਉੱਪਰ ਕਿ ਉਸਦੇ ਬਾਇਲੋਜੀਕਲ ਪਿਉ ਦੀ ਜਾਣਕਾਰੀ ਸੀ। ਕਾਗਜ਼ ਹੱਥ 'ਚ ਫੜਦਿਆਂ ਸੈਫੀ ਦੀਆਂ ਅੱਖਾਂ ਭਰ ਆਈਆਂ। ਉਸਨੇ ਬੰਦ ਕਾਗਜ਼ ਜੇਬ 'ਚ ਪਾ ਲਿਆ। ਫਿਰ ਮਾਵਾਂ ਧੀਆਂ ਘਰ ਆ ਗਈਆਂ। ਸੈਫੀ ਨੇ ਆਪਣੇ ਕਮਰੇ ਦਾ ਦਰਵਾਜ਼ਾ ਬੰਦ ਕਰਦਿਆਂ ਕਾਗਜ਼ ਖੋਲ੍ਹਣਾ ਸ਼ੁਰੂ ਕੀਤਾ। ਉਸਦਾ ਦਿਲ ਧੜਕ ਧੜਕ ਵੱਜ ਰਿਹਾ ਸੀ। ਉਸਨੇ ਆਪਣੇ ਮਨੋਭਾਵਾਂ 'ਤੇ ਜ਼ਬਤ ਰੱਖਦਿਆਂ ਕਾਗਜ਼ ਪੜ੍ਹਨਾ ਸ਼ੁਰੂ ਕੀਤਾ। ਲਿਖਿਆ ਹੋਇਆ ਸੀ, ਸਪੱਰਮ ਡੋਨੇਟ ਕਰਨ ਵਾਲੇ ਦਾ ਨਾਂ ਮਲਕੀਤ ਸਿੰਘ ਮੱਲਨ, ਕੱਦ ਪੰਜ ਫੁੱਟ ਗਿਆਰਾਂ ਇੰਚ, ਸਰੀਰ ਦਰਮਿਆਨਾ, ਚਮੜੀ ਕਣਕਵੰਨੀ, ਨੈਣ ਨਕਸ਼ ਤਿੱਖੇ, ਅੱਖਾਂ ਤੇ ਵਾਲਾਂ ਦਾ ਰੰਗ ਕਾਲਾ, ਬਲੱਡ ਗਰੁੱਪ ਏ ਪਾਜ਼ੇਟਿਵ ਅਤੇ ਜਨਮ ਭੂਮੀ ਪੰਜਾਬ, ਇੰਡੀਆ। ਇਹ ਕੁਝ ਪੜ੍ਹ ਕੇ ਸੈਫੀ ਨੇ ਕਾਗਜ਼ ਛਾਤੀ ਨਾਲ ਲਾ ਲਿਆ ਤੇ ਉਸ ਨੂੰ ਲੱਗਿਆ ਜਿਵੇਂ ਉਹ ਪਿਉ ਦੀ ਬੁੱਕਲ 'ਚ ਚਲੀ ਗਈ ਹੋਵੇ। ਉਸਦੀਆਂ ਅੱਖਾਂ 'ਚ ਹੰਝੂ ਤੈਰਨ ਲੱਗੇ ਤੇ ਪਲਾਂ 'ਚ ਹੀ ਉਹ ਭੁੱਬਾਂ ਮਾਰਨ ਲੱਗੀ। ਉਸਦਾ ਰੋਣਾ ਸੁਣ ਕੇ ਕੈਟਰੀਨਾ ਭੱਜ ਕੇ ਆਈ ਤੇ ਦਰਵਾਜ਼ਾ ਖੋਲ੍ਹਦਿਆਂ ਉਸਨੇ ਸੈਫੀ ਨੂੰ ਬਾਹਾਂ 'ਚ ਲੈ ਲਿਆ। ਸੈਫੀ ਦਾ ਰੋਣਾ ਹੋਰ ਉੱਚਾ ਹੋ ਗਿਆ। ਕੈਟਰੀਨਾ ਨੇ ਉਸਦੇ ਸਿਰ 'ਤੇ ਹੱਥ ਫੇਰਦਿਆਂ ਉਸਨੂੰ ਚੁੱਪ ਕਰਵਾਇਆ। ਹੌਲੀ-ਹੌਲੀ ਉਹ ਸ਼ਾਂਤ ਹੋ ਗਈ। ਫਿਰ ਉਸਨੇ ਕਾਗਜ਼ ਮਾਂ ਨੂੰ ਫੜਾ ਦਿੱਤਾ। ਕਾਗਜ਼ 'ਤੇ ਲਿਖੀ ਜਾਣਕਾਰੀ ਪੜ੍ਹਦਿਆਂ, ਕੈਟਰੀਨਾ ਵੀ ਗੁਆਚ ਜਿਹੀ ਗਈ। ਫਿਰ ਕਾਗਜ਼ ਵਾਪਸ ਸੈਫੀ ਨੂੰ ਦਿੰਦਿਆਂ ਉਹ ਬੋਲੀ, "ਵੇਖ ਮੇਰੀ ਧੀ, ਆਪਾਂ ਪਹਿਲਾ ਵੱਡਾ ਕੰਮ ਮੁਕਾ ਲਿਆ ਐ। ਆਪਣੇ ਕੋਲ ਤੇਰੇ ਪਿਉ ਦੀ ਸਾਰੀ ਜਾਣਕਾਰੀ

ਆ ਗਈ ਐ। ਹੁਣ ਉਸਨੂੰ ਲੱਭਣਾ ਔਖਾ ਨ੍ਹੀਂ ਹੋਵੇਗਾ।"

"ਪਰ ਮਾਮ, ਆਪਣੇ ਕੋਲ ਸਿਰਫ ਉਸਦਾ ਨਾਂ ਐਂ ਤੇ ਉਸਦੇ ਖਿੱਤੇ ਦਾ ਪਤਾ ਐ। ਇਸ ਭਰੀ ਦੁਨੀਆਂ 'ਚ ਸਿਰਫ ਨਾਂ ਨਾਲ ਹੀ ਕਿਸੇ ਨੂੰ ਕਿਵੇਂ ਲੱਭਿਆ ਜਾ ਸਕਦਾ ਐ ?"

"ਬੇਟੀ ਤੂੰ ਰੱਬ 'ਤੇ ਭਰੋਸਾ ਰੱਖ। ਉਹੀ ਆਪਣਾ ਮਾਰਗ ਦਰਸ਼ਨ ਕਰੂਗਾ। ਪਰ ਮੇਰਾ ਦਿਲ ਕਹਿੰਦਾ ਐ ਕਿ ਤੇਰੇ ਪਿਉ ਨੂੰ ਆਪਾਂ ਛੇਤੀ ਈ ਲੱਭ ਲਵਾਂਗੀਆਂ।"

"ਓਕੇ ਮਾਮ। ਜਿਵੇਂ ਤੂੰ ਕਹਿਨੀ ਐਂ ਉਵੇਂ ਠੀਕ ਐ। ਹੁਣ ਅੱਗੇ ਦੀ ਸਕੀਮ ਤੂੰ ਈ ਬਣਾ। ਮੈਂ ਵੀ ਆਪਣੇ ਢੰਗ ਨਾਲ ਆਪਣਾ ਕੰਮ ਸ਼ੁਰੂ ਕਰਦੀ ਆਂ।"

ਕੈਟਰੀਨਾ ਨੇ ਅੱਗੇ ਦਾ ਕੰਮ ਆਰੰਭ ਦਿੱਤਾ। ਹਫਤੇ ਪਿੱਛੋਂ ਹੀ ਉਹ ਮਾਂਵਾਂ ਧੀਆਂ ਐਤਵਾਰ ਦੀ ਸ਼ਾਮ ਕਾਪੀ ਪੈੱਨ ਲੈ ਕੇ ਬੈਠੀਆਂ ਹੋਈਆਂ ਸਨ। ਕੈਟਰੀਨਾ ਨੇ ਆਪਣੀ ਕਾਪੀ ਵਿਖਾਈ ਜਿਸ ਵਿੱਚ ਉਸਨੇ ਅਮਰੀਕਾ ਦੇ ਵੱਖ-ਵੱਖ ਸੂਬਿਆਂ ਦੀਆਂ ਫੋਨ ਬੁੱਕਾਂ 'ਚੋਂ ਮਲਕੀਤ ਸਿੰਘ ਮੱਲਨ ਨਾਂ ਵਾਲੇ ਵਿਅਕਤੀਆਂ ਦੀ ਜਾਣਕਾਰੀ ਇਕੱਠੀ ਕੀਤੀ ਹੋਈ ਸੀ। ਉਹ ਸਮਝ ਗਈਆਂ ਕਿ ਮਲਕੀਤ ਵਿਅਕਤੀ ਦਾ ਪਹਿਲਾ ਨਾਂ ਹੈ ਅਤੇ 'ਮੱਲਨ' ਲਾਸਟ ਭਾਵ ਗੋਤਰ ਦਾ ਨਾਂ ਹੈ। ਆਪਣੀ ਕਾਪੀ ਪਾਸੇ ਰੱਖਦਿਆਂ ਕੈਟਰੀਨਾ ਨੇ ਸੈਫੀ ਦੀ ਕਾਪੀ ਵੇਖੀ। ਉਹ ਹੈਰਾਨ ਰਹਿ ਗਈ ਕਿ ਸੈਫੀ ਨੇ ਸਾਰੀ ਕਾਪੀ ਭਰੀ ਹੋਈ ਸੀ। ਉਸ ਵਿੱਚ ਨਾਂ ਦਾ ਵਰਣਨ ਇੱਕ ਅੱਧ ਵੇਰ ਹੀ ਕੀਤਾ ਹੋਇਆ ਸੀ। ਜ਼ਿਆਦਾ ਤਾਂ ਉਸ ਵਿੱਚ ਪੰਜਾਬੀ ਭਾਸ਼ਾ, ਪੰਜਾਬੀ ਸੱਭਿਆਚਾਰ, ਵਿਰਸਾ ਅਤੇ ਪੰਜਾਬੀ ਲੋਕਾਂ ਦੀ ਜੀਵਨ ਸ਼ੈਲੀ ਬਾਰੇ ਲਿਖਿਆ ਹੋਇਆ ਸੀ। ਇਹ ਸਾਰੀ ਜਾਣਕਾਰੀ ਸੈਫੀ ਨੇ ਇੰਟਰਨੈੱਟ ਵਰਗੇ ਜ਼ਰੀਆਂ ਤੋਂ ਇਕੱਠੀ ਕੀਤੀ ਸੀ। ਕੈਟਰੀਨਾ ਸੈਫੀ ਦੇ ਮੂੰਹ ਵੱਲ ਵੇਖ ਕੇ ਹੱਸਦਿਆਂ ਹੋਇਆਂ ਬੋਲੀ, "ਸੈਫੀ ਤੂੰ ਤਾਂ ਮੈਨੂੰ ਲੱਗਦਾ ਐ ਕਿ ਪੰਜਾਬੀ ਲੋਕਾਂ ਬਾਰੇ ਰਿਸਰਚ ਈ ਸ਼ੁਰੂ ਕਰ ਦਿੱਤੀ ਐ।"

"ਹਾਂ ਮਾਮ, ਤੂੰ ਭਾਵੇਂ ਇਸਨੂੰ ਰੀਸਰਚ ਕਹਿ ਜਾਂ ਜੋ ਮਰਜ਼ੀ ਪਰ ਮੈਨੂੰ ਇਹ ਗੱਲਾਂ ਜਾਣ ਕੇ ਬਹੁਤ ਖੁਸ਼ੀ ਮਿਲੀ ਐ।"

"ਚੱਲ ਠੀਕ ਐ। ਆਪਾਂ ਅਗਲੇ ਹਫਤੇ ਈ ਆਪਣੀ ਭਾਲ ਸ਼ੁਰੂ ਕਰਾਂਗੀਆਂ।"

ਅਗਲੇ ਸਨਿਚਰਵਾਰ ਦੋਨੋਂ ਜਣੀਆਂ ਸ਼ਿਕਾਗੋ ਸ਼ਹਿਰ ਜਾਣ ਲਈ ਤਿਆਰ ਸਨ। ਉੱਥੇ ਉਨ੍ਹਾਂ ਨੂੰ ਮਲਕੀਤ ਸਿੰਘ ਮੱਲਨ ਨਾਂ ਦੇ ਕਿਸੇ ਵਿਅਕਤੀ ਦਾ ਪਤਾ ਮਿਲਿਆ ਸੀ। ਉਹ ਫਲਾਈਟ ਲੈ ਕੇ ਸ਼ਿਕਾਗੋ ਪਹੁੰਚੀਆਂ। ਸ਼ਾਮ ਵੇਲੇ ਟੈਕਸੀ ਲੈ ਕੇ ਉਹ ਕਿਸੇ ਪੰਜਾਬੀ ਦੇ ਘਰ ਮੂਹਰੇ ਜਾ ਖੜੋਤੀਆਂ। ਘਰ ਦੇ ਮਾਲਕ ਨੇ ਬੂਹਾ ਖੋਲ੍ਹਿਆ। ਇਹ ਕੋਈ ਦਰਮਿਆਨੀ ਉਮਰ ਦਾ ਆਦਮੀ ਸੀ। ਹੈਲੋ ਕਹਿੰਦਿਆਂ ਕੈਟਰੀਨਾ ਨੇ ਗੱਲ ਸ਼ੁਰੂ ਕਰਦਿਆਂ ਕਿਹਾ, "ਇਹ ਮੇਰੀ ਬੇਟੀ ਸੈਫੀ ਐ। ਅਸਲ 'ਚ ਇਹ ਪੰਜਾਬੀ ਲੋਕਾਂ ਬਾਰੇ ਰਿਸਰਚ ਕਰ ਰਹੀ ਐ।"

"ਉਹ! ਆਉ ਆਉ, ਅੰਦਰ ਲੰਘ ਆਉ।" ਘਰ ਦਾ ਮਾਲਕ ਉਨ੍ਹਾਂ ਨੂੰ ਅੰਦਰ ਲੈ ਗਿਆ। ਥੋੜ੍ਹੀਆਂ ਗੱਲਾਂ ਬਾਤਾਂ ਉਪਰੰਤ ਕੈਟਰੀਨਾ ਨੇ ਕਿਹਾ ਕਿ ਉਸਨੇ ਇਸ ਘਰ ਦੇ ਫੋਨ ਨੰਬਰ ਤੋਂ ਪਤਾ ਲਗਾਇਆ ਹੈ ਕਿ ਇੱਥੇ ਕੋਈ ਮਲਕੀਤ ਸਿੰਘ ਮੱਲਨ ਰਹਿੰਦਾ ਹੈ। ਘਰ ਦੇ ਮਾਲਕ ਨੇ ਹਾਂ 'ਚ ਸਿਰ ਹਿਲਾਉਂਦਿਆਂ, ਇੱਕ ਕਮਰੇ ਵੱਲ ਵੇਖਦਿਆਂ ਮਲਕੀਤ ਕਹਿ ਕੇ ਆਵਾਜ਼ ਮਾਰੀ। ਸੈਫੀ ਸਾਹ ਰੋਕੀ ਕਮਰੇ ਦੇ ਦਰਵਾਜ਼ੇ ਵੱਲ ਵੇਖਣ ਲੱਗੀ। ਪਰ ਅੰਦਰੋਂ ਬੀਹ ਕੁ

ਸਾਲਾਂ ਦਾ ਮੁੰਡਾ ਕੋਲ ਆ ਕੇ ਬੋਲਿਆ ਕਿ ਹਾਂ ਦੱਸੋ ਕੀ ਗੱਲ ਹੈ। ਸੈਫੀ ਦੀਆਂ ਅੱਖਾਂ ਦੀ ਚਮਕ ਬੁਝ ਗਈ ਤੇ ਕੈਟਰੀਨਾ ਵੀ ਉਦਾਸ ਹੋ ਗਈ। ਬਹਾਨਾ ਜਿਹਾ ਬਣਾਉਂਦਿਆਂ ਉਹ ਉੱਥੋਂ ਉੱਠ ਆਈਆਂ। ਵਾਪਸ ਆ ਕੇ ਉਹ ਕਿਸੇ ਹੋਟਲ 'ਚ ਠਹਿਰੀਆਂ ਤੇ ਅਗਲੇ ਦਿਨ ਵਾਪਸ ਵਰਜੀਨੀਆਂ ਮੁੜ ਆਈਆਂ।

ਇਸਦੇ ਅਗਲੇ ਹਫਤੇ ਉਹ ਫਲੋਰਿਡਾ ਦੇ ਸ਼ਹਿਰ ਟੈਂਪਾ ਵੱਲ ਜਾ ਰਹੀਆਂ ਸਨ। ਸ਼ਾਮ ਜਿਹੇ ਉਹ ਇੱਕ ਪੰਜਾਬੀ ਦੇ ਘਰ ਪਹੁੰਚੀਆਂ। ਅੱਗੇ ਉਨ੍ਹਾਂ ਨੂੰ ਤੀਹ ਕੁ ਸਾਲਾਂ ਦੀ ਔਰਤ ਮਿਲੀ। ਜਿਸਨੂੰ ਜਦੋਂ ਪਤਾ ਲੱਗਿਆ ਕਿ ਇਹ ਕੁੜੀ ਪੰਜਾਬੀ ਕਲਚਰ ਬਾਰੇ ਰਿਸਰਚ ਕਰ ਰਹੀ ਹੈ ਤਾਂ ਉਸਨੂੰ ਚਾਅ ਚੜ੍ਹ ਗਿਆ। ਉਸਨੇ ਉਨ੍ਹਾਂ ਦੀ ਚੰਗੀ ਖਾਤਰਦਾਰੀ ਕੀਤੀ। ਫਿਰ ਗੱਲਾਂ-ਗੱਲਾਂ 'ਚ ਕੈਟਰੀਨਾ ਨੇ ਮਲਕੀਤ ਸਿੰਘ ਮੱਲਨ ਬਾਰੇ ਪੁੱਛਿਆ ਤਾਂ ਘਰ ਦੀ ਮਾਲਕਣ ਨੇ ਕਿਹਾ ਕਿ ਉਹ ਵੀ ਆਉਣ ਵਾਲਾ ਹੀ ਹੈ। ਤੁਸੀਂ ਉਸਨੂੰ ਮਿਲ ਕੇ ਹੀ ਜਾਇਓ।

"ਕੀ ਉਹ ਤੇਰਾ ਪਿਤਾ ਐ ?" ਕੈਟਰੀਨਾ ਨੇ ਉਸਨੂੰ ਵਿਚਕਾਰੋਂ ਟੋਕਦਿਆਂ ਪੁੱਛਿਆ।

"ਨ੍ਹੀਂ ਜੀ, ਉਹ ਮੇਰੇ ਘਰਵਾਲਾ ਐ।"

"ਕਿੰਨੀ ਕੁ ਉਮਰ ਐ ਉਸਦੀ ?"

"ਉਮਰ ਬੱਸ ਮੇਰੇ ਕੁ ਜਿੰਨੀ ਈ ਐ। ਆਹੀ ਤੀਹ ਬੱਤੀ ਸਾਲ।"

ਉਸਦੀ ਗੱਲ ਸੁਣ ਕੇ ਕੈਟਰੀਨਾ ਨੇ ਸੈਫੀ ਵੱਲ ਵੇਖਦਿਆਂ ਨਾਂਹ 'ਚ ਸਿਰ ਮਾਰਿਆ ਤੇ ਉੱਥੋਂ ਉਹ ਉੱਠ ਖੜੋਤੀਆਂ। ਬੱਸ ਰਾਹੀਂ ਰਾਤੋ ਰਾਤ ਉਹ ਵਾਪਸ ਵਰਜੀਨੀਆਂ ਮੁੜ ਆਈਆਂ। ਸਾਰੇ ਰਾਹ ਉਨ੍ਹਾਂ ਵਿਚਕਾਰ ਕੋਈ ਗੱਲ ਨਾ ਹੋਈ। ਘਰ ਆ ਕੇ ਵੀ ਉਹ ਉਦਾਸ ਹੀ ਰਹੀਆਂ। ਅਗਲੇ ਦਿਨ ਸੈਫੀ ਨੇ ਗੱਲ ਛੇੜੀ, "ਮਾਮ ਇਸ ਨਾਂ ਦੇ ਪਤਾ ਨ੍ਹੀਂ ਕਿੰਨੇ ਕੁ ਆਦਮੀ ਹੋਣਗੇ। ਇਸ ਤਰ੍ਹਾਂ ਕਿਵੇਂ ਲੱਭੂਗਾ ਉਹ ?"

"ਅਜੇ ਤਾਂ ਆਪਾਂ ਇੱਕ ਕਦਮ ਵੀ ਨ੍ਹੀਂ ਤੁਰੀਆਂ ਤੇ ਤੂੰ ਹੁਣੇ ਈ ਘਬਰਾ ਗਈ। "ਕੋਈ ਨ੍ਹੀਂ ਤੂੰ ਹੌਂਸਲਾ ਰੱਖ। ਆਪਾਂ ਨੂੰ ਤੇਰਾ ਪਿਉ ਜ਼ਰੂਰ ਲੱਭੂਗਾ।" ਕੈਟਰੀਨਾ ਨੇ ਭਾਵੇਂ ਸੈਫੀ ਦਾ ਦਿਲ ਧਰਾਇਆ ਪਰ ਉਸਨੂੰ ਖੁਦ ਨੂੰ ਵੀ ਲੱਗਿਆ ਕਿ ਇਹ ਕੰਮ ਇੰਨਾ ਸੌਖਾ ਨਹੀਂ ਹੈ।

ਇਸਦੇ ਦੋ ਹਫਤਿਆਂ ਪਿੱਛੋਂ ਉਹ ਅੱਪ ਸਟੇਟ ਨਿਊਯਾਰਕ ਦੇ ਕਿਸੇ ਘਰ ਗਈਆਂ। ਇਹ ਘਰ ਵੀ ਕਿਸੇ ਮਲਕੀਤ ਸਿੰਘ ਮੱਲਨ ਨਾਂ ਦੇ ਵਿਅਕਤੀ ਦਾ ਹੀ ਸੀ। ਘਰ 'ਚ ਇੱਕ ਦਰਮਿਆਨੀ ਉਮਰ ਦੀ ਔਰਤ ਸੀ। ਪਰ ਉੱਥੇ ਖਾਮੋਸ਼ੀ ਤੇ ਉਦਾਸੀ ਜਿਹੀ ਛਾਈ ਹੋਈ ਸੀ। ਘਰ ਦੀ ਮਾਲਕਣ ਨੇ ਔਖ ਜਿਹੀ ਮੰਨਦਿਆਂ ਉਨ੍ਹਾਂ ਨੂੰ ਘਰ ਦੇ ਅੰਦਰ ਬੁਲਾ ਲਿਆ। ਪਰ ਜਦੋਂ ਉਸਨੇ ਸੈਫੀ ਦੇ ਚਿਹਰੇ ਵੱਲ ਗੌਹ ਨਾਲ ਵੇਖਿਆ ਤਾਂ ਉਸਦੇ ਦਿਲ 'ਚ ਉਨ੍ਹਾਂ ਲਈ ਨਰਮੀ ਪੈਦਾ ਹੋ ਗਈ। ਸੈਫੀ ਨੇ ਦੱਸਿਆ ਕਿ ਉਹ ਪੰਜਾਬੀ ਕਲਚਰ ਬਾਰੇ ਰੀਸਰਚ ਕਰ ਰਹੀ ਹੈ ਤਾਂ ਉਸ ਔਰਤ ਨੇ ਕਿਹਾ ਕਿ ਉਹ ਸੁਆਲ ਪੁੱਛਦੀ ਜਾਵੇ ਤੇ ਉਹ ਉੱਤਰ ਦਿੰਦੀ ਜਾਊਗੀ। ਸੈਫੀ ਨੇ ਕਈ ਸੁਆਲ ਪੁੱਛੇ ਜਿਸ ਦੇ ਉੱਤਰ ਵੀ ਉਸਨੂੰ ਮਿਲ ਗਏ। ਅਚਾਨਕ ਸੈਫੀ ਦੀ ਨਜ਼ਰ ਕੰਧ 'ਤੇ ਟੰਗੀ ਫੋਟੋ ਵੱਲ ਗਈ। ਉਸਦੇ ਦਿਲ 'ਚ ਆਸ ਜਿਹੀ ਜਾਗੀ। ਉਸਦੇ ਚਿਹਰੇ 'ਤੇ ਰੌਣਕ ਆ ਗਈ। ਉਸਨੇ ਘਰ ਦੀ ਔਰਤ ਦਾ ਧਿਆਨ, ਫੋਟੋ ਵੱਲ ਦੁਆਉਂਦਿਆਂ ਪੁੱਛਿਆ, "ਮੈਮ ਇਹ ਫੋਟੋ ਕਿਸਦੀ ਐ ਜਿਸ ਉੱਪਰ ਹਾਰ ਟੰਗਿਆ ਹੋਇਆ ਐ ?"

"ਮੇਰਾ ਘਰਵਾਲਾ ਸੀ।" ਉਸਨੇ ਉਦਾਸ ਆਵਾਜ਼ 'ਚ ਉੱਤਰ ਦਿੱਤਾ।

"ਸੀ ਮਤਲਬ ?"

"ਉਹ ਛੇ ਕੁ ਮਹੀਨੇ ਪਹਿਲਾਂ ਕਿਸੇ ਐਕਸੀਡੈਂਟ 'ਚ ਮਾਰਿਆ ਗਿਆ।" ਇੰਨਾ ਕਹਿ ਕੇ ਉਹ ਅੱਖਾਂ ਪੂੰਝਣ ਲੱਗੀ। ਸੈਫੀ ਦਾ ਦਿਲ ਅਚਾਨਕ ਉਛਲਿਆ ਤੇ ਉਸਦਾ ਰੋਣ ਨਿਕਲ ਗਿਆ। ਕੈਟਰੀਨਾ ਨੇ ਉਸਨੂੰ ਹੌਂਸਲਾ ਦੇ ਕੇ ਉਠਾਇਆ ਤੇ ਬਾਹਰ ਆ ਗਈ। ਬਾਹਰ ਆ ਕੇ ਸੈਫੀ ਉੱਚੀ ਰੋਣ ਲੱਗੀ। ਕੈਟਰੀਨਾ ਨੇ ਉਸਨੂੰ ਧਰਵਾਸ ਦਿਵਾਇਆ। ਉਸਨੂੰ ਚੁੱਪ ਕਰਾਉਂਦੀ ਉਹ ਕੁਝ ਸੋਚਦੀ ਹੋਈ ਬੋਲੀ, "ਜ਼ਰਾ ਤੂੰ ਮੇਰੇ ਨਾਲ ਤਾਂ ਆ।" ਉਹ ਸੈਫੀ ਦਾ ਹੱਥ ਫੜ੍ਹੀ ਵਾਪਸ ਦਰਵਾਜ਼ੇ 'ਚ ਖੜ੍ਹੀ ਘਰ ਦੀ ਮਾਲਕਣ ਕੋਲ ਆ ਗਈ ਤੇ ਉਸਨੇ ਹੌਲੀ ਜਿਹੀ ਪੁੱਛਿਆ, "ਜੇ ਤੁਸੀਂ ਬੁਰਾ ਨਾ ਮੰਨੋ ਤਾਂ ਕੀ ਦੱਸ ਸਕਦੇ ਓਂ ਕਿ ਤੁਸੀਂ ਮੀਆਂ ਬੀਵੀ ਕਿੰਨਾ ਕੁ ਚਿਰ ਪਹਿਲਾਂ ਪੰਜਾਬ ਤੋਂ ਆ ਕੇ ਇੱਥੇ ਵਸੇ ਓਂ ?"

"ਜੀ ਅਸੀਂ ਦਸ ਸਾਲ ਪਹਿਲਾਂ ਇੱਥੇ ਆਏ ਸੀ।"

"ਜੀ ਧੰਨਵਾਦ।" ਇੰਨਾ ਕਹਿੰਦਿਆਂ ਕੈਟਰੀਨਾ ਨੇ ਸੈਫੀ ਨੂੰ ਨਾਲ ਤੋਰ ਲਿਆ ਤੇ ਬਾਹਰ ਸੜਕ 'ਤੇ ਆ ਕੇ ਬੋਲੀ, "ਇਹ ਉਹ ਨ੍ਹੀਂ ਐ, ਆ ਚੱਲੀਏ।"

ਸੈਫੀ ਵੀ ਉਸਦੀ ਗੱਲ ਸਮਝ ਗਈ ਸੀ। ਉਸ ਨੇ ਆਪਣੇ ਆਪ ਨੂੰ ਸੰਭਾਲਿਆ ਪਰ ਉਦੋਂ ਹੀ ਉਸਨੂੰ ਜ਼ੋਰ ਦੀ ਛਿੱਕ ਆਈ। ਫਿਰ ਉਸਨੇ ਆਪਣੀ ਮਾਂ ਦਾ ਮੋਢਾ ਫੜ੍ਹ ਲਿਆ ਤੇ ਅਗਲੇ ਹੀ ਪਲ ਉਸਨੂੰ ਲਗਾਤਰ ਛਿੱਕਾਂ ਆਉਣ ਲੱਗੀਆਂ। ਅਠਾਰਾਂ ਵੀਹ ਛਿੱਕਾਂ ਮਾਰ ਕੇ ਉਸਨੇ ਮੂੰਹ ਉਤਾਂਹ ਕੀਤਾ ਤੇ ਨੈਪਕਿਨ ਨਾਲ ਚਿਹਰਾ ਮੋਹਰਾ ਸਾਫ ਕਰਨ ਲੱਗੀ। ਉਸਦੇ ਨੱਕ 'ਚੋਂ ਪਾਣੀ ਵਗਣ ਲੱਗ ਪਿਆ ਸੀ। ਨੱਕ ਸਾਫ ਕਰਦੀ ਸੈਫੀ ਨੇ ਆਪਣਾ ਬੈੱਗ ਚੁੱਕਿਆ ਤੇ ਤੁਰਨ ਲਈ ਤਿਆਰ ਹੋਈ। ਉਦੋਂ ਹੀ ਉੱਪਰ ਵੱਲ ਵੇਖਦੀ ਕੈਟਰੀਨਾ ਬੋਲੀ, "ਅਸਮਾਨ 'ਚ ਬੱਦਲ ਵੀ ਇਕੱਠੇ ਹੋ ਰਹੇ ਨੇ ਤੇ ਤੂੰ ਵੀ ਦੱਸ ਈ ਦਿੱਤਾ ਐ ਕਿ ਮੀਂਹ ਆਉਣ ਵਾਲਾ ਐ। ਆ ਛੇਤੀ ਦੇਣੇ ਹੋਟਲ ਪਹੁੰਚੀਏ।"

ਅੱਧੇ ਘੰਟੇ ਬਾਅਦ ਟੈਕਸੀ ਆਈ ਤੇ ਉਨ੍ਹਾਂ ਨੂੰ ਬੈਠਾ ਕੇ ਵਾਪਸ ਮੁੜ ਪਈ। ਪਰ ਰਸਤੇ 'ਚ ਹੀ ਮੀਂਹ ਸ਼ੁਰੂ ਹੋ ਚੁੱਕਿਆ ਸੀ। ਉਸ ਰਾਤ ਉਹ ਹੋਟਲ 'ਚ ਰੁਕੀਆਂ, ਕਿਉਂਕਿ ਅਗਲੇ ਦਿਨ ਉਨ੍ਹਾਂ ਬਾਸਟਨ ਤੋਂ ਤੀਹ ਮੀਲ ਦੂਰ ਇੱਕ ਨਿੱਕੇ ਜਿਹੇ ਸ਼ਹਿਰ ਰਾਇਓਵਿਲ ਜਾਣਾ ਸੀ। ਅਗਲੇ ਦਿਨ ਐਤਵਾਰ ਸੀ ਤੇ ਉਹ ਦੁਪਹਿਰੇ ਹੀ ਰਾਇਓਵਿਲ ਸ਼ਹਿਰ ਵਸਦੇ ਕਿਸੇ ਮਲਕੀਤ ਸਿੰਘ ਮੱਲਨ ਦੇ ਘਰ ਪਹੁੰਚ ਗਈਆਂ। ਸੈਫੀ ਨੇ ਆਉਣ ਦਾ ਕਾਰਨ ਦੱਸਿਆ ਤਾਂ ਘਰ ਦਾ ਮਾਲਕ ਔਖ ਜਿਹੀ ਮੰਨਦਾ ਉਨ੍ਹਾਂ ਨੂੰ ਘਰ ਦੇ ਅੰਦਰ ਲੈ ਗਿਆ। ਕੈਟਰੀਨਾ ਨੇ ਉਸ ਵੱਲ ਹੈਰੂੰ ਜਿਹਾ ਵੇਖਿਆ। ਇੰਨੇ ਨੂੰ ਘਰ ਦੀ ਮਾਲਕਣ ਆ ਗਈ ਜੋ ਕਿ ਮਲਕੀਤ ਸਿੰਘ ਦੀ ਮਾਂ ਸੀ। ਥੋੜ੍ਹੀ ਬਹੁਤ ਗੱਲਬਾਤ ਹੋਈ ਤੇ ਕੈਟਰੀਨਾ ਨੇ ਉਸਦੀ ਮਾਂ ਨੂੰ ਪੁੱਛਿਆ ਕਿ ਕੀ ਉਹ ਉਸਦੀ ਨੂੰਹ ਨੂੰ ਮਿਲ ਸਕਦੀ ਹੈ। ਮਾਂ ਨੇ ਨਾਂਹ 'ਚ ਸਿਰ ਮਾਰਦਿਆਂ ਕਿਹਾ ਕਿ ਉਸਦੇ ਪੁੱਤਰ ਨੇ ਵਿਆਹ ਨਹੀਂ ਕਰਵਾਇਆ। ਇਸ ਤੋਂ ਪਹਿਲਾਂ ਕਿ ਕੈਟਰੀਨਾ ਇਸਦਾ ਕਾਰਨ ਪੁੱਛਦੀ, ਉਸਨੇ ਮਲਕੀਤ ਸਿੰਘ ਵੱਲ ਧਿਆਨ ਨਾਲ ਵੇਖਿਆ। ਉਹ ਹੋਰ ਈ ਤਰ੍ਹਾਂ ਮਟਕ ਮਟਕ ਕੇ ਤੁਰਦਾ ਤੇ ਲੱਕ ਜਿਹਾ ਹਿਲਾਉਂਦਾ ਉਨ੍ਹਾਂ ਵਾਸਤੇ ਜੂਸ ਲੈ ਕੇ ਆਇਆ।

ਉਸਦੇ ਮਜਾਜਣਾਂ ਵਰਗੇ ਤੌਰ ਤਰੀਕੇ ਵੇਖ ਕੇ ਕੈਟਰੀਨਾ ਨੇ ਸੈਫੀ ਨੂੰ ਇਸ਼ਾਰਾ ਕੀਤਾ। ਉਹ ਬਿਨਾਂ ਜੂਸ ਪੀਤਿਆਂ ਹੀ ਉੱਠ ਖੜ੍ਹੀਆਂ ਹੋਈਆਂ ਤੇ ਘਰੋਂ ਬਾਹਰ ਨਿਕਲ ਗਈਆਂ।

ਰਾਤ ਨੂੰ ਉਹ ਵਾਪਸ ਵਰਜੀਨੀਆਂ ਮੁੜ ਆਈਆਂ। ਦੋ ਹਫਤੇ ਲੰਘ ਗਏ ਉਨ੍ਹਾਂ ਵਿਚਕਾਰ ਇਸ ਵਿਸ਼ੇ 'ਤੇ ਗੱਲ ਨਾ ਹੋਈ। ਸੈਫੀ ਡਾਅਢੀ ਉਦਾਸ ਸੀ। ਹਾਲ ਤਾਂ ਕੈਟਰੀਨਾ ਦਾ ਵੀ ਇਹੀ ਸੀ ਪਰ ਉਸ ਨੇ ਆਪਣੀਆਂ ਭਾਵਨਾਵਾਂ ਦਾ ਸੈਫੀ ਤੋਂ ਉਹਲਾ ਰੱਖਿਆ ਹੋਇਆ ਸੀ। ਇਸੇ ਤਰ੍ਹਾਂ ਮਹੀਨਾ ਲੰਘ ਗਿਆ। ਅੱਗੇ ਛੁੱਟੀਆਂ ਆ ਗਈਆਂ ਤੇ ਉਹ ਫਿਰ ਤੋਂ ਆਪਣੀ ਮੁਹਿਮ 'ਤੇ ਤੁਰ ਪਈਆਂ। ਇਸ ਟੂਰ ਦਰਮਿਆਨ ਉਹ ਤਿੰਨ ਘਰਾਂ 'ਚ ਗਈਆਂ ਪਰ ਉਨ੍ਹਾਂ ਦੀ ਭਾਲ ਦਾ ਕੋਈ ਨਤੀਜਾ ਨਾ ਨਿਕਲਿਆ। ਉਹ ਵਾਪਸ ਮੁੜ ਆਈਆਂ। ਲੱਗਦਾ ਸੀ ਕਿ ਦੋਨੋਂ ਹੀ ਇਸ ਕੰਮ ਤੋਂ ਥੱਕ ਚੁੱਕੀਆਂ ਹਨ। ਕੈਟਰੀਨਾ ਨੂੰ ਲੱਗਣ ਲੱਗਿਆ ਕਿ ਸੈਫੀ 'ਤੇ ਫਿਰ ਤੋਂ ਮਾਨਸਿਕ ਰੋਗ ਭਾਰੂ ਹੋ ਜਾਵੇਗਾ। ਉਹ ਲਾਚਾਰ ਜਿਹੀ ਸੀ ਪਰ ਉਸਨੇ ਅਜੇ ਉਮੀਦ ਨਹੀਂ ਛੱਡੀ ਸੀ।

ਇੱਕ ਦਿਨ ਕੈਟਰੀਨਾ ਨੇ ਸੈਫੀ ਨੂੰ ਦੱਸਿਆ ਕਿ ਅਗਲੇ ਹਫਤੇ ਉਹ ਕੈਲੀਫੋਰਨੀਆਂ ਦੇ ਕਿਸੇ ਛੋਟੇ ਜਿਹੇ ਕਸਬੇ, ਕਰੱਦਰਜ਼ ਜਾਣਗੀਆਂ। ਉਸਨੂੰ ਪਤਾ ਲੱਗਿਆ ਹੈ ਕਿ ਉੱਥੇ ਵੀ ਇਸ ਨਾਂ ਦਾ ਕੋਈ ਵਿਅਕਤੀ ਹੈ। ਸੈਫੀ ਨੇ ਬਿਨਾਂ ਕਿਸੇ ਉਤਸ਼ਾਹ ਦੇ ਹਾਂ ਕਹਿ ਦਿੱਤੀ। ਐਤਵਾਰ ਦੇ ਦਿਨ ਉਨ੍ਹਾਂ ਡਲਸ ਏਅਰਪੋਰਟ ਤੋਂ ਫਲਾਈਟ ਲਈ ਤੇ ਤਕਰੀਬਨ ਛੇ ਘੰਟੇ ਦਾ ਹਵਾਈ ਸਫਰ ਕਰਕੇ ਉਹ ਸਨਹੋਜ਼ੇ ਪਹੁੰਚੀਆਂ। ਅੱਗੇ ਉਨ੍ਹਾਂ ਕਾਰ ਕਿਰਾਏ 'ਤੇ ਲੈਂਦਿਆਂ ਕਰੱਦਰਜ਼ ਸ਼ਹਿਰ ਦਾ ਰੁਖ ਕੀਤਾ। ਘੰਟੇ ਭਰ ਦੇ ਸਫਰ ਪਿੱਛੋਂ ਉਹ ਕਰੱਦਰਜ਼ ਕਸਬੇ ਦੇ ਬਾਹਰਵਾਰ ਕਿਸੇ ਅੰਗੂਰਾਂ ਦੇ ਬਾਗ ਵਾਲੇ ਫਾਰਮ 'ਤੇ ਬੈਠੀਆਂ ਸਨ। ਘਰ ਵਾਲਿਆਂ ਨੇ ਉਨ੍ਹਾਂ ਦੀ ਚੰਗੀ ਆਉ ਭਗਤ ਕੀਤੀ। ਸੈਫੀ ਨੇ ਆਪਣੇ ਆਉਣ ਦਾ ਕਾਰਨ ਦੱਸਿਆ ਤਾਂ ਸਾਹਮਣੇ ਬੈਠਾ ਪਚੱਤਰ ਕੁ ਸਾਲਾਂ ਦਾ ਬਜ਼ੁਰਗ ਹੈਰਾਨ ਹੋ ਕੇ ਉਨ੍ਹਾਂ ਵੱਲ ਝਾਕਿਆ ਕਿ ਇਨ੍ਹਾਂ ਨੂੰ ਪੰਜਾਬੀਅਤ ਬਾਰੇ ਰੀਸਰਚ ਕਰਨ ਇੰਨੀ ਦੂਰ ਆਉਣ ਦੀ ਕੀ ਲੋੜ ਸੀ। ਗੱਲਾਂ-ਗੱਲਾਂ 'ਚ ਕੈਟਰੀਨਾ ਨੇ ਬਜ਼ੁਰਗ ਨੂੰ ਮਲਕੀਤ ਸਿੰਘ ਮੱਲਨ ਬਾਰੇ ਪੁੱਛਿਆ ਤਾਂ ਬਜ਼ੁਰਗ ਬੋਲਿਆ ਕਿ ਇਹ ਨਾਂ ਉਸੇ ਦਾ ਹੀ ਹੈ। ਕੈਟਰੀਨਾ ਬਜ਼ੁਰਗ ਦੀ ਉਮਰ ਵੇਖਦੀ ਬੇਆਸ ਹੋਈ ਹੇਠਾਂ ਵੱਲ ਵੇਖਣ ਲੱਗੀ। ਇਸ ਹਰ ਰੋਜ਼ ਦੀ ਭੱਜ-ਦੌੜ ਤੋਂ ਅੱਕੀ ਸੈਫੀ ਦਾ ਰੋਣ ਨਿਕਲ ਗਿਆ। ਬਜ਼ੁਰਗ ਹਮਦਰਦੀ ਨਾਲ ਰੋਂਦੀ ਹੋਈ ਸੈਫੀ ਵੱਲ ਵੇਖਦਾ ਬੋਲਿਆ, "ਮੇਰੀ ਬੱਚੀ ਤੈਨੂੰ ਕੀ ਹੋ ਗਿਆ ? ਕੀ ਮੈਂ ਤੇਰੀਆਂ ਭਾਵਨਾਵਾਂ ਨੂੰ ਕੋਈ ਤਕਲੀਫ ਪਹੁੰਚਾਈ ਐ ?"

"ਨ੍ਹੀਂ ਸਰ, ਇਹ ਗੱਲ ਨ੍ਹੀਂ ਐ। ਮੈਂ ਤਾਂ ਇਸ ਗੱਲੋਂ ਦੁੱਖੀ ਆਂ ਕਿ....।" ਅਗਾਂਹ ਉਸ ਤੋਂ ਬੋਲ ਨਾ ਹੋਇਆ। ਬਜ਼ੁਰਗ ਸਮਝ ਗਿਆ ਕਿ ਗੱਲ ਕੋਈ ਹੋਰ ਹੈ। ਉਸਨੇ ਪਿਆਰ ਨਾਲ ਸੈਫੀ ਦਾ ਮੋਢਾ ਪਲੋਸਦਿਆਂ ਉਸਨੂੰ ਆਪਣੀ ਸਮੱਸਿਆ ਦੱਸਣ ਨੂੰ ਕਿਹਾ।

"ਸਰ ਮੈਂ ਇਸ ਨਾਂ ਦੇ ਵਿਅਕਤੀ ਨੂੰ ਲੱਭਦੀ ਥੱਕ ਚੁੱਕੀ ਆਂ।" ਉਸਦੇ ਹੰਝੂ ਵਹਿਣ ਲੱਗੇ।

"ਉਹ ਕਿਉਂ ?

"ਕਿਉਂਕਿ ਉਹ ਮੇਰਾ ਡੈਡ ਐ ਪਰ ਮੈਂ ਉਸਨੂੰ ਕਦੇ ਨ੍ਹੀਂ ਵੇਖਿਆ। ਬਸ ਸਿਰਫ

ਇੰਨਾ ਈ ਪਤਾ ਐ ਕਿ ਉਸਦਾ ਨਾਂ ਮਲਕੀਤ ਸਿੰਘ ਮੱਲਨ ਐ ਤੇ ਉਹ ਪੰਜਾਬ ਦਾ ਜੰਮਪਲ ਐ।" ਰੋਂਦੀ ਹੋਈ ਸੈਫੀ ਬੋਲੀ।

"ਪਰ ਮਿਸ ਕੈਟਰੀਨਾ, ਤੂੰ ਤਾਂ ਉਸਦੇ ਬਾਰੇ ਜਾਣਦੀ ਈ ਹੋਵੇਂਗੀ। ਉਸਦਾ ਕੋਈ ਥੌਹ ਪਤਾ, ਕੋਈ ਟਿਕਾਣਾ, ਉਸਦਾ ਕੋਈ ਦੋਸਤ ਮਿੱਤਰ ਜਾਂ ਰਿਸ਼ਤੇਦਾਰ ਬਗੈਰਾ। ਤੇਰੇ ਲਈ ਤਾਂ ਇਹ ਕੰਮ ਔਖਾ ਨ੍ਹੀਂ ਹੋਣਾ ਚਾਹੀਦਾ।" ਕੈਟਰੀਨਾ ਵੱਲ ਵੇਖਦਾ ਬਜ਼ੁਰਗ ਬੋਲਿਆ।

"ਸਰ ਮੇਰੀ ਵੀ ਇਹੀ ਮੁਸ਼ਕਲ ਐ ਕਿ ਮੈਂ ਵੀ ਉਸਨੂੰ ਕਦੇ ਨ੍ਹੀਂ ਵੇਖਿਆ। ਕੀ ਦੱਸਾਂ ....।" ਕੈਟਰੀਨਾਂ ਦੀਆਂ ਵੀ ਅੱਖਾਂ ਭਰ ਆਈਆਂ। ਬਜ਼ੁਰਗ ਨੇ ਹੋਰ ਹੀ ਤਰ੍ਹਾਂ ਉਸ ਵੱਲ ਵੇਖਿਆ। ਪਰ ਅਗਲੇ ਹੀ ਪਲ ਉਹ ਇਹ ਸੋਚਦਾ ਹੋਇਆ ਸੰਭਲ ਗਿਆ ਕਿ ਇਹ ਇਸਦੀ ਨਿੱਜੀ ਜ਼ਿੰਦਗੀ ਹੈ। ਮੈਂ ਇਸ ਗੱਲ ਤੋਂ ਕੀ ਲੈਣਾ ਹੈ ਤੇ ਇਸ ਵੇਲੇ ਇਹ ਮੇਰੀਆਂ ਮਹਿਮਾਨ ਹਨ। ਫਿਰ ਉਹ ਸੈਫੀ ਵੱਲ ਗੌਹ ਨਾਲ ਝਾਕਿਆ ਤੇ ਉਸਦੇ ਕੋਮਲ ਨੈਣ ਨਕਸ਼ਾਂ ਅਤੇ ਕਣਕਵੰਨੇ ਚਿਹਰੇ ਵੱਲ ਨਿਹਾਰਦਾ ਸਹਿਜ ਹੋ ਗਿਆ। ਕੁਝ ਪਲ ਸੋਚਦਿਆਂ ਉਸਨੇ ਗੱਲ ਤੋਰੀ, "ਵੇਖੋ ਉਂਝ ਤਾਂ ਇਸ ਨਾਂ ਵਾਲੇ ਬਹੁਤ ਹੋਣਗੇ। ਪਰ ਜਿਵੇਂ ਤੁਸੀਂ ਭਾਲ ਕਰ ਰਹੀਆਂ ਓਂ, ਲੱਗਦਾ ਐ ਕਿ ਇਸ ਤਰ੍ਹਾਂ ਤੁਹਾਡੀ ਭਾਲ ਛੇਤੀ ਪੂਰੀ ਹੋਜੂਗੀ। ਬੱਸ ਤੁਸੀਂ ਆਪਣਾ ਕੰਮ ਜਾਰੀ ਰੱਖੋ। ਵੈਸੇ ਵੀ ਸਾਡੇ ਧਰਮ 'ਚ ਕਿਹਾ ਜਾਂਦਾ ਐ ਕਿ ਲੱਭੇ ਤੋਂ ਤਾਂ ਰੱਬ ਵੀ ਮਿਲ ਪੈਂਦਾ ਐ ਤੇ ਇਹ ਤਾਂ ਫਿਰ ਵੀ ਇਨਸਾਨ ਐਂ। ਨਾਲੇ ਮੈਂ ਤੁਹਾਨੂੰ ਇੱਕ ਸੁਝਾਅ ਹੋਰ ਦੇਊਂਗਾ, ਕਿ ਤੁਸੀਂ ਕਨੇਡਾ ਵਿੱਚ ਵੀ ਪਤਾ ਕਰੋ। ਸਾਡੇ ਕਾਫੀ ਲੋਕ ਇੱਥੋਂ ਉੱਧਰ ਜਾ ਕੇ ਵੀ ਸੈੱਟ ਹੋ ਜਾਂਦੇ ਨੇ।"

ਬਜ਼ੁਰਗ ਦੀਆਂ ਗੱਲਾਂ ਤੋਂ ਉਨ੍ਹਾਂ ਨੂੰ ਬਹੁਤ ਧਰਵਾਸ ਮਿਲਿਆ। ਉਹ ਤੁਰਨ ਲਈ ਖੜ੍ਹੀਆਂ ਹੋਈਆਂ ਤਾਂ ਬਜ਼ੁਰਗ ਨੇ ਉਨ੍ਹਾਂ ਨੂੰ ਰੋਟੀ ਖਾ ਕੇ ਜਾਣ ਲਈ ਮਨਾ ਲਿਆ। ਖਾਣਾ ਲੱਗ ਗਿਆ ਤੇ ਉਹ ਖਾਣੇ ਦੇ ਟੇਬਲ ਵੱਲ ਜਾਣ ਲਈ ਉੱਠੇ। ਉਦੋਂ ਹੀ ਸੈਫੀ ਨੂੰ ਜ਼ੋਰ ਦੀ ਛਿੱਕ ਆਈ। ਬਜ਼ੁਰਗ ਨੇ 'ਗਾਡ ਬਲੈੱਸ ਯੂ' ਕਿਹਾ ਹੀ ਸੀ ਕਿ ਸੈਫੀ ਨੇ ਉਸਦੀ ਬਾਂਹ ਫੜ੍ਹ ਕੇ ਉਸਦਾ ਸਹਾਰਾ ਲਿਆ ਤੇ ਉਦੋਂ ਨੂੰ ਛਿੱਕਾਂ ਦੀ ਝੜੀ ਲੱਗ ਚੁੱਕੀ ਸੀ। ਪੰਦਰਾਂ ਕੁ ਛਿੱਕਾਂ ਮਾਰ ਕੇ ਉਹ ਰੁਕੀ। ਫਿਰ ਅਗਲੇ ਹੀ ਪਲ ਉਸਨੂੰ ਦਸ ਬਾਰਾਂ ਛਿੱਕਾਂ ਹੋਰ ਆਈਆਂ। ਉਦੋਂ ਨੂੰ ਕੈਟਰੀਨਾ ਵੀ ਨੇੜੇ ਹੋ ਗਈ। ਸੈਫੀ ਆਪਣੇ ਆਪ ਨੂੰ ਸੰਭਾਲਣ ਲੱਗੀ ਤਾਂ ਬਜ਼ੁਰਗ ਉਸਨੂੰ ਨੈਪਕਿਨ ਫੜਾਉਂਦਾ ਬੋਲਿਆ, "ਬੇਟੀ ਕੀ ਤੂੰ ਬਿਮਾਰ ਐਂ ?"

ਇਸ ਦੇ ਜੁਆਬ 'ਚ ਕੈਟਰੀਨਾ ਨੇ ਸੈਫੀ ਦੀ ਛਿੱਕਾਂ ਦੀ ਸਾਰੀ ਕਹਾਣੀ ਖੋਲ੍ਹ ਕੇ ਸੁਣਾ ਦਿੱਤੀ। ਬਜ਼ੁਰਗ ਹੈਰਾਨ ਹੁੰਦਾ ਉਤਸ਼ਾਹ ਜਿਹੇ ਨਾਲ ਸੈਫੀ ਵੱਲ ਵੇਖਦਾ ਰਿਹਾ। ਫਿਰ ਉਸਦੇ ਸਿਰ 'ਤੇ ਹੱਥ ਫੇਰਦਾ ਬੋਲਿਆ, "ਤੂੰ ਤਾਂ ਕੁਦਰਤ ਦੀ ਧੀ ਐਂ। ਤੇਰੀ ਭਾਲ ਜ਼ਰੂਰ ਪੂਰੀ ਹੋਊਗੀ। ਮੇਰੀ ਗੱਲ ਯਾਦ ਰੱਖੀਂ, ਕੁਦਰਤ ਈ ਤੇਰੀ ਮੱਦਦ ਕਰੂਗੀ। ਬਸ ਹੌਂਸਲਾ ਨਾ ਹਾਰੀਂ।"

ਖਾਣਾ ਖਾ ਕੇ ਵਾਪਸ ਮੁੜਨ ਲਈ ਉਹ ਕਾਰ 'ਚ ਬੈਠੀਆਂ ਤਾਂ ਉਦੋਂ ਤੱਕ ਮੀਂਹ ਵੀ ਸ਼ੁਰੂ ਹੋ ਚੁੱਕਿਆ ਸੀ। ਏਅਰਪੋਰਟ ਪਹੁੰਚ ਕੇ, ਫਲਾਈਟ ਲੈਂਦੀਆਂ ਉਹ ਵਰਜੀਨੀਆਂ ਵਾਪਸ ਮੁੜ ਆਈਆਂ। ਹੁਣ ਕੈਟਰੀਨਾ ਨੂੰ ਲੱਗਿਆ ਕਿ ਉਸ ਬਜ਼ੁਰਗ ਦੀ ਗੱਲ ਮੰਨ ਕੇ ਹੀ ਚੱਲਿਆ ਜਾਵੇ। ਉਸ ਨੇ ਆਪਣੀ ਭਾਲ 'ਚ ਕਨੇਡਾ ਵੀ ਸ਼ਾਮਲ ਕਰ ਲਿਆ। ਬਲਕਿ ਅੱਗੇ

ਦੀ ਭਾਲ ਉਨ੍ਹਾਂ ਕਨੇਡਾ ਤੋਂ ਹੀ ਸ਼ੁਰੂ ਕਰਨ ਬਾਰੇ ਸੋਚਿਆ। ਗਰਮੀਆਂ ਦੀਆਂ ਛੁੱਟੀਆਂ 'ਚ ਉਹ ਕਨੇਡਾ ਦੇ ਟਰੌਂਟੋ ਸ਼ਹਿਰ ਚਲੀਆਂ ਗਈਆਂ। ਫੋਨ ਬੁੱਕ ਲੈ ਕੇ ਉਨ੍ਹਾਂ ਆਪਣੀ ਭਾਲ ਸ਼ੁਰੂ ਕੀਤੀ। ਪਰ ਉਨ੍ਹਾਂ ਨਾਲ ਉਹੀ ਕੁਝ ਹੋਇਆ ਜੋ ਕਿ ਅਮਰੀਕਾ ਵਿੱਚ ਹੋਇਆ ਸੀ। ਕਿਧਰੇ ਇਸ ਨਾਂ ਵਾਲਾ ਬੰਦਾ ਛੋਟੀ ਉਮਰ ਦਾ ਹੁੰਦਾ ਤੇ ਕਿਧਰੇ ਬਜ਼ੁਰਗ। ਅਸਲੀ ਬੰਦੇ ਦਾ ਉਨ੍ਹਾਂ ਨੂੰ ਕੋਈ ਥੋਹ ਟਿਕਾਣਾ ਨਾ ਲੱਭਿਆ। ਆਖਰ ਛੁੱਟੀਆਂ ਮੁੱਕ ਗਈਆਂ ਤੇ ਉਹ ਥੱਕੀਆਂ ਹਾਰੀਆਂ ਆਪਣੇ ਹੋਟਲ ਮੁੜ ਆਈਆਂ। ਸੈਫੀ ਹੱਦੋਂ ਵੱਧ ਉਦਾਸ ਸੀ। ਕੈਟਰੀਨਾ ਦੇ ਬੁਲਾਉਣ 'ਤੇ ਉਸਨੇ ਨਜ਼ਰਾਂ ਚੁੱਕ ਕੇ ਉਸ ਵੱਲ ਵੇਖਿਆ।

"ਵੇਖ ਮੇਰੀ ਧੀ ਮੈਂ ਤੇਰੀ ਉਦਾਸੀ ਸਮਝਦੀ ਆਂ। ਤੂੰ ਦਿਲ ਨਾ ਛੱਡ ਤੇ....।"

"ਨਹੀਂ ਮਾਮ....ਬਸ ਹੁਣ ਹੋਰ ਨ੍ਹੀਂ....।" ਸੈਫੀ ਨੇ ਮਾਂ ਦੀ ਗੱਲ ਵਿਚਕਾਰ ਹੀ ਕੱਟ ਦਿੱਤੀ। ਉਸਨੂੰ ਇੱਕਦਮ ਗੁੱਸਾ ਚੜ੍ਹਿਆ। ਕੁਝ ਪਲ ਉਹ ਭਰੀ ਪੀਤੀ ਖੜ੍ਹੀ ਰਹੀ ਤੇ ਫਿਰ ਮਾਂ ਵੱਲ ਵੇਖਦੀ ਬੋਲੀ, "ਇਹ ਬਹੁਤ ਮੁਸ਼ਕਲ ਐ। ਇਸ ਭਰੀ ਦੁਨੀਆਂ 'ਚ ਕੀ ਪਤਾ ਐ ਕਿ ਮੇਰਾ ਪਿਉ ਕਿੱਥੇ ਬੈਠਾ ਐ। ਮੈਂ ਹੋਰ ਭਾਲ ਨਹੀਂ ਕਰਨੀ। ਮੈਥੋਂ ਹੁਣ ਹੋਰ ਤਕਲੀਫ ਨ੍ਹੀਂ ਝੱਲੀ ਜਾ ਸਕਦੀ। ਮੈਂ ਇਵੇਂ ਹੀ ਠੀਕ ਆਂ।"

ਫਿਰ ਉਸਨੇ ਆਪਣੀ ਕਾਪੀ ਕੱਢੀ ਤੇ ਉਸਨੂੰ ਫਾੜਨ ਲੱਗ ਪਈ। ਕੈਟਰੀਨਾ ਨੇ ਉਸਨੂੰ ਰੋਕਣਾ ਚਾਹਿਆ ਤਾਂ ਉਸਨੇ ਉਸ ਕੋਲੋਂ ਵੀ ਉਸਦੀ ਉਹ ਕਾਪੀ ਫੜ ਲਈ ਜਿਸ ਵਿੱਚ ਕੈਟਰੀਨਾ ਨੇ ਹੁਣ ਤੱਕ ਦੇ ਮਿਲੇ ਬੰਦਿਆਂ ਬਾਰੇ ਲਿਖਿਆ ਸੀ ਜਾਂ ਕਈਆਂ ਹੋਰਾਂ ਦੇ ਨਾਂ ਪਤੇ ਨੋਟ ਕੀਤੇ ਹੋਏ ਸਨ। ਸੈਫੀ ਨੇ ਸਭ ਕੁਝ ਫਾੜ ਕੇ ਕੂੜੇ ਵਿੱਚ ਸੁੱਟ ਦਿੱਤਾ। ਫਿਰ ਉਹ ਬਾਰੀ ਕੋਲ ਖੜ੍ਹੋ ਕੇ ਬਾਹਰ ਵੱਲ ਵੇਖਣ ਲੱਗੀ। ਕੁਝ ਦੇਰ ਪਿੱਛੋਂ, ਸ਼ਾਂਤ ਹੋਣ ਉਪਰੰਤ ਉਹ ਮਾਂ ਨੂੰ ਮੁਖਾਬਤ ਹੋਈ, "ਵੇਖ ਮਾਮ, ਤੈਨੂੰ ਮੇਰੀ ਇੱਕ ਗੱਲ ਮੰਨਣੀ ਪਊਗੀ। ਅੱਜ ਤੋਂ ਬਾਅਦ ਆਪਾਂ ਕਦੇ ਵੀ ਇਸ ਵਿਸ਼ੇ 'ਤੇ ਗੱਲ ਨ੍ਹੀਂ ਕਰਨੀ। ਬਸ ਇਹ ਕਿੱਸਾ ਇੱਥੇ ਈ ਖਤਮ ਐ।"

ਕੈਟਰੀਨਾ ਕੁਝ ਨਾ ਬੋਲੀ। ਉਹ ਵੇਖ ਰਹੀ ਸੀ ਕਿ ਸੈਫੀ ਮੁੜ ਮਾਨਸਿਕ ਬਿਮਾਰੀ ਦਾ ਸ਼ਿਕਾਰ ਹੋਣਾ ਸ਼ੁਰੂ ਹੋ ਗਈ ਹੈ। ਉਸ ਨੇ ਉਸਦੇ ਮੋਢੇ 'ਤੇ ਹੱਥ ਰੱਖਦਿਆਂ ਜਾਣ ਲਈ ਤਿਆਰ ਹੋਣ ਨੂੰ ਕਿਹਾ। ਦੁਪਹਿਰ ਢਲੇ ਉਹ ਬੈਗ ਚੁੱਕੀ ਹੇਠਾਂ ਆਈਆਂ ਤੇ ਹੋਟਲ ਦੀ ਵੈਨ 'ਚ ਬਹਿੰਦੀਆਂ, ਪੀਅਰਸਨ ਇੰਟਰਨੈਸ਼ਨਲ ਏਅਰਪੋਰਟ ਟਰੌਂਟੋ ਨੂੰ ਚੱਲ ਪਈਆਂ। ਵੈਨ ਨੇ ਉਨ੍ਹਾਂ ਨੂੰ ਏਅਰਪੋਰਟ 'ਤੇ ਉਤਾਰ ਦਿੱਤਾ ਤੇ ਉਹ ਆਪਣੇ ਬੈਗ ਧੂੰਹਦੀਆਂ ਅੰਦਰ ਨੂੰ ਜਾਣ ਲੱਗੀਆਂ। ਸਾਹਮਣੇ ਹੀ ਟੈਕਸੀਆਂ ਦੀ ਲਾਈਨ ਲੱਗੀ ਹੋਈ ਸੀ ਜੋ ਕਿ ਆਉਣ ਵਾਲੀਆਂ ਸਵਾਰੀਆਂ ਨੂੰ ਉਡੀਕ ਰਹੀਆਂ ਸਨ। ਪੰਜਾਬੀ ਡਰਾਈਵਰ ਪੰਜ ਪੰਜ, ਚਾਰ ਚਾਰ ਦੇ ਝੁੰਡਾਂ 'ਚ ਖੜ੍ਹੇ ਗੱਲੀਂ ਰੁੱਝੇ ਹੋਏ ਸਨ। ਉਨ੍ਹਾਂ ਦੇ ਕੋਲ ਦੀ ਲੰਘਣ ਲੱਗਿਆਂ ਸੈਫੀ ਨੂੰ ਜ਼ੋਰ ਦੀ ਛਿੱਕ ਆਈ। ਉਹ ਸਮਝ ਗਈ ਕਿ ਹੁਣ ਛਿੱਕਾਂ ਦੀ ਝੜੀ ਲੱਗੂਗੀ। ਉਹ ਬੈਗ ਪਾਸੇ ਰੱਖਦੀ ਥਮਲੇ ਨੂੰ ਹੱਥ ਪਾ ਕੇ ਖੜ੍ਹ ਗਈ। ਫਿਰ ਉਸਨੂੰ ਲਗਾਤਾਰ ਦਸ ਬਾਰਾਂ ਛਿੱਕਾਂ ਆਈਆਂ। ਉਸਨੇ ਜ਼ਰਾ ਕੁ ਸੰਭਲਦਿਆਂ ਨੱਕ ਸਾਫ ਕੀਤਾ ਹੀ ਸੀ ਕਿ ਛਿੱਕਾਂ ਫਿਰ ਤੋਂ ਸ਼ੁਰੂ ਹੋ ਗਈਆਂ। ਇਸ ਵਾਰ ਉਸਨੂੰ ਅਠਾਰਾਂ ਬੀਹ ਛਿੱਕਾਂ ਆਈਆਂ। ਉਸਦਾ ਸਿਰ ਚਕਰਾ ਗਿਆ। ਇੱਧਰ ਉੱਧਰ ਖੜ੍ਹੇ ਲੋਕ ਉਸ ਵੱਲ ਝਾਕਣ ਲੱਗੇ। ਕੈਟਰੀਨਾ ਉਸਦੇ ਕੋਲ ਆਈ ਤੇ ਉਸਨੂੰ ਸੰਭਲਣ 'ਚ ਮੱਦਦ

ਕਰਨ ਲੱਗੀ। ਨੱਕ ਸਾਫ ਕਰਕੇ ਸੈਫੀ ਨੇ ਮੂੰਹ ਉਤਾਂਹ ਚੁੱਕਿਆ ਹੀ ਸੀ ਕਿ ਉਸਦੇ ਕੰਨੀ ਉਸੇ ਵਾਂਗੂੰ ਹੀ ਕਿਸੇ ਦੀਆਂ ਉੱਚੀ ਉੱਚੀ ਵੱਜਦੀਆਂ ਛਿੱਕਾਂ ਪੈਣ ਲੱਗੀਆਂ। ਕੋਈ ਛਿੱਕਾਂ ਮਾਰਦਾ ਟੈਕਸੀ ਡਰਾਈਵਰ ਆਪਣੀ ਟੈਕਸੀ 'ਚੋਂ ਬਾਹਰ ਨਿਕਲ ਆਇਆ ਤੇ ਤਾਕੀ ਨੂੰ ਹੱਥ ਪਾ ਕੇ ਖੜ੍ਹੋ ਗਿਆ। ਸੈਫੀ ਨੇ ਉਸ ਵੱਲ ਨਜ਼ਰਾਂ ਗੱਡ ਕੇ ਵੇਖਿਆ। ਉਹ ਅਜੇ ਪੂਰੀ ਤਰ੍ਹਾਂ ਸੰਭਲਿਆ ਵੀ ਨਹੀਂ ਸੀ ਕਿ ਉਸਦੀਆਂ ਛਿੱਕਾਂ ਫਿਰ ਤੋਂ ਸ਼ੁਰੂ ਹੋ ਗਈਆਂ। ਲਗਾਤਾਰ ਉਸਨੇ ਵੀਹ ਛਿੱਕਾਂ ਮਾਰੀਆਂ। ਫਿਰ ਉਹ ਨੈਪਕਿਨ ਨਾਲ ਮੂੰਹ ਸਾਫ ਕਰਨ ਲੱਗਿਆ। ਸੈਫੀ ਟਿਕਟਿਕੀ ਬੰਨ੍ਹੀ ਉਸੇ ਵੱਲ ਵੇਖ ਰਹੀ ਸੀ। ਇੰਨੇ ਨੂੰ ਸੈਫੀ ਦੇ ਕੰਨੀ ਪਿੱਛੋਂ ਕਿਸੇ ਟੈਕਸੀ ਡਰਾਈਵਰ ਦੇ ਬੋਲ ਪਏ। ਉਹ ਹੱਸਦਾ ਹੋਇਆ ਉੱਚੀ ਬੋਲਿਆ ਸੀ, "ਹੁਣ ਮੀਂਹ ਆਇਆ ਲਉ। ਮਲਕੀਤ ਨੇ ਸਿਗਨਲ ਦੇ ਦਿੱਤਾ ਐ।"

"ਹੈਂ! ਇਹ ਕੀ ?" ਜਿਉਂ ਹੀ ਸੈਫੀ ਨੇ ਕਿਸੇ ਦੁਆਰਾ ਬੋਲਿਆ ਗਿਆ ਮਲਕੀਤ ਨਾਂ ਤੇ ਬਾਕੀ ਗੱਲ ਸੁਣੀ ਤਾਂ ਉਹ ਛਿੱਕਾਂ ਮਾਰਨ ਵਾਲੇ ਵੱਲ ਹੋਰ ਵੀ ਗੌਹ ਨਾਲ ਝਾਕੀ। ਉਸਦੇ ਅੰਦਰ ਬਿਜਲੀ ਜਿਹੀ ਕੌਂਧੀ ਤੇ ਉਹ ਦੋ ਤਿੰਨ ਕਦਮਾਂ ਪੁੱਟਦੀ ਉਸਦੇ ਬਿਲਕੁਲ ਸਾਹਮਣੇ ਜਾ ਖੜ੍ਹੀ। ਛਿੱਕਾਂ ਮਾਰਨ ਵਾਲਾ ਵੀ ਠਠੰਬਰ ਗਿਆ। ਉਸਨੇ ਮਨ 'ਚ ਸੋਚਿਆ, 'ਹੈਂ! ਇਹ ਬਿਲੁਕਲ ਮੇਰੀ ਆਪਣੀ ਹੀ ਧੀ ਦਾ ਰੂਪ ਕੁੜੀ ਕੌਣ ਹੋਈ।' ਉਹ ਵੀ ਧਿਆਨ ਨਾਲ ਵੇਖਦਾ ਸੈਫੀ ਦੇ ਹੋਰ ਨੇੜੇ ਹੋ ਗਿਆ। ਸੈਫੀ ਮਨ ਹੀ ਮਨ ਉਸਦੇ ਨੈਣ ਨਕਸ਼ਾਂ ਦਾ ਆਪਣੇ ਚਿਹਰੇ ਨਾਲ ਮਿਲਾਪ ਕਰ ਰਹੀ ਸੀ। ਫਿਰ ਅਚਾਨਕ ਸੈਫੀ ਦੇ ਅੰਦਰੋਂ ਆਵਾਜ਼ ਆਈ, 'ਇਹੀ ਐ ਉਹ ਜਿਸ ਨੂੰ ਤੂੰ ਮੁੱਦਤਾਂ ਤੋਂ ਭਾਲ ਰਹੀ ਐਂ। ਇਹੀ ਐ ਤੇਰਾ ਪਿਉ।" ਸੈਫੀ ਨੇ ਬੈਗ ਪਾਸੇ ਸੁੱਟਦਿਆਂ ਉਸਦੇ ਲੱਕ ਦੁਆਲੇ ਬਾਹਾਂ ਵਲ ਲਈਆਂ ਤੇ ਰੋਂਦਿਆਂ ਹੋਇਆਂ ਬੋਲੀ, "ਡੈਡ! ਉਹ ਮਾਈ ਡੈਡ। ਮੈਂ ਤੈਨੂੰ ਲੱਭਦੀ ਥੱਕ ਚੁੱਕੀ ਆਂ।" ਉਸ ਆਦਮੀ ਨੇ ਝਿਜਕ ਜਿਹੀ ਮੰਨਦਿਆਂ ਸੈਫੀ ਦੇ ਸਿਰ 'ਤੇ ਹੱਥ ਫੇਰਿਆ ਤੇ ਉਸਨੂੰ ਆਪਣੇ ਨਾਲ ਲਾ ਲਿਆ। ਉਸਨੂੰ ਸੈਫੀ 'ਚੋਂ ਆਪਣਾਪਨ ਮਹਿਸੂਸ ਹੋਇਆ। ਇੰਨੇ ਨੂੰ ਕੈਟਰੀਨਾ ਨੇੜੇ ਆਉਂਦਿਆਂ ਹੌਲੀ ਜਿਹੀ ਉਸਨੂੰ ਮੁਖਾਬਤ ਹੋਈ, "ਕੀ ਤੂੰ ਮਿਸਟਰ ਮਲਕੀਤ ਸਿੰਘ ਮੱਲਨ ਐਂ ?"

"ਹਾਂ ਇਹ ਮੇਰਾ ਈ ਨਾਂ ਐਂ। ਪਰ ਮੱਲਨ ਨ੍ਹੀਂ ਇਹ ਮੱਲਾਂ ਐ। ਮੱਲਾਂ ਮੇਰੇ ਪਿੰਡ ਦਾ ਨਾਂ ਐਂ। ਪਹਿਲਾਂ ਮੈਂ ਮੇਰੇ ਨਾਂ ਨਾਲ ਮੇਰੇ ਪਿੰਡ ਦਾ ਨਾਂ ਲਾਉਂਦਾ ਹੋਇਆ ਆਪਣਾ ਨਾਂ ਮਲਕੀਤ ਸਿੰਘ ਮੱਲਾਂ ਲਿਖਦਾ ਹੁੰਦਾ ਸੀ। ਪਰ ਕਨੇਡਾ ਦਾ ਸਿਟੀਜ਼ਨ ਬਣਨ ਪਿੱਛੋਂ ਮੈਂ ਆਪਣੇ ਨਾਂ ਨਾਲੋਂ ਪਿੰਡ ਦਾ ਨਾਂ ਲਾਹ ਕੇ ਆਪਣਾ ਗੋਤਰ ਲਾ ਲਿਆ ਸੀ। ਹੁਣ ਮੈਂ ਮਲਕੀਤ ਸਿੰਘ ਵਿਰਕ ਆਂ। ਪਰ ਤੁਸੀਂ ਕੌਣ ...।"

"ਮੇਰਾ ਨਾਂ ਕੈਟਰੀਨਾ ਐਂ। ਇਹ ਮੇਰੀ ਧੀ ਸੈਫੀ ਐ। ਇਸਦਾ ਜਨਮ ਵਰਜੀਨੀਆਂ ਦੇ ਫੇਅਰਫੈਕਸ ਸਿਟੀ ਹਸਪਤਾਲ ਦੇ ਸਪੱਰਮ ਬੈਂਕ ਰਾਹੀਂ ਹੋਇਆ ਸੀ। ਬੜੀ ਦੇਰ ਤੋਂ ਇਹ ਆਪਣੇ ਅਸਲੀ ਪਿਉ ਨੂੰ ਲੱਭਦੀ ਫਿਰਦੀ ਐ।"

ਉਸਦੀ ਗੱਲ ਸੁਣਦਿਆਂ ਹੀ ਮਲਕੀਤ ਸਿੰਘ ਵਿਰਕ ਦੇ ਕੰਨ ਭੜੱਕ-ਭੜੱਕ ਖੁੱਲ੍ਹ ਗਏ। ਉਸਨੂੰ ਉਹ ਦਿਨ ਯਾਦ ਆਇਆ ਜਦੋਂ ਉਹ ਤਕਰੀਬਨ ਬੀਹ ਸਾਲ ਪਹਿਲਾਂ ਵਰਜੀਨੀਆਂ 'ਚ ਰਹਿੰਦਾ ਹੁੰਦਾ ਸੀ ਤੇ ਇੱਕ ਦਿਨ ਸਪੱਰਮ ਬੈਂਕ ਜਾ ਕੇ ਸੱਪਰਮ ਡੋਨਰ

ਬਣਿਆ ਸੀ। ਫਿਰ ਉਹ ਆਪੇ 'ਚ ਪਰਤਿਆ ਤੇ ਗਲ ਨਾਲ ਲੱਗੀ ਸੈਫੀ ਵੱਲ ਵੇਖਿਆ। ਉਸਦੇ ਵੀ ਹੰਝੂ ਨਿਕਲ ਆਏ। ਉਹ ਭਰੜਾਈ ਆਵਾਜ਼ 'ਚ ਬੋਲਿਆ, "ਅੱਜ ਇਸਦੀ ਭਾਲ ਮੁੱਕ ਗਈ ਐ। ਮੈਂ ਈ ਆਂ ਇਸਦਾ ਅਸਲੀ ਪਿਉ।" ਇੰਨਾ ਕਹਿੰਦਿਆਂ ਉਸਨੇ ਸੈਫੀ ਨੂੰ ਆਪਣੇ ਨਾਲ ਘੁੱਟ ਲਿਆ। ਸੈਫੀ ਦਾ ਰੋਣਾ ਹੋਰ ਉੱਚਾ ਹੋ ਗਿਆ। ਉਹ ਉਸਦੇ ਵਾਲਾਂ 'ਚ ਹੱਥ ਫੇਰਦਾ ਮੋਹ ਨਾਲ ਬੋਲਿਆ, "ਬੱਸ ਕਰ ਮੇਰੀ ਕਮਲੀ ਧੀ। ਬਹੁਤ ਰੋ ਲਿਆ, ਚੁੱਪ ਕਰ। ਹੁਣ ਤੂੰ ਆਪਣੇ ਪਿਉ ਦੀ ਬੁੱਕਲ 'ਚ ਐਂ। ਆ ਘਰ ਨੂੰ ਚੱਲੀਏ ਤੇ ਤੈਨੂੰ ਤੇਰੇ ਦੂਸਰੇ ਭੈਣ ਭਰਾਵਾਂ ਨਾਲ ਮਿਲਾਵਾਂ।" ਫਿਰ ਉਸਨੇ ਕੈਟਰੀਨਾ ਨੂੰ ਇਸ਼ਾਰਾ ਕੀਤਾ ਤੇ ਉਨ੍ਹਾਂ ਦਾ ਸਾਮਾਨ ਕਾਰ ਦੀ ਡਿੱਗੀ 'ਚ ਰੱਖਿਆ। ਉਨ੍ਹਾਂ ਨੂੰ ਕਾਰ 'ਚ ਬਿਠਾਉਂਦਿਆਂ ਹੋਇਆਂ ਉਸਨੇ ਕਾਰ ਘਰ ਵੱਲ ਤੋਰ ਲਈ। ਏਅਰਪੋਰਟ 'ਚੋਂ ਨਿਕਲਦਿਆਂ ਕਰਦਿਆਂ ਹਲਕੀ ਕਿਣਮਿਣ ਜਿਹੀ ਸ਼ੁਰੂ ਹੋ ਚੁੱਕੀ ਸੀ ਜੋ ਕਿ ਘਰ ਪਹੁੰਚਣ ਤੱਕ ਮੂਸਲਾਧਾਰ ਮੀਂਹ ਬਣ ਕੇ ਵਰਨ ਲੱਗ ਪਿਆ।

# ਘੁੰਮਣਘੇਰ

ਹਰੀ ਨੇ ਸੋਫੇ 'ਤੇ ਬੈਠੀ ਕੈਰਲ ਵੱਲ ਵੇਖਿਆ। ਉਹ ਜਿਉਂ ਉਸਦੇ ਅਪਾਰਟਮੈਂਟ 'ਚ ਆਈ ਸੀ, ਬਸ ਨੀਵੀਂ ਪਾਈ ਬੈਠੀ ਸੀ। ਕਦੇ ਹਰੀ ਸੋਚਦਾ ਹੁੰਦਾ ਸੀ ਕਿ ਕਾਸ਼, ਕੈਰਲ ਅਪਾਰਟਮੈਂਟ 'ਚ ਉਸ ਨਾਲ ਆ ਕੇ ਰਹਿ ਸਕੇ। ਹੁਣ ਉਹ ਆ ਤਾਂ ਗਈ ਸੀ ਪਰ ਉਸ ਹਾਲਤ 'ਚ ਨਹੀਂ, ਜਿਵੇਂ ਉਸਨੇ ਸੋਚਿਆ ਸੀ। ਇਸ ਵੇਲੇ ਕੈਰਲ ਸੱਤ ਮਹੀਨਿਆਂ ਦੀ ਗਰਭਵਤੀ ਸੀ। ਉਹ ਗੁੰਮ-ਸੁੰਮ ਡੂੰਘੇ ਖਿਆਲਾਂ 'ਚ ਖੋਈ ਸੋਫੇ ਦੀ ਪੁਸ਼ਤ ਨਾਲ ਢੋਹ ਲਾਈ ਬੈਠੀ ਹੋਈ ਸੀ। ਸ਼ਾਇਦ ਉਹ ਆਪਣੇ ਬੱਚੇ ਦੇ ਬਾਪ ਬਾਰੇ ਸੋਚ ਰਹੀ ਸੀ, ਜੋ ਕਿ ਉਸਨੂੰ ਇਸ ਹਾਲਤ ਵਿੱਚ ਛੱਡ ਕੇ ਭੱਜ ਗਿਆ ਸੀ। ਉਸ ਵੱਲ ਵੇਖਦਿਆਂ ਹਰੀ ਦਾ ਮਨ ਪਿਛਾਂਹ ਨੂੰ ਪਰਤ ਗਿਆ।

ਕੈਰਲ, ਪਹਿਲੀ ਵਾਰ ਹਰੀ ਨੂੰ ਉਸ ਕਨਵੀਨੀਐਂਟ ਸਟੋਰ 'ਤੇ ਮਿਲੀ ਸੀ ਜਿੱਥੇ ਉਹ ਸ਼ਾਮ ਦੀ ਸ਼ਿਫਟ ਵੇਲੇ ਕੰਮ ਕਰਦਾ ਸੀ। ਸ਼ੁਰੂ ਸ਼ੁਰੂ 'ਚ ਉਸ ਵੱਲ ਵੇਖ ਕੇ ਹਰੀ ਨੂੰ ਇਹੀ ਖਿਆਲ ਆਇਆ ਸੀ, 'ਕਾਸ਼ ਮੇਰੀ ਇਸ ਨਾਲ ਗੱਲਬਾਤ ਹੋ ਜਾਵੇ ਤੇ ਮੇਰੇ ਗਰੀਨ ਕਾਰਡ ਦਾ ਕੋਈ ਪ੍ਰਬੰਧ ਹੋ ਸਕੇ।' ਅਸਲ 'ਚ ਜਿਉਂ ਹੀ ਹਰੀ ਕਿਸੇ ਇਕੱਲੀ ਅਮਰੀਕਣ ਕੁੜੀ ਨੂੰ ਵੇਖਦਾ ਸੀ ਤਾਂ ਉਸਦੇ ਖਿਆਲ 'ਚ ਪਹਿਲੀ ਗੱਲ ਇਹੀ ਆਉਂਦੀ ਸੀ ਕਿ ਕੀ ਇਸ ਤਰ੍ਹਾਂ ਦੀ ਕੋਈ ਕੁੜੀ ਉਸਨੂੰ ਵੀ ਮਿਲ ਸਕਦੀ ਹੈ ਜੋ ਉਸਦੇ ਪੱਕੇ ਹੋਣ 'ਚ ਸਹਾਈ ਹੋ ਸਕੇ। ਹਰੀ ਨਾਲ ਰਹਿੰਦੇ ਉਸਦੇ ਦੋਸਤ ਨੇ ਆਪਣੇ ਗਰੀਨ ਕਾਰਡ ਦਾ ਪ੍ਰਬੰਧ ਕਰ ਰੱਖਿਆ ਸੀ। ਉਸ ਨੇ ਤਾਂ ਵਡੇਰੀ ਉਮਰ ਦੀ ਔਰਤ ਨਾਲ ਵਿਆਹ ਕਰਵਾਇਆ ਹੋਇਆ ਸੀ। ਕਦੇ ਉਹ ਆਪਣੀ ਘਰਵਾਲੀ ਦੇ ਘਰ ਚਲਾ ਜਾਂਦਾ ਸੀ, ਕਦੇ ਅਪਾਰਟਮੈਂਟ 'ਚ ਆ ਠਹਿਰਦਾ ਸੀ। ਉਹ ਹਮੇਸ਼ਾ ਹਰੀ ਨੂੰ ਸਲਾਹ ਦਿੰਦਾ, "ਵੇਖ ਹਰਦੀਪ, ਇੱਥੇ ਗਰੀਨ ਕਾਰਡ ਬਿਨਾਂ ਗੁਜ਼ਾਰਾ ਨ੍ਹੀਂ ਐ। ਗਰੀਨ ਕਾਰਡ ਮਿਲਣ ਦਾ ਢੰਗ ਵੀ ਤੈਨੂੰ ਪਤਾ ਈ ਐ, ਮਤਲਬ ਇਹ ਕਿਸੇ ਅਮਰੀਕਣ ਕੁੜੀ ਨਾਲ ਵਿਆਹ ਕਰਵਾ ਕੇ ਈ ਲਿਆ ਜਾ ਸਕਦਾ ਐ। ਪਰ ਤੂੰ ਇਸ ਗੱਲੋਂ ਬਹੁਤ ਸੁਸਤ ਐਂ। ਤੂੰ ਸਭ ਤੋਂ ਪਹਿਲਾਂ ਇਸ ਪਾਸੇ ਧਿਆਨ ਦੇਹ।" ਉਸਦੀ ਗੱਲ ਸੁਣ ਕੇ ਹਰਦੀਪ ਉਰਫ ਹਰੀ ਸੋਚੀਂ ਡੁੱਬ ਜਾਂਦਾ। ਕਿਉਂਕਿ ਦੋਸਤ ਦੀ ਕਹੀ ਗੱਲ ਉਸਨੂੰ ਵੀ ਪਤਾ ਸੀ ਕਿ ਇਹੀ ਇੱਕ ਰਾਹ ਐ ਇੱਥੇ ਪੱਕੇ ਹੋਣ ਦਾ। ਪਰ ਉਸਦਾ ਕਿਸੇ ਪਾਸੇ ਫੌਹ ਹੀ ਨਹੀਂ ਪੈ ਰਿਹਾ ਸੀ। ਖੈਰ ਕੈਰਲ ਵਾਰ ਵਾਰ ਇਸ ਸਟੋਰ 'ਤੇ ਆਉਣ ਲੱਗੀ। ਉਹ ਵਿਹਲੇ ਵੇਲੇ ਹਰੀ ਕੋਲ ਖੜ੍ਹੀ ਗੱਲਾਂ ਕਰਦੀ ਰਹਿੰਦੀ। ਹਰੀ ਨੇ ਹੌਸਲਾ ਕਰਕੇ ਉਸਦੇ ਨਜ਼ਦੀਕ ਹੋਣ ਦੀ ਕੋਸ਼ਿਸ਼ ਕੀਤੀ। ਵਾਹਵਾ ਗੱਲਬਾਤ

ਖੁੱਲ੍ਹ ਗਈ। ਕਈ ਵਾਰੀ ਹਰੀ ਨੇ ਉਸਦੀ ਨੇੜੇ ਤੇੜੇ ਜਾਣ ਵਿੱਚ ਮੱਦਦ ਕੀਤੀ ਤੇ ਇਕ ਵਾਰ ਤਾਂ ਉਹ ਉਸ ਨਾਲ ਮੂਵੀ ਵੇਖਣ ਵੀ ਚਲੀ ਗਈ। ਇਹ ਗੱਲ ਹਰੀ ਨੇ ਆਪਣੇ ਦੋਸਤ ਨਾਲ ਸਾਂਝੀ ਕੀਤੀ ਤਾਂ ਉਸਨੇ ਹੱਲਾਸ਼ੇਰੀ ਦਿੰਦਿਆਂ ਉਸਨੂੰ ਅੱਗੇ ਵਧਣ ਨੂੰ ਕਿਹਾ। ਹਰੀ ਕੈਰਲ ਦੇ ਹੋਰ ਨੇੜੇ ਹੋਣ ਲੱਗਿਆ। ਪਰ ਇੱਕ ਦਿਨ ਉਸਦੀਆਂ ਸਾਰੀਆਂ ਉਮੀਦਾਂ 'ਤੇ ਪਾਣੀ ਫਿਰ ਗਿਆ ਜਦੋਂ ਕੈਰਲ ਨੇ ਉਸਦੇ ਨਾਲ ਆਏ ਇੱਕ ਮੁੰਡੇ ਦੀ ਜਾਣ-ਪਹਿਚਾਣ ਕਰਵਾਉਂਦਿਆਂ ਦੱਸਿਆ ਕਿ ਇਹ ਉਸਦਾ ਬੁਆਏ ਫਰੈਂਡ, ਜਾਸ਼ ਹੈ। ਘਰ ਆ ਕੇ ਹਰੀ ਨੇ ਇਹ ਗੱਲ ਦੋਸਤ ਨਾਲ ਸਾਂਝੀ ਕੀਤੀ ਤਾਂ ਦੋਸਤ ਨੇ ਸਮਝਾਉਂਦਿਆਂ ਕਿਹਾ ਕਿ ਫਿਰ ਕੀ ਹੋ ਗਿਆ ਜੇ ਉਸ ਕੋਲ ਬੁਆਏ ਫਰੈਂਡ ਹੈ। ਇੱਥੇ ਤਾਂ ਹਰ ਅਮਰੀਕਣ ਕੁੜੀ ਕੋਲ ਹੀ ਕੋਈ ਨਾ ਕੋਈ ਬੁਆਏ ਫਰੈਂਡ ਹੁੰਦਾ ਹੈ। ਹਰੀ ਨੇ ਫਿਰ ਤੋਂ ਮਨ ਕਰੜਾ ਕੀਤਾ। ਮਨ 'ਚ ਭਾਵੇਂ ਡਰ ਜਿਹਾ ਸੀ ਪਰ ਉਹ ਵੇਖ ਰਿਹਾ ਸੀ ਕਿ ਕੈਰਲ ਉਸਦੇ ਹੋਰ ਨਜ਼ਦੀਕ ਹੁੰਦੀ ਜਾ ਰਹੀ ਹੈ। ਉਸਨੂੰ ਦੋਸਤ ਦਾ ਕਿਹਾ ਹੋਇਆ ਸੱਚ ਹੁੰਦਾ ਲੱਗਿਆ ਕਿ ਇਹ ਗੋਰੀਆਂ ਬੁਆਏ ਫਰੈਂਡ ਬਦਲਣ ਲੱਗੀਆਂ ਮਿੰਟ ਲਾਉਂਦੀਆਂ ਹਨ।

ਕੈਰਲ ਕਈ ਵਾਰੀ ਬਿਨਾਂ ਕੰਮ ਤੋਂ ਹੀ ਸਟੋਰ 'ਤੇ ਆ ਜਾਂਦੀ। ਇਵੇਂ ਹੀ ਇੱਕ ਦਿਨ ਉਹ ਆਈ ਤਾਂ ਬਹੁਤ ਖੁਸ਼ ਸੀ। ਉਸਨੇ ਆਪਣੀ ਇਹ ਖੁਸ਼ੀ ਹਰੀ ਨਾਲ ਸਾਂਝੀ ਕੀਤੀ ਤਾਂ ਹਰੀ ਦੇ ਹੋਸ਼ ਉੱਡ ਗਏ। ਕੈਰਲ ਨੇ ਦੱਸਿਆ ਸੀ ਕਿ ਉਸਨੇ ਤੇ ਜਾਸ਼ ਨੇ ਬੜੀ ਛੇਤੀ ਵਿਆਹ ਕਰਵਾਉਣ ਦਾ ਫੈਸਲਾ ਕਰ ਲਿਆ ਹੈ। ਇਹੀ ਗੱਲ ਹਰੀ ਨੇ ਆਪਣੇ ਦੋਸਤ ਨੂੰ ਉਦਾਸ ਲਹਿਜੇ 'ਚ ਦੱਸੀ ਤਾਂ ਉਹ ਬੋਲਿਆ ਕਿ ਫਿਰ ਕੀ ਹੋਇਆ ਜੇ ਉਹ ਇਉਂ ਕਹਿੰਦੀ ਹੈ। ਉਨ੍ਹਾਂ ਨੇ ਵਿਆਹ ਕਰਵਾਉਣ ਦਾ ਫੈਸਲਾ ਹੀ ਕੀਤਾ ਹੈ, ਨਾ ਕਿ ਅਜੇ ਕਰਵਾਇਆ ਹੈ। ਉਂਝ ਹਰੀ ਦੀ ਉਮੀਦ ਤਕਰੀਬਨ ਖਤਮ ਹੋ ਗਈ ਸੀ। ਪਰ ਉਸਨੂੰ ਕੈਰਲ ਦੇ ਸੁਭਾਅ ਦੀ ਵੀ ਸਮਝ ਨਹੀਂ ਆਉਂਦੀ ਸੀ। ਹੁਣ ਉਹ ਪਹਿਲਾਂ ਨਾਲੋਂ ਵੀ ਉਸਦੇ ਨੇੜੇ ਆਉਂਦੀ ਜਾ ਰਹੀ ਸੀ। ਫਿਰ ਉਹ, ਉਸ ਨਾਲ ਆਪਣੀਆਂ ਘਰੇਲੂ ਗੱਲਾਂ ਸਾਂਝੀਆਂ ਕਰਨ ਲੱਗੀ। ਕਈ ਵਾਰੀ ਉਹ ਆਪਣੀ ਅਤੇ ਜਾਸ਼ ਦੀ ਲੜਾਈ ਦੀ ਕੋਈ ਗੱਲ ਸੁਣਾਉਂਦੀ ਤਾਂ ਹਰੀ ਨੂੰ ਹੌਸਲਾ ਜਿਹਾ ਹੋ ਜਾਂਦਾ। ਪਰ ਅਗਲੇ ਦਿਨ ਜਦੋਂ ਉਹ ਦੱਸਦੀ ਕਿ ਉਨ੍ਹਾਂ ਦੀ ਸੁਲ੍ਹਾ ਹੋ ਚੁੱਕੀ ਐ ਤਾਂ ਉਸਦਾ ਹੌਸਲਾ ਪਸਤ ਹੋ ਜਾਂਦਾ। ਇਸੇ ਵਿਚਕਾਰ ਉਸਨੇ ਇੱਕ ਹੋਰ ਬੰਬ ਸੁੱਟਦਿਆਂ ਹਰੀ ਨੂੰ ਦੱਸਿਆ ਕਿ ਉਹ ਜਾਸ਼ ਦੇ ਬੱਚੇ ਦੀ ਮਾਂ ਬਣਨ ਵਾਲੀ ਹੈ। ਨਾਲ ਹੀ ਉਸਨੇ ਇਹ ਵੀ ਕਿਹਾ ਕਿ ਉਸਨੇ ਜਾਸ਼ ਨੂੰ ਕਹਿ ਦਿੱਤਾ ਹੈ ਕਿ ਸ਼ਾਦੀ ਛੇਤੀ ਕਰ ਲਈ ਜਾਵੇ। ਉਸ ਅਨੁਸਾਰ ਉਸਦੀ ਇੱਛਾ ਹੈ ਕਿ ਬੱਚੇ ਦੇ ਪੈਦਾ ਹੋਣ ਤੋਂ ਪਹਿਲਾਂ ਉਨ੍ਹਾਂ ਦੀ ਸ਼ਾਦੀ ਹੋ ਜਾਵੇ। ਹੁਣ ਹਰੀ ਬਿਲਕੁਲ ਨਿਰਾਸ਼ ਹੋ ਗਿਆ ਸੀ। ਇਸ ਵਿਚਕਾਰ ਕੈਰਲ ਹੋਰੀਂ ਉਵੇਂ ਹੀ ਹਰ ਦੂਜੇ ਤੀਜੇ ਦਿਨ ਸਟੋਰ 'ਤੇ ਆਉਂਦੇ ਰਹੇ। ਕਦੇ ਕੈਰਲ ਇਕੱਲੀ ਵੀ ਆ ਜਾਂਦੀ। ਪਰ ਹਰੀ ਹੁਣ ਉਸ ਤੋਂ ਦੂਰੀ ਬਣਾਉਣ ਲੱਗ ਪਿਆ ਸੀ। ਉਸ ਨੇ ਮਨ 'ਚ ਸੋਚਿਆ ਸੀ ਕਿ ਜੋ ਗੱਲ ਸਿਰੇ ਹੀ ਨਹੀਂ ਲੱਗ ਸਕਦੀ ਉਸ ਪਿੱਛੇ ਕਾਹਦੇ ਲਈ ਵਕਤ ਬਰਬਾਦ ਕਰਨਾ। ਵੈਸੇ ਉਸਨੂੰ ਕੈਰਲ ਦਿਲੋਂ ਚੰਗੀ ਲੱਗਦੀ ਸੀ। ਉਂਝ ਦੂਰੀ ਭਾਵੇਂ ਉਸਨੇ ਬਣਾ ਲਈ ਸੀ, ਪਰ ਉਸਨੂੰ ਵੇਖਣ ਨੂੰ ਦਿਲ ਕਰਦਾ ਰਹਿੰਦਾ ਸੀ। ਸ਼ਾਇਦ ਇਹੀ ਵਜ੍ਹਾ ਸੀ ਕਿ ਅੱਜ ਉਸਨੂੰ ਇਕੱਲੀ ਨੂੰ ਉਦਾਸ ਲਹਿਜੇ 'ਚ ਪਾਰਕਿੰਗ ਦੇ ਬੈਂਚ

'ਤੇ ਬੈਠਿਆਂ ਵੇਖਿਆ ਤਾਂ ਉਹ ਬਿਨਾਂ ਸੋਚਿਆ ਈ ਉਸ ਕੋਲ ਚਲਾ ਗਿਆ। ਕੈਰਲ ਨੂੰ ਹਰੀ ਦੇ ਆਉਣ ਦਾ ਕੋਈ ਪਤਾ ਨਾ ਲੱਗਿਆ, ਕਿਉਂਕਿ ਉਹ ਡੂੰਘੀਆਂ ਸੋਚਾਂ 'ਚ ਗੁੰਮ ਸੀ। ਹਰੀ ਨੇ ਉਸਨੂੰ ਬੁਲਾਇਆ ਤਾਂ ਉਸਨੇ ਉਦਾਸ ਜਿਹੀ ਹਾਇ ਕਹਿੰਦਿਆਂ ਉੱਠਣ ਦੀ ਕੋਸ਼ਿਸ਼ ਕੀਤੀ। ਪਰ ਫਿਰ ਪਾਸੇ ਜਿਹੇ ਹੁੰਦੀ ਉਵੇਂ ਹੀ ਬੈਠ ਗਈ। ਹਰੀ ਨੇ ਖੜ੍ਹੇ ਖੜ੍ਹੋਤੇ ਨੇ ਹੀ ਪੁੱਛਿਆ ਕਿ ਕੀ ਸਭ ਕੁਝ ਠੀਕ ਠਾਕ ਹੈ। ਉਸਨੇ ਕੋਈ ਜੁਆਬ ਨਾ ਦਿੱਤਾ ਤਾਂ ਉਹ ਉਸਦੇ ਕੋਲ ਬਹਿ ਗਿਆ। ਉਹ ਫਿਰ ਵੀ ਨਾ ਬੋਲੀ ਤਾਂ ਉਸਨੇ ਉਸਦੇ ਮੋਢੇ 'ਤੇ ਹੱਥ ਰੱਖਿਆ। ਉਹ ਫਿੱਸ ਪਈ ਤੇ ਰੋਂਦਿਆਂ ਹੋਇਆਂ ਬੋਲੀ, "ਜਾਸ਼ ਮੈਨੂੰ ਛੱਡ ਕੇ ਭੱਜ ਗਿਆ ਐ। ਉਸਦੇ ਸਾਰੇ ਵਾਅਦੇ ਝੂਠੇ ਨਿੱਕਲੇ। ਮੈਂ ਇਸ ਹਾਲਤ 'ਚ ਕਿੱਥੇ ਜਾਵਾਂ ?" ਇੰਨਾ ਕਹਿੰਦੀ ਉਹ ਉੱਚੀ ਰੋਣ ਲੱਗੀ। ਹਰੀ ਨੇ ਉਸਨੂੰ ਚੁੱਪ ਕਰਵਾਇਆ। ਉਹ ਹੌਲੀ ਹੌਲੀ ਸਾਵੀਂ ਹੋ ਗਈ। ਫਿਰ ਹਰੀ ਨੇ ਕਿਹਾ ਕਿ ਚੱਲ ਤੈਨੂੰ ਤੇਰੇ ਘਰ ਛੱਡ ਆਵਾਂ। ਇਸਦੇ ਉੱਤਰ 'ਚ ਉਹ ਕਹਿਣ ਲੱਗੀ, "ਮੇਰਾ ਕੋਈ ਘਰ ਨ੍ਹੀਂ ਐ। ਅਸੀਂ ਜਾਸ਼ ਦੇ ਕਿਸੇ ਦੋਸਤ ਦੇ ਘਰ ਰਹਿੰਦੇ ਸੀ। ਜਾਸ਼ ਚਲਾ ਗਿਆ ਤਾਂ ਉਸ ਦੋਸਤ ਨੇ ਮੈਨੂੰ ਕਹਿ ਦਿੱਤਾ ਕਿ ਹੁਣ ਮੈਂ ਆਪਣਾ ਕੋਈ ਹੋਰ ਟਿਕਾਣਾ ਕਰਾਂ। ਉਹ ਮੈਨੂੰ ਉੱਥੇ ਨ੍ਹੀਂ ਰੱਖ ਸਕਦਾ।" ਹਰੀ ਨੂੰ ਇਹ ਸੁਣ ਕੇ ਧੱਕਾ ਲੱਗਿਆ ਤੇ ਉਸਨੇ ਕਿਹਾ ਕਿ ਉਹ ਕੋਈ ਹੋਰ ਥਾਂ ਦੱਸ ਦੇਹ। ਜਿੱਥੇ ਉਹ ਕਹੇਗੀ ਉਹ ਛੱਡ ਆਵੇਗਾ। ਇਸਦੇ ਉੱਤਰ 'ਚ ਕੈਰਲ ਨੇ ਨੀਵੀਂ ਪਾਉਂਦੀ ਨੇ ਕਿਹਾ, "ਮੇਰੇ ਕੋਲ ਰਹਿਣ ਲਈ ਕੋਈ ਥਾਂ ਨ੍ਹੀਂ ਐ।" ਹਰੀ ਦੁਬਿਧਾ ਜਿਹੀ 'ਚ ਪੈ ਗਿਆ। ਫਿਰ ਉਸਨੂੰ ਖਿਆਲ ਆਇਆ ਕਿ ਕਿਉਂ ਨਾ ਅੱਜ ਦੀ ਰਾਤ ਉਹ ਇਸਨੂੰ ਆਪਣੇ ਅਪਾਰਟਮੈਂਟ ਵਿੱਚ ਠਹਿਰਾ ਲਵੇ, ਕੱਲ੍ਹ ਨੂੰ ਆਪੇ ਕੋਈ ਹੋਰ ਪ੍ਰਬੰਧ ਕਰ ਲਊਗੀ। ਉਸ ਨੇ ਹੌਲੀ ਜਿਹੀ ਕਿਹਾ, "ਕੈਰਲ ਤੂੰ ਚਾਹੇਂ ਤਾਂ ਅੱਜ ਦੀ ਰਾਤ ਮੇਰੇ ਅਪਾਰਟਮੈਂਟ 'ਚ ਗੁਜ਼ਾਰ ਸਕਦੀ ਐਂ।" ਉਸਨੇ ਹੈਰਾਨ ਜਿਹੀ ਹੁੰਦਿਆਂ ਹਰੀ ਵੱਲ ਮੂੰਹ ਕਰਦਿਆਂ ਪੁੱਛਿਆ, "ਪੱਕੀ ਗੱਲ ਐ ? ਨਾਲੇ ਇਸ ਨਾਲ ਤੈਨੂੰ ਕੋਈ ਤਕਲੀਫ ਤਾਂ ਨ੍ਹੀਂ ਹੋਵੇਗੀ ?" ਹਰੀ ਨੇ ਨਾਂਹ 'ਚ ਸਿਰ ਮਾਰਿਆ ਤਾਂ ਉਹ ਉੱਠ ਕੇ ਉਸ ਨਾਲ ਕਾਰ ਵਿਚ ਜਾ ਬੈਠੀ। ਅੱਧੇ ਘੰਟੇ 'ਚ ਉਹ ਹਰੀ ਦੇ ਅਪਾਰਟਮੈਂਟ ਪਹੁੰਚ ਗਏ। ਅੰਦਰ ਜਾਂਦਿਆਂ ਹਰੀ ਨੇ ਕੈਰਲ ਨੂੰ ਕਿਹਾ, "ਅੱਜ ਦੀ ਰਾਤ ਤੂੰ ਬੜੇ ਆਰਾਮ ਨਾਲ ਇੱਥੇ ਰਹਿ ਸਕਦੀ ਐਂ, ਕਿਉਂਕਿ ਮੇਰਾ ਦੋਸਤ ਇੱਥੇ ਪੱਕਾ ਨਹੀਂ ਰਹਿੰਦਾ। ਉਹ ਕਦੇ ਕਦੇ ਹੀ ਇੱਥੇ ਆਉਂਦਾ ਐ।" ਕੈਰਲ ਨੇ ਹੌਲੀ ਜਿਹੇ ਥੈਂਕਸ ਕਿਹਾ ਤੇ ਝਿਜਕਦੀ ਹੋਈ ਸੋਫੇ 'ਤੇ ਬੈਠ ਗਈ....।

ਹਰੀ ਅਚਾਨਕ ਖਿਆਲਾਂ 'ਚੋਂ ਨਿਕਲਿਆ ਤੇ ਉਸਦਾ ਧਿਆਨ ਕੈਰਲ ਵੱਲ ਗਿਆ। ਉਹ ਉਵੇਂ ਹੀ ਉਦਾਸ ਚਿੱਤ ਸੋਫੇ 'ਤੇ ਬੈਠੀ ਸੀ। ਹਰੀ ਉੱਠਿਆ ਤੇ ਉਸਦੇ ਸਾਹਮਣੇ ਬੈਠਦਿਆਂ ਹੌਲੀ ਜਿਹੇ ਬੋਲਿਆ, "ਕੈਰਲ ਤੂੰ ਇੰਨੀ ਉਦਾਸ ਨਾ ਹੋ, ਇਉਂ ਢੇਰੀ ਨਾ ਢਾਹ। ਉਤਾਰ ਚੜ੍ਹਾ ਜ਼ਿੰਦਗੀ 'ਚ ਆਉਂਦੇ ਈ ਰਹਿੰਦੇ ਨੇ। ਕੱਲ੍ਹ ਨੂੰ ਤੂੰ ਆਪਣੇ ਮਾਪਿਆਂ ਕੋਲ ਚਲੀ ਜਾਈਂ। ਉੱਥੇ ਆਰਾਮ ਨਾਲ ਰਹੀਂ।" ਉਸਦੀ ਗੱਲ ਸੁਣ ਕੇ ਕੈਰਲ ਨੇ ਉਸ ਵੱਲ ਧਿਆਨ ਨਾਲ ਵੇਖਿਆ ਤੇ ਫਿਰ ਪਾਸੇ ਮੂੰਹ ਕਰਦੀ ਹੋਈ ਬੋਲੀ, "ਹਰੀ, ਮੇਰੇ ਮਾਂ ਪਿਉ ਨ੍ਹੀਂ ਹਨ।" ਉਸਦੀ ਗੱਲ ਹਰੀ ਦੇ ਕਾਲਜੇ 'ਚ ਵੱਜੀ ਤੇ ਉਸਨੂੰ ਖਿਆਲ ਆਇਆ ਕਿ ਫਿਰ ਤਾਂ ਇਸਦਾ ਹਾਲ ਵੀ ਉਸਦੇ ਵਰਗਾ ਹੀ ਹੈ। ਹਰੀ ਉਦਾਸ ਜਿਹਾ ਉੱਠਿਆ ਤੇ ਕੈਰਲ ਨੂੰ ਉਸਦਾ ਕਮਰਾ

ਦਿਖਾਉਂਦਿਆਂ ਬੋਲਿਆ, "ਕੈਰਲ ਤੂੰ ਬਾਥਰੂਮ ਬਗੈਰਾ ਜਾ ਕੇ ਨਹਾ ਧੋ ਲੈ, ਫਿਰ ਬਾਹਰ ਜਾ ਕੇ ਖਾਣਾ ਖਾ ਆਵਾਂਗੇ।" ਉਹ ਉੱਠ ਕੇ ਕਮਰੇ ਵੱਲ ਚਲੀ ਗਈ। ਹਰੀ ਵਾਪਸ ਸੋਫੇ 'ਤੇ ਬਹਿੰਦਾ ਫਿਰ ਆਪਣੇ ਆਪ 'ਚ ਗੁਆਚ ਗਿਆ।

ਹਰੀ ਦੇ ਛੋਟੇ ਹੁੰਦੇ ਦੇ ਹੀ ਮਾਂ ਪਿਉ ਗੁਜ਼ਰ ਗਏ ਸਨ। ਉਦੋਂ ਉਹ ਕੋਈ ਸਾਲ ਭਰ ਦਾ ਹੋਵੇਗਾ ਜਦੋਂ ਇੱਕ ਦਿਨ ਉਹ ਸਕੂਟਰ 'ਤੇ ਜਾ ਰਹੇ ਸਨ। ਪਿਉ ਸਕੂਟਰ ਚਲਾ ਰਿਹਾ ਸੀ ਤੇ ਉਹ ਮਾਂ ਦੀ ਗੋਦੀ 'ਚ ਸੀ। ਅੱਗੇ ਸੜਕ ਦੇ ਨੇੜੇ, ਕਿਸੇ ਖੇਤ ਵਾਲੇ ਨੇ ਝੋਨੇ ਦੀ ਪਰਾਲੀ ਨੂੰ ਅੱਗ ਲਾਈ ਹੋਈ ਸੀ। ਜਿਉਂ ਹੀ ਉਹ ਕੋਲ ਦੀ ਲੰਘਣ ਲੱਗੇ ਤਾਂ ਹਵਾ ਦਾ ਰੁਖ ਬਦਲ ਗਿਆ ਤੇ ਅੱਗ ਸੜਕ ਤੱਕ ਆ ਪਹੁੰਚੀ। ਇਸ ਤੋਂ ਪਹਿਲਾਂ ਕਿ ਉਹ ਸੰਭਲਦੇ ਉਹ ਅੱਗ ਦੀਆਂ ਲਪੇਟਾਂ 'ਚ ਆ ਗਏ। ਉਹ ਡਿੱਗੇ ਤਾਂ ਹਰੀ, ਮਾਂ ਦੀ ਬੁੱਕਲ 'ਚੋਂ ਨਿੱਕਲ ਕੇ ਦੂਰ ਖਤਾਨਾਂ 'ਚ ਜਾ ਡਿੱਗਿਆ। ਜਦੋਂ ਨੂੰ ਬਚਾਉਣ ਵਾਲੇ ਪਹੁੰਚੇ ਉਦੋਂ ਤੱਕ ਮਾਂ ਪਿਉ ਅੱਗ 'ਚ ਸੜ ਕੇ ਖਤਮ ਹੋ ਗਏ ਸਨ। ਪਰ ਹਰੀ ਨੂੰ ਦੂਰ ਖਤਾਨਾਂ 'ਚ ਡਿੱਗੇ ਪਏ ਨੂੰ ਫੁੱਲ ਦੀ ਨਾ ਲੱਗੀ। ਹਰੀ ਤੋਂ ਦਸ ਸਾਲ ਵੱਡੀ, ਉਸਦੀ ਇਕ ਭੈਣ ਸੀ। ਮਾਂ ਪਿਉ ਦੇ ਜਾਣ ਪਿੱਛੋਂ ਦੋਨੋਂ ਭੈਣ ਭਰਾ, ਮਾਪਿਆਂ ਵਾਅਰੇ ਹੋ ਗਏ ਤਾਂ ਉਨ੍ਹਾਂ ਨੂੰ ਚਾਚੇ ਚਾਚੀ ਨੇ ਪਾਲਿਆ ਸੀ। ਚਾਚੇ ਦਾ ਸੁਭਾਅ ਬਹੁਤ ਕੌੜ ਸੀ ਤੇ ਚਾਚੀ ਉਨ੍ਹਾਂ ਨੂੰ ਵੇਖ ਨਾ ਭਾਉਂਦੀ। ਪਰਿਵਾਰ ਕੋਈ ਵੱਡਾ ਨਹੀਂ ਸੀ। ਹਰੀ ਦੇ ਪਿਉ ਹੋਰੀਂ ਦੋ ਹੀ ਭਰਾ ਸਨ। ਦੋਨਾਂ ਨੂੰ ਚਾਰ ਚਾਰ ਕਿੱਲੇ ਜ਼ਮੀਨ ਆਉਂਦੀ ਸੀ। ਪਰ ਦੋਨਾਂ ਦੀ ਬਣਦੀ ਨਹੀਂ ਸੀ। ਕੋਈ ਜ਼ਮੀਨ ਜਾਇਦਾਤ ਦੀ ਵੰਡ ਦਾ ਝਗੜਾ ਸੀ। ਹੁਣ ਦੋਨੋਂ ਭੈਣ ਭਰਾ ਸ਼ਾਇਦ ਚਾਚੇ ਦੇ ਪਰਿਵਾਰ ਦੇ ਗਲ ਬਸ ਐਵੇਂ ਬਲਾ ਬਣ ਕੇ ਚੰਬੜ ਗਏ ਸਨ। ਲੋਕਾਚਾਰੀ ਵਜੋਂ ਚਾਚਾ ਚਾਚੀ ਨੇ ਉਨ੍ਹਾਂ ਨੂੰ ਪਾਲਣ ਦੀ ਜ਼ਿੰਮੇਵਾਰੀ ਓਟੀ ਸੀ। ਖੈਰ ਇਹ ਗੱਲਾਂ ਪਿੱਛੇ ਰਹਿ ਗਈਆਂ ਤੇ ਹਰੀ ਚਾਚੇ ਦੇ ਪਰਿਵਾਰ ਦਾ ਨੌਕਰ ਬਣ ਕੇ ਪਲਣ ਲੱਗਿਆ। ਉਹ ਹਰੀ ਤੋਂ ਖੇਤ ਦਾ ਸਾਰਾ ਕੰਮ ਕਰਵਾਉਂਦਾ। ਪਰ ਇੰਨਾ ਹੀ ਬਹੁਤ ਸੀ ਕਿ ਉਹ ਪੜ੍ਹ ਰਿਹਾ ਸੀ। ਭੈਣ ਘਰ ਦਾ ਕੰਮ ਸੰਭਾਲਦੀ ਸੀ। ਜਦੋਂ ਥੋੜ੍ਹੀ ਹੋਸ਼ ਆਈ ਤਾਂ ਹਰੀ ਮਾਂ ਪਿਉ ਨੂੰ ਯਾਦ ਕਰਕੇ ਬਹੁਤ ਰੋਂਦਾ ਹੁੰਦਾ ਸੀ। ਖਾਸ ਕਰਕੇ ਤਿੱਥ ਤਿਉਹਾਰਾਂ ਦੇ ਦਿਨ। ਜਦੋਂ ਲੋਕਾਂ ਦੇ ਜੁਆਕ ਆਪਣੇ ਮਾਂ ਪਿਉ ਨਾਲ ਖੁਸ਼ੀਆਂ ਮਨਾ ਰਹੇ ਹੁੰਦੇ ਤਾਂ ਉਹ ਖੇਤਾਂ 'ਚ ਕੰਮ ਕਰਦਾ ਤੇ ਭੈਣ ਘਰੇ ਘੱਟਾ ਢੋਂਦੀ ਹੁੰਦੀ ਸੀ। ਪਰ ਭੈਣ, ਉਸ ਲਈ ਮਾਂ ਪਿਉ, ਸਭ ਕੁਝ ਸੀ। ਉਹ ਆਪਣਾ ਦਰਦ ਕਦੇ ਵੀ ਹਰੀ ਸਾਹਮਣੇ ਪ੍ਰਗਟ ਨਾ ਕਰਦੀ। ਸਾਰਾ ਦਿਨ ਘਰ ਦਾ ਕੰਮ ਕਰਦੀ ਹਮੇਸ਼ਾ ਉਸਨੂੰ ਹੌਸਲਾ ਦਿੰਦੀ ਕਿ ਚੰਗੇ ਦਿਨ ਜ਼ਰੂਰ ਆਉਣਗੇ। ਉਂਝ ਦੋਨਾਂ ਨੂੰ ਹੀ ਪਤਾ ਨਹੀਂ ਸੀ ਕਿ ਬਚਪਨ ਕੀ ਹੁੰਦਾ ਹੈ। ਬਸ ਜਿਵੇਂ ਤਿਵੇਂ ਵਕਤ ਗੁਜ਼ਰ ਗਿਆ ਤੇ ਫਿਰ ਭੈਣ ਦਾ ਕਿਸੇ ਦਰਮਿਆਨੇ ਜਿਹੇ ਘਰ 'ਚ ਸਾਦਾ ਜਿਹਾ ਵਿਆਹ ਹੋ ਗਿਆ। ਉਦੋਂ ਹਰੀ ਅੱਠਵੀਂ 'ਚ ਪੜ੍ਹਦਾ ਸੀ। ਇਵੇਂ ਕਰਦਿਆਂ ਉਹ ਦਸਵੀਂ ਜਮਾਤ ਪਾਸ ਕਰ ਗਿਆ। ਅੱਗੇ ਦੀ ਪੜ੍ਹਾਈ ਲਈ ਉਸਨੂੰ ਸ਼ਹਿਰ ਦੇ ਸਕੂਲ ਜਾਣਾ ਪੈਣਾ ਸੀ ਜੋ ਕਿ ਚਾਚੇ ਨੂੰ ਮਨਜ਼ੂਰ ਨਹੀਂ ਸੀ। ਉਹ ਮਨ ਮਸੋਸ ਕੇ ਖੇਤ ਦੇ ਕੰਮ 'ਚ ਲੱਗ ਗਿਆ। ਹੋਰ ਕੋਈ ਰਾਹ ਵੀ ਤਾਂ ਨਹੀਂ ਸੀ। ਭੈਣ ਚਾਹੁੰਦੀ ਸੀ ਕਿ ਕਿਵੇਂ ਨਾ ਕਿਵੇਂ ਉਹ ਅੱਗੇ ਪੜ੍ਹੇ ਪਰ ਉਸ ਵੇਲੇ ਇਹ ਸੰਭਵ ਨਹੀਂ ਸੀ। ਇੱਕ ਸਾਲ ਹਰੀ ਨੇ ਘਰ ਦਾ ਕੰਮ ਕੀਤਾ। ਇਸ ਵਿਚਕਾਰ ਭੈਣ ਨੇ ਆਪਣੇ ਘਰਵਾਲੇ ਨੂੰ ਮਨਾ ਲਿਆ ਤੇ ਉਹ

ਉਸਨੂੰ ਆਪਣੇ ਸਹੁਰੇ ਪਿੰਡ ਲੈ ਗਈ। ਕੰਮ ਤਾਂ ਇੱਥੇ ਵੀ ਬਥੇਰਾ ਸੀ, ਨਾਲੇ ਉਪਰੋਂ ਮਨ 'ਚ ਹਰ ਵਕਤ ਇਹ ਰਹਿੰਦਾ ਕਿ ਉਹ ਭੈਣ 'ਤੇ ਭਾਰ ਬਣਿਆਂ ਹੋਇਆ ਹੈ। ਇਸ ਨਾਲ ਭੈਣ ਦਾ ਸਨਮਾਨ ਵੀ ਘਟਦਾ ਸੀ। ਪਰ ਉਹ ਖੇਤਾਂ ਵਿੱਚ ਜ਼ਿਆਦਾ ਕਰਦਿਆਂ ਕਿਸੇ ਨੂੰ ਆਪਣੀ ਗਰਜ਼ ਦਾ ਅਹਿਸਾਸ ਨਹੀਂ ਹੋਣ ਦਿੰਦਾ ਸੀ। ਭੈਣ ਦੀ ਕਿਸਮਤ ਵੀ ਕੋਈ ਬਹੁਤੀ ਚੰਗੀ ਨਹੀਂ ਸੀ। ਬਚਪਨ ਮਾਂ ਪਿਉ ਤੋਂ ਬਿਨਾਂ ਗੁਜ਼ਾਰਿਆ ਤੇ ਉਪਰੋਂ ਕਾਫੀ ਦੇਰ ਤੱਕ ਉਸਨੂੰ ਕੋਈ ਉਲਾਦ ਨਾ ਹੋਈ। ਫਿਰ ਵਿਆਹ ਦੇ ਕਈ ਸਾਲ ਪਿੱਛੋਂ ਭੈਣ ਨੇ ਬੱਚੀ ਨੂੰ ਜਨਮ ਦਿੱਤਾ। ਉਦੋਂ ਭੈਣ ਬਹੁਤ ਜਿਆਦਾ ਖੁਸ਼ ਸੀ। ਉਸਨੂੰ ਲੱਗਿਆ ਸੀ ਕਿ ਜ਼ਿੰਦਗੀ ਦੀਆਂ ਸਾਰੀਆਂ ਖੁਸ਼ੀਆਂ ਇਕੱਠੀਆਂ ਹੀ ਮਿਲ ਗਈਆਂ ਹੋਣ। ਪਰ ਸਾਲ ਪਿੱਛੋਂ ਹੀ ਬੱਚੀ ਕਿਸੇ ਬਿਮਾਰੀ ਕਾਰਨ ਚੱਲ ਵਸੀ। ਮੁੜ ਕੇ ਭੈਣ ਨੂੰ ਕੋਈ ਬੱਚਾ ਨਸੀਬ ਨਾ ਹੋਇਆ। ਇਸ ਨਾਲ ਉਸਦੀ ਮਾਨਸਿਕ ਹਾਲਤ ਖਰਾਬ ਹੋ ਗਈ। ਉਹ ਗਮਗੀਨ ਰਹਿਣ ਲੱਗੀ। ਹਰ ਵਕਤ ਆਪਣੀ ਧੀ ਨੂੰ ਯਾਦ ਕਰਦਿਆਂ ਤੜਪਦੀ ਰਹਿੰਦੀ। ਫਿਰ ਹਰੀ ਨੇ ਕਾਲਜ ਦੀ ਪੜ੍ਹਾਈ ਪੂਰੀ ਕਰ ਲਈ। ਇਸੇ ਸਮੇਂ ਉਸਨੂੰ ਕਿਸੇ ਦੋਸਤ ਵੱਲੋਂ ਆਪਣੇ ਨਾਲ ਅਮਰੀਕਾ ਜਾਣ ਦੀ ਸਲਾਹ ਮਿਲੀ। ਦੋਸਤ ਕਿਸੇ ਏਜੈਂਟ ਰਾਹੀਂ ਜਾ ਰਿਹਾ ਸੀ। ਹਰੀ ਨੇ ਕਾਫੀ ਸੋਚਿਆ ਤੇ ਫਿਰ ਮਨ 'ਚ ਖਿਆਲ ਆਇਆ ਕਿ ਸ਼ਾਇਦ ਇਹੀ ਉਸਦੇ ਲਈ ਸਹੀ ਹੈ ਕਿ ਉਹ ਬਾਹਰ ਚਲਿਆ ਜਾਵੇ। ਉਸਨੇ ਭੈਣ ਨਾਲ ਸਲਾਹ ਕੀਤੀ। ਉਂਝ ਤਾਂ ਉਸਨੂੰ ਹਰੀ ਦਾ ਹੀ ਸਹਾਰਾ ਸੀ ਪਰ ਭਰਾ ਦੀ ਬਿਹਤਰ ਜ਼ਿੰਦਗੀ ਲਈ ਉਸਨੇ ਉਸਦੇ ਜਾਣ ਲਈ ਹਾਮੀ ਭਰ ਦਿੱਤੀ। ਫਿਰ ਭੈਣ ਨੇ ਹੀ ਚਾਚੇ ਨਾਲ ਜ਼ਮੀਨ ਦੀ ਭੰਨ ਤੋੜ ਕਰਕੇ ਉਸਨੂੰ ਪੈਸੇ ਦੁਆਏ ਤੇ ਉਸ ਨੇ ਉਹ ਪੈਸੇ ਅੱਗੇ ਏਜੈਂਟ ਦੀ ਝੋਲੀ ਪਾਏ। ਧੱਕਮ ਧੱਕੇ ਸਹਿੰਦੇ ਤੇ ਖੱਜਲ ਖੁਆਰੀਆਂ ਝੱਲਦੇ ਉਹ ਤਿੰਨ ਜਣੇ ਮੈਕਸੀਕੋ ਬਾਡਰ ਲੰਘ ਕੇ ਅਮਰੀਕਾ ਪਹੁੰਚ ਗਏ। ਹਰੀ ਨੂੰ ਲੱਗਿਆ ਕਿ ਉਸਨੇ ਬਹੁਤ ਵੱਡਾ ਮੋਰਚਾ ਫਤਹਿ ਕਰ ਲਿਆ ਹੈ। ਪਰ ਇੱਥੇ ਆ ਕੇ ਪਤਾ ਲੱਗਿਆ ਕਿ ਇੱਥੇ ਪਹੁੰਚਣਾ ਹੀ ਕਾਫੀ ਨਹੀਂ। ਅਸਲੀ ਕੰਮ ਇੱਥੋਂ ਦੇ ਰਹਿਣ ਲਈ ਕਾਗਜ਼ ਪ੍ਰਾਪਤ ਕਰਨਾ ਹੈ, ਜਿਸਨੂੰ ਕਿ ਗਰੀਨ ਕਾਰਡ ਕਿਹਾ ਜਾਂਦਾ ਹੈ। ਇਸਦੇ ਢੰਗ ਤਰੀਕੇ ਪਤਾ ਕੀਤੇ ਤਾਂ ਸਭ ਤੋਂ ਸੌਖਾ ਫਰਜ਼ੀ ਵਿਆਹ ਵਾਲਾ ਹੀ ਲੱਗਿਆ। ਕਈਆਂ ਨੇ ਇਹ ਵੀ ਦੱਸਿਆ ਕਿ ਜ਼ਰੂਰੀ ਨਹੀਂ ਕਿ ਇਹ ਵਿਆਹ ਪੈਸੇ ਨਾਲ ਹੀ ਹੋਵੇ। ਕਈ ਵਾਰੀ ਸਬੱਬੀਂ ਚੰਗੀਆਂ ਕੁੜੀਆਂ ਵੀ ਮਿਲ ਜਾਂਦੀਆਂ ਹਨ। ਤਾਹੀਉਂ ਕੈਰਲ ਵੱਲ ਵੇਖਦਿਆਂ ਹੀ ਹਰੀ ਨੂੰ ਲੱਗਿਆ ਸੀ ਕਿ ਇਹ ਸ਼ਾਇਦ ਉਨ੍ਹਾਂ ਚੰਗੀਆਂ ਕੁੜੀਆਂ ਵਿੱਚੋਂ ਹੀ ਹੈ। ਬਲਕਿ ਉਹ ਤਾਂ ਕਈ ਵਾਰੀ ਇੱਥੋਂ ਤੱਕ ਵੀ ਸੋਚ ਜਾਂਦਾ ਸੀ ਕਿ ਸਿਰਫ ਗਰੀਨ ਕਾਰਡ ਲਈ ਹੀ ਕਿਉਂ, ਇੰਨੀ ਚੰਗੀ ਕੁੜੀ ਨਾਲ ਤਾਂ ਉਮਰ ਭਰ ਦਾ ਸਾਥ ਵੀ ਨਿਭਾ ਸਕਦਾ ਹੈ। ਕੈਰਲ ਉਸਨੂੰ ਬਹੁਤ ਭਾਉਂਦੀ ਸੀ। ਉਦੋਂ ਉਹ ਸੋਚਦਾ ਹੁੰਦਾ ਸੀ ਕਿ ਕਾਸ਼ ਇਹ ਉਸਦੀ ਘਰਵਾਲੀ ਬਣ ਕੇ ਉਸਦੇ ਘਰ ਰਹੇ। ਅੱਜ ਕੈਰਲ ਉਸਦੇ ਘਰ ਤਾਂ ਆ ਗਈ ਸੀ, ਪਰ ਘਰਵਾਲੀ ਬਣ ਕੇ ਨਹੀਂ, ਸਗੋਂ ਉਹ ਤਾਂ ਬੜੇ ਵੱਖਰੇ ਮਾਹੌਲ ਵਿੱਚ ਆਈ ਸੀ।

"ਹਰੀ ਤੂੰ ਕਿਨ੍ਹਾਂ ਸੋਚਾਂ 'ਚ ਗੁੰਮ ਐਂ? ਕਿਤੇ ਮੇਰੇ ਕਰਕੇ ਤਾਂ ਨੀਂ....?" ਕੈਰਲ ਦੀ ਆਵਾਜ਼ ਨੇ ਉਸਦੀ ਸੁਰਤੀ ਭੰਗ ਕੀਤੀ। ਉਹ ਹੁਣੇ ਨਹਾ ਧੋ ਕੇ ਬਾਹਰ ਆਈ ਸੀ।

"ਉਹ ਨ੍ਹੀਂ ਨ੍ਹੀਂ। ਐਸੀ ਵੈਸੀ ਕੋਈ ਗੱਲ ਨ੍ਹੀਂ ਐ। ਮੈਂ ਤਾਂ ਸਗੋਂ ਸੋਚ ਰਿਹਾ ਸੀ ਕਿ

ਆਪਣਾ ਦੋਨਾਂ ਦਾ ਜੀਵਨ ਆਪਸ ਵਿੱਚ ਕਿੰਨਾ ਮਿਲਦਾ ਜੁਲਦਾ ਐ।" ਉਹ ਸੋਚਾਂ 'ਚੋਂ ਨਿਕਲਦਾ, ਉਸਦੀ ਗੱਲ ਦਾ ਜੁਆਬ ਦਿੰਦਾ ਖੜ੍ਹਾ ਹੋ ਗਿਆ ਤੇ ਉਸਨੇ ਕੈਰਲ ਨੂੰ ਬੈਠਣ ਦਾ ਇਸ਼ਾਰਾ ਕੀਤਾ। ਉਹ ਬਹਿੰਦਿਆਂ ਉਲਝੀ ਜਿਹੀ ਬੋਲੀ, "ਹਰੀ ਤੇਰਾ ਇਹ ਗੱਲ ਤੋਂ ਕੀ ਮਤਲਬ ਐ ਕਿ ਆਪਣਾ ਦੋਨਾਂ ਦਾ ਜੀਵਨ, ਬੜਾ ਮਿਲਦਾ ਜੁਲਦਾ ਐ ?"

"ਕੈਰਲ ਗੱਲ ਇਸ ਤਰ੍ਹਾਂ ਹੈ....।" ਅੱਗੇ ਉਸਨੇ ਆਪਣੇ ਮਾਂ ਪਿਉ ਦੀ ਐਕਸੀਡੈਂਟ ਮੌਤ ਤੋਂ ਲੈ ਕੇ ਹੁਣ ਤੱਕ ਦੀ ਸਾਰੀ ਕਹਾਣੀ ਸੁਣਾ ਦਿੱਤੀ। ਪਰ ਗਰੀਨ ਕਾਰਡ ਵਾਲੀ ਗੱਲ ਲੁਕਾ ਲਈ। ਉਸਦੀ ਗੱਲ ਸੁਣ ਕੇ, ਹੈਰਾਨੀ 'ਚ ਕੈਰਲ ਦੀਆਂ ਅੱਖਾਂ ਹੋਰ ਚੌੜੀਆਂ ਹੋ ਗਈਆਂ ਤੇ ਇਸੇ ਅੰਦਾਜ਼ 'ਚ ਉਸਨੇ ਪੁੱਛਿਆ, "ਹਰੀ ਤੂੰ ਇਹ ਕਿਵੇਂ ਸੋਚਿਆ ਕਿ ਮੇਰੀ ਜ਼ਿੰਦਗੀ ਵੀ ਤੇਰੇ ਵਾਂਗ ਹੀ ਹੈ।" ਇਸਦੇ ਜੁਆਬ 'ਚ ਹਰੀ ਨੇ ਕਿਹਾ, "ਕੈਰਲ ਤੂੰ ਦੱਸਿਆ ਸੀ ਕਿ ਤੇਰੇ ਵੀ ਮਾਂ ਪਿਉ ਨ੍ਹੀਂ ਹੈਗੇ। ਇਸੇ ਕਰਕੇ ਮੈਂ ਸੋਚਿਆ ਕਿ ਉਹ ਵੀ ਸ਼ਾਇਦ ਮੇਰੇ ਮਾਪਿਆਂ ਵਾਂਗ ਹੀ....।"

"ਨ੍ਹੀਂ ਹਰੀ, ਉਹ ਗੱਲ ਨ੍ਹੀਂ ਐ। ਬਲਕਿ ਮੈਨੂੰ ਤਾਂ ਇਹ ਵੀ ਪਤਾ ਨ੍ਹੀਂ ਕਿ ਮੇਰੇ ਮਾਂ ਪਿਉ ਕੌਣ ਸਨ।"

"ਕੀ ਮਤਲਬ ?"

"ਕਿਉਂਕਿ ਮੇਰੀ ਮਾਂ ਮੈਨੂੰ ਜਨਮ ਦੇਣ ਪਿੱਛੋਂ ਮੈਨੂੰ ਹਸਪਤਾਲ ਵਿੱਚ ਈ ਛੱਡ ਕੇ ਭੱਜ ਗਈ ਸੀ। ਮਾਂ ਬਾਰੇ ਤਾਂ ਬਸ ਇੰਨਾ ਈ ਪਤਾ ਐ ਪਰ ਪਿਉ ਬਾਰੇ ਤਾਂ ਇਹ ਵੀ ਨ੍ਹੀਂ ਪਤਾ ਕਿ ਉਹ ਕੌਣ ਸੀ।" ਉਸਦੀ ਗੱਲ ਨੇ ਹਰੀ ਨੂੰ ਸੁੰਨ ਕਰ ਦਿੱਤਾ। ਉਹ ਕੈਰਲ ਵੱਲ ਝਾਕਿਆ ਜੋ ਇਸ ਵੇਲੇ ਸਹਿਜ ਦਿੱਸ ਰਹੀ ਸੀ। ਉਸਨੇ ਪੁੱਛਿਆ ਕਿ ਫਿਰ ਉਸਨੂੰ ਪਾਲਿਆ ਪੋਸਿਆ ਕਿਸ ਨੇ ਤਾਂ ਉਹ ਦੱਸਣ ਲੱਗੀ।

"ਮੈਨੂੰ ਜਨਮ ਦੇ ਕੇ ਮੇਰੀ ਮਾਂ ਹਸਪਤਾਲ 'ਚੋਂ ਚਲੀ ਗਈ। ਜਾਣ ਲੱਗੀ ਉਹ ਚਿੱਠੀ ਲਿਖ ਕੇ ਛੱਡ ਗਈ ਜਿਸ ਵਿੱਚ ਲਿਖਿਆ ਸੀ, 'ਮੈਂ ਇਸ ਬੱਚੀ ਪਿੱਛੇ ਆਪਣਾ ਜੀਵਨ ਤਬਾਹ ਨ੍ਹੀਂ ਕਰ ਸਕਦੀ। ਅਜੇ ਤਾਂ ਮੈਂ ਆਪਣੀ ਜ਼ਿੰਦਗੀ ਦਾ ਆਨੰਦ ਮਾਣਨਾ ਐ। ਮੇਰਾ ਇਸ ਬੱਚੀ ਦੇ ਬੰਧਨ ਵਿੱਚ ਬੱਝਣ ਦਾ ਕੋਈ ਇਰਾਦਾ ਨ੍ਹੀਂ ਐ। ਤੁਸੀਂ ਇਸ ਨੂੰ ਸੋਸ਼ਲ ਸਰਵਿਸ ਮਹਿਕਮੇ ਦੇ ਹਵਾਲੇ ਕਰ ਦਿਉ।' ਉਸ ਪਿੱਛੋਂ ਹਸਪਤਾਲ ਵਾਲਿਆਂ ਨੇ ਮੈਨੂੰ ਸੋਸ਼ਲ ਸਰਵਿਸ ਦੀ ਉਸ ਸੰਸਥਾ ਦੇ ਹਵਾਲੇ ਕਰ ਦਿੱਤਾ ਜੋ ਇਸ ਤਰ੍ਹਾਂ ਦੇ ਲਾਵਾਰਸ ਬੱਚਿਆਂ ਨੂੰ ਪਾਲਦੀ ਐ। ਥੋੜ੍ਹੀ ਵੱਡੀ ਹੋਣ 'ਤੇ ਮੈਨੂੰ ਕਿਸੇ ਫੋਸਟਰ ਹੋਮ ਵਿੱਚ ਭੇਜ ਦਿੱਤਾ ਗਿਆ।" ਇੰਨਾ ਕਹਿ ਕੇ ਉਹ ਚੁੱਪ ਹੋ ਗਈ। ਹਰੀ ਸਮਝ ਗਿਆ ਕਿ ਉਹ ਯਤੀਮ ਘਰ ਦੀ ਗੱਲ ਕਰ ਰਹੀ ਹੈ। ਜ਼ਰਾ ਰੁਕ ਕੇ ਉਹ ਫਿਰ ਤੋਂ ਬੋਲਣ ਲੱਗੀ, "ਅਗਲੇ ਸਾਰੇ ਵਰ੍ਹੇ ਮੈਂ ਉੱਥੇ ਹੀ ਗੁਜ਼ਾਰੇ। ਮਤਲਬ ਉਦੋਂ ਤੱਕ ਜਦੋਂ ਤੱਕ ਮੈਂ ਕਾਫੀ ਵੱਡੀ ਨ੍ਹੀਂ ਹੋ ਗਈ। ਫੋਸਟਰ ਹੋਮ ਦੀ ਜ਼ਿੰਦਗੀ ਬਹੁਤ ਮਾੜੀ ਸੀ। ਪੜ੍ਹਾਈ ਜ਼ਰੂਰ ਕਰਵਾਈ ਜਾਂਦੀ ਸੀ। ਪਰ ਕੰਮ ਬਹੁਤ ਕਰਵਾਇਆ ਜਾਂਦਾ ਸੀ। ਕੁੱਟ ਮਾਰ ਹੋਣਾ ਆਮ ਗੱਲ ਸੀ। ਫਿਰ ਇੱਕ ਦਿਨ ਮੈਨੂੰ ਉੱਥੋਂ ਕੋਈ ਗੋਦ ਲੈਣ ਆਇਆ। ਮੈਨੂੰ ਥੋੜ੍ਹਾ ਚੰਗਾ ਲੱਗਿਆ। ਸੋਚਿਆ ਕਿ ਸ਼ਾਇਦ ਕੋਈ ਬੇਹਤਰ ਜ਼ਿੰਦਗੀ ਮਿਲ ਜਾਵੇ। ਉਸ ਪਰਿਵਾਰ 'ਚ ਆ ਕੇ ਸ਼ੁਰੂ ਵਿੱਚ ਇਸ ਤਰ੍ਹਾਂ ਲੱਗਿਆ ਵੀ। ਪਰ ਫਿਰ ਛੇਤੀ ਈ ਮੈਨੂੰ ਪਤਾ ਲੱਗ ਗਿਆ ਕਿ ਉਨ੍ਹਾਂ ਨੂੰ

ਬੱਚੀ ਦੀ ਨ੍ਹੀਂ ਬਲਕਿ ਇੱਕ ਨੌਕਰਾਣੀ ਦੀ ਜ਼ਰੂਰਤ ਸੀ। ਉਸ ਪਿੱਛੋਂ ਇੱਥੇ ਤਾਂ ਫੋਸਟਰ ਹੋਮ ਨਾਲੋਂ ਵੀ ਭੈੜੀ ਹੋਣ ਲੱਗੀ। ਸਭ ਕੁਝ ਸਹਿੰਦੀ ਰਹੀ। ਪਰ ਉਸ ਦਿਨ ਅਖੀਰ ਹੋ ਗਈ ਜਿਸ ਦਿਨ ਉਸ ਘਰ ਦੇ ਮਾਲਕ ਨੇ ਮੇਰੇ ਨਾਲ ਜਬਰ ਜਿਨਾਹ ਕਰਨਾ ਚਾਹਿਆ। ਮੈਂ ਉੱਥੋਂ ਭੱਜ ਨਿਕਲੀ ਤੇ ਮੁੜ ਕੇ ਉਸ ਘਰ 'ਚ ਨ੍ਹੀਂ ਗਈ। ਮੈਂ ਆਪਣੇ ਦੋਸਤ ਕੋਲ ਚਲੀ ਗਈ। ਉਹ ਵੀ ਕੋਈ ਮੇਰੇ ਵਰਗਾ ਹੀ ਸੀ। ਕੁਛ ਦੇਰ ਉਸ ਨਾਲ ਰਹੀ। ਫਿਰ ਦੋਸਤ ਬਦਲ ਲਿਆ। ਉਸ ਪਿੱਛੋਂ ਕਦੇ ਕਿਤੇ ਤੇ ਕਦੇ ਕਿਤੇ। ਜਦੋਂ ਜਾਸ਼ ਮਿਲਿਆ ਸੀ ਤਾਂ ਲੱਗਿਆ ਸੀ ਕਿ ਹੁਣ ਸ਼ਾਇਦ ਇੱਕ ਥਾਂ ਟਿਕ ਹੋ ਜਾਵੇ। ਪਰ ਉਹ ਵੀ....।" ਇੰਨਾ ਕਹਿ ਕੇ ਉਹ ਚੁੱਪ ਹੋ ਗਈ। ਹਰੀ ਉਸ ਵੱਲ ਵੇਖਦਾ ਬੋਲਿਆ, "ਇਸਦਾ ਮਤਲਬ ਤੂੰ ਵੀ ਮਾਂ ਪਿਉ ਦੇ ਪਿਆਰ ਤੋਂ ਵਾਂਝੀ ਰਹੀ ਐਂ ?"

"ਅਸਲ 'ਚ ਮੈਨੂੰ ਤਾਂ ਪਤਾ ਈ ਨ੍ਹੀਂ ਕਿ ਮਾਂ ਪਿਉ ਦਾ ਪਿਆਰ ਹੁੰਦਾ ਕੀ ਐ। ਮੈਂ ਤਾਂ ਸਿਰਫ ਯਤੀਮ ਜ਼ਿੰਦਗੀ ਬਾਰੇ ਈ ਜਾਣਦੀ ਆਂ। ਮੈਨੂੰ ਇਸ ਗੱਲ ਦਾ ਕੋਈ ਅਫਸੋਸ ਵੀ ਨ੍ਹੀਂ ਐ। ਜ਼ਿੰਦਗੀ ਜਿਵੇਂ ਬਿਤਾਈ ਐ ਵਧੀਆ ਐ।" ਇੰਨਾ ਕਹਿੰਦਿਆਂ ਉਹ ਹਰੀ ਦੇ ਨੇੜੇ ਹੋ ਗਈ ਤੇ ਉਸ ਦੇ ਮੋਢੇ 'ਤੇ ਹੱਥ ਧਰਦੀ ਬੋਲੀ, "ਪਰ ਮੈਨੂੰ ਬਹੁਤ ਖੁਸ਼ੀ ਐ ਕਿ ਮੈਨੂੰ ਤੇਰੇ ਵਰਗਾ ਦੋਸਤ ਵੀ ਮਿਲਿਆ ਐ, ਜਿਸਨੇ ਮੇਰੀ ਇਸ ਮੁਸੀਬਤ ਦੀ ਘੜੀ ਮੱਦਦ ਕੀਤੀ ਐ।" ਇਸ ਪਿੱਛੋਂ ਬਹੁਤ ਦੇਰ ਤੱਕ ਉਹ ਗੱਲਾਂ ਬਾਤਾਂ ਕਰਦੇ ਰਹੇ। ਇਨ੍ਹਾਂ ਗੱਲਾਂਬਾਤਾਂ ਦੌਰਾਨ ਹੀ ਹਰੀ ਨੇ ਕੈਰਲ ਨੂੰ ਦੱਸਿਆ ਕਿ ਉਹ ਆਪਣੇ ਪਰਿਵਾਰ ਨੂੰ ਮਿਲਣੇ ਜਾਣਾ ਚਾਹੁੰਦਾ ਹੈ ਪਰ ਜਾ ਨਹੀਂ ਸਕਦਾ ਕਿਉਂਕਿ ਉਸ ਕੋਲ ਗਰੀਨ ਕਾਰਡ ਨਹੀਂ ਹੈ। ਕੈਰਲ ਨੇ ਸੁਆਲੀਆ ਨਜ਼ਰਾਂ ਨਾਲ ਉਸ ਵੱਲ ਵੇਖਿਆ ਤਾਂ ਹਰੀ ਬੋਲਿਆ, "ਮੈਨੂੰ ਗਰੀਨ ਕਾਰਡ ਤਾਂ ਹੀ ਮਿਲ ਸਕਦਾ ਹੈ ਜੇਕਰ ਮੇਰੀ ਘਰਵਾਲੀ ਅਮਰੀਕਣ ਸਿਟੀਜ਼ਨ ਹੋਵੇ।" ਹਰੀ ਦੀ ਗੱਲ ਸੁਣ ਕੇ ਕੈਰਲ ਉਸ ਵੱਲ ਗੌਹ ਨਾਲ ਝਾਕੀ ਤੇ ਫਿਰ ਕੰਧ ਵੱਲ ਵੇਖਦੀ ਕੁਝ ਸੋਚਣ ਲੱਗੀ। ਦੋ ਕੁ ਮਿੰਟ ਇਵੇਂ ਬੈਠੀ ਰਹਿਣ ਤੋਂ ਬਾਅਦ ਉਹ ਖਿੜਕੀ ਕੋਲ ਜਾ ਖੜ੍ਹੀ ਹੋਈ ਤੇ ਬਾਹਰ ਵੱਲ ਵੇਖਣ ਲੱਗੀ। ਕਾਫੀ ਦੇਰ ਉਹ ਇਵੇਂ ਹੀ ਬਾਹਰ ਵੱਲ ਵੇਖਦੀ ਰਹੀ ਤੇ ਫਿਰ ਅਚਾਨਕ ਵਾਪਸ ਪਲਟਦੀ ਹਰੀ ਕੋਲ ਆਉਂਦਿਆਂ ਬੋਲੀ, "ਹਰੀ ਮੈਂ ਦੁਆਊਂਗੀ ਤੈਨੂੰ ਗਰੀਨ ਕਾਰਡ। ਮੈਂ ਕਰੂੰਗੀ ਤੇਰੇ ਨਾਲ ਵਿਆਹ।"

"ਹੈਂ! ਕੀ ਕਿਹਾ ?" ਜੋ ਉਸਨੇ ਕਿਹਾ ਸੀ ਹਰੀ ਨੂੰ ਉਹ ਸੁਣ ਕੇ ਯਕੀਨ ਨਾ ਆਇਆ। ਉਹ ਸੁਆਲੀਆ ਨਜ਼ਰਾਂ ਨਾਲ ਉਸ ਵੱਲ ਝਾਕਿਆ ਤਾਂ ਉਹ ਅੱਗੇ ਬੋਲੀ, "ਹਰੀ ਤੂੰ ਇੰਨਾ ਚੰਗਾ ਇਨਸਾਨ ਐਂ। ਤੂੰ ਮੇਰੀ ਇਸ ਹਾਲਤ 'ਚ ਮੱਦਦ ਕੀਤੀ ਐ। ਤਾਂ ਫਿਰ ਕੀ ਮੈਂ ਤੇਰੀ ਮੱਦਦ ਨ੍ਹੀਂ ਕਰ ਸਕਦੀ ?" ਉਸਦੀ ਪੂਰੀ ਗੱਲ ਸੁਣ ਕੇ ਹਰੀ ਦੀ ਖੁਸ਼ੀ ਦੀ ਹੱਦ ਨਾ ਰਹੀ। ਕਿੰਨੀ ਦੇਰ ਦਾ ਭਟਕਦਾ ਫਿਰਦਾ ਸੀ। ਕਈ ਵਾਰੀ ਇਸੇ ਕੈਰਲ ਬਾਰੇ ਸੋਚਿਆ ਸੀ। ਪਰ ਉਦੋਂ ਕਿਸਮਤ ਨੇ ਸਾਥ ਨਾ ਦਿੱਤਾ। ਪਰ ਅੱਜ ਆਪਣੇ ਆਪ ਹੀ ਗਰੀਨ ਕਾਰਡ ਸ਼ਾਇਦ ਚੱਲ ਕੇ ਘਰ ਆ ਗਿਆ ਸੀ। ਫਿਰ ਕੁਝ ਸੋਚਦਿਆਂ ਹੋਇਆਂ ਉਸਨੇ ਕਿਹਾ, "ਪਰ ਕੈਰਲ ਤੂੰ ਜਾਸ਼ ਦੇ ਬੱਚੇ ਦੀ ਮਾਂ ਬਣਨ ਵਾਲੀ ਐਂ। ਉਹ ਵੀ ਅਕਸਰ ਵਾਪਸ ਆਵੇਗਾ ਹੀ। ਫਿਰ ਇਹ ਕਿਵੇਂ ਸੰਭਵ ਐ ?" ਇਸਦੇ ਜੁਆਬ 'ਚ ਉਹ ਭੜੱਕ ਦੇਣ ਬੋਲੀ, "ਮਰ ਗਿਆ ਮੇਰੇ ਲਈ ਜਾਸ਼। ਬਾਕੀ ਰਹੀ ਬੱਚੇ ਦੀ ਗੱਲ। ਤੂੰ ਇਸ ਗੱਲ ਵੱਲੋਂ ਬੇਫਿਕਰ ਰਹਿ। ਇਹ ਕੋਈ ਰੁਕਾਵਟ ਨ੍ਹੀਂ ਬਣੇਗਾ। ਬਲਕਿ ਮੇਰੇ ਵੱਲੋਂ ਤਾਂ ਤੂੰ ਭਾਵੇਂ ਕੱਲ੍ਹ ਨੂੰ ਹੀ ਵਿਆਹ ਕਰਵਾਲੈ। ਸਗੋਂ ਮੈਂ ਤਾਂ

ਕਹੂੰਗੀ ਕਿ ਵਿਆਹ ਕਰਵਾ ਕੇ ਛੇਤੀ ਅਪਲਾਈ ਕਰ ਤੇ ਫਿਰ ਆਪਣੇ ਪਰਿਵਾਰ ਨੂੰ ਮਿਲਣ ਜਾਹ।"

ਹਰੀ ਨੂੰ ਹੋਰ ਕੀ ਚਾਹੀਦਾ ਸੀ। ਦੋ ਚਾਰ ਦਿਨਾਂ ਵਿੱਚ ਹੀ ਅਦਾਲਤੀ ਵਿਆਹ ਕਰਵਾ ਕੇ ਮੈਰਿਜ ਸਰਟੀਫੀਕੇਟ ਲਿਆ ਤੇ ਜਾ ਵਕੀਲ ਦੇ ਹਵਾਲੇ ਕੀਤਾ। ਵਕੀਲ ਨੇ ਅਰਜ਼ੀ ਭਰੀ ਤੇ ਦੋਨਾਂ ਦੇ ਦਸਤਖਤ ਕਰਵਾ ਕੇ ਇੰਮੀਗਰੇਸ਼ਨ ਦੇ ਅਪਲਾਈ ਕਰ ਦਿੱਤਾ। ਵਕਤ ਗੁਜ਼ਰਨ ਲੱਗਿਆ। ਇਸ ਦਰਮਿਆਨ ਉਹ ਦੋਨੋਂ ਹੋਰ ਨੇੜੇ ਆ ਗਏ। ਲੋੜ ਪੈਣ 'ਤੇ ਹਰੀ ਕੈਰਲ ਨੂੰ ਚੈੱਕ ਅੱਪ ਲਈ ਡਾਕਟਰ ਦੇ ਲੈ ਜਾਂਦਾ। ਉਸਦਾ ਪੂਰਾ ਖਿਆਲ ਰੱਖਦਾ। ਫਿਰ ਮੌਕਾ ਆਉਣ 'ਤੇ ਉਹ ਉਸਨੂੰ ਲੈ ਕੇ ਹਸਪਤਾਲ ਪਹੁੰਚਿਆ ਤੇ ਅਗਲੇ ਹੀ ਦਿਨ ਕੈਰਲ ਨੇ ਬੱਚੀ ਨੂੰ ਜਨਮ ਦਿੱਤਾ, ਜਿਸਦਾ ਨਾਂ ਉਸਨੇ ਰੋਸ਼ੀ ਰੱਖਿਆ। ਆਪਸੀ ਮੋਹ ਕਾਰਨ ਹਰੀ ਨੂੰ ਲੱਗਿਆ ਜਿਵੇਂ ਇਹ ਬੱਚੀ ਉਸੇ ਦੀ ਹੈ। ਉਸਨੂੰ ਰੋਸ਼ੀ ਨਾਲ ਪਹਿਲੇ ਦਿਨੋਂ ਹੀ ਆਪਣੀ ਉਲਾਦ ਦੀ ਤਰ੍ਹਾਂ ਪਿਆਰ ਹੋ ਗਿਆ। ਇਸੇ ਕਰਕੇ, ਹਸਪਤਾਲ ਦੇ ਰਿਕਾਰਡ ਵਿਚ, ਬੱਚੇ ਦੇ ਪਿਉ ਵਾਲੇ ਖਾਨੇ 'ਚ ਵੀ ਉਸਨੇ ਆਪਣਾ ਨਾਂ ਹੀ ਲਿਖ ਦਿੱਤਾ। ਖੈਰ ਦੋ ਦਿਨ੍ਹਾਂ ਪਿੱਛੋਂ ਉਹ ਕੈਰਲ ਅਤੇ ਰੋਸ਼ੀ ਨੂੰ ਲੈ ਕੇ ਘਰ ਆ ਗਿਆ। ਦਿਨ ਫਿਰ ਬੀਤਣ ਲੱਗੇ। ਉਹ ਅਸਲੀ ਪਤੀ ਪਤਨੀ ਦੀ ਤਰ੍ਹਾਂ ਰਹਿਣ ਲੱਗ ਪਏ ਸਨ। ਦੋਨੋਂ, ਹਰੀ ਦੇ ਦੋਸਤਾਂ ਮਿੱਤਰਾਂ ਦੀਆਂ ਪਾਰਟੀਆਂ 'ਚ ਸ਼ਾਮਲ ਹੁੰਦੇ। ਹਰ ਇਕੱਠ-ਬੱਠ ਵਿੱਚ ਇਕੱਠੇ ਜਾਂਦੇ। ਕੈਰਲ ਜਿਉਂ ਜਿਉਂ ਪੰਜਾਬੀ ਕਮਿਉਨਟੀ 'ਚ ਜਾਣ-ਪਛਾਣ ਵਾਲਿਆਂ ਦੇ ਘਰੀਂ ਜਾਂਦੀ ਤਾਂ ਹੋਰ ਵੀ ਉਤਸ਼ਾਹਤ ਹੁੰਦੀ। ਉਸ ਦੀਆਂ ਗੱਲਾਂ ਤੋਂ, ਉਸਦੇ ਵਰਤਾਅ ਤੋਂ ਹਰੀ ਅੰਦਾਜ਼ਾ ਲਾ ਲੈਂਦਾ ਕਿ ਉਹ ਇਸ ਨਵੇਂ ਰਿਸ਼ਤੇ ਤੋਂ ਕਿੰਨੀ ਖੁਸ਼ ਹੈ। ਰੋਸ਼ੀ ਥੋੜ੍ਹੀ ਸੰਭਲਣ ਲੱਗੀ ਤਾਂ ਉਹ ਇਕੱਠੇ ਇੰਡੀਆ ਜਾਣ ਦੀਆਂ ਸਕੀਮਾਂ ਬਣਾਉਣ ਲੱਗੇ। ਕੈਰਲ ਨੂੰ ਇੰਡੀਆ ਜਾਣ ਦਾ ਚਾਅ ਹਰੀ ਨਾਲੋਂ ਵੀ ਵੱਧ ਸੀ। ਉਸਨੇ ਲੋੜੀਂਦੀ ਸ਼ਾਪਿੰਗ ਦੀ ਲਿਸਟ ਵੀ ਬਣਾਉਣੀ ਸ਼ੁਰੂ ਕਰ ਦਿੱਤੀ ਸੀ। ਕਿਉਂਕਿ ਵਕੀਲ ਨੇ ਦੱਸ ਦਿੱਤਾ ਸੀ ਕਿ ਹੁਣ ਉਨ੍ਹਾਂ ਦੀ ਇੰਟਰਵਿਊ ਆਉਣ ਵਾਲੀ ਹੈ ਤੇ ਇੰਟਰਵਿਊ ਵਾਲੇ ਦਿਨ ਹਰੀ ਨੂੰ ਆਰਜ਼ੀ ਗਰੀਨ ਕਾਰਡ ਮਿਲ ਜਾਵੇਗਾ। ਪਿੱਛੋਂ ਦੋ ਸਾਲ ਬਾਅਦ ਪੱਕਾ ਗਰੀਨ ਕਾਰਡ ਅਤੇ ਫਿਰ ਤੀਸਰੇ ਸਾਲ ਬਾਅਦ ਉਹ ਸਿਟੀਜ਼ਨ ਬਣ ਜਾਵੇਗਾ। ਸਾਰੀਆਂ ਗੱਲਾਂ ਸੋਚ ਕੇ ਉਹ ਬੜਾ ਰੁਮਾਂਚਤ ਹੁੰਦਾ ਸੀ। ਹੁਣ ਉਹ ਟੈਕਸੀ ਚਲਾਉਣ ਲੱਗ ਪਿਆ ਸੀ। ਪਰ ਕੈਰਲ, ਬੱਚੀ ਨੂੰ ਹੀ ਸੰਭਾਲਦੀ ਤੇ ਘਰ ਹੀ ਰਹਿੰਦੀ ਸੀ। ਰੋਸ਼ੀ ਚਾਰ ਮਹੀਨਿਆਂ ਦੀ ਹੋ ਚੁੱਕੀ ਸੀ। ਕੈਰਲ ਦਾ ਵੱਡਾ ਸ਼ੌਂਕ ਸ਼ਾਪਿੰਗ ਕਰਨ ਦਾ ਸੀ। ਖਰੀਦਦੀ ਭਾਵੇਂ ਉਹ ਇੱਕ ਅੱਧ ਚੀਜ਼ ਹੀ ਸੀ ਪਰ ਸਾਰਾ ਦਿਨ ਸ਼ਾਪਿੰਗ ਸੈਂਟਰਾਂ 'ਚ ਤੁਰੇ ਫਿਰਨਾ ਉਸਦਾ ਮਨ ਭਾਉਂਦਾ ਸ਼ੌਂਕ ਸੀ। ਹਰੀ ਨੂੰ ਉਸਦਾ ਇਸ ਤਰ੍ਹਾਂ ਬੱਚੀ ਨੂੰ ਨਾਲ ਲੈ ਕੇ ਸਾਰਾ ਦਿਨ ਸ਼ਾਪਿੰਗ ਸੈਂਟਰਾਂ 'ਚ ਤੁਰੇ ਫਿਰਨਾ ਚੰਗਾ ਨਾ ਲੱਗਦਾ। ਉਹ ਉਸਨੂੰ ਇਸ ਗੱਲ ਤੋਂ ਵਰਜਦਾ ਵੀ, ਪਰ ਉਹ ਕੋਈ ਗੱਲ ਨਾ ਮੰਨਦੀ। ਪਹਿਲਾਂ ਪਹਿਲਾਂ ਕਈ ਵੇਰੀ ਉਹ ਜ਼ੋਰ ਪਾ ਕੇ ਹਰੀ ਨੂੰ ਵੀ ਨਾਲ ਲੈ ਜਾਂਦੀ। ਪਰ ਫਿਰ ਉਸਨੇ ਆਪਣੇ ਕੰਮ ਦਾ ਵਾਸਤਾ ਪਾਇਆ ਤਾਂ ਕੈਰਲ ਇਕੱਲੀ ਹੀ ਰੋਸ਼ੀ ਨੂੰ ਲੈ ਕੇ ਨੇੜਲੇ ਸ਼ਾਪਿੰਗ ਸੈਂਟਰਾਂ 'ਚ ਘੁੰਮਦੀ ਫਿਰਦੀ।

ਉਸ ਦਿਨ ਕੈਰਲ ਪਹਿਲੀ ਵਾਰ ਹਰੀ ਨਾਲ ਲੜੀ। ਉਸਨੇ ਘਰੇ ਆ ਕੇ ਟੈਕਸੀ

ਖੜ੍ਹੀ ਕੀਤੀ ਹੀ ਸੀ ਕਿ ਇਸ ਦੇ ਦਸ ਕੁ ਮਿੰਟ ਪਿੱਛੋਂ ਕੈਰਲ, ਰੋਸ਼ੀ ਨੂੰ ਰੇਹੜੀ 'ਤੇ ਲੈ ਕੇ ਘਰੇ ਪਰਤੀ। ਉਸ ਦੇ ਝਗੜੇ ਦਾ ਕਾਰਨ ਸੀ ਕਿ ਹਰੀ ਉਸਦੇ ਤੁਰੀ ਆਉਂਦੀ ਦੇ ਕੋਲ ਦੀ ਲੰਘ ਆਇਆ ਤੇ ਉਸਦਾ ਇਸ਼ਾਰਾ ਕਰਨ 'ਤੇ ਵੀ ਟੈਕਸੀ ਨਹੀਂ ਰੋਕੀ। ਹਰੀ ਨੇ ਬੜਾ ਸਮਝਾਇਆ ਕਿ ਉਸਨੂੰ ਉਸਦਾ ਕੋਈ ਪਤਾ ਨਹੀਂ ਲੱਗਿਆ। ਪਰ ਉਹ ਮੰਨ ਹੀ ਨਹੀਂ ਰਹੀ ਸੀ। ਹਰੀ ਨੇ ਉਸਦਾ ਇਹ ਰੂਪ, ਪਹਿਲੀ ਵਾਰ ਵੇਖਿਆ ਸੀ। ਆਖਰ ਉਸਨੇ ਮੁਆਫੀ ਮੰਗੀ ਤਾਂ ਉਹ ਕਿਤੇ ਜਾ ਕੇ ਠੰਢੀ ਹੋਈ। ਅਗਲੇ ਦੋ ਦਿਨ ਉਹ ਉਸ ਨਾਲ ਬੋਲੀ ਤੱਕ ਨਾ। ਪਰ ਤੀਸਰੇ ਦਿਨ ਡਾਕ ਰਾਹੀਂ ਆਈ ਇਮੀਗਰੇਸ਼ਨ ਦੀ ਚਿੱਠੀ ਉਸਦੇ ਸਾਹਮਣੇ ਰੱਖੀ ਤੇ ਉਸਨੂੰ ਦੱਸਿਆ ਕਿ ਪੰਦਰਾਂ ਦਿਨਾਂ ਪਿੱਛੋਂ ਇੰਟਰਵਿਊ ਹੈ ਤਾਂ ਉਸਨੇ ਹਰੀ ਦੇ ਹੱਥੋਂ ਚਿੱਠੀ ਖੋਹ ਲਈ ਤੇ ਖੁਸ਼ੀ 'ਚ ਝੂਮ ਉੱਠੀ। ਹਰੀ ਨੂੰ ਬੜੀ ਰਾਹਤ ਮਿਲੀ। ਵੱਡੀ ਗੱਲ ਇੰਟਰਵਿਊ ਦੀ ਚਿੱਠੀ ਸੀ ਤੇ ਨਾਲ ਹੀ ਇਹ ਵੀ ਕਿ ਚਲੋ ਇਹ ਮੰਨੀ ਤਾਂ ਸਹੀ। ਦੋ ਦਿਨਾਂ ਪਿੱਛੋਂ ਉਸਨੇ ਕੈਰਲ ਨੂੰ ਉਸਦੇ ਅਸਲੀ ਅੰਦਾਜ਼ ਵਿੱਚ ਵੇਖਿਆ ਸੀ।

"ਅੱਜ ਤੋਂ ਪੰਦਰਾਂ ਦਿਨ੍ਹਾਂ ਪਿੱਛੋਂ ਇੰਟਰਵਿਊ ਹੈ ਤੇ ਉਸਦੇ ਅਗਲੇ ਦਿਨ ਹੀ ਆਪਾਂ ਇੰਡੀਆ ਨੂੰ ਤੁਰ ਪੈਣਾ ਹੈ। ਹੁਣ ਮੈਨੂੰ ਸ਼ਾਪਿੰਗ ਕਰਨ ਤੋਂ ਤੂੰ ਨ੍ਹੀਂ ਰੋਕ ਸਕਦਾ।" ਉਸਨੇ ਚਹਿਕਦੀ ਹੋਈ ਨੇ ਕਿਹਾ। ਕੈਰਲ ਅਤੇ ਰੋਸ਼ੀ ਦੇ ਪਾਸਪੋਰਟ ਉਨ੍ਹਾਂ ਨੇ ਬਣਵਾ ਲਏ ਸਨ। ਹਰੀ ਦਾ ਪਾਸਪੋਰਟ ਤਾਂ ਹੈਗਾ ਹੀ ਸੀ। ਬਸ ਉਸਨੂੰ ਆਰਜ਼ੀ ਗਰੀਨ ਕਾਰਡ ਦੀ ਜ਼ਰੂਰਤ ਸੀ ਜੋ ਕਿ ਇੰਟਰਵਿਊ ਵਾਲੇ ਦਿਨ ਮਿਲ ਜਾਣਾ ਸੀ। ਕੈਰਲ ਦਾ ਇਸ ਤਰ੍ਹਾਂ ਉਤਸ਼ਾਹਤ ਹੋਣਾ ਉਸਨੂੰ ਬਹੁਤ ਚੰਗਾ ਲੱਗਿਆ ਅਤੇ ਉਸਨੇ ਉਸਨੂੰ ਸ਼ਾਪਿੰਗ ਲਈ ਵੀ ਖੁੱਲ੍ਹੀ ਛੁੱਟੀ ਦੇ ਦਿੱਤੀ। ਪਰ ਨਾਲ ਹੀ ਉਸਨੇ ਕੈਰਲ ਨੂੰ ਕਿਹਾ ਕਿ ਉਹ ਉਸ ਨਾਲ ਕਿਧਰੇ ਨਹੀਂ ਜਾ ਸਕੇਗਾ। ਕਿਉਂਕਿ ਇੰਨੀ ਛੇਤੀ ਜਾਣਾ ਹੈ ਤਾਂ ਉਸਨੂੰ ਕੰਮ ਵੀ ਦੱਬ ਕੇ ਕਰਨਾ ਪਵੇਗਾ। ਉਹ ਮੰਨ ਗਈ। ਪਰ ਉਹ ਤਾਂ ਇਸ ਤਰ੍ਹਾਂ ਸ਼ਾਪਿੰਗ ਕਰਨ ਲੱਗੀ ਜਿਵੇਂ ਕਿ ਇੰਡੀਆ ਗਿਆਂ ਮੁੜਨਾ ਈ ਨਾ ਹੋਵੇ। ਸਾਰਾ ਦਿਨ ਘਰੋਂ ਬਾਹਰ ਰਹਿੰਦੀ। ਤੀਸਰੇ ਦਿਨ ਤਾਂ ਉਸਨੇ ਕਮਾਲ ਹੀ ਕਰ ਦਿੱਤੀ। ਹਰੀ ਰਾਤ ਵੇਲੇ ਕੰਮ ਤੋਂ ਆਇਆ ਤਾਂ ਉਹ ਉਦੋਂ ਹੀ ਵਾਪਸ ਪਰਤੀ ਸੀ। ਹਰੀ ਨਾਰਾਜ਼ ਹੋਇਆ ਕਿ ਇਹ ਵੀ ਕੋਈ ਤਰੀਕਾ ਹੋਇਆ, ਭੋਰਾ ਭਰ ਦੀ ਜੁਆਕੜੀ ਨੂੰ ਲੈ ਕੇ ਸਾਰਾ ਦਿਨ ਘਰੋਂ ਬਾਹਰ ਰਹਿਣਾ। ਪਰ ਉਸਨੇ ਗਲਤੀ ਮੰਨਦੀ ਨੇ ਕਿਹਾ ਕਿ ਉਸਨੂੰ ਕਿਸੇ ਖਾਸ ਚੀਜ਼ ਦੀ ਜ਼ਰੂਰਤ ਸੀ ਜੋ ਕਿਧਰਿਉਂ ਨੇੜਿਉਂ ਮਿਲੀ ਨਹੀਂ ਇਸੇ ਕਰਕੇ ਲੇਟ ਹੋ ਗਈ। ਉਦੋਂ ਤਾਂ ਹਰੀ ਚੁੱਪ ਹੋ ਗਿਆ ਪਰ ਅਗਲੇ ਦਿਨਾਂ 'ਚ ਉਸਨੇ ਵੇਖਿਆ ਕਿ ਉਹ ਹੱਦੋਂ ਵੱਧ ਬੇਪ੍ਰਵਾਹ ਜਿਹੀ ਹੁੰਦੀ ਜਾ ਰਹੀ ਹੈ। ਫਿਰ ਇੱਕ ਦਿਨ ਉਸਦੀ ਟੈਕਸੀ ਖਰਾਬ ਹੋ ਗਈ ਤਾਂ ਹਰੀ ਗੈਰਾਜ ਵਿੱਚ ਖੜ੍ਹੀ ਕਰਕੇ ਘਰ ਆ ਗਿਆ। ਉਹ ਘਰ ਪਹੁੰਚਿਆ ਤਾਂ ਕੈਰਲ ਘਰੇ ਨਹੀਂ ਸੀ। ਬਥੇਰਾ ਇੰਤਜ਼ਾਰ ਕੀਤਾ। ਪਰ ਸ਼ਾਮ ਹੋ ਗਈ ਉਹ ਨਾ ਆਈ। ਹਰੀ ਉਡੀਕ ਉਡੀਕ ਥੱਕ ਗਿਆ ਪਰ ਉਸਦਾ ਕੋਈ ਥਹੁ ਪਤਾ ਨਹੀਂ ਸੀ। ਆਖਰ ਲੇਟ ਰਾਤ ਉਹ ਘਰ ਪਰਤੀ। ਰੋਸ਼ੀ ਨੂੰ ਉਸਨੇ ਗੋਦੀ ਚੁੱਕਿਆ ਹੋਇਆ ਸੀ। ਹਰੀ ਇੱਕਦਮ ਭੜਕ ਉੱਠਿਆ ਤਾਂ ਉਹ ਇੰਨਾ ਕਹਿੰਦੀ ਅੰਦਰ ਲੰਘ ਗਈ ਕਿ ਕਿਸੇ ਸਹੇਲੀ ਕੋਲ ਚਲੀ ਗਈ ਸੀ। ਅਤੇ ਉਹੀ ਸਹੇਲੀ ਉਸਨੂੰ ਘਰ ਛੱਡ ਕੇ ਗਈ ਸੀ। ਹਰੀ ਦਾ ਗੁੱਸਾ ਥੋੜ੍ਹਾ ਘਟ ਗਿਆ। ਕਿਉਂਕਿ ਆਮ ਦੀ ਤਰ੍ਹਾਂ ਉਹ ਸ਼ਾਪਿੰਗ

ਤੋਂ ਨਹੀਂ ਆਈ ਸੀ। ਖੈਰ ਅਗਲੇ ਦਿਨ ਉਸਨੇ ਕੈਰਲ ਨੂੰ ਕਿਹਾ ਕਿ ਉਸਦੀ ਟੈਕਸੀ ਤਾਂ ਖਰਾਬ ਹੈ ਤੇ ਚੱਲ ਆਪਾਂ ਅੱਜ ਕਿਧਰੇ ਬਾਹਰ ਘੁੰਮ ਆਉਂਦੇ ਹਾਂ। ਉਸ ਨੇ ਚੁੱਪੀ ਜਿਹੀ ਵਟਦਿਆਂ ਇਨਕਾਰ ਕਰ ਦਿੱਤਾ। ਉਹ ਸਮਝ ਗਿਆ ਕਿ ਇਹ ਗੁੱਸੇ ਹੈ। ਆਥਣ ਤੱਕ ਉਹ ਅੰਦਰੇ ਵੜ ਕੇ ਪਈ ਰਹੀ। ਫਿਰ ਸ਼ਾਮ ਵੇਲੇ ਇਹ ਕਹਿੰਦਿਆਂ ਕਿ ਉਸਨੇ ਸਹੇਲੀ ਦਾ ਪਤਾ ਲੈ ਕੇ ਆਉਣਾ ਹੈ ਜੋ ਕਿ ਹਸਪਤਾਲ 'ਚ ਹੈ, ਉਹ ਘਰੋਂ ਚਲੀ ਗਈ। ਪਿੱਛੇ ਰੋਸ਼ੀ ਨੂੰ ਹਰੀ ਨੇ ਸੰਭਾਲਿਆ। ਸ਼ਾਮ ਹੋ ਗਈ ਤੇ ਪਰ ਕੈਰਲ ਨਾ ਮੁੜੀ। ਦੇਰ ਰਾਤ ਉਸਦਾ ਫੋਨ ਆਇਆ ਕਿ ਸਹੇਲੀ ਦੀ ਤਬੀਅਤ ਖਰਾਬ ਹੈ ਇਸ ਕਰਕੇ ਉਹ ਰਾਤ ਵੇਲੇ ਉਸੇ ਕੋਲ ਰਹੇਗੀ। ਹਰੀ ਨੂੰ ਬੜਾ ਗੁੱਸਾ ਚੜ੍ਹਿਆ ਪਰ ਕੀ ਕਰ ਸਕਦਾ ਸੀ। ਖੈਰ ਅਗਲੇ ਦਿਨ ਉਹ ਸਵੇਰੇ ਹੀ ਆ ਗਈ ਤੇ ਆਉਂਦਿਆਂ ਹੀ ਰਾਤ ਨਾ ਆ ਸਕਣ ਲਈ ਮੁਆਫੀ ਮੰਗੀ। ਗੱਲ ਆਈ ਗਈ ਹੋ ਗਈ। ਪਰ ਉਹ ਅੱਜ ਬਹੁਤ ਖੁਸ਼ ਸੀ। ਹਰੀ ਨੇ ਕਾਰਨ ਪੁੱਛਿਆ ਤਾਂ ਉਹ ਬੋਲੀ, "ਹਰੀ ਅੱਜ ਕੱਲ੍ਹ ਤੂੰ ਇੰਨਾ ਗੁੱਸੇ 'ਚ ਰਹਿੰਦਾ ਐਂ ਕਿ ਅਸਲੀ ਗੱਲ ਵੀ ਭੁੱਲ ਗਿਆਂ।" ਹਰੀ ਨੇ ਅਸਲੀ ਗੱਲ ਬਾਰੇ ਪੁੱਛਿਆ ਤਾਂ ਉਹ ਮਟਕਦੀ ਹੋਈ ਕਹਿਣ ਲੱਗੀ, "ਆਪਣੇ ਇੰਡੀਆ ਜਾਣ 'ਚ ਚਾਰ ਦਿਨ ਰਹਿ ਗਏ ਨੇ, ਤੈਨੂੰ ਇਹ ਗੱਲ ਯਾਦ ਵੀ ਨ੍ਹੀਂ ਐ।" ਉਸਦੀ ਇਹ ਗੱਲ ਸੁਣ ਕੇ ਹਰੀ ਦਾ ਉਸ ਪ੍ਰਤੀ ਮਾੜਾ ਮੋਟਾ ਗੁੱਸਾ ਵੀ ਦੂਰ ਹੋ ਗਿਆ। ਖਾਉ ਪੀਉ ਪਿੱਛੋਂ ਉਹ ਹਰੀ ਨੂੰ ਨਾਲ ਲੈ ਕੇ ਫਿਰ ਬਿਮਾਰ ਸਹੇਲੀ ਦਾ ਪਤਾ ਲੈਣ, ਹਸਪਤਾਲ ਗਈ। ਹਰੀ ਹੇਠਾਂ ਕਾਰ ਵਿੱਚ ਹੀ ਬੈਠਾ ਰਿਹਾ ਤੇ ਉਹ ਇਕੱਲੀ ਹੀ ਉਪਰ ਜਾ ਕੇ ਮੁੜ ਆਈ। ਸ਼ਾਮ ਵੇਲੇ ਉਨ੍ਹਾਂ ਬਾਹਰ ਖਾਣਾ ਖਾਧਾ ਤੇ ਇੰਡੀਆ ਜਾਣ ਦੀਆਂ ਸਕੀਮਾਂ ਬਣਾਉਂਦੇ ਰਹੇ। ਅਗਲੇ ਦਿਨ ਹਰੀ ਨੇ ਗੈਰਾਜ 'ਚੋਂ ਟੈਕਸੀ ਚੁੱਕਣੀ ਸੀ ਇਸ ਲਈ ਸੰਦੇਹਾਂ ਹੀ ਤਿਆਰ ਹੋ ਗਿਆ। ਉਸਨੂੰ ਜਾਂਦੇ ਨੂੰ ਰੋਕਦਿਆਂ ਕੈਰਲ ਬੋਲੀ, "ਹਰੀ ਮੈਂ ਚਾਹੁੰਨੀ ਆਂ ਕਿ ਦੋ ਬਿਸਕੁਟ ਸੋਨੇ ਦੇ ਵੀ ਲੈ ਚੱਲੀਏ। ਉੱਥੇ ਤੇਰੇ ਕਿਸੇ ਰਿਸ਼ਤੇਦਾਰ ਦੇ ਕੰਮ ਆਉਣਗੇ।" ਹਰੀ ਨੇ ਦਿਲੋਂ ਖੁਸ਼ ਹੁੰਦੇ ਨੇ ਉਸਨੂੰ ਇਸਦੇ ਲਈ ਪੈਸੇ ਦਿੱਤੇ ਤੇ ਬਾਹਰ ਨਿਕਲ ਗਿਆ। ਸਾਰਾ ਦਿਨ ਉਹ ਕੰਮ 'ਚ ਰੁੱਝਿਆ ਰਿਹਾ। ਉਸਦੇ ਲੇਟ ਸ਼ਾਮ ਵੇਲੇ ਘਰ ਵਾਪਸ ਮੁੜਦੇ ਦੇ ਮਨ 'ਚ ਇੰਡੀਆ ਜਾਣ ਦੀਆਂ ਸਕੀਮਾਂ ਈ ਘੁੰਮੀ ਜਾ ਰਹੀਆਂ ਸਨ। ਉਂਝ ਤਾਂ ਇਨ੍ਹੀਂ ਦਿਨੀਂ ਹਰ ਰੋਜ਼ ਇਵੇਂ ਈ ਹੁੰਦਾ ਸੀ। ਉਸਦਾ ਮਨ ਇੰਡੀਆ ਜਾਣ ਦੀ ਖੁਸ਼ੀ 'ਚ ਖੀਵਾ ਹੋਇਆ ਰਹਿੰਦਾ ਸੀ। ਨਾਲ ਹੀ ਇਹ ਵੀ ਸੀ ਕਿ ਉੱਥੇ ਗਈ ਕੈਰਲ ਦੇ ਰੂਪ ਵਿੱਚ ਇੰਨੀ ਸੋਹਣੀ ਗੋਰੀ ਨੂੰਹ ਵੇਖ ਕੇ ਘਰ ਦੇ ਕਿੰਨੇ ਖੁਸ਼ ਹੋਣਗੇ। ਇਨ੍ਹਾਂ ਹੀ ਖਿਆਲਾਂ 'ਚ ਖੋਇਆ ਉਹ ਘਰ ਪਹੁੰਚ ਗਿਆ।

ਹਰੀ ਨੇ ਟੈਕਸੀ ਪਾਰਕ ਕੀਤੀ ਤੇ ਅਪਾਰਟਮੈਂਟ ਨੂੰ ਚੱਲ ਪਿਆ। ਬਾਹਰ ਨਿਕਲਦਿਆਂ ਹੀ ਠੰਢੀ ਸੀਤ ਹਵਾ ਦਾ ਬੁੱਲਾ ਜਾਨ ਕੱਢ ਗਿਆ। ਉਸਨੇ ਉੱਪਰ ਵੱਲ ਵੇਖਿਆ। ਅਸਮਾਨ ਕਾਲੇ ਬੱਦਲਾਂ ਨਾਲ ਘਟਾ ਟੋਪ ਹੋਇਆ ਪਿਆ ਸੀ। ਲੱਗਦਾ ਸੀ ਮੀਂਹ ਉਤਰਿਆ ਕਿ ਉਤਰਿਆ। ਉਹ ਭੱਜ ਕੇ ਪੌੜੀਆਂ ਚੜ੍ਹਦਾ ਜਿਉਂ ਹੀ ਅਪਾਰਟਮੈਂਟ ਦੇ ਨੇੜੇ ਹੋਇਆ ਤਾਂ ਬੱਚੇ ਦੇ ਰੋਣ ਦੀ ਆਵਾਜ਼ ਆਈ। ਹਰੀ ਝੱਟ ਪਹਿਚਾਣ ਗਿਆ ਕਿ ਇਹ ਰੋਸ਼ੀ ਹੈ। ਉਹ ਕਾਹਲੀ ਨਾਲ ਦਰਵਾਜ਼ਾ ਖੋਲ੍ਹਦਾ ਅੰਦਰ ਗਿਆ। ਰੋਸ਼ੀ ਦਾ ਰੋ ਰੋ ਕੇ ਬੁਰਾ ਹਾਲ ਸੀ। ਉਸਨੇ ਕੈਰਲ ਨੂੰ ਆਵਾਜ਼ਾਂ ਮਾਰੀਆਂ। ਪਰ ਉਸਦਾ ਕੋਈ ਜੁਆਬ ਨਾ ਆਇਆ। ਰਸੋਈ

ਵੱਲ ਨਿਗਾਹ ਮਾਰਦਾ ਉਹ ਬਾਥਰੂਮ ਵੱਲ ਗਿਆ। ਅੱਗੇ ਬਾਥਰੂਮ ਦਾ ਦਰਵਾਜ਼ਾ ਖੁੱਲ੍ਹਾ ਹੀ ਪਿਆ ਸੀ। ਉਸਨੇ ਇੱਧਰ ਉੱਧਰ ਵੇਖਿਆ ਪਰ ਕੈਰਲ ਕਿਤੇ ਨਹੀਂ ਸੀ। ਹਰੀ ਸਮਝ ਗਿਆ ਕਿ ਉਹ ਘਰ ਨਹੀਂ ਹੈ। ਉਸਨੂੰ ਕੈਰਲ 'ਤੇ ਬਹੁਤ ਜ਼ਿਆਦਾ ਗੁੱਸਾ ਚੜ੍ਹਿਆ ਕਿ ਭੋਰਾ ਭਰ ਜੁਆਕੜੀ ਨੂੰ ਇਕੱਲਿਆਂ ਛੱਡ ਕੇ ਪਤਾ ਨਹੀਂ ਕਿੱਧਰ ਚਲੀ ਗਈ। ਉਸਨੇ ਛੇਤੀ ਦੇਣੇ ਰੋਸ਼ੀ ਨੂੰ ਚੁੱਕਿਆ ਤੇ ਉਸਨੂੰ ਚੁੱਪ ਕਰਾਉਣ ਲੱਗਿਆ। ਦੁੱਧ ਦੀ ਬੋਤਲ ਉਸਦੇ ਮੂੰਹ ਨੂੰ ਲਾਈ ਪਰ ਉਸਨੇ ਬੋਤਲ ਨੂੰ ਮੂੰਹ ਈ ਨਾ ਲਾਇਆ। ਉਸਦਾ ਸਾਹ ਚੜ੍ਹਿਆ ਹੋਇਆ ਸੀ। ਹਰੀ ਨੂੰ ਖਿਆਲ ਆਇਆ ਕਿ ਪਤਾ ਨਹੀਂ ਕਦੋਂ ਕੁ ਦੀ ਰੋਈ ਜਾਂਦੀ ਹੈ। ਉਹ ਉਸਨੂੰ ਮੋਢੇ ਨਾਲ ਲਾ ਕੇ ਪੁਚਕਾਰਨ ਲੱਗਿਆ। ਕਿਤੇ ਪੰਜ ਸੱਤ ਮਿੰਟਾਂ ਬਾਅਦ ਜਾ ਕੇ ਰੋਸ਼ੀ ਥੋੜ੍ਹਾ ਸਾਵੀਂ ਹੋਈ ਤੇ ਬੋਤਲ ਨੂੰ ਮੂੰਹ ਲਾਇਆ। ਜ਼ਰਾ ਕੁ ਮੂੰਹ ਲਾ ਕੇ ਉਸਨੇ ਫਿਰ ਮੂੰਹ ਪਾਸੇ ਕਰ ਲਿਆ ਤੇ ਲੇਰ ਮਾਰੀ। ਖੈਰ ਹੌਲੀ ਹੌਲੀ ਉਹ ਦੁੱਧ ਪੀਣ ਲੱਗ ਪਈ ਪਰ ਵਿੱਚ ਵਿੱਚ ਅਜੇ ਵੀ ਹਟਕੋਰੇ ਭਰੀ ਜਾ ਰਹੀ ਸੀ। ਰੋਸ਼ੀ ਚੁੱਪ ਕੀਤੀ ਤਾਂ ਹਰੀ ਅੰਦਾਜ਼ੇ ਲਾਉਣ ਲੱਗਿਆ ਕਿ ਕੈਰਲ ਕਿੱਥੇ ਹੋਈ। ਪਹਿਲਾਂ ਤਾਂ ਉਸਨੂੰ ਲੱਗਿਆ ਕਿ ਕਿਧਰੇ ਸ਼ਾਪਿੰਗ ਕਰਦੀ ਫਿਰਦੀ ਹੋਊਗੀ ਜਾਂ ਫਿਰ ਸਹੇਲੀ ਦਾ ਪਤਾ ਲੈਣ ਚਲੀ ਗਈ ਹੋਊਗੀ। ਫਿਰ ਖਿਆਲ ਆਇਆ ਕਿ ਇਉਂ ਬੱਚੀ ਇਕੱਲੀ ਛੱਡ ਕੇ ਅੱਗੇ ਤਾਂ ਉਹ ਕਦੇ ਨਹੀਂ ਗਈ। ਉਸਦਾ ਮਨ ਉਚਾਟ ਜਿਹਾ ਹੋ ਗਿਆ ਤੇ ਗੱਲ ਦੀ ਕੋਈ ਸਮਝ ਨਾ ਆਈ। ਰੋਸ਼ੀ ਨੂੰ ਚੁੱਕੀ ਫਿਰਦੇ ਤੇ ਖਿਆਲਾਂ 'ਚ ਡੁੱਬੇ ਦਾ ਧਿਆਨ ਕਿਚਨ ਟੇਬਲ ਵੱਲ ਗਿਆ। ਪੇਪਰ ਵੇਟ ਦੇ ਹੇਠਾਂ ਕਾਗਜ਼ ਪਿਆ ਨਜ਼ਰੀਂ ਆਇਆ। ਨੇੜੇ ਹੋ ਕੇ ਵੇਖਿਆ ਤਾਂ ਉਸਨੂੰ ਅੰਦਾਜ਼ਾ ਹੋ ਗਿਆ ਕਿ ਇਹ ਹੱਥ ਲਿਖਤ ਰੁੱਕਾ ਹੈ। ਉਸਦਾ ਮਨ ਹੋਰ ਵੀ ਪਰੇਸ਼ਾਨ ਹੋ ਗਿਆ। ਰੋਸ਼ੀ ਦੁੱਧ ਪੀਂਦੀ ਸੌਂ ਚੁੱਕੀ ਸੀ। ਹਰੀ ਨੇ ਉਸਨੂੰ ਬੈੱਡ 'ਤੇ ਪਾ ਦਿੱਤਾ ਤੇ ਕਾਗਜ਼ ਚੁੱਕ ਕੇ ਸਿੱਧਾ ਕੀਤਾ। ਉਸਨੇ ਕੈਰਲ ਦੀ ਲਿਖਾਈ ਪਛਾਣ ਲਈ ਸੀ। ਜ਼ਰਾ ਕੁ ਚਾਨਣੇ ਹੋ ਕੇ ਪੜ੍ਹਨਾ ਸ਼ੁਰੂ ਕੀਤਾ। ਲਿਖਿਆ ਸੀ, "ਹਰੀ ਮੈਂ ਇਹ ਘਰ ਛੱਡ ਦਿੱਤਾ ਐ। ਮੈਂ ਆਪਣੇ ਨਵੇਂ ਬੁਆਏ ਫਰੈਂਡ ਨਾਲ ਪੱਕੇ ਤੌਰ 'ਤੇ ਨਿਊਯਾਰਕ ਜਾ ਰਹੀ ਆਂ। ਸਾਡਾ ਉੱਥੇ ਹੀ ਸੈੱਟ ਹੋਣ ਦਾ ਇਰਾਦਾ ਐ। ਤੂੰ ਬਹੁਤ ਚੰਗਾ ਇਨਸਾਨ ਐਂ। ਜੋ ਤੂੰ ਮੇਰੇ ਲਈ ਕੀਤਾ ਉਸਦਾ ਅਹਿਸਾਨ ਮੈਂ ਕਦੇ ਵੀ ਨਹੀਂ ਚੁਕਾ ਸਕਦੀ। ਪਰ ਮੈਂ ਤੇਰੇ ਨਾਲ ਜ਼ਿੰਦਗੀ ਨ੍ਹੀਂ ਗੁਜ਼ਾਰ ਸਕਦੀ....।" ਅੱਗੇ ਉਸ ਤੋਂ ਪੜ੍ਹ ਨਾ ਹੋਇਆ। ਅੱਖਾਂ ਅੱਗੇ ਹਨੇਰਾ ਛਾਅ ਗਿਆ। ਥੋੜ੍ਹਾ ਸਾਵਾਂ ਹੁੰਦੇ ਨੇ ਉਸਨੇ ਇੱਧਰ ਉੱਧਰ ਨਜ਼ਰ ਮਾਰੀ। ਹਰ ਪਾਸੇ ਵੱਡੇ ਅਟੈਚੀ ਖੁੱਲ੍ਹੇ ਪਏ ਸਨ। ਨਵਾਂ ਖਰੀਦਿਆਂ ਸਾਮਾਨ ਇੱਧਰ ਉੱਧਰ ਖਿੱਲਰਿਆ ਪਿਆ ਸੀ। ਇੰਡੀਆ ਜਾਣ ਦੀ ਤਿਆਰੀ 'ਚ ਕੀਤੀ ਜਾ ਰਹੀ ਪੈਕਿੰਗ ਵਿਚਕਾਰ ਹੀ ਛੱਡੀ ਪਈ ਸੀ। ਉਸਨੇ ਫਿਰ ਤੋਂ ਚਿੱਠੀ ਵੱਲ ਧਿਆਨ ਮਾਰਿਆ ਤੇ ਅੱਗੇ ਪੜ੍ਹਨਾ ਸ਼ੁਰੂ ਕੀਤਾ। ਕੈਰਲ ਨੇ ਅੱਗੇ ਲਿਖਿਆ ਸੀ, "ਰਹੀ ਗੱਲ ਰੋਸ਼ੀ ਦੀ। ਮੈਂ ਇਸ ਬੱਚੀ ਪਿੱਛੇ ਆਪਣਾ ਜੀਵਨ ਤਬਾਹ ਨ੍ਹੀਂ ਕਰ ਸਕਦੀ। ਅਜੇ ਤਾਂ ਮੈਂ ਆਪਣੀ ਜ਼ਿੰਦਗੀ ਦਾ ਆਨੰਦ ਮਾਣਨਾ ਐਂ। ਮੇਰਾ ਇਸ ਬੱਚੀ ਦੇ ਬੰਧਨ ਵਿੱਚ ਬੱਝਣ ਦਾ ਕੋਈ ਇਰਾਦਾ ਨ੍ਹੀਂ ਐ। ਤੂੰ ਇਸ ਨੂੰ ਸੋਸ਼ਲ ਸਰਵਿਸ ਮਹਿਕਮੇ ਦੇ ਹਵਾਲੇ ਕਰ ਦੇਵੀਂ। ਅੱਛਾ ਓ ਕੇ ਬਾਏ।"

ਹਰੀ ਸੋਫੇ ਦੀ ਪੁਸ਼ਤ ਦਾ ਸਹਾਰਾ ਲੈਂਦਾ ਬਹਿ ਗਿਆ। ਕਾਫੀ ਦੇਰ ਉਸਨੂੰ ਕੁੱਝ ਨਾ ਸੁੱਝਿਆ ਤੇ ਉਹ ਉਵੇਂ ਹੀ ਹਨੇਰੇ 'ਚ ਬੈਠਾ ਰਿਹਾ। ਉਸਦਾ ਮਨ ਡਾਹਢੇ ਸਦਮੇ 'ਚ ਡੁੱਬ

ਗਿਆ ਸੀ। ਵਾਹਵਾ ਦੇਰ ਪਿੱਛੋਂ ਉਸਦੇ ਕੰਨੀ ਆਵਾਜ਼ ਪਈ ਤਾਂ ਉਸਨੇ ਰੋਸ਼ੀ ਵੱਲ ਵੇਖਿਆ। ਉਸਨੇ ਪਈ ਪਈ ਨੇ ਡੂੰਘਾ ਸਾਹ ਲੈਂਦਿਆਂ, ਹਟਕੋਰਾ ਭਰਿਆ ਸੀ। ਉਹ ਆਪਣੀ ਕਸ਼ਮਕਸ਼ 'ਚੋਂ ਨਿਕਲ ਕੇ ਰੋਸ਼ੀ ਬਾਰੇ ਸੋਚਣ ਲੱਗਿਆ। ਉਸਨੂੰ ਖਿਆਲ ਆਇਆ ਕਿ ਇਸਦਾ ਹੁਣ ਕੀ ਬਣੂੰਗਾ। ਕੈਰਲ ਦੁਆਰਾ ਇਸਨੂੰ ਸੋਸ਼ਿਲ ਸਰਵਿਸ ਵਾਲਿਆਂ ਦੇ ਹਵਾਲੇ ਕਰਨ ਦੀ ਗੱਲ ਉਸਦੇ ਮਨ 'ਚ ਆਈ। ਉਸਨੇ ਉੱਠ ਕੇ ਸੁੱਤੀ ਪਈ ਰੋਸ਼ੀ ਦੇ ਮਾਸੂਮ ਚਿਹਰੇ ਵੱਲ ਵੇਖਿਆ ਤਾਂ ਉਸਦੀਆਂ ਅੱਖਾਂ 'ਚ ਅੱਥਰੂ ਆ ਗਏ। ਉਸਨੇ ਮਨ ਹੀ ਮਨ ਸੋਚਿਆ ਕਿ ਇਸ ਵਿਚਾਰੀ ਦਾ ਕੀ ਕਸੂਰ। ਰੋਸ਼ੀ ਵੱਲ ਝਾਕਦਿਆਂ ਉਸਨੇ ਉਸਨੂੰ ਵੱਡੀ ਹੁੰਦੀ ਖਿਆਲ ਕੀਤਾ ਤੇ ਆਖਰ ਉਹ ਕੈਰਲ ਦਾ ਰੂਪ ਧਾਰੀ, ਹਰੀ ਦੀਆਂ ਮਨ ਰੂਪੀ ਅੱਖਾਂ ਸਾਹਮਣੇ ਆ ਖੜ੍ਹੀ ਹੋਈ। ਉਸਨੇ ਛੇਤੀ ਦੇਣੇ ਸਿਰ ਝਟਕ ਦਿੱਤਾ ਤੇ ਬੁੜਬੜਾਇਆ, "ਨ੍ਹੀਂ ਇਸ ਮਾਸੂਮ ਨੂੰ ਉਸ ਸਭ ਵਿੱਚੋਂ ਨ੍ਹੀਂ ਲੰਘਣ ਦੇਣਾ ਜੋ ਕੈਰਲ ਨੇ ਭੁਗਤਿਆ ਜਾਂ ਮੈਂ ਮਾਪਿਆਂ ਵਾਹਰੀ ਜ਼ਿੰਦਗੀ ਬਿਤਾਈ ਜਾਂ ਫਿਰ ਭੈਣ ਨੇ....।" ਅਚਾਨਕ ਮਨ 'ਚ ਭੈਣ ਆ ਗਈ। ਬਾਹਰ ਬੱਦਲ ਗੱਜਿਆ ਤੇ ਤੇਜ਼ ਰੋਸ਼ਨੀ ਹੋਈ ਕਿਉਂਕਿ ਬਹੁਤ ਜ਼ੋਰ ਦੀ ਬਿਜਲੀ ਚਮਕੀ ਸੀ। ਭੈਣ ਦੀ ਯਾਦ ਆਉਂਦਿਆਂ ਹੀ ਉਸਦੇ ਮਨ 'ਚੋਂ ਬਹੁਤ ਕੁਝ ਲੰਘ ਗਿਆ ਤੇ ਇੱਕ ਨਵੇਂ ਹੀ ਖਿਆਲ ਨੇ ਉਸਦਾ ਸਾਰਾ ਬੋਝ ਲਾਹ ਦਿੱਤਾ। ਉਸਦਾ ਮਨ ਹਲਕਾ ਫੁੱਲ ਵਰਗਾ ਹੋ ਗਿਆ। ਉਸਨੇ ਰੋਸ਼ੀ ਦੇ ਨੇੜੇ ਹੁੰਦਿਆਂ ਉਸ ਦੇ ਸਿਰ 'ਤੇ ਹੱਥ ਫੇਰਿਆ ਤੇ ਪਾਸੇ ਪਿਆ ਫੋਨ ਚੁੱਕ ਕੇ ਭੈਣ ਨੂੰ ਮਿਲਾ ਲਿਆ।

# ਫੁਲਕਾਰੀ

ਰਾਤ ਦੇ ਦੋ ਕੁ ਵਜੇ ਦਾ ਵਕਤ ਸੀ ਜਦੋਂ ਵਿਹੜੇ ਵੱਲ ਭੱਜ ਦੌੜ ਮੱਚ ਗਈ। ਚੋਰ ਚੋਰ ਕਰਦੇ ਗੁਆਂਢੀ ਮਿੰਦੇ ਦੇ ਘਰ ਵੱਲ ਭੱਜੇ ਜਾ ਰਹੇ ਸਨ। ਫਿਰ ਥੋੜ੍ਹੀ ਦੇਰ ਪਿੱਛੋਂ ਹੀ ਪਤਾ ਲੱਗਿਆ ਕਿ ਚੋਰ ਫੜ ਲਿਆ ਗਿਆ ਸੀ। ਘਰ ਮੂਹਰੇ ਖੜ੍ਹਾ ਮਿੰਦਾ ਕਿਸੇ ਜੇਤੂ ਵਾਂਗ ਆਪਣੇ ਇਸ ਬਹਾਦਰੀ ਭਰੇ ਕਾਰਨਾਮੇ ਬਾਰੇ ਲੋਕਾਂ ਨੂੰ ਦੱਸ ਰਿਹਾ ਸੀ, "ਮੈਂ ਅੱਜ ਪਹਿਲਾਂ ਤੋਂ ਹੀ ਘਾਤ ਲਾ ਕੇ ਬੈਠਾ ਹੋਇਆ ਸੀ। ਮੈਂ ਕਿਹਾ ਕਿ ਕੁਛ ਵੀ ਹੋਜੇ ਅੱਜ ਜੇ ਆ ਗਿਆ ਤਾਂ ਜਾਣ ਨੀਂ ਦੇਣਾ।"

"ਪਰ ਉਸ ਨੇ ਭੱਜਣ ਦੀ ਕੋਸ਼ਿਸ਼ ਨੀਂ ਕੀਤੀ ?" ਕਿਸੇ ਨੇ ਇਕੱਠ 'ਚੋਂ ਪੁੱਛਿਆ।

"ਮੈਂ ਭੱਜਣ ਦਿੱਤਾ ਈ ਨੀਂ। ਪਹਿਲਾਂ ਈ ਜੱਪ ਲਿਆ।" ਉਸਨੇ ਹੱਥ ਪੈਰ ਬੰਨ੍ਹ ਕੇ ਕੰਧ ਨਾਲ ਬਿਠਾਏ ਚੋਰ ਵੱਲ ਵੇਖਿਆ। ਉਹ ਨੀਵੀਂ ਪਾਈ ਬੈਠਾ ਹੋਇਆ ਸੀ। ਹਰੇਕ ਨੇ ਉਸਦਾ ਚਿਹਰਾ ਵੇਖਣ ਦੀ ਕੋਸ਼ਿਸ਼ ਕੀਤੀ ਪਰ ਹਨੇਰਾ ਹੋਣ ਕਾਰਨ ਕੁਝ ਨਾ ਦਿੱਸਿਆ। ਮਿੰਦੇ ਦੀ ਗੱਲ ਸੱਚ ਹੀ ਸੀ। ਪਿਛਲੇ ਕਈ ਦਿਨਾਂ ਤੋਂ ਉਹ ਪੂਰੀ ਵਿੜਕ ਰੱਖਦਾ ਸੀ। ਉਸਨੂੰ ਪੂਰੀ ਉਮੀਦ ਸੀ ਕਿ ਚੋਰ ਫਿਰ ਆਵੇਗਾ। ਕਿਉਂਕਿ ਇਸ ਤੋਂ ਪਹਿਲਾਂ ਚੋਰ ਤਿੰਨ ਕੋਸ਼ਿਸ਼ਾਂ ਕਰ ਚੁੱਕਿਆ ਸੀ। ਪਹਿਲੇ ਦਿਨ ਤਾਂ ਮਿੰਦੇ ਨੂੰ ਕੰਧ ਨਾਲ ਕਿਸੇ ਦੇ ਘਿਸਰਨ ਦੀ ਆਵਾਜ਼ ਜਿਹੀ ਸੁਣਾਈ ਦਿੱਤੀ। ਉਹ ਵਿੜਕ ਜਿਹੀ ਲੈਂਦਾ ਖੁਰਲੀ 'ਤੇ ਚੜ੍ਹਦਾ ਕੰਧ ਉੱਤੋਂ ਦੀ ਬਾਹਰ ਵੱਲ ਝਾਕਿਆ। ਉਸਨੇ ਵੇਖਿਆ ਕਿ ਕੋਈ ਕੰਧ ਕੋਲ ਖੜ੍ਹਾ ਸੀ ਜੋ ਉਸਨੂੰ ਵੇਖ ਕੇ ਪਰਾਂਹ ਬੀਹੀ ਵੱਲ ਖਿਸਕ ਗਿਆ। ਮਿੰਦੇ ਨੂੰ ਸ਼ੱਕ ਤਾਂ ਹੋਇਆ ਪਰ ਫਿਰ ਉਸਨੇ ਇਹ ਸੋਚ ਕੇ ਕਿ ਕੋਈ ਵੈਸੇ ਈ ਕੰਧ ਕੋਲ ਖੜ੍ਹ ਗਿਆ ਹੋਊਗਾ, ਗੱਲ ਨੂੰ ਆਈ ਗਈ ਕਰ ਦਿੱਤਾ। ਪਰ ਇਸਦੇ ਤਿੰਨ ਦਿਨ ਪਿੱਛੋਂ ਹੀ ਉਸਨੇ ਕਿਸੇ ਨੂੰ ਕੰਧ 'ਤੇ ਬੈਠਾ ਵੇਖ ਲਿਆ। ਜੋ ਕਿ ਬੀਹੀ ਵੱਲੋਂ ਕੰਧ ਤਾਂ ਚੜ੍ਹ ਗਿਆ ਸੀ ਪਰ ਵਿਹੜੇ ਵਿੱਚ ਉਤਰਨ ਲਈ ਅਜੇ ਆਲਾ ਦੁਆਲਾ ਵੇਖ ਹੀ ਰਿਹਾ ਸੀ ਕਿ ਮਿੰਦੇ ਦੀ ਅੱਖ ਖੁੱਲ੍ਹ ਗਈ। ਉਸਨੇ 'ਕਿਹੜਾ ਐ' ਕਹਿ ਕੇ ਲਲਕਾਰਿਆ ਤਾਂ ਚੋਰ ਪਿੱਛੇ ਉੱਤਰਦਾ ਗਲੀ 'ਚ ਅਲੋਪ ਹੋ ਗਿਆ। ਮਿੰਦੇ ਦੀ ਆਵਾਜ਼ ਸੁਣ ਕੇ ਆਂਢੀ ਗੁਆਂਢੀ ਵੀ ਉੱਠ ਖੜ੍ਹੇ ਤੇ ਕਈਆਂ ਨੇ ਬੀਹੀ 'ਚ ਦੂਰ ਤੱਕ ਭਾਲ ਵੀ ਕੀਤੀ ਪਰ ਕੋਈ ਥਹੁ ਪਤਾ ਨਾ ਲੱਗਿਆ। ਕਈਆਂ ਨੇ ਮਿੰਦੇ ਦਾ ਵਹਿਮ ਹੀ ਸਮਝਿਆ ਪਰ ਮਿੰਦੇ ਨੂੰ ਗੱਲ ਜਚ ਗਈ ਸੀ ਕਿ ਕੋਈ ਚੋਰ ਉਸਦੇ ਘਰ 'ਚ ਘੁਸਣ ਦੀ ਲਗਾਤਾਰ ਕੋਸ਼ਿਸ਼ ਕਰ ਰਿਹਾ ਹੈ। ਉਸਨੇ ਘਰਵਾਲੀ ਦੇ ਗਹਿਣੇ ਅਤੇ ਨਕਦੀ ਬਗੈਰਾ ਬੈਂਕ 'ਚ ਰੱਖ ਦਿੱਤੇ ਤੇ ਆਪ ਸਾਵਧਾਨ ਰਹਿਣ ਲੱਗਿਆ। ਦਸ ਕੁ ਦਿਨ ਲੰਘੇ ਸਨ ਕਿ ਵਰਾਂਡੇ ਦੇ ਨਾਲ ਦੀ ਬੈਠਕ ਵੱਲ ਘੁਸਰ ਮੁਸਰ ਜਿਹੀ ਸੁਣ ਕੇ ਉਸਦੀ ਅੱਖ ਖੁੱਲ੍ਹ ਗਈ। ਉਹ ਬੋਚ ਕੇ ਉੱਠਿਆ

ਤੇ ਉੱਧਰ ਨੂੰ ਗਿਆ। ਉਸਨੇ ਵੇਖਿਆ ਕਿ ਕੋਈ ਬੈਠਕ ਦੇ ਦਰਵਾਜ਼ੇ ਨਾਲ ਲੱਗਿਆ ਖੜ੍ਹਾ ਸੀ। ਖੜਾਕ ਜਿਹਾ ਸੁਣ ਕੇ ਚੋਰ ਭੱਜ ਨਿਕਲਿਆ। ਮਿੰਦਾ ਚੋਰ ਚੋਰ ਦਾ ਰੌਲਾ ਪਾਉਂਦਾ ਮਗਰ ਭੱਜਣ ਲੱਗਿਆ ਤਾਂ ਉਸਦੀ ਘਰਵਾਲੀ ਨੇ ਬਾਂਹ ਫੜ੍ਹ ਕੇ ਉਸਨੂੰ ਚੋਰ ਦੇ ਮਗਰੋਂ ਜਾਣੋਂ ਰੋਕ ਲਿਆ। ਚੋਰ ਛੇਤੀ ਦੇਣੇ ਕੰਧ ਚੜ੍ਹਿਆ ਤੇ ਬੀਹੀ ਵੱਲ ਉੱਤਰ ਗਿਆ। ਆਂਢੀਆਂ ਗੁਆਂਢੀਆਂ ਨੂੰ ਵੀ ਯਕੀਨ ਹੋ ਗਿਆ ਕਿ ਚੋਰ ਵਾਕਿਆ ਹੀ ਮਿੰਦੇ ਦੇ ਘਰ 'ਚ ਚੋਰੀ ਕਰਨ ਦੀ ਤਾਕ 'ਚ ਹੈ ਪਰ ਹਰ ਕੋਈ ਹੈਰਾਨ ਸੀ ਕਿ ਚੋਰ ਨੇ ਉਸਦਾ ਹੀ ਘਰ ਕਿਉਂ ਚੁਣਿਆਂ। ਅਤੇ ਅਜਿਹੀ ਵੀ ਕੀ ਗੱਲ ਹੈ ਕਿ ਚੋਰ ਡਰਦਾ ਨਹੀਂ ਤੇ ਵਾਰ ਵਾਰ ਉਸਦੇ ਘਰ ਆਉਂਦਾ ਹੈ। ਖੈਰ ਜੋ ਵੀ ਸੀ ਪਰ ਇਸ ਪਿੱਛੋਂ ਮਿੰਦਾ ਰਾਤਾਂ ਨੂੰ ਪਹਿਰਾ ਰੱਖਣ ਲੱਗਿਆ। ਫਿਰ ਕੋਈ ਵੀਹ ਕੁ ਦਿਨਾਂ ਪਿੱਛੋਂ, ਜਾਣੀ ਕਿ ਅੱਜ ਮਿੰਦੇ ਨੇ ਚੋਰ ਨੂੰ ਕੰਧ ਉਤਰਦਾ ਵੇਖ ਲਿਆ ਸੀ। ਪਰ ਉਹ ਕੁਝ ਬੋਲਿਆ ਨਾ ਤੇ ਸ਼ਹਿ ਕੇ ਬੈਠਾ ਉਸਦੀਆਂ ਹਰਕਤਾਂ ਵੇਖਦਾ ਰਿਹਾ। ਹੌਲੀ ਹੌਲੀ ਤੁਰਦਾ ਚੋਰ, ਵਰਾਂਡੇ ਨਾਲ ਲੱਗਦੀ ਬੈਠਕ ਵੱਲ ਚਲਾ ਗਿਆ। ਮਿੰਦੇ ਨੂੰ ਇੱਧਰੋਂ ਕਿਸੇ ਨੁਕਸਾਨ ਦੀ ਚਿੰਤਾ ਨਹੀਂ ਸੀ ਕਿਉਂਕਿ ਇਸ ਬੈਠਕ ਵਿੱਚ ਉਸਦੀ ਮਾਂ ਦੇ ਪੁਰਾਣੇ ਸੰਦੂਕ ਤੋਂ ਬਿਨਾਂ ਕੁਝ ਨਹੀਂ ਸੀ। ਇਸ ਲਈ ਉਹ ਉਵੇਂ ਹੀ ਬੈਠਾ ਰਿਹਾ। ਚੋਰ ਨੇ ਬੋਚ ਕੇ ਜਿਹੇ ਦਰਵਾਜ਼ਾ ਖੋਲ੍ਹਿਆ ਤੇ ਬੈਠਕ ਦੇ ਅੰਦਰ ਚਲਾ ਗਿਆ। ਮਿੰਦਾ ਹੌਲੀ ਹੌਲੀ ਰਿਸਕਦਾ ਬੈਠਕ ਦੇ ਦਰਵਾਜ਼ੇ ਮੂਹਰੇ ਜਾ ਪਹੁੰਚਿਆ। ਪੰਜ ਸੱਤ ਮਿੰਟਾਂ ਪਿੱਛੋਂ ਉਸਨੇ ਵੇਖਿਆ ਕਿ ਚੋਰ ਕੋਈ ਪੋਟਲੀ ਜਿਹੀ ਕੱਛੇ ਮਾਰੀ ਅੰਦਰੋਂ ਬਾਹਰ ਆਇਆ। ਆਲੇ ਦੁਆਲੇ ਝਾਕਦਾ ਚੋਰ ਤੁਰਨ ਹੀ ਲੱਗਿਆ ਸੀ ਕਿ ਮਿੰਦੇ ਨੇ ਉਸਦੇ ਸਿਰ 'ਚ ਡਾਂਗ ਮਾਰੀ। ਚੋਰ ਥਾਂ 'ਤੇ ਹੀ ਭੁਆਟਣੀ ਖਾ ਕੇ ਡਿੱਗ ਪਿਆ। ਫਿਰ ਤਾਂ ਮਿੰਦੇ ਨੇ ਉਸਨੂੰ ਸੋਟੀ ਨਾਲ ਬੇਤਹਾਸ਼ਾ ਕੁੱਟਣਾ ਸ਼ੁਰੂ ਕਰ ਦਿੱਤਾ। ਉਹ ਉਦੋਂ ਤੱਕ ਸੋਟੀ ਚਲਾਉਂਦਾ ਰਿਹਾ ਜਦੋਂ ਤੱਕ ਗੁਆਂਢੀਆਂ ਨੇ ਆ ਕੇ ਉਸਨੂੰ ਰੋਕਿਆ ਨਾ। ਉਸਨੂੰ ਕੁੱਟਣੋਂ ਹਟਾਇਆ ਤਾਂ ਮਿੰਦੇ ਨੇ ਰੱਸਾ ਲੈ ਕੇ ਚੋਰ ਦੀਆਂ ਲੱਤਾਂ ਬਾਹਾਂ ਬੰਨ੍ਹ ਦਿੱਤੀਆਂ। ਗੁਆਂਢੀ ਉਸ ਕੋਲ ਬੈਠ ਕੇ ਸਵੇਰ ਹੋਣ ਦਾ ਇੰਤਜ਼ਾਰ ਕਰਨ ਲੱਗੇ ਤਾਂ ਕਿ ਚੋਰ ਨੂੰ ਪੁਲਿਸ ਦੇ ਹਵਾਲੇ ਕੀਤਾ ਜਾ ਸਕੇ। ਦਿਨ ਚੜ੍ਹੇ ਮਿੰਦੇ ਦੇ ਘਰੋਂ ਫੜ੍ਹੇ ਚੋਰ ਦੀ ਸਾਰੇ ਪਿੰਡ 'ਚ ਚਰਚਾ ਸੀ। ਕਈ ਚਿੰਤਤ ਸਨ ਤੇ ਕਈ ਮੁਸਕੜੀਏਂ ਹੱਸਣ ਵਾਲੇ ਵੀ ਵਿੱਚੇ ਹੀ ਸਨ।

ਮਿੰਦਾ ਤੇ ਨਿੰਦਾ ਦੋਨੋਂ ਸਕੇ ਭਰਾ ਸਨ। ਪੂਰਾ ਨਾਮ ਤਾਂ ਉਹਨਾਂ ਦਾ ਮਹਿੰਦਰ ਤੇ ਨਰਿੰਦਰ ਸੀ, ਪਰ ਬਚਪਨ ਤੋਂ ਹੀ ਸਭ ਦੀ ਜ਼ੁਬਾਨ ਤੇ ਮਿੰਦਾ ਤੇ ਨਿੰਦਾ ਨਾਮ ਹੀ ਚੜ੍ਹ ਗਏ ਸਨ, ਜਾਂ ਇਉਂ ਕਹਿ ਲਵੋ ਕਿ ਉਹਨਾਂ ਨੂੰ ਵੱਡੇ ਹੋਇਆਂ ਨੂੰ ਵੀ ਬਚਪਨ ਵਾਲੇ ਨਾਵਾਂ ਨਾਲ ਹੀ ਬੁਲਾਇਆ ਜਾਂਦਾ ਸੀ। ਨਾਲੇ ਗਰੀਬਾਂ ਦੇ ਜੁਆਕਾਂ ਦੇ ਅਸਲੀ ਨਾਮ ਕਿਸ ਦੇ ਯਾਦ ਰਹਿੰਦੇ ਹਨ। ਬਸ ਬੁਲਾਉਣ ਵਾਸਤੇ ਕੋਈ ਵੀ ਟੁੱਟਾ ਭੱਜਿਆ ਨਾਮ ਹੋਵੇ, ਚੱਲ ਜਾਂਦਾ ਹੈ। ਮਿੰਦਾ ਜਾਂ ਨਿੰਦਾ ਤਾਂ ਫਿਰ ਵੀ ਕੁਝ ਬਣਦੇ-ਤਣਦੇ ਨਾਮ ਸਨ।

ਉਹ ਬਚਪਨ ਤੋਂ ਹੀ ਬੜੇ ਚੁਲਬਲੇ ਸਨ। ਉਹਨਾਂ ਦੀ ਉਮਰ ਵਿਚ ਵੀ ਤਕਰੀਬਨ ਸਾਲ ਕੁ ਭਰ ਦਾ ਫਰਕ ਸੀ। ਮਿੰਦਾ ਵੱਡਾ ਸੀ ਤੇ ਨਿੰਦਾ ਛੋਟਾ। ਪਰ ਦੇਖਣ ਤੋਂ ਲੱਗਦਾ ਸੀ ਜਿਵੇਂ ਕਿ ਉਹ ਜੁੜਵੇਂ ਹੋਣ। ਇਕੋ ਜਿੰਨੇ ਕੱਦ, ਇਕੋ ਜਿਹੇ ਸਰੀਰ ਤੇ ਇਕੋ ਜਿਹੇ ਰੰਗ। ਦੋਨੋਂ ਸਾਰਾ ਦਿਨ ਰਹਿੰਦੇ ਵੀ ਇਕੱਠੇ ਹੀ। ਉਹ ਪੜ੍ਹਨ ਵੀ ਇਕੱਠੇ ਹੀ ਲੱਗੇ। ਵਿਹੜੇ ਦੇ ਬਹੁਤੇ ਜੁਆਕ ਮਾਂ ਪਿਉ ਨਾਲ ਜ਼ਿਮੀਦਾਰਾਂ ਦੇ ਖੇਤੀਂ ਹੀ ਕੰਮ ਕਰਦੇ ਸਨ। ਪਰ ਨੰਬਰਦਾਰ ਦੇ ਕਹਿਣ 'ਤੇ ਉਨ੍ਹਾਂ

ਦੇ ਪਿਉ ਕਰਮੇ ਨੇ ਉਨ੍ਹਾਂ ਨੂੰ ਸਕੂਲ ਦਾਖਲ ਕਰਵਾ ਦਿੱਤਾ। ਕਰਮਾ, ਨੰਬਰਦਾਰ ਨਾਲ ਸੀਰੀ ਸੀ। ਉਸਦੀ ਘਰਵਾਲੀ ਨੰਬਰਦਾਰਾਂ ਦੇ ਗੋਹੇ-ਕੂੜੇ ਦਾ ਕੰਮ ਕਰਦੀ ਸੀ। ਉਂਝ ਤਾਂ ਉਹ ਹੋਰਨਾਂ ਘਰਾਂ ਦੇ ਵੀ ਗੋਹਾ ਕੂੜਾ ਕਰਦੀ ਸੀ ਪਰ ਘਰ ਵਾਲੇ ਦਾ ਇਸ ਘਰ ਸੀਰੀ ਹੋਣ ਕਰਕੇ ਉਸਦਾ ਨੰਬਰਦਾਰਾਂ ਦੇ ਘਰ ਨਾਲ ਲਗਾਵ ਜ਼ਿਆਦਾ ਸੀ। ਨੰਬਰਦਾਰ ਫੌਜ 'ਚ ਰਿਹਾ ਹੋਣ ਕਰਕੇ ਪਿੰਡ ਦੇ ਦੂਸਰੇ ਲੋਕਾਂ ਤੋਂ ਥੋੜ੍ਹਾ ਵੱਖਰਾ ਸੀ। ਉਹ ਕਰਮੇ ਨੂੰ ਕਹਿੰਦਾ ਰਹਿੰਦਾ ਕਿ ਜੁਆਕਾਂ ਨੂੰ ਜ਼ਰੂਰ ਪੜ੍ਹਾ। ਜੇ ਹੋਰ ਨ੍ਹੀਂ ਤਾਂ ਫੌਜ 'ਚ ਹੀ ਭਰਤੀ ਹੋ ਜਾਣਗੇ। ਕਮ ਸੇ ਕਮ ਤੇਰੇ ਵਾਂਗੂੰ ਘੱਟਾ ਢੋਣ ਤੋਂ ਬਚ ਜਾਣਗੇ। ਕਰਮੇ ਨੇ ਜੁਆਕ ਪੜ੍ਹਨ ਤਾਂ ਲਾ ਦਿੱਤੇ, ਪਰ ਇਸ ਵਿਚਕਾਰ ਉਸਨੂੰ ਦਮੇ ਦੀ ਚੰਦਰੀ ਬਿਮਾਰੀ ਚੰਬੜ ਗਈ। ਫਿਰ ਉਸ ਦਾ ਸਰੀਰ ਕਮਜ਼ੋਰ ਹੋਣ ਲੱਗਿਆ ਤੇ ਉਸ ਤੋਂ ਪੂਰਾ ਕੰਮ ਨਾ ਹੁੰਦਾ। ਆਖਰ ਉਸਨੂੰ ਸੀਰ ਛੱਡਣਾ ਪਿਆ। ਬਿਮਾਰੀ ਕਾਰਨ ਉਹ ਆਮ ਹੀ ਮੰਜਾ ਮੱਲੀ ਰੱਖਦਾ। ਜਦੋਂ ਕਦੇ ਥੋੜ੍ਹਾ ਬਹੁਤ ਠੀਕ ਹੁੰਦਾ ਤਾਂ ਦਿਹਾੜੀ 'ਤੇ ਚਲਿਆ ਜਾਂਦਾ। ਇਸੇ ਕਰਕੇ ਉਸਦੀ ਘਰਵਾਲੀ 'ਤੇ ਕੰਮ ਦਾ ਜ਼ਿਆਦਾ ਬੋਝ ਆ ਪਿਆ। ਉਹ ਅੱਗੇ ਜੁਆਕਾਂ ਨੂੰ ਕੰਮ 'ਤੇ ਲਿਜਾਣ ਲੱਗੀ। ਪਰ ਉਸਨੇ ਉਨ੍ਹਾਂ ਨੂੰ ਪੜ੍ਹਨੋਂ ਨਾ ਹਟਾਇਆ। ਮਿੰਦਾ ਤੇ ਨਿੰਦਾ ਦੋਨੋਂ ਇਕੋ ਜਮਾਤ 'ਚ ਪੜ੍ਹਦੇ ਸਨ। ਸਵੇਰੇ ਇਕੱਠੇ ਸਕੂਲ ਜਾਂਦੇ, ਜਮਾਤ 'ਚ ਇਕੱਠੇ ਬੈਠਦੇ ਤੇ ਸਕੂਲ ਖਤਮ ਹੁੰਦਿਆਂ ਇਕੱਠੇ ਹੀ ਘਰੇ ਵਾਪਸ ਮੁੜਦੇ। ਸ਼ਾਮ ਨੂੰ ਹਾਣੀਆਂ ਨਾਲ ਰਲ ਕੇ ਖਿੱਦੋ ਖੂੰਡੀ ਖੇਡਦੇ ਤਾਂ ਵੀ ਇਕੱਠੇ ਹੀ ਹੁੰਦੇ। ਚੰਨ-ਚਾਨਣੀਆਂ ਰਾਤਾਂ ਨੂੰ ਲੁਕਣਮੀਚੀ ਜਾਂ ਫੜਨ ਫੜਾਈ ਖੇਡਦੇ ਤਾਂ ਵੀ ਇਕੱਠੇ ਹੀ ਰਹਿੰਦੇ। ਘਰੇ ਆ ਕੇ ਇਕੱਠੇ ਰੋਟੀ ਖਾ ਕੇ ਫਿਰ ਉਹ ਇਕ ਹੀ ਮੰਜੇ ਤੇ ਸੌਂਦੇ। ਕਦੇ ਘਰੇ ਕੋਈ ਮਾੜਾ ਮੋਟਾ ਕੰਮ ਕਰਵਾਉਣਾ ਹੁੰਦਾ ਜਾਂ ਖੇਤ, ਤਾਂ ਵੀ ਇਕੱਠੇ ਹੀ ਕਰਦੇ। ਗੱਲ ਕੀ ਉਹ ਚੌਵੀ ਘੰਟੇ ਇਕੱਠੇ ਰਹਿੰਦੇ। ਉਹਨਾਂ ਦੀ ਮਾਂ ਉਹਨਾਂ ਨੂੰ ਸਾਰਾ ਦਿਨ ਇਕੱਠੇ ਫਿਰਦਿਆਂ ਨੂੰ ਦੇਖ ਕੇ ਥੁੱਕ ਦਿੰਦੀ ਕਿ ਕਿਤੇ ਨਜ਼ਰ ਨਾ ਲੱਗ ਜਾਵੇ। ਦੋਨਾਂ ਦਾ ਸੁਭਾਅ ਵੀ ਬੜਾ ਨਿੱਘਾ ਸੀ। ਉਹ ਸਾਰਾ ਦਿਨ ਇਕ ਦੂਜੇ ਦੀ ਬਾਂਹ ਵਿਚ ਬਾਂਹ ਪਾਈ, ਨਿੱਕੀਆਂ-ਨਿੱਕੀਆਂ ਗੱਲਾਂ ਕਰਕੇ ਹੱਸ-ਹੱਸ ਲੋਟ-ਪੋਟ ਹੁੰਦੇ ਫਿਰਦੇ। ਛੁੱਟੀ ਵਾਲੇ ਦਿਨ ਸਾਰੇ ਪਿੰਡ ਦੀਆਂ ਗਲੀਆਂ ਗਾਹ ਛੱਡਦੇ। ਉਹਨਾਂ ਦੀ ਵੱਡੀ ਸਿਫਤ ਇਹ ਸੀ ਕਿ ਉਹ ਕੋਈ ਪੁੱਠੀਆਂ ਸਿੱਧੀਆਂ ਹਰਕਤਾਂ ਜਾਂ ਕੋਈ ਸ਼ਰਾਰਤਾਂ ਬਿਲਕੁਲ ਨਹੀਂ ਸਨ ਕਰਦੇ।

ਕਰਮੇ ਦੀ ਘਰਵਾਲੀ ਇਕ ਸਾਧਾਰਣ ਘਰੇਲੂ ਔਰਤ ਸੀ। ਨਾਂ ਤਾਂ ਉਸਦਾ ਜਿਉਣ ਕੌਰ ਸੀ ਪਰ ਵਿਹੜੇ ਵਾਲੇ ਉਸਨੂੰ ਜਿਉਣੀ ਕਰਕੇ ਬੁਲਾਉਂਦੇ ਸਨ। ਸੁਭਾਅ ਦੀ ਸ਼ਾਂਤ, ਬੋਲੀ ਦੀ ਮਿੱਠੀ, ਨਾ ਕਿਸੇ ਨਾਲ ਵੈਰ ਨਾ ਵਿਰੋਧ ਤੇ ਨਾ ਕੋਈ ਲੜਾਈ ਨਾ ਝਗੜਾ। ਉਸਦੀ ਪੂਰੀ ਦੁਨੀਆ ਉਸ ਦਾ ਘਰ ਪਰਿਵਾਰ ਹੀ ਸੀ। ਵਿਹਲੇ ਵੇਲੇ ਘਰਵਾਲੇ ਦੇ ਮੋਢੇ ਨਾਲ ਮੋਢਾ ਜੋੜ ਕੇ ਕੰਮ ਕਰਦੀ। ਨਹੀਂ ਤਾਂ ਉਸਦਾ ਇਕੋ ਇਕ ਕੰਮ ਸੀ ਮੱਝ ਨੂੰ ਸੰਭਾਲਣਾ। ਘਰ ਦੀ ਲੋੜ ਵਾਸਤੇ ਦੁੱਧ ਰੱਖ ਕੇ ਬਾਕੀ ਬਚਦਾ ਉਹ ਵੇਚ ਲੈਂਦੀ। ਆਪਣੇ ਲਾਡਲਿਆਂ ਮਿੰਦੇ ਤੇ ਨਿੰਦੇ ਨੂੰ ਉਹ ਖੂਬ ਦੁੱਧ ਘਿਉ ਖਵਾਉਂਦੀ। ਜਦੋਂ ਹੀ ਉਹ ਜੁਆਕਾਂ ਨੂੰ ਕੁਝ ਖਵਾਉਂਦੀ ਪਿਆਉਂਦੀ ਤਾਂ ਹਮੇਸ਼ਾ ਉਹ ਮਨ 'ਚ ਸੁਪਨੇ ਸਜੋਂਦੀ ਕਿ ਕਦੋਂ ਇਹ ਛੇਤੀ ਛੇਤੀ ਵੱਡੇ ਹੋਣ ਤੇ ਪਿਉ ਨੂੰ ਸੌਖਾ ਕਰਨ। ਸਵੇਰੇ ਦਿਨ ਚੜ੍ਹਦੇ ਹੀ ਉਹ ਦੋਨਾਂ ਬੱਚਿਆਂ ਨੂੰ ਇਕ ਦੂਜੇ ਦੀਆਂ ਲੱਤਾਂ 'ਚ ਲੱਤਾਂ ਅੜਾਈ ਸੁੱਤੇ ਪਇਆਂ ਨੂੰ ਬੜੇ ਪਿਆਰ ਨਾਲ ਉਠਾਣ ਲੱਗਦੀ :

"ਉੱਠ ਨੀ ਮੇਰੀ ਹੰਸਾਂ ਦੀਏ ਜੋੜੀਏ।"

ਉਹ ਜੁਆਕਾਂ ਨਾਲ ਬੜੇ ਚੋਚਲੇ ਕਰਦੀ। ਬਹੁਤੇ ਮੋਹ ਵਿਚ ਆਈ ਉਹ ਉਹਨਾਂ ਨੂੰ ਹੰਸਾਂ ਦੀ ਜੋੜੀ ਕਹਿ ਕੇ ਬੁਲਾਉਂਦੀ। ਫਿਰ ਬੜੇ ਪਿਆਰ ਨਾਲ ਉਹਨਾਂ ਨੂੰ ਨਹਾ-ਧੁਆ ਕੇ ਸਕੂਲ ਤੋਰਦੀ। ਸਕੂਲੋਂ ਮੁੜ ਕੇ ਆਇਆਂ ਨੂੰ ਕੋਲ ਬਹਿ ਕੇ ਹੱਥੀਂ ਖਾਣਾ ਖੁਆਉਂਦੀ। ਵਿਚ ਵਿਚ ਮਿੱਠੀਆਂ ਝਿੜਕਾਂ ਵੀ ਦਿੰਦੀ। ਇਸ ਤਰ੍ਹਾਂ ਉਹਨਾਂ ਨਾਲ ਲਾਡ ਲਡਾਉਂਦਿਆਂ ਦਿਨ ਗੁਜ਼ਰ ਜਾਂਦਾ। ਘਰ ਦੀ ਤੰਗੀ ਫੰਗੀ ਸਹਿੰਦਿਆਂ ਵੀ ਉਹ ਜੁਆਕਾਂ ਨੂੰ ਫੁੱਲਾਂ ਵਾਂਗ ਰੱਖਦੀ। ਉੱਧਰ ਜੁਆਕ ਵੀ ਘੱਟ ਨਹੀਂ ਸਨ। ਮਿੰਦਾ ਤੇ ਨਿੰਦਰ ਵੀ ਮਾਂ ਨੂੰ ਸਾਏ ਦੀ ਤਰ੍ਹਾਂ ਚਿੰਬੜੇ ਰਹਿੰਦੇ। ਇਕ ਇੱਧਰੋਂ ਚਿੰਬੜਦਾ ਤੇ ਦੂਸਰਾ ਉੱਧਰੋਂ। ਉਹ ਮਾਂ ਦਾ ਖਹਿੜਾ ਛੱਡਦੇ ਹੀ ਨਾ। ਬੱਚੇ ਜਿੰਨਾ ਜਿਉਣੀ ਨੂੰ ਚੰਬੜਦੇ ਉਤਨੀ ਹੀ ਉਸਦੀ ਮਮਤਾ ਤ੍ਰਿਪਤ ਹੁੰਦੀ। ਕਦੇ ਉਸਨੂੰ ਉਹਨਾਂ ਦੀਆਂ ਇਹਨਾਂ ਹਰਕਤਾਂ ਤੋਂ ਖਿਝ ਨਾ ਚੜ੍ਹਦੀ। ਹੌਲੀ-ਹੌਲੀ ਬੱਚੇ ਵੱਡੇ ਹੁੰਦੇ ਜਾ ਰਹੇ ਸਨ। ਪਰ ਮਾਂ ਦਾ ਖਹਿੜਾ ਉਹ ਫਿਰ ਵੀ ਨਾ ਛੱਡਦੇ। ਇਕ ਇੱਧਰ ਨੂੰ ਖਿੱਚ ਕੇ ਲੈ ਜਾਂਦਾ ਤਾਂ ਦੂਜਾ ਉੱਧਰ ਨੂੰ ਖਿੱਚ ਤੁਰਦਾ। ਜੇ ਕਿਤੇ ਉਹ ਮਾੜਾ ਮੋਟਾ ਇਧਰ ਉੱਧਰ ਚਲੀ ਜਾਂਦੀ ਤਾਂ ਜੁਆਕਾਂ ਦੇ ਭਾਅ ਦੀ ਤਾਂ ਪਰਲੋ ਆ ਜਾਂਦੀ।

ਜਿਉਣੀ ਕੋਲ ਆਪਣੇ ਵਿਆਹ ਵੇਲੇ ਦੀ ਇਕ ਫੁਲਕਾਰੀ ਸੀ। ਪਹਿਲਾਂ ਪਹਿਲਾਂ ਤਾਂ ਕਿਸੇ ਖਾਸ ਮੌਕਿਆਂ ਤੇ ਹੀ ਜਿਉਣੀ ਇਸ ਫੁਲਕਾਰੀ ਨੂੰ ਸੰਦੂਕ 'ਚੋਂ ਕੱਢ ਕੇ ਬੜੇ ਚਾਅ ਨਾਲ ਉਪਰ ਲੈਂਦੀ ਤੇ ਫਿਰ ਸੰਭਾਲ ਕੇ ਤਹਿ ਲਾ ਕੇ ਸੰਦੂਕ ਵਿਚ ਰੱਖ ਦਿੰਦੀ। ਪਰ ਘਰੇਲੂ ਤੰਗੀਆਂ ਕਰਕੇ ਜਦੋਂ ਉਸਨੂੰ ਕੋਈ ਹੋਰ ਕੱਪੜਾ ਨਾ ਜੁੜਿਆ ਤਾਂ ਉਸਨੇ ਇਸ ਫੁਲਕਾਰੀ ਨੂੰ ਹਰ ਰੋਜ਼ ਵਰਤਣਾ ਸ਼ੁਰੂ ਕਰ ਦਿੱਤਾ। ਉਂਝ ਤਾਂ ਫੁਲਕਾਰੀ ਕਾਫੀ ਵੱਡੀ ਤੇ ਭਾਰੀ ਸੀ ਪਰ ਕਿੰਨੇ ਹੀ ਵਰ੍ਹੇ ਲਗਾਤਾਰ ਵਰਤਣ ਨਾਲ ਇਹ ਘਸ ਘਸ ਕੇ ਇਕ ਹੌਲੀ ਚਾਦਰ ਜਿਹੀ ਰਹਿ ਗਈ। ਹੁਣ ਮਿੰਦਾ ਤੇ ਨਿੰਦਰ ਭੱਜੇ ਫਿਰਦੇ, ਲੁਕਣਮੀਚੀ ਖੇਡਦੇ ਕਈ ਵਾਰੀ ਮਾਂ ਦੀ ਇਸ ਫੁਲਕਾਰੀ ਵਿਚ ਹੀ ਲੁਕ ਜਾਂਦੇ। ਉਂਝ ਵੀ ਜਦੋਂ ਉਹ ਫੁਲਕਾਰੀ ਨਾਲ ਮੂੰਹ ਛੁਹਾਉਂਦੇ ਤਾਂ ਇਕ ਅਜੀਬ ਜਿਹਾ ਅਹਿਸਾਸ ਹੁੰਦਾ। ਜਿਵੇਂ ਕਿ ਮਾਂ ਦਾ ਸਾਰਾ ਪਿਆਰ ਇਸ ਫੁਲਕਾਰੀ 'ਚ ਸਮਾਇਆ ਹੋਵੇ। ਉਹਨਾਂ ਨੂੰ ਫੁਲਕਾਰੀ 'ਚੋਂ ਹੀ ਮਾਂ ਦਾ ਪਿਆਰ ਮਹਿਸੂਸ ਹੁੰਦਾ। ਕਦੇ-ਕਦੇ ਉਹ ਇਸ ਬਾਰੇ ਗੱਲਾਂ ਵੀ ਕਰਦੇ :

"ਵੀਰੇ ਮੈਨੂੰ ਮਾਂ ਦੀ ਫੁਲਕਾਰੀ 'ਚੋਂ ਮਾਂ ਦੀ ਵਾਸ਼ਨਾ ਆਉਂਦੀ ਐ।"

ਇਕ ਇਉਂ ਕਹਿੰਦਾ ਤਾਂ ਦੂਜਾ ਝੱਟ ਬੋਲਦਾ :

"ਵੀਰੇ ਮੈਨੂੰ ਤਾਂ ਫੁਲਕਾਰੀ ਵੀ ਮਾਂ ਵਰਗੀ ਹੀ ਲੱਗਦੀ ਐ।"

ਉਹਨਾਂ ਨੂੰ ਅਚੰਭਾ ਹੁੰਦਾ ਕਿ ਇਹ ਇਸ ਤਰ੍ਹਾਂ ਕਿਉਂ ਹੈ। ਉਹਨਾਂ ਦੇ ਬਾਲ ਮਨਾਂ ਨੂੰ ਇਸ ਗੱਲ ਦੀ ਸਮਝ ਹੀ ਨਾ ਪੈਂਦੀ। ਉਹਨਾਂ ਨੂੰ ਤਾਂ ਬਸ ਇਤਨਾ ਹੀ ਪਤਾ ਸੀ ਕਿ ਜਿੰਨਾ ਉਹਨਾਂ ਦਾ ਮਾਂ ਨਾਲ ਪਿਆਰ ਹੈ ਉਤਨਾ ਹੀ ਮਾਂ ਦੀ ਫੁਲਕਾਰੀ ਨਾਲ ਹੈ। ਜਦੋਂ ਕਦੇ ਜਿਉਣੀ ਇਸ ਫੁਲਕਾਰੀ ਨੂੰ ਧੋ ਕੇ ਤੇ ਇਸਦੀ ਤਹਿ ਲਾ ਕੇ ਸੰਦੂਕ 'ਤੇ ਰੱਖ ਦਿੰਦੀ ਤਾਂ ਦੋਨੋਂ ਭਰਾ ਬਿੰਦ ਕੁ ਪਿੱਛੋਂ ਅੰਦਰ ਜਾਂਦੇ ਤੇ ਫੁਲਕਾਰੀ ਨੂੰ ਘੁੱਟ ਕੇ ਕਦੇ ਛਾਤੀ ਨਾਲ ਲਾ ਲੈਂਦੇ ਤੇ ਕਦੇ ਮੂੰਹ ਨੂੰ ਛੁਹਾਉਂਦੇ। ਕਈ ਵਾਰੀ ਇਕ ਦੂਜੇ ਤੋਂ ਖੋਹ-ਖੋਹ ਭੱਜਦੇ।

ਇਕ ਵਾਰੀ ਜਿਉਣੀ ਨੂੰ ਕਾਹਲੀ 'ਚ ਕਿਸੇ ਰਿਸ਼ਤੇਦਾਰੀ ਵਿੱਚ ਜਾਣਾ ਪੈ ਗਿਆ। ਪਿੱਛੇ ਦੋਨੋਂ ਭਰਾ ਪਹਿਲਾਂ ਤਾਂ ਡਰੇ ਅਤੇ ਉਦਾਸ ਹੋ ਗਏ ਪਰ ਅਗਲੇ ਹੀ ਪਲ ਉਨ੍ਹਾਂ ਅੰਦਰੋਂ ਮਾਂ ਦੀ ਇਹ ਫੁਲਕਾਰੀ ਕੱਢ ਲਿਆਂਦੀ ਤੇ ਵਿਚਕਾਰ ਰੱਖ ਕੇ ਸੌਂ ਗਏ। ਉੱਧਰ ਜਿਉਣੀ ਨੂੰ ਬੜਾ ਹੀ ਫਿਕਰ ਰਿਹਾ। ਉਹ ਵਾਪਸ ਘਰ ਆਉਂਦਿਆਂ ਹੀ ਦੋਨਾਂ ਜੁਆਕਾਂ ਨੂੰ ਗਲ਼ ਨਾਲ ਲਾ ਕੇ ਸੁਬਕਣ ਲੱਗੀ। ਉਸਨੂੰ ਉਹਨਾਂ ਨੂੰ ਇਕੱਲਿਆਂ ਛੱਡਣ ਦਾ ਝੋਰਾ ਸੀ। ਮਾਂ ਨੂੰ ਰੋਂਦੀ ਵੇਖ ਕੇ ਦੋਨੋਂ ਬੋਲੇ,

"ਪਰ ਬੇਬੇ ਤੂੰ ਤਾਂ ਰਾਤ ਨੂੰ ਸਾਡੇ ਨਾਲ ਪਈ ਸੀ।"

ਦੋਨਾਂ ਜੁਆਕਾਂ ਦੇ ਇੰਨਾ ਕਹਿਣ ਤੇ ਜਿਉਣੀ ਉਹਨਾਂ ਵੱਲ ਸੁਆਲੀਆਂ ਨਜ਼ਰਾਂ ਨਾਲ ਝਾਕੀ ਤਾਂ ਉਨ੍ਹਾਂ ਨੇ ਤਹਿ ਮਾਰੀ ਫੁਲਕਾਰੀ ਉਸਦੇ ਸਾਹਮਣੇ ਲਿਆ ਕੇ ਰੱਖ ਦਿੱਤੀ।

ਸਮੇਂ ਨੇ ਕਰਵਟ ਲਈ। ਜੁਆਕ ਵੱਡੇ ਹੋ ਚੱਲੇ ਸਨ। ਕਰਮੇ ਨੂੰ ਬਿਮਾਰੀ ਨੇ ਅੰਦਰੇ ਅੰਦਰ ਖਾ ਲਿਆ ਸੀ। ਘਰ ਨੂੰ ਬਿਲਕੁਲ ਖ਼ੁੰਗਲ ਕਰ ਦਿੱਤਾ ਸੀ। ਪਰ ਉਹ ਬਚਿਆ ਫਿਰ ਵੀ ਨਾ। ਹੁਣ ਘਰ ਵਿੱਚ ਤਿੰਨੇ ਮਾਂ ਪੁੱਤ ਰਹਿ ਗਏ। ਸਿਰ ਵਾਲੀ ਛੱਤ ਤੋਂ ਬਿਨਾਂ ਉਹਨਾਂ ਕੋਲ ਹੋਰ ਕੁਝ ਨਹੀਂ ਬਚਿਆ ਸੀ। ਘਰ ਵਿਚ ਫਾਕੇ ਕੱਟਣ ਦਾ ਸਮਾਂ ਆ ਗਿਆ। ਪਰ ਤਿੰਨਾਂ ਮਾਂ ਪੁੱਤਾਂ ਦੇ ਪਿਆਰ ਤੇ ਹੌਸਲੇ ਨੇ ਉਹਨਾਂ ਨੂੰ ਨਿਰਾਸ਼ ਨਾ ਹੋਣ ਦਿੱਤਾ। ਦੋਨਾਂ ਦੀ ਪੜ੍ਹਾਈ ਹੁਣ ਚਾਲੂ ਨਹੀਂ ਸੀ ਰਹਿ ਸਕਦੀ। ਫਿਰ ਇਕ ਦਿਨ ਨਿੰਦੇ ਨੇ ਹੌਸਲਾ ਕਰ ਕੇ ਮਿੰਦੇ ਨੂੰ ਕਿਹਾ, "ਵੀਰੇ ਤੂੰ ਪੜ੍ਹਾਈ ਚਾਲੂ ਰੱਖ। ਮੈਂ ਸਕੂਲ ਛੱਡ ਕੇ ਦਿਹਾੜੀ ਸ਼ੁਰੂ ਕਰ ਦਿੰਦਾ ਆਂ। ਕਿਉਂਕਿ ਦੋਨਾਂ ਦਾ ਸਕੂਲ ਜਾਣਾ ਹੁਣ ਮੁਸ਼ਕਲ ਐ।" ਪਰ ਇਸਦੇ ਜੁਆਬ ਵਿੱਚ ਮਿੰਦੇ ਨੇ ਕਿਹਾ ਕਿ ਨਿੰਦਾ ਪੜ੍ਹੇ ਤੇ ਉਹ ਹਟ ਜਾਵੇਗਾ। ਬੜੀ ਦੇਰ ਉਹਨਾਂ ਦੀ ਨੋਕ-ਝੋਕ ਚਲਦੀ ਰਹੀ। ਫਿਰ ਜਿਉਣੀ ਵਿਚ ਪੈਂਦਿਆਂ ਬੋਲੀ, "ਦੇਖ ਮਿੰਦਿਆ ਪੜ੍ਹੇ ਕੋਈ ਵੀ ਕੀ ਫਰਕ ਪੈਂਦੈ। ਤੁਹਾਡੇ 'ਚੋਂ ਕੋਈ ਇਕ ਪੜ੍ਹ ਕੇ ਕਿਸੇ ਨੌਕਰੀ ਤੇ ਲੱਗ ਜਾਵੇ ਤਾਂ ਆਪਣਾ ਘਰ ਰੁੜ੍ਹ ਪਊ। ਫਿਰ ਨੌਕਰੀ ਕੋਈ ਵੀ ਲੱਗੇ ਤੁਸੀਂ ਕਿਹੜਾ ਆਪਸ ਵਿਚ ਟੁੱਟਣ ਲੱਗੇ ਓਂ। ਤੁਹਾਡੇ ਪਿਆਰ ਦੀਆਂ ਉਦਾਹਰਣਾਂ ਤਾਂ ਸਾਰਾ ਪਿੰਡ ਦਿੰਦੈ ਕਿ ਧਰਤੀ ਅਸਮਾਨ ਬਦਲ ਸਕਦੈ ਪਰ ਤੁਸੀਂ ਕਿਸੇ ਵੀ ਹਾਲਤ 'ਚ ਇਕ ਦੂਜੇ ਨੂੰ ਨਹੀਂ ਛੱਡ ਸਕਦੇ। ਚੱਲ ਮਿੰਦਿਆਂ ਤੂੰ ਪੜ੍ਹ। ਮੈਂ ਤੇ ਨਿੰਦਾ ਕਮਾਈ ਕਰਕੇ ਤੈਨੂੰ ਪੜ੍ਹਾਵਾਂਗੇ। ਪੜ੍ਹ ਕੇ ਤੈਨੂੰ ਕੋਈ ਨੌਕਰੀ ਮਿਲ ਗਈ ਤਾਂ ਆਪਣਾ ਘਰ ਸੁਰਗ ਬਣ ਜਾਊਗਾ।" ਜਿਉਣੀ ਨੇ ਫੈਸਲਾ ਸੁਣਾ ਦਿੱਤਾ ਤੇ ਗੱਲ ਮੁੱਕ ਗਈ। ਮਿੰਦੇ ਨੇ ਪੜ੍ਹਾਈ ਚਾਲੂ ਰੱਖੀ। ਨਿੰਦਾ ਪੜ੍ਹਨੋ ਹਟ ਗਿਆ। ਜਿਉਣੀ ਤੇ ਨਿੰਦਾ ਕੰਮ ਕਰਨ ਲੱਗੇ। ਜਿਉਣੀ ਨੇ ਜ਼ਿਆਦਾ ਘਰਾਂ ਦਾ ਗੋਹਾ ਕੂੜਾ ਸੰਭਾਲ ਲਿਆ। ਨਾਲ ਹੀ ਉਹ ਲੋਕਾਂ ਦੇ ਨਰਮੇ-ਕਪਾਹਾਂ ਚੁਗਾਉਣ ਜਾਂਦੀ, ਲੋਕਾਂ ਦੇ ਪੀਹਣ ਕਰ ਦਿੰਦੀ, ਵੱਡੇ ਘਰਾਂ ਦੇ ਕੱਪੜੇ ਧੋ ਦਿੰਦੀ। ਨਿੰਦਾ ਵੀ ਦਿਹਾੜੀ 'ਤੇ ਜਾਣ ਲੱਗਿਆ। ਪਹਿਲਾਂ ਪਹਿਲਾਂ ਉਹ ਕੁਝ ਔਖਾ ਵੀ ਹੋਇਆ ਪਰ ਫਿਰ ਕੰਮ ਰੁੜ੍ਹ ਪਿਆ। ਸਮਾਂ ਗੁਜ਼ਰਦਾ ਗਿਆ ਤੇ ਮਿੰਦਾ ਹਰ ਸਾਲ ਪਾਸ ਹੁੰਦਾ ਗਿਆ। ਆਖਰ ਉਨ੍ਹਾਂ ਦੀ ਮਿਹਨਤ ਰੰਗ ਲਿਆਈ ਤੇ ਮਿੰਦਾ ਦਸਵੀਂ ਪਾਸ ਕਰ ਗਿਆ। ਨੰਬਰਦਾਰ ਨੇ ਉਸਨੂੰ ਪਿੰਡ ਦੇ ਹਾਈ ਸਕੂਲ ਵਿੱਚ ਹੀ ਚਪੜਾਸੀ ਦੀ ਨੌਕਰੀ ਦੁਆ ਦਿੱਤੀ। ਫਿਰ ਇਕ ਦਿਨ ਹੋਰ ਚੰਗਾ ਚੜ੍ਹਿਆ ਜਦੋਂ ਸਕੂਲ ਵਿਚ ਖਾਲੀ ਪਈ ਕਲਰਕ ਦੀ ਪੋਸਟ ਤੇ ਮਿੰਦੇ ਨੂੰ ਪ੍ਰਮੋਟ ਕਰਕੇ ਕਲਰਕ ਲਾ ਦਿੱਤਾ ਗਿਆ। ਹੁਣ ਉਹ ਸਕੂਲ ਦਾ ਸਟਾਫ ਮੈਂਬਰ ਤੇ ਮਿੰਦੇ

ਤੋਂ ਮਹਿੰਦਰ ਸਿੰਘ ਬਣ ਗਿਆ। ਚੰਗੀ ਤਨਖਾਹ ਘਰ 'ਚ ਆਉਣ ਲੱਗੀ। ਘਰ ਦੀ ਕਾਇਆ ਹੀ ਪਲਟ ਗਈ। ਮਿੰਦਾ ਹਰ ਮਹੀਨੇ ਸਾਰੀ ਤਨਖਾਹ ਲਿਆ ਕੇ ਮਾਂ ਨੂੰ ਫੜਾ ਦਿੰਦਾ। ਫਿਰ ਤਿੰਨੇ ਮਾਂ ਪੁੱਤ ਬਹਿ ਕੇ ਸਲਾਹਾਂ ਕਰਦੇ। ਪਹਿਲਾਂ ਉਨ੍ਹਾਂ ਨੇ ਦੋ ਕਮਰੇ ਹੋਰ ਪਾਏ ਤੇ ਘਰ ਦਾ ਕੁਝ ਮੂੰਹ ਮੱਥਾ ਬਣਾ ਲਿਆ। ਜਿਉਣੀ ਨੂੰ ਉਨ੍ਹਾਂ ਕੰਮ ਕਰਨੋਂ ਵੀ ਹਟਾ ਲਿਆ। ਹੁਣ ਮਿੰਦਾ ਚਾਹੁੰਦਾ ਸੀ ਕਿ ਕੁਝ ਪੈਸੇ ਤਨਖਾਹ ਦੇ ਜਮਾਂ ਕਰਕੇ ਤੇ ਕੁਝ ਮਹਿਕਮੇ ਤੋਂ ਕਰਜ਼ਾ ਲੈ ਕੇ ਨਿੰਦੇ ਦਾ ਕੋਈ ਛੋਟਾ-ਮੋਟਾ ਆਪਣਾ ਕੰਮ ਸ਼ੁਰੂ ਕਰਵਾ ਦੇਵੇ। ਜਿਉਣੀ ਪੁੱਤਾਂ ਦੀ ਖੁਸ਼ੀ 'ਚ ਖੀਵੀ ਹੋਈ ਸਾਰਾ ਦਿਨ ਉਡੂੰ ਉਡੂੰ ਕਰਦੀ ਫਿਰਦੀ। ਉਂਝ ਭਾਵੇਂ ਉਹ ਵੱਡੇ ਹੋ ਗਏ ਸਨ ਪਰ ਉਹਨਾਂ ਦਾ ਬਚਪਨ ਵਾਲਾ ਪਿਆਰ ਅਜੇ ਵੀ ਕਾਇਮ ਸੀ। ਇੱਧਰ ਮਿੰਦੇ ਨੂੰ ਰਿਸ਼ਤੇ ਆਉਣ ਲੱਗ ਪਏ ਸਨ। ਪਰ ਉਹ ਚਾਹੁੰਦਾ ਸੀ ਕਿ ਪਹਿਲਾਂ ਉਹ ਨਿੰਦੇ ਦਾ ਕੋਈ ਕੰਮ ਸ਼ੁਰੂ ਕਰਵਾ ਦੇਵੇ, ਫਿਰ ਹੀ ਵਿਆਹ ਕਰੇਗਾ। ਪਰ ਨਿੰਦਾ ਆਪਣੇ ਵੱਡੇ ਭਰਾ ਦੀ ਹਰ ਖੁਸ਼ੀ ਪੂਰੀ ਹੁੰਦੀ ਦੇਖਣਾ ਚਾਹੁੰਦਾ ਸੀ। ਅਖੀਰ ਉਸਨੇ ਫੈਸਲਾ ਸੁਣਾ ਦਿੱਤਾ।

"ਦੇਖ ਵੀਰੇ ਤੂੰ ਵੱਡਾ ਐਂ ਤੇ ਤੇਰੀ ਵਿਆਹ ਦੀ ਉਮਰ ਵੀ ਐਂ। ਕੇਰਾਂ ਤੇਰਾ ਵਿਆਹ ਹੋਵੇ ਤੇ ਘਰੇ ਭਰਜਾਈ ਦੀਆਂ ਝਾਜਰਾਂ ਛਣਕਣ। ਮੇਰੇ ਲਈ ਕੋਈ ਕੰਮ ਤਾਂ ਜਦੋਂ ਮਰਜ਼ੀ ਸ਼ੁਰੂ ਕਰ ਲਵੀਂ। ਬਸ ਹੁਣ ਤੂੰ ਵਿਆਹ ਕਰਵਾ ਲੈ।"

ਅਖੀਰ ਮਿੰਦੇ ਦਾ ਵਿਆਹ ਹੋ ਗਿਆ। ਉਸਦੀ ਘਰਵਾਲੀ ਜੇ.ਬੀ.ਟੀ. ਅਧਿਆਪਕਾ ਸੀ। ਇਸ ਤੋਂ ਬਾਅਦ ਇਸ ਘਰ ਵਿਚ ਬਹਾਰਾਂ ਨੇ ਆਉਣਾ ਸੀ। ਪਰ ਮਿੰਦੇ ਦਾ ਵਿਆਹ ਕੀ ਹੋਇਆ ਕਿ ਇਸ ਘਰ ਦੀਆਂ ਖੁਸ਼ੀਆਂ ਨੂੰ ਨਜ਼ਰ ਲੱਗ ਗਈ। ਮਿੰਦੇ ਦੀ ਘਰਵਾਲੀ ਸੋਮਾ ਦਾ ਸੁਭਾਅ ਬਹੁਤ ਕੌੜ ਤੇ ਹੰਕਾਰੀ ਸੀ। ਉਹ ਸੋਚਦੀ ਰਹਿੰਦੀ ਕਿ ਉਸਦਾ ਵਿਆਹ ਤਾਂ ਕਿਸੇ ਵੱਡੇ ਰੱਜੇ-ਪੁੱਜੇ ਘਰ ਵਿਚ ਹੋਣਾ ਚਾਹੀਦਾ ਸੀ, ਤੇ ਕਿੱਥੇ ਹੁਣ ਨੰਗਾਂ ਦੇ ਗਲ਼ ਮੜ੍ਹਤੀ। ਉਸਦੀ ਬਦਲੀ ਵੀ ਪਿੰਡ ਦੀ ਹੋ ਗਈ। ਹੁਣ ਸਵੇਰ ਵੇਲੇ ਮਿੰਦਾ ਤੇ ਸੋਮਾ ਇਕੱਠੇ ਸਕੂਲ ਜਾਂਦੇ ਤੇ ਸ਼ਾਮ ਨੂੰ ਇਕੱਠੇ ਹੀ ਘਰ ਨੂੰ ਆਉਂਦੇ। ਘਰ ਦਾ ਸਾਰਾ ਕੰਮ ਧੰਦਾ ਜਿਉਣੀ ਕਰਦੀ। ਸੋਮਾ ਘਰੇ ਕੰਮ ਦਾ ਡੱਕਾ ਵੀ ਨਾ ਤੋੜਦੀ। ਸਗੋਂ ਹਰ ਵਕਤ ਸੱਸ ਦੇ ਆਰਾਂ ਲਾਉਂਦੀ ਰਹਿੰਦੀ। ਨਿੰਦੇ ਨੂੰ ਬੁਲਾਉਣਾ ਤਾਂ ਦੂਰ ਉਸਦੇ ਤਾਂ ਉਹ ਮੱਥੇ ਲੱਗਣ ਤੋਂ ਵੀ ਟਲਦੀ ਰਹਿੰਦੀ। ਸੋਮਾ ਦੀ ਜ਼ੁਬਾਨ ਤੇ ਹਰ ਵਕਤ ਇਕੋ ਹੀ ਗੱਲ ਰਹਿੰਦੀ ਕਿ ਉਸਦੀ ਕਿਸਮਤ ਵਿਚ ਇਹ ਨੰਗ ਹੀ ਲਿਖੇ ਸਨ। ਪਹਿਲਾਂ ਪਹਿਲਾਂ ਤਾਂ ਉਹ ਮਿੰਦੇ ਸਾਹਮਣੇ ਕੁਝ ਨਾ ਬੋਲਦੀ। ਤੇ ਜੇ ਕਿਤੇ ਨਿੰਦਾ ਭਰਜਾਈ ਦੇ ਵਤੀਰੇ ਬਾਰੇ ਮਿੰਦੇ ਨੂੰ ਕੁਝ ਕਹਿੰਦਾ ਤਾਂ ਉਹ ਅੱਗੋਂ ਮੰਨਦਾ ਹੀ ਨਾ। ਆਖਰ ਨਿੰਦਾ ਹੀ ਚੁੱਪ ਕਰ ਰਹਿੰਦਾ। ਪੈਸਾ ਟਕਾ ਵੀ ਸੋਮਾ ਨੇ ਆਪਣੇ ਹੱਥ ਵਿੱਚ ਕਰਨਾ ਸ਼ੁਰੂ ਕਰ ਦਿੱਤਾ। ਘਰ ਵਿਚ ਹੁਕਮ ਵੀ ਆਪਣਾ ਹੀ ਚਲਾਉਣ ਲੱਗੀ। ਜੇ ਕਿਤੇ ਜਿਉਣੀ ਮਿੰਦੇ ਕੋਲ ਕੋਈ ਗੱਲ ਕਰਦੀ ਤਾਂ ਉਹ ਵੀ ਅੱਗੋਂ ਦੜ ਵੱਟ ਜਾਂਦਾ ਤੇ ਅਜਿਹੀ ਕਿਸੇ ਸ਼ਿਕਾਇਤ ਤੋਂ ਬਾਅਦ ਸੋਮਾ, ਸੱਸ ਦੀ ਉਹ ਗਤ ਬਣਾਉਂਦੀ ਕਿ ਮੁੜ ਕੇ ਉਹ ਬੋਲਣੋਂ ਵੀ ਡਰਦੀ। ਹੁਣ ਤਾਂ ਆਂਢ-ਗੁਆਂਢ 'ਚ ਵੀ ਮਸ਼ਹੂਰ ਹੋ ਗਿਆ ਕਿ ਬਹੂ ਦਾ ਸੁਭਾਅ ਬਹੁਤ ਕੱਬਾ ਹੈ। ਸੋਮਾ ਨੇ ਆਪਣੇ ਦਾਅ ਪੇਚਾਂ ਤੇ ਨਖਰਿਆਂ ਨਾਲ ਮਿੰਦੇ ਨੂੰ ਵੀ ਆਪਣੇ ਮਗਰ ਹੀ ਲਾ ਲਿਆ। ਉਹ ਮਾਂ ਤੇ ਭਰਾ ਦਾ ਪਿਆਰ ਅਤੇ ਉਹਨਾਂ ਦੀਆਂ ਕੀਤੀਆਂ ਘਾਲਣਾ ਭੁੱਲ ਕੇ ਹੌਲੀ-ਹੌਲੀ ਸੋਮਾ ਵਰਗਾ ਹੀ ਬਣ ਗਿਆ। ਉਸਨੂੰ ਵੀ ਹੁਣ ਮਾਂ

ਤੇ ਭਰਾ ਨੰਗ ਮਲੰਗ ਹੀ ਦਿੱਸਣ ਲੱਗੇ। ਜਦੋਂ ਬਾਬੂ ਬਣਿਆ ਉਹ ਘਰੇ ਆਉਂਦਾ ਤਾਂ ਉਸਨੂੰ ਲਿਬੜਿਆ ਤਿਬੜਿਆ ਨਿੰਦਰ ਤੇ ਮਾਂ ਬਹੁਤ ਭੈੜੇ ਲੱਗਦੇ। ਉਹਨਾਂ ਵੱਲ ਉਸਦਾ ਵੇਖਣ ਨੂੰ ਜੀਅ ਨਾ ਕਰਦਾ। ਘਰ ਵਿਚ ਰੋਜ਼ ਕਲੇਸ਼ ਰਹਿਣ ਲੱਗਾ। ਸੋਮਾ ਨੇ ਆਪਣੇ ਭਰਾ ਨੂੰ ਵੀ ਆਪਣੇ ਕੋਲ ਹੀ ਲਿਆ ਕੇ ਨੇੜੇ ਸ਼ਹਿਰ ਕਾਲਜ 'ਚ ਪੜ੍ਹਨ ਲਾ ਦਿੱਤਾ। ਉਸਦੇ ਪੇਕੇ ਵੀ ਦੂਜੇ ਤੀਜੇ ਦਿਨ ਗੇੜਾ ਮਾਰੀ ਰੱਖਦੇ। ਜਿਉਣੀ ਵਿਚਾਰੀ ਕੁਝ ਨਾ ਬੋਲਦੀ, ਬਸ ਅੰਦਰੇ ਅੰਦਰ ਆਪਣੀ ਕਿਸਮਤ ਨੂੰ ਰੋਂਦੀ ਰਹਿੰਦੀ। ਨਿੰਦਾ ਤਾਂ ਵਾਹਵਾ ਹਨੇਰਾ ਹੋਏ ਤੋਂ ਘਰੇ ਵੜਦਾ ਤਾਂ ਕਿ ਕਿਸੇ ਦੇ ਮੱਥੇ ਹੀ ਨਾ ਲੱਗਣਾ ਪਵੇ। ਪਰ ਸੋਮਾ ਫਿਰ ਵੀ ਨਾ ਟਲਦੀ। ਕੋਈ ਨਾ ਕੋਈ ਬਹਾਨਾ ਬਣਾ ਕੇ ਘਰ 'ਚ ਰੋਜ਼ ਲੜਾਈ ਕਰਦੀ। ਅਜਿਹੇ ਮੌਕਿਆਂ ਤੇ ਤਾਂ ਕੀ, ਹੁਣ ਤਾਂ ਮਿੰਦੇ ਨੇ ਆਪਣੀ ਮਾਂ ਤੇ ਨਿੰਦੇ ਨੂੰ ਉਕਾ ਹੀ ਬੁਲਾਉਣਾ ਛੱਡ ਦਿੱਤਾ। ਹੁਣ ਤਾਂ ਉਸ ਨੂੰ ਆਪਣੇ ਸਹੁਰੇ ਹੀ ਚੰਗੇ ਲੱਗਦੇ। ਇਕ ਦਿਨ ਨਿੰਦਾ ਮਾਂ ਨੂੰ, ਮਾਸੀ ਦੇ ਪਿੰਡ ਲੈ ਕੇ ਗਿਆ ਦੋ ਦਿਨਾਂ ਪਿਛੋਂ ਮੁੜਿਆ। ਉਹਨਾਂ ਦੇ ਆਉਂਦਿਆਂ ਨੂੰ ਮਿੰਦੇ ਨੇ ਵਿਹੜੇ ਵਿੱਚ ਕੰਧ ਕੱਢ ਦਿੱਤੀ। ਇਕ ਕੋਠੜੀ ਤੇ ਨਿੱਕਾ ਜਿਹਾ ਵਿਹੜਾ ਦੇ ਕੇ ਮਾਂ ਪੁੱਤ ਨੂੰ ਅੱਡ ਕਰ ਦਿੱਤਾ। ਪਰ ਉਹਨਾਂ ਕੋਈ ਉਜਰ ਨਾ ਕੀਤਾ। ਉੱਧਰ ਕੋਠੜੀ ਦੇ ਇਕ ਖੂੰਜੇ 'ਚ ਮਾਂ ਦਾ ਸੰਦੂਕ ਪਿਆ ਸੀ ਤੇ ਇਕ ਪਾਸੇ ਦੋਨੋਂ ਮਾਂ ਪੁੱਤ ਪਏ ਰਹਿੰਦੇ। ਜਿਉਣੀ ਤਾਂ ਵਿਚਾਰੀ ਊਈਂ ਸਤਿਆਮਾਨ ਸੀ, ਰੱਬ ਦੀ ਰਜ਼ਾ 'ਚ ਰਹਿਣ ਵਾਲੀ। ਪਰ ਚਾਵਾਂ ਮਲਾਰਾਂ ਤੇ ਦੁਖੜੇ ਝੱਲ-ਝੱਲ ਕੇ ਪਾਲੇ ਪੁੱਤ ਦੀ ਇਹ ਅੱਡ ਕਰ ਸੁੱਟਣ ਵਾਲੀ ਹਰਕਤ ਉਸ ਤੋਂ ਜਰੀ ਨਾ ਗਈ। ਜਿਵੇਂ ਉਸਨੇ ਉਸਦੀਆਂ ਆਂਦਰਾਂ ਚੀਰ ਸੁੱਟੀਆਂ ਹੋਣ। ਜਿਉਣੀ ਬਿਮਾਰ ਰਹਿਣ ਲੱਗੀ ਤੇ ਉਸਨੇ ਮੰਜਾ ਫੜ੍ਹ ਲਿਆ। ਉਹ ਨਿੰਦੇ ਵੱਲ ਵੇਖ ਕੇ ਝੂਰਦੀ ਰਹਿੰਦੀ, ਜਿਸਨੇ ਭਰਾ ਦੀ ਜ਼ਿੰਦਗੀ ਬਣਾਉਂਦਿਆਂ ਬਣਾਉਂਦਿਆਂ ਆਪਣੇ ਆਪ ਨੂੰ ਉਮਰੋਂ ਪਹਿਲਾਂ ਬੁੱਢਾ ਕਰ ਲਿਆ ਸੀ। ਜਿਉਣੀ ਅੱਜ ਹੋਰ ਤੇ ਕੱਲ੍ਹ ਹੋਰ ਅੰਦਰੋਂ ਅੰਦਰ ਖੁਰਦੀ ਗਈ। ਲੱਗਦਾ ਸੀ ਕਿ ਉਸਨੇ ਵੀ ਹੁਣ ਤਿਆਰੀ ਕਰ ਲਈ ਹੈ। ਇੱਕ ਦਿਨ ਉਸਨੇ ਸਰੀਰ ਤਕੜਾ ਕਰਕੇ ਸੰਦੂਕ ਖੋਲ੍ਹਿਆ। ਕੱਪੜੇ ਲੱਤੇ ਫਰੋਲੇ। ਕੁਝ ਪੁਰਾਣੇ ਧੋ ਕੇ ਤੈਹਾਂ ਲਾ ਕੇ ਵਾਪਸ ਰੱਖ ਦਿੱਤੇ। ਨਿੰਦਾ ਇਕ ਪਾਸੇ ਬੈਠਾ ਚੁੱਪ ਚਾਪ ਮਾਂ ਵੱਲ ਵੇਖਦਾ ਰਿਹਾ। ਜਿਉਣੀ ਨੇ ਬੜੀ ਰੀਝ ਨਾਲ ਆਪਣੀ ਉਸ ਪੁਰਾਣੀ ਫੁਲਕਾਰੀ ਦੀ ਤਹਿ ਮਾਰੀ ਤੇ ਉਹ ਵੀ ਸੰਦੂਕ 'ਚ ਰੱਖ ਦਿੱਤੀ। ਫਿਰ ਨਿੰਦਰ ਨੂੰ ਕਿਹਾ, "ਪੁੱਤ ਸੰਦੂਕ ਨੂੰ ਜਿੰਦਾ ਲਾ ਦੇ।" ਨਿੰਦਰ ਸੰਦੂਕ ਕੋਲ ਗਿਆ। ਕੁਝ ਦੇਰ ਨਿਰਾਸ਼ੀਆਂ ਨਜ਼ਰਾਂ ਨਾਲ ਫੁਲਕਾਰੀ ਵੱਲ ਵੇਖਦਾ ਰਿਹਾ। ਫਿਰ ਉਸਨੇ ਫੁਲਕਾਰੀ ਤੇ ਪੋਲਾ-ਪੋਲਾ ਹੱਥ ਫੇਰਿਆ। ਅਖੀਰ ਉਸਨੇ ਨੀਵਾਂ ਹੋ ਕੇ ਫੁਲਕਾਰੀ ਨਾਲ ਚਿਹਰਾ ਛੁਹਾਇਆ ਤਾਂ ਉਸਦੀਆਂ ਅੱਖਾਂ 'ਚੋਂ ਮੋਟੇ-ਮੋਟੇ ਅੱਥਰੂ ਢਲਕ ਆਏ ਤੇ ਉਸਦਾ ਗਲੇਡੂ ਭਰ ਆਇਆ। ਮਨ ਕਰੜਾ ਕਰਕੇ ਸੰਦੂਕ ਨੂੰ ਜਿੰਦਰਾ ਮਾਰ ਕੇ ਕੁੰਜੀ ਉਸਨੇ ਮਾਂ ਨੂੰ ਫੜਾ ਦਿੱਤੀ। ਅਗਲੇ ਦਿਨ ਵੱਡੇ ਤੜਕੇ ਜਿਉਣੀ ਇਸ ਸੰਸਾਰ ਨੂੰ ਅਲਵਿਦਾ ਕਹਿ ਗਈ।

ਮਿੰਦੇ ਤੇ ਸੋਮਾ ਨੇ ਬੜੇ ਫਫੜੇ ਕੀਤੇ। ਬੜੀਆਂ ਦੁਹੱਥੜਾਂ ਮਾਰੀਆਂ। ਬੜੇ ਦਿਖਾਵੇ ਕੀਤੇ। ਪਰ ਸਭ ਨੂੰ ਪਤਾ ਸੀ ਕਿ ਇਹ ਸਭ ਖੇਖਣ ਹਨ। ਨਿੰਦਾ ਵਿਚਾਰਾ ਬਲੂੰਗੜੇ ਦੀ ਤਰ੍ਹਾਂ ਕਦੇ ਵਿਹੜੇ 'ਚ ਆ ਬਹਿੰਦਾ ਤੇ ਕਦੇ ਕੋਠੜੀ 'ਚ ਜਾ ਕੇ ਸੰਦੂਕ ਵੱਲ ਹਰਾਸੀਆਂ ਨਜ਼ਰਾਂ ਨਾਲ ਵੇਖਦਾ। ਉਸਨੂੰ ਲੱਗਦਾ ਕਿ ਮਾਂ ਇੱਧਰੋਂ ਉੱਧਰੋਂ ਕਿਸੇ ਪਾਸਿਉਂ ਹੁਣੇ ਨਿਕਲ ਕੇ ਸਾਹਮਣੇ ਆ

ਖੜ੍ਹੇਗੀ। ਕੁਝ ਚਿਰ ਗੇੜੇ ਜਿਹੇ ਕੱਢ ਕੇ ਫਿਰ ਬਾਹਰ ਇਕੱਠ 'ਚ ਜਾ ਬੈਠਦਾ। ਅਖੀਰ ਹਫਤੇ ਪਿੱਛੋਂ ਭੋਗ ਪੈ ਗਿਆ। ਭੋਗ ਤੋਂ ਬਾਅਦ ਜਦੋਂ ਸਾਰੇ ਆਏ ਗਏ ਤੁਰ ਗਏ ਤਾਂ ਨਿੰਦਾ ਮਾਂ ਦੀ ਕੋਠੜੀ 'ਚ ਗਿਆ। ਮਾਂ ਦੇ ਸੰਦੂਕ ਕੋਲ ਬੈਠ ਕੇ ਉਹ ਭੁੱਬਾਂ ਮਾਰ ਕੇ ਰੋਇਆ। ਫਿਰ ਉਹ ਬਾਹਰ ਆਇਆ ਤੇ ਉਸਨੇ ਮਿੰਦੇ ਨਾਲ ਕੋਈ ਗੱਲ ਕਰਨੀ ਚਾਹੀ ਪਰ ਮਿੰਦੇ ਨੇ ਮੂੰਹ ਫੇਰ ਲਿਆ। ਹੌਸਲਾ ਕਰਕੇ ਉਹ ਮਿੰਦੇ ਦੇ ਮੂਹਰੇ ਹੁੰਦਾ ਬੋਲਿਆ, "ਵੀਰੇ ਮੈਂ ਘਰੋਂ ਕੋਈ ਚੀਜ਼ ਲੈਣੀ ਐਂ।" ਉਸਦੀ ਇਹ ਗੱਲ ਸੁਣ ਕੇ ਮਿੰਦੇ ਨੇ ਅੱਖਾਂ ਕੱਢਦਿਆਂ ਕਿਹਾ, "ਇੱਥੇ ਤੇਰਾ ਕੁਝ ਨ੍ਹੀਂ ਐ।" ਨਿੰਦਾ ਅਧੀਨਗੀ ਜਿਹੀ ਨਾਲ ਫਿਰ ਬੋਲਣ ਲੱਗਿਆ, "ਪਰ ਵੀਰੇ ਇਹ ਤਾਂ ਮਾਂ.....।"

"ਖਬਰਦਾਰ ਜੇ ਕਿਸੇ ਚੀਜ ਨੂੰ ਹੱਥ ਵੀ ਲਾਇਆ ਤਾਂ। ਅਸਲ 'ਚ ਤੂੰ ਇੱਥੋਂ ਹੁਣ ਤੁਰਦਾ ਬਣ ਤੇ ਆਪਣਾ ਕੋਈ ਹੋਰ ਟਿਕਾਣਾ ਕਰ।" ਨਿੰਦੇ ਦੀ ਗੱਲ ਵਿਚਕਾਰੋਂ ਕੱਟਦਾ ਮਿੰਦਾ ਉਸਨੂੰ ਭੱਜ ਕੇ ਪਿਆ। ਨਿੰਦੇ ਨੇ ਡੂੰਘਾ ਹੌਕਾ ਭਰਿਆ ਤੇ ਉਸੇ ਵੇਲੇ ਘਰੋਂ ਬਾਹਰ ਹੋ ਗਿਆ। ਉਸ ਤੋਂ ਬਾਅਦ ਹਫਤੇ, ਮਹੀਨੇ ਬੀਤ ਗਏ, ਪਰ ਕਿਸੇ ਨੇ ਨਿੰਦੇ ਨੂੰ ਨਾ ਦੇਖਿਆ। ਉਹ ਕਿੱਧਰ ਚਲਾ ਗਿਆ ਸੀ, ਕਿਸੇ ਨੂੰ ਪਤਾ ਨਹੀਂ ਸੀ। ਹੌਲੀ ਹੌਲੀ ਲੋਕ ਉਸਨੂੰ ਭੁੱਲ ਭੁਲਾ ਗਏ। ਪਹਿਲਾਂ ਪਹਿਲਾਂ ਲੋਕ ਮਿੰਦੇ ਅਤੇ ਉਸਦੀ ਘਰਵਾਲੀ ਵੱਲੋਂ ਕੀਤੀਆਂ ਵਧੀਕੀਆਂ ਦੀਆਂ ਗੱਲਾਂ ਕਰਦੇ ਰਹਿੰਦੇ ਸਨ ਪਰ ਫਿਰ ਇਹ ਗੱਲਾਂ ਵੀ ਘਟਣ ਲੱਗੀਆਂ। ਆਖਰ ਲੋਕ ਮਿੰਦੇ ਦੇ ਘਰ ਬਾਰੇ ਗੱਲਾਂ ਕਰਨੀਆਂ ਵੀ ਛੱਡ ਗਏ। ਪਰ ਅੱਜ ਫਿਰ ਮਿੰਦਾ ਸਾਰੇ ਪਿੰਡ ਵਿੱਚ ਚਰਚਾ ਦਾ ਵਿਸ਼ਾ ਬਣਿਆ ਹੋਇਆ ਸੀ। ਉਸਦੇ ਘਰ ਚੋਰ ਆਉਣ ਦੀ ਚਰਚਾ ਪਹਿਲਾਂ ਕਈਆਂ ਨੇ ਸੁਣੀ ਸੀ ਪਰ ਅੱਜ ਉਸ ਵੱਲੋਂ ਚੋਰ ਨੂੰ ਫੜ੍ਹ ਕੇ ਬੰਨ ਲੈਣ ਕਰਕੇ, ਥਾਂ ਥਾਂ ਉਸੇ ਦੀ ਗੱਲ ਚੱਲ ਰਹੀ ਸੀ।

ਨੰਬਰਦਾਰ ਨੇ ਇਹ ਗੱਲ ਸੁਣੀ ਤਾਂ ਉਹ ਹੈਰਾਨ ਹੋਇਆ। ਉਂਝ ਜਦੋਂ ਮਿੰਦੇ ਨੇ ਆਪਣੀ ਮਾਂ ਅਤੇ ਨਿੰਦੇ ਨਾਲ ਧੱਕਾ ਕੀਤਾ ਸੀ ਤਾਂ ਉਸਨੇ ਬੜਾ ਸਮਝਾਇਆ ਸੀ ਪਰ ਮਿੰਦੇ ਨੇ ਉਸਦੀ ਇੱਕ ਨਾ ਸੁਣੀ। ਨੰਬਰਦਾਰ ਹਮੇਸ਼ਾ ਉਸਨੂੰ ਤਾਅਨੇ ਮਾਰਦਾ ਕਿ ਉਸਨੂੰ ਨੌਕਰੀ ਕੀ ਮਿਲੀ, ਉਹ ਆਪਣੇ ਆਪ ਨੂੰ ਖੱਬੀ ਖਾਨ ਸਮਝਣ ਲੱਗ ਪਿਆ। ਪਰ ਮਿੰਦਾ ਉਸ ਤੋਂ ਪਾਸਾ ਵੱਟ ਕੇ ਲੰਘ ਜਾਂਦਾ। ਨੰਬਰਦਾਰ ਦੇ ਮਨ 'ਚ ਮਿੰਦੇ ਪ੍ਰਤੀ ਹਿਰਖ ਸੀ। ਖੈਰ ਅੱਜ ਉਹ ਵੀ ਉਸਦੇ ਘਰ ਨੂੰ ਤੁਰ ਪਿਆ। ਉਂਝ ਉਹ ਹੈਰਾਨ ਸੀ ਕਿ ਮਿੰਦਾ ਤਾਂ ਇੱਕ ਆਮ ਜਿਹਾ ਮੁਲਾਜਮ ਐਂ, ਕੋਈ ਬਹੁਤਾ ਅਮੀਰ ਵੀ ਨਹੀਂ ਕਿ ਚੋਰ ਵਾਰ ਵਾਰ ਉਸਦੇ ਘਰ ਹੀ ਆਵੇ ਤੇ ਡਰੇ ਵੀ ਨਾ। ਖੈਰ ਉਹ ਉੱਥੇ ਪਹੁੰਚਿਆ ਤਾਂ ਅੱਗੇ ਲੋਕ ਇਕੱਠੇ ਹੋਏ ਖੜ੍ਹੇ ਸਨ। ਮਿੰਦਾ ਮੂਹਰੇ ਹੋ ਕੇ ਨੰਬਰਦਾਰ ਨੂੰ ਮਿਲਿਆ ਪਰ ਨੰਬਰਦਾਰ ਨੇ ਉਸਨੂੰ ਚੰਗੀ ਤਰ੍ਹਾਂ ਨਾ ਬੁਲਾਇਆ ਤੇ ਅੰਦਰ ਨੂੰ ਲੰਘ ਗਿਆ। ਇਕੱਠ ਵੀ ਉਸਦੇ ਮਗਰੇ ਹੋ ਤੁਰਿਆ। ਅਗਾਂਹ ਖੂੰਝੇ ਜਿਹੇ 'ਚ ਚੋਰ ਬੰਨ ਕੇ ਬਿਠਾਇਆ ਹੋਇਆ ਸੀ। ਉਸ ਦਾ ਮੂੰਹ ਕੰਧ ਵੱਲ ਸੀ ਤੇ ਉਹ ਗੋਡਿਆਂ 'ਚ ਮੂੰਹ ਦੇਈ ਬੈਠਾ ਸੀ। ਉਹ ਕੋਈ ਹੱਡੀਆਂ ਦਾ ਢਾਂਚਾ ਤੇ ਮਾੜਚੂ ਜਿਹਾ ਬੰਦਾ ਸੀ। ਗੰਢਾਂ ਵਾਲੀ ਸੋਟੀ ਨਾਲ ਕੁੱਟ-ਕੁੱਟ ਕੇ ਉਸਦਾ ਸਾਰਾ ਸਰੀਰ ਝੰਬਿਆ ਪਿਆ ਸੀ। ਪਾਟੇ ਕੱਪੜਿਆਂ 'ਚੋਂ ਜ਼ਖ਼ਮ ਹੀ ਜ਼ਖ਼ਮ ਦਿੱਸ ਰਹੇ ਸਨ। ਸਾਰਾ ਪਿੰਡਾ ਲਹੂ ਲੁਹਾਣ ਸੀ ਤੇ ਮੱਖੀਆਂ ਦੇ ਢੇਰ, ਪਿੰਡੇ ਤੇ ਮੰਡਰਾ ਰਹੇ ਸਨ। ਹੱਥ ਬੰਨ੍ਹੇ ਹੋਣ ਕਰਕੇ ਉਹ ਮੱਖੀਆਂ ਉਡਾ ਵੀ ਨਹੀਂ ਸੀ ਸਕਦਾ। ਉਸਦੀ ਹਾਲਤ ਦੇਖ ਕੇ ਨੰਬਰਦਾਰ ਦਾ ਮਨ ਪਸੀਜ਼ ਉੱਠਿਆ।

"ਇਸ ਨੂੰ ਇਉਂ ਕੁੱਟ ਕੁੱਟ ਕੇ ਅਧਮੋਇਆ ਕੀਤਾ ਪਿਐ ? ਭੂਢ ਛਟਾਂਕੀ ਦਾ ਇਹ ਬੰਦਾ ਐ ਤੈਨੂੰ ਕੁੱਟਦੇ ਨੂੰ ਤਰਸ ਨਾ ਆਇਆ ?" ਨੰਬਰਦਾਰ, ਨਫ਼ਰਤ ਨਾਲ ਮਿੰਦੇ ਵੱਲ ਵੇਖਦਾ ਬੋਲਿਆ।

"ਪਰ ਨੰਬਰਦਾਰ ਜੀ ਇਹ ਚੋਰ ਐ।" ਮਿੰਦਾ ਕਾਹਲੀ ਨਾਲ ਬੋਲਿਆ।

"ਉਏ ਇਹ ਤਾਂ ਚੋਰ ਐ ਭਾਵੇਂ ਡਾਕੂ, ਪਰ ਤੂੰ ਤਾਂ ਇਨਾਸਾਨ ਐਂ। ਤੈਨੂੰ ਇਸ ਨੂੰ ਇਸ ਤਰ੍ਹਾਂ ਕੁੱਟਣ ਦਾ ਅਧਿਕਾਰ ਕਿਸਨੇ ਦਿੱਤਾ ?"

"ਚਲੋ ਜੀ ਉਹ ਤਾਂ ਜੋ ਹੋ ਗਿਆ ਸੋ ਹੋ ਗਿਆ ਹੁਣ ਦੱਸੋ ਕਿ ਪੁਲਸ ਬੁਲਾਈਏ ਜਾਂ ਕਿਵੇਂ ਕਰੀਏ ?" ਮਿੰਦੇ ਨੇ ਸ਼ਰਮਿੰਦਾ ਜਿਹਾ ਹੁੰਦੇ ਨੇ ਕਿਹਾ। ਉਸਦੀ ਗੱਲ ਸੁਣ ਕੇ ਨੰਬਰਦਾਰ ਫਿਰ ਤੋਂ ਨਫ਼ਰਤ ਨਾਲ ਉਸ ਵੱਲ ਵੇਖਦਾ ਬੋਲਿਆ, "ਉਏ ਖੜ੍ਹੇ ਜਾਹ ਜ਼ਰਾ। ਦੇਖੀਏ ਤਾਂ ਸਹੀ ਕਿ ਇਹ ਹੈ ਕੌਣ। ਮੈਨੂੰ ਤਾਂ ਇਹ ਕੋਈ ਭੁੱਖ ਦਾ ਮਾਰਿਆ ਗਰੀਬ ਲੱਗਦੈ। ਨਾਲੇ ਪੁਲਿਸ ਬੁਲਾਉਣ ਤੋਂ ਪਹਿਲਾਂ ਇਹ ਵੀ ਦੇਖ ਲਈਏ ਕਿ ਇਸਨੇ ਮਹਿੰਦਰ ਸਿੰਘ ਸਰਦਾਰ ਦਾ ਕਿਹੜਾ ਖਜ਼ਾਨਾ ਚੋਰੀ ਕੀਤੈ।" ਨੰਬਰਦਾਰ ਨੂੰ ਉਸ ਮਾੜਚੂਏ ਜਿਹੇ ਬੰਦੇ ਦੀ ਹਾਲਤ ਦੇਖ ਕੇ ਵਾਕਿਆ ਹੀ ਉਸ ਨਾਲ ਹਮਦਰਦੀ ਹੋ ਗਈ। ਅਗਾਂਹ ਹੋ ਕੇ ਉਸਨੇ ਉਸ ਦੇ ਹੱਥ ਖੋਲ੍ਹ ਦਿੱਤੇ। ਹੱਥ ਖੁੱਲ੍ਹਣ ਕਰਕੇ ਉਹ ਆਪਣੇ ਉਪਰੋਂ ਮੱਖੀਆਂ ਹਟਾਉਣ ਲੱਗਾ। ਉਸਦੀ ਦਾੜ੍ਹੀ ਵਧੀ ਹੋਈ ਸੀ ਤੇ ਮੂੰਹ ਤੇ ਵੀਰਾਨੀ ਛਾਈ ਹੋਈ ਸੀ। ਉਸਦੀਆਂ ਅੱਖਾਂ 'ਚੋਂ ਪਰਲ-ਪਰਲ ਹੰਝੂ ਵਗੀ ਜਾ ਰਹੇ ਸਨ। ਉਸਦੇ ਮੂੰਹ ਵੱਲ ਦੇਖਦਿਆਂ ਉਸਦੀ ਵਧੀ ਦਾੜ੍ਹੀ 'ਚੋਂ ਨੰਬਰਦਾਰ ਨੇ ਸ਼ਾਇਦ ਉਸਦਾ ਮੜ੍ਹੰਗਾ ਪਛਾਣ ਲਿਆ ਸੀ। ਉਹ ਹੈਰਾਨੀ 'ਚ ਬੋਲਿਆ,

"ਉਏ ਤੂੰ ਤਾਂ ਨਿੰਦਾ ਨੀ ?"

ਇਤਨਾ ਸੁਣਦਿਆਂ ਹੀ ਨਿੰਦੇ ਦੀਆਂ ਧਾਹਾਂ ਨਿਕਲ ਗਈਆਂ। ਜਦੋਂ ਆਲੇ ਦੁਆਲੇ ਖੜ੍ਹੇ ਲੋਕਾਂ ਨੂੰ ਇਸ ਗੱਲ ਦਾ ਪਤਾ ਲੱਗਾ ਕਿ ਇਹ ਤਾਂ ਨਿੰਦਾ ਹੈ ਤਾਂ ਸਭ ਨੂੰ ਸਕਤਾ ਮਾਰ ਗਿਆ। ਸਭ ਦੇ ਚਿਹਰੇ ਅਫਸੋਸੇ ਗਏ।

"ਲੈ ਬਈ ਚੋਰ ਤਾਂ ਪਛਾਣ ਲਿਆ ਤੇ ਲੱਗਦੇ ਹੱਥ ਮਹਿੰਦਰ ਸਿਉਂ ਦਾ ਸਾਮਾਨ ਵੀ ਬਰਾਮਦ ਕਰਵਾ ਦੀਏ।" ਨੰਬਰਦਾਰ ਨੇ ਮਿੰਦੇ ਨੂੰ ਚੋਟ ਮਾਰੀ। ਉਸਨੇ ਅਗਾਂਹ ਹੋ ਕੇ ਨਿੰਦੇ ਕੋਲੋਂ ਝੋਲਾ ਫੜ੍ਹ ਲਿਆ। ਪਰ ਅਗਲੇ ਹੀ ਪਲ ਨਿੰਦੇ ਨੂੰ ਝੋਲਾ ਵਾਪਸ ਦਿੰਦਾ ਉਹ ਬੋਲਿਆ, "ਚੱਲ ਨਿੰਦਿਆ ਇਉਂ ਕਰ। ਇਸ ਝੋਲੇ 'ਚ ਜੋ ਵੀ ਚੋਰੀ ਦਾ ਸਾਮਾਨ ਐਂ ਤੂੰ ਆਪ ਹੀ ਸਭ ਨੂੰ ਵਿਖਾ ਦੇਹ।" ਕੰਬਦੇ ਹੱਥਾਂ ਨਾਲ ਨਿੰਦੇ ਨੇ ਝੋਲੇ 'ਚੋਂ ਤਹਿ ਮਾਰਿਆ ਕੱਪੜਾ ਕੱਢ ਕੇ ਸਭ ਦੇ ਸਾਹਮਣੇ ਰੱਖ ਦਿੱਤਾ। ਅਤੀ ਪੁਰਾਣਾ ਤੇ ਘਸਿਆ ਪਿਟਿਆ ਜਿਹਾ ਕੱਪੜਾ ਵੇਖ ਕੇ ਨੰਬਰਦਾਰ ਹੈਰਾਨੀ 'ਚ ਬੋਲਿਆ, "ਪਰ ਨਿੰਦਿਆ ਇਹ ਹੈ ਕੀ ?"

"ਮਾਂ ਦੀ ਫੁਲਕਾਰੀ," ਨਿੰਦਰ ਦੇ ਬੁੱਲ੍ਹ ਕੰਬੇ।

ਇੰਨਾ ਸੁਣਦਿਆਂ ਮਿੰਦੇ ਸਮੇਤ ਸਾਰਾ ਪਿੰਡ ਪਾਣੀ ਪਾਣੀ ਹੋ ਗਿਆ।

"ਮੇਰਾ ਦੁਨੀਆ ਤੇ ਮਾਂ ਤੋਂ ਬਿਨਾਂ ਕੌਣ ਸੀ। ਅਖੀਰ ਉਹ ਵੀ ਚਲੀ ਗਈ, ਮੈਨੂੰ ਇਕੱਲੇ ਨੂੰ ਛੱਡ ਕੇ। ਉਸਦੀ ਇਕੋ-ਇਕ ਨਿਸ਼ਾਨੀ ਇਹ ਫੁਲਕਾਰੀ ਸੀ, ਜਿਸ ਵਿਚ ਮਾਂ ਦੀਆਂ ਯਾਦਾਂ ਅਤੇ ਮਾਂ ਦਾ ਪਿਆਰ ਸਮਾਇਆ ਹੋਇਆ ਐ। ਮੈਂ ਵਾਰ-ਵਾਰ ਇਹੀ ਫੁਲਕਾਰੀ ਲੈਣ

ਆਉਂਦਾ ਸੀ। ਦਿਨੇ ਤਾਂ ਕਿਸੇ ਨੇ ਮੈਨੂੰ ਘਰ ਦੇ ਨੇੜੇ ਵੀ ਨਹੀਂ ਸੀ ਲੱਗਣ ਦੇਣਾ। ਇਸੇ ਕਰਕੇ ਰਾਤ ਦੇ ਹਨੇਰੇ 'ਚ ਆਉਂਦਾ ਸੀ।" ਇੰਨਾ ਕਹਿੰਦਿਆਂ ਨਿੰਦਾ ਹੌਕਾ ਲੈ ਕੇ ਚੁੱਪ ਹੋ ਗਿਆ।

ਨੰਬਰਦਾਰ ਨੇ ਫੁਲਕਾਰੀ ਝੋਲੇ 'ਚ ਪਾ ਕੇ ਨਿੰਦੇ ਨੂੰ ਫੜਾਈ ਤੇ ਕਿਹਾ ਕਿ ਇਹ ਉਸਦੀ ਮਾਂ ਦੀ ਨਿਸ਼ਾਨੀ ਐ। ਇਸ ਲਈ ਇਸ 'ਤੇ ਉਸੇ ਦਾ ਈ ਹੱਕ ਐ। ਫਿਰ ਉਹ ਮਿੰਦੇ ਵੱਲ ਵੇਖਦਾ ਬੋਲਿਆ, "ਉਏ ਦਿਖਾਤੀ ਨਾ ਆਪਣੀ ਭਦਰਕਾਰੀ। ਹੋਰ ਤੈਥੋਂ ਉਮੀਦ ਵੀ ਕੀ ਕੀਤੀ ਜਾ ਸਕਦੀ ਐ।" ਇਤਨਾ ਕਹਿੰਦਿਆਂ ਨੰਬਰਦਾਰ ਮਿੰਦੇ ਦੇ ਘਰੋਂ ਬਾਹਰ ਹੋ ਤੁਰਿਆ। ਨਿੰਦੇ ਨੇ ਫੁਲਕਾਰੀ ਵਾਲਾ ਝੋਲਾ ਕੱਛ ਥੱਲੇ ਦਬਾ ਲਿਆ ਤੇ ਸੱਟਾਂ ਦਾ ਭੰਨਿਆ, ਲੰਗੜਾਉਂਦਾ ਤੇ ਡਿੱਕਡੋਲੇ ਖਾਂਦਾ ਹੋਇਆ ਹੌਲੀ ਹੌਲੀ ਤੁਰ ਪਿਆ। ਇਕੱਠ ਦੇ ਵਿਚਦੀ ਰਾਹ ਬਣਾਉਂਦਾ ਉਹ ਨੀਵੀਂ ਪਾਈ ਤੁਰਦਾ ਬਾਹਰ ਬੀਹੀ ਵੱਲ ਜਾ ਰਿਹਾ ਸੀ। ਉਸਦੇ ਪਿੱਛੇ-ਪਿੱਛੇ ਜ਼ਖ਼ਮਾਂ 'ਚੋਂ ਨਿਕਲਦੇ ਲਹੂ ਦੇ ਤੁਪਕੇ ਤਿਪ-ਤਿਪ ਕਰਕੇ ਡਿਗਦੇ ਜਾ ਰਹੇ ਸਨ। ਮਿੰਦਾ ਧਰਤੀ 'ਤੇ ਬੈਠਾ ਲਹੂ ਲੁਹਾਣ ਹੋਏ ਤੇ ਡਿੱਕ-ਡੋਲੇ ਖਾਂਦੇ ਜਾਂਦੇ ਨਿੰਦੇ ਨੂੰ ਅੱਖਾਂ ਟੱਡੀ ਵੇਖ ਰਿਹਾ ਸੀ। ਅਖੀਰ ਗਲੀ ਦਾ ਮੋੜ ਮੁੜਨ ਪਿੱਛੋਂ ਨਿੰਦਾ ਦਿੱਸਣੋਂ ਹਟ ਗਿਆ ਤਾਂ ਮਿੰਦੇ ਨੇ ਮਾਂ ਦੀ ਕੋਠੜੀ ਵੱਲ ਵੇਖਿਆ। ਕੋਠੜੀ ਮੂਹਰੇ ਲਹੂ ਦਾ ਛੱਪੜ ਲੱਗਿਆ ਪਿਆ ਸੀ।

# ਮਮਤਾ

ਮੈਨੂੰ ਨਹਿਰੀ ਮਹਿਕਮੇ ਦੀ ਨੌਕਰੀ ਕਰਦਿਆਂ ਚਾਰ ਪੰਜ ਸਾਲ ਹੋ ਗਏ ਸਨ। ਪਹਿਲੀ ਵਾਰੀ ਮੇਰੀ ਬਦਲੀ ਦੂਰ ਦਰਾਡ ਦੇ ਪੇਂਡੂ ਇਲਾਕੇ ਦੀ ਹੋਈ ਸੀ। ਵੈਸੇ ਮੈਨੂੰ ਤਾਂ ਕੋਈ ਫਰਕ ਨਹੀਂ ਸੀ ਪਿਆ। ਮੇਰਾ ਬਚਪਨ ਪਿੰਡ ਵਿੱਚ ਬੀਤਿਆ ਸੀ। ਮੈਨੂੰ ਇਹ ਇਲਾਕਾ ਬਹੁਤ ਵਧੀਆ ਲੱਗਿਆ। ਪਿੰਡੋਂ ਤਿੰਨ ਮੀਲ ਦੂਰ ਨਹਿਰ ਦੇ ਕਿਨਾਰੇ ਤੇ ਹੀ ਸਾਰੇ ਮੁਲਾਜ਼ਮਾਂ ਦੇ ਕੁਆਟਰ ਬਣੇ ਹੋਏ ਸਨ। ਇਹ ਇਲਾਕਾ ਪੰਜਾਬ ਤੇ ਰਾਜਸਥਾਨ ਦੀ ਹੱਦ 'ਤੇ ਪੈਂਦਾ ਸੀ। ਸਾਰੇ ਕੁਆਟਰਾਂ ਤੋਂ ਇਕ ਪਾਸੇ ਨਿਵੇਕਲਾ ਮੇਰਾ ਕੁਆਟਰ ਸੀ ਤੇ ਵਿਚਕਾਰ ਇੱਕ ਪੁਰਾਣਾ ਬਣਿਆ ਹੋਇਆ ਰੈਸਟ ਹਾਊਸ ਸੀ। ਇਸ ਸਭ ਕੁਝ ਨੂੰ ਨਹਿਰੀ ਕੋਠੀ ਕਹਿੰਦੇ ਸਨ। ਆਲੇ ਦੁਆਲੇ ਟਿੱਬੇ ਹੀ ਟਿੱਬੇ ਸਨ। ਗਰਮੀਆਂ ਵਿਚ ਸਾਰਾ ਦਿਨ ਵਰਨਾ ਉਡਦੀਆਂ, ਹਨੇਰੀਆਂ ਚਲਦੀਆਂ। ਸ਼ਾਮ ਹੁੰਦਿਆਂ ਹੀ ਕੋਠੀ ਇਕ ਖਾਮੋਸ਼ ਤੇ ਸ਼ਾਂਤ ਵਾਤਾਵਰਣ ਵਿਚ ਡੁੱਬ ਜਾਂਦੀ ਸੀ। ਮੇਰਾ ਇਥੇ ਬਹੁਤ ਦਿਲ ਲੱਗਦਾ ਸੀ। ਸਾਡੇ ਦੋ ਕੁ ਸਾਲ ਦੇ ਲੜਕੇ ਬੱਬੂ ਦਾ ਵੀ। ਪਰ ਸ੍ਰੀਮਤੀ ਕਈ ਵਾਰੀ ਬੋਰ ਹੋ ਜਾਂਦੀ। ਸ਼ਨੀ-ਐਤਵਾਰ ਨੂੰ ਉਹ ਸ਼ਹਿਰ ਆਪਣੇ ਘਰਦਿਆਂ ਕੋਲ ਇਕ ਅੱਧ ਰਾਤ ਲਾ ਆਉਂਦੀ। ਹੌਲੀ ਹੌਲੀ ਉਸਦਾ ਵੀ ਦਿਲ ਲੱਗਣ ਲੱਗ ਪਿਆ। ਪਰ ਜੇ ਕਦੇ ਉਸਨੇ ਸ਼ਹਿਰ ਜਾਣਾ ਹੁੰਦਾ ਤਾਂ ਬੱਬੂ ਮੇਰੇ ਕੋਲ ਰਹਿ ਪੈਂਦਾ ਸੀ। ਬੇਸ਼ੱਕ ਬਹੁਤ ਛੋਟਾ ਸੀ ਪਰ ਉਸਨੂੰ ਮੰਮੀ ਦੇ ਜਾਣ ਨਾਲ ਕੋਈ ਫਰਕ ਨਹੀਂ ਪੈਂਦਾ ਸੀ।

ਪਿੰਡਾਂ ਦੇ ਲੋਕ ਬਹੁਤ ਸਿੱਧੇ ਸਾਦੇ ਤੇ ਮਿਲਣਸਾਰ ਸਨ। ਭਾਵੇਂ ਉਹ ਜਾਟ ਬੋਲੀ ਬੋਲਦੇ ਪਰ ਹੌਲੀ ਹੌਲੀ ਮੈਨੂੰ ਉਹਨਾਂ ਦੀ ਬੋਲੀ ਦੀ ਸਮਝ ਪੈਣ ਲੱਗ ਗਈ ਸੀ। ਜਿਉਂ ਜਿਉਂ ਉਹਨਾਂ ਵਿਚ ਰਚਦੇ ਮਿਚਦੇ ਸਾਂ ਤਾਂ ਹੌਲੀ ਹੌਲੀ ਉਹਨਾਂ ਬਾਰੇ ਹੋਰ ਬਹੁਤ ਕੁਛ ਪਤਾ ਲੱਗਦਾ। ਇਹ ਲੋਕ ਬਹੁਤ ਸਾਫ਼ ਦਿਲ ਤੇ ਮਹਿਮਾਨ ਨਿਵਾਜ਼ ਸਨ। ਖਾਸ ਕਰ ਸਾਡੇ ਮਹਿਕਮੇ ਦੀ ਬਹੁਤ ਕਦਰ ਕਰਦੇ ਸਨ।

ਇਸ ਐਤਵਾਰ ਨੂੰ ਸ੍ਰੀਮਤੀ ਸ਼ਹਿਰ ਚਲੀ ਗਈ ਸੀ। ਮੈਂ ਪਿੰਡ ਸਰਪੰਚ ਨੂੰ ਮਿਲਣ ਜਾਣਾ ਸੀ। ਮੈਂ ਬੱਬੂ ਨੂੰ ਵੀ ਨਾਲ ਹੀ ਲੈ ਗਿਆ। ਸ਼ਾਮ ਦੇ ਵੇਲੇ ਅਸੀਂ ਸਰਪੰਚ ਦੇ ਘਰ ਪਹੁੰਚੇ। ਉਹ ਪਿੰਡ ਦਾ ਜਾਟ ਚੌਧਰੀ ਸੀ। ਉਸਦੇ ਪਰਿਵਾਰ ਨੇ ਬੱਬੂ ਨੂੰ ਅੱਖਾਂ 'ਤੇ ਬਿਠਾ ਲਿਆ। ਸਾਰੇ ਪਰਿਵਾਰ ਨੇ ਉਸਨੂੰ ਬਹੁਤ ਪਿਆਰ ਦਿੱਤਾ। ਬੱਬੂ ਵੀ ਭੱਜਿਆ ਫਿਰਦਾ ਬੜਾ ਖੁਸ਼ ਸੀ। ਕਦੇ ਉਹ ਉਹਨਾਂ ਦੇ ਚੁਬਾਰਿਆਂ ਵਿਚ ਚੜ੍ਹ ਜਾਂਦਾ। ਕਦੇ ਵਿਹੜੇ ਵਿਚ ਭੱਜਿਆ ਫਿਰਦਾ। ਇਉਂ ਭੱਜਦੇ ਫਿਰਦੇ ਦੀ ਉਸਦੀ ਨਿਗਾਹ, ਇਕ ਮਿਰਗ ਦੇ ਬੱਚੇ ਤੇ ਪਈ। ਚੌਧਰੀ ਨੇ ਬਹੁਤ ਦੇਰ ਦਾ ਇਕ ਮਿਰਗਾਂ ਦਾ ਜੋੜਾ ਪਾਲਿਆ ਹੋਇਆ ਸੀ। ਹੁਣ ਇਹ ਅਗਾਂਹ ਇਸ ਜੋੜੇ ਦਾ ਛੋਟਾ

ਜਿਹਾ ਬੱਚਾ ਸੀ। ਵੈਸੇ ਵੀ ਇਸ ਇਲਾਕੇ ਵਿੱਚ ਇਕ ਤਾਂ ਜੰਗਲੀ ਜਾਨਵਰਾਂ ਨੂੰ ਮਾਰਨ ਦੀ ਮਨਾਹੀ ਸੀ ਤੇ ਦੂਸਰਾ ਬਹੁਤ ਖੁੱਲ੍ਹੀਆਂ ਰੋਹੀਆਂ ਪਈਆਂ ਸਨ। ਬਾਹਰ ਖੇਤਾਂ ਵਿਚ ਮਿਰਗਾਂ ਦੀਆਂ ਡਾਰਾਂ ਭੱਜੀਆਂ ਫਿਰਦੀਆਂ। ਮੇਰੇ ਖਿਆਲ ਵਿੱਚ ਪੰਜਾਬ ਦਾ ਇਹੀ ਇਲਾਕਾ ਬਚਿਆ ਸੀ ਜਿਥੇ ਕਿ ਸ਼ਿਕਾਰ ਦੀ ਮਨਾਹੀ ਹੋਣ ਕਰਕੇ ਪੁਰਾਣੇ ਜਾਨਵਰਾਂ ਦੀ ਨਿਸ਼ਾਨੀ ਰਹਿ ਗਈ ਸੀ। ਦਿਨ ਦੇ ਛਿਪਣ ਵੇਲੇ, ਮਿਰਗਾਂ ਦੀਆਂ ਡਾਰਾਂ ਇਹਨਾਂ ਰੋਹੀਆਂ ਵਿੱਚ ਚਾਂਬੜਾਂ ਪਾਉਂਦੀਆਂ। ਸਾਡੀ ਨਹਿਰੀ ਕੋਠੀ ਦੇ ਪਿਛਲੇ ਪਾਸਿਉਂ ਵੀ ਮਿਰਗਾਂ ਦੀ ਇਕ ਡਾਰ ਹਰ ਰੋਜ਼ ਸ਼ਾਮ ਵੇਲੇ ਖਰ੍ਹਮਸਤੀਆਂ ਕਰਦੀਆਂ ਲੰਘਦੀ ਸੀ।

ਚੌਧਰੀ ਦੇ ਘਰ ਮਿਰਗ ਦਾ ਬੱਚਾ ਦੇਖ ਕੇ ਬੱਬੂ ਲਾਚੜ ਗਿਆ। ਕਹਿੰਦਾ, 'ਪਾਪਾ ਮੈਂ ਤਾਂ ਮਿਲਗ ਦਾ ਬੱਤਾ ਲੈਣੈ।' ਮੈਂ ਬਹੁਤ ਸਮਝਾਇਆ ਕਿ ਇਹ ਬੱਚਾ ਇਹਨਾਂ ਦਾ ਹੈ, ਆਪਾਂ ਕਿਵੇਂ ਲਿਜਾ ਸਕਦੇ ਹਾਂ। ਚੌਧਰੀ ਨੇ ਵੀ ਦੱਸਿਆ ਕਿ ਲਿਜਾਣ ਦੀ ਤਾਂ ਕੋਈ ਗੱਲ ਨਹੀਂ। ਪਰ ਇਸ ਛੋਟੇ ਜਿਹੇ ਬੱਚੇ ਨੇ ਉਥੇ ਇਕੱਲਿਆਂ ਰਹਿਣਾ ਨਹੀਂ। ਪਰ ਬੱਬੂ ਨੂੰ ਕੌਣ ਸਮਝਾਵੇ। ਜਿਉਂ ਜਿਉਂ ਮਿਰਗ ਦਾ ਬੱਚਾ ਹਵਾ ਵਿਚ ਛਲਾਂਗਾਂ ਲਾਵੇ, ਬੱਬੂ ਦੀ ਉਸਨੂੰ ਲੈਣ ਦੀ ਜ਼ਿੱਦ ਹੋਰ ਪੱਕੀ ਹੋਈ ਜਾਵੇ। ਅਖੀਰ ਚੌਧਰੀ ਨੇ ਇਕ ਰਸਤਾ ਕੱਢਿਆ। ਉਹ ਕਹਿੰਦਾ ਕਿ ਕਲ੍ਹ ਨੂੰ ਉਹ ਆਪਣੇ ਕਾਮੇ ਭੇਜ ਕੇ ਸਾਡੀ ਕੋਠੀ ਕੋਲ ਦੀ ਲੰਘਦੀ ਡਾਰ ਵਿਚੋਂ ਇਕ ਬੱਚਾ ਇਹਦੇ ਲਈ ਫੜਵਾ ਦੇਊਗਾ। ਉਂਝ ਚੌਧਰੀ ਨੇ ਮੈਨੂੰ ਸਮਝਾਇਆ ਕਿ ਇੰਜ ਡਾਰ 'ਚੋਂ ਇਕੱਲਾ ਨਖੇੜਿਆ ਬੱਚਾ ਘੱਟ ਹੀ ਪਲਦਾ ਹੈ।

ਹੁਣ ਬੱਬੂ ਬਹੁਤ ਜ਼ਿਆਦਾ ਖੁਸ਼ ਸੀ। ਅਗਲੇ ਦਿਨ ਉਸਨੂੰ ਉਡੀਕਦੇ ਨੂੰ ਮਸਾਂ ਸ਼ਾਮ ਹੋਈ। ਅਸੀਂ ਕੋਠੀ ਦੇ ਪਿਛਲੇ ਪਾਸੇ ਆ ਗਏ ਜਿਧਰੋਂ ਡਾਰ ਨੇ ਲੰਘਣਾ ਸੀ। ਦਿਨ ਦੇ ਛਿਪਾ ਨਾਲ ਦੂਰੋਂ ਧੂੜਾਂ ਪੱਟਦੀ ਡਾਰ ਆ ਰਹੀ ਸੀ। ਮਸਤੀ 'ਚ ਆਏ ਮਿਰਗ ਚੁੰਗੀਆਂ ਭਰਦੇ ਤੇ ਹਵਾ 'ਚ ਛਲਾਂਗਾਂ ਲਾਉਂਦੇ ਆਉਂਦੇ ਸਨ। ਕੋਲ ਆਉਣ ਤੇ ਚੌਧਰੀ ਦੇ ਬੰਦਿਆਂ ਨੇ ਡਾਰ ਵੱਲ ਰੁਖ ਕੀਤਾ। ਪਹਿਲਾਂ ਤਾਂ ਕੁਛ ਵੱਡੇ ਮਿਰਗ ਮਾਰਨ ਨੂੰ ਪਏ। ਪਰ ਕਰਿੰਦੇ ਅਜਿਹੇ ਕੰਮਾਂ ਦੇ ਭੇਤੀ ਸਨ। ਅਖੀਰ ਉਹ ਇਕ ਬੱਚਾ ਚੁੱਕ ਕੇ ਭੱਜ ਪਏ। ਦੋ ਜਣਿਆਂ ਬਹੁਤ ਮੁਸ਼ਕਲ ਨਾਲ ਬੱਚੇ ਨੂੰ ਕਾਬੂ ਕੀਤਾ। ਬੱਚੇ ਦੀ ਮਾਂ ਮਿਰਗਣੀ ਪਹਿਲਾਂ ਤਾਂ ਮਾਰਨ ਪਈ। ਪਰ ਉਸਦੀ ਪੇਸ਼ ਨਾ ਗਈ। ਫਿਰ ਨਿਆਸਰੀ ਜਿਹੀ ਹੋ ਕੇ ਮੂੰਹ 'ਚੋਂ ਆਵਾਜ਼ ਜਿਹੀ ਕੱਢੀ ਜਿਵੇਂ ਤਰਲਾ ਕਰਦੀ ਹੋਵੇ। ਫਿਰ ਉਸਨੇ ਅਗਲੇ ਦੋਨੋਂ ਪੈਰ ਧਰਤੀ ਤੇ ਜੋੜ ਜੋੜ ਕੇ ਮਾਰੇ ਜਿਵੇਂ ਆਖਰੀ ਵਾਰ ਮਿੰਨਤਾਂ ਕਰਦੀ ਹੋਵੇ, 'ਹਾੜੇ ਮੇਰਾ ਬੱਚਾ ਦੇ ਦਿਉ।' ਉਸਦੀਆਂ ਸਾਰੀਆਂ ਕੋਸ਼ਿਸ਼ਾਂ ਬੇਕਾਰ ਹੋ ਗਈਆਂ ਤਾਂ ਉਹ ਨਿੰਮੋਝਣੀ ਜਿਹੀ ਹੋ ਕੇ ਖੜ੍ਹੋ ਗਈ। ਫਿਰ ਉਸਨੇ ਡਾਰ ਵੱਲ ਦੇਖਿਆ। ਥੋੜ੍ਹਾ ਚਿਰ ਰੁਕ ਕੇ ਅਗਾਂਹ ਤੁਰ ਗਈ ਸੀ। ਉਹ ਵੀ ਡਾਰ ਮਗਰ ਤੁਰ ਪਈ। ਕੁਛ ਕਦਮ ਤੁਰ ਕੇ ਫਿਰ ਖੜ੍ਹ ਗਈ। ਬੱਚਾ ਛੁੱਟਣ ਲਈ ਛਟਪਟਾ ਰਿਹਾ ਸੀ। ਪਰ ਮਜ਼ਬੂਤ ਹੱਥਾਂ ਨੇ ਕਾਬੂ ਕੀਤਾ ਹੋਇਆ ਸੀ। ਮਿਰਗਣੀ ਫਿਰ ਡਾਰ ਮਗਰ ਤੁਰ ਪਈ। ਕਾਫੀ ਅਗਾਂਹ ਜਾ ਕੇ ਉਸਨੇ ਖੜ੍ਹੋ ਕੇ ਭਉਂ ਕੇ ਫਿਰ ਬੱਚੇ ਵੱਲ ਦੇਖਿਆ। ਫਿਰ ਤੁਰ ਪਈ। ਹੁਣ ਉਹ ਕੁਛ ਕਦਮ ਤੁਰਦੀ ਤੇ ਬੱਚੇ ਵੱਲ ਤਰਸ ਭਰੀਆਂ ਨਜ਼ਰਾਂ ਨਾਲ ਤੱਕਦੀ। ਫਿਰ ਤੁਰ ਪੈਂਦੀ। ਇਸ ਤਰ੍ਹਾਂ ਉਸਨੇ ਕਈ ਵਾਰ ਕੀਤਾ। ਉਸਦੀ ਡਾਰ ਵੀ ਉਸਤੋਂ ਦੂਰ ਹੁੰਦੀ ਜਾ ਰਹੀ ਸੀ। ਅਖੀਰ ਬੇਵੱਸ ਮਿਰਗਣੀ ਅਣਚਾਹੇ

ਮਨ ਨਾਲ ਹੌਲੀ ਹੌਲੀ ਡਾਰ ਦੇ ਨਾਲ ਜਾ ਰਲੀ।

ਬੰਦਿਆਂ ਨੇ ਮਿਰਗ ਦੇ ਬੱਚੇ ਨੂੰ ਲਿਜਾ ਕੇ ਇਕ ਕਮਰੇ ਵਿਚ ਬੰਦ ਕਰ ਦਿੱਤਾ। ਬਾਹਰੋਂ ਕੁੰਡਾ ਲਾ ਦਿੱਤਾ। ਉਹ ਨੌਕਰ ਨੂੰ ਉਸਦੇ ਕੁਝ ਖੁਆਉਣ ਪਿਆਉਣ ਬਾਰੇ ਵੀ ਦੱਸ ਗਏ। ਹੁਣ ਬੱਚਾ ਹੱਦੋਂ ਵੱਧ ਉਦਾਸ ਤੇ ਬੱਬੂ ਹੱਦੋਂ ਵੱਧ ਖੁਸ਼ ਸੀ। ਨੌਕਰ ਨੇ ਬੱਚੇ ਦੇ ਪੈਰ 'ਚ ਰੱਸੀ ਪਾ ਕੇ ਮੰਜੇ ਦੇ ਪਾਵੇ ਨਾਲ ਬੰਨ ਦਿੱਤਾ। ਬੱਬੂ ਕਦੇ ਮੂਹਰੇ ਪਾਣੀ ਰੱਖਦਾ ਤੇ ਕਦੇ ਦੁੱਧ ਰੱਖਦਾ। ਕਦੇ ਕੌਲੀ 'ਚ ਪਾ ਕੇ ਦਾਣੇ ਰੱਖਦਾ। ਕਦੇ ਰੋਟੀ ਰੱਖਦਾ। ਬੱਬੂ ਹਰ ਕੋਸ਼ਿਸ਼ ਕਰ ਰਿਹਾ ਸੀ ਕਿ ਮਿਰਗ ਦਾ ਬੱਚਾ ਕੁਝ ਖਾ ਲਵੇ ਤੇ ਉਸ ਨਾਲ ਦੋਸਤੀ ਪਾ ਲਵੇ। ਪਰ ਬੱਚਾ ਸਾਰੇ ਕਾਸੇ ਤੋਂ ਬੇਮੁਖ ਉਦਾਸ ਇਕ ਪਾਸੇ ਹੋਇਆ ਬੈਠਾ ਸੀ। ਉਸਦੀਆਂ ਅੱਖਾਂ ਵਿੱਚ ਪਾਣੀ ਤੈਰ ਰਿਹਾ ਸੀ। ਬੱਬੂ ਪ੍ਰੇਸ਼ਾਨ ਸੀ ਕਿ ਬੱਚਾ ਉਸਦਾ ਦੋਸਤ ਕਿਉਂ ਨਹੀਂ ਬਣਦਾ। ਪਰ ਉਸਨੂੰ ਕੀ ਪਤਾ ਸੀ ਜੋ ਡਾਰਾਂ ਤੋਂ ਵਿਛੜ ਜਾਂਦੇ ਹਨ, ਉਨ੍ਹਾਂ ਤੇ ਕੀ ਬੀਤਦੀ ਹੈ।

ਅਗਲੇ ਦਿਨ ਬੱਬੂ ਸਾਰਾ ਦਿਨ ਮਿਰਗ ਦੇ ਬੱਚੇ ਦੇ ਆਲੇ ਦੁਆਲੇ ਭੱਜਿਆ ਫਿਰਦਾ ਰਿਹਾ। ਬੱਚੇ ਨੇ ਇਕ ਵੀ ਚੀਜ਼ ਨੂੰ ਮੂੰਹ ਨਾ ਲਾਇਆ। ਨਿਆਸਰਾ ਜਿਹਾ ਹੋ ਕੇ ਇਕ ਖੂੰਜੇ 'ਚ ਲੱਗ ਕੇ ਬੈਠਾ ਰਿਹਾ। ਸ਼ਾਮ ਵੇਲੇ ਜਦੋਂ ਡਾਰ ਵਾਪਸ ਆ ਰਹੀ ਸੀ ਤਾਂ ਕੋਠੀ ਦੇ ਬਰਾਬਰ ਆ ਕੇ ਮਿਰਗਣੀ ਪੈਰ ਗੱਡ ਕੇ ਖੜ੍ਹੋ ਗਈ। ਉਸਨੇ ਮੂੰਹੋਂ ਕੋਈ ਆਵਾਜ਼ ਕੱਢੀ ਜਿਵੇਂ ਕਿ ਗਾਂ ਰੰਭਦੀ ਹੈ। ਫਿਰ ਕੀ ਸੀ ਅੰਦਰ ਬੰਦ ਕੀਤਾ ਬੱਚਾ ਛਾਲਾਂ ਮਾਰਨ ਲੱਗ ਪਿਆ। ਕਈ ਆਵਾਜ਼ਾਂ ਜਿਹੀਆਂ ਵੀ ਕੱਢਣ ਲੱਗਾ। ਬੱਬੂ ਬਹੁਤ ਖੁਸ਼ ਹੋਇਆ। ਉਸਨੇ ਸੋਚਿਆ ਕਿ ਸ਼ਾਇਦ ਬੱਚਾ ਹੁਣ ਉਸ ਨਾਲ ਦੋਸਤੀ ਕਰ ਰਿਹਾ ਹੈ। ਬਾਹਰ ਮਿਰਗਣੀ ਦੇ ਤਰਲੇ ਵੇਖਣ ਵਾਲੇ ਸਨ ਤੇ ਅੰਦਰ ਬੱਚੇ ਦੀ ਛਟਪਟਾਹਟ। ਦੋਨੋਂ ਮਾਂ ਪੁੱਤ ਮਜਬੂਰ ਸਨ। ਬਾਹਰ ਕਾਫੀ ਦੇਰ ਪ੍ਰੇਸ਼ਾਨ ਹੋਣ ਤੋਂ ਬਾਅਦ ਮਿਰਗਣੀ ਡਾਰ ਨਾਲ ਰਲ ਕੇ ਚਲੀ ਗਈ। ਅੰਦਰ ਬੱਚਾ ਫਿਰ ਖਾਮੋਸ਼ ਹੋ ਕੇ ਇਕ ਖੂੰਜੇ ਲੱਗ ਕੇ ਬੈਠ ਗਿਆ। ਬੱਚੇ ਦੇ ਖਾਮੋਸ਼ ਹੋਣ ਪਿਛੋਂ ਬੱਬੂ ਉਦਾਸ ਜਿਹਾ ਬਾਹਰ ਨਿਕਲਿਆ। ਉਸਨੇ ਮਿਰਗਾਂ ਦੀ ਡਾਰ ਜਾਂਦੀ ਵੇਖੀ। ਡਾਰ ਦੇ ਪਿਛੇ ਤੜਪਦੀ ਤੇ ਰੋਂਦੀ ਮਿਰਗਣੀ ਜਾਂਦੀ ਵੇਖੀ। ਬੱਬੂ ਇਕ ਦਮ ਉਦਾਸ ਜਿਹਾ ਹੋ ਗਿਆ। ਰਾਤ ਨੂੰ ਪਹਿਲਾਂ ਤਾਂ ਚੁੱਪ ਜਿਹਾ ਪਿਆ ਰਿਹਾ। ਫਿਰ ਮੇਰੇ ਨਾਲ ਗੱਲਾਂ ਕਰਨ ਲੱਗ ਪਿਆ, 'ਪਾਪਾ ਬੱਤਾ ਤੁਪ ਕਾਹਤੋਂ ਐਂ।'

ਮੈਂ ਕਿਹਾ, "ਬੇਟਾ, ਉਸਦਾ ਆਪਣੀ ਮੰਮੀ ਬਿਨਾਂ ਜੀਅ ਨਹੀਂ ਲੱਗਦਾ।"

"ਪਾਪਾ ਉਹਦੀ ਮੰਮ ਲੋਂਦੀ ਹੋਊ।" ਬੱਬੂ ਉਦਾਸ ਜਿਹਾ ਬੋਲਿਆ।

"ਪਤਾ ਨਹੀਂ।"

"ਪਲ ਮੈਂ ਦੇਖਿਐ ਬੱਤਾ ਤਾਂ ਲੋਂਦਾ ਥੀ।"

ਮੈਂ ਪੁੱਛਿਆ, "ਤੂੰ ਕਦੋਂ ਦੇਖਿਆ ?"

ਉਹ ਕਹਿਣ ਲੱਗਾ ਕਿ ਜਦੋਂ ਡਾਰ ਲੰਘੀ ਸੀ ਤਾਂ ਇਹ ਅੰਦਰ ਰੋਈ ਜਾਂਦਾ ਸੀ ਤੇ ਇਹਦੀ ਮਾਂ ਬਾਹਰ।

ਇਸ ਤੋਂ ਪਹਿਲਾਂ ਮੈਂ ਬੱਬੂ ਨੂੰ ਪੁੱਛਿਆ ਸੀ ਕਿ ਆਪਾਂ ਬੱਚਾ ਛੱਡ ਦੇਈਏ ਕਿਉਂਕਿ ਇਸਦਾ ਆਪਣੀ ਮਾਂ ਬਿਨਾਂ ਜੀਅ ਨਹੀਂ ਲੱਗਦਾ। ਉਦੋਂ ਬੱਬੂ ਨੇ ਝੱਟ ਦੇ ਕੇ ਕਿਹਾ ਸੀ,

"ਨਹੀਂ, ਮੈਂ ਨਹੀਂ ਬੱਚਾ ਦਿੰਦਾ।" ਪਰ ਹੁਣ ਮੈਂ ਦੁਬਾਰਾ ਪੁੱਛਿਆ ਤਾਂ ਬੱਬੂ ਨੇ ਇਤਨਾ ਹੀ ਕਿਹਾ, "ਮੈਨੂੰ ਨੀਂ ਪਤਾ।"

ਅਗਲੇ ਦਿਨ ਬੱਬੂ ਬੱਚੇ ਦੀ ਸੇਵਾ ਸੰਭਾਲ 'ਚ ਵੀ ਲੱਗਾ ਰਿਹਾ ਤੇ ਆਥਣ ਹੋਣ ਦੀ ਉਡੀਕ ਕਰਦਾ ਰਿਹਾ। ਬੱਚੇ ਨੇ ਫਿਰ ਕਿਸੇ ਚੀਜ਼ ਨੂੰ ਮੂੰਹ ਨਾ ਲਾਇਆ। ਉਦਾਸ ਚੁੱਪ ਚਾਪ ਬੈਠਾ ਰਿਹਾ। ਉਸਦੀਆਂ ਅੱਖਾਂ 'ਚੋਂ ਲਗਾਤਾਰ ਪਾਣੀ ਵਗ ਰਿਹਾ ਸੀ। ਸ਼ਾਮ ਨੂੰ ਅਚਾਨਕ ਬੱਬੂ ਨੇ ਦੇਖਿਆ ਕਿ ਬੱਚੇ ਨੇ ਕਲ੍ਹ ਵਾਂਗੂੰ ਛਾਲਾਂ ਮਾਰਨੀਆਂ ਤੇ ਆਵਾਜ਼ਾਂ ਕੱਢਣੀਆਂ ਸ਼ੁਰੂ ਕਰ ਦਿੱਤੀਆਂ। ਬੱਬੂ ਭੱਜ ਕੇ ਕੋਠੇ ਤੇ ਗਿਆ। ਉਸਨੇ ਦੇਖਿਆ ਕਿ ਪਿਛੇ ਮਿਰਗਾਂ ਦੀ ਡਾਰ ਖੜ੍ਹੀ ਹੈ। ਵਿਚਾਰੀ ਮਿਰਗਣੀ ਉਸੇ ਤਰ੍ਹਾਂ ਵਿਰਲਾਪ ਕਰ ਰਹੀ ਸੀ। ਬੇਵਸ ਲਾਚਾਰ ਮਿਰਗਣੀ ਕੁਛ ਚਿਰ ਧਰਤੀ ਪੁਟਦੀ ਰਹੀ, ਰੰਭਦੀ ਰਹੀ, ਰੋਂਦੀ ਕੁਰਲਾਂਦੀ ਰਹੀ। ਪਰ ਅਖੀਰ ਡਿਗਦੀ ਢਹਿੰਦੀ ਡਾਰ ਨਾਲ ਜਾ ਰਲੀ।

ਬੱਬੂ ਨੇ ਸ਼ਾਮ ਨੂੰ ਰੋਟੀ ਨਾ ਖਾਧੀ। ਪਹਿਲਾਂ ਆਪਣੀ ਮਾਂ ਬਿਨਾਂ ਬਥੇਰੇ ਦਿਨ ਇਕੱਲਾ ਹੀ ਮੇਰੇ ਕੋਲ ਰਹਿ ਲੈਂਦਾ ਸੀ। ਪਰ ਐਤਕੀਂ ਚੌਥੇ ਦਿਨ ਹੀ ਉਹ ਬਹੁਤ ਉਦਰਿਆ ਜਿਹਾ ਦਿਖਾਈ ਦੇਣ ਲੱਗਾ। ਮੈਂ ਰੋਟੀ ਖਵਾਉਣੀ ਚਾਹੀ ਤਾਂ ਡਾਂਡ ਮਾਰ ਕੇ ਰੋਣ ਲੱਗ ਪਿਆ, "ਪਾਪਾ ਮੈਂ ਮੰਮੀ ਤੋਲੇ ਜਾਣੈ, ਮੇਲਾ ਤਾਂ ਦੀ ਨੀਂ ਲਗਦਾ।"

ਹੌਲੀ ਹੌਲੀ ਬੱਬੂ ਭੁੱਬੀਂ ਰੋਣ ਲੱਗ ਪਿਆ। ਮੈਂ ਮਸਾਂ ਕਲ੍ਹ ਦਾ ਬਹਾਨਾ ਲਾ ਕੇ ਚੁੱਪ ਕਰਾਇਆ। ਪਤਾ ਨਹੀਂ ਕਿਹੜੇ ਵੇਲੇ ਹਾਉਕੇ ਲੈਂਦਾ ਸੌਂ ਗਿਆ। ਅਗਲੇ ਦਿਨ ਤੜਕੇ ਹੀ ਉਸਨੂੰ ਹਲਕਾ ਬੁਖਾਰ ਵੀ ਹੋ ਗਿਆ। ਨੌਕਰ ਨੇ ਮੈਨੂੰ ਉਸਦੀ ਪਿਛਲੇ ਦਿਨ ਮਿਰਗਣੀ ਦੀਆਂ ਚਾਂਗਰਾਂ ਸੁਣਕੇ ਉਦਾਸ ਹੋਣ ਦੀ ਗੱਲ ਵੀ ਦੱਸੀ। ਮੈਂ ਸਾਰਾ ਦਿਨ ਉਸਦੇ ਕੋਲ ਹੀ ਰਿਹਾ। ਆਥਣੇ ਜਿਹੇ ਉਹ ਬੁਖਾਰ ਤੋਂ ਵੀ ਠੀਕ ਸੀ। ਤੁਰਨ ਫਿਰਨ ਵੀ ਲੱਗ ਗਿਆ। ਪਰ ਲੱਗਦਾ ਸੀ ਜਿਵੇਂ ਕੁਝ ਉਡੀਕ ਰਿਹਾ ਹੋਵੇ।

ਦਿਨ ਦੇ ਛਿਪਾ ਵੇਲੇ ਕੋਠੀ ਦੇ ਪਿਛੋਂ ਦੀ ਮਿਰਗਾਂ ਦੀ ਡਾਰ ਫਿਰ ਲੰਘ ਰਹੀ ਸੀ। ਡਾਰ ਖੜ੍ਹੋ ਗਈ। ਮਿਰਗਣੀ ਨੇ ਗੋਡਣੀਆਂ ਪਰਨੇ ਹੋ ਕੇ ਚਾਂਗਰਾਂ ਜਿਹੀਆਂ ਮਾਰਨੀਆਂ ਸ਼ੁਰੂ ਕਰ ਦਿੱਤੀਆਂ ਜਿਵੇਂ ਕਿ ਵੈਣ ਪਾ ਰਹੀ ਹੋਵੇ। ਇਧਰ ਅੰਦਰ ਮਿਰਗ ਦੇ ਬੱਚੇ ਨੇ ਆਵਾਜ਼ ਸੁਣ ਕੇ ਛਾਲਾਂ ਮਾਰਨੀਆਂ ਸ਼ੁਰੂ ਕਰ ਦਿੱਤੀਆਂ। ਬੱਬੂ ਨੇ ਚੁੱਪ ਚਾਪ ਜਾ ਕੇ ਬਾਰ ਖੋਲ੍ਹਿਆ ਤੇ ਫਿਰ ਬੱਚੇ ਦੀ ਲੱਤ ਨਾਲੋਂ ਰੱਸੀ ਖੋਲ੍ਹ ਦਿੱਤੀ। ਬੱਚਾ ਛਾਲ ਮਾਰ ਕੇ ਵਿਹੜੇ ਵਿਚ ਆਇਆ। ਫਿਰ ਆਵਾਜ਼ਾਂ ਦਾ ਰੁਖ ਸੁਣ ਕੇ ਉਧਰ ਦੀ ਛਾਲ ਮਾਰ ਕੇ ਵਿਹੜਿਉਂ ਪਾਰ ਹੋ ਗਿਆ। ਉਸਦੀ ਮਾਂ ਮਿਰਗਣੀ ਨੇ ਉਸਨੂੰ ਅੰਨ੍ਹੇਵਾਹ ਚੱਟਣਾ ਸ਼ੁਰੂ ਕਰ ਦਿੱਤਾ। ਸਾਰੀ ਡਾਰ ਛਾਲਾਂ ਮਾਰਨ ਲੱਗ ਪਈ। ਫਿਰ ਬੱਚੇ ਨੂੰ ਵਿਚਕਾਰ ਕਰਕੇ ਡਾਰ ਆਪਣੇ ਰਾਹੇ ਪੈ ਗਈ। ਇਧਰ ਬੱਬੂ ਭੱਜਦਾ ਅੰਦਰ ਵੜਿਆ। ਉਹ ਬਹੁਤ ਖੁਸ਼ ਸੀ। ਖੁਸ਼ੀ ਵਿਚ ਕੁਦਾੜੀਆਂ ਮਾਰ ਰਿਹਾ ਸੀ। ਲੱਗਦਾ ਹੀ ਨਹੀਂ ਸੀ ਕਿ ਉਸਨੂੰ ਬੁਖਾਰ ਚੜ੍ਹਕੇ ਹਟਿਆ ਹੈ। ਉਸਦੇ ਚਿਹਰੇ ਤੇ ਅਨੋਖਾ ਜਲੌਅ ਸੀ।

# ਗਰੀਨ ਕਾਰਡ

ਜਿਸ ਗੱਲ ਦਾ ਧੁੜਕੂ ਮੈਨੂੰ ਪਿਛਲੇ ਕਾਫੀ ਚਿਰ ਤੋਂ ਲੱਗਿਆ ਹੋਇਆ ਸੀ ਉਹ ਉਸ ਦਿਨ ਸੱਚ ਹੋ ਗਈ। ਪਰ ਮੈਂ ਜਗਤਾਰ ਅੰਕਲ ਤੋਂ ਕਦੇ ਇਹ ਉਮੀਦ ਨਹੀਂ ਸੀ ਕੀਤੀ ਕਿ ਉਹ ਇਸ ਹੱਦ ਤੱਕ ਵੀ ਜਾ ਸਕਦੈ। ਮੈਨੂੰ ਸਾਰੀ ਰਾਤ ਨੀਂਦ ਨਾ ਆਈ। ਆਖਰ ਮੈਂ ਇਹ ਗੱਲ ਆਪਣੇ ਭਰਾ ਮਿੱਕੀ ਨਾਲ ਕਰਨ ਦਾ ਫੈਸਲਾ ਕਰ ਲਿਆ।

ਮਿੱਕੀ ਮੈਥੋਂ ਉਮਰ 'ਚ ਛੋਟਾ ਹੈ। ਪੰਜਾਬ 'ਚ ਰਹਿੰਦਿਆਂ ਸਾਡੇ ਭੈਣ ਭਰਾ ਵਿਚਕਾਰ ਆਮ ਜਿਹਾ ਰਿਸ਼ਤਾ ਹੀ ਸੀ। ਪਰ ਅਮਰੀਕਾ ਵਿੱਚ ਆ ਕੇ ਬਹੁਤ ਕੁਝ ਬਦਲ ਗਿਆ। ਸਾਡੇ ਦੋਹਾਂ ਵਿਚਕਾਰ ਦੋਸਤੀ ਵਰਗਾ ਰਿਸ਼ਤਾ ਬਣ ਗਿਆ। ਸ਼ਾਇਦ ਇਹ ਸਮੇਂ ਦੀ ਮੰਗ ਜਾਂ ਮਜਬੂਰੀਆਂ ਦੀ ਵਜ੍ਹਾ ਕਰਕੇ ਹੋਇਆ। ਅਸੀਂ ਹਰ ਤਰ੍ਹਾਂ ਦੀ ਗੱਲਬਾਤ ਆਪਸ ਵਿੱਚ ਸਾਂਝੀ ਕਰਨ ਲੱਗ ਪਏ। ਉਂਝ ਤਾਂ ਪਿੰਡੋਂ ਤੁਰਨ ਲੱਗਿਆਂ ਪਾਪੇ ਨੇ ਮੇਰੇ ਸਿਰ 'ਤੇ ਹੱਥ ਰੱਖਦਿਆਂ ਸਮਝਾਇਆ ਸੀ ਕਿ ਅਮਰੀਕ ਛੋਟਾ ਹੈ ਇਸ ਕਰਕੇ ਇਸਨੂੰ ਤੂੰ ਹੀ ਸੰਭਾਲਣੈਂ। ਅਮਰੀਕ ਨੂੰ ਵੀ ਪਾਪੇ ਨੇ ਇਹੀ ਨਸੀਹਤ ਦਿੱਤੀ ਸੀ ਕਿ ਪਰਮਜੀਤ ਉਮਰ ਵਿੱਚ ਭਾਵੇਂ ਤੈਥੋਂ ਵੱਡੀ ਐ ਪਰ ਤੂੰ ਇਸ ਦੀ ਰਾਖੀ ਵੱਡੇ ਭਰਾ ਵਾਂਗੂੰ ਕਰਨੀ ਐਂ। ਇਸ 'ਰਾਖੀ' ਲਫਜ਼ ਵਿੱਚ ਵੀ ਬਹੁਤ ਕੁਝ ਆ ਗਿਆ ਸੀ ਜੋ ਕਿ ਮੈਂ ਸਮਝ ਗਈ ਸੀ। ਮਾਂ ਨੇ ਘੰਟਾ ਭਰ ਇਸੇ ਗੱਲ 'ਤੇ ਭਾਸ਼ਨ ਦਿੱਤਾ ਸੀ ਕਿ ਜੇਕਰ ਤੇਰੇ ਵੱਲੋਂ ਕੋਈ ਊਚ ਨੀਚ ਹੋ ਗਈ ਤਾਂ ਤੇਰੇ ਪਾਪੇ ਨੇ ਨਾ ਤੈਨੂੰ ਛੱਡਣੈ ਤੇ ਨਾ ਹੀ ਆਪਣੇ ਆਪ ਨੂੰ। ਇਹੀ ਗੱਲ ਅਮਰੀਕ ਨੂੰ ਵੀ ਕਹੀ ਸੀ, "ਵੇਖ ਮਿਕੀ, ਤੁਸੀਂ ਅਮਰੀਕਾ ਪੜ੍ਹਨ ਲਈ ਜਾ ਰਹੇਉਂ। ਪੜ੍ਹਾਈ ਪੂਰੀ ਕਰਨ ਤੋਂ ਬਾਅਦ ਉੱਥੋਂ ਕਿਸੇ ਕੰਮ ਤੋਂ ਸਪਾਂਸਰ ਹੋਜੋਂਗੇ। ਫਿਰ ਵਾਪਸ ਆਇਉ। ਇੱਥੇ ਆਇਆਂ ਦੀ ਤੁਹਾਡੀ ਸ਼ਾਦੀ, ਸ਼ਾਹੀ ਖਾਨਦਾਨੀ ਤਰੀਕੇ ਮੁਤਾਬਕ ਕੀਤੀ ਜਾਵੇਗੀ।"

ਸਾਡਾ ਖਾਨਦਾਨ ਸ਼ਾਹੀ ਖਾਨਦਾਨ ਤਾਂ ਹੈ ਹੀ ਸੀ। ਕੀ ਹੋਇਆ ਕਿ ਹੁਣ ਉਹ ਸਰਦਾਰੀਆਂ ਬਗੈਰਾ ਨਹੀਂ ਰਹੀਆਂ ਸਨ। ਪਰ ਸ਼ਾਹੀਪੁਣਾ ਤਾਂ ਸਾਡੇ ਪਰਿਵਾਰ ਦੇ ਹਰੇਕ ਮੈਂਬਰ ਦੇ ਖੂਨ ਵਿੱਚ ਰਚਿਆ ਹੋਇਆ ਹੈ। ਇਹ ਵੱਖਰੀ ਗੱਲ ਐ ਕਿ ਕਰਜ਼ੇ ਨਾਲ ਨੱਕੋ ਨੱਕ ਡੁੱਬੇ ਪਾਪਾ ਨੇ ਰਹਿੰਦ ਖੂੰਹਦ ਵੇਚ ਕੇ ਸਾਡੇ ਅਮਰੀਕਾ ਦੇ ਸਟੱਡੀ ਵੀਜ਼ੇ ਦਾ ਇੰਤਜਾਮ ਕੀਤਾ ਸੀ। ਮੇਰੇ ਉੱਪਰ ਸਾਰੇ ਪਰਿਵਾਰ ਨੂੰ ਬਹੁਤ ਭਰੋਸਾ ਸੀ ਕਿ ਮੈਂ ਕਦੇ ਵੀ ਕੋਈ ਅਜਿਹਾ ਕਦਮ ਨਹੀਂ ਚੁੱਕੂੰਗੀ ਜਿਸ ਨਾਲ ਕਿ ਪਰਿਵਾਰ ਦੀ ਇੱਜ਼ਤ 'ਤੇ ਆਂਚ ਆਵੇ। ਸਾਨੂੰ ਬਾਹਰ ਭੇਜਣ ਦੇ ਕਈ ਹੋਰ ਵੀ ਕਾਰਨ ਸਨ। ਇੱਕ ਵੱਡਾ ਕਾਰਨ ਇਹ ਵੀ ਸੀ ਕਿ ਇੱਥੇ ਦੇ ਨੌਜਵਾਨ ਮੁੰਡੇ

ਅੱਜ ਕੱਲ੍ਹ ਨਸ਼ਿਆਂ ਵਿੱਚ ਗਲਤਾਨ ਹੋ ਰਹੇ ਸਨ। ਬਾਹਰ ਜਾ ਕੇ ਅਮਰੀਕ ਇਸ ਕੋਹੜ ਤੋਂ ਬਚ ਰਹੂਗਾ। ਦੂਸਰਾ ਮੇਰੇ ਬਾਰੇ ਇਹ ਵੀ ਸੀ ਕਿ ਜਦੋਂ ਮੇਰੇ ਕੋਲ ਗਰੀਨ ਕਾਰਡ ਹੋਇਆ ਤਾਂ ਕੋਈ ਪਹੁੰਚਿਆ ਹੋਇਆ ਘਰ ਭਾਲ ਕੇ ਮੇਰਾ ਵਿਆਹ ਪੂਰੀ ਸ਼ਾਨੋ ਸ਼ੌਕਤ ਨਾਲ ਕੀਤਾ ਜਾਊਗਾ।

ਬਹੁਤੇ ਪੁਆੜੇ ਤਾਂ ਏਜੈਂਟਾਂ ਦੇ ਪਾਏ ਹੋਏ ਈ ਹੁੰਦੇ ਹਨ। ਸਾਨੂੰ ਪਹਿਲਾਂ ਬਥੇਰੇ ਸਬਜ਼ ਬਾਗ ਵਿਖਾਏ ਗਏ ਸਨ। ਕਿਹਾ ਗਿਆ ਸੀ ਕਿ ਉੱਥੇ ਜਾਂਦਿਆਂ ਸਾਰ ਤੁਹਾਨੂੰ ਕੰਮ ਮਿਲਜੂਗਾ। ਆਪਣੀ ਪੜ੍ਹਾਈ ਦੇ ਖਰਚੇ ਤੋਂ ਬਿਨਾਂ ਤੁਸੀਂ ਜਿੰਨੇ ਮਰਜ਼ੀ ਘਰੇ ਪੈਸੇ ਭੇਜੀ ਜਾਇਓ। ਨਾਲ ਹੀ ਜਿੱਥੇ ਕੰਮ ਕਰੋਗੇ ਉੱਥੋਂ ਹੀ ਸਪਾਂਸਰ ਹੋ ਕੇ ਦੋ ਸਾਲ ਵਿੱਚ ਤੁਹਾਨੂੰ ਗਰੀਨ ਕਾਰਡ ਮਿਲਜੂ। ਖੈਰ ਸਭ ਕੁਝ ਵੇਚ ਵੱਟ ਕੇ ਤੇ ਗਹਿਣੇ ਕਰਕੇ ਘਰਦਿਆਂ ਨੇ ਸਾਨੂੰ ਏਜੈਂਟ ਰਾਹੀਂ ਸਟੱਡੀ ਵੀਜ਼ਾ ਦੁਆ ਦਿੱਤਾ। ਬੜੇ ਚਾਅ ਨਾਲ ਅਸੀਂ ਦੋਨੋ ਭੈਣ ਭਰਾ ਜਹਾਜ਼ ਚੜ੍ਹੇ ਕਿ ਅਮਰੀਕਾ ਪੜ੍ਹਨ ਜਾ ਰਹੇ ਸਾਂ। ਪਰ ਉੱਥੇ ਜਾਂਦਿਆਂ ਹੀ ਸਭ ਭੁਲੇਖੇ ਦੂਰ ਹੋ ਗਏ। ਸਾਡਾ ਤਾਂ ਉੱਥੇ ਕੋਈ ਜਾਣ-ਪਹਿਚਾਣ ਵਾਲਾ ਜਾਂ ਕੋਈ ਰਿਸ਼ਤੇਦਾਰ ਵੀ ਨਹੀਂ ਸੀ ਜਿਹੜਾ ਕੋਈ ਸਲਾਹ ਮਸ਼ਵਰਾ ਹੀ ਦੇ ਦਿੰਦਾ। ਪਹਿਲੇ ਦੋ ਤਿੰਨ ਮਹੀਨੇ ਤਾਂ ਡਡਵੈਰਿਆਂ ਵਾਂਗੂੰ ਤੁਰੇ ਫਿਰੇ। ਫਿਰ ਹੌਲੀ ਹੌਲੀ ਉੱਥੋਂ ਦਾ ਹਿਸਾਬ ਕਿਤਾਬ ਜਿਹਾ ਆਉਣ ਲੱਗਿਆ। ਜੇਬ ਵਿੱਚ ਪਾ ਕੇ ਲਿਆਂਦੇ ਡਾਲਰ ਤਾਂ ਆਉਂਦਿਆਂ ਹੀ ਖਤਮ ਹੋ ਗਏ ਸਨ। ਰਹਿਣ ਦਾ ਪ੍ਰਬੰਧ ਅਸੀਂ ਕਾਲਜ ਕੈਂਪਸ ਦੇ ਅਪਾਰਟਮੈਂਟਸ ਵਿੱਚ ਰਹਿੰਦੇ ਕਿਸੇ ਵਿਦਿਆਰਥੀ ਨਾਲ ਕਰ ਲਿਆ ਸੀ। ਅਸੀਂ ਇੱਧਰ ਉੱਧਰ ਹੱਥ ਪੈਰ ਮਾਰ ਕੇ ਟੁੱਟੀਆਂ ਭੱਜੀਆਂ ਜਿਹੀਆਂ ਨੌਕਰੀਆਂ ਵੀ ਲੱਭ ਲਈਆਂ। ਸਾਡੇ ਕੋਲ ਕੋਈ ਵਰਕ ਪਰਮਿਟ ਤਾਂ ਹੈ ਨਹੀਂ ਸੀ ਇਸ ਕਰਕੇ ਜੋ ਵੀ ਕੋਈ ਰੈਸਟੋਰੈਂਟ 'ਤੇ ਸਫਾਈ ਬਗੈਰਾ ਦੀ ਨੌਕਰੀ ਮਿਲੀ ਉਹ ਕਰ ਲਈ। ਇੰਨੀ ਨੌਕਰੀ ਬਿਨਾਂ ਰਹਿਣ ਦਾ ਖਰਚ ਵੀ ਨਹੀਂ ਚੱਲਣਾ ਸੀ। ਇਹ ਨੌਕਰੀ ਸਾਡੀ ਜ਼ਰੂਰਤ ਸੀ। ਪਰ ਇਸ ਨੌਕਰੀ ਦੀ ਵਜ੍ਹਾ ਕਰਕੇ ਅਸੀਂ ਪੜ੍ਹਾਈ ਵਿੱਚ ਪਛੜਨ ਲੱਗੇ। ਸਟੱਡੀ ਵੀਜ਼ੇ ਦੀ ਸ਼ਰਤ ਮੁਤਾਬਕ ਸਾਡੇ ਲਈ ਬੀ ਗਰੇਡ ਲੈਣੇ ਜ਼ਰੂਰੀ ਸਨ। ਪਰ ਅਸੀਂ ਪਾਸ ਵੀ ਮੁਸ਼ਕਲ ਨਾਲ ਹੁੰਦੇ ਸੀ। ਪਹਿਲਾਂ ਸਮਝਾਇਆ ਗਿਆ ਫਿਰ ਕਾਲਜ 'ਚੋਂ ਕੱਢਣ ਦਾ ਵਾਰਨਿੰਗ ਨੋਟਿਸ ਮਿਲ ਗਿਆ। ਖੈਰ ਅਸੀਂ ਪਹਿਲੇ ਸਾਲ ਦੇ ਫਾਈਨਲ ਅਗਜ਼ਾਮ ਵਿੱਚੋਂ ਬੜੀ ਮੁਸ਼ਕਲ ਨਾਲ ਬੀ ਗਰੇਡ ਰੱਖਣ ਵਿੱਚ ਸਫਲ ਹੋ ਗਏ। ਉਂਝ ਪਤਾ ਚੱਲ ਚੁੱਕਿਆ ਸੀ ਕਿ ਕਾਲਜ ਵਿੱਚੋਂ ਕਿਸੇ ਵੇਲੇ ਵੀ ਛੁੱਟੀ ਹੋ ਸਕਦੀ ਐ। ਇਸ ਵਿਚਕਾਰ ਸਾਡੇ ਕੁਝ ਦੇਸੀ ਮੁੰਡੇ ਕੁੜੀਆਂ ਦੋਸਤ ਵੀ ਬਣ ਚੁੱਕੇ ਸਨ। ਉਹਨਾਂ ਤੋਂ ਹੀ ਇਹ ਸਲਾਹ ਮਿਲੀ, "ਤੁਸੀਂ ਨਿਰਾ ਪੁਰਾ ਇਸ ਕਾਲਜ ਦੇ ਸਿਰ 'ਤੇ ਨਾ ਰਹੋ ਸਗੋਂ ਆਪਣੇ ਗਰੀਨ ਕਾਰਡ ਦਾ ਕੋਈ ਪ੍ਰਬੰਧ ਕਰੋ।" ਜ਼ਿੰਦਗੀ ਬੜੀ ਤਲਖ਼ ਤਜ਼ਰਬੇ ਵਿਖਾ ਰਹੀ ਸੀ। ਇਹਨਾਂ ਦਿਨਾਂ ਵਿੱਚ ਮੈਂ ਇੱਕ ਦਿਨ ਮਿੱਕੀ ਨੂੰ ਕਿਸੇ ਕੁੜੀ ਨਾਲ ਘੁੰਮਦਿਆਂ ਵੇਖਿਆ।

"ਮਿੱਕੀ ਇਹ ਕੌਣ ਐਂ?"

ਮਿੱਕੀ ਚੁੱਪ ਹੀ ਰਿਹਾ। ਉਸਨੇ ਮੇਰੀ ਗੱਲ ਦਾ ਕੋਈ ਜੁਆਬ ਨਾ ਦਿੱਤਾ।

"ਤੈਨੂੰ ਪਤੈ ਕਿ ਤੂੰ ਕੀ ਕਰ ਰਿਹੈਂ?"

"ਦੀਦੀ ਮੈਂ ਆਪਦੇ ਗਰੀਨ ਕਾਰਡ ਦਾ ਇੰਤਜ਼ਾਮ ਕਰ ਰਿਹਾਂ।"

"ਇਸ ਤਰ੍ਹਾਂ ਗਰੀਨ ਕਾਰਡ....?"

"ਤੈਨੂੰ ਪਤਾ ਈ ਐ ਕਿ ਹੋ ਸਕਦੈ ਬਈ ਕਾਲਜ 'ਚੋਂ ਸਾਡੀ ਛੁੱਟੀ ਹੋ ਜਾਵੇ। ਫਿਰ ਤੂੰ ਹੀ ਦੱਸ ਕਿ ਪਿੱਛੇ ਫਿਰ ਹੋਰ ਕਿਹੜਾ ਤਰੀਕਾ ਰਹਿ ਜਾਂਦੈ?"

ਉਦੋਂ ਮੈਂ ਚੁੱਪ ਰਹੀ। ਮੈਂ ਸੋਚਿਆ ਕਿ ਸ਼ਾਇਦ ਉੱਥੇ ਤੱਕ ਗੱਲ ਨਾ ਹੀ ਪਹੁੰਚੇ। ਪਰ ਫਿਰ ਇੱਕ ਦਿਨ ਮਿੱਕੀ ਨੇ ਮੈਨੂੰ ਚੌਂਕਾ ਦਿੱਤਾ। ਉਹ ਮੈਥੋਂ ਉਸ ਕੁੜੀ ਨਾਲ ਵਿਆਹ ਕਰਵਾਉਣ ਦੀ ਇਜਾਜ਼ਤ ਮੰਗ ਰਿਹਾ ਸੀ ਤਾਂ ਕਿ ਇਸ ਤਰ੍ਹਾਂ ਉਸਨੂੰ ਗਰੀਨ ਕਾਰਡ ਮਿਲ ਜਾਵੇਗਾ।

"ਮਿੱਕੀ ਜੇ ਪਿੰਡ ਵਾਲਿਆਂ ਨੂੰ ਪਤਾ ਲੱਗ ਗਿਆ ਤਾਂ?" ਮੈਂ ਤੌਖਲਾ ਜ਼ਾਹਰ ਕੀਤਾ।

"ਪਹਿਲੀ ਗੱਲ ਤਾਂ ਪਤਾ ਲੱਗਣਾ ਹੀ ਨਹੀਂ। ਪਰ ਜੇਕਰ ਪਤਾ ਲੱਗ ਵੀ ਜਾਂਦਾ ਐ ਤਾਂ ਮੈਂ ਕਿਹੜਾ ਇਹ ਵਿਆਹ ਪੱਕੇ ਤੌਰ ਤੇ ਕਰਵਾ ਰਿਹਾਂ। ਸਿਰਫ ਗਰੀਨ ਕਾਰਡ ਲਈ ਹੀ ਤਾਂ ਐ।"

"ਵੇਖਲੈ ਮਿੱਕੀ ਮੇਰਾ ਦਿਲ ਨਹੀਂ ਮੰਨਦਾ।" ਮੈਂ ਵੀ ਸ਼ਸ਼ੋਪੰਜ ਵਿੱਚ ਪੈ ਗਈ।

"ਹੋਰ ਹੁਣ ਆਪਣੇ ਕੋਲ ਕਿਹੜਾ ਰਾਹ ਬਚਿਐ। ਤੂੰ ਹੀ ਦੱਸ ਕਿ ਹੁਣ ਜੇਕਰ ਵਾਪਸ ਵੀ ਜਾਣਾ ਪੈ ਗਿਆ ਤਾਂ ਕਿਹੜੇ ਮੂੰਹ ਜਾਵਾਂਗੇ। ਮੈਂ ਤਾਂ ਤੈਨੂੰ ਵੀ ਸਲਾਹ ਦੇਊਂਗਾ ਕਿ ਤੂੰ ਵੀ ਆਪਦੇ ਵਿਆਹ ਬਗੈਰਾ ਦਾ ਕੋਈ ਇੰਤਜ਼ਾਮ....," ਅਗਾਂਹ ਉਹ ਚੁੱਪ ਕਰ ਗਿਆ।

"ਤੇਰਾ ਦਿਮਾਗ ਤਾਂ ਨੀ ਖਰਾਬ ਹੋ ਗਿਆ।"

"ਤੂੰ ਜੋ ਮਰਜ਼ੀ ਸਮਝ। ਪਰ ਆਪਾਂ ਮਜਬੂਰ ਆਂ ਤੇ ਮਜਬੂਰੀ ਵਿੱਚ ਇਨਸਾਨ ਨੂੰ ਬਹੁਤ ਕੁਛ ਅਣਚਾਹਿਆ ਕਰਨਾ ਪੈਂਦੈ।"

ਉਸਦੀ ਗੱਲ ਸਹੀ ਨਿਕਲੀ ਤੇ ਅਸੀਂ ਕੁਝ ਹੀ ਦਿਨਾਂ ਬਾਅਦ ਮਜਬੂਰੀ ਦੀ ਹਾਲਤ ਵਿੱਚ ਪਹੁੰਚ ਗਏ। ਸਾਨੂੰ ਕਾਲਜ 'ਚੋਂ ਟਰਮੀਨੇਟ ਕਰ ਦਿੱਤਾ ਗਿਆ। ਹੁਣ ਸਾਨੂੰ ਸਟੱਡੀ ਵੀਜ਼ੇ ਦੀ ਸ਼ਰਤ ਮੁਤਾਬਕ ਤਿੰਨ ਮਹੀਨਿਆਂ ਦੇ ਵਿੱਚ ਵਿੱਚ ਅਮਰੀਕਾ ਛੱਡਣਾ ਪੈਣਾ ਸੀ। ਉਸਤੋਂ ਬਾਅਦ ਅਮਰੀਕਾ 'ਚ ਸਾਡੀ ਰਿਹਾਇਸ਼ ਗੈਰਕਨੂੰਨੀ ਹੋ ਜਾਣੀ ਸੀ। ਪਰ ਅਮਰੀਕਾ ਅਸੀਂ ਕਿਵੇਂ ਛੱਡ ਸਕਦੇ ਸੀ। ਘਰਦਿਆਂ ਨੇ ਸਭ ਕੁਝ ਵੇਚ ਵੱਟ ਕੇ ਸਾਨੂੰ ਸਟੱਡੀ ਵੀਜ਼ੇ ਦੁਆਏ ਸਨ। ਪਰ ਅੱਜ ਉਹ ਸਭ ਕੁਝ ਬੇਕਾਰ ਹੋ ਗਿਆ ਸੀ। ਇੱਥੇ ਰਹਿਣ ਦਾ ਇੱਕੋ ਹੀ ਤਰੀਕਾ ਬਚਿਆ ਸੀ। ਉਹ ਸੀ ਕਿਸੇ ਅਮਰੀਕਨ ਸਿਟੀਜ਼ਨ ਨਾਲ ਵਿਆਹ ਕਰਵਾ ਕੇ ਗਰੀਨ ਕਾਰਡ ਲੈਣ ਦਾ। ਮਿੱਕੀ ਤਾਂ ਫਿਰ ਵੀ ਮੁੰਡਾ ਸੀ। ਉਸਦੇ ਤਾਂ ਇਹ ਤਰੀਕਾ ਰਾਸ ਆ ਸਕਦਾ ਸੀ। ਪਰ ਮੈਂ ਜਿਸ ਘਰ ਪਰਿਵਾਰ ਵਿੱਚ ਜੰਮੀ ਪਲੀ ਸੀ ਉਸ ਮੁਤਾਬਕ ਮੈਂ ਤਾਂ ਇਸ ਤਰ੍ਹਾਂ ਕਰਨ ਬਾਰੇ ਸੋਚ ਵੀ ਨਹੀਂ ਸਕਦੀ ਸੀ। ਮੈਨੂੰ ਤਾਂ ਕਿਸੇ ਮੁੰਡੇ ਵੱਲ ਵੇਖਣ ਦੀ ਵੀ ਮਨਾਹੀ ਸੀ, ਆਪਣੀ ਮਰਜ਼ੀ ਨਾਲ ਵਿਆਹ ਕਰਵਾਉਣਾ ਤਾਂ ਦੂਰ।

ਮੈਨੂੰ ਸਾਡੇ ਘਰ ਵਿੱਚ ਬਹੁਤ ਪਹਿਲਾਂ ਵਾਪਰੀ ਇੱਕ ਘਟਨਾ ਯਾਦ ਆ ਗਈ ਜਿਹੜੀ ਕਿ ਘਰਦੀਆਂ ਵੱਡੀਆਂ ਬੁੜ੍ਹੀਆਂ ਤੋਂ ਸੁਣੀ ਹੋਈ ਸੀ। ਉਹ ਮੇਰੇ ਪਾਪੇ ਹੋਰਾਂ ਦੀ ਸਾਰਿਆਂ ਤੋਂ ਵੱਡੀ ਭੈਣ ਸੀ। ਮੇਰਾ ਦਾਦਾ ਬਹੁਤ ਸਖਤ ਸੁਭਾਅ ਵਾਲਾ ਸੀ। ਸਾਡੇ ਗੁਆਂਢ ਕੋਈ ਨਵੀਂ ਕੁੜੀ ਵਿਆਹੀ ਗਈ ਸੀ। ਉਸਦੇ ਘਰਵਾਲਾ ਸਹੁਰੇ ਘਰ ਆਉਂਦਾ ਤਾਂ ਸਾਲੀਆਂ 'ਚ ਘਿਰ ਕੇ ਬਹਿ ਜਾਂਦਾ। ਇਸੇ ਪਰਾਹੁਣੇ ਨਾਲ ਪਹਿਲਾਂ ਤਾਂ ਮੇਰੀ ਉਸ ਵੱਡੀ ਭੂਆ ਨੂੰ ਦਾਦੇ ਨੇ ਹੱਸ

ਹੱਸ ਕੇ ਗੱਲਾਂ ਕਰਨ ਕਾਰਨ ਖੂੰਡਾ ਕੱਢ ਮਾਰਿਆ। ਦੁਬਾਰਾ ਸਾਡੇ ਦਾਦੇ ਨੇ ਭੂਆ ਨੂੰ ਕਿਧਰੇ ਉਸ ਪਰਾਹੁਣੇ ਕੋਲ ਕੱਲੀ ਨੂੰ ਵੇਖ ਲਿਆ ਤਾਂ ਉਹ ਦਾਦੇ ਦੀ ਅੱਖ ਦਾ ਕਾਂਟਾ ਬਣ ਗਈ। ਸਾਡੀ ਦੂਸਰੇ ਗਵਾਂਢੀਆਂ ਨਾਲ ਸਾਂਝੀ ਖੂਹੀ ਸੀ। ਇਹ ਕੰਧ ਦੇ ਵਿਚਕਾਰ ਸੀ। ਦੋਨੋਂ ਘਰ ਆਪਣੇ ਆਪਣੇ ਪਾਸੇ ਤੋਂ ਪਾਣੀ ਭਰ ਸਕਦੇ ਸਨ। ਇੱਕ ਸ਼ਾਮ ਮੇਰੀ ਉਹ ਭੂਆ ਇਸੇ ਖੂਹੀ ਤੋਂ ਪਾਣੀ ਭਰ ਰਹੀ ਸੀ ਕਿ ਦਾਦੇ ਨੇ ਪਿਛਲੇ ਪਾਸਿਉਂ ਦੀ ਆ ਕੇ ਉਸਨੂੰ ਲੱਤਾਂ ਤੋਂ ਚੁੱਕ ਕੇ ਖੂਹੀ ਵਿੱਚ ਸੁੱਟ ਦਿੱਤਾ। ਬੁੜ੍ਹੀਆਂ ਨੇ ਬਥੇਰਾ ਰੌਲਾ ਪਾਇਆ ਪਰ ਦਾਦਾ ਉਦੋਂ ਤੱਕ ਉੱਥੋਂ ਪਾਸੇ ਨਾ ਹਟਿਆ ਜਦੋਂ ਤੱਕ ਕਿ ਅੰਦਰ ਸੁੱਟੀ ਭੂਆ ਦੀਆਂ ਚੀਕਾਂ ਸੁਣਨੀਆਂ ਬੰਦ ਨਾ ਹੋਈਆਂ। ਬਾਅਦ ਵਿੱਚ ਇਹ ਗੱਲ ਉਡਾ ਦਿੱਤੀ ਗਈ ਕਿ ਕੁੜੀ ਪਾਣੀ ਭਰਦੀ ਪੈਰ ਤਿਲਕ ਜਾਣ ਕਰਕੇ ਖੂਹੀ ਵਿੱਚ ਡਿੱਗ ਕੇ ਮਰ ਗਈ। ਅੱਜ ਤੱਕ ਸਾਡੇ ਘਰ ਵਿੱਚ ਉਸ ਭੂਆ ਦਾ ਨਾਂ ਲੈਣ ਤੱਕ ਦੀ ਮਨਾਹੀ ਸੀ, ਉਸਦੀ ਕੋਈ ਗੱਲ ਕਰਨੀ ਤਾਂ ਦੂਰ।

ਖੈਰ ਮਿੱਕੀ ਮੈਨੂੰ ਜਿਸ ਗੱਲ ਬਾਰੇ ਸਲਾਹ ਦੇ ਰਿਹਾ ਸੀ ਉਸਦਾ ਮਤਲਬ ਗੈਰੀ ਤੋਂ ਸੀ ਜੋ ਕਿ ਮੇਰੀ ਹੀ ਕਲਾਸ ਵਿੱਚ ਪੜ੍ਹਦਾ ਸੀ ਤੇ ਮੇਰੇ ਨਾਲ ਉਸਦੀ ਚੰਗੀ ਬਣਦੀ ਸੀ। ਪਰ ਇਹ ਸਿਰਫ ਦੋਸਤੀ ਸੀ ਨਾ ਹੀ ਮੈਂ ਇਸ ਤੋਂ ਅਗਾਂਹ ਜਾਣਾ ਚਾਹੁੰਦੀ ਸੀ ਤੇ ਨਾ ਹੀ ਮੇਰੇ ਵਿੱਚ ਇੰਨੀ ਜੁਅਰਤ ਸੀ ਕਿ ਘਰ ਦੇ ਕਾਇਦੇ ਕਾਨੂੰਨ ਛਿੱਕੇ ਟੰਗ ਦਿੰਦੀ। ਦਿਲੋਂ ਮੈਂ ਡਰੀ ਹੋਈ ਸੀ ਤੇ ਜਾਣੇ ਅਣਜਾਣੇ ਗੈਰੀ ਨਾਲ ਨੇੜਤਾ ਬਣਾਈ ਹੋਈ ਸੀ। ਉਦੋਂ ਨੂੰ ਮਿੱਕੀ ਜਿਸ ਕੁੜੀ ਨਾਲ ਸ਼ਾਦੀ ਕਰਨ ਦੀ ਮੈਥੋਂ ਇਜਾਜ਼ਤ ਮੰਗ ਰਿਹਾ ਸੀ, ਉਸਨੂੰ ਪਤਾ ਲੱਗ ਗਿਆ ਕਿ ਇਹ ਸਿਰਫ ਗਰੀਨ ਕਾਰਡ ਲਈ ਵਿਆਹ ਕਰਵਾ ਰਿਹੈ। ਉਸਨੇ ਮਿੱਕੀ ਤੋਂ ਪਾਸਾ ਵੱਟ ਲਿਆ। ਉਦੋਂ ਹੀ ਇੱਕ ਦਿਨ ਮਿੱਕੀ ਨੇ ਮੈਨੂੰ ਸਲਾਹ ਦਿੱਤੀ।

"ਤੂੰ ਫਿਰ ਨਾ ਕਹੀਂ ਕਿ ਮੈਂ ਤੈਨੂੰ ਵਕਤ ਸਿਰ ਨਹੀਂ ਅਗਾਹ ਨਹੀਂ ਕੀਤਾ। ਗੈਰੀ ਤੇਰੇ ਵਿੱਚ ਦਿਲਚਸਪੀ ਰੱਖਦਾ ਐ। ਤੂੰ ਉਸ ਨਾਲ ਵਿਆਹ ਦੀ ਗੱਲ ਚਲਾ।"

"ਮਿੱਕੀ ਮੇਰੇ ਲਈ ਇਹ ਬਹੁਤ ਵੱਡੀ ਗੱਲ ਐ।"

"ਆਪਣੇ ਲਈ ਜੇ ਕੋਈ ਵੱਡੀ ਗੱਲ ਐ ਤਾਂ ਉਹ ਇਸ ਵੇਲੇ ਗਰੀਨ ਕਾਰਡ ਐ। ਹੁਣ ਮੌਕਾ ਸਾਂਭਲੈ। ਨਹੀਂ ਤਾਂ ਫਿਰ ਪਛਤਾਉਂਦੀ ਫਿਰੇਂਗੀ।"

ਫਿਰ ਮੈਂ ਵੀ ਸੰਜੀਦਾ ਹੋ ਗਈ। ਪਰ ਜਦੋਂ ਪੂਰਾ ਪਤਾ ਕੀਤਾ ਤਾਂ ਗੈਰੀ ਕਿਸੇ ਹੋਰ ਜਾਤ ਦਾ ਸੀ। ਇਹ ਕੰਮ ਮੇਰੇ ਵੱਸ ਦਾ ਨਹੀਂ ਸੀ। ਮੈਂ ਮਿੱਕੀ ਨੂੰ ਸਚਾਈ ਦੱਸੀ ਤਾਂ ਉਹ ਬੋਲਿਆ,

"ਫਿਰ ਕੀ ਐ ਅਮਰੀਕਾ ਵਿੱਚ ਕੌਣ ਵੇਖਣ ਆਉਂਦੈ ਕਿ ਉਹ ਕਿਸ ਜਾਤ ਦਾ ਐ।"

"ਨਹੀਂ ਮਿੱਕੀ, ਮੈਂ ਇਹ ਨਹੀਂ ਕਰ ਸਕਦੀ। ਆਖਰ ਜ਼ਿੰਦਗੀ ਭਰ ਦੀ ਗੱਲ ਐ ਤੇ ਫਿਰ ਘਰਦਿਆਂ ਨੂੰ ਵੀ ਪਤਾ ਲੱਗ ਹੀ ਜਾਣੈ।" ਨਾਲ ਹੀ ਮੈਂ ਉਸਨੂੰ ਪਿਛਲੇ ਮਹੀਨੇ ਸਾਡੇ ਪਿੰਡਾਂ ਵੱਲ ਹੋਏ ਹਾਦਸੇ ਦੀ ਗੱਲ ਸੁਣਾਈ। ਸਾਡੇ ਪਿੰਡ ਦੇ ਕਿਸੇ ਨੇੜਲੇ ਪਿੰਡ ਵੱਖਰੀ ਜਾਤ ਦੇ ਮੁੰਡਾ ਅਤੇ ਕੁੜੀ ਨੇ ਸ਼ਾਦੀ ਕਰ ਲਈ ਸੀ। ਜਦੋਂ ਲੋਕਾਂ ਨੂੰ ਪਤਾ ਲੱਗਿਆ ਤਾਂ ਉਹਨਾਂ ਨੇ ਪਿੰਡਾਂ ਦੀਆਂ ਪੰਚਾਇਤਾਂ ਇਕੱਠੀਆਂ ਕਰ ਲਈਆਂ। ਪੰਚਾਇਤਾਂ ਨੇ ਦੋਨਾਂ ਨੂੰ ਸਮਾਜ "ਚੋਂ ਛੇਕ ਦੇਣ ਦਾ ਐਲਾਨ ਕਰ ਦਿੱਤਾ। ਉਸਦੇ ਕੁਝ ਦਿਨ ਬਾਅਦ ਹੀ ਦੋਨਾਂ ਦੀਆਂ ਲਾਸ਼ਾਂ ਨੇੜਲੀ ਨਹਿਰ ਵਿੱਚੋਂ ਮਿਲੀਆਂ ਸਨ।

"ਪਰ ਤੂੰ ਉਸਨੂੰ ਇਹ ਥੋੜ੍ਹਾ ਦੱਸਣੈ ਕਿ ਤੂੰ ਸਿਰਫ ਗਰੀਨ ਕਾਰਡ ਲਈ ਵਿਆਹ ਕਰਵਾ ਰਹੀ ਐਂ। ਜਦੋਂ ਗਰੀਨ ਕਾਰਡ ਬਣ ਗਿਆ ਤਾਂ ਤਲਾਕ ਦੇ ਦੇਵੀਂ।" ਮਿੱਕੀ ਨੇ ਇਹ ਗੱਲ ਇੰਨੀ ਸਹਿਜ ਸੁਭਾਅ ਕਹੀ ਕਿ ਮੈਂ ਹੈਰਾਨ ਹੋ ਕੇ ਰਹਿ ਗਈ।

"ਤੇਰੀ ਅਕਲ ਤਾਂ ਟਿਕਾਣੇ ਐਂ। ਤੂੰ ਆਪਣੀ ਭੈਣ ਨੂੰ ਅਜਿਹੀ ਸਲਾਹ ਦੇ ਰਿਹੈਂ।"

"ਭੈਣ ਨੂੰ ਨਹੀਂ। ਸਗੋਂ ਇੱਕ ਦੋਸਤ ਨੂੰ ਇਹ ਸਲਾਹ ਦੇ ਰਿਹਾਂ। ਕਿਉਂਕਿ ਮੈਂ ਵੇਖ ਰਿਹਾਂ ਕਿ ਸਾਹਮਣੇ ਬੜੇ ਟੇਢੇ ਰਾਹ ਸਾਡੀ ਉਡੀਕ ਕਰ ਰਹੇ ਨੇ।"

ਮੈਨੂੰ ਮਿੱਕੀ ਦੀ ਗੱਲ ਵਿੱਚ ਵਜ਼ਨ ਲੱਗਿਆ। ਉਸ ਤੋਂ ਬਾਅਦ ਮੈਂ ਗੈਰੀ ਨਾਲ ਸਿੱਧੀ ਗੱਲ ਕਰਨ ਦਾ ਫੈਸਲਾ ਕਰ ਲਿਆ। ਪਰ ਵਿੱਚੋਂ ਤਾਂ ਕਹਾਣੀ ਹੋਰ ਹੀ ਨਿਕਲੀ। ਉਹ ਤਾਂ ਸਗੋਂ ਮੈਥੋਂ ਗਰੀਨ ਕਾਰਡ ਭਾਲਦਾ ਸੀ। ਉਸਦੇ ਭਾਅ ਦੀ ਮੈਂ ਅਮਰੀਕਣ ਸਿਟੀਜ਼ਨ ਸੀ। ਛੇਤੀ ਪਤਾ ਲੱਗਣ ਕਾਰਨ ਨੁਕਸਾਨ ਤੋਂ ਤਾਂ ਬੱਚਤ ਰਹਿ ਗਈ ਪਰ ਮੈਂ ਬਹੁਤ ਜ਼ਿਆਦਾ ਡਰ ਗਈ। ਹੁਣ ਮੈਂ ਵੀ ਉਸੇ ਡਰ ਨਾਲ ਇਸ ਮਸਲੇ ਬਾਰੇ ਸੋਚਣ ਲੱਗ ਪਈ ਜਿਵੇਂ ਕਿ ਮਿੱਕੀ ਸੋਚਦਾ ਸੀ।

ਉਂਞ ਇਹ ਗਰੀਨ ਕਾਰਡ ਲੈ ਕੇ ਪਿੱਛੋਂ ਤਲਾਕ ਦੇਣ ਵਾਲੀ ਗੱਲ ਇੱਥੇ ਆਮ ਹੁੰਦੀ ਜਾ ਰਹੀ ਐ। ਜਿਹੜੇ ਬਿਲਕੁਲ ਸਹੀ ਵਿਆਹ ਹੁੰਦੇ ਨੇ ਉਸ ਵਿੱਚ ਵੀ ਕਈ ਵਾਰੀ ਇੰਡੀਆ ਵਾਲੇ ਮੁੰਡਾ ਜਾਂ ਕੁੜੀ ਗਰੀਨ ਕਾਰਡ ਮਿਲਦਿਆਂ ਹੀ ਪੱਤਰੇ ਵਾਚ ਜਾਂਦੇ ਨੇ। ਬਾਅਦ ਵਿੱਚ ਆਪਣੀ ਪਸੰਦ ਦਾ ਵਿਆਹ ਕਰਵਾਉਂਦੇ ਨੇ। ਮੇਰੀ ਇੱਕ ਸਹੇਲੀ ਦੱਸ ਰਹੀ ਸੀ ਕਿ ਉਸਦੇ ਮਾਮੇ ਦੀ ਕੁੜੀ ਇੰਡੀਆ ਜਾ ਕੇ ਵਿਆਹ ਕਰਵਾ ਕੇ ਆਈ ਸੀ। ਜਦੋਂ ਮੁੰਡੇ ਨੂੰ ਗਰੀਨ ਕਾਰਡ ਮਿਲ ਗਿਆ ਤਾਂ ਉਸ ਨੂੰ ਤਲਾਕ ਦੇ ਕੇ ਇੰਡੀਆ ਗਿਆ। ਆਪਣੀ ਪਸੰਦ ਦਾ ਵਿਆਹ ਕਰਵਾਇਆ, ਨਾਲੇ ਪੰਜਾਹ ਲੱਖ ਦਾ ਦਾਜ ਲਿਆ। ਫਿਰ ਉਸ ਮਾਮੇ ਦੀ ਕੁੜੀ ਨੂੰ ਦੁਬਾਰਾ ਵਿਆਹਿਆ ਤਾਂ ਪਹਿਲਾਂ ਉਸਨੇ ਲੁਧਿਆਣੇ ਸ਼ਹਿਰ ਵਿੱਚ ਅਗਲਿਆਂ ਤੋਂ ਸੱਠ ਲੱਖ ਦੀ ਕੋਠੀ ਆਪਣੇ ਨਾਂ ਲਗਵਾਈ ਤਾਂ ਕਿ ਮੁੰਡਾ ਬਾਅਦ ਵਿੱਚ ਭੱਜਣ ਜੋਗਾ ਨਾ ਰਹੇ।

ਮਿੱਕੀ ਅੱਜ ਕੱਲ੍ਹ ਇੱਕ ਜਮੈਕਣ ਕਾਲੀ ਨਾਲ ਘੁੰਮਦਾ ਸੀ। ਮਸਲਾ ਉਸਦਾ ਉਹੀ ਸੀ ਕਿ ਕਿਵੇਂ ਨਾ ਕਿਵੇਂ ਉਹ ਉਸ ਨੂੰ ਧਿਜਾ ਲਵੇ ਤੇ ਵਿਆਹ ਲਈ ਮਨਾ ਲਵੇ। ਉਸਦੀ ਯੋਜਨਾ ਇਹੀ ਸੀ ਕਿ ਉੱਪਰੋਂ ਉਪਰੋਂ ਬੜਾ ਪਿਆਰ ਵਿਖਾ ਰਿਹਾ ਸੀ ਪਰ ਅਸਲੀ ਮਕਸਦ ਉਸਦਾ ਗਰੀਨ ਕਾਰਡ ਵਾਲਾ ਹੀ ਸੀ। ਜਮੈਕਣ ਸ਼ਾਇਦ ਉਸਦੀ ਇਸ ਮਜਬੂਰੀ ਨੂੰ ਭਾਂਪ ਗਈ ਸੀ। ਪਹਿਲਾਂ ਤਾਂ ਉਸਨੇ ਉਸਨੂੰ ਰੱਜ ਕੇ ਚੂੰਡਿਆ। ਮਿੱਕੀ ਔਖਾ ਸੌਖਾ ਜੋ ਵੀ ਬਚਾਉਂਦਾ ਸੀ ਉਹ ਉਸ ਜਮੈਕਣ ਦੀ ਜੇਬ ਵਿੱਚ ਚਲਿਆ ਜਾਂਦਾ ਸੀ। ਹੌਲੀ ਹੌਲੀ ਵਕਤ ਗੁਜ਼ਰਦਾ ਗਿਆ ਤਾਂ ਮਿੱਕੀ ਪਰੇਸ਼ਾਨ ਹੋ ਗਿਆ। ਇਸ ਵਿਚਕਾਰ ਦੋਹਾਂ ਵਿਚਕਾਰ ਕੋਈ ਤਕਰਾਰ ਵੀ ਹੋਇਆ। ਪਰ ਪਤਾ ਉਦੋਂ ਹੀ ਲੱਗਿਆ ਜਦੋਂ ਉਹ ਮਿੱਕੀ ਦਾ ਹਰ ਨਿੱਕਾ ਮੋਟਾ ਸਾਮਾਨ ਚੁੱਕ ਕੇ ਰਫੂ ਚੱਕਰ ਹੋ ਗਈ। ਮਿੱਕੀ ਬਹੁਤ ਜ਼ਿਆਦਾ ਬੇਚੈਨ ਹੋ ਗਿਆ। ਇੱਧਰ ਜਿਸ ਕਾਉਂਟੀ ਵਿੱਚ ਅਸੀਂ ਰਹਿੰਦੇ ਸੀ ਉਸ ਕਾਉਂਟੀ ਨੇ ਬਿਨਾਂ ਕਿਸੇ ਕਾਗਜ਼ਾਂ ਦੇ ਰਹਿਣ ਵਾਲਿਆਂ ਨੂੰ ਗ੍ਰਿਫਤਾਰ ਕਰਨ ਦਾ ਕਾਨੂੰਨ ਬਣਾ ਦਿੱਤਾ। ਪੁਲਸ ਨੂੰ ਇਹ ਅਧਿਕਾਰ ਦੇ ਦਿੱਤਾ ਗਿਆ ਕਿ ਉਹ ਕਿਸੇ ਨੂੰ ਵੀ ਕਿਤੇ ਵੀ ਰੋਕ ਸਕਦੇ ਨੇ ਤੇ ਉਸਦੇ ਕਾਗਜ਼ਾਂ ਪੱਤਰਾਂ ਬਾਰੇ ਪੁੱਛ ਪੜਤਾਲ ਕਰ ਸਕਦੇ

ਨੇ। ਗੈਰਕਨੂੰਨਣ ਹੋਣ ਦੀ ਸੂਰਤ ਵਿੱਚ ਗ੍ਰਿਫਤਾਰ ਕਰ ਸਕਦੇ ਨੇ। ਸਾਡੇ ਲਈ ਹੋਰ ਮੁਸੀਬਤ ਖੜ੍ਹੀ ਹੋ ਗਈ। ਕੰਮ 'ਤੇ ਵੀ ਲੁਕਦੇ ਛਿਪਦੇ ਹੀ ਜਾਂਦੇ ਸੀ ਤੇ ਬਾਕੀ ਸਮਾਂ ਅਪਾਰਟਮੈਂਟ ਵਿੱਚ ਬੈਠੇ ਗੁਜ਼ਾਰਦੇ ਸੀ। ਫਿਰ ਅਸੀਂ ਇਹ ਇਲਾਕਾ ਛੱਡ ਕੇ ਫੇਅਰਫੈਕਸ ਕਾਉਂਟੀ ਵਿੱਚ ਕਿਸੇ ਹੋਰ ਨਾਲ ਅਪਾਰਟਮੈਂਟ 'ਚ ਰਹਿਣ ਦਾ ਇੰਤਜ਼ਾਮ ਕਰ ਲਿਆ। ਨੌਕਰੀਆਂ ਵੀ ਬਦਲ ਲਈਆਂ। ਮਿੱਕੀ ਦੀ ਵੇਚਾਰਗੀ ਮੈਥੋਂ ਵੇਖੀ ਨਹੀਂ ਸੀ ਜਾਂਦੀ। ਉਸਦਾ ਖ਼ੁਦ ਦਾ ਆਪਣਾ ਭਾਰ ਤੇ ਨਾਲ ਹੀ ਮੇਰੀ ਜ਼ਿੰਮੇਦਾਰੀ। ਫਿਰ ਇੱਕ ਦਿਨ ਮਿੱਕੀ ਨੇ ਮੈਨੂੰ ਆਪਣੀ ਨਵੀਂ ਪ੍ਰਾਪਤੀ ਬਾਰੇ ਦੱਸਦਿਆਂ ਕਿਹਾ,

"ਮੈਂ ਤੇਰੇ ਲਈ ਇੱਕ ਮੁੰਡੇ ਨਾਲ ਗੱਲ ਕੀਤੀ ਐ। ਉਹ ਪੈਸੇ ਲੈ ਕੇ ਵਿਆਹ ਕਰਵਾਊ ਤੇ ਗਰੀਨ ਕਾਰਡ ਲੈ ਕੇ ਦੇਊ।"

"ਮਿੱਕੀ ਪਹਿਲਾਂ ਤੂੰ ਆਪਣਾ ਕੁਛ ਬਣਾ, ਫਿਰ ਮੇਰਾ ਵੀ ਸੋਚ ਲਵਾਂਗੇ।"

"ਨਹੀਂ ਦੀਦੀ, ਮੇਰਾ ਕੀ ਐ, ਮੈਂ ਤਾਂ ਕਿਵੇਂ ਨਾ ਕਿਵੇਂ ਕੋਈ ਰਸਤਾ ਲੱਭ ਹੀ ਲਊਂਗਾ। ਪਰ ਤੇਰੇ ਲਈ ਹੁਣ ਪ੍ਰਬੰਧ ਹੋ ਰਿਹੈ ਤਾਂ ਪਹਿਲਾਂ ਇਹ ਕਰ ਲਈਏ।" ਮਿੱਕੀ ਵਾਕਿਆ ਹੀ ਮੇਰਾ ਵੱਡਾ ਭਰਾ ਬਣਿਆ ਖੜ੍ਹਾ ਸੀ।

"ਸ਼ਰਤਾਂ ਕੀ ਨੇ ?"

"ਪੈਸੇ ਤਾਂ ਦੇਣੇ ਹੀ ਨੇ। ਨਾਲ ਹੀ ਉਸਦਾ ਕਹਿਣਾ ਐਂ ਕਿ ਆਪਾਂ ਉਸਦੇ ਘਰ ਵੀ ਰਹਿ ਸਕਦੇ ਆਂ। ਨਾਲੇ ਇਸ ਤਰ੍ਹਾਂ ਕਿਸੇ ਨੂੰ ਸ਼ੱਕ ਨਹੀਂ ਹੋਣਾ।"

ਮੈਂ ਝਿਜਕ ਮੰਨ ਰਹੀ ਸੀ ਪਰ ਮਿੱਕੀ ਨੇ ਇਹ ਕਹਿ ਕੇ ਮੇਰੀ ਝਿਜਕ ਦੂਰ ਕਰ ਦਿੱਤੀ ਕਿ ਉਹ ਵੀ ਤਾਂ ਨਾਲ ਹੀ ਹੋਊਗਾ। ਅਸੀਂ ਉਸ ਮੁੰਡੇ ਦੇ ਘਰ ਰਹਿਣ ਲੱਗ ਪਏ। ਉਸਨੇ ਪੈਸਿਆਂ ਦੀ ਪਹਿਲੀ ਕਿਸ਼ਤ ਵੀ ਲੈ ਲਈ। ਪਰ ਅਗਾਂਹ ਕੋਈ ਕਦਮ ਨਹੀਂ ਪੁੱਟ ਰਿਹਾ ਸੀ। ਕਈ ਦਿਨ ਅਸੀਂ ਉਸਦੇ ਮਗਰ ਘੁੰਮਦੇ ਰਹੇ ਪਰ ਉਹ ਟਾਲ ਮਟੋਲ ਕਰਦਾ ਰਿਹਾ। ਸਗੋਂ ਉਹ ਮਿੱਕੀ ਨੂੰ ਆਪਣੀ ਗੱਡੀ 'ਤੇ ਕਿਧਰੇ ਨਾ ਕਿਧਰੇ ਭੇਜੀ ਰੱਖਦਾ ਸੀ। ਇਸ ਨਾਲ ਉਸਦੀ ਨੌਕਰੀ ਦਾ ਨੁਕਸਾਨ ਵੀ ਹੁੰਦਾ ਸੀ ਤੇ ਵਾਧੂ ਦੀ ਪਰੇਸ਼ਾਨੀ ਵੀ। ਇਹ ਮੁੰਡਾ ਵੀ ਕੋਈ ਰਹੱਸਮਈ ਜਿਹਾ ਹੀ ਸੀ। ਫਿਰ ਉਸਦਾ ਇਹ ਰਹੱਸ ਉਸ ਦਿਨ ਖਤਮ ਹੋ ਗਿਆ ਜਿਸ ਦਿਨ ਉਸਨੂੰ ਪੁਲਸ ਨੇ ਡਰੱਗਾਂ ਸਮੇਤ ਫੜ ਲਿਆ। ਚੰਗਾ ਇਹ ਸੀ ਕਿ ਉਸ ਦਿਨ ਮਿੱਕੀ ਉਸਦੇ ਨਾਲ ਨਹੀਂ ਸੀ। ਅਸੀਂ ਮੁਸ਼ਕਲ ਵਿੱਚ ਫਸਦੇ ਫਸਦੇ ਬਚੇ। ਕੁਝ ਦਿਨ ਉਸਦੇ ਅਪਾਰਟਮੈਂਟ ਵਿੱਚ ਹੋਰ ਰਹੇ ਤੇ ਫਿਰ ਉਹ ਵੀ ਛੱਡਣਾ ਪਿਆ। ਕਿਉਂਕਿ ਉਸਦਾ ਮਾਲਕ ਉਹ ਸੀ। ਉਹ ਜੇਲ੍ਹ ਚਲਿਆ ਗਿਆ ਤਾਂ ਕਿਰਾਇਆ ਕਿਸ ਨੇ ਦੇਣਾ ਸੀ। ਇੱਕ ਵਾਰ ਫਿਰ ਅਸੀਂ ਸੜਕ 'ਤੇ ਆ ਗਏ। ਇੱਕ ਦਿਨ ਐਵੇਂ ਹੀ ਤੁਰਦੀ ਮੈਂ ਨੇੜਲੇ ਸ਼ਾਪਿੰਗ ਸੈਂਟਰ ਵਿਚਲੇ ਪੰਜਾਬੀ ਰੈਸਟੋਰੈਂਟ 'ਤੇ ਚਲੀ ਗਈ। ਉੱਥੇ ਨੌਕਰੀ ਦਾ ਪਤਾ ਕੀਤਾ ਤਾਂ ਉਹਨਾਂ ਨੂੰ ਉਸ ਵੇਲੇ ਵਾਕਿਆ ਹੀ ਕਿਸੇ ਕਾਮੇ ਦੀ ਲੋੜ ਸੀ। ਮੈਨੂੰ ਇੱਥੇ ਨੌਕਰੀ ਮਿਲ ਗਈ। ਇਸਦਾ ਮਾਲਕ ਕੋਈ ਵਡੇਰੀ ਉਮਰ ਦਾ ਭਲਾਮਾਣਸ ਪੰਜਾਬੀ ਬਜ਼ੁਰਗ ਸੀ। ਕੁਝ ਦਿਨਾਂ ਬਾਅਦ ਕਿਸੇ ਵਿਹਲੇ ਵੇਲੇ ਮੈਂ ਉਸਨੂੰ ਆਪਣੀ ਹੱਡਬੀਤੀ ਸੁਣਾਈ ਤਾਂ ਉਹ ਸੁਣ ਕੇ ਸੁੰਨ ਹੋ ਗਿਆ ਕਿ ਪੰਜਾਬ ਤੋਂ ਇੱਕ ਚੰਗੇ ਪਰਿਵਾਰ ਦੀ ਕੁੜੀ ਕਿਵੇਂ ਦਰ ਦਰ ਦੀਆਂ ਠੋਕਰਾਂ ਖਾਂਦੀ ਫਿਰਦੀ ਐ। ਉਸਨੇ ਮੇਰੀ ਮੱਦਦ ਕਰਨ ਦਾ ਭਰੋਸਾ ਦਿੱਤਾ।

ਕਈ ਦਿਨਾਂ ਬਾਅਦ ਭਰੋਸਾ ਪੂਰਾ ਵੀ ਕਰ ਦਿੱਤਾ। ਹੋਇਆ ਇਉਂ ਕਿ ਉਸਦਾ ਕੋਈ ਪੱਕਾ ਗ੍ਰਾਹਕ ਰੈਸਟੋਰੈਂਟ 'ਤੇ ਆਇਆ। ਇਹ ਜਗਤਾਰ ਸਿੰਘ ਸੀ। ਜਗਤਾਰ ਸਿੰਘ ਘਰਵਾਲੀ ਸਮੇਤ ਰੀਟਾਇਰਡ ਜ਼ਿੰਦਗੀ ਬਿਤਾ ਰਿਹਾ ਸੀ। ਉਸਦੇ ਮੁੰਡਾ ਅਤੇ ਕੁੜੀ ਆਪਣੇ ਪਰਿਵਾਰਾਂ ਵਾਲੇ ਸਨ। ਜਗਤਾਰ ਸਿੰਘ ਇਸ ਗੱਲ 'ਤੇ ਮੈਨੂੰ ਗਰੀਨ ਕਾਰਡ ਦਿਵਾਉਣਾ ਮੰਨ ਗਿਆ ਕਿ ਮੈਂ ਉਸਦੇ ਘਰ ਮੇਡ, ਜਾਣੀ ਕਿ ਸਫਾਈ ਬਗੈਰਾ ਦਾ ਕੰਮ ਕਰਾਂ ਤੇ ਉਹ ਇਸੇ ਅਧਾਰ 'ਤੇ ਮੈਨੂੰ ਸਪਾਂਸਰ ਕਰਕੇ ਗਰੀਨ ਕਾਰਡ ਦਿਵਾ ਦਊਗਾ। ਫਿਰ ਮੈਂ ਉਸਦੇ ਘਰ ਰਹਿਣ ਲੱਗ ਪਈ। ਸ਼ੁਰੂ ਵਿੱਚ ਉਹਨਾਂ ਦੇ ਘਰ ਜਾ ਕੇ ਮੈਨੂੰ ਬਹੁਤ ਸਕੂਨ ਮਿਲਿਆ। ਬਿਲਕੁਲ ਆਪਦੇ ਘਰ ਵਰਗਾ ਮਾਹੌਲ ਸੀ। ਉਸਦੀ ਘਰਵਾਲੀ ਦਾ ਸੁਭਾਅ ਵੀ ਬਹੁਤ ਚੰਗਾ ਸੀ। ਕਾਫੀ ਦਿਨਾਂ ਬਾਅਦ ਜਦੋਂ ਉਹ ਮੈਨੂੰ ਲੈ ਕੇ ਵਕੀਲ ਦੇ ਗਿਆ ਤਾਂ ਵਕੀਲ ਨੇ ਦੱਸਿਆ ਕਿ ਇਸ ਢੰਗ ਨਾਲ ਗਰੀਨ ਕਾਰਡ ਲੈਣ ਵਾਲੀ ਕੈਟਾਗਿਰੀ ਤਾਂ ਬੰਦ ਹੋ ਗਈ। ਮੈਨੂੰ ਜੋ ਮਾੜੀ ਮੋਟੀ ਆਸ ਬੱਝੀ ਸੀ, ਉਹ ਖਤਮ ਹੋ ਗਈ। ਪਰ ਜਗਤਾਰ ਅੰਕਲ ( ਉਸਦੇ ਘਰ ਮੂਵ ਹੋਣ ਤੋਂ ਬਾਅਦ ਮੈਂ ਉਸਨੂੰ ਅੰਕਲ ਕਹਿ ਕੇ ਬੁਲਾਉਣ ਲੱਗ ਪਈ ਸੀ।) ਨੇ ਮੈਨੂੰ ਭਰੋਸਾ ਦਿਵਾਇਆ ਕਿ ਉਹ ਜਿਵੇਂ ਕਿਵੇਂ ਵੀ ਮੈਨੂੰ ਗਰੀਨ ਕਾਰਡ ਦਿਵਾ ਦਊਗਾ। ਉਸਦਾ ਕਹਿਣਾ ਸੀ ਕਿ ਉਹ ਮੈਨੂੰ ਆਪਣੀ ਧੀ ਅਡਾਪਟ ਕਰਕੇ ਗਰੀਨ ਕਾਰਡ ਦਿਵਾ ਸਕਦਾ ਹੈ। ਮੈਂ ਬਹੁਤ ਦੇਰ ਇਸ ਉਮੀਦ ਵਿੱਚ ਉਹਨਾਂ ਦੇ ਘਰ ਕੰਮ ਕਰਦੀ ਰਹੀ। ਮੇਰੇ ਨਿੱਤ ਦਿਨ ਕਹਿਣ 'ਤੇ ਉਹ ਮੈਨੂੰ ਕਿਸੇ ਹੋਰ ਵਕੀਲ ਕੋਲ ਲੈ ਗਿਆ ਤੇ ਉਸਨੂੰ ਅਡਾਪਸ਼ਨ ਦੇ ਕੇਸ ਬਾਰੇ ਪੁੱਛਣ ਲੱਗਿਆ। ਵਕੀਲ ਉਸਦੀ ਗੱਲ ਸੁਣ ਕੇ ਹੱਸਿਆ।

"ਮਿਸਟਰ ਸਿੰਘ, ਅਡਾਪਟ 'ਬੱਚੇ' ਕੀਤੇ ਜਾਂਦੇ ਐ ਨਾ ਕਿ ਅਡੱਲਟਸ।"

ਮੇਰੀ ਇਹ ਉਮੀਦ ਵੀ ਗਈ। ਪਰ ਮੈਂ ਮਨ ਜਿਹਾ ਮਾਰ ਕੇ ਕੰਮ ਕਰਦੀ ਰਹੀ। ਇਉਂ ਜਾਪਣ ਲੱਗਿਆ ਕਿ ਗਰੀਨ ਕਾਰਡ ਮਿਲਣਾ ਕੋਈ ਖੇਡ ਨਹੀਂ। ਇਵੇਂ ਹੀ ਵਕਤ ਕਟੀ ਹੋਈ ਜਾਵੇ ਉਹੀ ਬਹੁਤ ਐ। ਰਹਿਣ ਲਈ ਮਸਾਂ ਇੱਕ ਚੰਗਾ ਆਸਰਾ ਮਿਲਿਆ ਸੀ। ਇਸ ਵਿਚਕਾਰ ਮਿੱਕੀ ਵੀ ਆਪਣੀਆਂ ਕੋਸ਼ਿਸ਼ਾਂ ਕਰਦਾ ਫਿਰਦਾ ਸੀ। ਉਹ ਹੁਣ ਮੈਥੋਂ ਵੱਖ, ਨਾਲ ਲੱਗਦੀ ਸਟੇਟ ਵਿੱਚ ਕਿਸੇ ਹੋਰ ਨਾਲ ਰਹਿਣ ਲੱਗ ਪਿਆ ਸੀ। ਇਹਨਾਂ ਦਿਨਾਂ ਵਿੱਚ ਹੀ ਮੇਰੇ ਉੱਪਰ ਇੱਕ ਹੋਰ ਪਹਾੜ ਟੁੱਟ ਪਿਆ। ਜਗਤਾਰ ਅੰਕਲ ਦੀ ਘਰਵਾਲੀ ਗੁਜ਼ਰ ਗਈ। ਮੇਰਾ ਉਸ ਨਾਲ ਕਾਫੀ ਲਗਾਵ ਸੀ। ਉਸ ਦੇ ਹੁੰਦਿਆਂ ਮੈਨੂੰ ਉਹ ਘਰ ਆਪਣੇ ਘਰ ਵਰਗਾ ਲੱਗਦਾ ਸੀ। ਮੈਂ ਪਰੇਸ਼ਾਨ ਹੋ ਗਈ ਕਿ ਹੁਣ ਕੀ ਬਣੂੰਗਾ। ਹਫਤਾ ਦਸ ਦਿਨ ਅਫਸੋਸ ਕਰਨ ਵਾਲੇ ਆਉਂਦੇ ਰਹੇ। ਹੌਲੀ ਹੌਲੀ ਹਾਲਤ ਆਮ ਵਰਗੇ ਹੋ ਗਏ। ਮੈਂ ਇਸੇ ਫਿਕਰ ਵਿੱਚ ਸੀ ਕਿ ਮੇਰੀ ਇਹ ਨੌਕਰੀ ਰਹੂਗੀ ਜਾਂ ਨਹੀਂ ਕਿ ਇੱਕ ਦਿਨ ਜਗਤਾਰ ਅੰਕਲ ਨੇ ਆਪ ਹੀ ਮੈਨੂੰ ਕਹਿ ਦਿੱਤਾ ਕਿ ਮੈਂ ਉੱਥੇ ਪਹਿਲਾਂ ਦੀ ਤਰ੍ਹਾਂ ਹੀ ਕੰਮ ਕਰਦੀ ਰਹਾਂ। ਇਸੇ ਤਰ੍ਹਾਂ ਦਿਨ ਨਿਕਲਦੇ ਰਹੇ। ਇਸ ਵਿਚਕਾਰ ਮੈਂ ਮਹਿਸੂਸ ਕੀਤਾ ਕਿ ਜਗਤਾਰ ਅੰਕਲ ਹੁਣ ਮੈਨੂੰ ਪਹਿਲਾਂ ਵਾਲੀਆਂ ਨਜ਼ਰਾਂ ਨਾਲ ਨਹੀਂ ਵੇਖਦਾ ਸੀ। ਉਸਦੀਆਂ ਅੱਖਾਂ ਵਿਚਲੀ ਵਾਸ਼ਨਾ ਮੈਂ ਸਾਫ ਪੜ੍ਹ ਰਹੀ ਸੀ। ਕਈ ਵਾਰੀ ਮੈਂ ਸੋਚਦੀ ਕਿ ਇਹ ਸ਼ਾਇਦ ਮੇਰਾ ਭੁਲੇਖਾ ਐ ਤੇ ਕਈ ਵਾਰੀ ਮੈਨੂੰ ਬਹੁਤ ਡਰ ਵੀ ਲੱਗਦਾ। ਫਿਰ ਜਿਸ ਰਾਤ ਨੂੰ ਉਹ ਮੇਰੇ ਕਮਰੇ ਵਿੱਚ ਆਇਆ ਤਾਂ ਮੇਰੇ ਸਾਰੇ ਭਰਮ ਭੁਲੇਖੇ ਦੂਰ

ਹੋ ਗਏ। ਮੇਰੇ ਬਰਾਬਰ ਬਹਿੰਦਿਆਂ ਉਸਨੇ ਮੇਰੇ ਉੱਪਰ ਦੀ ਬਾਂਹ ਵਲਣੀ ਚਾਹੀ ਤਾਂ ਮੈਂ ਛਾਲ ਮਾਰ ਕੇ ਖੜ੍ਹੀ ਹੋ ਗਈ।

"ਅੰਕਲ ਇਹ ਕੀ। ਤੁਸੀਂ ਮੇਰੇ ਪਿਉ ਤੋਂ ਵੀ ਵੱਡੇ ਉਂ। ਮੈਨੂੰ ਤੁਸੀਂ ਆਪਣੀ ਧੀ ਕਹਿਨੇ ਉਂ....।"

"ਮੈਂ ਕਿਸੇ ਵੀ ਉਮਰ ਦਾ ਆਂ। ਤੈਨੂੰ ਕੁਛ ਵੀ ਕਹਿ ਕਿ ਬੁਲਾਉਨਾ। ਤੂੰ ਇਹਨਾਂ ਗੱਲਾਂ ਨੂੰ ਪਾਸੇ ਰੱਖ। ਤੂੰ ਇਹ ਸੋਚ ਕਿ ਮੈਂ ਇੱਕ ਮਰਦ ਆਂ।"

"ਅੰਕਲ ਮੈਂ ਤਾਂ ਪਹਿਲਾਂ ਈਂ ਮਜਬੂਰ ਆਂ।" ਮੇਰੇ ਹੰਝੂ ਨਿਕਲ ਆਏ।

"ਮੈਂ ਵੀ ਤੈਨੂੰ ਇਹੀ ਸਮਝਾਉਣ ਆਇਆਂ ਕਿ ਤੂੰ ਮਜਬੂਰ ਐਂ। ਤੇਰੇ ਕੋਲ ਰਹਿਣ ਦੀ ਥਾਂ ਨਹੀਂ। ਗਰੀਨ ਕਾਰਡ ਤੇਰੇ ਕੋਲ ਨਹੀਂ। ਬਿਨਾਂ ਗਰੀਨ ਕਾਰਡ ਦੇ ਤੂੰ ਕਿਧਰੇ ਨੌਕਰੀ ਨਹੀਂ ਕਰ ਸਕਦੀ। ਮੈਂ ਇੱਕ ਫੋਨ ਘੁੰਮਾ ਦਿਆਂ ਤਾਂ ਇੰਮੀਗਰੇਸ਼ਨ ਨੇ ਆ ਕੇ ਤੈਨੂੰ ਗ੍ਰਿਫਤਾਰ ਕਰ ਲੈਣੈ। ਸਮਝੀ ਕੁਛ ?"

ਮੈਂ ਉਸਦਾ ਡਰਾਬਾ ਸਮਝ ਗਈ ਸੀ। ਉਹ ਮੈਨੂੰ ਮੇਰੀ ਹਾਲਤ ਕਾਰਨ ਬਲੈਕਮੇਲ ਕਰਨਾ ਚਾਹੁੰਦਾ ਸੀ। ਮੈਂ ਪਾਸੇ ਖੜ੍ਹੀ ਬੇਵਸੀ ਦੇ ਹੰਝੂ ਕੇਰਦੀ ਰਹੀ।

"ਕੋਈ ਜ਼ੋਰ ਜਬਰਦਸਤੀ ਨਹੀਂ। ਤੂੰ ਕੱਲ੍ਹ ਤੱਕ ਸੋਚ ਲੈ। ਪਰ ਹੋਊ ਫਿਰ ਵੀ ਉਹੀ ਜੋ ਮੈਂ ਚਾਹੂੰਗਾ।"

ਇੰਨੀ ਗੱਲ ਕਹਿੰਦਾ ਉਹ ਕਮਰੇ 'ਚੋਂ ਨਿਕਲ ਗਿਆ। ਮੈਨੂੰ ਸਾਰੀ ਰਾਤ ਨੀਂਦ ਨਾ ਆਈ ਕਿ ਕਿਸ ਨਰਕ ਵਿੱਚ ਆ ਡਿੱਗੀ। ਅਗਲੇ ਦਿਨ ਸਵੇਰੇ ਹੀ ਮੈਂ ਮਿੱਕੀ ਨੂੰ ਕਾਲ ਕਰਕੇ ਆਪਣੇ ਕੋਲ ਬੁਲਾ ਲਿਆ। ਉਸਦੇ ਆਉਂਦਿਆਂ ਹੀ ਮੈਂ ਉਸਨੂੰ ਇਸ ਜਗਤਾਰ ਬੁੱਢੇ ਦੀ ਕਰਤੂਤ ਦੱਸੀ। ਪਰ ਮੇਰੀ ਗੱਲ ਸੁਣ ਕੇ ਮਿੱਕੀ ਨੂੰ ਨਾ ਹੀ ਗੁੱਸਾ ਚੜ੍ਹਿਆ ਤੇ ਨਾ ਹੀ ਉਹ ਹੈਰਾਨ ਹੋਇਆ। ਉਹ ਤਾਂ ਸਗੋਂ ਖੁਸ਼ ਹੁੰਦਾ ਬੋਲਿਆ,

"ਹੋਰ ਤੈਨੂੰ ਕੀ ਚਾਹੀਦੈ ?"

"ਮਤਲਬ ?"

"ਮਤਲਬ ਇਹ ਕਿ 'ਗਰੀਨ ਕਾਰਡ' ਖੁਦ ਚੱਲ ਕੇ ਤੇਰੇ ਕੋਲ ਆ ਰਿਹੈ।"

"ਗਰੀਨ ਕਾਰਡ ਦਾ ਇਸ ਗੱਲ ਨਾਲ ਕੀ ਮਤਲਬ ?"

"ਮਤਲਬ ਐ। ਉਸਨੂੰ ਇਹ ਗੱਲ ਕਹਿ ਕਿ ਪਹਿਲਾਂ ਉਹ ਤੇਰੇ ਨਾਲ ਵਿਆਹ ਕਰਵਾਏ। ਆਪਣੀ ਘਰਵਾਲੀ ਬਣਾ ਕਿ ਤੇਰਾ ਗਰੀਨ ਕਾਰਡ ਅਪਲਾਈ ਕਰੇ ਤੇ ਫਿਰ....।"

ਮਿੱਕੀ ਦੀ ਗੱਲ ਸੁਣ ਕੇ ਮੇਰੀਆਂ ਅੱਖਾਂ ਧਰਤੀ 'ਚ ਗੱਡੀਆਂ ਗਈਆਂ।

"ਇਹੋ ਜਿਹਾ ਸੁਨਹਿਰੀ ਮੌਕਾ ਫਿਰ ਨਹੀਂ ਮਿਲਣਾ। ਅਗਾਂਹ ਤੇਰੀ ਮਰਜ਼ੀ।" ਇੰਨੀ ਗੱਲ ਕਹਿੰਦਿਆਂ ਮਿੱਕੀ ਉੱਥੇ ਤੁਰ ਗਿਆ। ਮੈਂ ਸਾਰਾ ਦਿਨ ਇਸੇ ਗੱਲ ਬਾਰੇ ਸੋਚਦੀ ਰਹੀ। ਆਖਰ ਮੇਰੇ ਵੀ ਇਹ ਗੱਲ ਦਿਲ ਲੱਗ ਗਈ। ਫਿਰ ਮੈਂ ਆਪਣੀ ਸ਼ਰਤ ਜਗਤਾਰ ਅੰਕਲ ਨੂੰ ਦੱਸੀ। ਕੁਛ ਦੇਰ ਸੋਚਦਿਆਂ ਉਸਨੇ ਹਾਂ ਕਰ ਦਿੱਤੀ। ਫਿਰ ਅਗਲੇ ਦਿਨ ਹੀ, ਉਸਨੇ ਕੋਰਟ ਮੈਰਿਜ ਕਰਕੇ ਮੇਰਾ ਗਰੀਨ ਕਾਰਡ ਅਪਲਾਈ ਕਰ ਦਿੱਤਾ ਤੇ ਅਸੀਂ ਪਤੀ ਪਤਨੀ ਦੀ ਤਰ੍ਹਾਂ ਰਹਿਣ ਲੱਗੇ। ਮੈਨੂੰ ਉਸ ਬੁੱਢੇ ਤੋਂ ਬੜੀ ਘਿਣ ਆਉਂਦੀ ਸੀ। ਪਰ ਇਹ ਸੋਚ ਕੇ ਚੁੱਪ ਰਹਿੰਦੀ

ਸੀ ਕਿ ਇੱਕ ਵਾਰ ਗਰੀਨ ਕਾਰਡ ਮਿਲ ਜਾਵੇ ਬਸ। ਇਸ ਤਰ੍ਹਾਂ ਰਹਿੰਦਿਆਂ ਪੰਜ ਛੇ ਮਹੀਨੇ ਲੰਘ ਚੁੱਕੇ ਸਨ। ਮੈਨੂੰ ਵਰਕ ਪਰਮਿਟ ਮਿਲ ਗਿਆ ਸੀ। ਮੈਂ ਬਾਹਰ ਘੁੰਮਣ ਫਿਰਨ ਲੱਗ ਪਈ ਸੀ। ਇਹਨਾਂ ਹੀ ਦਿਨਾਂ ਵਿੱਚ ਮੈਂ ਇੱਕ ਦਿਨ ਮਿੱਕੀ ਨੂੰ ਵੇਖਿਆ ਤਾਂ ਮੇਰੀ ਹੈਰਾਨੀ ਦੀ ਹੱਦ ਨਾ ਰਹੀ। ਉਹ ਪਹਿਲਾਂ ਵਰਗਾ ਤਾਂ ਰਿਹਾ ਹੀ ਨਹੀਂ ਸੀ। ਉਸਦੀ ਵੇਖਣੀ ਪਾਖਣੀ, ਉਸਦੀ ਤੋਰ ਅਤੇ ਉਸਦਾ ਗੱਲ ਕਰਨ ਦਾ ਤੌਰ ਤਰੀਕਾ ਬਦਲ ਗਿਆ ਸੀ। ਉਂਝ ਵੀ ਕਮਜ਼ੋਰ ਜਿਹਾ ਲੱਗਦਾ ਸੀ। ਮੈਨੂੰ ਸ਼ੱਕ ਪਿਆ ਜਿਵੇਂ ਕਿ ਉਹ ਡਰੱਗ ਕਰਨ ਲੱਗ ਪਿਆ ਹੋਵੇ। ਫਿਰ ਮੈਂ ਉਸਦੇ ਨਾਲ ਫਿਰਦੇ ਐਂਡਰਿਊ ਨੂੰ ਪਛਾਣਿਆਂ ਤਾਂ ਮੈਂ ਹੋਰ ਵੀ ਹੈਰਾਨ ਹੋਈ। ਐਂਡਰਿਊ ਨੂੰ ਮੈਂ ਕਾਲਜ ਵੇਲੇ ਦੀ ਜਾਣਦੀ ਸੀ। ਸਭ ਨੂੰ ਪਤਾ ਸੀ ਕਿ ਉਹ ਗੇਅ ਐ। ਮੈਂ ਅਗਾਂਹ ਹੋ ਕੇ ਮਿੱਕੀ ਨਾਲ ਗੱਲ ਕਰਨ ਦੀ ਕੋਸ਼ਿਸ਼ ਕੀਤੀ ਤਾਂ ਉਹ ਪਾਸਾ ਬਚਾ ਕੇ ਲੰਘ ਗਿਆ। ਮੈਂ ਹੈਰਾਨ ਹੋਈ ਖੜ੍ਹੀ ਉਸਨੂੰ ਜਾਂਦੇ ਨੂੰ ਵੇਖਦੀ ਰਹੀ। ਉਸਤੋਂ ਬਾਅਦ ਮੈਂ ਬਹੁਤ ਉਦਾਸ ਰਹਿਣ ਲੱਗ ਪਈ ਕਿ ਮਿੱਕੀ ਨੂੰ ਇਹ ਕੀ ਹੋ ਗਿਆ। ਕਦੇ ਕਦੇ ਇਹ ਸੋਚ ਕੇ ਹੀ ਮੇਰੀਆਂ ਨਸਾਂ ਫਟਣ ਵਾਲੀਆਂ ਹੋ ਜਾਂਦੀਆਂ ਕਿ ਮਿੱਕੀ ਗੇਆਂ ਨਾਲ ਘੁੰਮ ਰਿਹੈ, ਖ਼ੁਦ ਵੀ ਸ਼ਾਇਦ ਗੇਅ ਐ ਅਤੇ ਮਿੱਕੀ ਨਸ਼ੇ ਕਰ ਰਿਹੈ। ਪਰ ਕੀ ਕਰ ਸਕਦੀ ਸੀ। ਫਿਰ ਇੱਕ ਦਿਨ ਉਸਦੀ ਕਾਲ ਆਈ।

"ਦੀਦੀ ਮੈਂ ਐਂਡਰਿਊ ਨਾਲ ਮੈਰਿਜ ਕਰ ਲਈ ਐ।"

"ਵ੍ਹਾਅਟ....?" ਮੇਰੇ ਪੈਰਾਂ ਹੇਠੋਂ ਮਿੱਟੀ ਨਿਕਲ ਗਈ।

"ਹਾਂ ਦੀਦੀ। ਸਾਡੀ ਸਟੇਟ ਨੇ ਸੇਮ ਸੈਕਸ ਮੈਰਿਜ ਲੀਗਲ ਕਰ ਦਿੱਤੀ ਐ। ਮੈਂ ਤੇ ਐਂਡਰਿਊ ਨੇ ਬਕਾਇਦਾ ਕੋਰਟ ਮੈਰਿਜ ਕੀਤੀ ਐ। ਮੈਰਿਜ ਸਰਟੀਫੀਕੇਟ ਵੀ ਮਿਲ ਗਿਆ। ਅੱਜ ਸ਼ਾਮ ਨੂੰ ਅਸੀਂ ਵਕੀਲ ਦੇ ਜਾ ਰਹੇ ਆਂ।"

"ਵਕੀਲ ਦੇ ਕਾਹਦੇ ਲਈ ?"

"ਮੇਰਾ ਗਰੀਨ ਕਾਰਡ ਅਪਲਾਈ ਕਰਨ। ਕਿਉਂਕਿ ਐਂਡਰਿਊ ਅਮਰੀਕਣ ਸਿਟੀਜ਼ਨ ਐਂ। ਉਹ ਮੇਰਾ ਗਰੀਨ ਕਾਰਡ ਐਜ਼ ਏ ਸਪਾਊਸ ਅਪਲਾਈ ਕਰੂਗਾ।"

ਇੰਨਾ ਕਹਿੰਦਿਆਂ ਉਸਨੇ ਫੋਨ ਕੱਟ ਦਿੱਤਾ। ਮੈਂ ਸੁੰਨ ਹੋਈ ਖੜ੍ਹੀ ਸੋਚਦੀ ਰਹੀ ਕਿ ਇਹ ਕੀ ਹੋ ਗਿਆ। ਸਾਰੀ ਰਾਤ ਨੀਂਦ ਨਾ ਆਈ। ਸਵੇਰ ਹੁੰਦਿਆਂ ਹੀ ਫੋਨ 'ਤੇ ਜ਼ਿੰਦਗੀ ਦੀ ਸਭ ਤੋਂ ਮਨਹੂਸ ਖਬਰ ਸੁਣਨ ਨੂੰ ਮਿਲੀ ਕਿ ਰਾਤੀਂ ਮਿੱਕੀ ਨੇ ਨਸ਼ੇ ਦੀ ਓਵਰਡੋਜ਼ ਲੈਂਦਿਆਂ ਆਤਮ ਹੱਤਿਆ ਕਰਨ ਦੀ ਕੋਸ਼ਿਸ਼ ਕੀਤੀ ਹੈ। ਫੋਨ ਉਸਦੇ ਕਿਸੇ ਦੋਸਤ ਦਾ ਸੀ।

"ਹੁਣ ਕਿੱਥੇ ਐ ਉਹ ?" ਮੈਂ ਫੋਨ ਕਰਤਾ ਨੂੰ ਪੁੱਛਿਆ।

"ਉਹ ਫੇਅਰਫੈਕਸ ਹਸਪਤਾਲ 'ਚ ਐ।" ਉੱਧਰੋਂ ਫੋਨ ਕੱਟਿਆ ਗਿਆ ਤਾਂ ਮੈਂ ਟੈਕਸੀ ਲੈ ਕੇ ਹਸਪਤਾਲ ਨੂੰ ਭੱਜੀ। ਬੀਹ ਮਿੰਟ ਦਾ ਇਹ ਰਸਤਾ ਸਾਲਾਂ ਦਾ ਬਣ ਗਿਆ। ਮਨ ਕਾਹਲਾ ਪੈ ਰਿਹਾ ਸੀ ਕਿ ਕਦੋਂ ਜਾ ਕੇ ਮਿੱਕੀ ਨੂੰ ਵੇਖਾਂ। ਨਾਲ ਹੀ ਇਹ ਵੀ ਡਰ ਸੀ ਕਿ ਉਸਦੀ ਹਾਲਤ ਪਤਾ ਨ੍ਹੀਂ ਕਿੰਨੀ ਕੁ ਨਾਜ਼ਕ ਹੈ। ਜੇਕਰ ਕੁਝ ਐਸਾ ਵੈਸਾ ਹੋ ਗਿਆ ਤਾਂ ਮੈਂ ਘਰਦਿਆਂ ਨੂੰ ਕੀ ਜੁਆਬ ਦੇਊਂ। ਉਸ ਬਿਨਾਂ ਮੇਰਾ ਕੌਣ ਐਂ। ਭਰਾ ਬਿਨਾ ਮੈਂ ਕਿਸਦੇ ਆਸਰੇ ਇੱਥੇ ਦਿਨ ਕੱਟੂੰ। ਸਾਰੇ ਰਾਹ ਬਹੁਤ ਹੀ ਭਿਆਨਕ ਤਰ੍ਹਾਂ ਦੇ ਖਿਆਲ ਆਉਂਦੇ ਰਹੇ। ਹਸਪਤਾਲ ਦੇ ਗੇਟ 'ਤੇ ਟੈਕਸੀ ਰੋਕਦਿਆਂ ਡਰਾਈਵਰ ਨੇ ਮੈਨੂੰ ਖਿਆਲਾਂ 'ਚੋਂ ਕੱਢਿਆ। ਉਸਦੇ ਪੈਸੇ ਦੇ

ਕੇ ਮੈਂ ਅੰਦਰ ਨੂੰ ਭੱਜੀ। ਉੱਥੇ ਮੈਨੂੰ ਉਸਦਾ ਉਹੀ ਦੋਸਤ ਮਿਲ ਗਿਆ ਜਿਸਨੇ ਕਿ ਮੈਨੂੰ ਫੋਨ ਕਰਕੇ ਉਸ ਬਾਰੇ ਦੱਸਿਆ ਸੀ।

"ਕਿਵੇਂ ਐਂ ਹੁਣ ਮਿੱਕੀ ?"

"ਖਤਰੇ ਤੋਂ ਬਾਹਰ ਐ। ਪਰ ਜੇ ਮੌਕੇ ਸਿਰ ਪਤਾ ਨਾ ਲੱਗਦਾ ਤਾਂ....।"

"ਪਰ ਇਹ ਹੋਇਆ ਕਿਵੇਂ ?"

"ਇਹ ਤਾਂ ਤੈਨੂੰ ਪਤਾ ਈ ਹੋਣੈ ਕਿ ਮਿੱਕੀ ਨੇ ਐਂਡਰਿਊ ਨਾਲ ਸੇਮ ਸੈਕਸ ਮੈਰਿਜ ਕੀਤੀ ਐ। ਉਸੇ ਮੈਰਿਜ ਦੇ ਬੇਸ 'ਤੇ ਜਦੋਂ ਇਹ ਮਿੱਕੀ ਦਾ ਗਰੀਨ ਕਾਰਡ ਲਈ ਅਪਲਾਈ ਕਰਨ ਵਕੀਲ ਦੇ ਗਏ ਤਾਂ ਵਕੀਲ ਨੇ ਦੱਸਿਆ ਸੀ ਕਿ ਸੇਮ ਸੈਕਸ ਮੈਰਿਜ ਸਟੇਟ ਨੇ ਲੀਗਲ ਕੀਤੀ ਐ ਜਦੋਂ ਕਿ ਗਰੀਨ ਕਾਰਡ ਵਾਲਾ ਮਸਲਾ ਫੈਡਰਲ ਗੌਰਮਿੰਟ ਦਾ ਐ। ਇਸੇ ਕਰਕੇ ਮਿੱਕੀ ਨੂੰ ਇਸ ਤਰੀਕੇ ਗਰੀਨ ਕਾਰਡ ਨਹੀਂ ਮਿਲ ਸਕਦਾ। ਸ਼ਾਇਦ ਇਹ ਸੁਣਨ ਤੋਂ ਬਾਅਦ, ਪਰੇਸ਼ਾਨ ਹੋਏ ਮਿੱਕੀ ਨੇ ਇਹ ਆਤਮਹੱਤਿਆ ਵਾਲਾ ਕਦਮ ਚੁੱਕ ਲਿਆ।"

ਉੱਥੋਂ ਤੁਰਦੀ ਮੈਂ ਮਿੱਕੀ ਦੇ ਕਮਰੇ 'ਚ ਪਹੁੰਚੀ। ਅਗਾਂਹ ਉਹ ਅੱਖਾਂ ਮੀਚੀ ਬੈੱਡ 'ਤੇ ਪਿਆ ਸੀ। ਮੈਂ ਕੋਲ ਬੈਠ ਕੇ ਉਸਦੇ ਵਾਲਾਂ 'ਚ ਹੱਥ ਫੇਰਨ ਲੱਗੀ। ਉਦੋਂ ਹੀ ਉਸਨੇ ਅੱਖਾਂ ਖੋਲ੍ਹੀਆਂ।

"ਮਿੱਕੀ ਤੂੰ ਜ਼ਰਾ ਵੀ ਨਾ ਸੋਚਿਆ ਕਿ ਮੇਰਾ ਇਕੱਲੀ ਦਾ ਪਰਦੇਸਾਂ 'ਚ ਕੀ ਬਣੂੰ ?" ਮੇਰੇ ਹੰਝੂ ਵਹਿ ਤੁਰੇ।

"ਦੀਦੀ ਹੁਣ ਚੁੱਪ ਕਰ। ਮੈਨੂੰ ਅਹਿਸਾਸ ਹੋ ਚੁੱਕਿਐ ਕਿ ਮੈਂ ਆਪਾ ਖਤਮ ਕਰਨ ਵਾਲਾ ਕਦਮ ਚੁੱਕ ਕੇ ਬਹੁਤ ਵੱਡੀ ਗਲਤੀ ਕੀਤੀ ਐ। ਚਲੋ ਫਿਰ ਵੀ ਰੱਬ ਨੇ ਬਚਾ ਲਿਆ।" ਉਸਨੇ ਮੇਰੇ ਹੰਝੂ ਪੂੰਝੇ।

"ਪਰ ਮਿੱਕੀ ਉਹ ਨਸ਼ੇ ਆਦਿ ਅਤੇ ਐਂਡਰਿਊ ਨਾਲ ਮੈਰਿਜ ਬਗੈਰਾ.... ?"

"ਦੀਦੀ, ਉਹ ਸਭ ਕੁਛ ਤਾਂ ਗਰੀਨ ਕਾਰਡ ਲੈਣ ਲਈ ਇੱਕ ਡਰਾਮਾ ਸੀ। ਉਂਝ ਅਜਿਹਾ ਕੁਛ ਨ੍ਹੀਂ ਹੈ" ਉਸਦੀ ਗੱਲ ਸੁਣਦਿਆਂ ਮੇਰੇ ਮਨ ਤੋਂ ਮਣਾਂ ਮੂੰਹੀਂ ਭਾਰ ਲਹਿ ਗਿਆ ਕਿ ਮਿੱਕੀ ਅੰਦਰੋਂ ਗੇਅ ਨਹੀਂ ਹੈ।

"ਸੱਚ ਦੀਦੀ ਤੇਰੇ ਗਰੀਨ ਕਾਰਡ ਦਾ ਕੇਸ ਕਿੱਥੇ ਕੁ ਪਹੁੰਚਿਆ ?"

"ਮੇਰਾ ਵਰਕ ਪਰਮਿਟ ਆ ਗਿਐ। ਹੁਣ ਗਰੀਨ ਕਾਰਡ ਦੀ ਉਡੀਕ ਐ।" ਮੈਂ ਮਨ 'ਚ ਸੋਚਿਆ ਕਿ ਕਦੋਂ ਮੇਰਾ ਗਰੀਨ ਕਾਰਡ ਆਵੇ ਤੇ ਕਦੋਂ ਉਸ ਨਰਕ 'ਚੋਂ ਬਾਹਰ ਨਿੱਕਲਾਂ। ਫਿਰ ਦੋ ਕੁ ਦਿਨਾਂ ਪਿੱਛੋਂ ਮਿੱਕੀ ਹਸਪਤਾਲ 'ਚੋਂ ਠੀਕ ਹੋ ਕੇ ਘਰ ਆ ਗਿਆ। ਮੈਂ ਸੋਚਿਆ ਕਿ ਪ੍ਰਮਾਤਮਾ ਨੇ ਹੱਥ ਦੇ ਕੇ ਰੱਖ ਲਏ, ਚਲੋ ਬੁਰਾ ਵਕਤ ਲੰਘ ਚੁੱਕਿਐ।

ਪਰ ਬੁਰਾ ਵਕਤ ਲੰਘਿਆ ਕਿੱਥੇ ਸੀ, ਅੱਗੇ ਤਾਂ ਜ਼ਿੰਦਗੀ ਹੋਰ ਭਿਆਨਕ ਰੂਪ ਧਾਰੀ ਖੜ੍ਹੀ ਸੀ। ਉਸਦੇ ਥੋੜ੍ਹੇ ਦਿਨਾਂ ਬਾਅਦ ਹੀ ਜਗਤਾਰ ਅੰਕਲ ਹਾਰਟ ਅਟੈਕ ਨਾਲ ਚੜ੍ਹਾਈ ਕਰ ਗਿਆ। ਪਿੱਛੇ ਮੈਂ ਰਹਿ ਗਈ ਖਾਲੀ ਹੱਥ ਝੋਲੀ ਅੱਡੀ। ਫਿਰ ਵੀ ਮੈਂ ਵਕੀਲ ਦੇ ਇਹ ਪਤਾ ਕਰਨ ਗਈ ਕਿ ਸ਼ਾਇਦ ਮੇਰੇ ਗਰੀਨ ਕਾਰਡ ਲਈ ਕੋਈ ਰਾਹ ਬਚਿਆ ਹੋਵੇ। ਪਰ ਉਸਨੇ ਹੱਥ ਖੜ੍ਹੇ ਕਰ ਦਿੱਤੇ। ਉਸਦਾ ਕਹਿਣਾ ਸੀ ਕਿ ਜੇਕਰ ਪਟੀਸ਼ਨਰ ਦੀ ਮੌਤ ਹੋ ਜਾਵੇ ਤਾਂ

ਬੈਨੀਫਿਸ਼ਰੀ ਦਾ ਕੇਸ ਖਤਮ ਹੋ ਜਾਂਦਾ ਹੈ। ਇੱਕ ਸਲਾਹ ਉਸਨੇ ਜ਼ਰੂਰ ਦਿੱਤੀ,

"ਵੈਸੇ ਇਸ ਵੇਲੇ ਤੈਨੂੰ ਫਾਈਨੈਨਸ਼ਲ ਫਾਇਦਾ ਹੋ ਸਕਦੈ।"

"ਉਹ ਕਿਵੇਂ ?" ਮੈਂ ਹੈਰਾਨ ਹੋਈ ਵਕੀਲ ਦੇ ਮੂੰਹ ਵੱਲ ਵੇਖਣ ਲੱਗੀ।

"ਵੇਖ, ਤੂੰ ਉਸਦੀ ਕਨੂੰਨਣ ਪਤਨੀ ਐਂ। ਜੇ ਤੂੰ ਸਿਵਲ ਕੋਰਟ ਵਿੱਚ ਕੇਸ ਕਰ ਦੇਵੇਂ ਤਾਂ ਤੈਨੂੰ ਉਸਦੀ ਪਰਾਪਰਟੀ ਵਿੱਚੋਂ ਕੁਝ ਪੈਸਾ ਜ਼ਰੂਰ ਮਿਲ ਜਾਊਗਾ।"

"ਮੈਨੂੰ ਇਸ ਵੇਲੇ ਪੈਸੇ ਦੀ ਨ੍ਹੀਂ, ਗਰੀਨ ਕਾਰਡ ਦੀ ਲੋੜ ਐ।" ਇੰਨਾ ਕਹਿੰਦਿਆਂ ਮੈਂ ਵਕੀਲ ਦੇ ਦਫਤਰੋਂ ਨਿੱਕਲ ਆਈ। ਅਗਾਂਹ ਐਲੀਵੇਟਰ ਖਰਾਬ ਹੋਈ ਖੜ੍ਹੀ ਸੀ। ਮੈਂ ਪੌੜੀਆਂ ਦਾ ਦਰਵਾਜ਼ਾ ਖੋਲ੍ਹਿਆ। ਹੇਠਾਂ ਨੂੰ ਉਤਰਦੀਆਂ ਪੌੜੀਆਂ ਕਿਸੇ ਡੂੰਘੇ ਖੂਹ ਦੀ ਤਰ੍ਹਾਂ ਲੱਗੀਆਂ। ਬੋਝਲ ਕਦਮ ਪੁੱਟਦੀ ਮੈਂ ਪੌੜੀਆਂ ਉੱਤਰਨ ਲੱਗੀ।

# ਪੁੰਨ

ਉਦੋਂ ਜੇਠ ਹਾੜ ਦੇ ਦਿਨ ਸਨ ਤੇ ਲੋਹੜਿਆਂ ਦੀ ਗਰਮੀ ਪੈ ਰਹੀ ਸੀ। ਦਿਨ ਚੜ੍ਹਦਿਆਂ ਹੀ ਗਰਮੀ ਸ਼ੁਰੂ ਹੋ ਜਾਂਦੀ। ਤਿੱਖੜ ਦੁਪਹਿਰੇ ਤਾਂ ਇਉਂ ਲੱਗਦਾ ਜਿਵੇਂ ਭੱਠੀ ਤਪ ਰਹੀ ਹੋਵੇ। ਕਾਂ ਅੱਖ ਨਿਕਲਦੀ। ਅੱਗ ਵਰਗੀ ਲੂਅ ਸਹਾਰੀ ਨਾ ਜਾਂਦੀ। ਤੱਤਾ ਰੇਤਾ ਵਰੋਲੇ ਬਣ ਬਣ ਕੇ ਅਸਮਾਨ ਨੂੰ ਚੜ੍ਹਦਾ। ਚਾਰ ਚੁਫੇਰੇ ਵਰਨਾਂ ਉਡਦੀਆਂ। ਰੋਟੀ ਪਾਣੀ ਖਾਂਦਿਆਂ ਹੀ ਲੋਕ, ਢਾਣੀਆਂ ਬਣਾ ਕੇ ਦਰੱਖਤਾਂ ਦੀ ਛਾਵੇਂ ਆ ਬਹਿੰਦੇ। ਕੁਝ ਕੁ ਤਾਸ਼ ਬਗੈਰਾ ਖੇਡਣ ਲੱਗਦੇ ਪਰ ਜ਼ਿਆਦਾ ਲੋਕ ਗੱਲਾਂ ਵਿਚ ਰੁੱਝੇ ਹੁੰਦੇ। ਹਰ ਪਾਸੇ ਗੱਲਾਂ ਦਾ ਤੇ ਬਹਿਸਾਂ ਦਾ ਬਾਜ਼ਾਰ ਗਰਮ ਹੁੰਦਾ। ਸਭ ਤੋਂ ਜ਼ਿਆਦਾ ਲੋਕਾਂ ਦੀਆਂ ਢਾਣੀਆਂ, ਪਿਪਲਾਂ ਬੋਹੜਾਂ ਥੱਲੇ ਜੁੜਦੀਆਂ। ਇਹ ਥਾਂ ਪਿੰਡੋਂ ਚੜ੍ਹਦੇ ਵੱਲ ਸੀ। ਬਹੁਤ ਵੱਡੇ ਥੜ੍ਹੇ ਦੇ ਵਿਚਕਾਰ ਵੱਡੇ ਤੇ ਪੁਰਾਣੇ ਪਿਪਲ ਅਤੇ ਬੋਹੜ ਸਨ। ਥੜ੍ਹੇ ਨੂੰ ਤਿੰਨ ਪਾਸਿਉਂ ਛੱਪੜ ਨੇ ਘੇਰਿਆ ਹੋਇਆ ਸੀ। ਇਸ ਕਰਕੇ ਇੱਥੇ ਗਰਮੀ ਤੋਂ ਕੁਝ ਰਾਹਤ ਮਿਲਦੀ ਸੀ। ਖੁੱਲ੍ਹੀ ਥਾਂ ਹੋਣ ਕਰਕੇ ਇਥੇ ਜ਼ਿਆਦਾ ਲੋਕ ਬੈਠ ਸਕਦੇ ਸਨ। ਸਭ ਤੋਂ ਵੱਡੀ ਗੱਲ ਕਿ ਪਿੰਡ ਦੇ ਚੜ੍ਹਦੇ ਪਾਸਿਉਂ ਲੰਘਦੀ ਨਹਿਰ ਦੇ ਦੋਨੋਂ ਪੁਲ ਇੱਥੋਂ ਦਿਖਾਈ ਦਿੰਦੇ ਸਨ। ਨਹਿਰ ਕਾਫੀ ਡੂੰਘੀ ਸੀ ਤੇ ਇਸ ਨੂੰ ਪਾਰ ਕਰਨਾ ਹਰ ਇਕ ਦੇ ਵੱਸ ਨਹੀਂ ਸੀ। ਬੱਸ ਇਹ ਪੁਲ ਹੀ ਸਨ ਜਿਹਨਾਂ ਉਪਰੋਂ ਦੀ ਲੰਘ ਕੇ ਉਹ, ਪਿੰਡ ਵਿਚ ਦਾਖਲ ਹੋ ਸਕਦੇ ਸਨ। ਪੁਲਾਂ ਉਪਰ ਵੱਡੀਆਂ ਸੂਲਾਂ ਵਾਲੇ ਭਾਰੀ ਝਾਫੇ ਸੁੱਟ ਕੇ ਰਸਤਾ ਬੰਦ ਕੀਤਾ ਹੋਇਆ ਸੀ, ਤਾਂ ਕਿ ਉਹ ਇੱਕਦਮ ਪਿੰਡ ਵੱਲ ਨਾ ਆ ਸਕਣ। ਦੋਨਾਂ ਪੁਲਾਂ 'ਤੇ ਦਿਨ ਰਾਤ ਬੰਦੇ ਪਹਿਰਾ ਦਿੰਦੇ ਸਨ। ਪਿੰਡ ਦੇ ਲੋਕਾਂ ਨੇ ਹਿਫਾਜ਼ਤ ਰੱਖਣ ਦੀ ਕੋਈ ਕਸਰ ਨਹੀਂ ਸੀ ਛੱਡੀ। ਸਾਰਾ ਦੁਪਹਿਰਾ ਲੋਕ ਪਿੱਪਲਾਂ ਬੋਹੜਾਂ ਥੱਲੇ ਆਪੋ ਆਪਣੇ ਹਥਿਆਰਾਂ ਸਮੇਤ ਤਿਆਰ ਬਰ ਤਿਆਰ ਰਹਿੰਦੇ। ਕਿਸੇ ਕੋਲ ਟਕੂਆ, ਗੰਡਾਸਾ ਹੁੰਦਾ ਤੇ ਕਿਸੇ ਕੋਲ ਬਰਛਾ। ਪੱਕੀਆਂ ਰਾਈਫਲਾਂ ਪਿੰਡ ਵਿਚ ਦੋ ਹੀ ਸਨ। ਇਕ ਜ਼ੈਲਦਾਰ ਕੋਲ ਤੇ ਦੂਜੀ ਬਾਬੇ ਫੌਜੀ ਕੋਲ। ਉਹ ਆਪੋ ਆਪਣਿਆਂ ਚੁਬਾਰਿਆਂ 'ਚ ਬੈਠੇ ਹਰ ਵੇਲੇ ਚੁਕੰਨੇ ਰਹਿੰਦੇ। ਨਹਿਰ ਵਾਲੇ ਪਾਸਿਉਂ ਹਮਲਾ ਹੋਣ ਦੀ ਸੂਰਤ ਵਿੱਚ ਉਹਨਾਂ ਤੱਕ ਸੁਨੇਹਾ ਪਹੁੰਚਣ ਦੀ ਦੇਰ ਸੀ ਕਿ ਉਹਨਾਂ ਪੁਲਾਂ ਵੱਲ ਪੱਕੀਆਂ ਗੋਲੀਆਂ ਦਾ ਮੀਂਹ ਵਰ੍ਹਾ ਦੇਣਾ ਸੀ।

ਇਸ ਔਖ ਦੀ ਘੜੀ 'ਚ ਸਾਰਾ ਪਿੰਡ ਆਪਸੀ ਗੁੱਸੇ-ਗਿਲੇ ਭੁਲਾ ਕੇ ਇਕ ਹੋਇਆ ਖੜ੍ਹਾ ਸੀ। ਇਸ ਮੌਕੇ ਕਿਸੇ ਨੂੰ ਹੋਰ ਕੰਮ ਵੀ ਨਹੀਂ ਸੀ। ਸਾਰਿਆਂ ਤੋਂ ਵੱਡਾ ਕੰਮ ਸੀ ਪਿੰਡ ਦੀ ਹਿਫਾਜ਼ਤ ਕਰਨਾ। ਦੁਪਹਿਰਾਂ ਵੇਲੇ ਹਰ ਪਾਸੇ ਤੇ ਖਾਸ ਕਰਕੇ ਪਿੱਪਲਾਂ ਬੋਹੜਾਂ ਹੇਠਾਂ ਇਸ ਔਖ ਦੀ ਘੜੀ ਬਾਰੇ ਹੀ ਗੱਲਾਂ ਹੁੰਦੀਆਂ। ਕੋਈ ਦਿਲ ਢਾਹੂ ਗੱਲ ਕਰਦਾ ਤੇ ਕੋਈ ਆਪਣੀ ਬਹਾਦਰੀ ਦਿਖਾਉਂਦਿਆਂ ਅਸਮਾਨ ਨੂੰ ਟਾਕੀਆਂ ਲਾਉਣ ਤੱਕ ਜਾਂਦਾ। ਕਈ

ਪੱਜਲ ਰੱਬ ਦਾ ਆਸਰਾ ਲੈਂਦਿਆਂ ਦਲੀਲਾਂ ਦਿੰਦੇ ਕਹਿੰਦੇ "ਭਾਈ ਕਿਸੇ ਦੇ ਸਾਰੇ ਦੀ ਗੱਲ ਨ੍ਹੀਂ, ਹੁਣ ਤਾਂ ਗਰੰਥਾਂ ਦੀ ਲਿਖਤਕਾਰ ਮੁਤਾਬਕ ਦੁਨੀਆਂ ਖਤਮ ਹੋ ਜਾਣੀ ਐਂ।" ਗੱਲ ਕੀ ਸਾਰਾ ਦਿਨ ਲੋਕਾਂ ਦਾ ਜੱਭਲਘਾਟਾ ਚਲਦਾ ਰਹਿੰਦਾ ਪਰ ਗੱਲ ਦਾ ਹੱਲ ਕੋਈ ਨਾ ਲੱਭਦਾ। ਅਖੀਰ ਸਾਰੇ ਇਕ ਰਾਇ ਹੋ ਕੇ ਕਹਿੰਦੇ "ਚਲੋ ਦੇਖੀ ਜਾਊ ਜੋ ਵੀ ਹੋਊਗੀ ਪਰ ਆਪਣਾ ਫਰਜ਼ ਹੈ, ਕਿ ਪਿੰਡ ਦੀ ਰਾਖੀ ਕਰੀਏ।"

ਰਾਤ ਨੂੰ ਵੀ ਪਿੰਡਵਾਸੀ ਸੌਂ ਨਾ ਸਕਦੇ। ਢਾਣੀਆਂ ਬਣਾ ਕੇ ਤੇ ਗਲੀਆਂ ਵੰਡ ਕੇ ਲੋਕੀਂ ਠੀਕਰੀ ਪਹਿਰਾ ਦਿੰਦੇ। ਸਾਰਾ ਦਿਨ ਲੋਹੜਿਆਂ ਦੀ ਗਰਮੀ ਪਿੱਛੋਂ ਦੁਪਿਹਰਾਂ ਢਲਦੀਆਂ ਤਾਂ ਆਲੇ ਦੁਆਲਿਉਂ ਕੱਕਾ ਰੇਤਾ ਚੜ੍ਹਨਾ ਸ਼ੁਰੂ ਹੋ ਜਾਂਦਾ ਤੇ ਅਖੀਰ ਕਾਲੀ ਬੋਲੀ ਹਨੇਰੀ ਬਣ ਜਾਂਦੀ। ਆਥਣ ਵੇਲੇ ਹੱਥ ਨੂੰ ਹੱਥ ਮਾਰਿਆ ਨਾ ਦਿਸਦਾ। ਲੋਕ ਸ਼ਾਮ ਦੀ ਰੋਟੀ ਖਾ ਕੇ ਠੀਕਰੀ ਪਹਿਰਾ ਦੇਣ ਵਾਸਤੇ ਤਿਆਰ ਹੋ ਜਾਂਦੇ। ਰਾਤ ਨੂੰ ਵੱਡੀ ਮੁਸ਼ਕਲ ਭੁਲੇਖਿਆਂ ਤੇ ਅਫਵਾਹਾਂ ਨਾਲ ਹੁੰਦੀ। ਭਾਵੇਂ ਸ਼ਾਮ ਨੂੰ ਲੋਕ ਬਹਿ ਕੇ ਪਹਿਲਾਂ ਪੂਰੀ ਸਕੀਮ ਬਣਾਉਂਦੇ ਤੇ ਫਿਰ ਪਹਿਰਾ ਸ਼ੁਰੂ ਕਰਦੇ, ਪਰ ਜੇ ਕਿਸੇ ਨੂੰ ਮਾੜਾ ਜਿਹਾ ਭੁਲੇਖਾ ਲੱਗ ਜਾਂਦਾ ਤਾਂ ਉਹ ਰੌਲਾ ਪਾ ਦਿੰਦਾ ਕਿ ਇਧਰ ਫਲਾਣੇ ਪਾਸਿਉਂ ਕੋਈ ਓਪਰਾ ਬੰਦਾ ਆਇਆ ਲੱਗਦਾ ਹੈ। ਬੱਸ ਫਿਰ ਹਫੜਾ ਦਫੜੀ ਮੱਚ ਜਾਂਦੀ। ਲੋਕ ਅੰਨ੍ਹੇ ਵਾਹ ਇਧਰ ਉਧਰ ਭੱਜਦੇ। ਸਾਰੇ ਪਾਸੇ ਕਾਵਾਂ ਰੌਲੀ ਮੱਚ ਜਾਂਦੀ। ਦਿਨ ਚੜ੍ਹਦੇ ਤੱਕ ਲੋਕ ਗਲੀਆਂ 'ਚ ਦਗੜ ਦਗੜ ਕਰਦੇ ਫਿਰਦੇ। ਅਜਿਹੇ ਵੇਲੇ ਬੁੜ੍ਹੀਆਂ ਕੁੜੀਆਂ ਜੁਆਕਾਂ ਨੂੰ ਲੈ ਕੇ ਕੋਠਿਆਂ ਤੇ ਸ਼ਹਿ ਕੇ ਬੈਠੀਆਂ ਰਹਿੰਦੀਆਂ। ਦਿਨ ਚੜ੍ਹੇ ਜਾ ਕੇ ਕਿਤੇ ਭੁਲੇਖਾ ਦੂਰ ਹੁੰਦਾ ਤਾਂ ਲੋਕ ਸੁੱਖ ਦਾ ਸਾਹ ਲੈਂਦੇ। ਉਨ੍ਹੀਂ ਦਿਨੀਂ ਬੱਸ ਹਰ ਰੋਜ਼ ਇਹੀ ਕੁਝ ਚਲਦਾ ਰਹਿੰਦਾ।

ਮੇਰੀ ਉਮਰ ਉਦੋਂ ਕੋਈ ਅਠਾਰਾਂ ਕੁ ਸਾਲਾਂ ਦੇ ਲਗਭਗ ਸੀ। ਪਿੰਡ ਦੇ ਹਾਲਾਤਾਂ ਮੁਤਾਬਕ ਡਰ ਲੱਗਣ ਦੀ ਬਜਾਇ ਕੁਝ ਕਰ ਗੁਜ਼ਰਨ ਦਾ ਉਤਸ਼ਾਹ ਜ਼ਿਆਦਾ ਸੀ। ਮੈਂ ਤੇ ਮੇਰੀ ਉਮਰ ਦੇ ਹੋਰ ਮੁੰਡੇ ਆਪਣੇ ਡਾਗਾਂ ਸੋਟਿਆਂ ਨਾਲ ਹਰ ਵਕਤ ਤਿਆਰ-ਬਰ-ਤਿਆਰ ਰਹਿੰਦੇ। ਜਿੱਧਰ ਕਿਧਰੇ ਵੀ ਹਮਲੇ ਦੀ ਗੱਲ ਚੱਲ ਰਹੀ ਹੁੰਦੀ ਅਸੀਂ ਝੱਟ ਉੱਥੇ ਜਾ ਖਲੋਂਦੇ। ਗਰੁੱਪਾਂ 'ਚ ਪਿੰਡ ਦੀ ਰਾਖੀ ਕਰਨਾ ਜਾਂ ਰਾਤ ਨੂੰ ਠੀਕਰੀ ਪਹਿਰੇ 'ਚ ਹਿੱਸਾ ਲੈਣਾ ਮੈਨੂੰ ਬੜਾ ਚੰਗਾ ਲੱਗਦਾ। ਹਮਲੇ ਦੀਆਂ ਗੱਲਾਂ ਹਰ ਵੇਲੇ ਚਲਦੀਆਂ ਰਹਿੰਦੀਆਂ ਤੇ ਨਵੀਆਂ ਸਕੀਮਾਂ ਬਣਦੀਆਂ ਰਹਿੰਦੀਆਂ। ਪਰ ਲਗਦਾ ਸੀ ਕਿ ਹੁਣ ਕੁਝ ਨਾ ਕੁਝ ਬਹੁਤ ਭਿਆਨਕ ਹੋਵੇਗਾ। ਸਭ ਪਾਸੇ ਅਫਰਾ ਤਫਰੀ ਮੱਚੀ ਹੋਈ ਸੀ। ਆਉਣ ਵਾਲੇ ਸਮੇਂ ਦਾ ਕੋਈ ਭਰੋਸਾ ਨਹੀਂ ਸੀ। ਕਿਸੇ ਨੂੰ ਕੋਈ ਕੰਮ ਕਾਰ ਵੀ ਨਹੀਂ ਸੀ। ਸਾਹਮਣੇ ਦਿਸਦਾ ਸੀ ਕਿ ਹਮਲਾ ਤਾਂ ਹੋਣਾ ਹੀ ਹੋਣਾ ਹੈ ਤੇ ਫਿਰ ਕਿਸੇ ਨੇ ਸਿੱਧੇ ਹਮਲੇ ਵਿਚ ਤੇ ਕਿਸੇ ਨੇ ਲੜਦਿਆਂ ਮਾਰਿਆ ਜਾਣਾ ਹੈ। ਖ਼ੂਨ ਉਬਾਲੇ ਲੈਂਦਾ ਕਿ ਜੇ ਮਰਨਾ ਹੀ ਹੈ, ਤਾਂ ਮੁਕਾਬਲਾ ਕਰਦਿਆਂ ਮਰਨਾ ਹੈ। ਜੇ ਬਚ ਰਹੇ ਤਾਂ ਵਾਹ ਭਲੀ, ਨਹੀਂ ਸਭ ਦੇ ਨਾਲ ਹੀ ਹਾਂ। ਜਿਉਂ ਜਿਉਂ ਖਤਰਾ ਵਧਦਾ ਜਾ ਰਿਹਾ ਸੀ, ਉਵੇਂ ਹੀ ਪਿੰਡ ਵਾਲੇ ਆਪਣੀ ਨਾਕਾਬੰਦੀ ਹੋਰ ਤਕੜੀ ਕਰਦੇ ਜਾ ਰਹੇ ਸਨ। ਕੋਈ ਪਤਾ ਨਹੀਂ ਸੀ ਕਿ ਉਨ੍ਹਾਂ ਨੇ ਕਦੋਂ ਟਿੱਡੀ ਦਲ ਦੀ ਤਰ੍ਹਾਂ ਪਿੰਡ ਵਿੱਚ ਆ ਵੜਨਾ ਸੀ।

ਕੰਮ ਧੰਦੇ ਸਭ ਠੱਪ ਪਏ ਸਨ। ਫਸਲਾਂ ਰੱਬ ਆਸਰੇ ਹੀ ਪਲ ਰਹੀਆਂ ਸਨ ਕਿਉਂਕਿ

ਲੋਕਾਂ ਦਾ ਖੇਤੀਂ ਆਉਣਾ ਜਾਣਾ ਤਕਰੀਬਨ ਬੰਦ ਸੀ। ਮੇਰਾ ਕਦੇ ਖੇਤ ਗੇੜਾ ਮਾਰਨ ਨੂੰ ਜੀਅ ਕਰਦਾ ਤਾਂ ਮੈਂ ਕਿਸੇ ਵੇਲੇ ਵਕਤ ਕੱਢ ਕੇ ਚੱਕਰ ਮਾਰ ਆਉਂਦਾ ਸੀ। ਸਾਡਾ ਇਹ ਖੇਤ ਦੂਰ ਵੀ ਨਹੀਂ ਸੀ ਤੇ ਨਹਿਰ ਦੇ ਅੰਦਰਲੇ ਪਾਸੇ ਹੀ ਪੈਂਦਾ ਸੀ। ਇਸ ਕਰਕੇ ਇਸ ਖੇਤ ਜਾਣਾ ਇੰਨਾ ਖਤਰਨਾਕ ਵੀ ਨਹੀਂ ਸੀ। ਖੇਤ ਸਰਕੰਡੇ ਦੇ ਕਾਨਿਆਂ ਦੀ ਝੁੰਬੀ ਬਣੀ ਹੋਈ ਸੀ। ਉਸ ਦਿਨ ਜਦੋਂ ਮੈਂ ਖੇਤ ਪਹੁੰਚਿਆ ਤਾਂ ਮੈਨੂੰ ਝੁੰਬੀ ਵੱਲੋਂ ਕਿਸੇ ਦੇ ਕਰਾਹੁਣ ਦੀ ਆਵਾਜ਼ ਆਈ, ਜਿਵੇਂ ਕੋਈ ਦਰਦ ਨਾਲ ਤੜਪ ਰਿਹਾ ਹੋਵੇ। ਮੈਂ ਇਕ ਦਮ ਤ੍ਰੱਭਕ ਕੇ ਖੜ੍ਹੋ ਗਿਆ। ਮੇਰਾ ਅਗਾਂਹ ਜਾਣ ਦਾ ਹੀਆਂ ਨਹੀਂ ਸੀ ਪੈ ਰਿਹਾ। ਕੁਝ ਦੇਰ ਮੈਂ ਦਰਦ ਭਰੀਆਂ ਆਹਾਂ ਸੁਣਦਾ ਰਿਹਾ। ਫਿਰ ਮੈਂ ਆਲੇ ਦੁਆਲੇ ਦੇਖਿਆ। ਕਿਸੇ ਪਾਸੇ ਕੋਈ ਨਜ਼ਰ ਨਹੀਂ ਆ ਰਿਹਾ ਸੀ। ਜੱਕੋ-ਤੱਕੀ 'ਚ ਮੈਂ ਹੌਲੀ ਹੌਲੀ ਝੁੰਬੀ ਵੱਲ ਤੁਰ ਪਿਆ। ਜਿਉਂ ਜਿਉਂ ਮੈਂ ਨੇੜੇ ਜਾ ਰਿਹਾ ਸੀ, ਤਾਂ ਸਹਿਕਣ ਦੀ ਆਵਾਜ਼ ਉੱਚੀ ਹੁੰਦੀ ਜਾ ਰਹੀ ਸੀ। ਕੋਲ ਜਾ ਕੇ ਵੇਖਿਆ ਕਿ ਝੁੰਬੀ ਦੇ ਅੰਦਰ ਕੋਈ ਗੁੱਛਾ ਮੁੱਛਾ ਜਿਹਾ ਹੋਇਆ ਪਿਆ ਸੀ ਤੇ ਦਰਦ ਨਾਲ ਤੜਪ ਰਿਹਾ ਸੀ। ਮੈਂ ਬਿਲਕੁਲ ਨੇੜੇ ਹੋ ਕੇ ਧਿਆਨ ਨਾਲ ਨਜ਼ਰ ਮਾਰੀ। ਇਹ ਕੋਈ ਲੰਬੀ ਦਾੜ੍ਹੀ ਤੇ ਕੱਟੀਆਂ ਮੁੱਛਾਂ ਵਾਲਾ ਬੰਦਾ ਖੂਨ ਨਾਲ ਲੱਥ-ਪੱਥ ਪਿਆ ਸੀ। ਮੈਥੋਂ ਬੇਖ਼ਬਰ ਉਹ ਦਰਦ ਨਾਲ ਉਸੇ ਤਰ੍ਹਾਂ ਤੜਪ ਰਿਹਾ ਸੀ। ਮੈਂ ਡਰਦਿਆਂ ਡਰਦਿਆਂ ਪੁੱਛਿਆ ਕਿ ਬਾਬਾ ਤੂੰ ਕੌਣ ਐਂ। ਕੋਈ ਜੁਆਬ ਦੇਣ ਦੀ ਬਜਾਏ ਉਸਨੇ ਪਾਣੀ ਮੰਗਿਆ। ਮੈਂ ਛੇਤੀ ਦੇਣੇ ਖੂੰਝੇ 'ਚ ਪਏ ਤੌੜੇ 'ਚੋਂ ਪਾਣੀ ਦਾ ਡੱਬਾ ਭਰਿਆ ਤੇ ਆਸਰਾ ਜਿਹਾ ਦਿੰਦਿਆਂ ਪਾਣੀ ਉਸਦੇ ਮੂੰਹ ਨੂੰ ਲਾਇਆ। ਥੋੜ੍ਹਾ ਪਾਣੀ ਹੀ ਉਸਦੇ ਅੰਦਰ ਜਾ ਸਕਿਆ। ਉਸਦੀ ਬਹੁਤ ਬੁਰੀ ਹਾਲਤ ਸੀ। ਸਾਰੇ ਸਰੀਰ ਤੇ ਵੱਡੇ ਵੱਡੇ ਟੱਕਾਂ ਦੇ ਜ਼ਖਮ ਸਨ। ਜ਼ਖਮ ਪੂਰੀ ਤਰ੍ਹਾਂ ਗਲ਼-ਸੜ ਚੁੱਕੇ ਸਨ। ਉਸਦੇ ਸਰੀਰ 'ਚੋਂ ਬੁਰੀ ਸੜਾਂਦ ਮਾਰਦੀ ਸੀ। ਉਸਦੀ ਇਕ ਬਾਂਹ ਨੂੰ ਛੱਡ ਕੇ ਸਾਰਾ ਸਰੀਰ ਹੀ ਵੱਢਿਆ ਟੁੱਕਿਆ ਪਿਆ ਸੀ। ਥੋੜ੍ਹਾ ਪਾਣੀ ਪੀ ਕੇ ਉਸਨੂੰ ਕੁਝ ਰਾਹਤ ਮਿਲੀ ਪਰ ਉਹ ਅਜੇ ਬੋਲ ਨਹੀਂ ਸੀ ਸਕਿਆ। ਮੈਂ ਉਦਾਸਿਆ ਜਿਹਾ ਪਿੰਡ ਨੂੰ ਮੁੜ ਪਿਆ।

ਪਿੰਡ ਪਹੁੰਚ ਕੇ ਮੈਂ ਦੇਖਿਆ ਕਿ ਸਾਰਾ ਪਿੰਡ ਪਿੱਪਲਾਂ ਬੋਹੜਾਂ ਥੱਲੇ ਜੁੜਿਆ ਬੈਠਾ ਸੀ। ਸਭ ਦੇ ਮੂੰਹਾਂ ਤੇ ਪਿਲੱਤਣ ਛਾਈ ਹੋਈ ਸੀ। ਪਿੰਡ ਦੇ ਸੂਹੀਏ ਸਾਰੀ ਖ਼ਬਰ ਲੈ ਕੇ ਹੁਣੇ ਹੁਣੇ ਪਿੰਡ ਮੁੜੇ ਸਨ। ਉਨ੍ਹਾਂ ਦੱਸਿਆ ਕਿ ਉਹ ਪੂਰੀ ਤਿਆਰੀ 'ਚ ਹਨ ਤੇ ਇਕ ਦੋ ਦਿਨਾਂ ਵਿਚ ਤੁਰ ਪੈਣਗੇ। ਹੁਣ ਉਹ ਸਿਰਫ ਰਾਹ ਬਣਨ ਦੀ ਉਡੀਕ ਕਰ ਰਹੇ ਹਨ। ਇਕ ਅੱਧ ਦਿਨ ਵਿਚ ਪਾਣੀ ਬਿਲਕੁਲ ਥੱਲੇ ਜਾ ਲੱਗੇਗਾ ਤੇ ਉਨ੍ਹਾਂ ਦੀਆਂ ਧਾੜਾਂ ਹਰਲ-ਹਰਲ ਪਾਰ ਲੰਘ ਜਾਣਗੀਆਂ ਤੇ ਫਿਰ ਕੁਝ ਹੀ ਘੰਟਿਆਂ 'ਚ ਮੌਤ ਰੂਪੀ ਦੈਂਤ ਪਿੰਡ ਦੀਆਂ ਗਲੀਆਂ 'ਚ ਆ ਵੜੇਗਾ।

ਸਾਡੇ ਪਿੰਡ ਦੇ ਚੜ੍ਹਦੇ ਵੱਲ ਪੰਜ ਕੁ ਮੀਲ ਦੂਰ ਘੱਗਰ ਨਦੀ ਲੰਘਦੀ ਸੀ। ਪਿੰਡ ਦੇ ਸਾਹਮਣੇ ਜੋ ਨਦੀ ਦਾ ਪੱਤਣ ਸੀ, ਉਸਨੂੰ ਸ਼ੇਖਾ ਪੱਤਣ ਕਹਿੰਦੇ ਸਨ। ਇਥੇ ਪੁਲ ਨਹੀਂ ਸੀ। ਪਰ ਜਦੋਂ ਘੱਗਰ 'ਚ ਪਾਣੀ ਘੱਟ ਹੁੰਦਾ ਤਾਂ ਲੋਕੀਂ ਇਸ ਪੱਤਣ ਤੋਂ ਨਦੀ ਪਾਰ ਕਰ ਲੈਂਦੇ ਸਨ। ਵਗਦੇ ਪਾਣੀ 'ਚ ਇਥੋਂ ਨਹੀਂ ਲੰਘਿਆ ਜਾ ਸਕਦਾ ਸੀ, ਪਰ ਘੱਟ ਪਾਣੀ ਵੇਲੇ ਲੰਘਣ ਵਾਸਤੇ ਸ਼ੇਖਾ ਪੱਤਣ ਬਹੁਤ ਵਧੀਆ ਰਸਤਾ ਸੀ। ਉਂਝ ਇਸ ਪੱਤਣ ਦੇ ਵੀਹ ਪੰਜੀ ਮੀਲ

ਉਪਰ ਵੱਲ ਤੇ ਇਤਨੀ ਦੂਰ ਹੀ ਥੱਲੇ ਵੱਲ ਕੋਈ ਪੁਲ ਨਹੀਂ ਸੀ। ਸਭ ਤੋਂ ਨੇੜਲਾ ਵੱਡਾ ਪੁਲ ਇੱਥੋਂ ਲਹਿੰਦੇ ਵੱਲ ਪੰਝੀ ਮੀਲ ਦੂਰ ਜਰਨੈਲੀ ਸੜਕ ਤੇ ਬਣਿਆ ਹੋਇਆ ਸੀ।

ਇਹ ਸੰਨ ਸੰਤਾਲੀ ਦਾ ਮੁਲਕ ਦੀ ਵੰਡ ਵੇਲੇ ਦਾ ਸਮਾਂ ਸੀ। ਸਾਰੇ ਪਾਸੇ ਵੱਢਾ ਟੁੱਕੀ ਤੇ ਕਤਲੋਗਾਰਤ ਦੀ ਹਨੇਰੀ ਚੱਲੀ ਹੋਈ ਸੀ। ਘੱਗਰੋਂ ਪਾਰ ਦੇ ਲੁੱਟੇ ਪੁੱਟੇ ਤੇ ਵੱਢੇ ਟੁੱਕੇ ਮੁਸਲਮਾਨ, ਘੱਗਰ ਦੇ ਇਸ ਸ਼ੇਖਾ ਪੱਤਣ ਤੇ ਇਕੱਠੇ ਹੋ ਰਹੇ ਸਨ ਤਾਂ ਕਿ ਨਦੀ ਦਾ ਪਾਣੀ ਉਤਰਨ 'ਤੇ ਇਥੋਂ ਘੱਗਰ ਨਦੀ ਪਾਰ ਕਰਕੇ ਪਾਕਿਸਤਾਨ ਜਾ ਸਕਣ। ਇਸ ਪੱਤਣੋਂ ਲੰਘ ਕੇ ਉਹਨਾਂ ਛੇਤੀ ਪਾਕਿਸਤਾਨ ਜਾ ਪਹੁੰਚਣਾ ਸੀ। ਕਿਉਂਕਿ ਇਥੋਂ ਪਾਕਿਸਤਾਨ ਦੀ ਸਰਹੱਦ ਵੀਹ ਕੁ ਮੀਲ ਪੈਂਦੀ ਸੀ। ਪਿੱਛੋਂ ਇਸ ਲਾਂਘੇ ਵੱਲ ਆ ਰਹੇ ਲੋਕ ਇਸ ਪੱਤਣ 'ਤੇ ਇਕੱਠੇ ਹੋ ਰਹੇ ਸਨ ਅਤੇ ਪਾਣੀ ਦੇ ਉਤਰਣ ਦੀ ਉਡੀਕ ਕਰ ਰਹੇ ਸਨ। ਇਕੱਠੇ ਹੁੰਦੇ ਲੋਕਾਂ ਦਾ ਹੌਲੀ ਹੌਲੀ ਇਹ ਇਕ ਵੱਡਾ ਕਾਫਲਾ ਬਣ ਚੁੱਕਿਆ ਸੀ। ਜਿਉਂ ਹੀ ਇਸ ਕਾਫਲੇ ਨੇ ਇਥੋਂ ਤੁਰਨਾ ਸੀ ਤਾਂ ਇਸ ਨੇ ਸਾਡੇ ਪਿੰਡਾਂ ਵਿੱਚੋਂ ਦੀ ਲੰਘਣਾ ਸੀ ਤੇ ਇਹ ਸਭ ਨੂੰ ਪਤਾ ਸੀ ਕਿ ਜ਼ੁਲਮੋ ਸਿਤਮ ਦੇ ਸਤਾਏ ਇਹਨਾਂ ਲੋਕਾਂ ਨੇ ਜਿੱਥੋਂ ਦੀ ਵੀ ਲੰਘਣਾ ਸੀ, ਸਭ ਕਾਸੇ ਦੀ ਤਬਾਹੀ ਕਰਦੇ ਜਾਣਾ ਸੀ। ਜੋ ਕੁਝ ਵੀ ਇਹਨਾਂ 'ਤੇ ਬੀਤਿਆ ਸੀ, ਉਸਦਾ ਬਦਲਾ ਇਹਨਾਂ ਨੇ ਰਸਤੇ 'ਚ ਮਿਲਦੇ ਲੋਕਾਂ ਤੋਂ ਲੈਣਾ ਸੀ। ਜਿਉਂ ਜਿਉਂ ਸਮਾਂ ਬੀਤਦਾ ਜਾ ਰਿਹਾ ਸੀ ਇੱਥੇ ਇਕੱਠੇ ਹੋਏ ਮੁਸਲਮਾਨਾਂ ਦੀ ਗਿਣਤੀ ਵਧਦੀ ਜਾ ਰਹੀ ਸੀ। ਪਾਣੀ ਦੇ ਉਤਰਣ ਦੀ ਦੇਰ ਸੀ ਤੇ ਰਾਹ ਬਣਦਿਆਂ ਹੀ ਇਸ ਕਾਫਲੇ ਨੇ ਤੂਫਾਨ ਦੀ ਤਰ੍ਹਾਂ ਚੱਲ ਪੈਣਾ ਸੀ। ਇਸੇ ਕਰਕੇ ਰਸਤੇ 'ਚ ਪੈਂਦੇ ਸਾਰੇ ਪਿੰਡ, ਆਉਣ ਵਾਲੇ ਬੁਰੇ ਵਕਤ ਦੀ ਉਡੀਕ ਕਰ ਰਹੇ ਸਨ। ਪਿੰਡਾਂ 'ਚ ਸਹਿਮ ਫੈਲਿਆ ਹੋਇਆ ਸੀ। ਹੁਣ ਕਈ ਦਿਨਾਂ ਤੋਂ ਘੱਗਰ ਨਦੀ ਦਾ ਪਾਣੀ ਲਗਾਤਾਰ ਉਤਰ ਰਿਹਾ ਸੀ ਤੇ ਲਗਦਾ ਸੀ ਕਿ ਛੇਤੀ ਹੀ ਰਾਹ ਬਣ ਜਾਵੇਗਾ ਤੇ ਕਾਫਲਾ ਚੱਲ ਪਵੇਗਾ। ਇਹੀ ਖਬਰ ਸੁਣ ਕੇ ਪਿੰਡ ਦੇ ਲੋਕੀਂ ਇਕੱਠੇ ਹੋਏ ਬੈਠੇ ਸਨ। ਪ੍ਰੇਸ਼ਾਨ ਲੋਕ ਆਪੋ-ਆਪਣੀਆਂ ਸਲਾਹਾਂ ਦੇ ਰਹੇ ਸਨ। ਪਰ ਇਸ ਗੱਲ ਦਾ ਕੋਈ ਹੱਲ ਨਹੀਂ ਸੀ। ਅਖੀਰ ਸਿਆਣੇ ਬੰਦਿਆਂ ਫੈਸਲਾ ਕੀਤਾ ਕਿ ਪਿੰਡ ਦੀਆਂ ਬੁੜ੍ਹੀਆਂ ਕੁੜੀਆਂ ਤੇ ਬੱਚਿਆਂ ਨੂੰ ਦੂਰ ਦੀਆਂ ਰਿਸ਼ਤੇਦਾਰੀਆਂ 'ਚ ਭੇਜ ਦਿੱਤਾ ਜਾਵੇ ਤੇ ਇਕੱਲੇ ਮਰਦ ਪਿੱਛੇ ਰਹਿ ਕੇ ਪਿੰਡ ਦੀ ਰਾਖੀ ਕਰਨ। ਅਗਲੇ ਦਿਨ ਅੱਧਾ ਪਿੰਡ ਖਾਲੀ ਹੋ ਗਿਆ।

ਖੈਰ ਖੇਤੋਂ ਮੁੜ ਕੇ ਮੈਂ ਸਿੱਧਾ ਘਰੇ ਗਿਆ। ਮਾਂ ਨਾਲ ਖੇਤ ਪਏ ਜ਼ਖਮੀ ਆਦਮੀ ਬਾਰੇ ਗੱਲ ਕੀਤੀ। ਮਾਂ ਨੇ ਤੁਰੰਤ ਮੇਰਾ ਮੂੰਹ ਬੰਨ੍ਹਦਿਆਂ ਇਸ ਬਾਰੇ ਕਿਸੇ ਨਾਲ ਵੀ ਗੱਲ ਨਾ ਕਰਨ ਦੀ ਹਦਾਇਤ ਕੀਤੀ। ਕਿਉਂਕਿ ਪਿਛਲੇ ਮਹੀਨੇ ਜਦੋਂ ਪਿੰਡ ਦੇ ਮੁਸਲਮਾਨਾਂ 'ਤੇ ਬਾਹਰਲੀ ਧਾੜ ਨੇ ਹਮਲਾ ਕੀਤਾ ਤਾਂ ਜਿਸ ਕਿਸੇ ਵੀ ਪਿੰਡ ਵਾਲੇ ਨੇ ਉਹਨਾਂ ਦੀ ਮੱਦਦ ਕਰਨ ਦੀ ਕੋਸ਼ਿਸ਼ ਕੀਤੀ ਤਾਂ ਧਾੜਵੀਆਂ ਨੇ ਉਸ ਨਾਲ ਬਹੁਤ ਭੈੜਾ ਸਲੂਕ ਕੀਤਾ ਸੀ। ਅਜਿਹੇ ਮੌਕੇ ਹਰ ਕੋਈ ਚਾਹੁੰਦਿਆਂ ਹੋਇਆਂ ਵੀ ਅੱਗ 'ਚ ਹੱਥ ਪਾਉਣੋਂ ਡਰਦਾ ਸੀ। ਮਾਂ ਸਮਝ ਗਈ ਕਿ ਖੇਤ ਪਿਆ ਵੱਢਿਆ ਟੁੱਕਿਆ ਆਦਮੀ ਕੋਈ ਮੁਸਲਮਾਨ ਹੀ ਹੈ। ਉਸ ਨੇ ਮੈਨੂੰ ਪਰਦੇ ਨਾਲ ਉਸਦੀ ਮਦਦ ਕਰਨ ਨੂੰ ਕਿਹਾ। ਉਸ ਨੇ ਕੁਝ ਦੇਸੀ ਕਾੜ੍ਹੇ ਤੇ ਦਲੀਆ ਬਗੈਰਾ ਤਿਆਰ ਕਰਕੇ ਮੈਨੂੰ ਫੜਾਇਆ ਤੇ ਮੈਂ ਖੇਤ ਮੁੜ ਗਿਆ। ਖੇਤ ਜਾ ਕੇ ਪਹਿਲਾਂ ਮੈਂ

ਗਿੱਲਾ ਕੱਪੜਾ ਲੈ ਕੇ ਉਸਦਾ ਸਾਰਾ ਸਰੀਰ ਸਾਫ਼ ਕੀਤਾ। ਉਸਦੇ ਜ਼ਖਮਾਂ ਤੇ ਕੁਝ ਦੇਸੀ ਦਵਾਈਆਂ ਲਾਈਆਂ। ਉਸਨੂੰ ਆਸਰਾ ਦੇ ਕੇ ਕਾੜ੍ਹੇ ਪਿਆਏ ਤੇ ਕੁਝ ਦਲੀਆ ਖੁਆਇਆ। ਫਿਰ ਝੁੰਬੀ ਦੇ ਇਕ ਖੂੰਝੇ 'ਚ ਸਿਰ ਹੇਠਾਂ ਸਿਰਹਾਣਾ ਦੇ ਕੇ ਲਿਟਾ ਦਿੱਤਾ ਤੇ ਘਰ ਮੁੜ ਆਇਆ।

ਅਗਲੇ ਦਿਨ ਸਵੇਰੇ ਜਾ ਕੇ ਦੇਖਿਆ ਤਾਂ ਉਸਦੀ ਹਾਲਤ ਪਹਿਲਾਂ ਨਾਲੋਂ ਕੁਝ ਠੀਕ ਸੀ। ਉਹ ਹੌਲੀ ਹੌਲੀ ਬੋਲ ਵੀ ਸਕਦਾ ਸੀ। ਮੇਰੇ ਜ਼ੋਰ ਦੇਣ ਤੇ ਉਹ ਆਪਣੇ ਬਾਰੇ ਦੱਸਦਾ ਹੋਇਆ ਬੋਲਿਆ, "ਮੇਰਾ ਨਾਂ ਰਹਿਮਤ ਅਲੀ ਐ। ਫਤਿਆਬਾਦ ਕੋਲ ਮੇਰਾ ਪਿੰਡ ਐ। ਸਾਰਿਆਂ ਦੇ ਨਾਲ ਮੈਂ ਵੀ ਆਪਣਾ ਘਰਬਾਰ ਛੱਡ ਕੇ ਕਾਫਲੇ 'ਚ ਰਲ ਗਿਆ। ਬਹੁਤ ਹੀ ਖਤਰਨਾਕ ਹਾਲਤਾਂ 'ਚ ਕਾਫਲਾ ਅੱਗੇ ਵਧ ਰਿਹਾ ਸੀ। ਰਾਹ ਦੇ ਪਾਸੀਂ ਲੁਕੇ ਹੋਏ ਧਾੜਵੀ ਮੌਕਾ ਵੇਖ ਕੇ ਕਾਫਲੇ 'ਤੇ ਟੁੱਟ ਪੈਂਦੇ ਸਨ। ਲੁੱਟਾ ਖੋਹੀ ਕਰਕੇ ਤੇ ਵੱਢਾ-ਟੁੱਕੀ ਕਰਦਿਆਂ ਜੁਆਨ ਔਰਤਾਂ ਨੂੰ ਚੁੱਕ ਕੇ ਲੈ ਜਾਂਦੇ ਸਨ। ਸ਼ਾਮ ਵੇਲੇ ਮੇਰਾ ਪਰਿਵਾਰ ਅਚਾਨਕ ਕਾਫਲੇ ਤੋਂ ਪਿੱਛੇ ਰਹਿ ਗਿਆ। ਨਹਿਰ ਦਾ ਪੁਲ ਚੜ੍ਹਦਿਆਂ ਹੀ ਕੁਝ ਹਥਿਆਰਬੰਦ ਆਦਮੀਆਂ ਮੇਰੇ ਟੱਬਰ ਨੂੰ ਘੇਰ ਲਿਆ। ਇਕ ਨੇ ਮੇਰੇ ਘਰ ਵਾਲੀ ਤੋਂ ਸਮਾਨ ਦੀ ਗੰਢੜੀ ਖੋਂਹਦਿਆਂ ਤੇ ਢਿੱਡ 'ਚ ਬਰਛੀ ਖੋਭਦਿਆਂ ਉਸਨੂੰ ਮਾਰ ਮੁਕਾਇਆ। ਕਿਸੇ ਦੂਸਰੇ ਨੇ ਬਚ ਕੇ ਭੱਜਦੇ ਛੋਟੇ ਮੁੰਡੇ ਦੀ ਧੌਣ ਵੱਢ ਸੁੱਟੀ। ਫਿਰ ਮੇਰੇ ਦੁਆਲੇ ਹੋ ਗਏ ਤੇ ਮੈਨੂੰ ਵੱਢ ਟੁੱਕ ਕੇ ਸੁੱਟ ਦਿੱਤਾ। ਮੇਰੀਆਂ ਦੋਨਾਂ ਕੁੜੀਆਂ ਨੂੰ ਰੋਂਦੀਆਂ ਕੁਰਲਾਉਂਦੀਆਂ ਨੂੰ ਚੁੱਕ ਕੇ ਲੈ ਗਏ।" ਇੰਨਾ ਬੋਲ ਕੇ ਉਹ ਚੁੱਪ ਹੋ ਗਿਆ ਤੇ ਖਲਾਅ ਵੱਲ ਵੇਖਣ ਲੱਗਿਆ। ਮੈਂ ਅਗਾਂਹ ਹੋ ਕੇ ਰਹਿਮਤ ਅਲੀ ਦੇ ਦੋਨੋਂ ਹੱਥ ਫੜ ਕੇ ਘੁੱਟ ਲਏ ਤੇ ਦਿਲਾਸਾ ਦੇਣ ਦੀ ਕੋਸ਼ਿਸ਼ ਕੀਤੀ। ਉਸਨੇ ਖੰਘਾਰ ਕੇ ਗਲਾ ਸਾਫ਼ ਕੀਤਾ ਤੇ ਫਿਰ ਟੁੱਟਦੀ ਆਵਾਜ਼ 'ਚ ਬੋਲਿਆ, "ਰਾਤ ਨੂੰ ਕਾਫੀ ਦੇਰ ਬਾਅਦ ਮੈਨੂੰ ਹੋਸ਼ ਆਈ ਤਾਂ ਡਿਗਦਾ ਢਹਿੰਦਾ ਇਧਰ ਨੂੰ ਤੁਰਦਾ ਆਇਆ। ਇਸ ਹਾਦਸੇ ਨੂੰ ਕਿੰਨਾ ਚਿਰ ਹੋ ਗਿਆ ਇਸਦੀ ਮੈਨੂੰ ਕੋਈ ਸੁੱਧ ਬੁੱਧ ਨ੍ਹੀਂ ਐ।" ਕਾਫੀ ਦੇਰ ਉਹ ਚੁੱਪ ਰਿਹਾ ਤੇ ਫਿਰ ਤਾਕਤ ਇਕੱਠੀ ਕਰਦਾ ਬੋਲਿਆ, "ਮੇਰੇ ਜ਼ਖਮ ਗਲ ਸੜ ਗਏ ਨੇ। ਸਾਰੇ ਸਰੀਰ 'ਚ ਪੀਕ ਪੈ ਗਈ ਐ। ਸਰੀਰ ਅੱਗ ਵਾਂਗੂੰ ਮੱਚ ਰਿਹੈ। ਮੈਨੂੰ ਪਤਾ ਐ ਕਿ ਬਚਣਾ ਮੈਂ ਹੈ ਨ੍ਹੀਂ। ਸਾਰਾ ਕੁਝ ਲੁੱਟਣ ਪੁੱਟਣ ਤੋਂ ਬਾਅਦ ਮੈਂ ਜਿਉਂਦਾ ਰਹਿਣਾ ਵੀ ਨ੍ਹੀਂ ਚਾਹੁੰਦਾ। ਪਤਾ ਨਹੀਂ ਕਿੰਨਾ ਕੁ ਚਿਰ ਕਸ਼ਟ ਭੋਗਣਾ ਐ। ਤੂੰ ਮੇਰੀ ਮੱਦਦ ਕਰ।"

ਮੈਂ ਛੇਤੀ ਦੇਣੇ ਉਸਦੇ ਉਪਰ ਝੁਕਦਿਆਂ ਹੋਇਆਂ ਬੋਲਿਆ, "ਬਾਬਾ ਦੱਸ ਸਹੀ ਮੈਂ ਤੇਰੀ ਕਿਵੇਂ ਮਦਦ ਕਰਾਂ। ਤੂੰ ਜਿਵੇਂ ਕਹੇਂਗਾ ਮੈਂ ਉਵੇਂ ਕਰੂੰਗਾ।"

"ਦੇਖ ਪੁੱਤਰ ਬਚਣਾ ਤਾਂ ਮੈਂ ਹੈ ਨ੍ਹੀਂ। ਮੈਥੋਂ ਸਰੀਰ ਦੀ ਇਹ ਪੀੜ ਹੁਣ ਬਰਦਾਸ਼ਤ ਨ੍ਹੀਂ ਹੁੰਦੀ। ਤੂੰ ਇਉਂ ਕਰ....।" ਉਹ ਬੋਲਦਿਆਂ ਹੋਇਆਂ ਰੁਕ ਕੇ ਮੇਰੇ ਮੂੰਹ ਵੱਲ ਦੇਖਣ ਲੱਗਾ।

"ਹਾਂ ਬਾਬਾ ਦੱਸ ਕੀ ਕਰਾਂ ?" ਮੈਂ ਉਤਾਵਲਾ ਹੁੰਦਿਆਂ ਕਾਹਲੀ ਨਾਲ ਬੋਲਿਆ।

"ਤੂੰ ਪੁੰਨ ਵਾਲਾ ਕੰਮ ਕਰ। ਕਿਸੇ ਤਕੜੇ ਹਥਿਆਰ ਨਾਲ ਮੇਰੀ ਧੌਣ ਵੱਢ ਕੇ ਮੈਨੂੰ ਇਸ ਗਲ ਚੁੱਕੇ ਸਰੀਰ ਤੋਂ ਛੁਟਕਾਰਾ ਦਿਵਾ।"

ਇਤਨਾ ਸੁਣਦਿਆਂ ਹੀ ਮੇਰੇ ਹੱਥੋਂ ਉਸਦੇ ਹੱਥ ਛੁੱਟ ਗਏ ਤੇ ਮੈਂ ਸੁੰਨ ਜਿਹਾ ਹੁੰਦਾ ਬੋਲਿਆ, "ਬਾਬਾ ਇਹ ਤੂੰ ਕੀ ਕਹਿ ਦਿੱਤਾ। ਜਿਵੇਂ ਵੀ ਹੋਵੇ ਮੈਂ ਦਵਾ ਦਾਰੂ ਨਾਲ ਤੈਨੂੰ ਠੀਕ ਕਰੂੰਗਾ।"

ਫਿਰ ਉਸਨੂੰ ਸਿਰ ਥੱਲੇ ਸਰਾਹਣਾ ਦੇ ਕੇ ਲੰਮਾ ਪਾ ਦਿੱਤਾ ਤੇ ਮੈਂ ਬੋਝਲ ਕਦਮਾਂ ਨਾਲ ਪਿੰਡ ਵੱਲ ਤੁਰ ਪਿਆ।

ਅਗਾਂਹ ਪਿੰਡ ਵਿਚ ਉਵੇਂ ਅਫਰਾ-ਤਫਰੀ ਫੈਲੀ ਹੋਈ ਸੀ। ਲੋਕਾਂ ਦੇ ਚਿਹਰਿਆਂ ਤੇ ਡਰ ਛਾਇਆ ਹੋਇਆ ਸੀ। ਕਿਉਂਕਿ ਹੁਣ ਤਾਂ ਇਕ ਅੱਧ ਦਿਨ ਵਿਚ ਘੱਗਰ ਨਦੀ ਨੇ ਕਾਫਲੇ ਨੂੰ ਰਾਹ ਦੇ ਦੇਣਾ ਸੀ ਤੇ ਪਿੰਡ ਵਿਚ ਪਰਲੋਂ ਆ ਜਾਣੀ ਸੀ। ਪਿੰਡ ਵਾਲੇ ਪੂਰੀ ਮੁਸਤੈਦੀ ਨਾਲ ਪਿੰਡ ਦੀ ਰਾਖੀ ਵਿਚ ਰੁੱਝੇ ਹੋਏ ਸਨ।

ਅਗਲੇ ਦਿਨ ਮੈਂ ਖੇਤ ਜਾ ਕੇ ਦੇਖਿਆ ਕਿ ਰਹਿਮਤ ਅਲੀ ਦੀ ਹਾਲਤ ਬਹੁਤ ਖਰਾਬ ਸੀ। ਉਸਦੇ ਗਲੇ-ਸੜੇ ਜ਼ਖ਼ਮਾਂ 'ਚ ਕੀੜੇ ਪੈ ਚੁੱਕੇ ਸਨ। ਫਿਰ ਮੈਂ ਉਸਦੇ ਜ਼ਖਮਾਂ 'ਤੇ ਦਵਾਈ ਬਗੈਰਾ ਲਾਈ। ਆਸਰਾ ਦੇ ਕੇ ਕੁਝ ਕਾੜ੍ਹੇ ਉਸਨੂੰ ਪਿਲਾਏ। ਜੋ ਕੁਝ ਓਹੜ-ਪੋਹੜ ਹੋ ਸਕਦਾ ਸੀ ਮੈਂ ਕੀਤਾ। ਜਿਉਂ ਹੀ ਮੈਂ ਕੰਮ ਮੁਕਾ ਕੇ ਉਠਣ ਲੱਗਾ ਤਾਂ ਉਸਨੇ ਪੋਲੇ ਜਿਹੇ ਮੇਰਾ ਹੱਥ ਫੜ੍ਹ ਲਿਆ ਤੇ ਬੋਲਿਆ, "ਦੇਖ ਪੁੱਤਰ, ਤੂੰ ਜੋ ਵੀ ਕਰ ਰਿਹਾ ਐਂ ਅੱਲਾ ਤਾਲਾ ਦੀ ਨਜ਼ਰ 'ਚ ਇਹ ਬਹੁਤ ਮਹਾਨ ਕੰਮ ਐ। ਪਰ ਖ਼ੁਦਾ ਦੇ ਵਾਸਤੇ ਤੂੰ ਮੈਨੂੰ ਇਸ ਸਰੀਰ ਤੋਂ ਛੁਟਕਾਰਾ ਦੁਆ ਦੇ। ਮੈਥੋਂ ਇਹ ਦਰਦਾਂ ਮਾਰਿਆਂ ਸਰੀਰ ਹੋਰ ਬਰਦਾਸ਼ਤ ਨਹੀਂ ਹੁੰਦਾ।"

ਮੈਂ ਚੁੱਪ ਚਾਪ ਉਦਾਸ ਬੈਠਾ ਉਸ ਵੱਲ ਵੇਖਦਾ ਰਿਹਾ। ਮੈਨੂੰ ਚੁੱਪ ਵੇਖ ਕੇ ਉਹ ਫਿਰ ਬੋਲਿਆ, "ਪੁੱਤਰ ਇਹ ਗੁਨਾਹ ਨ੍ਹੀਂ ਇਹ ਤਾਂ ਸਗੋਂ ਇਸ ਮਜ਼ਲੂਮ ਦੀ ਬਹੁਤ ਵੱਡੀ ਮੱਦਦ ਹੋਵੇਗੀ। ਤੂੰ ਤਲਵਾਰ ਫੜ੍ਹ ਕੇ ਮੇਰੀ ਖਲਾਸੀ ਕਰ। ਰੱਬ ਤੇਰਾ ਭਲਾ ਕਰੂ।"

"ਬਾਬਾ ਇਹ ਕੰਮ ਮੈਂ ਨ੍ਹੀਂ ਕਰ ਸਕਦਾ," ਮੈਂ ਲਾਚਾਰੀ ਦਿਖਾਉਂਦਿਆਂ ਉਠ ਖੜ੍ਹਾ ਹੋਇਆ। ਉਹ ਨਿਰਾਸ਼ ਆਵਾਜ਼ 'ਚ ਬੋਲਦਾ ਰਿਹਾ, "ਮੇਰਾ ਪਲ ਪਲ ਸਾਲਾਂ ਦੀ ਤਰ੍ਹਾਂ ਲੰਘਦਾ ਐ। ਪੁੱਤਰਾ ਤੇਰੇ ਇਸ ਅਹਿਸਾਨ ਲਈ ਮੇਰੀ ਰੂਹ ਸਦੀਆਂ ਤੱਕ ਤੇਰੀ ਰਿਣੀ ਰਹੂ।"

ਮੈਂ ਉਸਦੀਆਂ ਗੱਲਾਂ ਅਣਸੁਣੀਆਂ ਕਰਦਾ ਬਾਹਰ ਨੂੰ ਤੁਰ ਪਿਆ। ਉਸ ਰਾਤ ਮੇਰੀ ਪਹਿਰੇ ਤੇ ਡਿਊਟੀ ਲੱਗੀ ਹੋਈ ਸੀ। ਉਧਰੋਂ ਮਿਲੀ ਖਬਰ ਮੁਤਾਬਕ ਅੱਜ ਸ਼ਾਮ ਤੱਕ ਘੱਗਰ ਦਾ ਪਾਣੀ ਬਿਲਕੁਲ ਖੜ੍ਹੋ ਗਿਆ ਸੀ। ਰਾਹ ਸਾਫ ਹੋ ਗਿਆ ਸੀ। ਸਾਰਾ ਕਾਫਲਾ ਤੁਰਨ ਲਈ ਤਿਆਰੀਆਂ ਵੱਟ ਰਿਹਾ ਸੀ। ਸਵੇਰੇ ਮੂੰਹ ਹਨੇਰੇ ਹੀ ਉਸਨੇ ਦਰਿਆ ਪਾਰ ਕਰਨੇ ਚਾਲੇ ਪਾ ਦੇਣੇ ਸਨ। ਪਿੰਡ ਦੇ ਲੋਕੀਂ ਬਹੁਤ ਸਹਿਮੇ ਹੋਏ ਸਨ। ਕੋਈ ਕਿਸੇ ਨਾਲ ਗੱਲ ਨਹੀਂ ਕਰ ਰਿਹਾ ਸੀ। ਸਭ ਸਮਝੀ ਖੜ੍ਹੇ ਸਨ ਕਿ ਅੱਜ ਦੀ ਰਾਤ ਬੱਸ ਆਖਰੀ ਰਾਤ ਹੈ। ਸ਼ਾਇਦ ਹੀ ਕੋਈ ਜਿਉਂਦਾ ਬਚੇ। ਹੋਣੀ ਨਾ ਟਲੀ, ਅਖੀਰ ਦਰਵਾਜ਼ਿਆਂ ਤੱਕ ਆ ਹੀ ਪਹੁੰਚੀ। ਕੁਝ ਘੰਟਿਆਂ ਦੀ ਰਾਤ ਬਾਕੀ ਸੀ। ਦਿਨ ਚੜ੍ਹਦੇ ਨੂੰ ਤਾਂ ਪਿੰਡ ਦੀਆਂ ਗਲੀਆਂ ਵਿੱਚ ਮੌਤ ਨੇ ਨੰਗਾ ਨਾਚ ਖੇਡਣਾ ਸੀ।

ਮੈਂ ਹੱਥ 'ਚ ਤਲਵਾਰ ਫੜ੍ਹੀ ਸਾਥੀਆਂ ਨਾਲ ਗਲੀਆਂ 'ਚ ਗੇੜੇ ਕੱਢ ਰਿਹਾ ਸੀ। ਅਸੀਂ ਬੇਮਤਲਬੇ ਜਿਹੇ ਇਧਰ ਉਧਰ ਘੁੰਮ ਰਹੇ ਸੀ। ਅੱਧੀ ਕੁ ਰਾਤ ਤੋਂ ਬਾਅਦ ਅਚਾਨਕ

ਅਸਮਾਨ ਵੱਲ ਨਜ਼ਰ ਮਾਰੀ। ਦਿਨ ਵੇਲੇ ਅਸਮਾਨ 'ਚ ਘੁੰਮਦੀਆਂ ਨਿੱਕੀਆਂ-ਨਿੱਕੀਆਂ ਤਿੱਤਰ ਖੰਭੀਆਂ ਜਿਹੀਆਂ, ਭਾਰੀ ਬੱਦਲਾਂ ਦਾ ਰੂਪ ਧਾਰੀ ਖੜ੍ਹੀਆਂ ਸਨ। ਫਿਰ ਥੋੜੀ ਥੋੜੀ ਕਿਣਮਿਣ ਜਿਹੀ ਸ਼ੁਰੂ ਹੋ ਗਈ। ਕਣੀਆਂ ਦੇਖ ਕੇ ਅਚਾਨਕ ਮੈਨੂੰ ਰਹਿਮਤ ਅਲੀ ਦਾ ਖਿਆਲ ਆ ਗਿਆ। ਮੈਂ ਸਾਥੀਆਂ ਨਾਲੋਂ ਖਿਸਕ ਕੇ ਖੇਤ ਵੱਲ ਤੁਰ ਪਿਆ। ਮੈਂ ਝੁੰਬੀ 'ਚ ਜਾ ਕੇ ਦੀਵਾ ਜਗਾਇਆ। ਉਹ ਜਾਗਦਾ ਹੀ ਪਿਆ ਸੀ। ਦੀਵੇ ਦੇ ਚਾਨਣ 'ਚ ਉਸਨੇ ਜਦੋਂ ਮੇਰੇ ਹੱਥ ਤਲਵਾਰ ਵੇਖੀ ਤਾਂ ਉਹ ਸਮਝਿਆ ਕਿ ਸ਼ਾਇਦ ਮੈਂ ਉਸਦੀ ਮੁਰਾਦ ਪੂਰੀ ਕਰਨ ਆ ਗਿਆ ਹਾਂ। ਉਹ ਹੱਥ ਦੇ ਇਸ਼ਾਰੇ ਨਾਲ ਮੈਨੂੰ ਆਪਣੇ ਕੋਲ ਬੁਲਾਉਂਦਾ ਬੋਲਿਆ, "ਪੁੱਤਰਾ ਮੈਨੂੰ ਬੈਠਾ ਕਰਦੇ ਤੇ ਬੱਸ ਪੰਜ ਕੁ ਮਿੰਟ ਖੜ੍ਹੋ ਜਾਹ। ਮੈਂ ਜਾਂਦੀ ਵਾਰ ਦਾ ਪਰਵਰਦਿਗਾਰ ਅੱਗੇ ਸਿਜਦਾ ਕਰ ਲਵਾਂ। ਫਿਰ ਤੂੰ ਪੁੰਨ ਵਾਲਾ ਕੰਮ ਕਰੀਂ ਤੇ....।"

ਮੇਰਾ ਮਨ ਭਰ ਆਇਆ। ਮੈਂ ਉਸਨੂੰ ਫੜ ਕੇ ਦੁਬਾਰਾ ਪਾਇਆ ਤੇ ਦੱਸਿਆ ਕਿ ਮੈਂ ਤਾਂ ਮੀਂਹ ਦਾ ਕਰਕੇ ਸਿਰਫ ਉਸਦਾ ਪਤਾ ਲੈਣ ਆਇਆ ਸੀ। ਉਸਨੂੰ ਲਿਟਾ ਕੇ ਮੈਂ ਵਾਪਸ ਮੁੜ ਪਿਆ।

ਪਿੰਡ ਪਹੁੰਚਦਿਆਂ ਤੱਕ ਮੀਂਹ ਵਾਹਵਾ ਵਧ ਗਿਆ ਸੀ। ਪਹਿਰੇ ਵਾਲੇ ਸਭ ਖਿੰਡ ਪੁੰਡ ਗਏ ਸਨ। ਮੈਂ ਵੀ ਸਿੱਧਾ ਘਰੇ ਹੀ ਚਲਾ ਗਿਆ। ਮੰਜੇ ਤੇ ਟੇਢਾ ਪੈ ਕੇ ਕਣੀਆਂ ਵੱਲ ਦੇਖਦੇ ਦੀ ਪਤਾ ਨਹੀਂ ਕਦੋਂ ਅੱਖ ਲੱਗ ਗਈ। ਦਿਨ ਚੜ੍ਹਦੇ ਜਿਹੇ ਜਦੋਂ ਅੱਖ ਖੁੱਲ੍ਹੀ ਤਾਂ ਦੇਖਿਆ ਕਿ ਬਾਹਰ ਬਹੁਤ ਤੇਜ਼ ਮੀਂਹ ਪੈ ਰਿਹਾ ਸੀ। ਵਿਹੜੇ ਵਿਚ ਗੋਡੇ ਗੋਡੇ ਪਾਣੀ ਚੜ੍ਹਿਆ ਖੜਾ ਸੀ। ਮੈਂ ਪਾਸਾ ਮਾਰ ਕੇ ਫਿਰ ਸੌਂ ਗਿਆ। ਪਿਛਲੇ ਦਿਨਾਂ ਦਾ ਥੱਕਿਆ ਟੁੱਟਿਆ ਸਾਰਾ ਦਿਨ ਸੁੱਤਾ ਰਿਹਾ। ਆਥਣ ਵੇਲੇ ਉਠਿਆ ਤਾਂ ਘਮਸਾਨ ਦਾ ਮੀਂਹ ਉਸੇ ਤਰ੍ਹਾਂ ਵਰ੍ਹ ਰਿਹਾ ਸੀ। ਐਨਾ ਮੀਂਹ ਜਿਵੇਂ ਕਿ ਸਾਰਾ ਸਮੁੰਦਰ ਹੀ ਉਲਟ ਪਿਆ ਹੋਵੇ। ਸਾਰੇ ਪਾਸੇ ਜਲ ਥਲ ਹੋਇਆ ਪਿਆ ਸੀ। ਇਸੇ ਤਰ੍ਹਾਂ ਲਗਾਤਾਰ ਦੋ ਦਿਨ ਤੇ ਦੋ ਰਾਤਾਂ ਮੂਸਲੇਧਾਰ ਮੀਂਹ ਵਰਦਾ ਰਿਹਾ। ਚਾਰ ਚੁਫੇਰੇ ਇਤਨਾ ਮੀਂਹ ਪਿਆ ਕਿ ਘੱਗਰ ਨਦੀ ਵਿੱਚ ਪਾਣੀ ਇਕਦਮ ਦਸ ਫੁੱਟ ਉੱਚਾ ਜਾ ਚੜ੍ਹਿਆ। ਹੁਣ ਤਾਂ ਸੁਆਲ ਹੀ ਪੈਦਾ ਨਹੀਂ ਸੀ ਹੁੰਦਾ ਕਿ ਕੋਈ ਵੀ ਸ਼ੇਖਾ ਪੱਤਣ ਤੋਂ ਨਦੀ ਪਾਰ ਕਰ ਸਕੇ। ਕੱਲ੍ਹ ਤੱਕ ਜਿਸ ਘੱਗਰ ਤੋਂ ਲੋਕ ਡਰ ਰਹੇ ਸਨ ਅੱਜ ਉਹੀ ਘੱਗਰ ਨਦੀ ਇਹਨਾਂ ਪਿੰਡਾਂ ਦੀ ਹਿਫਾਜ਼ਤ ਲਈ ਕਾਫਲੇ ਦੇ ਸਾਹਮਣੇ ਛਾਤੀ ਡਾਹ ਕੇ ਖੜੋਤੀ ਲੱਗਦੀ ਸੀ।

ਮੇਰੇ ਇਕ ਦਮ ਰਹਿਮਤ ਅਲੀ ਯਾਦ ਆਇਆ। ਮੈਂ ਖੇਤ ਵੱਲ ਭੱਜਿਆ। ਉਥੇ ਜਾ ਕੇ ਦੇਖਿਆ ਕਿ ਸਾਰੇ ਪਾਸੇ ਪਾਣੀ ਹੀ ਪਾਣੀ ਖੜ੍ਹਾ ਸੀ। ਝੁੰਬੀ ਢਹਿ ਢੇਰੀ ਹੋ ਚੁੱਕੀ ਸੀ ਤੇ ਸਿਰਫ ਕਾਨਿਆਂ ਦਾ ਢੇਰ ਜਿਹਾ ਦਿਸਦਾ ਸੀ। ਪਰ ਉੱਚੀ ਥਾਂ ਹੋਣ ਕਰਕੇ ਉੱਥੇ ਪਾਣੀ ਨਾ ਚੜ੍ਹਿਆ। ਨੇੜੇ ਗਿਆ ਤਾਂ ਵੇਖਿਆ ਕਿ ਰਹਿਮਤ ਅਲੀ ਕਾਨਿਆਂ 'ਚ ਦਬਿਆ ਪਿਆ ਸੀ। ਉਸਦਾ ਸਿਰ ਬਾਹਰ ਦਿਸ ਰਿਹਾ ਸੀ। ਮੇਰੀ ਆਮਦ ਦੀ ਵਿੜਕ ਲੈਂਦਿਆਂ ਉਹ ਬੋਲਿਆ, "ਵੇਖ ਪੁੱਤਰਾ, ਇੰਨਾ ਕਹਿਰ ਝੁੱਲ ਚੁੱਕਿਐ ਪਰ ਅੱਲਾ ਤਾਲਾ ਮੇਰੇ 'ਤੇ ਫਿਰ ਵੀ ਮਿਹਰਬਾਨ ਨ੍ਹੀਂ ਹੋਇਆ। ਮੈਂ ਰੁੜ੍ਹ ਕੇ ਪਾਣੀ 'ਚ ਡੁੱਬਣ ਦੀ ਸੋਚੀ ਪਰ ਸਫਲ ਨ੍ਹੀਂ ਹੋ ਸਕਿਆ। ਹੁਣ ਤਾਂ

ਪੁੱਤਰਾ ਤੇਰੇ 'ਤੇ ਈ ਮੇਰੀ ਸਾਰੀ ਉਮੀਦ ਐ।"

ਹੱਡੀਆਂ ਦੀ ਮੁੱਠੀ ਬਣੇ ਪਏ ਰਹਿਮਤ ਅਲੀ ਦੀ ਹਾਲਤ ਮੈਥੋਂ ਵੇਖੀ ਨਾ ਗਈ। ਉਸਨੇ ਬਾਂਹ ਦੇ ਆਸਰੇ ਸਰੀਰ ਹਿਲਾਇਆ ਤੇ ਉਸਦੀ ਧੌਣ ਮੇਰੇ ਸਾਹਮਣੇ ਆ ਗਈ। ਉਹ ਹੌਲੀ ਜਿਹੀ ਬੋਲਿਆ, "ਲੈ ਪੁੱਤਰਾ ਹੁਣ ਨਾਂਹ ਨਾ ਕਹੀਂ। ਮੈਨੂੰ ਛੁਟਕਾਰਾ ਦਿਵਾ।" ਮੈਂ ਆਲੇ ਦੁਆਲੇ ਵੇਖਿਆ ਹਰ ਪਾਸੇ ਪਾਣੀ ਹੀ ਪਾਣੀ ਦਿਸ ਰਿਹਾ ਸੀ। ਇੱਧਰ ਉੱਧਰ ਵੇਖਦਿਆਂ ਮੈਂ ਹੇਠਾਂ ਵੱਲ ਨਜ਼ਰ ਮਾਰੀ। ਰਹਿਮਤ ਅਲੀ ਦੀ ਧੌਣ ਮੇਰੇ ਸਾਹਮਣੇ ਸੀ। ਫਿਰ ਮੈਂ ਕਸੀਸ ਜਿਹੀ ਵੱਟੀ ਤੇ ਤਲਵਾਰ ਦਾ ਭਰਵਾਂ ਵਾਰ ਕੀਤਾ। 'ਗੱਚ' ਦੀ ਆਵਾਜ਼ ਹੋਈ ਤੇ ਉਸਦਾ ਸਿਰ ਧੜ ਨਾਲੋਂ ਅਲੱਗ ਹੋ ਕੇ ਪਰ੍ਹੇ ਆੜ 'ਚ ਜਾ ਡਿੱਗਿਆ। ਆਲੇ ਦੁਆਲੇ ਨਜ਼ਰ ਮਾਰਦਿਆਂ ਲੱਗਿਆ ਜਿਵੇਂ ਕਿ ਸਾਰਾ ਪਾਣੀ ਲਾਲ ਹੋ ਗਿਆ ਹੋਵੇ। ਪਰ ਅਗਲੇ ਹੀ ਪਲ ਲੱਗਿਆ ਜਿਵੇਂ ਉੱਥੇ ਕੁਛ ਵੀ ਨਾ ਹੋਇਆ ਹੋਵੇ। ਮੁੱਦਤਾਂ ਹੋ ਗਈਆਂ ਉਸ ਹਾਦਸੇ ਨੂੰ ਵਾਪਰਿਆਂ। ਹੁਣ ਵੀ ਕਦੇ-ਕਦਾਈਂ ਮੈਨੂੰ ਇਉਂ ਲੱਗਦਾ ਰਹਿੰਦਾ ਹੈ ਜਿਵੇਂ ਮੈਂ ਉਸ ਰਾਤ ਕੋਈ ਪੁੰਨ ਵਾਲਾ ਕੰਮ ਕੀਤਾ ਸੀ।

# ਨਕਾਬਪੋਸ਼

ਦਿਨ ਦੇ ਛੁਪਾ ਦਾ ਵਕਤ ਸੀ ਜਦੋਂ ਪਿੰਡ 'ਚ ਭਗਦੜ ਮੱਚ ਗਈ। ਗੱਲ ਦੀ ਸੂਹ ਲੱਗਦਿਆਂ ਹੀ ਸਾਰੇ ਪਿੰਡ ਦੇ ਦਰਵਾਜ਼ੇ, ਸਕਿੰਟਾਂ 'ਚ ਹੀ ਫੜਾਕ ਫੜਾਕ ਬੰਦ ਹੋ ਗਏ। ਗੁਰਦੁਆਰੇ ਦੇ ਸਪੀਕਰ ਤੋਂ ਚੱਲ ਰਿਹਾ ਰਹਿਰਾਸ ਦਾ ਪਾਠ ਵਿਚਕਾਰ ਹੀ ਰੁਕ ਗਿਆ। ਹਰ ਪਾਸੇ ਸੁੰਨ ਵਰਤ ਗਈ। ਇੰਨੇ ਨੂੰ ਉਨ੍ਹਾਂ ਨੇ ਕਈ ਘਰਾਂ 'ਚੋਂ ਔਰਤਾਂ ਆਦਮੀ ਘੇਰ ਕੇ ਸੱਥ 'ਚ ਲੈ ਆਂਦੇ। ਫਿਰ ਮਿੰਨਤਾਂ ਤਰਲੇ ਕਰਦੇ ਸੱਤ ਅੱਠ ਜਣਿਆਂ ਨੂੰ ਉਹ ਪਿੰਡੋਂ ਬਾਹਰ ਲੈ ਤੁਰੇ। ਘਰਾਂ ਅੰਦਰ ਬੰਦ ਲੋਕ, ਸਾਹ ਰੋਕੀ ਉਨ੍ਹਾਂ ਦੇ ਤਰਲੇ ਮਿੰਨਤਾਂ ਸੁਣਦੇ ਰਹੇ। ਜਾਪਦਾ ਸੀ ਜਿਵੇਂ ਪਿੰਡੋਂ ਬਾਹਰ ਲਿਜਾ ਕੇ ਸਾਰਿਆਂ ਨੂੰ ਇੱਕ ਥਾਂ ਇਕੱਠਾ ਕਰ ਲਿਆ ਹੋਵੇ। ਫਿਰ ਇੱਕ ਦਮ ਚੀਕ ਚਿਹਾੜਾ ਅਤੇ ਕੁਰਲਾਹਟ ਮੱਚ ਗਿਆ। ਲੱਗਦਾ ਸੀ ਜਿਵੇਂ ਕਿ ਫੜੇ ਹੋਇਆਂ ਨੂੰ ਕੁੱਟਿਆ ਮਾਰਿਆ ਤੇ ਕੋਹਿਆ ਜਾ ਰਿਹਾ ਹੋਵੇ। ਕਾਫੀ ਚਿਰ ਉਨ੍ਹਾਂ ਦੀਆਂ ਦਰਦ ਭਰੀਆਂ ਚੀਕਾਂ ਅਤੇ ਬੂ ਪਾਹਰਿਆ ਸੁਣਦੀ ਰਹੀ। ਪਿੰਡ ਦੇ ਲੋਕ ਘਰਾਂ ਅੰਦਰ ਹੀ ਦੁਬਕ ਗਏ ਸਨ। ਪਰ ਸਾਂਝੀਆਂ ਕੰਧਾਂ ਅਤੇ ਕੋਠਿਆਂ ਉੱਪਰੋਂ ਦੀ, ਇਸ ਘੜੀ ਪਿੰਡੋਂ ਬਾਹਰ ਹੋ ਰਹੇ ਜ਼ੁਲਮ ਦੀ ਕਹਾਣੀ ਸਾਰੇ ਪਿੰਡ ਵਿੱਚ ਫੈਲ ਗਈ। ਬਾਹਰੋਂ ਰੋਣ ਕੁਰਲਾਉਣ ਦੀਆਂ ਆਵਾਜ਼ਾਂ ਉਵੇਂ ਹੀ ਆ ਰਹੀਆਂ ਸਨ। ਫਿਰ ਇਸ ਰੌਲੇ ਰੱਪੇ 'ਚੋਂ ਇੱਕ ਗਰਜ਼ਵੀਂ ਆਵਾਜ਼ ਆਈ ਜੋ ਕਿ ਤਕਰੀਬਨ ਸਾਰੇ ਪਿੰਡ ਵਾਲਿਆਂ ਨੇ ਪਛਾਣ ਲਈ। ਸਭ ਸਮਝ ਗਏ ਕਿ ਇਹ ਜੀਤੇ ਭਲਵਾਨ ਦੀ ਆਵਾਜ਼ ਹੈ। ਉਹ ਬੜ੍ਹਕਵੀਂ ਆਵਾਜ਼ 'ਚ ਬੋਲਿਆ ਸੀ, "ਉਏ ਇਹ ਤਾਂ ਪਿੰਡ ਦੀ ਕੁੜੀ ਮਿਲਣ ਗਿਲਣ ਆਈ ਐ, ਇਸਦਾ ਕੀ ਕਸੂਰ ਐ। ਇਸ 'ਤੇ ਤੁਸੀਂ ਕਾਹਤੋਂ ਜ਼ੁਲਮ ਢਾਹ ਰਹੇ ਓਂ?"

"ਭਾਊ ਅੱਜ ਸਾਰਿਆਂ ਨੂੰ ਈ ਸਬਕ ਸਿਖਾ ਕੇ ਜਾਵਾਂਗੇ, ਤੇਰਾ ਤਾਂ ਖਾਸ ਖਿਆਲ ਰੱਖਾਂਗੇ ਕੌਮ ਦੇ ਹੀਰੋ ਦਾ।" ਇਹ ਇੱਕ ਤਿੱਖੀ ਤੇ ਅਣਜਾਣ ਜਿਹੀ ਆਵਾਜ਼ ਸੀ।

"ਉਏ ਮੈਂ ਮੌਤ ਤੋਂ ਨ੍ਹੀਂ ਡਰਦਾ ਪਰ ਇਹ ਤਾਂ ਪਤਾ ਲੱਗੇ ਕਿ ਤੁਸੀਂ ਹੋ ਕੌਣ ਤੇ ਚਾਹੁੰਦੇ ਕੀ ਓਂ?"

"ਅਸੀਂ ਭਾਊ ਖਾੜਕੂ ਆਂ ਜੋ ਕਿ ਕੌਮ ਦਾ ਕੌਮੀ ਘਰ ਬਣਾਉਣ ਦੇ ਰਾਹ ਪਏ ਹੋਏ ਆਂ ਤੇ ਤੇਰੇ ਵਰਗੇ ਗਦਾਰਾਂ ਦਾ ਸੁਧਾਰ ਕਰਨਾ ਵੀ ਸਾਡਾ ਫਰਜ਼ ਐ।" ਤਿੱਖੀ ਆਵਾਜ਼ ਵਾਲਾ ਫਿਰ ਬੋਲਿਆ ਸੀ।

"ਮੈਂ ਕਿਵੇਂ ਗਦਾਰ ਹੋ ਗਿਆ?"

"ਤੂੰ ਗੁਰੂ ਵਾਲਾ ਹੋ ਕੇ ਅਮ੍ਰਿਤ ਭੰਗ ਕੀਤਾ ਐ। ਤੈਨੂੰ ਇਸ ਦੀ ਸਜ਼ਾ ਮਿਲੇਗੀ ਤਾਂ ਕਿ ਹੋਰ ਕੋਈ ਇਹ ਗਲਤੀ ਨਾ ਕਰੇ।"

"ਨਾ ਤੁਸੀਂ ਮੈਨੂੰ ਖਾੜਕੂ ਲੱਗਦੇ ਓਂ ਤੇ ਨਾ ਈ ਮੈਂ ਕੋਈ ਏਡਾ ਗੁਨਾਹ ਕੀਤਾ ਐ ਕਿ ਮੈਨੂੰ ਮੌਤ ਦੀ ਸਜ਼ਾ ਮਿਲੇ।"

"ਅਸੀਂ ਖਾੜਕੂ ਈ ਆਂ ਭਾਊ। ਪੰਥ ਦੇ ਗਦਾਰਾਂ ਨੂੰ ਰਾਹ 'ਚੋਂ ਸਾਫ ਕਰਨਾ ਸਾਡਾ ਪਹਿਲਾ ਫਰਜ਼ ਐ।"

"ਨੀਂ ਤੁਸੀਂ ਆਪਣੇ ਆਪ ਨੂੰ ਖਾੜਕੂ ਨੀਂ ਅਖਵਾ ਸਕਦੇ। ਤੁਸੀਂ ਲੋਕਾਂ ਦੀਆਂ ਦੁਸ਼ਮਣੀਆਂ ਕੱਢਣ ਲਈ ਖਾੜਕੂਆਂ ਦਾ ਭੇਸ ਧਾਰਿਆ ਹੋਇਆ ਐ। ਮੈਨੂੰ ਪਤਾ ਐ ਤੁਸੀਂ ਮੈਨੂੰ ਕਿਉਂ ਨਿਸ਼ਾਨਾ ਬਣਾਉਣ ਲੱਗੇ ਓਂ। ਪਰ ਜੇ ਇਹੀ ਗੱਲ ਐ ਤਾਂ ਸਿਰਫ ਮੈਨੂੰ ਗੋਲੀ ਮਾਰੋ ਤੇ ਇਨ੍ਹਾਂ ਸਭ ਨੂੰ ਛੱਡੋ। ਇਹ ਸਭ ਬੇਕਸੂਰ ਨੇ। ਜੇ ਮਰਦ ਬੱਚੇ ਓਂ ਤਾਂ ਮਰਦਾਂ ਵਾਲਾ ਕੰਮ ਕਰੋ।"

"ਉਹ ਵੀ ਕਰਾਂਗੇ। ਚੱਲੋ ਭਾਊ ਕਰੋ ਕੰਮ ਸ਼ੁਰੂ।" ਤਿੱਖੀ ਆਵਾਜ਼ ਨੇ ਨਾਲਦਿਆਂ ਨੂੰ ਹੁਕਮ ਦਿੱਤਾ ਤੇ ਉਨ੍ਹਾਂ ਦੁਬਾਰਾ ਤੋਂ ਫੜ ਕੇ ਲਿਆਂਦੇ ਬੰਦੇ ਬੁੜ੍ਹੀਆਂ ਦੀ ਰਾਡਾਂ ਨਾਲ ਮਾਰ ਕੁਟਾਈ ਸ਼ੁਰੂ ਕਰ ਦਿੱਤੀ। ਉੱਥੇ ਫਿਰ ਤੋਂ ਕੁਰਲਾਹਟ ਮੱਚ ਉੱਠੀ। ਇਸੇ ਵਿਚਕਾਰ ਕੁੜੀ ਦੀਆਂ ਚੀਕਾਂ ਉੱਚੀਆਂ ਹੋ ਉੱਠੀਆਂ ਤਾਂ ਜੀਤੇ ਭਲਵਾਨ ਦੀ ਆਵਾਜ਼ ਫਿਰ ਗਰਜੀ, "ਉਏ ਇਹ ਮੇਰੇ ਪਿੰਡ ਦੀ ਧੀ ਧਿਆਣੀ ਐਂ। ਇਸ ਨੂੰ ਹੱਥ ਨਾ ਲਾਉ। ਜੇ ਮਾਰਨਾ ਈ ਐ ਤਾਂ ਮੈਨੂੰ ਮਾਰੋ।"

ਇਸ ਪਿੱਛੋਂ ਉੱਥੇ ਕਾਵਾਂ ਰੌਲੀ ਜਿਹੀ ਮੱਚ ਗਈ। ਲੱਗਦਾ ਸੀ ਜਿਵੇਂ ਜੀਤਾ ਭਲਵਾਨ ਉਨ੍ਹਾਂ ਨਾਲ ਉਲਝ ਪਿਆ ਹੋਵੇ। ਫਿਰ ਇੱਕ ਦਮ ਫਾਇਰਿੰਗ ਸ਼ੁਰੂ ਹੋ ਗਈ ਤੇ ਅਗਲੇ ਹੀ ਪਲ ਉੱਥੇ ਸੰਨਾਟਾ ਛਾ ਗਿਆ। ਤੁਰਨ ਲੱਗਿਆਂ ਉਨ੍ਹਾਂ ਅਸਮਾਨੀ ਫਾਇਰ ਕੀਤੇ ਤੇ ਖਾਲਿਸਤਾਨ ਦੇ ਨਾਅਰੇ ਲਾਏ। ਇਸ ਪਿੱਛੋਂ ਉਨ੍ਹਾਂ ਦੀਆਂ ਆਵਾਜ਼ਾਂ ਦੂਰ ਹੁੰਦੀਆਂ ਗਈਆਂ। ਪਿੰਡ ਦੇ ਲੋਕ ਸਮਝ ਗਏ ਕਿ ਖਾੜਕੂ ਕਾਰਾ ਕਰਕੇ ਜਾ ਚੁੱਕੇ ਹਨ। ਪਰ ਫਿਰ ਵੀ ਪਿੰਡ 'ਚੋਂ ਨਾ ਕੋਈ ਆਵਾਜ਼ ਆਈ ਤੇ ਨਾ ਹੀ ਕੋਈ ਬਾਹਰ ਨਿਕਲਿਆ। ਸਾਰਾ ਪਿੰਡ ਜਿਵੇਂ ਮਸਾਣਾਂ ਬਣ ਗਿਆ ਹੋਵੇ। ਜਿੱਥੇ ਵਾਕਿਆ ਹੋਇਆ ਸੀ ਰਾਤ ਭਰ ਉੱਥੋਂ ਕਿਸੇ ਔਰਤ ਦੇ ਵਿਰਲਾਪ ਦੀ ਆਵਾਜ਼ ਆਉਂਦੀ ਰਹੀ ਪਰ ਪਿੰਡ ਵਾਲੇ ਕਿਸੇ ਦਾ ਵੀ ਜੇਰਾ ਨਾ ਪਿਆ, ਘਰੋਂ ਬਾਹਰ ਨਿਕਲਣ ਦਾ। ਦਿਨ ਚੜ੍ਹੇ ਲੋਕੀ ਬਾਹਰ ਗਏ ਤਾਂ ਪਤਾ ਲੱਗਿਆ ਕਿ ਛੀਨੇ ਪਿੰਡ ਦੇ ਰਾਹ ਤੋਂ ਹਟਵੇਂ ਪਹੇ 'ਤੇ ਛੇ ਲਾਸ਼ਾਂ ਪਈਆਂ ਸਨ। ਕੁੜੀ ਦੇ ਕਰਾਹੁਣ ਦੀ ਆਵਾਜ਼ ਅਜੇ ਵੀ ਆ ਰਹੀ ਸੀ। ਪੰਜ ਸੱਤ ਜਣੇ ਹੌਸਲਾ ਕਰਕੇ ਅੱਗੇ ਗਏ ਤਾਂ ਵੇਖਿਆ ਕਿ ਲਹਿਣੇ ਕਾਮਰੇਡ ਦੀ ਭੈਣ, ਲਾਸ਼ਾਂ ਦੇ ਵਿਚਕਾਰ ਅਰਧ-ਬੇਹੋਸ਼ ਪਈ ਸੀ। ਉਸ ਦੇ ਪੈਰਾਂ ਕੋਲ ਜੀਤੇ ਭਲਵਾਨ ਦੀ ਲਾਸ਼ ਪਈ ਸੀ। ਲਹਿਣੇ ਕਾਮਰੇਡ ਦੀ ਭੈਣ ਦੀਆਂ, ਕੁੱਟ ਕੁੱਟ ਕੇ ਲੱਤਾਂ ਫੇਹੀਆਂ ਪਈਆਂ ਸਨ ਪਰ ਉਸਦੇ ਗੋਲੀ ਨਹੀਂ ਸੀ ਲੱਗੀ ਤੇ ਇਸੇ ਕਰਕੇ ਉਹ ਮਰਨੋਂ ਬਚ ਗਈ ਸੀ। ਲੱਗਦਾ ਸੀ ਕਿ ਜੀਤੇ ਭਲਵਾਨ ਨੇ ਮੂਹਰੇ ਹੋ ਕੇ ਉਸਨੂੰ ਗੋਲੀ ਤੋਂ ਬਚਾ ਲਿਆ ਸੀ। ਬਾਕੀ ਲਾਸ਼ਾਂ ਇੱਧਰ ਉੱਧਰ ਖਿਲਰੀਆਂ ਪਈਆਂ ਸਨ। ਪੰਚਾਇਤ ਵਾਲਿਆਂ ਨੇ ਲਹਿਣੇ ਕਾਮਰੇਡ ਦੀ ਭੈਣ ਨੂੰ ਸੰਭਾਲਿਆ ਤੇ ਟਰਾਲੀ 'ਚ ਪਾ ਕੇ ਥਾਣੇ ਵੱਲ ਹੋ ਤੁਰੇ। ਥਾਣੇ ਵਾਲਿਆਂ ਨੇ ਕੁੜੀ ਨੂੰ ਹਸਪਤਾਲ ਤੋਰ ਦਿੱਤਾ ਤੇ ਆਪ ਕਈ ਘੰਟਿਆਂ ਪਿੱਛੋਂ ਪਿੰਡ ਪਹੁੰਚੇ। ਪੰਚਾਇਤ ਨੂੰ ਨਾਲ

ਲਿਜਾ ਕੇ ਉਨ੍ਹਾਂ ਮੌਕਾ ਵਾਰਦਾਤ ਵੇਖਿਆ। ਮਾੜੀ ਮੋਟੀ ਕਾਰਵਾਈ ਕਰਦਿਆਂ ਥਾਣੇਦਾਰ ਨੇ ਉੱਥੋਂ ਮਿਲਿਆ ਰੁੱਕਾ ਚੁੱਕਿਆ ਜਿਸ 'ਤੇ ਲਿਖਿਆ ਹੋਇਆ ਸੀ, 'ਪੰਥ ਦੇ ਦੁਸ਼ਮਣਾਂ ਨੂੰ ਸਜ਼ਾ ਦੇ ਦਿੱਤੀ ਗਈ। ਦੁਸ਼ਮਣਾਂ ਦਾ ਇਹੀ ਹਸ਼ਰ ਹੋਵੇਗਾ। ਕਮਾਂਡੋ ਫੋਰਸ ਜ਼ਿੰਦਾਬਾਦ। ਗੁਰੂ ਪੰਥ ਦਾ ਦਾਸ, ਮੇਜਰ ਜਨਰਲ ਮਿਹਰ ਸਿੰਘ ਦੋਦਾ।' ਥਾਣੇਦਾਰ ਨੇ ਰੁੱਕਾ ਲੁਕਾ ਕੇ ਜੇਬ 'ਚ ਪਾ ਲਿਆ। ਸਰਪੰਚ ਹੌਲੀ ਜਿਹੀ ਤੁਰਦਾ ਅੱਗੇ ਆਇਆ ਤੇ ਥਾਣੇਦਾਰ ਨੂੰ ਮੁਖਾਤਬ ਹੋਇਆ, "ਜਨਾਬ ਬਹੁਤ ਭੈੜਾ ਤੇ ਕਰੂਰ ਹਾਦਸਾ ਵਾਪਰਿਐ।"

ਸਰਪੰਚ ਦੀ ਗੱਲ ਸੁਣ ਕੇ ਥਾਣੇਦਾਰ ਉਸ ਵੱਲ ਭੈੜੀਆਂ ਨਜ਼ਰਾਂ ਨਾਲ ਝਾਕਦਾ ਬੋਲਿਆ, "ਨਾ ਪਹਿਲਾਂ ਪਤੰਦਰਾਂ ਨੂੰ ਢਾਣੀਆਂ 'ਚ ਠਾਹਰਾਂ ਦਿੰਨੇ ਓਂ। ਆਪਣੇ ਘਰਾਂ 'ਚ ਰੋਟੀਆਂ ਖਵਾਉਂਦੇ ਓਂ। ਫਿਰ ਇਹੋ ਜਿਹੇ ਹਾਦਸੇ ਤਾਂ ਵਾਪਰਨਗੇ ਈ।"

ਸਿਆਣਾ ਸਰਪੰਚ ਚੁੱਪ ਹੁੰਦਾ ਪਿਛਾਂਹ ਹਟ ਕੇ ਖੜੋ ਗਿਆ। ਇੱਧਰ ਉੱਧਰ ਵੇਖਦਿਆਂ ਥਾਣੇਦਾਰ ਨੇ ਇਸ਼ਾਰਾ ਕੀਤਾ ਤੇ ਸਾਰਾ ਅਮਲਾ ਫੈਲਾ ਜੀਪ 'ਚ ਬਹਿੰਦਾ ਥਾਣੇ ਵਾਪਸ ਮੁੜ ਗਿਆ। ਉੱਥੇ ਜਾ ਕੇ ਉਨ੍ਹਾਂ ਕਾਰਵਾਈ ਰਿਪੋਰਟ 'ਚ ਲਿਖ ਦਿੱਤਾ ਕਿ ਦੋ ਖਾੜਕੂ ਗਰੁੱਪਾਂ ਦੀ ਆਪਸੀ ਝੜਪ, ਜਿਸ ਵਿੱਚ ਦੋਨਾਂ ਧਿਰਾਂ ਦੇ ਛੇ ਬੰਦੇ ਮਾਰੇ ਗਏ। ਬੱਸ ਇੰਨੇ ਨਾਲ ਪੁਲਸ ਨੇ ਆਪਣੇ ਕੰਮ ਦੀ ਖਾਨਾਪੂਰਤੀ ਕਰਕੇ ਰਿਪੋਰਟ ਉੱਪਰ ਭੇਜ ਦਿੱਤੀ। ਆਥਣ ਤੱਕ, ਪੋਸਟ ਮਾਰਟਮ ਕਰਵਾ ਕੇ, ਪੰਚਾਇਤ ਲਾਸ਼ਾਂ ਪਿੰਡ ਲੈ ਆਈ। ਦਿਨ ਦੇ ਛੁਪਾ ਨਾਲ ਸਿਵਿਆਂ 'ਚ ਛੇ ਚਿਤਾਵਾਂ ਚਿਣੀਆਂ ਗਈਆਂ।

ਇਹ ਗੱਲ ਜੀਤੇ ਭਲਵਾਨ ਤੋਂ ਹੀ ਸ਼ੁਰੂ ਹੋਈ ਸੀ। ਹਰਪਾਲ ਉਸਦੇ ਚਾਚੇ ਦਾ ਪੁੱਤ ਸੀ। ਉਨ੍ਹਾਂ ਦੇ ਬਾਪੂ ਹੋਰੀਂ ਤਿੰਨ ਭਰਾ ਸਨ। ਤਿੰਨਾਂ ਨੂੰ ਬੀਹ ਬੀਹ ਕਿੱਲੇ ਜ਼ਮੀਨ ਆਉਂਦੀ ਸੀ। ਸਾਰਿਆਂ ਦਾ ਕੰਮ ਧੰਦਾ ਬਹੁਤ ਵਧੀਆ ਸੀ। ਛੋਟੇ ਚਾਚੇ ਦੇ ਦੋ ਪੁੱਤ ਸਨ ਜਿਨ੍ਹਾਂ 'ਚੋਂ ਵੱਡਾ ਹਰਪਾਲ ਸੀ। ਉਸਤੋਂ ਵੱਡੇ ਦੇ ਜੀਤਾ ਭਲਵਾਨ ਅਤੇ ਇੱਕ ਹੋਰ ਸਨ। ਪਰ ਸਾਰਿਆਂ ਤੋਂ ਵੱਡੇ ਤਾਏ ਦੇ ਕੋਈ ਉਲਾਦ ਨਹੀਂ ਸੀ। ਤਾਏ ਨੇ ਛੋਟੇ ਹੁੰਦੇ ਜੀਤੇ ਨੂੰ ਆਪਣੇ ਘਰੇ ਪਾਲਿਆ ਸੀ। ਉਸਨੇ ਉਸਨੂੰ ਹੀ ਆਪਣਾ ਪੁੱਤ ਮੰਨ ਲਿਆ ਸੀ। ਉਦੋਂ ਕਿਸੇ ਦੇ ਚਿੱਤ ਚੇਤੇ ਵੀ ਨਹੀਂ ਸੀ ਕਿ ਇਹ ਗੱਲ ਅੱਗੇ ਜਾ ਕੇ ਕਦੇ ਬਹੁਤ ਵੱਡਾ ਕਲੇਸ਼ ਬਣ ਜਾਵੇਗੀ। ਉਦੋਂ ਤਾਂ ਜੀਤੇ ਅਤੇ ਹਰਪਾਲ ਦਾ ਸਕੇ ਭਰਾਵਾਂ ਨਾਲੋਂ ਵੀ ਵੱਧ ਪਿਆਰ ਸੀ। ਉਹ ਕਾਲਜ ਤੱਕ ਗੂਹੜੇ ਦੋਸਤਾਂ ਦੀ ਤਰ੍ਹਾਂ ਪੜ੍ਹੇ ਸਨ। ਉਸ ਪਿੱਛੋਂ ਜੀਤੇ ਨੇ ਘਰੇ ਰਹਿ ਕੇ ਖੇਤੀ ਦਾ ਕੰਮ ਸੰਭਾਲ ਲਿਆ ਤੇ ਹਰਪਾਲ ਚੰਡੀਗੜ੍ਹ ਯੂਨੀਵਰਸਿਟੀ ਜਾ ਕੇ ਪੜ੍ਹਨ ਲੱਗ ਪਿਆ। ਉਸ ਨੇ ਵਕਾਲਤ ਦੀ ਪੜ੍ਹਾਈ ਕੀਤੀ। ਪੜ੍ਹਾਈ ਪਿੱਛੋਂ ਉਸਨੇ ਨੇੜਲੇ ਸ਼ਹਿਰ ਵਕਾਲਤ ਦਾ ਕੰਮ ਸ਼ੁਰੂ ਕੀਤਾ ਪਰ ਉਸਦਾ ਕੰਮ ਜੰਮ ਨਾ ਸਕਿਆ। ਬਿਲਕੁਲ ਹੀ ਬੇਕਾਰ ਜਿਹਾ ਉਹ ਇੱਧਰ ਉੱਧਰ ਘੁੰਮਦਾ ਰਹਿੰਦਾ। ਆਖਰ ਉਸਨੇ ਵਕਾਲਤ ਬੰਦ ਕਰ ਦਿੱਤੀ ਤੇ ਘਰ ਆ ਕੇ ਖੇਤੀ 'ਚ ਹੱਥ ਅਜ਼ਮਾਉਣ ਲੱਗਿਆ। ਪਰ ਸੋਹਲ ਰਿਹਾ ਹੋਣ ਕਰਕੇ ਉਹ ਖੇਤੀ 'ਚ ਵੀ ਕਾਮਯਾਬ ਨਾ ਹੋ ਸਕਿਆ। ਜੀਤੇ ਦਾ ਕੰਮ ਬਹੁਤ ਵਧੀਆ ਚੱਲਦਾ ਸੀ। ਜੀਤੇ ਦਾ ਭਲਵਾਨੀ ਸਰੀਰ ਹੋਣ ਕਰਕੇ ਲੋਕਾਂ ਉਸਦੇ ਨਾਂ ਨਾਲ ਭਲਵਾਨ ਲਾ ਦਿੱਤਾ। ਪਿੰਡ ਮੁੜ ਆਉਣ ਪਿੱਛੋਂ ਵੀ ਹਰਪਾਲ ਦੇ ਜੀਤੇ ਨਾਲ ਸਬੰਧ ਬਹੁਤ ਵਧੀਆ ਸਨ। ਪਰ ਇਨ੍ਹਾਂ ਸਬੰਧਾਂ ਵਿੱਚ ਕੜਵਾਹਟ ਉਦੋਂ ਪੈਣ ਲੱਗੀ ਜਦੋਂ ਉਨ੍ਹਾਂ ਦਾ ਤਾਇਆ

ਬਿਮਾਰ ਰਹਿਣ ਲੱਗਿਆ। ਤਾਏ ਨੇ ਕਿਧਰੇ ਜ਼ਿਕਰ ਕਰ ਦਿੱਤਾ ਕਿ ਉਹ ਆਪਣੇ ਹਿੱਸੇ ਦੀ ਸਾਰੀ ਜ਼ਮੀਨ ਜੀਤੇ ਦੇ ਨਾਂ ਲਗਵਾਏਗਾ ਤੇ ਇਸਦੇ ਲਈ ਉਸਨੇ ਵਸੀਅਤ ਵੀ ਕਰਵਾ ਦਿੱਤੀ ਹੈ। ਬੱਸ ਇੱਥੋਂ ਹੀ ਨਫਰਤ ਦੀ ਅੱਗ ਧੁਖਣ ਲੱਗੀ। ਕੁਝ ਦੇਰ ਪਿੱਛੋਂ ਤਾਇਆ ਮਰ ਗਿਆ ਤਾਂ ਇਹ ਧੁਖਦੀ ਅੱਗ ਇੱਕ ਦਮ ਭਾਂਬੜ ਬਣ ਉੱਠੀ। ਹਰਪਾਲ ਕਹਿੰਦਾ ਸੀ ਕਿ ਤਾਏ ਦੀ ਜ਼ਮੀਨ ਦੋਨਾਂ ਘਰਾਂ 'ਚ ਅੱਧੋ ਅੱਧ ਵੰਡੀ ਜਾਵੇ ਜਦੋਂ ਕਿ ਜੀਤੇ ਦਾ ਕਹਿਣਾ ਸੀ ਕਿ ਉਹ ਤਾਏ ਦਾ ਗੋਦ ਲਿਆ ਪੁੱਤਰ ਹੈ ਅਤੇ ਤਾਏ ਨੇ ਜ਼ਮੀਨ ਦੀ ਵਸੀਅਤ ਵੀ ਉਸਦੇ ਨਾਂ ਕਰਵਾਈ ਹੈ ਇਸ ਕਰਕੇ ਤਾਏ ਦੀ ਢੇਰੀ 'ਤੇ ਉਸੇ ਦਾ ਹੱਕ ਹੈ। ਗੱਲ ਕੋਰਟਾਂ ਕਚਹਿਰੀਆਂ 'ਚ ਜਾ ਪਹੁੰਚੀ। ਹਰਪਾਲ ਨੇ ਹਰ ਹੀਲਾ ਵਰਤਿਆ ਤਾਏ ਦੀ ਬਣਵਾਈ ਵਸੀਅਤ ਤੁੜਵਾਉਣ ਦਾ ਪਰ ਉਹ ਕਾਮਯਾਬ ਨਾ ਹੋ ਸਕਿਆ। ਹਰ ਕੋਰਟ 'ਚੋਂ ਕੇਸ ਉਸਦੇ ਉਲਟ ਹੁੰਦਾ ਗਿਆ। ਉਹ ਕੇਸ ਲੜਦਾ ਦਿਲ ਸੁੱਟ ਚੁੱਕਿਆ ਸੀ ਤੇ ਢੇਰੀ ਢਾਹ ਗਿਆ ਸੀ ਕਿ ਉਦੋਂ ਨੂੰ ਪੰਜਾਬ 'ਚ ਖਾੜਕੂਵਾਦ ਸ਼ੁਰੂ ਹੋ ਗਿਆ। ਉਸਨੇ ਯੂਨੀਵਰਸਿਟੀ ਦੇ ਕਈ ਦੋਸਤਾਂ ਨਾਲ ਸਲਾਹ ਕੀਤੀ। ਇੱਕ ਚੱਕਵੀਂ ਸੋਚ ਵਾਲੇ ਦੋਸਤ ਨੇ ਉਸਨੂੰ ਸਲਾਹ ਦਿੱਤੀ ਕਿ ਕਿਸੇ ਖਾੜਕੂ ਜਥੇਬੰਦੀ ਨਾਲ ਕੋਈ ਲੈਣ ਦੇਣ ਕਰਕੇ ਉਹ ਜੀਤੇ ਵਾਲਾ ਕੰਡਾ ਕਢਵਾ ਦੇਵੇ, ਫਿਰ ਨਾ ਰਹੇਗਾ ਬਾਂਸ ਤੇ ਨਾ ਵੱਜੇਗੀ ਬੰਸਰੀ। ਪਹਿਲਾਂ ਤਾਂ ਹਰਪਾਲ ਦੀ ਜ਼ਮੀਰ ਇਸ ਲਈ ਨਾ ਮੰਨੀ। ਫਿਰ ਜਿਉਂ ਜਿਉਂ ਉਹ ਇਸ ਗੱਲ ਬਾਰੇ ਸੋਚਦਾ ਗਿਆ ਤਿਉਂ ਤਿਉਂ ਲਾਲਚ ਵਾਲਾ ਪੱਲੜਾ ਭਾਰੀ ਹੁੰਦਾ ਗਿਆ। ਉਹ ਸੋਚਣ ਲੱਗਿਆ ਕਿ ਜੇਕਰ ਕੋਈ ਹੱਲ ਨਾ ਕੱਢਿਆ ਤਾਂ ਜੀਤੇ ਹੋਰੀਂ ਦੋਨੋਂ ਭਰਾ ਚਾਲੀ ਕਿੱਲਿਆਂ ਦੇ ਮਾਲਕ ਬਣ ਜਾਣਗੇ ਤੇ ਉਸਦੇ ਪਰਿਵਾਰ 'ਚ ਸਿਰਫ ਬੀਹ ਕਿੱਲੇ ਰਹਿ ਜਾਣਗੇ। ਆਖਰ ਉਸਨੇ ਇਹ ਕਦਮ ਚੁੱਕਣ ਦਾ ਫੈਸਲਾ ਕਰ ਲਿਆ। ਉਸਨੇ ਇੱਧਰ ਉੱਧਰ ਹੱਥ ਪੈਰ ਮਾਰਦਿਆਂ ਕਈ ਖਾੜਕੂ ਜਥੇਬੰਦੀਆਂ ਨਾਲ ਗੱਲਬਾਤ ਕਰਨ ਦੀ ਕੋਸ਼ਿਸ਼ ਕੀਤੀ। ਪਰ ਕਿਧਰੇ ਕੰਮ ਨਾ ਬਣਿਆਂ। ਇਸ ਤੋਰੇ ਫੇਰੇ ਦਰਮਿਆਨ, ਉਸਦੀ ਖਾੜਕੂਆਂ ਨਾਲ ਸਬੰਧ ਰੱਖਣ ਵਾਲੇ ਤਲਵੰਡੀ ਸਾਬੋ ਦੇ ਇੱਕ ਮੁੰਡੇ ਬਿੱਲੂ ਨਾਲ ਜਾਣ-ਪਛਾਣ ਹੋ ਗਈ। ਥੋੜਾ ਖੁੱਲ੍ਹ ਜਾਣ 'ਤੇ ਉਸਨੇ ਇੱਕ ਦਿਨ ਬਿੱਲੂ ਨੂੰ ਆਪਣੀ ਸਮੱਸਿਆ ਦੱਸੀ। ਬਿੱਲੂ ਕੁਝ ਦੇਰ ਸੋਚਦਾ ਰਿਹਾ ਤੇ ਫਿਰ ਬੋਲਿਆ, "ਕੰਮ ਤਾਂ ਬਾਈ ਤੇਰਾ ਮੈਂ ਕਰਵਾ ਦਊਂਗਾ ਪਰ ਜੀਤੇ ਭਲਵਾਨ ਲਈ ਬਹਾਨਾ ਕੀ ਬਣੂੰਗਾ, ਕਿ ਉਸਨੂੰ ਖਾੜਕੂਆਂ ਨੇ ਕਿਉਂ ਮਾਰ ਮੁਕਾਇਆ?"

"ਉਸਨੇ ਕਈ ਸਾਲ ਪਹਿਲਾਂ ਅੰਮ੍ਰਿਤ ਛਕਿਆ ਸੀ। ਫਿਰ ਜਦੋਂ ਉਹ ਖੇਤੀਬਾੜੀ 'ਚ ਪੈ ਗਿਆ ਤਾਂ ਹੌਲੀ ਹੌਲੀ ਉਸ ਅੰਮ੍ਰਿਤ ਵਾਲੇ ਜੋਸ਼ ਤੋਂ ਦੂਰ ਹੋ ਗਿਆ। ਹੁਣ ਉਸਨੇ ਅੰਮ੍ਰਿਤਧਾਰੀਆਂ ਵਾਲਾ ਬਾਣਾ ਤਿਆਗ ਦਿੱਤਾ ਐ ਅਤੇ ਨਾਲ ਈ ਸ਼ਰਾਬ ਬਗੈਰਾ ਵੀ ਪੀਂਦਾ ਐ। ਅੱਜ ਕੱਲ੍ਹ ਹਰ ਰੋਜ਼ ਸੁਣ ਰਹੇ ਆਂ ਕਿ ਕਿਤੇ ਨਾ ਕਿਤੇ ਖਾੜਕੂ ਅੰਮ੍ਰਿਤ ਤੋਂ ਭੱਜਣ ਵਾਲਿਆਂ ਨੂੰ ਸਜ਼ਾਵਾਂ ਦੇ ਰਹੇ ਨੇ।"

"ਅੱਛਾ! ਪਰ ਬਾਈ ਉਹ ਸਜ਼ਾਵਾਂ ਤਾਂ ਸਿਰਫ ਕੁੱਟ ਮਾਰ ਤੱਕ ਈ ਸੀਮਤ ਹੁੰਦੀਆਂ ਨੇ। ਖੈਰ ਚੱਲ ਆ ਭਾਈ ਜੀ ਕੋਲ ਚੱਲੀਏ। ਉਹੀ ਕੋਈ ਹੱਲ ਦੱਸੂਗਾ।" ਬਿੱਲੂ ਨੇ ਉਸਨੂੰ ਨਾਲ ਤੋਰ ਲਿਆ ਤੇ ਉਹ ਤਲਵੰਡੀ ਗੁਰਦੁਆਰਾ ਸਾਹਿਬ ਦੇ ਅੰਦਰ ਚਲੇ ਗਏ। ਉੱਥੇ ਹੀ ਉਨ੍ਹਾਂ ਨੂੰ ਪਰਕਰਮਾਂ 'ਚ ਭਾਈ ਜੀ ਨਾਂ ਦਾ ਬੰਦਾ ਮਿਲ ਗਿਆ। ਭਾਈ ਜੀ ਨੇ ਐਨਕਾਂ ਲਾ ਕੇ ਅਤੇ

ਢਾਠੀ ਬੰਨ੍ਹਣ ਦੇ ਬਹਾਨੇ ਮੂੰਹ ਢਕਿਆ ਹੋਇਆ ਸੀ। ਬਿੱਲੂ ਨੇ ਦੱਸਿਆ ਸੀ ਕਿ ਉਹ ਖਾੜਕੂਆਂ ਦਾ ਖਾਸ ਸੂਤਰ ਹੈ। ਭਾਈ ਜੀ ਨੂੰ ਬਿੱਲੂ ਨੇ ਅੱਧੀ ਕੁ ਗੱਲ ਤਾਂ ਪਹਿਲਾਂ ਹੀ ਦੱਸੀ ਹੋਈ ਸੀ ਬਾਕੀ ਹੁਣ ਦੱਸ ਦਿੱਤੀ। ਨਾਲ ਹੀ ਬਿੱਲੂ ਨੇ ਹਰਪਾਲ ਨੂੰ ਭਾਈ ਜੀ ਦੀ ਫੀਸ ਬਾਰੇ ਦੱਸ ਦਿੱਤਾ। ਹਰਪਾਲ ਨੇ ਸੋਚਿਆ ਕਿ ਚਲੋ ਇੱਕ ਕਿੱਲੇ ਦੀ ਕੀਮਤ ਇਸਨੂੰ ਦੇ ਦਿਆਂਗੇ ਫਿਰ ਵੀ ਪਿੱਛੇ ਬਹੁਤ ਬਚਦਾ ਹੈ। ਗੱਲਬਾਤ ਤਹਿ ਹੋਣ ਪਿੱਛੋਂ ਭਾਈ ਜੀ ਬੋਲਿਆ, "ਤੇਰੇ ਇਸ ਜੀਤੇ ਭਲਵਾਨ ਨੂੰ ਖਤਮ ਕਰਨ ਲਈ ਖਾੜਕੂਆਂ ਕੋਲ ਕੋਈ ਵਧੀਆ ਕਾਰਨ ਨ੍ਹੀਂ ਐ। ਇਸ ਕਰਕੇ ਹੋ ਸਕਦਾ ਐ ਕਿ ਪਿੱਛੋਂ ਪੁਲਿਸ ਦੇ ਸ਼ੱਕ ਦੀ ਸੂਈ ਤੇਰੇ 'ਤੇ ਆ ਪਵੇ।"

"ਇਸਦੇ ਲਈ ਫਿਰ ਕੀ ਕਰੀਏ ?" ਹਰਪਾਲ ਫਿਕਰਮੰਦ ਹੋਇਆ।

"ਪਿੰਡ 'ਚੋਂ ਕੋਈ ਹੋਰ ਬੰਦਾ ਭਾਲ ਜਿਹੜਾ ਕਿ ਇਸ ਐਕਸ਼ਨ 'ਚ ਸ਼ਾਮਲ ਕੀਤਾ ਜਾ ਸਕੇ।"

ਹਰਪਾਲ ਸੋਚਣ ਲੱਗਿਆ ਪਰ ਉਸਨੂੰ ਕੋਈ ਗੱਲ ਨਾ ਆਉੜੀ। ਭਾਈ ਜੀ ਪਲ ਭਰ ਉਸ ਵੱਲ ਵੇਖਦਾ ਰਿਹਾ ਤੇ ਫਿਰ ਆਪ ਹੀ ਬੋਲਿਆ, "ਪਿੰਡ 'ਚ ਕੋਈ ਮੁਖਬਰ ਸ਼ੁਖਬਰ ਨ੍ਹੀਂ ਐ। ਉਹ ਅਜਿਹੇ ਐਕਸ਼ਨਾਂ 'ਚ ਵਧੀਆ ਫਿੱਟ ਹੁੰਦੇ ਐ।"

"ਹੁੰਦਾ ਸੀ ਜੀ ਇੱਕ ਅਮਲੀ ਜਿਹਾ। ਪਰ ਹੁਣ ਤਾਂ ਉਹ ਕਾਫੀ ਦੇਰ ਤੋਂ ਇਹ ਕੰਮ ਛੱਡ ਗਿਆ ਐ।"

"ਬੱਸ ਉਹੀ ਠੀਕ ਐ। ਉਸਦਾ ਨਾਂ ਬਗੈਰਾ ਬਿੱਲੂ ਨੂੰ ਲਿਖਾਦੇ। ਬਾਕੀ ਕੰਮ ਪ੍ਰਧਾਨ ਜੀ ਵੇਖਣਗੇ। ਮੈਂ ਉਨ੍ਹਾਂ ਨੂੰ ਤੇਰਾ ਕੇਸ ਸਮਝਾ ਦਿਆਂਗਾ।" ਇੰਨਾ ਕਹਿੰਦਿਆਂ ਭਾਈ ਜੀ ਨੇ ਬਿੱਲੂ ਦੇ ਕੰਨ 'ਚ ਪ੍ਰਧਾਨ ਬਾਰੇ ਕੋਈ ਗੱਲ ਕੀਤੀ ਤੇ ਤੁਰਦਾ ਬਣਿਆਂ। ਹਰਪਾਲ ਸਮਝ ਗਿਆ ਕਿ ਪ੍ਰਧਾਨ ਕੋਈ ਅਗਲਾ ਸੂਤਰ ਹੈ। ਉਸਨੇ ਨਿਰਾਸੇ ਜਿਹੇ ਨੇ ਬਿੱਲੂ ਵੱਲ ਵੇਖਦਿਆਂ ਪੁੱਛਿਆ ਕਿ ਹੁਣ ਕੀ ਕਰੀਏ। ਉਸਨੂੰ ਫਿਕਰ ਸੀ ਕਿ ਗੱਲ ਤਾਂ ਲੰਬੀ ਹੁੰਦੀ ਜਾ ਰਹੀ ਹੈ ਤੇ ਐਕਸ਼ਨ ਦਾ ਅਜੇ ਤੱਕ ਕੋਈ ਮੂੰਹ ਸਿਰ ਨਹੀਂ ਬਣ ਰਿਹਾ। ਬਿੱਲੂ ਉਸਨੂੰ ਅਗਲੇ ਦਿਨ ਸੂਲੀਸਰ ਦੇ ਗੁਰਦੁਆਰੇ 'ਚ ਮਿਲਣ ਦਾ ਕਹਿ ਕੇ ਬੱਸ ਚੜ੍ਹ ਗਿਆ। ਅਗਲੇ ਦਿਨ ਹਰਪਾਲ ਸੂਲੀਸਰ ਜਾ ਪਹੁੰਚਿਆ। ਗੁਰਦੁਆਰੇ ਦੇ ਬਾਹਰ ਹੀ ਉਸਨੂੰ ਬਿੱਲੂ ਮਿਲ ਗਿਆ। ਉਹ ਹਰਪਾਲ ਨੂੰ ਕਿਸੇ ਦੇ ਘਰੇ ਲੈ ਗਿਆ। ਅੱਗੇ ਮੂੰਹ ਸਿਰ ਲਪੇਟੀ ਪ੍ਰਧਾਨ ਬੈਠਾ ਹੋਇਆ ਸੀ। ਪ੍ਰਧਾਨ ਨੇ ਗੱਲ ਸ਼ੁਰੂ ਕਰਦਿਆਂ ਕਿਹਾ ਕਿ ਬਿੱਲੂ ਨੇ ਸਾਰੀ ਗੱਲਬਾਤ ਉਸਨੂੰ ਦੱਸ ਦਿੱਤੀ ਹੈ। ਬਿੱਲੂ ਦੇ ਇਸ਼ਾਰਾ ਕਰਨ 'ਤੇ ਹਰਪਾਲ ਨੇ ਪ੍ਰਧਾਨ ਦੀ ਫੀਸ ਕੱਢ ਕੇ ਉਸਨੂੰ ਫੜਾ ਦਿੱਤੀ। ਉਸਨੇ ਮਨ 'ਚ ਸੋਚਿਆ ਕਿ ਚਲੋ ਇੱਕ ਕਿੱਲਾ ਹੋਰ ਗਿਆ। ਪਿੱਛੇ ਫਿਰ ਵੀ ਅਠਾਰਾਂ ਬਚਦੇ ਹਨ। ਕੁਝ ਸੋਚਦਿਆਂ ਪ੍ਰਧਾਨ ਨੇ ਹਰਪਾਲ ਵੱਲ ਵੇਖਿਆ ਤੇ ਗੱਲ ਸ਼ੁਰੂ ਕੀਤੀ, "ਮੈਨੂੰ ਲੱਗਦਾ ਐ ਕਿ ਇਹ ਐਕਸ਼ਨ ਮਜ਼ਬੂਤ ਨ੍ਹੀਂ ਬਣਦਾ।"

"ਜੀ ਉਹ ਕਿਵੇਂ ?"

"ਵੇਖ ਤੂੰ ਹੁਣ ਤੱਕ ਜੋ ਬੰਦੇ ਇਸ ਐਕਸ਼ਨ 'ਚ ਸ਼ਾਮਲ ਕੀਤੇ ਐ, ਮੇਰਾ ਮਤਲਬ ਜੀਤਾ ਭਲਵਾਨ ਅਤੇ ਅਮਲੀ ਮੁਖਬਰ, ਇਹ ਦੋਨੋਂ ਈ ਕੋਈ ਵੱਡਾ ਕਾਰਨ ਨ੍ਹੀਂ ਬਣਦੇ ਖਾੜਕੂਆਂ ਦੇ ਮਾਰਨ ਲਈ। ਮੇਰਾ ਮਤਲਬ....।"

"ਨ੍ਹੀਂ ਜੀ ਕਾਫੀ ਨੇ।" ਹਰਪਾਲ ਉਸਦੀ ਗੱਲ ਦੇ ਵਿਚਕਾਰ ਹੀ ਬੋਲਿਆ।

"ਵੇਖ ਲੈ ਸਾਡਾ ਤਾਂ ਕੁਛ ਨ੍ਹੀਂ ਜਾਣਾ ਪਰ ਜੇ ਸ਼ੱਕ ਹੋ ਗਿਆ ਤਾਂ ਪੁਲਿਸ ਪਿੱਛੋਂ ਤੈਨੂੰ ਖਿੱਚੀ ਫਿਰੂ। ਇਸੇ ਕਰਕੇ ਕਹਿਨਾਂ ਕਿ....।" ਗੱਲ ਵਿਚਕਾਰ ਛੱਡਦਾ ਪ੍ਰਧਾਨ ਕੁਝ ਸੋਚਣ ਲੱਗਿਆ। ਉਸਦੇ ਮਨ 'ਚ ਕੁਝ ਸੁਝਿਆ ਤੇ ਉਹ ਬੋਲਿਆ, "ਪਿੰਡ 'ਚ ਕੋਈ ਖਰਾਬ ਔਰਤ ਨ੍ਹੀਂ ? ਮੇਰਾ ਮਤਲਬ ਜਿਹੜੀ ਬਦਚਲਣੀ ਲਈ ਮਸ਼ਹੂਰ ਹੋਵੇ।"

"ਜੀ ਅਜਿਹੀ ਤਾਂ ਮੇਰੇ ਪਿੰਡ ਕੋਈ ਵੀ ਨ੍ਹੀਂ ਐ।"

"ਉਏ ਕੋਈ ਦਾਈ ਸ਼ਾਈ ਤਾਂ ਹੋਊਗੀ ਈ, ਜਿਹੜੀ ਦਾਈਪੁਣੇ ਦਾ ਕੰਮ ਕਰਨ ਹਰ ਰੋਜ਼ ਬਾਹਰ ਜਾਂਦੀ ਆਉਂਦੀ ਹੋਵੇ। ਅਜਿਹੀਆਂ ਆਮ ਤੌਰ 'ਤੇ ਸ਼ੱਕ ਦੇ ਘੇਰੇ 'ਚ ਆ ਜਾਂਦੀਆਂ ਹੁੰਦੀਆਂ ਨੇ।"

"ਹਾਂ ਜੀ ਉਹ ਤਾਂ ਇੱਕ ਹੈ। ਮਹਿਰਿਆਂ ਦੀ ਨੂੰਹ ਦਾਈ ਦਾ ਕੰਮ ਕਰਦੀ ਐ।"

"ਚੱਲ ਠੀਕ ਐ। ਅੱਛਾ ਹੋਰ ਕੋਈ ਘਰ ਦੀ ਸ਼ਰਾਬ ਕੱਢ ਕੇ ਵੇਚਦਾ ਹੋਵੇ ?" ਪ੍ਰਧਾਨ ਨੇ ਫਿਰ ਪੁੱਛਿਆ।

"ਘਰ ਦੀ ਕੱਢ ਕੇ ਤਾਂ ਕੋਈ ਨ੍ਹੀਂ ਵੇਚਦਾ ਪਰ ਇੱਕ ਗਿੰਦਾ ਨਾਂ ਦਾ ਵਿਅਕਤੀ ਨੇੜਲੇ ਪਿੰਡ ਦੇ ਠੇਕੇ ਤੋਂ ਸ਼ਰਾਬ ਦਾ ਡੱਬਾ ਲਿਆ ਕੇ ਪਿੰਡ 'ਚ ਸ਼ਰਾਬ ਵੇਚਦਾ ਐ।"

"ਬੱਸ ਬੱਸ ਬਣ ਗਿਆ ਕੰਮ। ਤੂੰ ਦਾਈ ਦਾ ਤੇ ਇਸ ਗਿੰਦੇ ਦਾ ਪਤਾ ਸਤਾ ਬਿੱਲੂ ਨੂੰ ਨੋਟ ਕਰਵਾਦੇ। ਅੱਗੇ ਤੈਨੂੰ ਇਹੀ ਦੱਸੂਗਾ ਕਿ ਕੀ ਕਰਨਾ ਐਂ।" ਇੰਨਾ ਕਹਿ ਕੇ ਪ੍ਰਧਾਨ ਤੁਰਦਾ ਬਣਿਆਂ।

ਹਰਪਾਲ ਉਲਝਿਆ ਜਿਹਾ ਬਿੱਲੂ ਵੱਲ ਝਾਕਿਆ। ਉਸਦਾ ਮਤਲਬ ਸੀ ਕਿ ਗੱਲ ਤਾਂ ਅਜੇ ਵੀ ਕਿਸੇ ਰਾਹ ਨਹੀਂ ਪਈ। ਪਰ ਬਿੱਲੂ ਨੇ ਉਸਨੂੰ ਭਰੋਸਾ ਦਿੱਤਾ ਕਿ ਬੱਸ ਹੁਣ ਆਖਰੀ ਬੰਦੇ ਨੂੰ ਮਿਲਣੈਂ, ਜਿਸ ਨੇ ਅਸਲ 'ਚ ਐਕਸ਼ਨ ਕਰਨਾ ਹੈ। ਦੋ ਦਿਨਾਂ ਪਿੱਛੋਂ ਮਿਲਣ ਦਾ ਕਹਿ ਕੇ ਉਹ ਆਪੋ ਆਪਣੇ ਰਾਹ ਪੈ ਗਏ। ਤੀਸਰੇ ਦਿਨ ਹਰਪਾਲ ਬੱਸ ਰਾਹੀਂ ਮੁਕਤਸਰ ਪਹੁੰਚਿਆ। ਉੱਥੇ ਉਸਨੂੰ ਬਿੱਲੂ ਪਹਿਲਾਂ ਹੀ ਉਡੀਕ ਰਿਹਾ ਸੀ। ਉਹ ਬੱਸ ਅੱਡੇ ਦੇ ਬਾਹਰ ਕਿਸੇ ਚਾਹ ਵਾਲੀ ਦੁਕਾਨ 'ਚ ਮਿਲ ਪਏ। ਉੱਥੋਂ ਉਹ ਨਹਿਰੀ ਕਾਲੋਨੀ ਚਲੇ ਗਏ। ਬਿੱਲੂ ਨੇ ਉੱਥੇ ਐਕਸੀਅਨ ਦੇ ਚਪੜਾਸੀ ਨਾਲ ਗੱਲਬਾਤ ਕੀਤੀ। ਗੱਲ ਕਰਕੇ ਉਹ ਵਾਪਸ ਮੁੜਿਆ ਤਾਂ ਹਰਖਿਆ ਜਿਹਾ ਸੀ। ਅੱਗੇ ਖੜ੍ਹੇ ਹਰਪਾਲ ਨੇ ਉਸਨੂੰ ਪੁੱਛਿਆ ਕਿ ਕੀ ਬਣਿਆਂ। ਬਿੱਲੂ ਰੁੱਖਾ ਜਿਹਾ ਬੋਲਿਆ, "ਕੱਲ੍ਹ ਵਾਲੇ ਵੱਡੇ ਐਕਸ਼ਨ ਕਰਕੇ ਉਹ ਆਪਣਾ ਪੁਰਾਣਾ ਅੱਡਾ ਛੱਡ ਗਏ ਨੇ।"

"ਕੱਲ੍ਹ ਵਾਲਾ ਕਿਹੜਾ ?"

"ਉਏ ਯਾਰ ਉਹੀ ਜਿਸ 'ਚ ਕਾਫੀ ਸਾਰੇ ਕਾਮਰੇਡ ਮਾਰੇ ਗਏ ਐ।"

ਹਰਪਾਲ ਨੂੰ ਸਵੇਰ ਵੇਲੇ ਅਖਬਾਰ 'ਚ ਪੜ੍ਹੀ ਖਬਰ ਯਾਦ ਆਈ ਕਿ ਜੈਤੋ ਨੇੜੇ ਸੇਵੇਆਲੇ ਪਿੰਡ ਵਿੱਚ ਕਾਮਰੇਡਾਂ ਨੇ, ਖਾੜਕੂਆਂ ਨੂੰ ਚੈਲਿੰਜ ਕਰਕੇ ਆਪਣੀ ਕਾਨਫਰੰਸ ਰੱਖੀ ਹੋਈ ਸੀ। ਜਦੋਂ ਕਾਨਫਰੰਸ ਚੱਲ ਰਹੀ ਸੀ ਤਾਂ ਉਦੋਂ ਹੀ ਖਾੜਕੂਆਂ ਦਾ ਵੱਡਾ ਗਰੁੱਪ ਆਇਆ ਤੇ ਅੰਧਾਧੁੰਦ ਫਾਇਰਿੰਗ ਕਰਦਿਆਂ ਦਰਜਣ ਤੋਂ ਵੀ ਉੱਪਰ ਕਾਮਰੇਡ ਮਾਰ ਮੁਕਾਏ। ਉਹ

ਸੋਚਣ ਲੱਗਿਆ ਕਿ ਖਾੜਕੂਆਂ ਦਾ ਇਹੀ ਜਥਾ ਹੋਣਾ ਐਂ ਜੋ ਕਿ ਉਸਦਾ ਕੰਮ ਕਰੂਗਾ। ਫਿਰ ਉਸਨੇ ਬਿੱਲੂ ਨੂੰ ਯਾਦ ਕਰਵਾਇਆ ਕਿ ਉਸਦੀ ਕੋਰਟ ਦੀ ਤਾਰੀਖ ਨੇੜੇ ਆਉਂਦੀ ਜਾ ਰਹੀ ਹੈ। ਬਿੱਲੂ ਨੇ ਉਸਨੂੰ ਇਹ ਕਹਿੰਦਿਆਂ ਤੋਰ ਦਿੱਤਾ ਕਿ ਹੁਣ ਉਹ ਪੱਕਾ ਪਤਾ ਕਰਕੇ ਉਸਦੇ ਪਿੰਡ ਆਊਗਾ। ਤੀਸਰੇ ਦਿਨ ਬਿੱਲੂ, ਹਰਪਾਲ ਦੇ ਪਿੰਡ ਆਇਆ। ਅਗਲੇ ਦਿਨ ਉਹ ਸਕੂਟਰ 'ਤੇ ਚੱਲ ਪਏ। ਲੰਬਾ ਸਫਰ ਤਹਿ ਕਰਦਿਆਂ ਉਹ ਮੁਕਤਸਰ ਦੇ ਦੋਦਾ ਪਿੰਡ ਪਹੁੰਚੇ। ਅੱਡੇ 'ਤੇ ਸਕੂਟਰ ਰੁਕਵਾ ਕੇ ਬਿੱਲੂ ਨੇ ਕਿਸੇ ਚਾਹ ਵਾਲੇ ਖੋਖੇ ਦੇ ਮਾਲਕ ਨਾਲ ਜ਼ਰਾ ਕੁ ਗੱਲ ਕੀਤੀ ਤੇ ਫਿਰ ਅੱਗੇ ਤੁਰ ਪਏ। ਅਗਾਂਹ ਭੁੱਲਰਾਂ ਦਾ ਅੱਡਾ ਲੰਘਣ ਸਾਰ ਉਹ ਪੱਕੀਆਂ ਨਹਿਰਾਂ ਦੀ ਪਟੜੀ ਪੈ ਗਏ। ਹੌਲੀ ਹੌਲੀ ਜਾਂਦੇ ਉਹ ਬੀਹ ਕੁ ਮਿੰਟ ਬਾਅਦ ਸੋਥਾ ਪਿੰਡ ਦੀ ਜੂਹ 'ਚ ਪਹੁੰਚ ਗਏ। ਅੱਗੇ ਉਜਾੜ ਜਿਹੇ 'ਚ ਜਾ ਕੇ ਉਨ੍ਹਾਂ ਸਕੂਟਰ ਨਹਿਰ ਦੇ ਖਤਾਨਾਂ 'ਚ ਖੜ੍ਹਾ ਕੀਤਾ ਤੇ ਤੁਰ ਕੇ ਦੋ ਕਿਲੋਮੀਟਰ ਖੇਤਾਂ ਦੇ ਵਿੱਚ ਗਏ। ਅੱਗੇ ਕਮਾਦ ਦਾ ਵੱਡਾ ਖੇਤ ਤੇ ਨੇੜੇ ਕੋਠਾ ਸੀ। ਬਿੱਲੂ ਹਰਪਾਲ ਨੂੰ ਪਿਛਾਂਹ ਛੱਡ ਕੇ ਪਹਿਲਾਂ ਇਕੱਲਾ ਅਗਾਂਹ ਗਿਆ। ਫਿਰ ਵਾਪਸ ਆ ਕੇ ਉਸਨੂੰ ਨਾਲ ਲੈ ਕੇ ਕੋਠੇ ਕੋਲ ਪਹੁੰਚਿਆ। ਹਰਪਾਲ ਨੇ ਵੇਖਿਆ ਕਿ ਬਾਹਰ ਚਾਰ ਜਣੇ, ਏ.ਕੇ.ਸੰਤਾਲੀ ਹੱਥਾਂ 'ਚ ਫੜ੍ਹੀ ਪਹਿਰਾ ਦੇ ਰਹੇ ਸਨ। ਕੋਠੇ ਦੇ ਮੂਹਰੇ ਕੋਈ ਜਣਾ ਪੂਰਾ ਮੂੰਹ ਢਕੀ ਮੰਜੇ 'ਤੇ ਬੈਠਾ ਹੋਇਆ ਸੀ। ਹਰਪਾਲ ਸਮਝ ਗਿਆ ਕਿ ਇਹ ਹੀ ਅਸਲੀ ਆਦਮੀ ਹੈ ਜਿਸ ਨੇ ਐਕਸ਼ਨ ਕਰਨਾ ਹੋਊ। ਉਸਨੇ ਹੱਥ ਜੋੜ ਕੇ ਫਤਹਿ ਬੁਲਾਈ।

"ਭਾਈ ਜੀ ਤੇ ਪ੍ਰਧਾਨ ਨੇ ਸਕੀਮ ਤਾਂ ਵਧੀਆ ਬਣਾ ਦਿੱਤੀ ਐ। ਬੱਸ ਹੁਣ ਐਕਸ਼ਨ ਕਰਨਾ ਈ ਬਾਕੀ ਐ। ਸਾਡਾ ਬੰਦਾ ਤੇਰੇ ਪਿੰਡ ਆਊਗਾ। ਆਪਣੇ ਢੰਗ ਨਾਲ ਸਾਰੇ ਕੰਮ ਦੀ ਨਿਸ਼ਾਨਦੇਹੀ ਕਰੂਗਾ। ਨਾਲੇ ਰਹਿੰਦੇ ਪੈਸੇ ਵੀ ਲੈ ਆਊਗਾ।" ਮੰਜੇ 'ਤੇ ਬੈਠਾ ਬੰਦਾ ਬੋਲਿਆ।

"ਪੈਸੇ ਕਿੰਨੇ ਕੁ ਹੋਰ ਜੀ ?" ਹਰਪਾਲ ਡਰਦਾ ਡਰਦਾ ਬੋਲਿਆ।

"ਤੈਨੂੰ ਪਹਿਲਾਂ ਕਿਸੇ ਨੇ ਦੱਸਿਆ ਨ੍ਹੀਂ ? ਅਸੀਂ ਜ਼ਮੀਨਾਂ ਵਾਲੇ ਕੇਸਾਂ 'ਚ ਅੱਧ ਲੈਨੇ ਹੁੰਨੇ ਆਂ। ਤੇਰੀ ਕੁਲ ਬੀਹ ਕਿੱਲੇ ਜ਼ਮੀਨ ਦਾ ਝਗੜਾ ਐ ਜਿਸਦਾ ਅੱਧ ਦਸ ਕਿੱਲੇ ਬਣਦੀ ਐ। ਦੋ ਕੁ ਦੇ ਪੈਸੇ ਤੇਰੇ ਆ ਚੁੱਕੇ ਨੇ। ਰਹਿੰਦੇ ਅੱਠ ਕਿੱਲਿਆਂ ਦੇ ਪੈਸੇ ਦੇ ਦੇਈਂ ਤੇ ਉਸਦੇ ਅਗਲੇ ਹਫਤੇ ਤੇਰਾ ਕੰਮ ਫਤਹਿ ਹੋਜੂਗਾ। ਨਾਲ ਇਹ ਗੱਲ ਯਾਦ ਰੱਖੀਂ ਕਿ ਜਿਹੜਾ ਦਿਨ ਸਾਡਾ ਬੰਦਾ ਤੈਨੂੰ ਦੱਸ ਕੇ ਆਊਗਾ ਉਸ ਤੋਂ ਦੋ ਦਿਨ ਪਹਿਲਾਂ ਤੂੰ ਪਿੰਡ ਛੱਡ ਜਾਈਂ। ਮੁੜ ਕੇ ਦੋ ਚਾਰ ਮਹੀਨੇ ਆਸੇ ਪਾਸੇ ਰਹੀਂ। ਸਾਰਾ ਕੁਝ ਵੇਖ ਵਿਚਾਰ ਕੇ ਈ ਵਾਪਸ ਪਿੰਡ ਆਈਂ।"

"ਜੀ ਠੀਕ ਐ।" ਹਰਪਾਲ ਗੱਲ ਮੁਕਾ ਕੇ ਬਿੱਲੂ ਨਾਲ ਤੁਰ ਪਿਆ। ਅਜੇ ਉਹ ਦਸ ਕੁ ਕਰਮਾਂ ਹੀ ਗਏ ਹੋਣਗੇ ਕਿ ਪਿੱਛੋਂ ਲੀਡਰ ਨੇ ਉਸਨੂੰ ਆਵਾਜ਼ ਮਾਰੀ। ਉਹ ਵਾਪਸ ਮੁੜ ਕੇ ਕੋਲ ਪਹੁੰਚਿਆ ਤਾਂ ਲੀਡਰ ਬੋਲਿਆ, "ਉਏ ਯਾਰ ਤੇਰੇ ਪਿੰਡ ਕੋਈ ਕਾਮਰੇਡ ਸ਼ਾਮਰੇਡ ਨ੍ਹੀਂ ਐਂ ?"

"ਹਾਂ ਜੀ ਹੈਗਾ, ਮਾਸਟਰ ਐ। ਅਸਲ 'ਚ ਦੋਨੋਂ ਮੀਆਂ ਬੀਵੀ ਈ ਮਾਸਟਰ ਨੇ। ਪਿੰਡ ਦੇ ਸਕੂਲ 'ਚ ਈ ਲੱਗੇ ਹੋਏ ਨੇ। ਪਰ ਉਹ ਤਾਂ ਬਹੁਤ ਚੰਗੇ ਬੰਦੇ ਨੇ ਜੀ।"

ਲੀਡਰ ਨੇ ਉਸਦੀ ਗੱਲ ਵੱਲ ਧਿਆਨ ਦਿੱਤੇ ਬਿਨਾਂ ਕਾਮਰੇਡ ਦਾ ਨਾਂ ਪੁੱਛਿਆ

ਤਾਂ ਹਰਪਾਲ ਨੇ ਦੱਸ ਦਿੱਤਾ ਕਿ ਕਾਮਰੇਡ ਨੂੰ ਲਹਿਣਾ ਕਾਮਰੇਡ ਕਹਿੰਦੇ ਨੇ। ਲੀਡਰ ਨੇ ਆਪਣੇ ਬੰਦੇ ਨੂੰ ਇਹ ਨਾਂ ਲਿਖ ਲੈਣ ਨੂੰ ਕਿਹਾ। ਫਿਰ ਉਹ ਆਪ ਮੁਹਾਰਾ ਹੀ ਬੋਲਿਆ, "ਮੈਨੂੰ ਇਨ੍ਹਾਂ ਕਾਮਰੇਡਾਂ ਤੋਂ ਬੜੀ ਚਿੜ੍ਹ ਐ। ਇਸ ਵੇਲੇ ਸਾਰਾ ਪੰਜਾਬ ਸਾਥੋਂ ਥਰਨ ਥਰਨ ਕੰਬਦਾ ਐ। ਇੱਕ ਇਹ ਨੇ ਕਿ ਟਿਕ ਕੇ ਨ੍ਹੀਂ ਬੈਠ ਸਕਦੇ। ਰੋਜ਼ ਈ ਕਿਧਰੇ ਨਾ ਕਿਧਰੇ ਜਲੂਸੜੀਆਂ ਜਿਹੀਆਂ ਕੱਢਦੇ ਰਹਿੰਦੇ ਐ। ਸਰਕਾਰ ਵੱਲ ਵੀ ਵੇਖੋ, ਦੋ ਕੋ ਇਕਹਿਰੀ ਨਾਲ ਦੀਆਂ ਬੰਦੂਕਾਂ ਇਨ੍ਹਾਂ ਨੂੰ ਸਾਡੇ ਨਾਲ ਲੜਨ ਲਈ ਪ੍ਰੇਰਦੀ ਐ। ਸਾਡਾ ਮੁਕਾਬਲਾ ਕੀ ਕਰਨਗੇ ਇਹ ਕਾਗਜ਼ੀ ਸ਼ੇਰ। ਓਏ ਅਸੀਂ ਗੁਰੂ ਦੇ ਅਸਲੀ ਸਿੰਘ। ਅੱਜ ਇੱਥੇ ਸਾਡਾ ਰਾਜ ਐ। ਕਿਸੇ ਹੋਰ ਨੂੰ ਅਸੀਂ ਉੱਚੀ ਸਾਹ ਵੀ ਨ੍ਹੀਂ ਲੈਣ ਦੇਣਾ। ਚੰਗਾ ਚੱਲ ਜਾ ਫਿਰ। ਮਿਲਾਂਗੇ ਤੇਰੇ ਇਸ ਲਹਿਣੇ ਕਾਮਰੇਡ ਨੂੰ ਵੀ।"

ਹਰਪਾਲ ਦਾ ਜੀਅ ਹੋਰੂੰ ਜਿਹਾ ਹੋ ਗਿਆ। ਖੈਰ ਜਦੋਂ ਤੱਕ ਉਹ ਤੇ ਬਿੱਲੂ ਸਕੂਟਰ ਕੋਲ ਪਹੁੰਚੇ ਤਾਂ ਉਹ ਸਾਵਾਂ ਹੋ ਚੁੱਕਿਆ ਸੀ। ਪਰ ਉਸਨੂੰ ਇਹ ਬੁਰਾ ਲੱਗਿਆ ਕਿ ਜ਼ਮੀਨ ਦਾ ਅੱਧ ਤਾਂ ਇਹ ਲੈ ਗਏ। ਫਿਰ ਹੌਲੀ ਹੌਲੀ ਉਸਨੇ ਇਹ ਗੱਲ ਸੋਚ ਲਈ ਕਿ ਜਿੰਨੀ ਵੀ ਮਿਲਦੀ ਹੈ ਮੁਫਤ ਦੀ ਹੀ ਹੈ।

"ਕਿਹੜੀਆਂ ਸੋਚਾਂ 'ਚ ਗੁੰਮ ਓਂ ਮਾਹਰਾਜ?" ਬਿੱਲੂ ਨੇ ਉਸਦੀ ਬਿਰਤੀ ਭੰਗ ਕੀਤੀ।

"ਉਹ ਕੁਝ ਨਹੀਂ ਯਾਰ। ਮੈਂ ਤਾਂ ਇਹ ਸੋਚਦਾ ਆ ਰਿਹਾ ਸੀ ਕਿ ਇਹ ਜਥੇਦਾਰ ਕਿਹੜੇ ਹੋਏ।" ਹਰਪਾਲ ਨੇ ਗੱਲ ਬਦਲਦਿਆਂ ਤਰੀਕੇ ਜਿਹੇ ਨਾਲ ਖਾੜਕੂ ਲੀਡਰ ਦਾ ਨਾਂ ਪੁੱਛਿਆ। ਬਿੱਲੂ ਨੇ ਵੀ ਸੁਤੇ ਸੁਭਾਅ ਹੀ ਕਹਿ ਦਿੱਤਾ, "ਇਹ ਐ ਬਾਈ, ਮੇਜਰ ਜਨਰਲ ਮਿਹਰ ਸਿੰਘ ਦੋਦਾ। ਇਹੀ ਉਹ ਆਦਮੀ ਐਂ ਜਿਸਦਾ ਇਸ ਵੇਲੇ ਸਾਰੇ ਮਾਲਵੇ 'ਚ ਡੰਕਾ ਬੋਲਦਾ ਐ।"

"ਇਉਂ ਲੱਗਿਆ ਜਿਵੇਂ ਪਹਿਲਾਂ ਵੀ ਇਸਦੀ ਤਿੱਖੀ ਜਿਹੀ ਆਵਾਜ਼ ਕਿਧਰੇ ਸੁਣੀ ਹੁੰਦੀ ਐ।" ਹਰਪਾਲ ਹੈਰਾਨ ਜਿਹਾ ਹੋਇਆ।

"ਨ੍ਹੀਂ ਤੈਨੂੰ ਭੁਲੇਖਾ ਲੱਗਿਆ ਹੋਊ।" ਇੰਨਾ ਕਹਿੰਦਿਆਂ ਬਿੱਲੂ ਨੇ ਸਕੂਟਰ ਦੀ ਕਿੱਕ ਮਾਰੀ ਤੇ ਉਹ ਵਾਪਸ ਮੁੜ ਪਏ।

ਉਸ ਦਿਨ ਦੇਰ ਰਾਤ ਹਰਪਾਲ ਪਿੰਡ ਪਹੁੰਚਿਆ। ਇਸਦੇ ਤੀਸਰੇ ਦਿਨ ਕੋਈ ਸਾਈਕਲ 'ਤੇ ਸਬਜ਼ੀ ਵੇਚਣ ਵਾਲਾ ਮਰੀਅਲ ਜਿਹਾ ਬੰਦਾ ਆਇਆ ਜਿਹੜਾ ਤਰੀਕੇ ਜਿਹੇ ਨਾਲ ਪਿੰਡ 'ਚ ਸਬਜ਼ੀ ਵੇਚਦਾ ਸਾਰਿਆਂ ਦੇ ਘਰ ਵੇਖ ਗਿਆ। ਲਹਿਣੇ ਕਾਮਰੇਡ ਦਾ ਘਰ ਉਸਨੇ ਪੂਰੇ ਗੌਹ ਨਾਲ ਵੇਖਿਆ। ਖਾੜਕੂਆਂ ਦੇ ਰਹਿੰਦੇ ਪੈਸੇ ਲੈਣ ਵੀ ਕਿਸੇ ਨੇ ਅੱਜ ਹੀ ਆਉਣਾ ਸੀ। ਹਰਪਾਲ ਰਾਤ ਵੇਲੇ ਬੈਠਾ ਉਸੇ ਬੰਦੇ ਨੂੰ ਉਡੀਕ ਰਿਹਾ ਸੀ। ਬੈਠੇ ਦਾ ਉਸਦਾ ਮਨ ਘਬਰਾ ਰਿਹਾ ਸੀ ਕਿਉਂਕਿ ਖਾੜਕੂਆਂ ਦਾ ਐਕਸ਼ਨ ਲੇਟ ਹੀ ਲੇਟ ਹੁੰਦਾ ਜਾ ਰਿਹਾ ਸੀ ਤੇ ਜ਼ਮੀਨ ਵਾਲੀ ਤਾਰੀਖ ਨੇੜੇ ਆਉਂਦੀ ਜਾ ਰਹੀ ਸੀ। ਉਦੋਂ ਹੀ ਉਸਦੀ ਬੀਹੀ ਵੱਲ ਪੈਂਦੀ ਬੈਠਕ ਦੀ ਖਿੜਕੀ 'ਤੇ ਹੌਲੀ ਹੌਲੀ ਟਿੱਕ ਟਿੱਕ ਹੋਈ। ਉਹ ਸਮਝ ਗਿਆ ਕਿ ਖਾੜਕੂਆਂ ਦਾ ਬੰਦਾ ਪੈਸੇ ਲੈਣ ਪਹੁੰਚ ਗਿਆ ਹੈ। ਉਸਨੇ ਹੌਲੀ ਦੇਣੇ ਖਿੜਕੀ ਖੋਲ੍ਹੀ ਤਾਂ ਸਾਹਮਣੇ ਬਿੱਲੂ ਖੜ੍ਹਾ

ਸੀ। ਉਸਨੂੰ ਅੰਦਰ ਲੰਘਾਉਂਦਿਆਂ ਹਰਪਾਲ ਨੂੰ ਥੋੜਾ ਧਰਵਾਸ ਜਿਹਾ ਹੋਇਆ ਕਿਉਂਕਿ ਉਹ ਬਿੱਲੂ ਨਾਲ ਖੁੱਲ੍ਹਿਆ ਹੋਇਆ ਸੀ। ਅੰਦਰ ਆਉਂਦਿਆਂ ਹੀ ਬਿੱਲੂ ਬੋਲਿਆ, "ਮੇਰੇ ਕੋਲ ਜ਼ਿਆਦਾ ਵਕਤ ਨ੍ਹੀਂ ਐ। ਤੂੰ ਬੱਸ ਮੈਨੂੰ ਸਮਾਨ ਫੜਾ ਤੇ ਮੈਂ ਤੁਰਦਾ ਬਣਾਂ।"

ਹਰਪਾਲ ਨੇ ਪੈਸਿਆਂ ਦਾ ਭਰਿਆ ਬੈਗ ਲਿਆ ਕੇ ਉਸਦੇ ਸਾਹਮਣੇ ਰੱਖ ਦਿੱਤਾ। ਫਿਰ ਉਹ ਅਧੀਰ ਜਿਹਾ ਹੁੰਦਾ ਬੋਲਿਆ, "ਬਿੱਲੂ ਤੂੰ ਮੇਰੇ ਲਈ ਬਹੁਤ ਕੁਛ ਕੀਤਾ ਐ, ਮੈਂ ਤੇਰਾ ਦੇਣਾ ਨ੍ਹੀਂ ਦੇ ਸਕਦਾ।"

"ਬਾਈ ਹਰਪਾਲ ਸਿਆਂ ਅਜਿਹੀ ਗੱਲ ਨ੍ਹੀਂ ਐ। ਇੱਥੇ ਉਧਾਰ ਕਾਹਦਾ। ਮੇਰਾ ਦੇਣਾ ਤਾਂ ਤੈਨੂੰ ਦੇਣਾ ਈ ਪਊਗਾ।"

"ਦੱਸ ਬਿੱਲੂ ਮੈਂ ਤੇਰੀ ਕੀ ਸੇਵਾ ਕਰਾਂ ਫਿਰ ?" ਉਸਨੇ ਸੋਚਿਆ ਕਿ ਸ਼ਾਇਦ ਇਹ ਵੀ ਪੈਸਿਆਂ 'ਚੋਂ ਹਿੱਸਾ ਮੰਗੂਗਾ। ਪਰ ਉਸਦੇ ਚਿਹਰੇ ਵੱਲ ਵੇਖਦਾ ਬਿੱਲੂ ਬੋਲਿਆ, "ਤੇਰੇ ਪਿੰਡ ਵਾਲੀ ਲਿਸਟ 'ਚ ਰਤਨਪਾਲ ਨਾਂ ਦਾ ਇੱਕ ਬੰਦਾ ਹੋਰ ਸ਼ਾਮਲ ਕਰਨਾ ਐਂ।"

"ਪਰ ਉਸਦਾ ਕਸੂਰ ਕੀ ਐ ?"

"ਕਸੂਰ ਤਾਂ ਬਹੁਤ ਵੱਡਾ ਐ ਖੈਰ ਉਹ ਕਦੇ ਫਿਰ ਦੱਸਾਂਗੇ।"

"ਤਾਂ ਵੀ ਯਾਰ ਕੋਈ ਪਤਾ ਤਾਂ ਲੱਗੇ।"

ਹਰਪਾਲ ਦੇ ਜ਼ੋਰ ਦੇਣ 'ਤੇ ਬਿੱਲੂ ਨੇ ਦੱਸਿਆ ਕਿ ਉਹ ਕਾਲਜ ਪੜ੍ਹਦੀ ਕਿਸੇ ਕੁੜੀ ਨੂੰ ਪਿਆਰ ਕਰਦਾ ਹੈ। ਪਹਿਲਾਂ ਪਹਿਲਾਂ ਉਹ ਕੁੜੀ ਵੀ ਉਸ ਨਾਲ ਤਿਉ ਕਰਦੀ ਸੀ। ਪਰ ਜਦੋਂ ਉਸਨੇ ਰਤਨਪਾਲ ਨੂੰ ਆਪਣੇ ਦੋਸਤ ਦੇ ਤੌਰ 'ਤੇ ਉਸ ਕੁੜੀ ਨੂੰ ਮਿਲਵਾਇਆ ਤਾਂ ਕੁੜੀ ਦਾ ਝੁਕਾਅ ਰਤਨਪਾਲ ਵੱਲ ਹੋ ਗਿਆ। ਫਿਰ ਹੌਲੀ ਹੌਲੀ ਉਹ ਦੋਨੋਂ ਇੱਕ ਦੂਜੇ ਦੇ ਪਿਆਰ 'ਚ ਗ੍ਰਿਫਤ ਹੋ ਗਏ। ਉਸਦਾ ਆਪਣਾ ਪਿਆਰ ਇੱਕ ਪਾਸੜ ਪਿਆਰ ਹੋ ਕੇ ਰਹਿ ਗਿਆ। ਇਸੇ ਕਰਕੇ ਉਹ ਸੋਚਦਾ ਹੈ ਕਿ ਜੇਕਰ ਰਤਨਪਾਲ ਰਾਹ 'ਚੋਂ ਪਾਸੇ ਕਰ ਦਿੱਤਾ ਜਾਵੇ ਤਾਂ ਹੀ ਉਹ ਕੁੜੀ ਉਸ ਨੂੰ ਮਿਲ ਸਕਦੀ ਹੈ।

"ਚੱਲ ਜਿਵੇਂ ਤੇਰੀ ਮਰਜ਼ੀ।"

ਹੁਣ ਤੱਕ ਹਰਪਾਲ ਨੂੰ ਇਹੀ ਸੀ ਕਿ ਬਿੱਲੂ ਉਸਦਾ ਜਾਣਕਾਰ ਹੋਣ ਕਰਕੇ ਹੀ ਇਹ ਮਦਦ ਕਰ ਰਿਹਾ ਹੈ। ਪਰ ਅੱਜ ਉਸਨੂੰ ਸਾਫ ਹੋ ਗਿਆ ਕਿ ਇਸ ਐਕਸ਼ਨ ਦੇ ਬਹਾਨੇ ਬਿੱਲੂ ਵੀ ਆਪਣਾ ਕੰਡਾ ਕੱਢਣਾ ਚਾਹੁੰਦਾ ਹੈ।

"ਕਿਵੇਂ ਹਰਪਾਲ ਸਿਆਂ ਕਿਹੜੀਆਂ ਸੋਚਾਂ 'ਚ ਗੁਆਚ ਗਿਆ ?" ਬਿੱਲੂ ਨੇ ਉਸਨੂੰ ਖਿਆਲਾਂ 'ਚੋਂ ਕੱਢਿਆ।

"ਉਹ ਕੁਛ ਨ੍ਹੀਂ। ਹਾਂ ਤੂੰ ਦੱਸ ਕਿ ਇਹ ਰਤਨਪਾਲ ਕਿਸਦਾ ਮੁੰਡਾ ਐ। ਕੀ ਕੰਮ ਧੰਦਾ ਕਰਦਾ ਐ ਇਹ। ਮੇਰਾ ਮਤਲਬ ਉਸਦੀ ਨਿਸ਼ਾਨਦੇਹੀ ਕਰ।"

"ਤੇਰੇ ਪਿੰਡ ਦਾ ਇੱਕੋ ਇੱਕ ਮੁੰਡਾ ਮਾਨਸਾ ਕਾਲਜ ਪੜ੍ਹਨ ਜਾਂਦਾ ਐ। ਇਹੀ ਐ ਉਹ ਰਤਨਪਾਲ।"

"ਤੇਰਾ ਮਤਲਬ ਰਤਨਾ ? ਪੁਰਾਣੇ ਸਰਪੰਚ ਰੂੜ ਸਿਉਂ ਦਾ ਮੁੰਡਾ, ਜਿਹੜਾ ਮਾਨਸਾ ਨਹਿਰੂ ਕਾਲਜ ਪੜ੍ਹਦਾ ਐ ?"

"ਹਾਂ ਹਾਂ ਉਹੀ।"

ਉਸਦੀ ਗੱਲ ਸੁਣ ਕੇ ਹਰਪਾਲ ਦਾ ਕਾਲਜਾ ਮੂੰਹ ਨੂੰ ਆ ਗਿਆ। ਕਿਉਂਕਿ ਰਤਨਪਾਲ ਜਿਸਨੂੰ ਕਿ ਆਮ ਕਰਕੇ ਸਾਰੇ ਰਤਨਾ ਹੀ ਕਹਿੰਦੇ ਸਨ, ਉਹ ਹਰਪਾਲ ਦੀ ਮਾਸੀ ਦਾ ਪੁੱਤਰ ਸੀ। ਉਹ ਕੰਬਦੀ ਜਿਹੀ ਆਵਾਜ਼ 'ਚ ਬੋਲਿਆ, "ਉਹ ਤਾਂ ਯਾਰ ਮੇਰੀ ਸਕੀ ਮਾਸੀ ਦਾ ਪੁੱਤ ਐ।"

"ਬਾਈ ਹਰਪਾਲ ਸਿਆਂ ਇੱਥੇ ਮਾਸੀਆਂ ਚਾਚਿਆਂ ਦਾ ਪੁੱਤ ਕੋਈ ਨੀਂ ਐ। ਸਭ ਪੈਸੇ ਦੇ ਪੁੱਤ ਨੇ। ਪਰ ਇੱਕ ਗੱਲ ਯਾਦ ਰੱਖੀਂ ਕਿ ਜੇਕਰ ਰਤਨਾ ਬਚ ਰਿਹਾ ਤਾਂ ਇਸ ਸਾਰੇ ਐਕਸ਼ਨ ਦਾ ਦੋਸ਼ੀ ਤੂੰ ਬਣ ਜਾਣਾ ਐਂ। ਜੇ ਪੁਲਿਸ ਨੇ ਇਸ ਮਾਮਲੇ 'ਚ ਘੜੀਸ ਲਿਆ ਤਾਂ ਪਿੱਛੋਂ ਮੈਨੂੰ ਦੋਸ਼ ਨਾ ਦੇਈਂ।" ਗੁੱਝੀ ਧਮਕੀ ਦਿੰਦਿਆਂ ਬਿੱਲੂ ਨੇ ਪੈਸਿਆਂ ਵਾਲਾ ਬੈਗ ਚੁੱਕਿਆ ਤੇ ਬਾਹਰ ਨਿਕਲਦਾ ਗਲੀ ਦੇ ਹਨੇਰੇ 'ਚ ਗੁੰਮ ਹੋ ਗਿਆ।

ਇਸਦੇ ਦੋ ਦਿਨ ਪਿੱਛੋਂ ਹੀ ਪਿੰਡ 'ਚ ਹਫੜਾ ਦਫੜੀ ਮੱਚ ਗਈ। ਅੱਧਾ ਪਿੰਡ ਸੱਥ ਵਿੱਚ ਇਕੱਠਾ ਹੋਇਆ ਖੜ੍ਹਾ ਸੀ। ਕਈ ਜਣਿਆਂ ਨੂੰ ਧਮਕੀ ਭਰੀਆਂ ਚਿੱਠੀਆਂ ਆਈਆਂ ਸਨ। ਸਰਪੰਚ ਨੇ ਇਕੱਲੇ ਇਕੱਲੇ ਤੋਂ ਚਿੱਠੀ ਫੜ ਕੇ ਪੜ੍ਹੀ। ਜੀਤੇ ਭਲਵਾਨ ਨੂੰ ਲਿਖਿਆ ਸੀ ਕਿ ਉਸਨੇ ਅਮ੍ਰਿਤ ਭੰਗ ਕਰਕੇ ਗੁਰੂ ਨਾਲ ਧੋਖਾ ਕੀਤਾ ਹੈ ਇਸ ਕਰਕੇ ਉਸਨੂੰ ਸੋਧਿਆ ਜਾਊਗਾ। ਰਤਨੇ ਨੂੰ ਲਿਖਿਆ ਸੀ ਉਹ ਸਾਰਾ ਦਿਨ ਕੁੜੀਆਂ ਮਗਰ ਘੁੰਮਦਾ ਗੁੰਡਾਗਰਦੀ ਕਰਦਾ ਹੈ ਉਸਦੀ ਵੀ ਖ਼ਬਰ ਲਈ ਜਾਊਗੀ। ਮਹਿਰਿਆਂ ਦੀ ਨੂੰਹ, ਸਵਰਨੀ ਨੂੰ ਲਿਖਿਆ ਸੀ ਕਿ ਉਹ ਦਾਈਪੁਣੇ ਦੇ ਕੰਮ ਦੀ ਆੜ ਹੇਠ ਬਦਫੈਲੀਆਂ ਕਰਦੀ ਹੈ। ਕਰਤੇ ਅਮਲੀ ਨੂੰ ਮੁਖ਼ਬਰੀ ਦੇ ਕੰਮ ਤੋਂ ਬਾਜ਼ ਆਉਣ ਨੂੰ ਕਿਹਾ ਗਿਆ ਸੀ। ਗਿੰਦੇ ਨੂੰ ਲਿਖਿਆ ਸੀ ਕਿ ਉਹ ਖਾੜਕੂਆਂ ਦੇ ਰੋਕਣ ਦੇ ਬਾਵਜੂਦ ਸ਼ਰਾਬ ਵੇਚਣ ਦਾ ਕੰਮ ਕਰਦਾ ਹੈ। ਮਾਸਟਰ ਲਹਿਣਾ ਸਿੰਘ ਕਾਮਰੇਡ ਨੂੰ ਪੰਥ ਦਾ ਗਦਾਰ ਐਲਾਨਦਿਆਂ ਉਸਦੇ ਖਾਤਮੇ ਦੀ ਧਮਕੀ ਦਿੱਤੀ ਹੋਈ ਸੀ।

"ਇਹ ਕਿਸ ਦਾ ਕੰਮ ਹੋਇਆ ? ਜਿਸ ਕਿਸੇ ਨੂੰ ਵੀ ਚਿੱਠੀ ਆਈ ਐ ਐਵੇਂ ਝੂਠੀ ਤੋਹਮਤ ਲਾਈ ਗਈ ਐ।" ਸਰਪੰਚ ਨੇ ਚਿੰਤਾ ਜ਼ਾਹਰ ਕੀਤੀ ਤਾਂ ਲਹਿਣੇ ਕਾਮਰੇਡ ਨੇ ਗੱਲ ਨੂੰ ਹਾਸੇ 'ਚ ਪਾਉਂਦਿਆਂ ਚਿੱਠੀ ਨੂੰ ਗੌਲਿਆ ਹੀ ਨਾ। ਸਰਪੰਚ ਨੇ ਫਿਰ ਵੀ ਸੁਝਾਅ ਦਿੱਤਾ ਕਿ ਇਸ ਗੱਲ ਬਾਰੇ ਪੁਲਿਸ ਨੂੰ ਇਤਲਾਹ ਕਰ ਦਿੱਤੀ ਜਾਵੇ। ਲਹਿਣੇ ਕਾਮਰੇਡ ਨੇ ਫਿਰ ਹਾਸੇ 'ਚ ਕਿਹਾ ਕਿ ਥਾਣੇ ਜਾ ਕੇ ਤਾਂ ਵੇਖੋ ਉਲਟਾ ਪੁਲਿਸ ਵਾਲੇ ਉਨ੍ਹਾਂ ਦੀ ਹੀ ਬੇਇਜ਼ਤੀ ਕਰਨਗੇ। ਪਰ ਸਰਪੰਚ ਸੰਜੀਦਾ ਸੀ ਤੇ ਉਹ ਕੁਝ ਕੁ ਬੰਦਿਆਂ ਨੂੰ ਨਾਲ ਲੈ ਕੇ ਥਾਣੇ ਗਿਆ। ਪਰ ਉਹੀ ਗੱਲ ਹੋਈ। ਥਾਣੇਦਾਰ ਉਸਨੂੰ ਝਈ ਲੈ ਕੇ ਪੈਂਦਾ ਬੋਲਿਆ, "ਸਾਰੇ ਪੰਜਾਬ ਨੂੰ ਇਹੋ ਜਿਹੀਆਂ ਧਮਕੀਆਂ ਆਈ ਜਾਂਦੀਆਂ ਨੇ। ਅਸੀਂ ਕੀ ਕਰੀਏ। ਸਾਨੂੰ ਤਾਂ ਆਪ ਆਥਣ ਨੂੰ ਪੰਜਾਹ ਧਮਕੀਆਂ ਮਿਲਦੀਆਂ ਨੇ।"

ਉਹ ਵਾਪਸ ਪਿੰਡ ਆ ਗਏ। ਦੋ ਕੁ ਦਿਨ ਇਹ ਗੱਲ ਪਿੰਡ 'ਚ ਚਰਚਾ ਦਾ ਵਿਸ਼ਾ ਰਹੀ ਪਰ ਫਿਰ ਹੌਲੀ ਹੌਲੀ ਲੋਕ ਇਸ ਗੱਲ ਨੂੰ ਭੁੱਲਣ ਲੱਗੇ। ਹਫਤਾ ਲੰਘ ਗਿਆ ਤਾਂ ਲੋਕੀਂ ਚਿੱਠੀਆਂ ਵਾਲੀ ਗੱਲ ਨੂੰ ਬਿਲਕੁਲ ਹੀ ਭੁੱਲ ਭੁਲਾ ਗਏ। ਕਿਉਂਕਿ ਉਨ੍ਹੀਂ ਦਿਨੀਂ ਇਸ ਤੋਂ ਵੀ

ਵੱਡੀਆਂ ਘਟਨਾਵਾਂ ਆਲੇ ਦੁਆਲੇ ਵਾਪਰ ਰਹੀਆਂ ਸਨ।

ਉਸ ਦਿਨ ਹਰਪਾਲ ਖੁਦ ਟਰਾਲੀ ਭਰ ਕੇ ਬਟੇਰ ਦੀ ਲੈ ਕੇ ਆਇਆ। ਜਿਸ ਦੇ ਕਿ ਰੱਸੇ ਵੱਟ ਕੇ ਕਣਕ ਦੀਆਂ ਭਰੀਆਂ ਬੰਨ੍ਹਣ ਦੇ ਕੰਮ ਆਉਣੇ ਸਨ। ਉਸ ਨੇ ਟਰਾਲੀ ਵੀ ਆਪ ਹੀ ਖਾਲੀ ਕੀਤੀ। ਬਟੇਰ ਲਾਹ ਕੇ, ਵਿੱਚੋਂ ਨਿਕਲਿਆ ਬਕਸਾ ਕੋਠੇ 'ਚ ਰੱਖ ਕੇ ਜਿੰਦਰਾ ਮਾਰ ਦਿੱਤਾ। ਉਹ ਅਗਲੇ ਦਿਨ ਹੀ ਕਿਧਰੇ ਰਿਸ਼ਤੇਦਾਰੀ ਵਿੱਚ ਨਿਕਲ ਗਿਆ। ਅਗਲਾ ਦਿਨ ਆਮ ਵਾਂਗ ਚੜ੍ਹਿਆ। ਸ਼ਾਮ ਵੇਲੇ ਸ਼ਹਿਰੋਂ ਆਈ ਆਖਰੀ ਬੱਸ 'ਚੋਂ ਸਿਰਫ ਦੋ ਸਵਾਰੀਆਂ ਉਤਰੀਆਂ। ਇਹ ਸਨ ਲਹਿਣੇ ਕਾਮਰੇਡ ਦੀ ਭੈਣ ਤੇ ਭਣੋਈਆ। ਲਹਿਣੇ ਦੀ ਭੈਣ, ਘਰਵਾਲੇ ਨਾਲ ਪੇਕੇ ਘਰ ਮਿਲਣ ਗਿਲਣ ਆਈ ਸੀ। ਉਹ ਘਰ ਪਹੁੰਚੇ ਤਾਂ ਘਰ ਨੂੰ ਜਿੰਦਰਾ ਲੱਗਿਆ ਹੋਇਆ ਸੀ। ਪਤਾ ਲੱਗਿਆ ਕਿ ਲਹਿਣਾ ਕਾਮਰੇਡ ਅਤੇ ਉਸਦੀ ਘਰਵਾਲੀ ਸ਼ਹਿਰ, ਮਾਸਟਰਾਂ ਦੀ ਕਿਸੇ ਮੀਟਿੰਗ 'ਚ ਹਿੱਸਾ ਲੈਣ ਗਏ ਸਨ। ਸ਼ਾਇਦ ਲੇਟ ਹੋ ਜਾਣ ਕਰਕੇ ਉਹ ਸ਼ਹਿਰ ਹੀ ਕਿਸੇ ਦੋਸਤ ਕੋਲ ਰੁਕ ਗਏ ਸਨ। ਲਹਿਣੇ ਦੀ ਭੈਣ ਨੇ ਗੁਆਂਢੀਆਂ ਦੇ ਘਰੋਂ ਚਾਬੀਆਂ ਫੜ ਕੇ ਜਿੰਦਰਾ ਖੋਲ੍ਹਿਆ। ਬੈਗ ਪਾਸੇ ਰੱਖ ਕੇ ਉਸਨੇ ਚੁੱਲ੍ਹੇ 'ਤੇ ਚਾਹ ਬਣਨੀ ਧਰ ਦਿੱਤੀ।

ਉੱਧਰ ਪਿੰਡ ਦੀ ਸੱਥ 'ਚ ਕਾਰਸੇਵਾ ਵਾਲੇ ਬਾਬਿਆਂ ਦੀ ਮਿੰਨੀ ਬੱਸ ਆ ਕੇ ਰੁਕੀ। ਲੋਕ ਉਤਸੁਕਤ ਹੋਏ ਉੱਧਰ ਵੇਖਣ ਲੱਗੇ। ਪਰ ਅਗਲੇ ਹੀ ਪਲ ਲੋਕਾਂ ਦੇ ਹੋਸ਼ ਉੱਡ ਗਏ ਜਦੋਂ ਉਨ੍ਹਾਂ ਬੱਸ 'ਚ ਉਤਰਦੀਆਂ ਸਵਾਰੀਆਂ ਵੱਲ ਵੇਖਿਆ। ਤਕਰਬੀਨ ਦਸ ਦੇ ਲੱਗਭੱਗ ਨੌਜਵਾਨ ਮੁੰਡੇ ਏ. ਕੇ. ਸੰਤਾਲੀ ਹੱਥਾਂ 'ਚ ਫੜੀ ਛੇਤੀ ਛੇਤੀ ਹੇਠਾਂ ਉਤਰੇ ਤੇ ਅੱਡੋ ਅੱਡ ਬੀਹੀਆਂ ਵੱਲ ਭੱਜ ਪਏ। ਲੋਕ ਸੁੰਨ ਹੋਏ ਬਿਨਾਂ ਉੱਚੀ ਸਾਹ ਲਿਆਂ ਉਨ੍ਹਾਂ ਵੱਲ ਵੇਖ ਰਹੇ ਸਨ। ਕੁਝ ਹੀ ਮਿੰਟਾਂ ਵਿੱਚ ਏ. ਕੇ. ਸੰਤਾਲੀ ਸਿੰਨ੍ਹੀ ਮੂਹਰੇ ਲਾਈ ਆਉਂਦੇ ਬੰਦਿਆਂ ਨੂੰ ਲੈ ਕੇ ਉਹ ਵਾਪਸ ਸੱਥ 'ਚ ਮੁੜ ਆਏ। ਇਨ੍ਹਾਂ ਸਾਰਿਆਂ ਦੇ ਹੱਥ ਉੱਪਰ ਚੁਕਵਾਏ ਹੋਏ ਸਨ। ਇਨ੍ਹਾਂ 'ਚ ਸਭ ਤੋਂ ਮੂਹਰੇ ਜੀਤਾ ਭਲਵਾਨ ਸੀ। ਫਿਰ ਰਤਨਾ, ਕਰਤਾ ਅਮਲੀ, ਗਿੰਦਾ, ਮਹਿਰਿਆਂ ਦੀ ਨੂੰਹ ਸਵਰਨੀ ਜਿਹੜੀ ਕਿ ਉੱਚੀ ਉੱਚੀ ਚੀਕਾਂ ਮਾਰ ਰਹੀ ਸੀ। ਅਗਲੇ ਹੀ ਪਲ ਦੂਸਰੀ ਬੀਹੀ 'ਚੋਂ ਇੱਕ ਜਣਾ ਲਹਿਣੇ ਕਾਮਰੇਡ ਦੀ ਭੈਣ ਅਤੇ ਭਣੋਈਏ ਨੂੰ ਮੂਹਰੇ ਲਾਈ ਧੱਕੀ ਆ ਰਿਹਾ ਸੀ। ਉਹ ਡਡਵੈਰਿਆਂ ਵਾਂਗ ਆਲੇ ਦੁਆਲੇ ਝਾਕ ਰਹੇ ਸਨ। ਉਨ੍ਹਾਂ ਨੂੰ ਸ਼ਾਇਦ ਸਮਝ ਨਹੀਂ ਲੱਗ ਰਹੀ ਸੀ ਕਿ ਇਹ ਹੋ ਕੀ ਰਿਹਾ ਹੈ। ਬਾਕੀ ਤਾਂ ਸਾਰਾ ਪਿੰਡ ਸਮਝ ਹੀ ਗਿਆ ਸੀ ਕਿ ਜੋ ਹਫਤਾ ਪਹਿਲਾਂ ਚਿੱਠੀਆਂ 'ਚ ਧਮਕੀਆਂ ਆਈਆਂ ਸਨ ਉਹ ਸੱਚ ਹੋ ਰਹੀਆਂ ਹਨ।

ਸਾਰਿਆਂ ਨੂੰ ਉੱਥੋਂ ਤੋਰਨ ਤੋਂ ਪਹਿਲਾਂ ਮੂੰਹ ਢਕੇ ਵਾਲਾ ਲੀਡਰ, ਏ. ਕੇ. ਸੰਤਾਲੀ ਉੱਪਰ ਵੱਲ ਕਰਦਾ ਲਲਕਾਰਦਾ ਹੋਇਆ ਤਿੱਖੀ ਆਵਾਜ਼ 'ਚ ਬੋਲਿਆ, "ਇਨ੍ਹਾਂ ਨੂੰ ਸਮਝਾਇਆ ਸੀ ਕਿ ਬੁਰੇ ਕੰਮਾਂ ਤੋਂ ਬਾਜ ਆਜੋ ਪਰ ਇਨ੍ਹਾਂ ਨੇ ਸਾਡੀ ਗੱਲ ਨ੍ਹੀਂ ਮੰਨੀ। ਇਸੇ ਕਰਕੇ ਅੱਜ ਇਨ੍ਹਾਂ ਨੂੰ ਸਜ਼ਾ ਦੇ ਕੇ ਜਾਵਾਂਗੇ। ਬਾਕੀ ਪਿੰਡ ਵਾਲਿਉ ਜੇ ਕਿਸੇ ਨੇ ਚੂੰ ਵੀ ਕੀਤੀ ਤਾਂ ਸਾਰੇ ਪਿੰਡ ਨੂੰ ਅੱਗ ਲਾਦੂੰਗਾ। ਚੰਗੇ ਬੰਦਿਆਂ ਨੂੰ ਅਸੀਂ ਰੱਤੀ ਭਰ ਵੀ ਕੁਝ ਨ੍ਹੀਂ ਕਹਿੰਦੇ। ਅਸੀਂ ਕੌਮ ਦਾ ਆਪਣਾ ਘਰ ਬਣਾਉਣ ਦੇ ਰਾਹ ਤੁਰੇ ਹੋਏ ਆਂ। ਇਹੋ ਜਿਹੇ ਗਦਾਰਾਂ ਨੂੰ ਸਬਕ ਸਿਖਾਉਣ 'ਚ ਸਾਡਾ ਸਾਥ ਦਿਉ।" ਇਸਦੇ ਨਾਲ ਹੀ ਉਸਨੇ ਹਵਾ 'ਚ ਗੋਲੀਆਂ ਚਲਾਈਆਂ

ਤੇ ਸਾਰਿਆਂ ਨੂੰ ਅੱਗੇ ਲਾ ਕੇ ਲੈ ਤੁਰੇ। ਲੋਕ ਦਹਿਲ ਕੇ ਘਰਾਂ ਨੂੰ ਭੱਜ ਗਏ। ਅਗਲੇ ਹੀ ਪਲ ਪਿੰਡ 'ਚ ਮੁਕੰਮਲ ਖਾਮੋਸ਼ੀ ਪਸਰ ਗਈ। ਲੋਕ ਘਰਾਂ ਅੰਦਰ ਬੰਦ ਹੋ ਗਏ। ਇਸ ਪਿੱਛੋਂ ਉਹ ਸਵੇਰੇ ਦਿਨ ਚੜ੍ਹੇ ਹੀ ਘਰਾਂ 'ਚੋਂ ਨਿਕਲੇ ਤੇ ਬਾਹਰ ਜਾ ਕੇ ਵੇਖਿਆ ਕਿ ਬਾਕੀ ਸਾਰੇ ਜਣੇ ਲਾਸ਼ਾਂ ਬਣੇ ਪਏ ਸਨ, ਸਿਰਫ ਲਹਿਣੇ ਕਾਮਰੇਡ ਦੀ ਭੈਣ ਜਿਉਂਦੀ ਬਚੀ ਸੀ....।

ਸਾਰੀਆਂ ਚਿਤਾਵਾਂ ਨੂੰ ਅੱਗ ਦਿੱਤੀ ਜਾ ਚੁੱਕੀ ਸੀ। ਹਨੇਰਾ ਹੋ ਚੁੱਕਿਆ ਸੀ। ਸਰਪੰਚ ਦੇ ਤੁਰਨ ਦਾ ਇਸ਼ਾਰਾ ਕਰਨ 'ਤੇ ਸਾਰਾ ਪਿੰਡ ਉਸਦੇ ਮਗਰ ਸੱਥ ਵਿੱਚ ਆ ਖਲੋਤਾ। ਸਰਪੰਚ ਨੇ ਉੱਪਰ ਵੱਲ ਵੇਖਿਆ। ਮਸਾਣਾਂ 'ਚ ਜਲ਼ ਰਹੀਆਂ ਚਿਤਾਵਾਂ 'ਚੋਂ ਨਿਕਲਦੇ ਅੱਗ ਦੇ ਚੰਗਿਆੜੇ ਉੱਚੇ ਉੱਠ ਰਹੇ ਸਨ। ਉਹ ਕੁਝ ਕਹਿਣਾ ਚਾਹੁੰਦਾ ਸੀ ਪਰ ਉਸ ਦੀ ਜ਼ੁਬਾਨ ਸਾਥ ਨਹੀਂ ਦੇ ਰਹੀ ਸੀ। ਉਸਨੇ ਖਾਮੋਸ਼ੀ ਨਾਲ ਹੀ ਸਾਰਿਆਂ ਵੱਲ ਹੱਥ ਜੋੜਦਿਆਂ ਉਤਾਂਹ ਵੇਖਿਆ। ਜਿਵੇਂ ਕਹਿ ਰਿਹਾ ਹੋਵੇ ਕਿ ਜੋ ਰੱਬ ਦਾ ਭਾਣਾ। ਉਸਦਾ ਇਸ਼ਾਰਾ ਸਮਝਦੇ ਲੋਕ ਘਰਾਂ ਨੂੰ ਤੁਰਨ ਲੱਗੇ। ਸਰਪੰਚ ਨੇ ਤੁਰਨ ਤੋਂ ਪਹਿਲਾਂ ਫਿਰ ਉਤਾਂਹ ਨੂੰ ਵੇਖਿਆ। ਉਸਨੂੰ ਹਰ ਪਾਸੇ ਅੱਗ ਹੀ ਅੱਗ ਦਿਸੀ। ਉਸਨੂੰ ਲੱਗਿਆ ਜਿਵੇਂ ਸਾਰਾ ਪੰਜਾਬ ਹੀ ਚਿਤਾ 'ਤੇ ਰੱਖਿਆ ਜਲ ਰਿਹਾ ਹੋਵੇ।

# ਕਰਜ਼

ਰਾਤ ਦੀ ਡਿਊਟੀ ਖਤਮ ਕਰ ਕੇ ਮੈਂ ਹੈੱਡਕੁਆਰਟਰ ਪਹੁੰਚਿਆ। ਡੈਸਕ 'ਤੇ ਜਾ ਕੇ ਆਪਣੀ ਸ਼ਾਟ ਗੰਨ ਜਮ੍ਹਾਂ ਕਰਵਾਈ। ਲੱਕ ਨਾਲ ਬੰਨ੍ਹੀ ਵਾਕੀ ਟਾਕੀ ਵੀ ਲਾਹ ਕੇ ਕਲਰਕ ਨੂੰ ਫੜ੍ਹਾ ਦਿੱਤੀ। ਪੁਲੀਸ ਦੀ ਕਰੂਜ਼ਰ ਕਾਰ ਮੈਨੂੰ ਪੱਕੇ ਤੌਰ 'ਤੇ ਮਿਲੀ ਹੋਈ ਹੈ। ਹਰ ਪੁਲੀਸ ਅਫਸਰ ਆਪਣੀ ਕਰੂਜ਼ਰ ਕਾਰ, ਘਰ ਲਿਜਾ ਸਕਦਾ ਹੈ। ਮੇਨ ਗੇਟ ਦਾ ਦਰਵਾਜ਼ਾ ਖੋਲ੍ਹ ਕੇ ਮੈਂ ਬਾਹਰ ਨਿਕਲਿਆ ਤਾਂ ਵੇਖਿਆ ਕਿ ਸਾਹਮਣੇ ਜੈਸਿਕਾ ਖੜ੍ਹੀ ਸੀ। ਉਸ ਵੱਲ ਵੇਖ ਕੇ ਹੈਰਾਨ ਹੁੰਦਾ ਮੈਂ ਆਪ ਮੁਹਾਰੇ ਬੋਲਿਆ,

"ਜੈਸਿਕਾ ਤੂੰ! ਨਾ ਕਦੇ ਫੋਨ, ਨਾ ਮੁਲਾਕਾਤ। ਕਿੱਧਰ ਗੁੰਮ ਹੋ ਗਈ ਸੀ।"

"ਗੁੰਮ ਕਿੱਥੇ ਹੋਣਾ ਸੀ, ਬੱਸ ਜ਼ਿੰਦਗੀ ਦੇ ਰੁਝੇਵੇਂ।" ਉਸਨੇ ਉਦਾਸ ਜਿਹਾ ਉੱਤਰ ਦਿੱਤਾ।

"ਪਰ ਅੱਜ ਸਵੇਰੇ ਸਵੇਰੇ ਇੱਥੇ ਕੀ ਕਰਦੀ ਫਿਰਦੀ ਐਂ?"

"ਪੁਲੀਸ ਸਟੇਸ਼ਨ ਕੋਈ ਕਿਉਂ ਆਉਂਦਾ ਐ?" ਮੇਰੀ ਗੱਲ ਦਾ ਜੁਆਬ ਦਿੰਦਿਆਂ ਉਸਨੇ ਮੁਸਕਰਾਉਣ ਦੀ ਕੋਸ਼ਿਸ ਕੀਤੀ। ਪਰ ਉਸਦੇ ਚਿਹਰੇ 'ਤੇ ਮੁਸਕਰਾਹਟ ਉਭਰ ਨਾ ਸਕੀ। ਮੈਂ ਸਮਝ ਗਿਆ ਕਿ ਕੋਈ ਮੁਸ਼ਕਲ ਆਈ ਲੱਗਦੀ ਹੈ। ਮੈਂ ਉਸਨੂੰ ਕੁਝ ਖੁਆਉਣ ਪਿਆਉਣ ਲਈ ਕੈਫੇ ਵੱਲ ਲੈ ਤੁਰਿਆ। ਕੌਫੀ ਅਤੇ ਸੈਂਡਵਿਚ ਦਾ ਆਰਡਰ ਦੇ ਕੇ ਅਸੀਂ ਇੱਕ ਪਾਸੇ ਦੇ ਟੇਬਲ 'ਤੇ ਬੈਠ ਗਏ।

"ਤੂੰ ਇੱਥੇ ਕੰਮ ਕਰਦਾ ਐਂ?" ਮੇਰੀ ਵਰਦੀ ਵੱਲ ਵੇਖਦਿਆਂ ਉਹ ਬੋਲੀ।

"ਹਾਂ ਮੈਨੂੰ ਤਾਂ ਇੱਥੇ ਤਿੰਨ ਸਾਲ ਹੋ ਗਏ। ਤੂੰ ਦੱਸ ਅੱਜ ਕੱਲ੍ਹ ਕਿੱਥੇ ਰਹਿਨੀ ਐਂ?"

"ਮੈਂ ਬ੍ਰੁੱਡਬਰਿਜ ਘਰ ਲੈ ਲਿਆ ਸੀ, ਦੋ ਸਾਲ ਦੀ ਇੱਥੇ ਰਹਿ ਰਹੀ ਆਂ।" ਉਹ ਚੁੱਪ ਹੋ ਗਈ ਤੇ ਉਸਨੇ ਨੀਵੀਂ ਪਾ ਲਈ। ਮੈਂ ਉਸਦੇ ਉਦਾਸ ਚਿਹਰੇ ਵੱਲ ਵੇਖਣ ਲੱਗਿਆ। ਹੌਲੀ ਹੌਲੀ ਮੈਨੂੰ ਪੁਰਾਣੇ ਦਿਨ ਯਾਦ ਆਉਣ ਲੱਗੇ। ਕਈ ਸਾਲ ਪਹਿਲਾਂ ਸਾਡੇ ਵਿਚਕਾਰ ਬੜੀ ਗੂਹੜੀ ਦੋਸਤੀ ਹੁੰਦੀ ਸੀ। ਉਦੋਂ ਅਸੀਂ ਇੱਕੋ ਹੀ ਸੈਵਨ ਅਲੈਵਨ 'ਤੇ ਕੰਮ ਕਰਦੇ ਸੀ। ਅਕਸਰ ਹੀ ਰਾਤ ਵੇਲੇ ਸਾਡੀ ਸ਼ਿਫਟ ਇਕੱਠੀ ਹੁੰਦੀ। ਰਾਤ ਨੂੰ ਗਿਆਰਾਂ ਕੁ ਵਜੇ ਤੋਂ ਪਿੱਛੋਂ ਕੰਮ ਠੰਢਾ ਪੈ ਜਾਂਦਾ ਤਾਂ ਅਸੀਂ ਗੱਲਾਂ ਕਰਨ ਲੱਗਦੇ। ਜਦੋਂ ਨੇੜਤਾ ਵਧੀ ਤਾਂ ਉਹ ਆਪਣੇ ਘਰੇਲੂ ਮਸਲੇ ਮੇਰੇ ਨਾਲ ਸਾਂਝੇ ਕਰਨ ਲੱਗੀ। ਉਸਦੀਆਂ ਗੱਲਾਂ ਸੁਣ ਕੇ ਮੈਨੂੰ ਸਾਡੇ ਪਿੰਡ ਵਾਲੇ ਘਰ 'ਚ ਮੇਰੇ ਦਾਦੇ ਵੱਲੋਂ ਚਾਚੇ ਲਈ ਵਰਤਿਆ ਮੁਹਾਵਰਾ ਯਾਦ ਆ ਜਾਂਦਾ। ਚਾਚਾ ਘਰ 'ਚ ਸਭ ਤੋਂ ਵੱਧ ਕਾਮਾ ਸੀ। ਖੇਤ ਦਾ ਸਾਰਾ ਕੰਮ ਉਸੇ ਦੇ ਸਿਰ 'ਤੇ ਚਲਦਾ ਹੁੰਦਾ ਸੀ।

ਜਦੋਂ ਕੰਮ ਦਾ ਜ਼ੋਰ ਹੋਣਾ ਤਾਂ ਬਾਬੇ ਨੇ ਕਹਿਣਾ ਕਿ ਇਹ ਤਾਂ ਸਾਡਾ ਤੋਨੀ ਬਲਦ ਐ। ਇਹ ਨਾ ਹੋਵੇ ਤਾਂ ਇਸ ਘਰ ਦਾ ਪਤਾ ਨ੍ਹੀਂ ਕੀ ਬਣੇਂ। ਮੈਨੂੰ ਲੱਗਦਾ ਕਿ ਜੈਸਿਕਾ ਵੀ ਆਪਣੇ ਪਰਿਵਾਰ ਲਈ ਤੋਨੀ ਬਲਦ ਦੀ ਤਰ੍ਹਾਂ ਹੀ ਹੈ।

ਉਹ ਬਹੁਤ ਛੋਟੀ ਹੁੰਦੀ ਅਮਰੀਕਾ ਆਈ ਸੀ। ਉਸਦਾ ਆਪਣਾ ਮੁਲਕ ਨਿਕਾਰਾਗੁਆ ਹੈ। ਜਦੋਂ ਅੱਸੀਵਿਆਂ ਵਿੱਚ ਉੱਥੇ ਰਾਜਨੀਤਕ ਉੱਥਲ ਪੁੱਥਲ ਸ਼ੁਰੂ ਹੋਈ ਤਾਂ ਉਸਦੀ ਮਾਂ ਉਸਨੂੰ ਲੈ ਕੇ ਇੱਧਰ ਭੱਜ ਆਈ ਸੀ। ਬਾਕੀ ਪਰਿਵਾਰ ਉੱਥੇ ਹੀ ਫਸ ਗਿਆ। ਉਦੋਂ ਉੱਥੋਂ ਆਇਆਂ ਨੂੰ ਅਮਰੀਕਨ ਸਰਕਾਰ, ਰਾਜਨੀਤਕ ਸ਼ਰਣ ਦੇ ਦਿੰਦੀ ਸੀ। ਉਨ੍ਹਾਂ ਨੂੰ ਵੀ ਇਸੇ ਅਧਾਰ 'ਤੇ ਇੱਥੇ ਰਹਿਣ ਦਾ ਪਰਮਿਟ ਮਿਲ ਗਿਆ। ਪਿੱਛੋਂ ਜਾ ਕੇ ਉਹ ਸਿਟੀਜ਼ਨ ਵੀ ਬਣ ਗਈ। ਕਈ ਸਾਲਾਂ ਪਿੱਛੋਂ ਨਿਕਾਰਾਗੁਆ 'ਚ ਹਾਲਾਤ ਕੁਝ ਕੁ ਠੀਕ ਹੋਏ ਤਾਂ ਉਸਨੇ ਆਪਣੇ ਪਿੱਛੇ ਰਹਿ ਗਏ ਪਰਿਵਾਰ ਬਾਰੇ ਸੋਚਣਾ ਸ਼ੁਰੂ ਕੀਤਾ। ਉਦੋਂ ਜਿਹੇ ਹੀ ਅਸੀਂ ਸੈਵਨ ਅਲੈਵਨ 'ਤੇ ਇਕੱਠੇ ਹੋਏ ਸੀ। ਇੱਕ ਦਿਨ ਉਸਨੇ ਕੰਮ 'ਤੇ ਆਉਂਦਿਆਂ ਹੀ ਮੈਥੋਂ ਪੰਜ ਸੌ ਡਾਲਰ ਉਧਾਰਾ ਮੰਗਿਆ ਸੀ। ਮੈਂ ਪੁੱਛਿਆ ਕਿ ਅਜਿਹੀ ਕੀ ਆਫਤ ਆ ਗਈ। ਉਸਨੇ ਦੱਸਿਆ ਸੀ ਕਿ ਉਸਦੀ ਮਾਂ ਕਿਸੇ ਨਾਲ ਲੜ ਪਈ ਤੇ ਅਗਲਿਆਂ ਨੇ ਪੁਲੀਸ ਕੋਲ ਰਿਪੋਰਟ ਕਰ ਦਿੱਤੀ ਤੇ ਉਨ੍ਹਾਂ ਨੇ ਉਸਨੂੰ ਫੜ ਲਿਆ ਹੈ। ਮੈਂ ਪੰਜ ਸੌ ਡਾਲਰ ਦੇ ਦਿੱਤਾ। ਉਸਨੇ ਅਗਲੇ ਦਿਨ ਆਪਣੀ ਮਾਂ ਦੀ ਜ਼ਮਾਨਤ ਕਰਵਾ ਲਈ। ਇਸ ਮੱਦਦ ਨਾਲ ਉਹ ਮੇਰੇ ਹੋਰ ਵੀ ਨਜ਼ਦੀਕ ਹੋ ਗਈ। ਮਹੀਨੇ ਕੁ ਪਿੱਛੋਂ ਫਿਰ ਉਹੀ ਸਮੱਸਿਆ ਆ ਗਈ। ਉਸਦੀ ਮਾਂ ਨੂੰ ਪੁਲੀਸ ਨੇ ਟਿਕਟ ਦੇ ਦਿੱਤੀ। ਮੈਂ ਕੁਝ ਪੁੱਛਣਾ ਚਾਹਿਆ ਤਾਂ ਉਹ ਰੋਣ ਲੱਗੀ। ਨਾਲ ਹੀ ਦੱਸਦੀ ਰਹੀ ਕਿ ਉਸਦੀ ਮਾਂ ਸ਼ਰਾਬ ਦੀ ਆਦੀ ਹੈ। ਸ਼ਰਾਬ ਪੀ ਕੇ ਉਹ ਕਿਸੇ ਨਾ ਕਿਸੇ ਨਾਲ ਪੰਗਾ ਪਾਈ ਰੱਖਦੀ ਹੈ।

"ਤੈਥੋਂ ਤਾਂ ਆਪਣੀ ਮਾਂ ਈ ਮਸਾਂ ਲੋਟ ਆਉਂਦੀ ਐ ਜੈਸਿਕਾ।" ਇੱਕ ਦਿਨ ਮੈਂ ਉਸਨੂੰ ਮਖੌਲ ਕੀਤਾ।

"ਪੁੱਛ ਕੁਛ ਨਾ। ਉਸਨੇ ਤਾਂ ਮੇਰਾ ਜਿਉਣਾ ਹਰਾਮ ਕਰ ਰੱਖਿਐ। ਪਰ ਜੇ ਮੈਂ ਨਾ ਉਸਦਾ ਖਿਆਲ ਰੱਖੂੰਗੀ ਤਾਂ ਹੋਰ ਕੌਣ ਉਸਨੂੰ ਸੰਭਾਲੂ।"

ਇਸ ਤਰ੍ਹਾਂ ਕੁਝ ਹੀ ਮਹੀਨੇ ਲੰਘੇ ਸਨ ਕਿ ਉਸਨੇ ਮੈਨੂੰ ਫਿਰ ਪੈਸਿਆਂ ਦਾ ਸੁਆਲ ਪਾਇਆ।

"ਕਿਉਂ! ਮਾਂ ਨੇ ਫਿਰ ਤੋਂ ਕੋਈ ਪੰਗਾ ਪਾ ਲਿਆ ਐ?"

"ਨ੍ਹੀਂ ਇਹ ਗੱਲ ਨ੍ਹੀਂ ਐ। ਅਸਲ 'ਚ ਮੇਰਾ ਭਰਾ ਇੱਧਰ ਆਉਣਾ ਚਾਹੁੰਦਾ ਐ। ਕਾਫੀ ਪੈਸੇ ਇਕੱਠੇ ਕਰ ਲਏ ਪਰ ਅਜੇ ਵੀ ਥੋੜ੍ਹੇ ਘਟਦੇ ਨੇ।"

"ਕਿਸ ਤਰੀਕੇ ਨਾਲ ਆ ਰਿਹੈ ਤੇਰਾ ਭਰਾ?"

"ਕਿਸੇ ਏਜੰਟ ਰਾਹੀਂ ਉਹ ਗੌਟੇਮਾਲਾ ਪਹੁੰਚ ਗਿਐ। ਬੱਸ ਹੁਣ ਤਾਂ ਉਸਨੇ ਮੈਕਸੀਕੋ ਪਾਰ ਕਰਨੈ। ਫਿਰ ਅਮਰੀਕਾ ਵੱਲ ਲੰਘ ਆਊਗਾ।" ਮੈਂ ਪੈਸੇ ਦੇ ਦਿੱਤੇ। ਦੋ ਹਫਤਿਆਂ ਬਾਅਦ ਉਸਦਾ ਭਰਾ ਇੱਧਰ ਆ ਗਿਆ। ਉਹ ਆਉਂਦਾ ਹੀ ਕੰਮ 'ਤੇ ਲੱਗ ਗਿਆ। ਫਿਰ ਜੈਸਿਕਾ ਹੋਰ ਪੈਸੇ ਇਕੱਠੇ ਕਰਨ ਲੱਗੀ। ਹੁਣ ਉਸਦਾ ਅਗਲਾ ਕੰਮ ਆਪਣੇ ਛੋਟੇ ਭਰਾ ਅਤੇ

ਉਸਦੀ ਘਰਵਾਲੀ ਨੂੰ ਇੱਧਰ ਲਿਆਉਣ ਦਾ ਸੀ। ਅਗਲੇ ਸਾਲ ਉਹ ਵੀ ਇੱਧਰ ਨੂੰ ਤੁਰ ਪਏ। ਮੁਸ਼ਕਲ ਉਦੋਂ ਆਈ ਜਦੋਂ ਉਸਦੀ ਭਰਜਾਈ ਤਾਂ ਬਾਰਡਰ ਲੰਘਣ ਵਿੱਚ ਸਫਲ ਹੋ ਗਈ ਪਰ ਉਸਦਾ ਭਰਾ ਗੁੰਮ ਹੋ ਗਿਆ। ਉਹ ਬੜੀ ਪਰੇਸ਼ਾਨ ਹੋ ਗਈ। ਦੋ ਮਹੀਨੇ ਲੰਘ ਗਏ ਪਰ ਭਰਾ ਦਾ ਕੋਈ ਥਹੁ ਪਤਾ ਨਾ ਲੱਗਿਆ। ਫਿਰ ਇੱਕ ਦਿਨ ਉਸਦੇ ਮੁਲਕ ਤੋਂ ਉਸਦੇ ਪਿਉ ਦਾ ਫੋਨ ਆਇਆ ਕਿ ਉਸਦਾ ਭਰਾ ਤਾਂ ਅਮਰੀਕਾ ਦੀ ਕਿਸੇ ਜੇਲ੍ਹ ਵਿੱਚ ਬੰਦ ਹੈ। ਹੋਇਆ ਇਹ ਕਿ ਉਹ ਬਾਰਡਰ ਲੰਘਦਾ ਫੜਿਆ ਗਿਆ ਤੇ ਇੰਮੀਗਰੇਸ਼ਨ ਵਾਲਿਆਂ ਨੇ ਉਸਨੂੰ ਜੇਲ੍ਹ ਵਿੱਚ ਬੰਦ ਕਰ ਦਿੱਤਾ। ਉਸਨੇ ਡਰਦਿਆਂ ਹੋਇਆਂ ਆਪਣੀ ਅਸਲੀਅਤ ਨਾ ਦੱਸੀ ਕਿ ਸ਼ਾਇਦ ਉਹ ਉਸਨੂੰ ਡਿਪੋਰਟ ਹੀ ਨਾ ਕਰ ਦੇਣ। ਫਿਰ ਕਿਤੇ ਉਸਨੂੰ ਆਪਣੇ ਸ਼ਹਿਰ ਦਾ ਕੋਈ ਬੰਦਾ ਉੱਥੇ ਮਿਲਿਆ ਜਿਸ ਹੱਥ ਉਸਨੇ ਆਪਣੇ ਮੁਲਕ ਨੂੰ ਸੁਨੇਹਾ ਭੇਜਿਆ। ਇਸ ਤਰ੍ਹਾਂ ਵਲ ਪਾ ਕੇ ਸੁਨੇਹਾ ਜੈਸਿਕਾ ਤੱਕ ਆ ਪਹੁੰਚਿਆ। ਉਹ ਉਸਦੀ ਜ਼ਮਾਨਤ ਲਈ ਭੱਜਾ ਨੱਸੀ ਕਰਨ ਲੱਗੀ। ਪਰ ਇਮੀਗਰੇਸ਼ਨ ਵਾਲਿਆਂ ਨੇ ਉਸਨੂੰ ਡਿਪੋਰਟ ਕਰ ਦਿੱਤਾ। ਜੈਸਿਕਾ ਦੀ ਮੁਸ਼ਕਲ ਹੋਰ ਵਧ ਗਈ। ਪਰ ਉਸਨੇ ਉਦੋਂ ਤੱਕ ਸਾਹ ਨਾ ਲਿਆ ਜਦੋਂ ਤੱਕ ਕਿ ਭਰਾ ਨੂੰ ਵਾਪਸ ਇੱਥੇ ਨਾ ਲੈ ਆਈ। ਉਸਨੇ ਇੱਕ ਇੱਕ ਕਰਕੇ ਪਰਿਵਾਰ ਦੇ ਸਾਰੇ ਮੈਂਬਰਾਂ ਨੂੰ ਇੱਥੇ ਲੈ ਆਂਦਾ। ਹੁਣ ਉਹ ਬਹੁਤ ਖੁਸ਼ ਸੀ। ਸਾਰਾ ਪਰਿਵਾਰ ਇੱਕ ਹੀ ਛੱਤ ਹੇਠ ਰਹਿੰਦਾ ਸੀ। ਪਰ ਮੁਸ਼ਕਲ ਇਹ ਸੀ ਕਿ ਜੈਸਿਕਾ ਅਤੇ ਉਸਦੀ ਮਾਂ ਤੋਂ ਬਿਨਾਂ ਬਾਕੀ ਸਭ ਪਰਿਵਾਰ ਵਾਲੇ, ਗੈਰ-ਕਨੂੰਨੀ ਢੰਗ ਨਾਲ ਇੱਥੇ ਆਏ ਸਨ ਤੇ ਬਿਨਾਂ ਕਿਸੇ ਪੇਪਰਾਂ ਦੇ ਹੀ ਰਹਿ ਰਹੇ ਸਨ। ਜੇ ਇਸ ਬਾਰੇ ਮੈਂ ਜੈਸਿਕਾ ਨਾਲ ਕਦੇ ਗੱਲ ਛੇੜਦਾ ਤਾਂ ਉਹ ਕਹਿੰਦੀ, 'ਇੱਥੇ ਲੱਖਾਂ ਲੋਕ ਇਵੇਂ ਹੀ ਰਹਿ ਰਹੇ ਹਨ। ਇਹ ਵੀ ਹੋਰਨਾਂ ਵਾਂਗੂੰ ਕਦੇ ਨਾ ਕਦੇ ਪੱਕੇ ਹੋ ਜਾਣਗੇ। ਜਿਹੜੇ ਇੱਥੇ ਰਹਿ ਰਹੇ ਹਨ ਉਨ੍ਹਾਂ ਬਾਰੇ ਇੰਮੀਗਰੇਸ਼ਨ ਇੰਨੀ ਪ੍ਰਵਾਹ ਨਹੀਂ ਕਰਦੀ।' ਮੈਂ ਹੈਰਾਨ ਹੁੰਦਾ ਕਿ ਕਿਵੇਂ ਉਸਨੇ ਆਪਣਾ ਸਾਰਾ ਪਰਿਵਾਰ ਇੱਕ ਥਾਂ 'ਤੇ ਇਕੱਠਾ ਕਰ ਲਿਆ। ਉਦੋਂ ਮੈਨੂੰ ਗੈਰ ਕਨੂੰਨੀ ਢੰਗ ਨਾਲ ਇੱਥੇ ਆਉਣ ਵਾਲਿਆਂ ਬਾਰੇ ਜ਼ਿਆਦਾ ਪਤਾ ਨਹੀਂ ਸੀ। ਪਰ ਫਿਰ ਅਚਾਨਕ ਮੇਰੇ ਆਪਣੇ ਹੀ ਰਿਸ਼ਤੇਦਾਰ ਨਾਲ ਜੋ ਹੋਇਆ ਉਸਨੇ ਮੈਨੂੰ ਵੀ ਇਸ ਸਮੱਸਿਆ ਦੇ ਰੂਬਰੂ ਕਰ ਦਿੱਤਾ। ਮੇਰੇ ਮਾਮੇ ਦਾ ਪੁੱਤ ਲੱਖ ਸਮਝਾਉਣ ਦੇ ਬਾਵਜੂਦ ਨਾ ਰੁਕਿਆ ਤੇ ਏਜੰਟ ਰਾਹੀਂ ਕਨੇਡਾ ਆ ਪਹੁੰਚਿਆ। ਪਰ ਜਦੋਂ ਬਾਰਡਰ ਲੰਘ ਕੇ ਇੱਧਰ ਆ ਰਿਹਾ ਸੀ ਤਾਂ ਇੰਮੀਗਰੇਸ਼ਨ ਦੁਆਰਾ ਫੜਿਆ ਗਿਆ। ਵਕੀਲ ਨੇ ਉਸਨੂੰ ਜ਼ਮਾਨਤ 'ਤੇ ਜੇਲ੍ਹ 'ਚੋਂ ਤਾਂ ਕਢਵਾ ਲਿਆ ਪਰ ਸਮੱਸਿਆ ਇਹ ਬਣ ਗਈ ਕਿ ਡਿਪੋਰਟ ਹੋਣ ਤੋਂ ਬਚਾਉਣ ਲਈ ਉਸਦਾ ਕਿਸੇ ਅਮਰੀਕਣ ਸਿਟੀਜ਼ਨ ਕੁੜੀ ਨਾਲ ਵਿਆਹ ਕਰਵਾਇਆ ਜਾਵੇ। ਮੇਰਾ ਇਸ ਤਰ੍ਹਾਂ ਦੇ ਮਾਮਲਿਆਂ 'ਚ ਕੋਈ ਤਜੁਰਬਾ ਨਹੀਂ ਸੀ। ਇਸ ਬਾਰੇ ਮੈਂ ਜੈਸਿਕਾ ਨਾਲ ਗੱਲ ਕੀਤੀ। ਨਾਲ ਹੀ ਵਕੀਲ ਦੀ ਕਹੀ ਗੱਲ ਅਨੁਸਾਰ ਦੱਸਿਆ ਕਿ ਮੇਰੇ ਕਜ਼ਨ ਲਈ ਇਸ ਵੇਲੇ ਕਿਸੇ ਅਮਰੀਕਣ ਸਿਟੀਜ਼ਨ ਕੁੜੀ ਦੀ ਲੋੜ ਹੈ। ਉਹ ਮੁਸਕਰਾਉਂਦੀ ਹੋਈ ਬੋਲੀ,

"ਸਿਟੀਜ਼ਨ ਕੁੜੀ ਤਾਂ ਤੇਰੇ ਸਾਹਮਣੇ ਬੈਠੀ ਐ।"

"ਮਤਲਬ ਤੂੰ!?" ਮੈਨੂੰ ਖੁਸ਼ੀ ਹੋਈ ਕਿ ਮੇਰਾ ਮਸਲਾ ਛੇਤੀ ਹੀ ਹੱਲ ਹੋਣ ਲੱਗਿਆ ਹੈ। ਪਰ ਉਦੋਂ ਹੀ ਉਹ ਦੁਬਾਰਾ ਬੋਲੀ, "ਪਰ ਮੈਨੂੰ ਇਹ ਗੱਲ ਠੀਕ ਨ੍ਹੀਂ ਜਾਪਦੀ। ਮੈਨੂੰ ਪਹਿਲਾਂ

ਵੀ ਕਈਆਂ ਨੇ ਇਸ ਤਰ੍ਹਾਂ ਦੀ ਪੇਪਰ ਮੈਰਿਜ ਕਰਨ ਨੂੰ ਪੁੱਛਿਆ ਐ। ਮੈਂ ਹਰ ਇੱਕ ਨੂੰ ਜੁਆਬ ਦੇ ਦਿੱਤਾ। ਮੇਰਾ ਮਨ ਇੰਜ ਕਰਨ ਨੂੰ ਨ੍ਹੀਂ ਮੰਨਦਾ।"

ਮੇਰੀ ਖੁਸ਼ੀ ਅਲੋਪ ਹੋ ਗਈ ਤਾਂ ਉਹ ਤਰਸ ਜਿਹੇ ਨਾਲ ਮੇਰੇ ਮੂੰਹ ਵੱਲ ਝਾਕੀ। ਅਗਲੇ ਦਿਨ ਵਿਹਲ ਮਿਲਦਿਆਂ ਹੀ ਉਹ ਮੈਨੂੰ ਇੱਕ ਪਾਸੇ ਲਿਜਾਂਦਿਆਂ ਹੋਇਆਂ ਬੋਲੀ,

"ਮੈਂ ਸਾਰੀ ਰਾਤ ਤੇਰੇ ਮਸਲੇ ਬਾਰੇ ਸੋਚਦੀ ਰਹੀ ਆਂ। ਤੂੰ ਮੇਰੀ ਹਰ ਔਖੀ ਘੜੀ 'ਚ ਮੱਦਦ ਕੀਤੀ ਐ। ਇਸ ਕਰਕੇ ਮੈਂ ਫੈਸਲਾ ਕੀਤਾ ਐ ਕਿ ਤੇਰੇ ਕਜ਼ਨ ਨੂੰ ਗਰੀਨ ਕਾਰਡ ਜ਼ਰੂਰ ਦਿਵਾਊਂਗੀ।"

ਫਿਰ ਮੈਂ ਉਸਨੂੰ ਬਣਦੇ ਪੈਸੇ ਦੇ ਕੇ ਮਾਮੇ ਦੇ ਪੁੱਤ ਨਾਲ ਉਸਦਾ ਕਾਗਜ਼ੀ ਵਿਆਹ ਕਰਵਾ ਦਿੱਤਾ। ਸਾਲ ਬਾਅਦ ਮਾਮੇ ਦੇ ਪੁੱਤ ਨੂੰ ਗਰੀਨ ਕਾਰਡ ਮਿਲ ਗਿਆ। ਮੈਂ ਸੋਚਦਾ ਸੀ ਕਿ ਭਾਵੇਂ ਉਸ ਨੇ ਇਸ ਕੰਮ ਲਈ ਬਣਦੇ ਪੈਸੇ ਲਏ ਸਨ ਤਾਂ ਵੀ ਉਸਦਾ ਮੇਰੇ ਉਪਰ ਇਹ ਬਹੁਤ ਵੱਡਾ ਅਹਿਸਾਨ ਸੀ। ਕੌਣ ਕਿਸੇ ਲਈ ਇੰਨਾ ਕਰਦਾ ਹੈ। ਇਸ ਪਿੱਛੋਂ ਉਨ੍ਹਾਂ ਨੇ ਤਲਾਕ ਦਾ ਅਪਲਾਈ ਕਰ ਦਿੱਤਾ। ਤਲਾਕ ਵਾਲੇ ਦਿਨ ਮੈਂ ਵੀ ਉਨ੍ਹਾਂ ਨਾਲ ਕੋਰਟ 'ਚ ਗਿਆ। ਸਾਰਾ ਕੰਮ ਨਿੱਬੜ ਜਾਣ ਪਿੱਛੋਂ ਅਸੀਂ ਬਾਹਰ ਆ ਗਏ। ਰਾਹ 'ਚ ਮੈਂ ਗੱਲ ਛੇੜੀ, "ਜੈਸਿਕਾ ਤੇਰਾ ਬਹੁਤ ਹੀ ਧੰਨਵਾਦ ਜੋ ਤੂੰ ਮੇਰੇ ਕਜ਼ਨ ਦਾ ਬੇੜਾ ਪਾਰ ਲਾਇਆ।"

"ਕੋਈ ਨ੍ਹੀਂ ਇਸ ਵਿੱਚ ਧੰਨਵਾਦ ਵਾਲੀ ਕੋਈ ਗੱਲ ਨ੍ਹੀਂ ਐ।"

"ਫਿਰ ਵੀ ਮੈਂ ਤੇਰਾ ਦੇਣਾ ਨ੍ਹੀਂ ਦੇ ਸਕਦਾ।"

"ਸਿੰਘ ਛੱਡ ਪਰ੍ਹੇ ਇਹ ਗੱਲ।" ਉਸਨੇ ਗੱਲ ਬਦਲਣੀ ਚਾਹੀ ਪਰ ਮੈਂ ਕਾਫੀ ਭਾਵੁਕ ਹੋ ਗਿਆ ਸੀ। ਮੈਨੂੰ ਲੱਗ ਰਿਹਾ ਸੀ ਕਿ ਮੇਰੇ ਕੋਲ ਅਜਿਹਾ ਕੋਈ ਵੀ ਲਫ਼ਜ਼ ਨਹੀਂ ਹੈ ਜਿਸ ਨਾਲ ਮੈਂ ਉਸਦਾ ਧੰਨਵਾਦ ਕਰ ਸਕਾਂ। ਕੁਝ ਦੇਰ ਚੁੱਪ ਰਹਿੰਦਾ ਮੈਂ ਫਿਰ ਬੋਲਿਆ, "ਜੈਸਿਕਾ ਤੇਰਾ ਮੇਰੇ 'ਤੇ ਬਹੁਤ ਵੱਡਾ ਕਰਜ਼ ਐਂ। ਜੇ ਕਦੇ ਮੌਕਾ ਮਿਲਿਆ ਤਾਂ ਮੈਂ ਇਹ ਕਰਜ਼ ਜਰੂਰ ਚੁੱਕਦਾ ਕਰੂੰਗਾ।"

"ਅੱਛਾ! ਕਿਵੇਂ ਚੁਕਾਏਂਗਾ ਇਹ ਕਰਜ਼?" ਉਹ ਹੱਸੀ।

"ਇਹ ਤਾਂ ਮੌਕਾ ਆਏ ਤੋਂ ਹੀ ਪਤਾ ਚੱਲੂ। ਪਰ....।"

"ਚੱਲ ਠੀਕ ਐ ਕਦੇ ਮੌਕਾ ਆ ਗਿਆ ਤਾਂ ਮੈਂ ਵੀ ਵੇਖ ਲਊਂਗੀ ਕਿ ਤੂੰ ਮੇਰੇ ਲਈ ਕੀ ਕਰਦਾ ਐਂ। ਪਰ ਪਲੀਜ਼ ਹੁਣ ਮੈਨੂੰ ਹੋਰ ਬੋਰ ਨਾ ਕਰ।" ਉਹ ਮੋਹ ਜਿਹੇ ਨਾਲ ਬੋਲੀ।

ਉਸ ਦੇ ਥੋੜ੍ਹੀ ਦੇਰ ਪਿੱਛੋਂ ਹੀ ਉਹ ਉੱਥੋਂ ਕੰਮ ਛੱਡ ਗਈ। ਕੁਝ ਦੇਰ ਤਾਂ ਸਾਡੇ ਵਿਚਕਾਰ ਫੋਨ ਬਗੈਰਾ ਦਾ ਸਿਲਸਲਾ ਚੱਲਦਾ ਰਿਹਾ। ਫਿਰ ਉਹ ਵੀ ਬੰਦ ਹੋ ਗਿਆ। ਪਤਾ ਨਹੀਂ ਜੈਸਿਕਾ ਕਿੱਧਰ ਮੂਵ ਹੋ ਗਈ ਸੀ। ਮੈਂ ਉਸਨੂੰ ਭੁੱਲ ਭੁਲਾ ਗਿਆ ਸੀ ਕਿ ਅੱਜ ਉਹ ਅਚਾਨਕ ਹੀ ਆ ਮਿਲੀ। ਇੰਨੇ ਨੂੰ ਵੇਟਰ ਨੇ ਟਰੇਅ ਲਿਆ ਕੇ ਟੇਬਲ 'ਤੇ ਰੱਖੀ ਤਾਂ ਮੈਂ ਖਿਆਲਾਂ 'ਚੋਂ ਬਾਹਰ ਨਿਕਲਿਆ। ਮੈਂ ਵੇਖਿਆ ਜੈਸਿਕਾ ਅਜੇ ਵੀ ਨੀਵੀਂ ਪਾਈ ਬੈਠੀ ਸੀ।

"ਜੈਸਿਕਾ ਕੌਫੀ ਚੁੱਕ।" ਮੈਂ ਉਸਦੀ ਬਿਰਤੀ ਤੋੜੀ।

ਉਸਨੇ ਹੌਲੀ ਜਿਹੇ ਕੌਫੀ ਦਾ ਕੱਪ ਚੁੱਕ ਲਿਆ। ਮੈਂ ਵੇਖ ਰਿਹਾ ਸੀ ਕਿ ਉਹ ਹੱਦੋਂ ਵੱਧ ਉਦਾਸ ਸੀ।

"ਕੀ ਗੱਲ ਐ ? ਕੋਈ ਵੱਡੀ ਮੁਸ਼ਕਲ ਆ ਗਈ ਐ ?"

"ਹੈਂ ! ?" ਉਸਨੇ ਤ੍ਰੱਬਕ ਕੇ ਮੇਰੇ ਵੱਲ ਵੇਖਿਆ, ਫਿਰ ਨੀਵੀਂ ਪਾ ਲਈ। ਦੋ ਕੁ ਘੁੱਟਾਂ ਭਰ ਕੇ ਉਸਨੇ ਕੱਪ ਮੇਜ਼ 'ਤੇ ਰੱਖ ਦਿੱਤਾ। ਮੈਂ ਉਸ ਵੱਲ ਵੇਖ ਹੀ ਰਿਹਾ ਸੀ ਕਿ ਕਿਸੇ ਦੀ ਆਵਾਜ਼ ਨੇ ਮੇਰਾ ਧਿਆਨ ਖਿੱਚਿਆ। ਮੈਂ ਵੇਖਿਆ ਕਿ ਹੁਆਂਗ, ਸਾਹਮਣੇ ਦੀ ਲੰਘਦਾ ਮੈਨੂੰ ਵੇਖ ਕੇ ਸਾਡੇ ਮੇਜ਼ ਕੋਲ ਆ ਖੜ੍ਹਾ ਸੀ। ਮੈਂ ਖੜ੍ਹਾ ਹੁੰਦਿਆਂ ਉਸ ਨਾਲ ਹੱਥ ਮਿਲਾਇਆ। ਹਾਲ ਚਾਲ ਪੁੱਛ ਕੇ, ਹੁਆਂਗ ਦਫਤਰ ਵੱਲ ਚਲਾ ਗਿਆ। ਹੁਆਂਗ ਕੋਰੀਅਨ ਹੈ ਅਤੇ ਮੇਰੇ ਨਾਲ ਹੀ ਕੰਮ ਕਰਦਾ ਹੈ। ਅਕਸਰ ਸਾਡੀ ਡਿਊਟੀ ਇਕੱਠਿਆਂ ਦੀ ਹੀ ਲੱਗਦੀ ਹੈ। ਪਿਛਲੀ ਰਾਤ ਵੀ ਅਸੀਂ ਇਕੱਠੇ ਹੀ ਕੰਮ ਕਰ ਰਹੇ ਸੀ। ਹੁਆਂਗ ਦਰਵਾਜ਼ਾ ਖੋਲ੍ਹ ਕੇ ਅੰਦਰ ਲੰਘ ਗਿਆ। ਮੇਰਾ ਧਿਆਨ ਜੈਸਿਕਾ ਵੱਲੋਂ ਹਟ ਕੇ ਰਾਤ ਦੀ ਡਿਊਟੀ ਵੱਲ ਚਲਿਆ ਗਿਆ।

ਕੱਲ੍ਹ ਸ਼ਾਮੀਂ ਹੈੱਡਕੁਆਰਟਰ ਪਹੁੰਚ ਕੇ ਮੈਂ ਆਪਣੀ ਸ਼ਾਟ ਗੰਨ ਅਤੇ ਵਾਕੀ ਟਾਕੀ ਬਗੈਰਾ ਲਏ। ਵਰਕ ਸ਼ੀਟ ਚੁੱਕ ਕੇ ਮੈਂ ਬਾਹਰ ਆਇਆ ਤਾਂ ਸਾਹਮਣੇ ਸੈਮ ਅਤੇ ਜੇਸਨ ਆਪੋ ਆਪਣੀਆਂ ਗੱਡੀਆਂ ਕੋਲ ਖੜ੍ਹੇ ਕਿਸੇ ਗੱਲ 'ਤੇ ਹੱਸ ਰਹੇ ਸਨ। ਇੰਨੇ ਨੂੰ ਹੁਆਂਗ ਵੀ ਅੰਦਰੋਂ ਆਪਣੀ ਬੁਲਟ ਪਰੂਫ ਜੈਕਟ ਦੀ ਜ਼ੰਜੀਰ ਬੰਨਦਾ ਸਾਡੇ ਵੱਲ ਆ ਗਿਆ। ਪੂਰੀ ਟੀਮ ਤਿਆਰ ਸੀ। ਅੱਜ ਦੀ ਟੀਮ ਦਾ ਇੰਚਾਰਜ ਮੈਂ ਸੀ। ਅੱਜ ਵੀ ਆਮ ਦਿਨਾਂ ਵਾਂਗੂੰ ਸਾਡੇ ਗਰੁੱਪ ਦੀ ਸਪੈਸ਼ਿਲ ਡਿਊਟੀ ਲੱਗੀ ਹੋਈ ਸੀ। ਇਸ ਖਾਸ ਡਿਊਟੀ ਦਾ ਨਾਂ ਹੈ, ਆਪਰੇਸ਼ਨ ਕੰਮਫਰਟ। ਵੈਸੇ ਮੈਨੂੰ ਇਹ ਡਿਊਟੀ ਬਿਲਕੁਲ ਵੀ ਚੰਗੀ ਨਹੀਂ ਲੱਗਦੀ ਕਿਉਂਕਿ ਇਸ ਅਪਰੇਸ਼ਨ ਦੇ ਤਹਿਤ ਜਦੋਂ ਹੀ ਅਸੀਂ ਕਿਸੇ ਨੂੰ ਗ੍ਰਿਫਤਾਰ ਕਰਦੇ ਹਾਂ ਤਾਂ ਮੇਰੇ ਮਨ ਵਿੱਚ ਤਰਸ ਅਤੇ ਦਇਆ ਭਾਵਨਾ ਆ ਜਾਂਦੀ ਹੈ। ਮਨ ਕੁਝ ਕਹਿੰਦਾ ਹੈ ਤੇ ਜ਼ਿੰਮੇਵਾਰੀ ਕੁਝ ਹੋਰ। ਪਰ ਮਨ ਨੂੰ ਸਮਝਾ ਕੇ ਜ਼ਿੰਮੇਵਾਰੀ ਨੂੰ ਅੱਗੇ ਲਿਆਉਣਾ ਪੈਂਦਾ ਹੈ। ਦੋ ਕੁ ਮਹੀਨੇ ਪਹਿਲਾਂ ਤੱਕ ਅਜਿਹਾ ਕੁਝ ਵੀ ਨਹੀਂ ਸੀ। ਬਿਲਕੁਲ ਆਮ ਜਿਹੀ ਡਿਊਟੀ ਹੁੰਦੀ ਸੀ। ਮੈਨੂੰ ਲੱਗਦਾ ਹੁੰਦਾ ਸੀ ਕਿ ਪੁਲੀਸ ਦੀ ਨੌਕਰੀ ਜੁਆਇਨ ਕਰਕੇ ਮੈਂ ਚੰਗਾ ਹੀ ਕੀਤਾ। ਪਰ ਅੱਜ ਕੱਲ੍ਹ ਇਵੇਂ ਨਹੀਂ ਲੱਗਦਾ। ਜ਼ਿੰਮੇਵਾਰੀ ਭਾਵੇਂ ਪੂਰੀ ਮੁਸਤੈਦੀ ਨਾਲ ਨਿਭਾ ਰਿਹਾ ਹਾਂ ਪਰ ਜਦੋਂ ਹੀ ਅਸੀਂ ਕਿਧਰੇ, ਅਪਰੇਸ਼ਨ ਕਮਫਰਟ ਦੇ ਤਹਿਤ ਕਿਸੇ ਨੂੰ ਗ੍ਰਿਫਤਾਰ ਕਰਦੇ ਹਾਂ ਤਾਂ ਮਨ ਵਿੱਚ ਉਪਜਿਆ ਤਰਸ ਬਾਅਦ ਵਿੱਚ ਬਹੁਤ ਤੰਗ ਕਰਦਾ ਹੈ। ਕਿਉਂਕਿ ਜਦੋਂ ਕੋਈ ਇੱਕ ਜਣਾ ਸਾਡੇ ਜਾਲ ਵਿੱਚ ਫਸਦਾ ਹੈ ਤਾਂ ਗ੍ਰਿਫਤਾਰ ਹੋਣ ਵਾਲਾ ਉਹ ਇਕੱਲਾ ਨਹੀਂ ਹੁੰਦਾ ਸਗੋਂ ਪਤਾ ਨਹੀਂ ਹੋਰ ਕਿੰਨੇ ਕੁ ਉਸਦੇ ਪਰਿਵਾਰਕ ਮੈਂਬਰ ਸਾਨੂੰ ਫੜਨੇ ਪੈਂਦੇ ਹਨ।

ਰੌਲਾ ਤਾਂ ਕਾਫੀ ਦੇਰ ਦਾ ਪੈ ਰਿਹਾ ਸੀ ਕਿ ਕੋਈ ਨਵਾਂ ਕਾਨੂੰਨ ਬਣਾਇਆ ਜਾਵੇ, ਪਰ ਹਰ ਵਾਰ ਗੱਲ ਆਈ ਗਈ ਹੋ ਜਾਂਦੀ ਸੀ। ਫਿਰ ਇਸ ਵਾਰ ਕੌਂਸਿਲ ਦੀ ਚੋਣ ਹੋਈ ਤਾਂ ਇੱਕ ਪਾਰਟੀ ਨੇ ਆਪਣਾ ਏਜੈਂਡਾ ਰੱਖਿਆ ਕਿ ਜੇਕਰ ਅਸੀਂ ਜਿੱਤ ਜਾਂਦੇ ਹਾਂ ਤਾਂ ਕਾਉਂਟੀ ਵਿੱਚੋਂ ਗੈਰਕਨੂੰਨੀ ਬਿਦੇਸ਼ੀਆਂ ਨੂੰ, ਖਾਸ ਕਰਕੇ ਲਾਤੀਨੋ ਲੋਕਾਂ ਨੂੰ ਬਾਹਰ ਕੱਢ ਦਿਆਂਗੇ। ਇਹੀ ਕੁਝ ਤਾਂ ਕਾਉਂਟੀ ਦੇ ਪੁਰਾਣੇ ਬਾਸ਼ਿੰਦੇ ਚਾਹੁੰਦੇ ਸਨ। ਇਨ੍ਹਾਂ ਲੋਕਾਂ ਦਾ ਕਹਿਣਾ ਸੀ ਕਿ ਸਪੈਨਿਸ਼ ਲੋਕਾਂ ਨੇ ਆ ਕੇ ਉਨ੍ਹਾਂ ਦੀ ਕਾਉਂਟੀ ਦਾ ਸਤਿਆਨਾਸ ਕਰ ਦਿੱਤਾ ਹੈ। ਇਨ੍ਹਾਂ ਪੁਰਾਣੇ ਬਾਸ਼ਿੰਦਿਆਂ 'ਚ ਬਹੁਤੇ ਵੱਡੀ ਉਮਰ ਦੇ ਅਮਰੀਕਣ ਹਨ। ਫਿਰ ਉਨ੍ਹਾਂ ਕਰਕੇ ਹੀ ਇਹ

ਪਾਰਟੀ ਜਿੱਤ ਗਈ ਤੇ ਇਨ੍ਹਾਂ ਸਭ ਤੋਂ ਪਹਿਲਾ ਕੰਮ, ਗੈਰਕਨੂੰਨੀ ਢੰਗ ਨਾਲ ਰਹਿ ਰਹੇ ਲੋਕਾਂ ਨੂੰ ਬਾਹਰ ਕੱਢਣ ਦਾ ਕੀਤਾ। ਅਮਰੀਕਣ ਹਿਸਟਰੀ 'ਚ ਪਰਿੰਸ ਵਿਲੀਅਮ ਕਾਊਂਟੀ, ਅਜਿਹੀ ਪਹਿਲੀ ਕਾਊਂਟੀ ਬਣ ਗਈ ਜੋ ਗੈਰਕਨੂੰਨੀ ਕਾਮਿਆਂ ਦੇ ਖਿਲਾਫ ਇੰਨੀ ਸਖਤੀ ਕਰ ਰਹੀ ਸੀ। ਇੱਕ ਵਾਰ ਕਾਨੂੰਨ ਬਣਨ ਦੀ ਦੇਰ ਸੀ ਕਿ ਕੰਮ ਦਾ ਸਾਰਾ ਭਾਰ ਸਾਡੇ ਪੁਲੀਸ ਮਹਿਕਮੇ 'ਤੇ ਆ ਪਿਆ। ਹਫਤੇ ਦੀ ਟਰੇਨਿੰਗ ਪਿੱਛੋਂ ਪੁਲੀਸ ਨੇ ਆਪਣਾ ਕੰਮ ਸ਼ੁਰੂ ਕਰ ਦਿੱਤਾ। ਪਹਿਲਾਂ ਤਾਂ ਇਹ ਇੱਥੋਂ ਤੱਕ ਹੀ ਸੀਮਤ ਰਿਹਾ ਕਿ ਜਦੋਂ ਵੀ ਪੁਲੀਸ ਕਿਸੇ ਨੂੰ ਰੋਕਦੀ ਤਾਂ ਉਸਦਾ ਇੰਮੀਗਰੇਸ਼ਨ ਸਟੇਟਸ ਪੁੱਛਦੀ। ਜੇਕਰ ਰੋਕਿਆ ਗਿਆ ਵਿਅਕਤੀ ਗੈਰਕਨੂੰਨੀ ਹੁੰਦਾ ਤਾਂ ਉਸਨੂੰ ਝੱਟ ਗ੍ਰਿਫਤਾਰ ਕਰਕੇ ਜੇਲ੍ਹ ਡੱਕ ਦਿੱਤਾ ਜਾਂਦਾ ਤੇ ਅਗਲੇ ਦਿਨ ਇੰਮੀਗਰੇਸ਼ਨ ਮਹਿਕਮੇ ਵਾਲਿਆਂ ਦੇ ਸਪੁਰਦ ਕਰ ਦਿੱਤਾ ਜਾਂਦਾ ਜੋ ਉਸਨੂੰ ਕੁਝ ਕੁ ਮਹੀਨਿਆਂ ਵਿੱਚ ਉਸਦੇ ਮੁਲਕ ਨੂੰ ਡਿਪੋਰਟ ਕਰ ਦਿੰਦੇ। ਫਿਰ ਕੌਂਸਲ ਮੈਂਬਰਾਂ 'ਤੇ ਕਾਊਂਟੀ ਦੇ ਬਾਸ਼ਿੰਦਿਆਂ ਦਾ ਜ਼ੋਰ ਪੈਣ ਲੱਗਿਆ। ਕੌਂਸਲ ਨੇ ਅੱਗੇ ਪੁਲੀਸ 'ਤੇ ਸਖਤੀ ਕਰ ਦਿੱਤੀ ਕਿ ਵੱਧ ਤੋਂ ਵੱਧ ਸਪੈਨਿਸ਼ਾਂ ਨੂੰ ਫੜੋ। ਆਖਰ 'ਚ ਹਾਲਤ ਇਹ ਹੋ ਗਈ ਕਿ ਸਾਨੂੰ ਹਰ ਰੋਜ਼ ਨੰਬਰ ਮਿਲਣ ਲੱਗੇ ਕਿ ਤੁਸੀਂ ਇੰਨੇ ਬੰਦੇ ਫੜ੍ਹਨੇ ਹੀ ਫੜ੍ਹਨੇ ਹਨ ਜਿਵੇਂ ਮਰਜ਼ੀ ਕਰੋ। ਹਰ ਰੋਜ਼ ਇਸ ਕੰਮ ਲਈ ਸਪੈਸ਼ਿਲ ਟਾਸਕ ਫੋਰਸ ਬਣਨ ਲੱਗੀ। ਚਾਰ ਜਣਿਆਂ ਦਾ ਗਰੁੱਪ ਹੁੰਦਾ ਜੋ ਸਪੈਨਿਸ਼ਾਂ ਨੂੰ ਥਾਂ ਥਾਂ ਸੁੰਘਦਾ ਫਿਰਦਾ। ਸਪੈਨਿਸ਼ ਕਮਿਊਨਟੀ ਵਿੱਚ ਵੀ ਤਹਿਲਕਾ ਮੱਚ ਗਿਆ ਤੇ ਉਹ ਇੱਧਰ ਉੱਧਰ ਹੋਰਨਾਂ ਇਲਾਕਿਆਂ 'ਚ ਮੂਵ ਹੋ ਗਏ। ਜਿਹੜੇ ਪਿੱਛੇ ਰਹਿ ਗਏ ਉਹ ਸਭ ਮਜਬੂਰ ਸਨ ਕਿਉਂਕਿ ਉਨ੍ਹਾਂ ਨੇ ਉੱਥੇ ਘਰ ਲਏ ਹੋਏ ਸਨ ਜਿਨ੍ਹਾਂ ਨੂੰ ਛੱਡ ਕੇ ਉਹ ਕਿਧਰੇ ਨਹੀਂ ਸਨ ਜਾ ਸਕਦੇ। ਉਂਝ ਉਹ ਬਚ ਕੇ ਰਹਿਣ ਲੱਗ ਪਏ। ਪਰ ਸ਼ਿਕਾਰੀਆਂ ਤੋਂ ਸ਼ਿਕਾਰ ਕਿੰਨਾ ਕੁ ਚਿਰ ਬਚ ਸਕਦਾ ਹੈ। ਇਹ ਸ਼ਿਕਾਰ ਹੀ ਤਾਂ ਸੀ ਕਿ ਪੁਲੀਸ ਵਾਲੇ ਹਰ ਰੋਜ਼ ਕੋਈ ਸੜਕ ਰੋਕ ਕੇ ਬੈਠ ਜਾਂਦੇ। ਜਦੋਂ ਕੋਈ ਟਰੈਫਿਕ ਦੀ ਮਾੜੀ ਮੋਟੀ ਗਲਤੀ ਕਰਦਾ ਤਾਂ ਉਹ ਉਸਨੂੰ ਝੱਟ ਜੱਪ ਲੈਂਦੇ। ਰੋਕੇ ਗਏ ਸਪੈਨਿਸ਼ਾਂ 'ਚੋਂ ਨੱਬੇ ਪ੍ਰਤੀਸ਼ਤ ਗੈਰਕਨੂੰਨੀ ਕਾਮੇ ਹੁੰਦੇ ਜਿਨ੍ਹਾਂ ਨੂੰ ਤੁਰੰਤ ਗ੍ਰਿਫਤਾਰ ਕਰਕੇ ਜੇਲ੍ਹ ਡੱਕ ਦਿੱਤਾ ਜਾਂਦਾ। ਉਪਰੋਂ ਹੋਰ ਦਬਾਅ ਪਿਆ ਤਾਂ ਪੁਲੀਸ ਵਾਲੇ ਨੰਬਰ ਪੂਰੇ ਕਰਨ ਲਈ ਐਵੇਂ ਹੀ ਤੁਰੇ ਜਾਂਦੇ ਸਪੈਨਿਸ਼ਾਂ ਨੂੰ ਰੋਕ ਲੈਂਦੇ ਤੇ ਉਨ੍ਹਾਂ ਦੇ ਪੇਪਰ ਚੈਕ ਕਰਦੇ। ਪਰ ਹੱਦ ਉਦੋਂ ਹੋ ਗਈ ਜਦੋਂ ਉੱਪਰੋਂ ਹੋਰ ਵੀ ਸਖਤੀ ਦੇ ਹੁਕਮ ਆ ਗਏ। ਹੁਣ ਅਸੀਂ ਰੋਕੇ ਗਏ ਸਪੈਨਿਸ਼ ਨੂੰ ਹੀ ਗ੍ਰਿਫਤਾਰ ਨਾ ਕਰਦੇ ਸਗੋਂ ਉਸਨੂੰ ਨਾਲ ਲੈ ਕੇ ਉਸਦੇ ਘਰ ਨੂੰ ਤੁਰ ਪੈਂਦੇ ਤੇ ਅੱਗੇ ਘਰੇ ਬੈਠੇ ਉਨ੍ਹਾਂ ਸਾਰੇ ਪਰਿਵਾਰਕ ਮੈਂਬਰਾਂ ਨੂੰ ਫੜ੍ਹ ਲਿਆਉਂਦੇ ਜੋ ਬਿਨਾਂ ਪੇਪਰਾਂ ਦੇ ਸਨ। ਇੰਨਾਂ ਤਾਂ ਇੰਮੀਗਰੇਸ਼ਨ ਮਹਿਕਮੇ ਵਾਲੇ ਆਪ ਵੀ ਨਹੀਂ ਸਨ ਕਰਦੇ। ਉਹ ਤਾਂ ਕਦੇ ਨਾਕਾ ਲਾ ਕੇ ਵੀ ਕਿਸੇ ਨੂੰ ਨਹੀਂ ਸਨ ਫੜ੍ਹਦੇ। ਪਰ ਕੀ ਕਰਦੇ ਸਾਡੀ ਇਹ ਮਜਬੂਰੀ ਬਣ ਗਈ ਕਿ ਕਾਊਂਟੀ ਦੇ ਬਾਸ਼ਿੰਦਿਆਂ ਦੀ ਮੰਨੀਏਂ। ਮੇਰੇ ਨਾਲ ਦੇ ਕਈ ਗੋਰੇ ਪੁਲੀਸ ਵਾਲੇ ਅਜਿਹੇ ਵੇਲੇ ਇਸ ਕੰਮ 'ਚੋਂ ਮਜ਼ਾ ਲੈਂਦੇ ਤੇ ਲੋੜੋਂ ਵੱਧ ਧੱਕਾ ਕਰਦੇ। ਸਿਰਫ ਮੈਂ ਅਤੇ ਹੁਆਂਗ ਹੀ ਸਾਂ ਜੋ ਇਸ ਤਰ੍ਹਾਂ ਦੀਆਂ ਗ੍ਰਿਫਤਾਰੀਆਂ ਵੇਲੇ ਅੰਦਰੋਂ ਬਹੁਤ ਉਦਾਸ ਹੋ ਜਾਂਦੇ।

ਖੈਰ ਹੈੱਡਕੁਆਰਟਰ ਤੋਂ ਅਸੀਂ ਚਾਰਾਂ ਜਣਿਆਂ ਨੇ ਚੱਲ ਕੇ ਅੱਗੇ ਰੂਟ ਵਨ ਅਤੇ ਵਿਲੇਜ ਡਰਾਈਵ ਕੋਲ ਨਾਕਾ ਲਾ ਲਿਆ ਸੀ। ਸੈਮ, ਰੂਟ ਵਨ ਦੇ ਦੱਖਣ ਵੱਲ ਨੇੜਲੇ

ਸ਼ਾਪਿੰਗ ਮਾਲ 'ਚ ਗੱਡੀ ਲਾ ਕੇ ਖੜ੍ਹ ਗਿਆ ਤੇ ਜੇਸਨ ਉੱਤਰ ਵੱਲ। ਇਨ੍ਹਾਂ ਦੋਨਾਂ ਨੂੰ ਅਜਿਹੇ ਵੇਲੇ ਚਾਅ ਚੜ੍ਹ ਜਾਂਦਾ ਸੀ। ਮੈਂ ਹੇਠਾਂ ਲਾਈਟਾਂ ਦੇ ਕੋਲ ਸੀ ਤੇ ਹੁਆਂਗ ਮੇਰੇ ਨਾਲ ਸੀ। ਅੱਜ ਦੀ ਟੀਮ ਦਾ ਇੰਚਾਰਜ ਹੋਣ ਕਰਕੇ ਫੈਸਲਾ ਮੈਂ ਕਰਨਾ ਸੀ ਕਿ ਕਿਸ ਨੂੰ ਰੋਕਿਆ ਜਾਵੇ ਤੇ ਕਿਸਨੂੰ ਨਾ। ਪਹਿਲਾਂ ਸੈਮ ਦੀ ਆਵਾਜ਼ ਸੁਣਾਈ ਦਿੱਤੀ।

"ਏ ਸਸਪੈਕਟ ਇਜ਼ ਅਪਰੋਚਿੰਗ ਯੂ। ਕੋਈ ਸ਼ੱਕੀ ਆ ਰਿਹਾ ਐ।"

ਮੈਂ ਵੇਖਿਆ ਕਿ ਇੱਕ ਸਪੈਨਿਸ਼ ਸਹੀ ਢੰਗ ਨਾਲ ਗੱਡੀ ਚਲਾਉਂਦਾ ਆ ਰਿਹਾ ਸੀ। ਉਸ ਨਾਲ ਕੋਈ ਬਜ਼ੁਰਗ ਬੈਠਾ ਸੀ। ਮੈਂ ਉਸ ਨੂੰ ਨਾ ਰੋਕਿਆ। ਥੋੜ੍ਹੀ ਦੇਰ ਪਿੱਛੋਂ ਜੇਸਨ ਦੀ ਕਾਲ ਆਈ ਕਿ ਇੱਧਰੋਂ ਕੋਈ ਆ ਰਿਹਾ ਹੈ, ਇਸ ਨੂੰ ਰੋਕ ਕੇ ਚੈੱਕ ਕਰ। ਪਰ ਮੈਂ ਇਸ ਨੂੰ ਵੀ ਨਾ ਰੋਕਿਆ। ਇਹ ਕੋਈ ਜ਼ਨਾਨੀ ਸੀ ਜਿਸ ਨੇ ਆਪਣੇ ਨਾਲ ਜੁਆਕ ਬਿਠਾਏ ਹੋਏ ਸਨ। ਪਰ ਗੱਡੀ ਉਹ ਸਹੀ ਚਲਾ ਰਹੀ ਸੀ। ਦੋਨਾਂ ਪਾਸਿਉਂ ਤੋਂ ਫਿਰ ਦੋ ਕੁ ਵਾਰ ਮੈਨੂੰ ਸੁਨੇਹਾ ਮਿਲਿਆ ਪਰ ਡਰਾਈਵਿੰਗ ਠੀਕ ਹੋਣ ਕਰਕੇ ਮੈਂ ਕਿਸੇ ਨੂੰ ਨਾ ਰੋਕਿਆ। ਇੰਨੇ ਨੂੰ ਜੇਸਨ ਦੀ ਉੱਚੀ ਆਵਾਜ਼ ਆਈ ਕਿ ਹੁਣ ਜੋ ਆ ਰਿਹਾ ਹੈ ਇਸ ਨੂੰ ਜ਼ਰੂਰ ਰੋਕ। ਸ਼ਾਇਦ ਆਉਣ ਵਾਲਾ ਪੁਲੀਸ ਨੂੰ ਵੇਖ ਕੇ ਘਬਰਾ ਗਿਆ ਸੀ। ਉਸ ਤੋਂ ਘਬਰਾਹਟ 'ਚ ਗੱਡੀ ਸਾਈਡ ਵਾਕ ਨਾਲ ਟਕਰਾ ਗਈ ਸੀ। ਹੁਣ ਤਾਂ ਮੈਨੂੰ ਐਕਸ਼ਨ ਲੈਣਾ ਹੀ ਪੈਣਾ ਸੀ ਕਿਉਂਕਿ ਉਹ ਟਰੈਫਿਕ ਗਲਤੀ ਕਰ ਚੁੱਕਿਆ ਸੀ। ਉਸ ਨੂੰ ਰੋਕ ਲਿਆ ਗਿਆ। ਮੈਂ ਉਸਦਾ ਲਾਈਸੈਂਸ ਬਗੈਰਾ ਫੜ੍ਹ ਲਿਆ। ਉਸਦੇ ਘਰ ਦਾ ਅਡਰੈੱਸ ਗਰੈਂਡ ਸਟਰੀਟ ਉੱਪਰਲੇ ਕਿਸੇ ਘਰ ਦਾ ਸੀ ਜੋ ਕਿ ਬੁੱਡਬਰਿਜ ਵਿੱਚ ਹੀ ਪੈਂਦਾ ਹੈ। ਉਦੋਂ ਨੂੰ ਜੇਸਨ ਵੀ ਪਹੁੰਚ ਗਿਆ। ਲਾਈਸੈਂਸ ਸਹੀ ਸੀ ਤਾਂ ਜੇਸਨ ਨੇ ਉਸਨੂੰ ਉਸਦਾ ਸਟੇਟਸ ਪੁੱਛਿਆ। ਉਹ ਗੈਰਕਨੂੰਨੀ ਸੀ। ਜੇਸਨ ਨੇ ਮੈਥੋਂ ਪੁੱਛੇ ਬਿਨਾਂ ਹੀ ਆਪਰੇਸ਼ਨ ਰੂਮ ਨੂੰ ਉਸਦੀ ਜਾਣਕਾਰੀ ਦਿੰਦਿਆਂ ਉਸਦੇ ਗਰੈਂਡ ਸਟਰੀਟ ਵਾਲੇ ਘਰ 'ਤੇ ਛਾਪਾ ਮਾਰਨ ਦੀ ਇਜਾਜ਼ਤ ਮੰਗੀ। ਜਿਸ ਗੱਲ ਤੋਂ ਮੈਂ ਬਚਣਾ ਚਾਹੁੰਦਾ ਸੀ ਜੇਸਨ ਨੇ ਉਹੀ ਕਰ ਦਿੱਤੀ। ਉਸਦੇ ਘਰ ਛਾਪਾ ਮਾਰਨ ਦਾ ਹੁਕਮ ਆ ਗਿਆ ਤਾਂ ਅਸੀਂ ਉਸਨੂੰ ਗੱਡੀ ਵਿੱਚ ਬਿਠਾਉਂਦਿਆਂ ਉਸਦੇ ਘਰ ਨੂੰ ਲੈ ਤੁਰੇ। ਅੱਗੇ ਜਾ ਕੇ ਦਰਵਾਜ਼ਾ ਖੜਕਾਇਆ ਤਾਂ ਥੋੜ੍ਹੀ ਦੇਰ ਮਗਰੋਂ ਦਰਵਾਜ਼ਾ ਖੁੱਲ੍ਹ ਗਿਆ। ਸੈਮ ਪਿਸਤੌਲ ਸਿੱਧੀ ਕਰੀ ਫਰੀਜ ਕਹਿੰਦਾ ਅੰਦਰ ਨੂੰ ਵਧਿਆ। ਸਾਹਮਣੇ ਸਾਰਾ ਪਰਿਵਾਰ ਡਾਈਨਿੰਗ ਟੇਬਲ 'ਤੇ ਬੈਠਾ ਸ਼ਾਮ ਦਾ ਖਾਣਾ ਖਾਣ ਦੀ ਤਿਆਰੀ ਕਰ ਰਿਹਾ ਸੀ ਜਦੋਂ ਸਾਡਾ ਛਾਪਾ ਪੈ ਗਿਆ। ਉੱਥੇ ਇੱਕ ਬੁੱਢੀ ਔਰਤ, ਇੱਕ ਦਰਮਿਆਨੀ ਉਮਰ ਦਾ ਆਦਮੀ ਅਤੇ ਇੱਕ ਜੁਆਨ ਉਮਰ ਦਾ ਜੋੜਾ ਸੀ। ਇਸ ਤੋਂ ਇਲਾਵਾ ਦੋ ਜੁਆਕ ਸਨ। ਸਾਰਿਆਂ ਨੂੰ ਕੰਧ ਵੱਲ ਮੂੰਹ ਕਰਕੇ ਉੱਪਰ ਨੂੰ ਹੱਥ ਚੁੱਕ ਕੇ ਖੜ੍ਹੇ ਹੋਣ ਨੂੰ ਕਿਹਾ ਗਿਆ। ਉਨ੍ਹਾਂ ਨੂੰ ਕੰਧ ਨਾਲ ਲਾ ਕੇ ਤਲਾਸ਼ੀ ਲਈ ਗਈ। ਫਿਰ ਪੁੱਛ-ਗਿੱਛ ਹੋਈ ਤਾਂ ਪਤਾ ਲੱਗਿਆ ਕਿ ਉਹ ਸਾਰੇ ਹੀ ਗੈਰਕਨੂੰਨੀ ਸਨ। ਸਬੱਬੋਂ ਸਾਰੇ ਕੰਮਾਂ ਤੋਂ ਇਕੱਠੇ ਹੀ ਘਰ ਆ ਗਏ। ਹੁਣ ਖਾਣਾ ਖਾ ਕੇ ਅਗਲੀਆਂ ਸ਼ਿਫਟਾਂ 'ਤੇ ਜਾਣ ਦੇ ਆਹਰ 'ਚ ਸਨ। ਸਾਰਿਆਂ ਦੇ ਹੱਥਕੜੀ ਲਾ ਕੇ ਵਾਰੋ ਵਾਰੀ ਗੱਡੀਆਂ ਵਿੱਚ ਬਿਠਾ ਲਿਆ। ਜੁਆਕਾਂ ਨੂੰ ਨੂੜ ਕੇ ਨਾਲ ਹੀ ਗੱਡੀਆਂ 'ਚ ਤੁੰਨ ਦਿੱਤਾ ਗਿਆ। ਗੱਡੀਆਂ ਉਨ੍ਹਾਂ ਨੂੰ ਲੈ ਕੇ ਤੁਰ ਗਈਆਂ ਤਾਂ ਮੈਂ ਬਾਕੀ ਦੀ ਕਾਰਵਾਈ ਪੂਰੀ ਕੀਤੀ। ਘਰ ਦੀ ਥੋੜ੍ਹੀ ਬਹੁਤੀ ਤਲਾਸ਼ੀ ਹੋਈ। ਦਰਵਾਜ਼ਾ ਬੰਦ ਕਰਕੇ ਜੰਦਰਾ ਮਾਰਨ ਤੋਂ

ਪਹਿਲਾਂ ਮੈਂ ਕਿਚਨ ਵੱਲ ਗਿਆ। ਚੁੱਲ੍ਹੇ ਉੱਪਰ ਮੱਠੀ ਅੱਗ 'ਤੇ ਪਿਆ ਕੁਝ ਰਿੱਝੀ ਜਾਂਦਾ ਸੀ। ਮੈਂ ਚੁੱਲ੍ਹਾ ਬੰਦ ਕਰ ਦਿੱਤਾ। ਫਿਰ ਡਾਈਨਿੰਗ ਟੇਬਲ ਵੱਲ ਧਿਆਨ ਮਾਰਿਆ। ਸੂਪ ਦਾ ਭਰਿਆ ਡੌਂਗਾ ਟੇਬਲ 'ਤੇ ਉਵੇਂ ਜਿਵੇਂ ਪਿਆ ਸੀ। ਸ਼ਾਇਦ ਸਾਰੇ ਜਣੇ ਗਰਮ ਸੂਪ ਖਾਣ ਦੀ ਤਿਆਰੀ ਕਰ ਰਹੇ ਸਨ ਪਰ ਉਹ ਖਾਣਾ ਕਿਸੇ ਨੂੰ ਨਸੀਬ ਨਾ ਹੋਇਆ। ਇਹ ਸਭ ਕੁਝ ਵੇਖ ਕੇ ਮੇਰਾ ਚਿੱਤ ਭੈੜਾ ਪੈ ਗਿਆ। ਮਨ ਵਿੱਚ ਖਿਆਲ ਆਇਆ ਕਿ ਜੇਕਰ ਜੇਸਨ ਕਾਹਲੀ ਨਾ ਕਰਦਾ ਤਾਂ ਅਸੀਂ ਗੱਡੀ ਵਿੱਚੋਂ ਫੜੇ ਗਏ ਬੰਦੇ ਨੂੰ ਗ੍ਰਿਫਤਾਰ ਕਰਕੇ ਹੀ ਸਾਰ ਲੈਂਦੇ। ਇਹ ਪਰਿਵਾਰ ਉਜੜਨ ਤੋਂ ਬਚ ਜਾਂਦਾ। ਉਦਾਸੇ ਜਿਹੇ ਨੇ ਮੈਂ ਦਰਵਾਜ਼ਾ ਬੰਦ ਕੀਤਾ ਅਤੇ ਵਾਕੀ ਟਾਕੀ ਉੱਪਰ ਅਪਰੇਸ਼ਨ ਮੁਕੰਮਲ ਹੋ ਜਾਣ ਦਾ ਕਹਿੰਦਿਆਂ ਗੱਡੀ ਸਟਾਰਟ ਕਰਦਾ ਆਪਣੇ ਅਗਲੇ ਕੰਮ ਵੱਲ ਚੱਲ ਪਿਆ। ਉਸ ਤੋਂ ਬਾਅਦ ਹੋਰ ਕੋਈ ਗ੍ਰਿਫਤਾਰੀ ਨਾ ਹੋਈ। ਦਿਨ ਚੜ੍ਹਿਆ ਤੇ ਸ਼ਿਫਟ ਖਤਮ ਹੋਈ। ਹੈਡਕੁਆਰਟਰ ਪਹੁੰਚ ਕੇ ਆਪਣਾ ਕਾਰਡ ਪੰਚ ਕਰਦਾ ਹੋਇਆ ਮੈਂ ਘਰ ਨੂੰ ਤੁਰਨ ਹੀ ਲੱਗਿਆ ਸੀ ਕਿ ਉਦੋਂ ਹੀ ਜੈਸਿਕਾ ਮਿਲ ਗਈ।

"ਤੂੰ ਇੱਥੇ ਪੁਲੀਸ 'ਚ ਜਾਬ ਕਰਦਾ ਐਂ ਨਾ ?" ਜੈਸਿਕਾ ਨੇ ਪਹਿਲਾਂ ਹੀ ਪੁੱਛਿਆ ਸੁਆਲ ਦੁਹਰਾਇਆ ਤਾਂ ਮੈਂ ਆਪਣੇ ਖਿਆਲਾਂ ਦੀ ਦੁਨੀਆਂ 'ਚੋਂ ਨਿਕਲਿਆ।

"ਹਾਂ ਹਾਂ, ਬਿਲਕੁਲ।"

ਕੌਫੀ ਠੰਢੀ ਹੋ ਗਈ ਸੀ। ਛੇਤੀ ਛੇਤੀ ਘੁੱਟਾਂ ਭਰਦੇ ਨੇ ਮੈਂ ਵੇਖਿਆ ਕਿ ਜੈਸਿਕਾ ਮੇਰੇ ਚਿਹਰੇ ਵੱਲ ਬੜੇ ਧਿਆਨ ਨਾਲ ਵੇਖ ਰਹੀ ਸੀ। ਕੱਪ ਪਾਸੇ ਰੱਖਦਿਆਂ ਮੈਂ ਫਿਰ ਬੋਲਿਆ, "ਮੈਂ ਇੱਥੇ ਈ ਆਂ। ਕੋਈ ਕੰਮ ਐ ਤਾਂ ਦੱਸ ?"

"ਹਾਂ ਕੰਮ ਤਾਂ ਹੈ। ਮੈਨੂੰ ਇਹ ਵੀ ਲੱਗਦੈ ਕਿ ਇਸ ਕੰਮ 'ਚ ਤੂੰ ਈ ਮੇਰੀ ਮੱਦਦ ਕਰ ਸਕਦੈਂ।"

"ਪਰ ਹੋਇਆ ਕੀ ?"

"ਪੁਲੀਸ ਨੇ ਰਾਤੀਂ ਮੇਰੇ ਸਾਰੇ ਟੱਬਰ ਨੂੰ ਗ੍ਰਿਫਤਾਰ ਕਰ ਲਿਆ ਐ। ਪਲੀਜ਼ ਤੂੰ ਕਿਵੇਂ ਨਾ ਕਿਵੇਂ ਉਨ੍ਹਾਂ ਦੀ ਜ਼ਮਾਨਤ ਕਰਵਾਉਣ ਵਿੱਚ ਮੱਦਦ ਕਰ।" ਕੰਬਦੀ ਆਵਾਜ਼ 'ਚ ਜੈਸਿਕਾ ਬੋਲੀ।

"ਕਿੱਥੋਂ ਫੜ੍ਹਿਆ ਗਿਆ ਤੇਰਾ ਪਰਿਵਾਰ ? ਉਨ੍ਹਾਂ 'ਤੇ ਚਾਰਜ ਕੀ ਲੱਗੇ ਨੇ ?"

"ਚਾਰਜ ਤਾਂ ਪਤਾ ਨ੍ਹੀਂ ਕੀ ਲੱਗੇ ਐ ਪਰ ਉਹ ਮੇਰੇ ਘਰੋਂ ਹੀ ਗ੍ਰਿਫਤਾਰ ਕੀਤੇ ਗਏ ਨੇ।"

"ਤੇਰੇ ਘਰ ਦਾ ਅਡਰੈੱਸ ਕੀ ਐ ?"

"ਮੇਰਾ ਘਰ ਬੁੱਡਬਰਿਜ 'ਚ ਗਰੈਂਡ ਸਟਰੀਟ 'ਤੇ ਪੈਂਦੈ।"

ਇਹ ਸੁਣਦਿਆਂ ਸਾਰ ਮੈਨੂੰ ਕੰਬਣੀ ਜਿਹੀ ਛਿੜੀ ਤੇ ਮੇਰੀਆਂ ਅੱਖਾਂ ਸਾਹਮਣੇ, ਰਾਤ ਵਾਲੇ ਛਾਪੇ ਦਾ ਦ੍ਰਿਸ਼ ਆ ਗਿਆ। ਘਰ ਦੀਆਂ ਉਦਾਸ ਕੰਧਾਂ, ਸੁੰਨੀ ਪਈ ਰਸੋਈ 'ਚ ਚੱਲ ਰਿਹਾ ਚੁੱਲ੍ਹਾ ਅਤੇ ਖਾਣੇ ਦੀ ਮੇਜ਼ 'ਤੇ ਪਿਆ ਸੂਪ ਦਾ ਡੌਂਗਾ ਮੇਰੀਆਂ ਅੱਖਾਂ ਅੱਗੋਂ ਦੀ ਲੰਘ ਗਿਆ। ਮੈਂ ਨਜ਼ਰ ਚੁਰਾਉਂਦਾ ਪਾਸੇ ਨੂੰ ਵੇਖਣ ਲੱਗਿਆ।

"ਕਿਉਂ ਕਰੇਂਗਾ ਨਾ ਮੇਰੀ ਮਦਦ ?" ਜੈਸਿਕਾ ਨੇ ਆਪਣੇਪਨ ਨਾਲ ਪੁੱਛਿਆ।

ਮੇਰੇ ਮੂੰਹੋਂ ਕੋਈ ਬੋਲ ਨਾ ਫੁੱਟਿਆ। ਮੈਂ ਉਸਨੂੰ ਕਿਵੇਂ ਦੱਸਦਾ ਕਿ ਉਨ੍ਹਾਂ ਨੂੰ ਗ੍ਰਿਫਤਾਰ ਤਾਂ ਮੈਂ ਹੀ ਕੀਤਾ ਹੈ। ਮੇਰੇ ਅੰਦਰ ਗੁਨਾਹ ਭਾਵਨਾ ਜਾਗਣ ਲੱਗੀ।

"ਸਿੰਘ ਤੂੰ ਚੁੱਪ ਕਿਉਂ ਐਂ ?"

"ਜੈਸਿਕਾ, ਅਸਲ 'ਚ ਮੈਂ ਤੇਰੀ ਇਸ ਮਾਮਲੇ ਵਿੱਚ ਕੋਈ ਮਦਦ ਨ੍ਹੀਂ ਕਰ ਸਕਦਾ।"

"ਕਿਉਂ ?"

"ਮੇਰੀ ਮਜਬੂਰੀ ਐ।"

"ਐਡੀ ਕੀ ਮਜਬੂਰੀ ਐ। ਹੋਰ ਨ੍ਹੀਂ ਤਾਂ ਚੱਲ ਆਪਣੀ ਪੁਰਾਣੀ ਦੋਸਤੀ ਦੀ ਖਾਤਰ ਈ ਸਹੀ।"

ਮੈਥੋਂ ਉਸ ਦੀ ਗੱਲ ਦਾ ਕੋਈ ਜੁਆਬ ਨਾ ਦੇ ਹੋਇਆ। ਮੈਂ ਨੀਵੀਂ ਪਾ ਲਈ। ਕੁਝ ਪਲ ਸਾਡੇ ਵਿਚਕਾਰ ਖਾਮੋਸ਼ੀ ਪਸਰੀ ਰਹੀ। ਮੈਂ ਜ਼ਰਾ ਕੁ ਨਜ਼ਰਾਂ ਉਠਾ ਕੇ ਉਸ ਵੱਲ ਵੇਖਿਆ। ਮੈਨੂੰ ਲੱਗਿਆ ਕਿ ਉਹ ਕੁਝ ਕਹਿਣਾ ਚਾਹੁੰਦੀ ਹੈ ਤੇ ਇਸ ਦੇ ਲਈ ਸ਼ਾਇਦ ਆਪਣੇ ਆਪ ਨੂੰ ਤਿਆਰ ਕਰ ਰਹੀ ਹੈ।

"ਸਿੰਘ....।" ਉਸਦੀ ਮੱਧਮ ਜਿਹੀ ਆਵਾਜ਼ ਸੁਣਾਈ ਦਿੱਤੀ।

"ਹੂੰ।" ਮੈਂ ਉਵੇਂ ਨੀਵੀਂ ਪਾਈ ਪੁਆਈ ਬੋਲਿਆ।

"ਚੱਲ ਫਿਰ ਅੱਜ ਪੁਰਾਣਾ ਕਰਜ਼ ਈ ਚੁਕਦਾ ਕਰਦੇ।"

"ਕਿਹੜਾ ਕਰਜ਼?" ਮੈਂ ਹੈਰਾਨ ਹੁੰਦੇ ਹੋਏ ਨੇ ਉਸ ਵੱਲ ਵੇਖਿਆ।

"ਕਿਉਂ! ਇਹ ਵੀ ਹੁਣ ਦੱਸਣਾ ਪਊਗਾ ਕਿ ਕਰਜ਼ ਕਿਹੜਾ ?"

ਉਸਦੀ ਇੰਨੀ ਗੱਲ ਸੁਣ ਕੇ ਅਚਾਨਕ ਮੈਨੂੰ ਆਪਣੇ ਮਾਮੇ ਦੇ ਪੁੱਤ ਦਾ ਗਰੀਨ ਕਾਰਡ ਵਾਲਾ ਮਾਮਲਾ ਯਾਦ ਆ ਗਿਆ।

"ਸੌਰੀ ਜੈਸਿਕਾ, ਆਈ ਐਮ ਵੈਰੀ ਸੌਰੀ। ਮੈਨੂੰ ਮੁਆਫ ਕਰ, ਮੈਂ ਬਹੁਤ ਬੇਵਸ ਆਂ।"

ਮਣਾਂ ਮੂੰਹੀਂ ਭਾਰ ਥੱਲੇ ਦੱਬਿਆ ਮੈਂ ਇੰਨਾ ਕਹਿ ਕੇ ਉੱਠ ਖੜ੍ਹਾ ਹੋਇਆ। ਜੈਸਿਕਾ ਨੇ ਕੌਫੀ ਉੱਥੇ ਹੀ ਛੱਡ ਦਿੱਤੀ ਤੇ ਹੰਝੂ ਪੂੰਝਦੀ ਪੌੜੀਆਂ ਵੱਲ ਨੂੰ ਚੱਲ ਪਈ। ਜੈਸਿਕਾ ਦਾ ਛੱਡਿਆ ਅੱਧਾ ਕੌਫ਼ੀ ਦਾ ਕੱਪ ਸੂਪ ਦੇ ਡੌਂਗੇ 'ਚ ਬਦਲ ਕੇ ਉੱਬਲਣ ਲੱਗ ਪਿਆ ਤੇ ਮੇਰੀ ਰੂਹ 'ਤੇ ਤਿੱਪ ਤਿੱਪ ਕਰਕੇ ਚੋਣ ਲੱਗ ਪਿਆ।

# ਚਸਕ

ਮੇਰੀ ਇੰਡੀਆ ਜਾਣ ਦੀ ਤਿਆਰੀ ਮੁਕੰਮਲ ਸੀ। ਸਮਾਨ ਦੀ ਬੰਨ੍ਹ ਬੰਨ੍ਹਾਈ ਹੋ ਚੁੱਕੀ ਸੀ। ਜਿਸ ਦਿਨ ਤੁਰਨਾ ਸੀ ਉਸੇ ਦਿਨ ਦੁਪਿਹਰ ਵੇਲੇ ਇੰਡੀਆ ਤੋਂ ਪੁਰਾਣੇ ਦੋਸਤ ਹਰਕੀਰਤ ਦਾ ਫੋਨ ਆ ਗਿਆ। ਹਰਕੀਰਤ ਸਾਇੰਸ ਅਧਿਆਪਕ ਹੈ ਤੇ ਅੱਜ ਕੱਲ੍ਹ ਮੇਰੇ ਹੀ ਸ਼ਹਿਰ ਦੇ ਸਰਕਾਰੀ ਸਕੂਲ 'ਚ ਮਾਸਟਰ ਲੱਗਿਆ ਹੋਇਆ ਹੈ। ਮੇਰੇ ਫੋਨ ਚੁਕਦਿਆਂ ਹੀ ਉਸਨੇ ਪੁੱਛਿਆ,

"ਕਿਵੇਂ ਫਿਰ ਹੋ ਗਈ ਐ ਤਿਆਰੀ ਆਉਣ ਦੀ ?"

"ਤਿਆਰੀ ਕਿਹਾ ਤਾਂ ਬੜਾ ਕਿਹਾ। ਕੁਛ ਹੀ ਘੰਟਿਆਂ ਨੂੰ ਮੇਰੀ ਫਲਾਈਟ ਚੱਲ ਪੈਣੀ ਐਂ।"

"ਬੜਾ ਵਕਤ ਸਿਰ ਆ ਰਿਹਾ ਐਂ।" ਉਸਨੇ ਖੁਸ਼ੀ ਭਰੀ ਰੌਂਅ 'ਚ ਕਿਹਾ।

"ਉਹ ਕਿਵੇਂ ?" ਮੈਨੂੰ ਉਤਸੁਕਤਾ ਹੋਈ।

"ਤੇਰਾ ਇਕ ਪੁਰਾਣਾ ਦੋਸਤ ਮਿਲਿਆ ਐ। ਦਰਅਸਲ ਹੁਣੇ ਈ ਮਰਦਮਸ਼ੁਮਾਰੀ ਹੋ ਕੇ ਹਟੀ ਐ। ਉਦੋਂ ਹੀ ਮੈਨੂੰ ਉਸ ਬਾਰੇ ਪਤਾ ਲੱਗਿਆ ਐ।"

"ਪੁਰਾਣਾ ਦੋਸਤ ? ਪਰ ਉਹ ਕੌਣ ?" ਮੈਂ ਹੈਰਾਨ ਹੁੰਦਾ ਸੋਚਣ ਲੱਗਿਆ।

"ਚੱਲ ਇਸਨੂੰ ਭੇਦ ਹੀ ਰਹਿਣ ਦਿੰਦੇ ਆਂ। ਤੂੰ ਆਏਂਗਾ ਤਾਂ ਉਦੋਂ ਹੀ ਦੱਸੂੰਗਾ।"

ਉਸਨੇ ਇੰਨਾ ਕਹਿ ਕੇ ਫੋਨ ਕੱਟ ਦਿੱਤਾ ਪਰ ਮੈਨੂੰ ਸੋਚਾਂ ਵਿਚ ਪਾ ਦਿੱਤਾ। ਮੈਂ ਸੋਚਣ ਲੱਗਿਆ ਕਿ ਅਜਿਹਾ ਕੌਣ ਦੋਸਤ ਹੋਇਆ ਜੋ ਇੰਨੇ ਸਾਲਾਂ ਬਾਅਦ ਮਿਲਿਆ ਹੈ ਤੇ ਉਸਨੂੰ ਵੀ ਇਹ ਭੇਦ ਰੱਖਣਾ ਚਾਹੁੰਦਾ ਹੈ। ਖੈਰ ਮੈਂ ਸ਼ਾਮ ਵੇਲੇ ਫਲਾਈਟ ਲਈ ਤੇ ਦਿੱਲੀ ਜਾ ਪਹੁੰਚਿਆ। ਉੱਥੋਂ ਸਿੱਧਾ ਪਿੰਡ ਤੇ ਫਿਰ ਅਗਲੇ ਦਿਨ ਸੰਦੇਹਾਂ ਹੀ ਹਰਕੀਰਤ ਦੇ ਸਕੂਲ ਜਾ ਬੈਠਾ। ਕੁਝ ਦੇਰ ਸਰਸਰੀ ਗੱਲਾਂ ਬਾਤਾਂ ਕਰਦਿਆਂ ਉਸਨੇ ਗੱਲ ਤੋਰੀ,

"ਕਿਵੇਂ ਤਿਆਰ ਐਂ ਫਿਰ ਦੋਸਤ ਨੂੰ ਮਿਲਣ ਲਈ ?"

"ਉਹ ਤਾਂ ਹਾਂ ਈ ਪਰ ਦੱਸ ਤਾਂ ਦੇਹ ਕਿ ਇਹ ਦੋਸਤ ਹੈ ਕੌਣ ?"

"ਆ ਜਾਹ ਮੇਰੇ ਨਾਲ ਆਪੇ ਈ ਮਿਲ ਲਈਂ।" ਇੰਨਾ ਕਹਿੰਦਿਆਂ ਉਹ ਉੱਠਿਆ ਤੇ ਮੈਂ ਵੀ ਨਾਲ ਹੀ ਤੁਰ ਪਿਆ। ਉਸਦੀ ਕਾਰ 'ਚ ਬਹਿੰਦਿਆਂ ਉਸਦੇ ਕਿਸੇ ਰਿਸ਼ਤੇਦਾਰ ਦੇ ਘਰ ਜਾ ਪਹੁੰਚੇ। ਉੱਥੇ ਕਿਸੇ ਨਵਜਨਮੇ ਮੁੰਡੇ ਦਾ ਨਾਮਕਰਣ ਸੀ। ਹਰਕੀਰਤ ਨੇ ਕਿਧਰੇ ਅੱਗੇ ਜਾਣਾ ਸੀ। ਉਹ ਮੇਰੀ ਜਾਣ-ਪਹਿਚਾਣ ਕਰਾਕੇ, ਜਾਣ ਲਈ ਉੱਠ ਖੜ੍ਹਿਆ ਤਾਂ ਮੈਂ ਨੇੜੇ ਹੁੰਦੇ ਨੇ ਪੁੱਛਿਆ,

"ਪਰ ਉਹ ਦੋਸਤ ਇੱਥੇ ਕਿੱਥੇ ਐ ਜਿਸਦੀ ਤੂੰ ਗੱਲ ਕਰਦਾ ਸੀ ?"

"ਉਸਨੇ ਇੱਥੇ ਈ ਆਉਣਾ ਐ। ਤੂੰ ਉਡੀਕ ਕਰ।"

"ਪਰ ਇਹ ਤਾਂ ਦੱਸਦੇ ਕਿ ਉਹ ਹੈ ਕੌਣ ?" ਮੈਂ ਉਸਦੀ ਤੁਰੇ ਜਾਂਦੇ ਦੀ ਬਾਂਹ ਫੜ੍ਹਦਿਆਂ ਪੁੱਛਿਆ। ਉਹ ਗੌਹ ਨਾਲ ਮੇਰੇ ਵੱਲ ਝਾਕਿਆ ਤੇ ਫਿਰ ਹੌਲੀ ਜਿਹੀ ਬੋਲਿਆ, "ਰਾਣੀ।"

"ਹੈਂ! ਰਾਣੀ ?" ਉਸਦੀ ਗੱਲ ਸੁਣ ਕੇ ਮੈਨੂੰ ਜਾਣੋ ਕਰੰਟ ਵੱਜਿਆ।

"ਹਾਂ ਉਹ ਇਥੇ ਈ ਐ। ਕੁਝ ਦੇਰ ਬਾਅਦ ਤੇਰੀ ਆਪੇ ਈ ਉਸ ਨਾਲ ਮੁਲਾਕਾਤ ਹੋ ਜਾਣੀ ਐਂ। ਹੁਣ ਮੈਨੂੰ ਇਜਾਜ਼ਤ ਦੇਹ।"

ਹਰਕੀਰਤ ਤਾਂ ਤੁਰ ਗਿਆ ਪਰ ਮੈਨੂੰ ਸੋਚਾਂ ਵਿਚ ਪਾ ਗਿਆ। ਇੰਨੇ ਸਾਲਾਂ ਬਾਅਦ ਰਾਣੀ ਦਾ ਨਾਂ ਸੁਣ ਕੇ ਮੈਨੂੰ ਬੜਾ ਖੁਸ਼ੀ ਭਰਿਆ ਅਚੰਭਾ ਹੋਇਆ। ਦਸ ਸਾਲ ਪਹਿਲਾਂ, ਹਰ ਵਕਤ ਮੇਰੇ ਨਾਲ ਰਹਿਣ ਵਾਲੀ ਰਾਣੀ ਇਕਦਮ ਅਜਿਹੀ ਅਲੋਪ ਹੋਈ ਸੀ ਕਿ ਮੁੜ ਕੇ ਮੈਂ ਉਸਦੀ ਇਕ ਝਲਕ ਵੇਖਣ ਨੂੰ ਤਰਸ ਗਿਆ। ਉਦੋਂ ਨਾ ਉਸਦੇ ਇਸ ਤਰ੍ਹਾਂ ਮੈਨੂੰ ਛੱਡ ਜਾਣ ਦਾ ਕਾਰਨ ਸਮਝ ਆਇਆ, ਤੇ ਨਾ ਹੀ ਲੱਖ ਯਤਨ ਕਰਨ ਦੇ ਬਾਵਜੂਦ ਉਸ ਬਾਰੇ ਕੁਝ ਪਤਾ-ਸਤਾ ਲੱਗਿਆ। ਪਰ ਅੱਜ ਇੰਨੇ ਸਾਲਾਂ ਪਿਛੋਂ ਉਸ ਨਾਲ ਫਿਰ ਮੁਲਾਕਾਤ ਹੋਣ ਜਾ ਰਹੀ ਸੀ। ਮੈਨੂੰ ਖੁਸ਼ੀ ਤਾਂ ਹੈ ਹੀ ਸੀ ਪਰ ਨਾਲ ਹੀ ਉਤਾਵਲਾਪਣ ਜਿਹਾ ਮਹਿਸੂਸ ਹੋ ਰਿਹਾ ਸੀ। ਮਨ ਇਹ ਦੇਖਣ ਨੂੰ ਕਾਹਲਾ ਸੀ ਕਿ ਹੁਣ ਉਹ ਕਿਹੋ ਜਿਹੀ ਦਿਸਦੀ ਹੋਊਗੀ। ਫਿਰ ਮੈਂ ਇਕ ਪਾਸੇ ਬਹਿ ਗਿਆ ਤੇ ਉਸੇ ਬਾਰੇ ਸੋਚਣ ਲੱਗਿਆ। ਰਾਣੀ ਦੇ ਖਿਆਲਾਂ 'ਚ ਘਿਰਿਆ ਮਨ, ਦਸ ਸਾਲ ਪਿਛੇ ਜਾ ਪਹੁੰਚਿਆ।

ਹਾਈ ਸਕੂਲ ਪਾਸ ਕਰਦਿਆਂ ਮੈਂ, ਸ਼ਹਿਰ ਜਾ ਕੇ ਕਾਲਜ 'ਚ ਦਾਖਲ ਹੋ ਗਿਆ ਸੀ। ਪਿੰਡੋਂ ਦੂਰ ਹੋਣ ਕਰਕੇ ਮੈਂ ਹੋਸਟਲ ਵਿੱਚ ਹੀ ਰਹਿੰਦਾ ਸੀ। ਮੈਂ ਪਰੀਇੰਜੀਨੀਅਰਿੰਗ ਕਰਕੇ ਸਿਵਲ ਦੀ ਡਿਗਰੀ ਕਰਨਾ ਚਾਹੁੰਦਾ ਸੀ। ਸ਼ੁਰੂਆਤੀ ਦਿਨ੍ਹਾਂ 'ਚ ਹੀ ਕਾਲਜ ਦਾ ਸਾਲਾਨਾ ਸੱਭਿਆਚਾਰਕ ਪ੍ਰੋਗਰਾਮ ਹੋਇਆ। ਉਸੇ ਪ੍ਰੋਗਰਾਮ ਦੌਰਾਨ ਮੇਰੇ ਕੰਨੀ ਬੜੀ ਸੁਰੀਲੀ ਆਵਾਜ਼ 'ਚ ਗਾਏ ਜਾ ਰਹੇ ਗਾਣੇ ਦੇ ਬੋਲ, 'ਨਿਗ੍ਹਾ ਮਾਰਦਾ ਆਈਂ ਵੇ ਮੇਰਾ ਲੌਂਗ ਗੁਆਚਿਆ' ਪਏ। ਮੈਂ ਬੜੇ ਧਿਆਨ ਨਾਲ ਸਟੇਜ ਵੱਲ ਵੇਖਿਆ ਤਾਂ ਸੋਹਣੀ ਜਿਹੀ ਕੁੜੀ ਨੂੰ ਇਹ ਗੀਤ ਗਾਉਂਦਿਆਂ ਵੇਖ ਕੇ ਰੂਹ ਖੁਸ਼ ਹੋ ਗਈ। ਉਹ ਸੋਹਣੀ ਕੁੜੀ ਰਾਣੀ ਹੀ ਸੀ। ਪਿੱਛੋਂ ਮੈਂ ਹਰ ਰੋਜ਼ ਉਸਨੂੰ ਲੰਘਦੀ ਟੱਪਦੀ ਨੂੰ ਵੇਖਣ ਲੱਗਿਆ। ਜਦੋਂ ਹੀ ਉਹ ਕੋਲ ਦੀ ਲੰਘਦੀ ਤਾਂ ਮੈਂ ਬੜੀ ਰੀਝ ਨਾਲ ਉਸ ਵੱਲ ਵੇਖਦਾ। ਫਿਰ ਇੱਕ ਦਿਨ ਉਸਨੂੰ ਵੀ ਪਤਾ ਚੱਲ ਗਿਆ ਕਿ ਮੈਂ ਉਸਨੂੰ ਚੋਰੀਉਂ ਵੇਖਦਾ ਹਾਂ। ਉਹ ਇਹ ਜਾਣ ਕੇ ਨਾਰਾਜ਼ ਨਾ ਹੋਈ। ਇਸ ਨਾਲ ਮੇਰਾ ਹੌਂਸਲਾ ਵਧ ਗਿਆ। ਫਿਰ ਇੱਕ ਦਿਨ ਮੈਂ ਹਿੰਮਤ ਕਰਕੇ ਉਸਨੂੰ ਬੁਲਾ ਲਿਆ। ਉਹ ਬੜੇ ਸਲੀਕੇ ਨਾਲ ਬੋਲੀ। ਬੱਸ ਇੱਥੋਂ ਹੀ ਸਾਡੇ ਵਿਚਕਾਰ ਗੱਲਬਾਤ ਦਾ ਸਿਲਸਲਾ ਸ਼ੁਰੂ ਹੋਇਆ। ਇਹੀ ਗੱਲਬਾਤ ਅੱਗੇ ਤੁਰਦੀ ਨੇੜਤਾ ਵਿੱਚ ਬਦਲ ਗਈ। ਫਿਰ ਪਤਾ ਹੀ ਨਾ ਚੱਲਿਆ ਕਿ ਕਦੋਂ ਅਸੀਂ ਪਿਆਰ ਬੰਧਨ ਵਿੱਚ ਜਕੜੇ ਗਏ। ਇਸ ਵਿਚਕਾਰ ਸਾਲ ਗੁਜ਼ਰ ਗਿਆ ਤੇ ਸਾਲਾਨਾ ਇਮਤਿਹਾਨ ਆ ਗਏ। ਮੈਂ ਬਹੁਤ ਤਿਆਰੀ ਨਾਲ ਪੇਪਰ ਦਿੱਤੇ। ਫਜ਼ਿਕਸ ਨੂੰ ਛੱਡ ਕੇ ਸਾਰੇ ਪਰਚੇ ਹੋ ਚੁੱਕੇ ਸਨ ਤੇ ਅੱਗੇ ਹਫਤੇ ਭਰ ਦੀਆਂ ਛੁੱਟੀਆਂ ਸਨ। ਬੱਸ ਇੱਥੇ ਆ ਕੇ ਹੀ ਗੜਬੜ ਹੋ ਗਈ। ਅਗਲੇ ਦਿਨ ਹੀ ਮੈਨੂੰ ਬੁਖਾਰ ਨੇ ਘੇਰ ਲਿਆ। ਬੁਖਾਰ ਦੌਰਾਨ ਰਾਣੀ ਨੇ ਮੇਰੀ ਬਹੁਤ

ਤਿਮਾਰਦਾਰੀ ਕੀਤੀ। ਕਦੇ ਉਹ ਮੈਨੂੰ ਦਵਾਈ ਦੇ ਰਹੀ ਹੁੰਦੀ ਕਦੇ ਮੱਥੇ 'ਤੇ ਪਾਣੀ ਦੀਆਂ ਪੱਟੀਆਂ ਬੰਨ੍ਹ ਰਹੀ ਹੁੰਦੀ। ਬੁਖਾਰ ਇੰਨਾ ਜ਼ਬਰਦਸਤ ਸੀ ਕਿ ਪੇਪਰ ਵਾਲੇ ਦਿਨ ਤੱਕ ਵੀ ਮੈਂ ਠੀਕ ਨਾ ਹੋਇਆ ਤੇ ਬੁਖਾਰ ਦੇ ਚੜ੍ਹੇ ਚੜ੍ਹਾਏ ਹੀ ਪੇਪਰ ਦੇਣ ਗਿਆ। ਇਸ ਦਾ ਨਤੀਜਾ ਇਹ ਹੋਇਆ ਕਿ ਫਿਜ਼ਿਕਸ 'ਚੋਂ ਮੈਂ ਮਸਾਂ ਹੀ ਪਾਸ ਹੋਇਆ। ਨਤੀਜਾ ਹੱਥ 'ਚ ਫੜ੍ਹੀ ਮੈਂ ਉਦਾਸ ਬੈਠਾ ਸੀ ਤੇ ਰਾਣੀ ਮੇਰਾ ਦਿਲ ਧਰਾ ਰਹੀ ਸੀ। ਮੈਂ ਅਫਸੋਸ 'ਚ ਸਿਰ ਮਾਰਦਾ ਬੋਲਿਆ, "ਰਾਣੀ ਇਸ ਤਰ੍ਹਾਂ ਤਾਂ ਮੇਰੀ ਅਗਲੇ ਸਾਲ ਚੰਗੀ ਡਿਵੀਜ਼ਨ ਨ੍ਹੀਂ ਬਣਨੀ ਤੇ ਸ਼ਾਇਦ ਈ ਮੈਨੂੰ ਡਿਗਰੀ ਵਿਚ ਦਾਖਲਾ ਮਿਲ ਸਕੇ।"

"ਤੂੰ ਹੌਂਸਲਾ ਨਾ ਹਾਰ। ਅਗਲੇ ਸਾਲ ਜ਼ਿਆਦਾ ਮਿਹਨਤ ਕਰ ਲਈਂ।" ਰਾਣੀ ਨੇ ਮੇਰਾ ਦਿਲ ਧਰਾਇਆ।

"ਪਰ ਰਾਣੀ ਇਹ ਕੀ ਪਤਾ ਐ ਕਿ ਜੋ ਬਿਜਲੀ ਇਸ ਸਾਲ ਡਿੱਗੀ ਐ ਉਹ ਅਗਲੇ ਸਾਲ ਨ੍ਹੀਂ ਡਿਗੂਗੀ?"

"ਸਿਆਣੇ ਕਹਿੰਦੇ ਐ ਕਿ ਬਿਜਲੀ ਜਿੱਥੇ ਇੱਕ ਵਾਰ ਡਿੱਗ ਪਵੇ, ਉੱਥੇ ਦੁਬਾਰਾ ਨ੍ਹੀਂ ਡਿੱਗਦੀ ਹੁੰਦੀ।"

"ਹੋ ਸਕਦਾ ਐ ਕਿ ਫਿਰ ਅਗਲੇ ਇਹ ਬਿਜਲੀ ਤੇਰੇ ਉੱਪਰ ਡਿੱਗ ਪਵੇ।" ਮੈਂ ਮਖੌਲ ਕੀਤਾ।

"ਚੱਲ ਮੈਂ ਸੁੱਖ ਸੁੱਖੂੰਗੀ ਕਿ ਪਹਿਲੀ ਗੱਲ ਤਾਂ ਕੋਈ ਬਿਜਲੀ ਡਿੱਗੇ ਈ ਨਾ, ਪਰ ਜੇ ਵੀ ਡਿਗਣੀ ਵੀ ਹੋਵੇ ਤਾਂ ਤੇਰੇ ਵਾਲੀ ਵੀ ਮੇਰੇ ਉੱਪਰ ਡਿੱਗ ਪਵੇ।" ਉਸਨੇ ਮੋਹ ਵਿਖਾਇਆ। ਮੇਰਾ ਬੁਖਾਰ ਕਾਰਨ ਨੁਕਸਾਨ ਤਾਂ ਭਾਵੇਂ ਹੋ ਗਿਆ ਪਰ ਇਸ ਨਾਲ ਸਾਨੂੰ ਇੱਕ ਫਾਇਦਾ ਜ਼ਰੂਰ ਹੋ ਗਿਆ। ਉਹ ਇਹ ਕਿ ਸਾਡੀ ਮੁਹੱਬਤ ਦੀ ਕਹਾਣੀ ਦਾ ਰਾਣੀ ਦੇ ਘਰਵਾਲਿਆਂ ਨੂੰ ਪਤਾ ਲੱਗ ਗਿਆ। ਉਹ ਜਦੋਂ ਮੇਰੀ ਤਿਮਾਰਦਾਰੀ ਕਰਦੀ ਫਿਰਦੀ ਸੀ ਉਦੋਂ ਹੀ ਸ਼ਾਇਦ ਉਸਦੇ ਘਰਦਿਆਂ ਨੇ ਸਾਡੇ ਬਾਰੇ ਅੰਦਾਜ਼ਾ ਲਾ ਲਿਆ ਸੀ। ਮੈਨੂੰ ਪਤਾ ਸੀ ਕਿ ਮੇਰੇ ਘਰਦਿਆਂ ਨੇ ਸਾਡੇ ਮਿਲਾਪ 'ਤੇ ਸਹਿਮਤ ਹੋ ਜਾਣਾ ਸੀ ਤੇ ਹੁਣ ਉਸਦੇ ਘਰਦਿਆਂ ਵੱਲੋਂ ਵੀ ਕੋਈ ਇਤਰਾਜ਼ ਨਾ ਹੋਇਆ ਤਾਂ ਇਸ ਗੱਲ ਨੇ ਸਾਨੂੰ ਅਸਮਾਨਾਂ 'ਚ ਉੱਡਣ ਲਾ ਦਿੱਤਾ। ਅਸੀਂ ਬੇਝਿਜਕ ਹੋ ਕੇ ਮਿਲਣ ਗਿਲਣ ਲੱਗੇ। ਕਦੇ ਕਾਲਜ ਦੀ ਕੰਟੀਨ ਵਿਚ ਤੇ ਕਦੇ ਪਾਰਕ ਵਿੱਚ, ਘੰਟਿਆਂ ਬੱਧੀ ਇਕੱਠੇ ਸਮਾਂ ਬਿਤਾਉਂਦੇ, ਪਿਆਰ ਮੁਹੱਬਤ ਦੀਆਂ ਗੱਲਾਂ ਕਰਦੇ। ਭਵਿੱਖ ਦੇ ਸੁਪਨੇ ਬੁਣਦੇ। ਪਿਆਰ ਭਰੀਆਂ ਲੜਾਈਆਂ, ਲੜਦੇ ਝਗੜਦੇ ਤੇ ਰੁਸਦੇ ਮੰਨਦੇ। ਜ਼ਿੰਦਗੀ ਭਰ ਇਕੱਠੇ ਰਹਿਣ ਦੀਆਂ ਸੌਂਹਾਂ ਖਾਂਦੇ। ਕਦੇ ਕਦੇ ਰਾਣੀ ਬਹੁਤ ਉਦਾਸ ਹੋ ਜਾਂਦੀ ਤੇ ਸਹਿਮੀ ਜਿਹੀ ਬੋਲਦੀ, "ਜੇਕਰ ਆਪਣੀ ਮਿਲਣੀ ਵਿੱਚ ਕੋਈ ਅੜਚਣ ਆ ਗਈ ਤਾਂ ਕੀ ਹੋਊਗਾ?"

"ਨ੍ਹੀ ਰਾਣੀ ਅਜਿਹਾ ਕਦੇ ਵੀ ਨ੍ਹੀਂ ਹੋਊਗਾ। ਤੂੰ ਹੌਂਸਲਾ ਰੱਖ।"

"ਪਰ ਜੇਕਰ ਕਦੇ ਅਜਿਹਾ ਹੋ ਗਿਆ ਫਿਰ ਮੈਂ ਤਾਂ ਜਿਉਂਦੀ ਮਰਜੂੰਗੀ। ਕਿਉਂਕਿ ਮੈਂ ਤੇਰੇ ਬਿਨਾਂ ਜ਼ਿੰਦਗੀ ਸੋਚ ਈ ਨ੍ਹੀਂ ਸਕਦੀ।"

"ਤੂੰ ਐਵੇਂ ਉਦਾਸ ਨਾ ਹੋ। ਭਰੋਸਾ ਰੱਖ।" ਅਜਿਹੇ ਵੇਲੇ ਮੈਂ ਉਸਨੂੰ ਹੌਂਸਲਾ ਦਿੰਦਾ।

ਇਸ ਤਰ੍ਹਾਂ ਸਮਾਂ ਗੁਜ਼ਰਦਾ ਗਿਆ ਤੇ ਪਤਾ ਹੀ ਨਾ ਲੱਗਿਆ ਕਿ ਸਾਲ ਕਦੋਂ ਪੂਰਾ ਹੋ ਗਿਆ। ਸਾਲਾਨਾ ਇਮਤਿਹਾਨ ਆ ਗਿਆ। ਇਮਤਿਹਾਨ ਤੋਂ ਪਹਿਲਾਂ ਕਾਲਜ 'ਚ ਫੰਕਸ਼ਨ ਹੋਇਆ। ਫੰਕਸ਼ਨ ਦਰਮਿਆਨ ਹੀ ਵਿਦਿਆਰਥੀਆਂ ਦੀਆਂ ਆਵਾਜ਼ਾਂ ਆਉਣ ਲੱਗੀਆਂ। 'ਲੌਂਗ ਵਾਲੀ ਨੂੰ ਲਾਉ। ਲੌਂਗ ਵਾਲੀ ਨੂੰ ਲਾਉ।' ਮੈਂ ਸਮਝ ਗਿਆ ਕਿ ਰਾਣੀ ਦੇ ਲੌਂਗ ਗੁਆਚੇ ਵਾਲੇ ਗਾਣੇ ਦੀ ਫਰਮਾਇਸ਼ ਹੋ ਰਹੀ ਸੀ। ਰਾਣੀ ਵੀ ਅਜਿਹੇ ਵੇਲੇ ਚਾਂਭੜ ਜਾਂਦੀ ਹੁੰਦੀ ਸੀ। ਉਹ ਬੜੇ ਨਾਜ਼ ਨਾਲ ਸਟੇਜ ਵੱਲ ਵਧੀ ਤੇ ਮਾਈਕ ਦੇ ਸਾਹਮਣੇ ਜਾ ਕੇ ਖੜ੍ਹ ਗਈ। ਇੱਧਰ ਉੱਧਰ ਵੇਖਦਿਆਂ ਮੁਸਕਰਾਉਂਦੀ ਨੇ ਉਸਨੇ ਗਾਣਾ ਸ਼ੁਰੂ ਕੀਤਾ। 'ਨਿਗ੍ਹਾ ਮਾਰਦਾ ਆਈਂ ਵੇ ਮੇਰਾ ਲੌਂਗ ਗੁਆਚਿਆ।' ਜਿਉਂ ਜਿਉਂ ਉਹ ਗਾ ਰਹੀ ਸੀ, ਵਿਦਿਆਰਥੀਆਂ ਦੀ ਸੀਟੀਆਂ ਉੱਚੀਆਂ ਹੁੰਦੀਆਂ ਜਾ ਰਹੀਆਂ ਸਨ। ਫਿਰ ਅਚਾਨਕ ਪਤਾ ਨ੍ਹੀਂ ਕੀ ਹੋਇਆ ਕਿ ਰਾਣੀ ਦੀ ਆਵਾਜ਼ ਭਰੜਾ ਗਈ। ਉਸਨੇ ਦੋ ਚੌਹ ਵਾਰ ਖੰਗੂਰਾ ਮਾਰ ਕੇ ਗਲਾ ਸਾਫ ਕਰਨ ਦੀ ਕੋਸ਼ਿਸ਼ ਕੀਤੀ ਪਰ ਗੱਲ ਬਣੀ ਨਾ। ਉਸਦੀ ਭਰੜਾਈ ਆਵਾਜ਼ ਹੋਰ ਭਾਰੀ ਹੁੰਦੀ ਗਈ ਤੇ ਉਸਨੇ ਗਾਣਾ ਵਿਚਕਾਰ ਹੀ ਛੱਡ ਦਿੱਤਾ। ਆਖਰ ਉਹ ਸਟੇਜ 'ਤੋਂ ਹੇਠਾਂ ਉਤਰੀ ਤੇ ਰੋਂਦੀ ਹੋਈ ਮੇਰੇ ਵੱਲ ਨੂੰ ਆਈ। ਪਰ ਉਹ ਮੇਰੇ ਕੋਲ ਵੀ ਨਾ ਬੈਠੀ ਤੇ ਉਸੇ ਤਰ੍ਹਾਂ ਹੰਝੂ ਵਹਾਉਂਦੀ ਹਾਲ 'ਚੋਂ ਬਾਹਰ ਨਿਕਲ ਗਈ। ਮੈਂ ਮਗਰੇ ਗਿਆ ਤੇ ਉਸਦੀ ਬਾਂਹ ਫੜ੍ਹਦਾ ਬੋਲਿਆ, "ਫਿਰ ਕੀ ਹੋਇਆ ਜੇ ਤੂੰ ਅੱਜ ਚੰਗਾ ਗਾ ਨ੍ਹੀਂ ਸਕੀ ਤਾਂ। ਇਸ ਤਰ੍ਹਾਂ ਤਾਂ ਹੁੰਦਾ ਈ ਰਹਿੰਦਾ ਐ। ਅਗਲੀ ਵਾਰ ਤੂੰ ਜ਼ਰੂਰ ਬਹੁਤ ਵਧੀਆ ਗਾਏਂਗੀ। ਇਸ ਗੱਲ ਦਾ ਮੈਨੂੰ ਪੂਰਾ ਭਰੋਸਾ ਐ।" ਪਰ ਉਸਨੇ ਮੇਰੀ ਗੱਲ ਵੱਲ ਕੋਈ ਧਿਆਨ ਨਾ ਦਿੱਤਾ ਤੇ ਮੈਥੋਂ ਬਾਂਹ ਛੁਡਵਾ ਲਈ। ਮੈਨੂੰ ਸਮਝ 'ਚ ਨਾ ਆਇਆ ਕਿ ਆਖਰ ਇਹ ਇੰਨਾ ਮਨ 'ਤੇ ਕਿਉਂ ਲਗਾ ਰਹੀ ਹੈ। ਫਿਰ ਮੈਂ ਸੋਚਿਆ ਕਿ ਚੰਗਾ ਗਾ ਨਹੀਂ ਹੋਇਆ ਇਸੇ ਕਰਕੇ ਪਰੇਸ਼ਾਨ ਹੋ ਗਈ ਹੈ। ਮਨ 'ਚ ਖਿਆਲ ਆਇਆ ਕਿ ਬਾਹਰ ਇਕੱਲੀ ਬਹਿ ਕੇ ਕੁਝ ਦੇਰ ਵਿੱਚ ਉਸਦਾ ਮਜਾਜ ਠੀਕ ਹੋ ਜਾਊਗਾ ਤੇ ਫਿਰ ਉਹ ਅੰਦਰ ਮੁੜ ਆਊਗੀ। ਮੈਂ ਉਸਨੂੰ ਬਾਹਰ ਰਹਿਣ ਦਿੱਤਾ ਤੇ ਆਪ ਹਾਲ ਅੰਦਰ ਚਲਾ ਗਿਆ। ਪਰ ਜਦੋਂ ਕਾਫੀ ਦੇਰ ਤੱਕ ਉਹ ਅੰਦਰ ਨਾ ਆਈ ਤਾਂ ਮੈਂ ਬਾਹਰ ਨਿਕਲਿਆ। ਬਾਹਰ ਆ ਕੇ ਇੱਧਰ ਉੱਧਰ ਵੇਖਿਆ। ਰਾਣੀ ਮੈਨੂੰ ਕਿਧਰੇ ਨਾ ਵਿਖਾਈ ਦਿੱਤੀ। ਮੈਂ ਸੋਚਿਆ ਕਿ ਘਰ ਚਲੀ ਗਈ ਹੋਊਗੀ। ਕਾਲਜ ਪਿੱਛੋਂ ਮੈਂ ਹੋਸਟਲ ਚਲਾ ਆਇਆ। ਪਰ ਰਾਤ ਭਰ ਮੇਰੀਆਂ ਅੱਖਾਂ ਮੂਹਰੇ ਰਾਣੀ ਦਾ ਉਦਾਸ ਚਿਹਰਾ ਘੁੰਮਦਾ ਰਿਹਾ। ਅਖੀਰ ਮੈਂ ਇਹ ਸੋਚਦਾ ਸੌਂ ਗਿਆ ਕਿ ਚਲੋ ਕੱਲ੍ਹ ਨੂੰ ਕਾਲਜ ਵਿੱਚ ਮੁਲਾਕਾਤ ਹੋ ਹੀ ਜਾਊਗੀ।

ਅਗਲੇ ਦਿਨ ਮੈਂ ਸੰਦੇਹਾਂ ਹੀ ਹੋਸਟਲ 'ਚੋਂ ਕਾਲਜ ਦੇ ਗੇਟ ਵੱਲ ਆ ਗਿਆ। ਮੈਨੂੰ ਰਾਣੀ ਦੀ ਚਿੰਤਾ ਸੀ। ਮੈਂ ਉਸਨੂੰ ਜਲਦੀ ਮਿਲਣਾ ਚਾਹੁੰਦਾ ਸੀ। ਮੈਂ ਬਾਹਰੋਂ ਆਉਂਦੇ ਵਿਦਿਆਰਥੀਆਂ ਦੇ ਝੁੰਡਾਂ ਵੱਲ ਵੇਖਦਾ ਰਿਹਾ ਪਰ ਮੈਨੂੰ ਰਾਣੀ ਨਾ ਦਿਸੀ। ਇੱਥੋਂ ਤੱਕ ਕਿ ਉਸਦੀਆਂ ਖਾਸ ਸਹੇਲੀਆਂ, ਜਿਨ੍ਹਾਂ ਨਾਲ ਉਹ ਹਰ ਰੋਜ਼ ਆਉਂਦੀ ਹੁੰਦੀ ਸੀ, ਉਹ ਵੀ ਕਾਲਜ ਪਹੁੰਚ ਗਈਆਂ ਸਨ ਪਰ ਰਾਣੀ ਨਹੀਂ ਸੀ ਆਈ। ਕਾਲਜ ਲੱਗ ਗਿਆ ਪਰ ਰਾਣੀ ਬਿਨਾਂ ਕਲਾਸ ਮੈਨੂੰ ਚੰਗੀ ਨਹੀਂ ਲੱਗ ਰਹੀ ਸੀ। ਮਨ ਸੋਚ ਰਿਹਾ ਸੀ ਕਿ ਰਾਣੀ ਇਸ ਤਰ੍ਹਾਂ ਕਦੇ ਕਾਲਜੋਂ ਗੈਰ ਹਾਜ਼ਰ ਨਹੀਂ ਹੋਈ ਸੀ ਫਿਰ ਕੀ ਗੱਲ ਹੋ ਗਈ ਹੋਊ। ਪਰ ਗੱਲ ਦੀ ਕੋਈ

ਸਮਝ ਨਹੀਂ ਲੱਗ ਰਹੀ ਸੀ। ਆਖਰ ਮੈਂ ਵੀ ਕਲਾਸ ਛੱਡ ਦਿੱਤੀ ਤੇ ਉੱਠ ਕੇ ਬਾਹਰ ਆ ਗਿਆ। ਦਿਨ ਇੱਧਰ ਉੱਧਰ ਘੁੰਮਦੇ ਨੇ ਗੁਜ਼ਾਰਿਆ। ਅਗਲੇ ਦਿਨ ਵੀ ਮੈਂ ਸੰਦੇਹਾਂ ਹੀ ਗੇਟ ਮੂਹਰੇ ਜਾ ਕੇ ਉਸਨੂੰ ਉਡੀਕਣ ਲੱਗਿਆ, ਪਰ ਉਹ ਨਾ ਆਈ। ਫਿਰ ਇਸਦੇ ਅਗਲੇ ਦਿਨ ਵੀ ਰਾਣੀ ਕਾਲਜ ਨਾ ਆਈ। ਇਸ ਵਿਚਕਾਰ ਮੈਂ ਉਸਦੇ ਘਰ ਵੱਲ ਵੀ ਚੱਕਰ ਕੱਢਿਆ ਕਿ ਸ਼ਾਇਦ ਉਸਦੀ ਇੱਕ ਝਲਕ ਕਿਧਰੇ ਦਿਸ ਜਾਵੇ ਪਰ ਸਭ ਬੇਕਾਰ ਰਿਹਾ। ਫਿਰ ਸ਼ੁਕਰਵਾਰ ਵਾਲੇ ਦਿਨ ਤਾਂ ਮੈਨੂੰ ਉਸਦੇ ਆਉਣ ਦੀ ਪੂਰੀ ਉਮੀਦ ਸੀ। ਕਿਉਂਕਿ ਇਸ ਦਿਨ ਵਿਦਿਆਰਥੀਆਂ ਨੂੰ ਇਮਤਿਹਾਨ ਲਈ ਰੋਲ ਨੰਬਰ ਮਿਲਣੇ ਸਨ ਤੇ ਅਗਲੇ ਹਫਤੇ ਤੋਂ ਸਭ ਨੇ ਫਰੀ ਹੋ ਜਾਣਾ ਸੀ। ਮੈਂ ਪਹਿਲੀਆਂ 'ਚ ਹੀ ਆਪਣਾ ਰੋਲ ਨੰਬਰ ਲੈ ਕੇ ਗੇਟ ਮੂਹਰੇ ਜਾ ਖੜੋਤਾ ਤਾਂ ਕਿ ਉਸਨੂੰ ਆਉਂਦੀ ਨੂੰ ਹੀ ਮਿਲ ਸਕਾਂ। ਪਰ ਮੈਨੂੰ ਉਹ ਕਿਧਰੇ ਨਾ ਦਿਸੀ। ਕਾਲਜ ਦੇ ਅੰਦਰ ਆਉਂਦਿਆਂ ਰਾਣੀ ਦੀ ਗੂਹੜੀ ਸਹੇਲੀ ਤੋਂ ਪਤਾ ਲੱਗਿਆ ਕਿ ਉਸਨੇ ਰਾਣੀ ਨੂੰ ਅੱਜ ਕਾਲਜ ਆਉਂਦੀ ਨੂੰ ਵੇਖਿਆ ਹੈ। ਮੈਨੂੰ ਆਸ ਜਿਹੀ ਬੱਝੀ ਤੇ ਮੈਂ ਉਸਨੂੰ ਭਾਲਣ ਲੱਗਿਆ। ਇੱਧਰ ਉੱਧਰ ਤੁਰਿਆ ਫਿਰਦਾ ਮੈਂ ਕਾਲਜ ਦੇ ਗਰਾਉਂਡ ਵੱਲ ਗਿਆ ਤਾਂ ਮੈਨੂੰ ਦੂਰੋਂ ਕੋਈ ਬੈਠਾ ਦਿਸਿਆ। ਮੈਂ ਕਾਹਲੀ ਨਾਲ ਉੱਧਰ ਨੂੰ ਗਿਆ। ਨੇੜੇ ਜਾ ਕੇ ਵੇਖਿਆ, ਇਹ ਰਾਣੀ ਹੀ ਸੀ। ਮੈਂ ਉਸਦੇ ਕੋਲ ਜਾ ਕੇ ਖੜ੍ਹ ਗਿਆ। ਉਸਨੂੰ ਮੇਰੇ ਆਏ ਦਾ ਕੋਈ ਪਤਾ ਨਾ ਲੱਗਿਆ ਤੇ ਉਹ ਸੋਚਾਂ ਵਿੱਚ ਗੁੰਮ ਉਵੇਂ ਜਿਵੇਂ ਕੰਧ ਨਾਲ ਢੋਹ ਲਾ ਕੇ ਬੈਠੀ ਰਹੀ। ਉਸਦੇ ਨੇੜੇ ਹੁੰਦਿਆਂ ਮੈਂ ਉਸਨੂੰ ਬੁਲਾਇਆ ਤਾਂ ਉਸਨੇ ਇਕਦਮ ਉਪਰ ਨੂੰ ਨਜ਼ਰ ਉਠਾਉਂਦਿਆਂ ਮੇਰੇ ਵੱਲ ਵੇਖਿਆ।

"ਰਾਣੀ ਤੈਨੂੰ ਕੀ ਹੋ ਗਿਆ ?" ਮੈਂ ਪੁੱਛਿਆ।

ਉਹ ਮੇਰੀ ਗੱਲ ਦੇ ਜੁਆਬ ਵਿਚ ਕੁਝ ਨਾ ਬੋਲੀ। ਬਸ ਖਾਲੀ ਖਾਲੀ ਨਜ਼ਰਾਂ ਨਾਲ ਮੇਰੇ ਵੱਲ ਝਾਕਦੀ ਰਹੀ। ਮੈਂ ਵੇਖਿਆ ਕਿ ਉਸਦੀਆਂ ਅੱਖਾਂ ਤਰ ਹੋਣ ਲੱਗੀਆਂ ਤੇ ਫਿਰ ਉਸਦੀ ਖੱਬੀ ਅੱਖ 'ਚੋਂ ਮੋਟਾ ਹੰਝੂ ਨਿਕਲ ਕੇ ਉਸਦੇ ਨੱਕ ਦੇ ਉੱਪਰ ਦੀ ਹੁੰਦਾ ਹੋਇਆ ਉਸਦੀ ਝੋਲੀ ਵਿੱਚ ਡਿੱਗ ਪਿਆ। ਉਸ ਵੇਲੇ ਉਸਦੇ ਚਿਹਰੇ ਉੱਪਰ ਅੰਤਾਂ ਦੀ ਪੀੜਾ ਸੀ। ਉਦੋਂ ਹੀ ਉਹ ਉੱਠੀ ਤੇ ਮੈਨੂੰ ਨਜ਼ਰ ਅੰਦਾਜ਼ ਕਰਦੀ ਤੇਜ਼ੀ ਨਾਲ ਤੁਰ ਪਈ। ਮੈਂ ਮਗਰ ਗਿਆ ਪਰ ਉਦੋਂ ਨੂੰ ਉਹ ਵਿਦਿਆਰਥੀਆਂ ਦੀ ਭੀੜ 'ਚ ਗੁਆਚ ਗਈ। 'ਇਸ ਨੂੰ ਹੋ ਕੀ ਗਿਆ ?' ਆਪਣੇ ਆਪ ਨਾਲ ਗੱਲ ਕਰਦਾ ਮੈਂ ਪੈਰ ਘੜੀਸਦਾ ਹੋਸਟਲ ਵੱਲ ਨੂੰ ਤੁਰ ਪਿਆ। ਸ਼ਾਮ ਵੇਲੇ ਮੈਂ ਐਵੇਂ ਹੀ ਇੱਧਰ ਉੱਧਰ ਘੁੰਮਦਾ ਬਾਜ਼ਾਰ ਵੱਲ ਤੁਰਿਆ ਜਾ ਰਿਹਾ ਸੀ। ਅਚਾਨਕ ਮੇਰੀ ਨਜ਼ਰ ਇੱਕ ਦੁਕਾਨ ਵੱਲ ਜੰਮ ਗਈ। ਰਾਣੀ ਦੁਕਾਨ 'ਚੋਂ ਨਿਕਲ ਰਹੀ ਸੀ। ਮੈਂ ਛੇਤੀ ਦੇਣੇ ਅਗਾਂਹ ਹੋ ਕੇ ਉਸਦਾ ਅੱਗਾ ਰੋਕ ਲਿਆ। ਉਸ ਵੱਲ ਵੇਖਦਿਆਂ ਪੁੱਛਿਆ,

"ਰਾਣੀ ਅਜਿਹੀ ਕੀ ਗੱਲ ਹੋ ਗਈ ਜੋ ਤੂੰ ਇਉਂ ਕਰਦੀ ਐਂ ?" ਪਰ ਉਸਨੇ ਮੇਰੀ ਗੱਲ ਦਾ ਕੋਈ ਜੁਆਬ ਨਾ ਦਿੱਤਾ ਤੇ ਚੁੱਪ-ਚਾਪ ਨੀਵੀਂ ਪਾਈ ਖੜ੍ਹੀ ਰਹੀ।

"ਮੈਥੋਂ ਕੋਈ ਗਲਤੀ ਹੋ ਗਈ ?" ਮੈਂ ਇੰਨਾ ਕਿਹਾ ਤਾਂ ਉਸਨੇ ਬਿਨਾ ਮੇਰੇ ਵੱਲ ਵੇਖਿਆਂ ਨਾਂਹ 'ਚ ਸਿਰ ਮਾਰਿਆ।

"ਫਿਰ ਅਜਿਹਾ ਕੀ ਹੋ ਗਿਆ ਕਿ ਤੈਨੂੰ ਮੇਰੀ ਕਿਸੇ ਗੱਲ ਦੀ ਕੋਈ ਪ੍ਰਵਾਹ ਈ ਨ੍ਹੀਂ ਐ। ਕੁਛ ਦੱਸ ਤਾਂ ਸਹੀ ?"

"ਤੂੰ ਮੇਰਾ ਖਹਿੜਾ ਛੱਡ ਦੇਹ। ਬੱਸ ਮੈਨੂੰ ਭੁੱਲਜਾ।" ਉਹ ਭਰੜਾਈ ਆਵਾਜ਼ 'ਚ ਬੋਲੀ ਤੇ ਪਾਸਾ ਜਿਹਾ ਬਚਾ ਕੇ ਤੁਰ ਗਈ। ਮੈਂ ਉਸਦੀ ਗੱਲ ਸੁਣ ਕੇ ਹੈਰਾਨ ਹੋਇਆ। ਪਰ ਕੀ ਕਰ ਸਕਦਾ ਸੀ। ਉਹ ਤਾਂ ਇੰਨਾ ਕਹਿ ਕੇ ਚਲੀ ਗਈ। ਪਰ ਮੇਰੀ ਜਾਨ ਸੂਲੀ 'ਤੇ ਟੰਗ ਗਈ ਸੀ। ਮੈਂ ਵਾਪਸ ਹੋਸਟਲ ਚਲਾ ਆਇਆ। ਪਰ ਮੈਨੂੰ ਚੈਨ ਕਿੱਥੇ ਸੀ। ਸਾਰੀ ਰਾਤ ਇਹ ਸੋਚਦਿਆਂ ਲੰਘ ਗਈ ਕਿ ਮੇਰੇ ਨਾਲ ਉਮਰ ਭਰ ਦਾ ਸਾਥ ਨਿਭਾਉਣ ਦਾ ਕਹਿ ਕੇ ਹੁਣ ਕਹਿੰਦੀ ਹੈ ਕਿ ਮੈਨੂੰ ਭੁੱਲਜਾ। ਫਿਰ ਮੈਂ ਪਿਛਲੇ ਦਿਨਾਂ 'ਚ ਹੋਇਆ ਬੀਤਿਆ ਸੋਚ ਕੇ ਅੰਦਾਜ਼ਾ ਲਾਉਣ ਲੱਗਿਆ ਕਿ ਅਜਿਹੀ ਕਿਹੜੀ ਗੱਲ ਹੋ ਸਕਦੀ ਹੈ ਜਿਸ ਕਰਕੇ ਰਾਣੀ ਮੇਰੇ ਨਾਲ ਗੁੱਸੇ ਗਿੱਲੇ ਹੋ ਗਈ ਹੋਵੇ। ਮੈਨੂੰ ਆਪਣੇ ਵੱਲੋਂ ਕੁਝ ਕਿਹਾ ਕਰਿਆ ਤਾਂ ਨਾ ਯਾਦ ਆਇਆ ਪਰ ਰਾਣੀ ਦਾ ਕੁਝ ਕੁਝ ਬਦਲਿਆ ਸੁਭਾਅ ਜ਼ਰੂਰ ਮੇਰੇ ਮਨ 'ਚ ਆਇਆ। ਮੈਨੂੰ ਖਿਆਲ ਆਇਆ ਕਿ ਪਿਛਲੇ ਦੋ ਤਿੰਨ ਮਹੀਨਿਆਂ ਤੋਂ ਉਹ ਕੁਝ ਪਰੇਸ਼ਾਨ ਜਿਹੀ ਰਹਿੰਦੀ ਸੀ। ਕਈ ਵਾਰੀ ਕੋਲ ਬੈਠੀ ਬਿਨਾਂ ਕਿਸੇ ਗੱਲ ਦੇ ਹੀ ਖਿਝ ਜਾਂਦੀ ਤੇ ਫਿਰ ਇਕਦਮ ਉਠਦਿਆਂ, ਲੰਬੇ ਲੰਬੇ ਕਦਮ ਭਰਦੀ ਤੁਰ ਜਾਂਦੀ। ਕਈ ਵਾਰੀ ਉਹ ਇਕੱਲੀ ਬੈਠੀ ਆਪਣੀਆਂ ਸੋਚਾਂ ਵਿੱਚ ਇੰਨਾ ਖੁੱਭੀ ਹੁੰਦੀ ਕਿ ਮੇਰੇ ਕੋਲ ਆਏ ਦਾ ਵੀ ਉਸਨੂੰ ਪਤਾ ਨਾ ਚੱਲਦਾ। ਮੈਂ ਉਦੋਂ ਜੇ ਕਦੇ ਉਸਦੀ ਪਰੇਸ਼ਾਨੀ ਜਾਣਨ ਦੀ ਕੋਸ਼ਿਸ਼ ਕਰਦਾ ਸੀ ਤਾਂ ਉਹ ਅੱਗੋਂ ਚੁੱਪ ਹੀ ਰਹਿੰਦੀ ਸੀ। ਉਸਦੇ ਇਸ ਬਦਲੇ ਹੋਏ ਵਰਤਾਅ ਦਾ ਕਾਰਨ ਤਾਂ ਮੈਨੂੰ ਸਮਝ ਵਿੱਚ ਨਾ ਆਇਆ ਪਰ ਮੈਨੂੰ ਆਪਣੇ ਵੱਲੋਂ ਕਦੇ ਉਸਦਾ ਦਿਲ ਦੁਖਾਉਣਾ ਵੀ ਯਾਦ ਨਾ ਆਇਆ। ਖੈਰ ਇਨ੍ਹਾਂ ਸੋਚਾਂ ਵਿਚ ਹੀ ਰਾਤ ਬੀਤ ਗਈ। ਫਿਰ ਦੂਸਰਾ ਦਿਨ ਵੀ ਨਿਰਾਸਤਾ ਵਿਚ ਲੰਘਿਆ। ਅਗਲੇ ਦਿਨ ਪੇਪਰ ਸੀ। ਸੋਚ ਸੋਚ ਕੇ ਮੈਂ ਇਸ ਨਤੀਜੇ 'ਤੇ ਪਹੁੰਚਿਆ ਕਿ ਹੁਣ ਮੈਨੂੰ ਰਾਣੀ ਨਾਲ, ਸਾਰੀ ਗੱਲ ਸਾਫ ਸਾਫ ਕਰ ਲੈਣੀ ਚਾਹੀਦੀ ਹੈ। ਸ਼ਾਮ ਵੇਲੇ ਮੈਂ ਸਿੱਧਾ ਉਸਦੇ ਘਰ ਹੀ ਜਾ ਪਹੁੰਚਿਆ। ਅੱਗੇ ਰਾਣੀ ਸਾਹਮਣੇ ਵਰਾਂਡੇ ਵਿੱਚ ਇਕ ਖੂੰਝੇ 'ਚ ਬੈਠੀ ਖਲ੍ਹਾ ਵੱਲ ਘੂਰ ਰਹੀ ਸੀ। ਮੇਰੇ ਕੋਲ ਜਾਣ 'ਤੇ ਉਹ ਉੱਠ ਕੇ ਖੜ੍ਹੀ ਹੋ ਗਈ। ਮੈਂ ਬੁਲਾਇਆ ਤਾਂ ਉਸਨੇ ਮੂੰਹ ਦੂਸਰੇ ਪਾਸੇ ਕਰ ਲਿਆ। ਮੈਥੋਂ ਰਿਹਾ ਨਾ ਗਿਆ ਤੇ ਮੈਂ ਬੋਲਿਆ,

"ਰਾਣੀ ਤੈਨੂੰ ਅੱਜ ਦੱਸਣਾ ਪਊਗਾ ਕਿ ਆਖਰ ਹੋਇਆ ਕੀ ਐ ?" ਉਹ ਫਿਰ ਵੀ ਕੁਝ ਨਾ ਬੋਲੀ। ਮੇਰੇ ਮਨ 'ਚ ਅਚਾਨਕ ਇਕ ਹੋਰ ਖਿਆਲ ਆਇਆ ਤੇ ਮੈਂ ਉਸਨੂੰ ਪੁੱਛਿਆ,

"ਰਾਣੀ ਕਿਤੇ ਤੇਰੇ ਘਰਦਿਆਂ ਵੱਲੋਂ ਤਾਂ ਕੋਈ ਇਤਰਾਜ਼ ਨ੍ਹੀਂ ਐ ?" ਮੇਰੀ ਇਸ ਗੱਲ ਦੇ ਜੁਆਬ 'ਚ ਉਸਨੇ ਬਿਨਾ ਮੇਰੇ ਵੱਲ ਵੇਖਿਆਂ ਨਾਂਹ 'ਚ ਸਿਰ ਮਾਰਿਆ। "ਫਿਰ ਤੂੰ ਕਿਸੇ ਗੱਲੋਂ ਮੇਰੇ ਨਾਲ ਗੁੱਸੇ ਐਂ ?" ਇਸ ਦੇ ਜੁਆਬ 'ਚ ਉਸਨੇ ਫਿਰ ਨਾਂਹ 'ਚ ਸਿਰ ਮਾਰਿਆ। ਇਸਦੇ ਨਾਲ ਹੀ ਉਹ ਉੱਠ ਕੇ ਅੰਦਰ ਨੂੰ ਜਾਣ ਲੱਗੀ।

"ਫਿਰ ਮੈਨੂੰ ਇਉਂ ਕੋਹ ਕੋਹ ਕੇ ਕਿਉਂ ਮਾਰਦੀ ਐਂ ? ਮੇਰੇ ਕੁਛ ਪੱਲੇ ਤਾਂ ਪਾ।" ਉਹ ਤੁਰੀ ਜਾਂਦੀ ਰੁਕ ਗਈ ਪਰ ਬੋਲੀ ਫਿਰ ਵੀ ਕੁਝ ਨਾ। ਮੈਨੂੰ ਗੁੱਸਾ ਚੜ੍ਹ ਗਿਆ ਤੇ ਆਖਰ ਕੌੜੀ ਗੱਲ ਮੇਰੇ ਮੂੰਹੋਂ ਨਿਕਲ ਹੀ ਗਈ,

"ਕਿ ਮੇਰੀ ਥਾਂ ਹੁਣ ਕੋਈ ਹੋਰ ਆ ਗਿਆ ਜੋ ਮੈਨੂੰ ਇਉਂ ਨਜ਼ਰ ਅੰਦਾਜ਼ ਕਰ ਰਹੀ ਐਂ ?"

ਉਹ ਮੇਰੇ ਵੱਲ ਨੂੰ ਵਾਪਸ ਆ ਗਈ। ਉਸਦੀਆਂ ਅੱਖਾਂ ਵਿੱਚ ਅੱਥਰੂ ਛਲਕ ਆਏ ਸਨ। ਸ਼ਾਇਦ ਮੇਰੀ ਗੱਲ ਉਸਨੂੰ ਕੰਡੇ ਦੀ ਤਰ੍ਹਾਂ ਚੁਭੀ ਸੀ। ਉਹ ਹੌਲੀ ਜਿਹੀ ਬੋਲੀ, "ਤੇਰੇ ਤੋਂ ਬਿਨਾਂ ਮੈਨੂੰ ਕੁਛ ਵੀ ਨਹੀਂ ਚਾਹੀਦਾ ਸੀ। ਪਰ ਰੱਬ ਚੰਦਰੇ ਨੂੰ ਇਹ ਵੀ ਮਨਜ਼ੂਰ ਨ੍ਹੀਂ। ਮੈਂ ਵੀ ਦੱਸ ਕੀ ਕਰਾਂ.....।" ਇਸ ਤੋਂ ਅੱਗੇ ਉਸ ਤੋਂ ਬੋਲ ਨਾ ਹੋਇਆ। ਮੈਂ ਹੈਰਾਨ ਹੋਇਆ ਕਿ ਇਹ ਇਉਂ ਕੁਰੱਖਤ ਜਿਹਾ ਕਿਉਂ ਬੋਲਦੀ ਹੈ। ਇਸਦੀ ਆਵਾਜ਼ ਨੂੰ ਕੀ ਹੋ ਗਿਆ। ਇੰਨੇ ਨੂੰ ਉਹ ਸੰਭਲ ਚੁੱਕੀ ਸੀ। ਮੈਂ ਮਾਹੌਲ ਨੂੰ ਸਾਵਾਂ ਬਣਾਉਣ ਲਈ ਗੱਲ ਬਦਲੀ, "ਰਾਣੀ ਕੱਲ੍ਹ ਨੂੰ ਮੇਰਾ ਪਹਿਲਾ ਪੇਪਰ ਐ।" ਮੇਰੀ ਗੱਲ ਸੁਣ ਕੇ ਉਹ ਉਤਸੁਕਤਾ ਵੱਸ ਮੇਰੇ ਵੱਲ ਝਾਕੀ।

"ਤੂੰ ਆਏਂਗੀ ਮੇਰਾ ਪੇਪਰ ਸ਼ੁਰੂ ਹੋਣ ਵੇਲੇ ?" ਉਹ ਬੋਲੀ ਕੁਝ ਨਾ ਪਰ ਮੇਰੇ ਵੱਲ ਝਾਕਦੀ ਰਹੀ। ਮੈਨੂੰ ਜ਼ਰਾ ਕੁ ਹੌਂਸਲਾ ਹੋਇਆ ਤੇ ਮੈਂ ਫਿਰ ਬੋਲਿਆ, "ਜੇ ਤੂੰ ਨਾ ਆਈ ਤਾਂ ਮੈਂ ਪੇਪਰ ਦੇਣ ਈ ਨ੍ਹੀਂ ਜਾਣਾ। ਹੁਣ ਦੱਸ ਫਿਰ ਆਏਂਗੀ ਨਾ ?" ਉਸਨੇ ਹਾਂ ਵਿਚ ਸਿਰ ਹਿਲਾਇਆ ਤਾਂ ਮੈਨੂੰ ਤਸੱਲੀ ਜਿਹੀ ਹੋਈ। ਨਾਲ ਹੀ ਖਿਆਲ ਆਇਆ ਕਿ ਜਦੋਂ ਇਹ ਇੱਕ ਵਾਰ ਆ ਗਈ ਤਾਂ ਫਿਰ ਪੇਪਰ ਸ਼ੁਰੂ ਹੋਣ ਤੋਂ ਪਹਿਲਾਂ ਆਪੇ ਹੀ ਖੁੱਲ੍ਹ ਕੇ ਗੱਲਬਾਤ ਹੋ ਜਾਊਗੀ। ਤੁਰਨ ਤੋਂ ਪਹਿਲਾਂ ਮੈਂ ਫਿਰ ਬੋਲਿਆ, "ਵੇਖੀਂ ਭੁੱਲ ਨਾ ਜਾਈਂ। ਪੇਪਰ ਨੌਂ ਵਜੇ ਸ਼ੁਰੂ ਹੋਊਗਾ। ਤੂੰ ਅੱਠ ਵਜੇ ਤੱਕ ਜ਼ਰੂਰ ਪਹੁੰਚ ਜਾਈਂ। ਮੈਂ ਤੈਨੂੰ ਹਾਲ ਮੂਹਰੇ ਉਡੀਕੂੰਗਾ।" ਉਸਨੇ ਫਿਰ ਹਾਂ 'ਚ ਸਿਰ ਹਿਲਾਇਆ ਤੇ ਫਿਰ ਘਰ ਦੇ ਅੰਦਰ ਚਲੀ ਗਈ। ਮੈਂ ਵਾਪਸ ਹੋਸਟਲ ਨੂੰ ਮੁੜ ਪਿਆ। ਅਗਲੇ ਦਿਨ ਮੈਂ ਅੱਠ ਵੱਜਣ ਤੋਂ ਵੀ ਪਹਿਲਾਂ ਐਗਜ਼ਾਮੀਨੇਸ਼ਨ ਹਾਲ ਮੂਹਰੇ ਪਹੁੰਚ ਗਿਆ ਤੇ ਲੱਗਿਆ ਰਾਣੀ ਨੂੰ ਉਡੀਕਣ। ਮੈਨੂੰ ਪੇਪਰ ਦੀ ਚਿੰਤਾ ਘੱਟ ਸੀ ਪਰ ਰਾਣੀ ਦਾ ਫਿਕਰ ਜ਼ਿਆਦਾ ਸੀ। ਸਮਾਂ ਬੀਤਦਾ ਰਿਹਾ ਤੇ ਮੈਂ ਉਸਨੂੰ ਉਡੀਕਦਾ ਰਿਹਾ। ਆਖਰ ਪੇਪਰ ਸ਼ੁਰੂ ਹੋਣ 'ਚ ਪੰਦਰਾਂ ਮਿੰਟ ਰਹਿ ਗਏ। ਰਾਣੀ ਨਾ ਆਈ ਤਾਂ ਮੈਂ ਉੱਠ ਕੇ ਹਾਲ ਵੱਲ ਨੂੰ ਤੁਰ ਪਿਆ। ਅਜੇ ਵੀ ਮੈਂ ਮੁੜ ਮੁੜ ਕੇ ਪਿੱਛੇ ਵੇਖਦਾ ਜਾ ਰਿਹਾ ਸੀ ਕਿ ਸ਼ਾਇਦ ਰਾਣੀ ਕਿਧਰੇ ਆ ਰਹੀ ਹੋਵੇ। ਪਰ ਉਹ ਕਿਧਰੇ ਨਾ ਦਿਸੀ। ਮੈਂ ਅੰਦਰ ਜਾ ਬੈਠਾ ਤੇ ਪੇਪਰ ਸ਼ੁਰੂ ਹੋ ਗਿਆ। ਪੇਪਰ ਦਰਮਿਆਨ ਵੀ ਮੇਰੀ ਨਜ਼ਰ ਵਾਰ ਵਾਰ ਬਾਹਰ ਵੱਲ ਜਾਂਦੀ ਸੀ, ਕਿ ਸ਼ਾਇਦ ਉਹ ਲੇਟ ਹੀ ਆ ਜਾਵੇ। ਪਰ ਉਹ ਨਾ ਆਈ। ਮੈਨੂੰ ਕੋਈ ਪਤਾ ਨਾ ਲੱਗਿਆ ਕਿ ਪੇਪਰ ਦੇ ਤਿੰਨ ਘੰਟੇ ਕਦੋਂ ਪੂਰੇ ਹੋ ਗਏ। ਕਿਉਂਕਿ ਮੈਂ ਤਾਂ ਸਾਰਾ ਸਮਾਂ ਰਾਣੀ ਦੇ ਖਿਆਲਾਂ ਵਿੱਚ ਹੀ ਗੁਆਚਿਆ ਰਿਹਾ ਸੀ। ਪੇਪਰ ਵਿੱਚ ਪਤਾ ਨ੍ਹੀਂ ਕੁਝ ਮਾੜਾ ਮੋਟਾ ਲਿਖਿਆ ਸੀ। ਰਿਜ਼ਲਟ ਆਇਆ ਤਾਂ ਮੈਂ ਇਸ ਪੇਪਰ 'ਚੋਂ ਫੇਲ੍ਹ ਸੀ ਤੇ ਮੇਰਾ ਸਿਵਲ ਇੰਜੀਨੀਅਰਿੰਗ ਦੀ ਡਿਗਰੀ ਕਰਨ ਦਾ ਸੁਪਨਾ ਅਧੂਰਾ ਹੀ ਰਹਿ ਗਿਆ ਸੀ। ਫਿਰ ਮੈਂ ਲੁਧਿਆਣੇ ਜਾ ਕੇ ਡਿਪਲੋਮੇ 'ਚ ਦਾਖਲਾ ਲੈ ਲਿਆ। ਤਿੰਨ ਸਾਲਾਂ ਵਿੱਚ ਡਿਪਲੋਮਾ ਪੂਰਾ ਕੀਤਾ। ਇਸ ਸਾਰੇ ਅਰਸੇ ਦਰਮਿਆਨ ਮੈਂ ਰਾਣੀ ਨੂੰ ਭੁਲਾਉਣ ਦੀ ਬਹੁਤ ਕੋਸ਼ਿਸ਼ ਕੀਤੀ ਪਰ ਉਹ ਤਾਂ ਸਿਲਤ ਦੀ ਤਰ੍ਹਾਂ ਕਾਲਜੇ 'ਚ ਚੁੱਭਦੀ ਰਹਿੰਦੀ ਸੀ। ਆਖਰ ਡਿਪਲੋਮਾ ਪੂਰਾ ਹੋ ਗਿਆ। ਸਾਲ ਕੁ ਪਿੱਛੋਂ ਮੈਂ ਕਨੇਡਾ ਜਾ ਪਹੁੰਚਿਆ। ਉੱਥੇ ਜਾ ਕੇ

ਸੈੱਟ ਹੋਇਆ। ਫਿਰ ਵਿਆਹ ਹੋ ਗਿਆ। ਬੱਚੇ ਹੋ ਗਏ। ਜ਼ਿੰਦਗੀ ਆਪਣੇ ਰਾਹ ਪੈ ਗਈ। ਇੰਨੇ ਸਾਲਾਂ ਪਿੱਛੋਂ ਅੱਜ ਅਚਾਨਕ ਹੀ ਰਾਣੀ ਦਾ ਨਾਂ ਫਿਰ ਸੁਣਿਆਂ ਸੀ....।

ਮੈਨੂੰ ਕਿਸੇ ਦੇ ਬੋਲ ਨੇ ਖਿਆਲਾਂ 'ਚੋਂ ਕੱਢਿਆ। ਘਰ ਦਾ ਕੋਈ ਮੈਂਬਰ ਮੈਨੂੰ ਅੰਦਰ ਚੱਲਣ ਨੂੰ ਕਹਿ ਰਿਹਾ ਸੀ। ਮੈਂ ਅੰਦਰ ਹੋਰਨਾਂ ਵਿਚ ਜਾ ਬੈਠਾ। ਨਾਮਕਰਨ ਦੀ ਰਸਮ ਸ਼ੁਰੂ ਹੋ ਚੁੱਕੀ ਸੀ। ਖੈਰ ਨਾਮਕਰਨ ਹੋ ਗਿਆ ਤੇ ਫਿਰ ਖਾਣਾਂ ਬਗੈਰਾ ਖਾਧਾ ਗਿਆ। ਇਸ ਦਰਮਿਆਨ ਮੇਰੀ ਨਜ਼ਰ ਘਰ ਦੇ ਹਰ ਕੋਨੇ 'ਚ ਘੁੰਮ ਰਹੀ ਸੀ ਕਿ ਰਾਣੀ ਕਿੱਥੇ ਹੋਈ। ਪਰ ਅਜੇ ਤੱਕ ਉਹ ਮੇਰੀ ਨਜ਼ਰੀਂ ਨਹੀਂ ਪਈ ਸੀ। ਇੰਨੇ ਨੂੰ ਵਿਹੜੇ ਵਿੱਚ ਖੁਸਰੇ ਆ ਕੇ ਨੱਚਣ ਗਾਉਣ ਲੱਗੇ ਤਾਂ ਆਲੇ ਦੁਆਲੇ ਦੇ ਘਰਾਂ ਦੀਆਂ ਬੁੜ੍ਹੀਆਂ ਕੁੜੀਆਂ ਫਿਰ ਤੋਂ ਆਣ ਇਕੱਠੇ ਹੋਏ। ਮਨੋਰੰਜਨ ਦੇ ਇਸ ਮਾਹੌਲ ਵਿੱਚ ਮੈਂ ਵੀ ਇੱਕ ਪਾਸੇ ਕੰਧ ਨਾਲ ਲੱਗ ਕੇ ਖੜ੍ਹ ਗਿਆ। ਉਹ ਗਾਉਂਦੇ ਰਹੇ ਤੇ ਵਧਾਈਆਂ ਦਿੰਦੇ ਰਹੇ। ਪਰ ਮੇਰੀ ਨਜ਼ਰ ਜਾਂ ਖਿਆਲ ਉਨ੍ਹਾਂ ਵੱਲ ਨਹੀਂ ਸੀ। ਮੈਂ ਤਾਂ ਹਰ ਪਾਸੇ ਅੱਖਾਂ ਪਾੜ ਪਾੜ ਕੇ ਵੇਖ ਰਿਹਾ ਸੀ ਤੇ ਰਾਣੀ ਨੂੰ ਲੱਭ ਰਿਹਾ ਸੀ। ਉਹ ਮੈਨੂੰ ਕਿਸੇ ਪਾਸੇ ਵੀ ਵਿਖਾਈ ਨਹੀਂ ਦੇ ਰਹੀ ਸੀ। ਫਿਰ ਖੁਸਰਿਆਂ ਦੇ ਮੋਢੀ ਨੇ ਹੱਥ ਚੁੱਕ ਕੇ ਸਾਰਿਆਂ ਨੂੰ ਚੁੱਪ ਕਰਾਉਂਦਿਆਂ, ਅਗਲਾ ਗੀਤ ਸੁਣਨ ਨੂੰ ਕਿਹਾ ਤਾਂ ਮੇਰਾ ਧਿਆਨ ਵੀ ਉੱਧਰ ਚਲਾ ਗਿਆ। ਉਨ੍ਹਾਂ ਵਿੱਚੋਂ ਇੱਕ ਨੇ, ਜਿਸਨੇ ਕਿ ਪਹਿਲਾਂ ਹੀ ਨਚਦਿਆਂ ਹੋਇਆਂ ਮੂੰਹ ਢਕਿਆ ਹੋਇਆ ਸੀ, ਲੰਬੀ ਹੇਕ ਲਾਉਂਦਿਆਂ ਕਿਹਾ ਕਿ ਹੁਣ ਉਸਦਾ ਆਪਣਾ ਮਨਭਾਉਂਦਾ ਗੀਤ ਸੁਣੋ। ਉਸਨੇ ਪਿੜ 'ਚ ਘੁੰਮਦਿਆਂ ਗੀਤ ਸ਼ੁਰੂ ਕੀਤਾ 'ਰੂਹ ਲੈ ਗਿਆ ਦਿਲਾਂ ਦਾ ਜਾਨੀ ਹੱਡ ਸਾਨੂੰ ਚੁੱਕਣੇ ਪਏ।' ਗੋਲ ਘੇਰੇ 'ਚ ਘੁੰਮਦਿਆਂ ਉਸਦਾ ਗੀਤ ਜਾਰੀ ਸੀ। ਆਖਰੀ ਲਾਈਨਾਂ 'ਦਿੱਤੀ ਰੱਬ ਚੰਦਰੇ ਨਾ ਢੋਈ, ਮੇਰਾ ਸੱਜਣਾ ਕਸੂਰ ਨੀ ਸੀ ਕੋਈ ਤੇ ਹੱਡ ਸਾਨੂੰ ਚੁੱਕਣੇ ਪਏ' ਗਾਉਂਦਿਆਂ, ਉਹ ਮੇਰੇ ਵੱਲ ਆਉਂਦੀ ਗਈ। ਮੇਰੇ ਬਿਲਕੁਲ ਨਜ਼ਦੀਕ ਆ ਕੇ ਉਹ ਧਾਹ ਮਾਰ ਕੇ ਮੈਨੂੰ ਚੰਬੜ ਗਈ ਤੇ ਉਸਦੀਆਂ ਲੇਰਾਂ ਨਿਕਲ ਗਈਆਂ। ਉਹ ਉੱਚੀ ਉੱਚੀ ਰੋਣ ਲੱਗੀ। ਇੰਨੇ ਨੂੰ ਉਸ ਦੀ ਟੀਮ ਦੇ ਮੋਢੀ ਦੀ ਆਵਾਜ਼ ਆਈ, "ਰਾਣੀ ਸੰਭਾਲ ਆਪਣੇ ਆਪ ਨੂੰ"। ਇਸ ਨਾਂ ਨੇ ਮੈਨੂੰ ਚੌਂਕਾ ਦਿੱਤਾ ਤੇ ਮੇਰੇ ਸਰੀਰ 'ਚੋਂ ਬਿਜਲੀ ਜਿਹੀ ਲੰਘ ਗਈ। 'ਹੈਂ! ਰਾਣੀ ਐਂ ਇਹ?' ਇਹ ਸੁਆਲ ਮਨ 'ਚ ਆਉਂਦਿਆਂ ਹੀ ਮੇਰਾ ਹੱਥ ਉਸਦੇ ਚਿਹਰੇ ਉੱਪਰ ਲਏ ਕੱਪੜੇ ਵੱਲ ਵਧਿਆ। ਜਿਉਂ ਹੀ ਮੈਂ ਘੁੰਡ ਪਾਸੇ ਹਟਾ ਕੇ ਉਸਦਾ ਮੂੰਹ ਨੰਗਾ ਕੀਤਾ ਤਾਂ ਦਸ ਸਾਲ ਪਹਿਲਾਂ ਵਾਲੀ ਰਾਣੀ ਦੇ ਨਕਸ ਉੱਘੜ ਖੜੋਤੇ। ਹਾਂ ਇਹ ਰਾਣੀ ਹੀ ਸੀ। ਉਸਦੇ ਨਾਲ ਦਿਆਂ ਨੇ ਉਸਨੂੰ ਮੈਥੋਂ ਵੱਖ ਕੀਤਾ ਤੇ ਘਰੋਂ ਨਿਕਲ ਤੁਰੇ। ਮੈਂ ਛੇਤੀ ਦੇਣੇ ਆਪੇ 'ਚ ਪਰਤਿਆ ਤੇ ਉਨ੍ਹਾਂ ਦੇ ਮਗਰ ਭੱਜਿਆ। ਉਹ ਤੁਰਨ ਦੀ ਤਿਆਰੀ ਕਰ ਹੀ ਰਹੇ ਸਨ ਕਿ ਮੈਂ ਰਾਣੀ ਦਾ ਅੱਗਾ ਵਲਦਿਆਂ ਬੋਲਿਆ, "ਰਾਣੀ ਉਦੋਂ ਤੂੰ ਮੈਨੂੰ ਅਚਾਨਕ ਛੱਡ ਕੇ ਚਲੀ ਗਈ ਸੀ ਪਰ ਅੱਜ ਤੂੰ ਇਉਂ ਨ੍ਹੀਂ ਜਾ ਸਕਦੀ। ਮੈਂ ਤੇਰੇ ਨਾਲ ਗੱਲ ਕਰਨੀ ਚਾਹੁੰਨਾ ਆਂ।" ਉਹ ਕੁਝ ਨਾ ਬੋਲੀ ਤਾਂ ਉਸਦੇ ਸਾਥੀ ਨੇ ਕਾਗਜ਼ 'ਤੇ ਪਤਾ ਲਿਖਦਿਆਂ ਤੇ ਕਾਗਜ਼ ਮੈਨੂੰ ਫੜਾਉਂਦਿਆਂ ਕਿਹਾ, "ਬਾਬੂ ਇਹ ਸਾਡੇ ਡੇਰੇ ਦਾ ਪਤਾ ਐ। ਆਥਣ ਵੇਲੇ ਕਦੇ ਵੀ ਆ ਜਾਵੀਂ, ਤੈਨੂੰ ਰਾਣੀ ਉੱਥੇ ਹੀ ਮਿਲੂਗੀ।" ਮੈਂ ਕਾਗਜ਼ ਦਾ ਟੁਕੜਾ, ਤਹਿ ਮਾਰ ਕੇ ਜੇਬ 'ਚ ਪਾ ਲਿਆ।

ਉਸੇ ਸ਼ਾਮ ਮੈਂ ਉਨ੍ਹਾਂ ਦੇ ਡੇਰੇ 'ਚ ਬੈਠਾ ਸੀ। ਰਾਣੀ ਹੇਠਾਂ ਬੈਠੀ ਡੱਕੇ ਨਾਲ ਧਰਤੀ 'ਤੇ ਲੀਕਾਂ ਮਾਰਨ ਲੱਗੀ ਹੋਈ ਸੀ। ਮੇਰੇ ਵਾਰ ਵਾਰ ਕਹਿਣ 'ਤੇ ਉਸਨੇ ਆਪਣਾ ਵਜੂਦ ਇਕੱਠਾ ਕੀਤਾ ਤੇ ਬੋਲਣ ਲਈ ਤਿਆਰ ਹੋ ਗਈ। ਬੈਠੀ ਉਹ ਹੇਠਾਂ ਹੀ ਰਹੀ ਪਰ ਸੰਭਲ ਕੇ ਬਹਿ ਗਈ। ਹੱਥਲਾ ਡੱਕਾ ਪਾਸੇ ਸੁੱਟਦਿਆਂ ਉਸਨੇ ਬੋਲਣਾ ਸ਼ੁਰੂ ਕੀਤਾ, "ਉਸ ਦਿਨ ਦੀ ਘਟਨਾ ਤਾਂ ਤੈਨੂੰ ਯਾਦ ਈ ਹੋਣੀ ਐਂ ਜਦੋਂ ਮੇਰੀ ਗਾਉਂਦੀ ਦੀ ਆਵਾਜ਼ ਪਾਟ ਗਈ ਸੀ ?"

"ਹਾਂ ਹਾਂ ਮੈਨੂੰ ਉਹ ਗੱਲ ਜਮਾਂ ਕੱਲ੍ਹ ਦੀ ਤਰ੍ਹਾਂ ਯਾਦ ਐ ਤੂੰ ਅੱਗੇ ਬੋਲ।" ਮੈਂ ਉਸਨੂੰ ਬੋਲਣ ਲਈ ਉਤਸ਼ਾਹਤ ਕੀਤਾ। ਉਸਦੀ ਆਵਾਜ਼ ਨਾ ਜਨਾਨਾ ਸੀ ਤੇ ਮਰਦਾਨਾ। ਇਹ ਵਿੱਚ ਵਿਚਾਲੇ ਦੀ ਪਾਟੀ ਜਿਹੀ ਆਵਾਜ਼ ਸੀ। ਖੈਰ ਉਹ ਅੱਗੇ ਦੱਸਣ ਲੱਗੀ,

"ਉਹ ਪਹਿਲਾ ਦਿਨ ਸੀ ਜਦੋਂ ਮੇਰੀ ਆਵਾਜ਼ ਇਕਦਮ ਬਦਲ ਗਈ। ਉਂਝ ਉਦੋਂ ਮੈਂ ਪਿਛਲੇ ਕੁਝ ਅਰਸੇ ਤੋਂ ਆਪਣੇ ਅੰਦਰ ਹੋ ਰਹੀ ਤਬਦੀਲੀ ਨੂੰ ਮਹਿਸੂਸ ਕਰ ਰਹੀ ਸੀ। ਤੈਨੂੰ ਯਾਦ ਈ ਹੋਣਾਂ ਐਂ ਜਦੋਂ ਤੂੰ ਵਾਰ ਵਾਰ ਮੇਰੀ ਪਰੇਸ਼ਾਨੀ ਜਾਣਨ ਦਾ ਜਤਨ ਕਰਦਾ ਰਹਿੰਦਾ ਸੀ ਤੇ ਮੈਂ ਚੁੱਪ ਰਹਿੰਦੀ ਸੀ।"

"ਹਾਂ ਉਹ ਤਾਂ ਮੈਨੂੰ ਯਾਦ ਐ ਪਰ ਰਾਣੀ ਤੂੰ ਉਸ ਤੋਂ ਪਹਿਲਾਂ ਦੀ ਗੱਲ ਕਰ। ਉਸ ਤੋਂ ਪਹਿਲਾਂ ਵੀ ਤੈਨੂੰ ਕੋਈ ਅਹਿਸਾਸ ਜਾਂ ਤਬਦੀਲੀ....।" ਮੈਂ ਗੱਲ ਵਿਚਕਾਰ ਹੀ ਛੱਡ ਦਿੱਤੀ ਤਾਂ ਉਹ ਸਮਝ ਗਈ ਕਿ ਮੈਂ ਕੀ ਪੁੱਛਣਾ ਚਾਹੁੰਦਾ ਆਂ।"

"ਤੈਨੂੰ ਮਿਲਣ ਵੇਲੇ ਤੱਕ, ਮੈਂ ਅੰਦਰੋਂ ਪੂਰਨ ਔਰਤ ਸੀ। ਮੇਰੇ ਸਰੀਰਕ ਜਣਨ ਅੰਗਾਂ 'ਚ ਕੁਝ ਕਮੀ ਜ਼ਰੂਰ ਸੀ ਪਰ ਉਂਝ ਮੇਰੀ ਦਿੱਖ ਬਿਲਕੁਲ ਕਿਸੇ ਆਮ ਕੁੜੀ ਵਰਗੀ ਸੀ....।" ਰਾਣੀ ਬੋਲਦੀ ਬੋਲਦੀ ਰੁਕੀ ਤਾਂ ਮੈਨੂੰ ਯਾਦ ਆਇਆ ਕਿ ਕਿਵੇਂ ਉਸ ਵੇਲੇ ਰਾਣੀ, ਕਾਲਜ ਦੀਆਂ ਕੁਝ ਕੁ ਅਤੀ ਸੋਹਣੀਆਂ ਕੁੜੀਆਂ ਵਿਚੋਂ ਸੀ। ਇੰਨੇ ਨੂੰ ਮੈਂ ਰਾਣੀ ਵੱਲ ਵੇਖਿਆ ਉਹ ਅੱਖਾਂ ਭਰੀ ਬੈਠੀ ਸੀ। ਮੈਂ ਅਗਾਂਹ ਹੋ ਕੇ ਉਸਦੇ ਮੋਢੇ ਤੇ ਹੱਥ ਰੱਖਿਆ ਤਾਂ ਉਸਨੇ ਮੇਰੇ ਵੱਲ ਵੇਖਦਿਆਂ ਗੱਲ ਅਗਾਂਹ ਤੋਰੀ, "ਹੁਣ ਤੂੰ ਸੋਚ ਰਿਹਾ ਹੋਵੇਂਗਾ ਕਿ ਆਪਣੇ ਬਾਰੇ ਸਭ ਕੁਝ ਜਾਣਦਿਆਂ ਹੋਇਆਂ ਵੀ ਮੈਂ ਤੇਰੇ ਨਾਲ ਦੋਸਤੀ ਕਿਉਂ ਕੀਤੀ। ਉਹ ਵੀ ਸੁਣ। ਮੈਂ ਹਮੇਸ਼ਾ ਤੋਂ ਹਾਂ ਪੱਖੀ ਸੋਚਦੀ ਰਹੀ ਸੀ। ਉਦੋਂ ਤੋਂ ਹੀ ਜਦੋਂ ਮੇਰੀ ਸੁਰਤ ਸੰਭਲੀ ਸੀ। ਜਦੋਂ ਮੈਨੂੰ ਪੂਰਾ ਅਹਿਸਾਸ ਹੋ ਗਿਆ ਕਿ ਮੇਰੇ ਸਰੀਰ ਵਿੱਚ ਕਮੀ ਹੈ ਤਾਂ ਉਦੋਂ ਵੀ ਮੈਂ ਇਹੀ ਸੋਚਦੀ ਹੁੰਦੀ ਸੀ ਕਿ ਚਲਦੇ ਵਕਤ ਦੇ ਨਾਲ ਇਹ ਕਮੀ ਆਪੇ ਪੂਰੀ ਹੋਜੂਗੀ। ਕਿਉਂਕਿ ਸਿਰਫ ਇਸ ਇਕ ਕਮੀ ਤੋਂ ਬਿਨਾਂ ਮੈਂ ਕਿਸੇ ਪੱਖੋਂ ਵੀ ਘੱਟ ਨ੍ਹੀਂ ਸੀ। ਮੇਰੀ ਆਵਾਜ਼, ਮੇਰੀ ਸੋਚਣੀ, ਮੇਰੇ ਜਜ਼ਬਾਤ, ਮੇਰੇ ਵਲਵਲੇ, ਮੇਰੀ ਚੇਤਨਾ ਤੇ ਮੇਰੇ ਮਾਨਸਿਕ ਪ੍ਰਭਾਵ, ਸਭ ਕੁਝ ਇੱਕ ਆਮ ਕੁੜੀ ਦੀ ਤਰ੍ਹਾਂ ਸਨ। ਜੁਆਨ ਕੁੜੀਆਂ ਦੀ ਤਰ੍ਹਾਂ ਮੇਰੀਆਂ ਵੀ ਉਮੰਗਾਂ ਉਮੜਦੀਆਂ ਸਨ। ਤਾਂ ਹੀ ਮੈਂ ਤੇਰੇ ਵੱਲ ਖਿੱਚੀ ਤੁਰੀ ਆਈ ਸੀ। ਖੈਰ ਆਪਣੇ ਮਿਲਣ ਵੇਲੇ ਤੱਕ ਸਭ ਕੁਝ ਠੀਕ ਸੀ। ਜਦੋਂ ਤੂੰ ਮਿਲਿਆ ਤਾਂ ਮੈਂ ਮੇਰੀ ਕਮੀ ਬਾਰੇ ਸੋਚ ਕੇ ਪ੍ਰਸ਼ਾਨ ਤਾਂ ਹੁੰਦੀ ਸੀ ਪਰ ਮੈਨੂੰ ਲੱਗਦਾ ਸੀ ਕਿ ਸਭ ਕੁਝ ਛੇਤੀ ਹੀ ਠੀਕ ਹੋਜੂਗਾ। ਕਿਉਂਕਿ ਮੈਂ ਇਹ ਗੱਲ ਆਮ ਹੀ ਸੁਣੀ ਸੀ ਕਿ ਬੱਚਿਆਂ ਦੀਆਂ ਕਈ ਸਰੀਰਕ ਕਮੀਆਂ ਜਵਾਨੀ ਤੱਕ ਪਹੁੰਚਦਿਆਂ ਪਹੁੰਚਦਿਆਂ ਆਪਣੇ ਆਪ

ਠੀਕ ਹੋ ਜਾਂਦੀਆਂ ਨੇ। ਪਰ ਅਫਸੋਸ ਅਜਿਹਾ ਨਾ ਹੋਇਆ....।" ਕੁਝ ਰੁਕਦਿਆਂ ਉਹ ਅੱਗੇ ਦੱਸਣ ਲੱਗੀ,

"ਉਸ ਗਾਉਣ ਵਾਲੇ ਦਿਨ ਦੀ ਘਟਨਾ ਤੋਂ ਕੁਝ ਮਹੀਨੇ ਪਹਿਲਾਂ ਅਚਾਨਕ ਮੇਰੇ ਹਾਰਮੋਨਜ਼ ਤਬਦੀਲ ਹੋਣ ਲੱਗ ਪਏ ਸਨ। ਜੋ ਕੁਝ ਮੈਂ ਉਮੀਦ ਕਰਦੀ ਹੁੰਦੀ ਸੀ ਉਹ ਤਾਂ ਕੀ ਹੋਣਾ ਸੀ ਸਗੋਂ ਇਹ ਤਬਦੀਲੀ ਉਸਦੇ ਉਲਟ ਹੋਣ ਲੱਗ ਪਈ। ਮੈਨੂੰ ਦਿਨੋਂ ਦਿਨ ਮਹਿਸੂਸ ਹੋਣ ਲੱਗਿਆ ਕਿ ਮੈਂ ਜਿਵੇਂ ਕੁੜੀ ਨਾ ਰਹੀ ਹੋਵਾਂ। ਫਿਰ ਉਸ ਦਿਨ ਇਸ ਤਬਦੀਲੀ ਦੀ ਹੱਦ ਸੀ ਜਦੋਂ ਮੇਰੀ ਗਾਉਂਦੀ ਦੀ ਆਵਾਜ਼ ਪਾਟ ਗਈ। ਉਸ ਪਿੱਛੋਂ ਤਾਂ ਤੈਨੂੰ ਪਤਾ ਈ ਐ ਕਿ ਕੀ ਹੋਇਆ।" ਇੰਨਾ ਕਹਿ ਕੇ ਉਸਨੇ ਚੁੱਪ ਹੁੰਦਿਆਂ ਨੀਵੀਂ ਪਾ ਲਈ।

"ਪਰ ਤੂੰ ਸਭ ਕੁਝ ਮੈਨੂੰ ਦੱਸ ਵੀ ਤਾਂ ਸਕਦੀ ਸੀ। ਤੂੰ ਤਾਂ ਪਹਿਲਾਂ ਕਾਲਜ ਆਉਣਾ ਛੱਡਿਆ ਤੇ ਫਿਰ ਜਮਾਂ ਈ ਅਲੋਪ ਹੋ ਗਈ।"

"ਇਹ ਜਿੰਨਾ ਕਹਿਣਾ ਸੌਖਾ ਐ ਉਤਨਾ ਕਰਨਾ ਨ੍ਹੀਂ। ਤੂੰ ਸੋਚ ਵੀ ਨ੍ਹੀਂ ਸਕਦਾ ਕਿ ਉਦੋਂ ਮੇਰੇ 'ਤੇ ਕੀ ਬੀਤ ਰਹੀ ਸੀ। ਬੱਸ ਇਕ ਮਰ ਨ੍ਹੀਂ ਹੋਇਆ ਬਾਕੀ ਕੋਈ ਕਮੀ ਨ੍ਹੀਂ ਰਹੀ ਸੀ। ਜੋ ਤੂੰ ਅਲੋਪ ਹੋਣ ਦੀ ਗੱਲ ਕਰਦਾ ਐਂ ਉਹ ਤਾਂ ਮੈਨੂੰ ਅਜਿਹਾ ਜ਼ਖ਼ਮ ਮਿਲਿਆ ਜਿਸ 'ਚ ਚੱਤੋ ਪਹਿਰ ਚਸਕ ਪੈਂਦੀ ਰਹਿੰਦੀ ਐ।"

ਉਹ ਬੋਲਣੋਂ ਚੁੱਪ ਕਰ ਗਈ ਸੀ। ਉਦੋਂ ਨੂੰ ਇੱਕ ਬਾਰਾਂ ਤੇਰਾਂ ਸਾਲ ਦੀ ਕੁੜੀ ਚਾਹ ਦੇ ਕੱਪ ਲੈ ਕੇ ਆਈ। ਉਸਦੇ ਨਾਲ ਇੱਕ ਪੰਜ ਸੱਤ ਸਾਲ ਦੀ ਬੱਚੀ ਸੀ। ਅਸੀਂ ਚਾਹ ਪੀਣ ਲੱਗੇ। ਚਾਹ ਮੁਕਾ ਕੇ ਉਸਨੇ ਰਹਿੰਦੀ ਗੱਲ ਛੇੜ ਲਈ,

"ਜਦੋਂ ਪੇਪਰਾਂ ਤੋਂ ਪਹਿਲਾਂ ਮੇਰੇ 'ਤੇ ਰੱਬ ਦੀ ਮਾਰ ਪਈ ਉਦੋਂ ਹੀ ਇੱਕ ਬਿਜਲੀ ਹੋਰ ਡਿੱਗੀ। ਇਨ੍ਹਾਂ ਖੁਸਰਿਆਂ ਦੇ ਸਮਾਜ 'ਚ ਮੇਰੇ ਬਾਰੇ ਪਤਾ ਲੱਗ ਗਿਆ ਸੀ। ਇਨ੍ਹਾਂ ਦਾ ਵੀ ਆਪਣਾ ਇੱਕ ਢੰਗ ਹੈ। ਜਿਹੜੇ ਬੱਚੇ ਖੁਸਰੇ ਪੈਦਾ ਹੁੰਦੇ ਨੇ ਉਨ੍ਹਾਂ ਬਾਰੇ ਇਹ ਦੇਰ ਸਵੇਰ ਪਤਾ ਲਗਾ ਈ ਲੈਂਦੇ ਨੇ। ਇਵੇਂ ਹੀ ਮੇਰੇ ਬਾਰੇ ਹੋਇਆ। ਪੇਪਰਾਂ ਦੇ ਉਨ੍ਹੀਂ ਦਿਨੀਂ ਹੀ ਖੁਸਰਿਆਂ ਦਾ ਝੁੰਡ ਸਾਡੇ ਘਰ ਆਇਆ ਤੇ ਮੇਰੇ ਪਿਉ ਨੂੰ ਕਿਹਾ ਕਿ ਤੇਰੀ ਇਹ ਕੁੜੀ ਖੁਸਰਾ ਐ ਇਸ ਕਰਕੇ ਤੂੰ ਇਸਨੂੰ ਸਾਡੇ ਹਵਾਲੇ ਕਰ ਦੇਹ। ਉਦੋਂ ਤਾਂ ਮੇਰੇ ਪਿਉ ਨੇ ਉਨ੍ਹਾਂ ਨੂੰ ਘਰੋਂ ਬਾਹਰ ਕੱਢ ਦਿੱਤਾ। ਪਰ ਮੇਰੇ ਮਾਂ ਪਿਉ ਅਤੀ ਚਿੰਤਤ ਹੋ ਗਏ। ਕਿਉਂਕਿ ਉਨ੍ਹਾਂ ਨੂੰ ਤਾਂ ਮੇਰੀਆਂ ਕਮੀਆਂ ਦਾ ਮੇਰੇ ਜਨਮ ਵੇਲੇ ਤੋਂ ਹੀ ਪਤਾ ਸੀ। ਉਹ ਅਜੇ ਸੋਚ ਹੀ ਰਹੇ ਸਨ ਕਿ ਕੀ ਕੀਤਾ ਜਾਵੇ ਕਿ ਅਗਲੇ ਦਿਨ ਜ਼ਿਆਦਾ ਖੁਸਰੇ ਸਾਡੇ ਘਰ ਆਏ। ਉਨ੍ਹਾਂ ਨਾਲ ਇਨ੍ਹਾਂ ਦਾ ਇਸ ਇਲਾਕੇ ਦਾ ਵੱਡਾ ਖੁਸਰਾ ਲੀਡਰ ਵੀ ਸੀ ਜਿਸਦੀ ਕਿ ਰਾਜਨੀਤਕ ਪਹੁੰਚ ਵੀ ਸੀ। ਉਹ ਧਮਕੀ ਦਿੰਦਿਆਂ ਹਫਤੇ ਦਾ ਵਕਤ ਦੇ ਗਏ। ਮੇਰੇ ਮਾਂ ਪਿਉ ਮੈਨੂੰ ਕਿਸੇ ਰਿਸ਼ਤੇਦਾਰੀ ਵਿੱਚ ਭੇਜਣ ਬਾਰੇ ਸੋਚ ਹੀ ਰਹੇ ਸਨ ਕਿ ਅਗਲੇ ਦਿਨ ਸੈਂਕੜੇ ਖੁਸਰਿਆਂ ਨੇ ਸਾਡੀ ਗਲੀ ਘੇਰ ਲਈ। ਉਨ੍ਹਾਂ ਢੋਲਕੀਆਂ ਛੈਣੇ ਖੜਕਾਉਂਦਿਆਂ ਧਰਤੀ ਸਿਰ 'ਤੇ ਚੁੱਕ ਲਈ। ਇਸ ਨਾਲ ਮੇਰੇ ਬਾਰੇ ਪਹਿਲਾਂ ਤੋਂ ਹੀ ਮੁਹੱਲੇ ਵਿਚ ਹੋ ਰਹੀ ਖੁਸਰ ਮੁਸਰ ਵਧ ਗਈ। ਮੇਰੇ ਪਰਿਵਾਰ ਦੀ ਬੇਇਜ਼ਤੀ ਤਾਂ ਹੋ ਹੀ ਰਹੀ ਸੀ ਪਰ ਇਸ ਰੌਲੇ ਰੱਪੇ ਕਰਕੇ ਮੁਹੱਲਾ ਵੀ ਮੇਰੇ ਮਾਪਿਆਂ ਦੇ ਖਿਲਾਫ ਹੋ ਗਿਆ। ਸਭ ਕਹਿ

ਰਹੇ ਸਨ ਕਿ ਇਸ ਗੱਲ ਦਾ ਉਨ੍ਹਾਂ ਦੇ ਪਰਿਵਾਰਾਂ 'ਤੇ ਬੁਰਾ ਅਸਰ ਪੈਂਦਾ ਐ। ਮੈਂ ਆਪਣੇ ਮਾਂ ਪਿਉ ਨੂੰ ਮੈਥੋਂ ਛੋਟੀਆਂ ਤਿੰਨ ਭੈਣਾਂ ਬਾਰੇ ਗੱਲਾਂ ਕਰਦਿਆਂ ਸੁਣਿਆਂ ਕਿ ਇਸ ਤਰ੍ਹਾਂ ਤਾਂ ਉਨ੍ਹਾਂ ਦਾ ਭਵਿੱਖ ਵੀ ਚੌੜ ਹੋ ਜਾਵੇਗਾ।" ਰਾਣੀ ਹੌਂਕਾ ਭਰ ਕੇ ਚੁੱਪ ਹੋ ਗਈ ਜਿਵੇਂ ਕਿ ਕਿਸੇ ਅਤੀਤ ਦੀ ਪੀੜ ਨੇ ਉਸਦੇ ਅੰਦਰੋਂ ਰੁੱਗ ਭਰ ਲਿਆ ਹੋਵੇ। ਆਪਣੇ 'ਤੇ ਕਾਬੂ ਪਾਉਂਦਿਆਂ ਉਹ ਫਿਰ ਬੋਲੀ, "ਆਖਰ ਇਸ ਰੌਲੇ ਰੱਪੇ ਦੇ ਤੀਸਰੇ ਦਿਨ ਸਵੇਰ ਵੇਲੇ ਮੇਰੇ ਮਾਂ ਪਿਉ ਨੇ ਮੇਰੀ ਬਾਂਹ ਫੜ੍ਹ ਕੇ ਮੈਨੂੰ ਘਰੋਂ ਬਾਹਰ ਕੱਢ ਦਿੱਤਾ ਤੇ ਦਰਵਾਜ਼ਾ ਬੰਦ ਕਰ ਲਿਆ। ਮੇਰੇ ਜੰਮਣ ਵਾਲੇ ਵੀ ਮੇਰੇ ਨਾਲ ਨਾ ਖੜ੍ਹੇ ਤਾਂ ਮੈਂ ਕੀ ਕਰ ਸਕਦੀ ਸੀ। ਉੱਥੋਂ ਮੈਨੂੰ ਘੇਰ ਕੇ ਖੁਸਰੇ ਆਪਣੇ ਨਾਲ ਲੈ ਤੁਰੇ।" ਇੰਨਾ ਕਹਿੰਦਿਆਂ ਰਾਣੀ ਹੁਬਕੀਏਂ ਰੋਣ ਲੱਗੀ। ਮੇਰਾ ਵੀ ਮਨ ਭਰ ਆਇਆ। ਕੁਝ ਦੇਰ ਉਹ ਸੁਬਕਦੀ ਰਹੀ ਤੇ ਫਿਰ ਬੋਲੀ, "ਹੁਣ ਸੋਚਦੀ ਆਂ ਕਿ ਮੇਰੇ ਗਰੀਬ ਮਾਂ ਪਿਉ ਦਾ ਵੀ ਕੀ ਕਸੂਰ ਸੀ। ਕਸੂਰ ਤਾਂ ਸਾਰਾ ਮੇਰੀ ਕਿਸਮਤ ਦਾ ਸੀ। ਖੈਰ ਉਸ ਤੋਂ ਪਿੱਛੋਂ ਕਦੇ ਕਿਤੇ ਤੇ ਕਦੇ ਕਿਤੇ। ਹੁਣ ਤਾਂ ਇਹ ਖੁਸਰਾ ਸਮਾਜ ਹੀ ਮੇਰਾ ਆਪਣਾ ਸਮਾਜ ਐ। ਲੋਕਾਂ ਦੀਆਂ ਖੁਸ਼ੀਆਂ ਵੰਡਾਉਣਾ ਹੀ ਸਾਡਾ ਜੀਵਨ ਹੈ।"

ਰਾਣੀ ਨੇ ਕਹਾਣੀ ਖਤਮ ਕੀਤੀ ਤਾਂ ਮੈਂ ਉਸਦੇ ਕੋਲ ਬੈਠੀਆਂ ਬੱਚੀਆਂ ਵੱਲ ਵੇਖਿਆ। ਮੈਨੂੰ ਜਾਣਨ ਦੀ ਉਤਸਕਤਾ ਹੋਈ ਕਿ ਉਹ ਕੌਣ ਹਨ। ਉਹ ਆਪ ਹੀ ਦੱਸਣ ਲੱਗੀ, "ਇਹ ਦੋਨੋਂ ਵੀ ਨਾਂ ਮਰਦ ਹਨ ਤੇ ਨਾਂ ਹੀ ਔਰਤ। ਇਨ੍ਹਾਂ ਦੇ ਗਰੀਬ ਪਰਿਵਾਰਾਂ ਨੇ ਆਪਣੇ ਆਪ ਹੀ ਸਾਡੇ ਸਮਾਜ ਨਾਲ ਰਾਬਤਾ ਕਾਇਮ ਕਰਕੇ ਕੁਝ ਕੁ ਪੈਸਿਆਂ ਬਦਲੇ ਇਨ੍ਹਾਂ ਨੂੰ ਵੇਚ ਦਿੱਤਾ।"

"ਵੇਚ ਦਿੱਤਾ ?" ਮੈਂ ਹੈਰਾਨ ਹੋ ਕੇ ਪੁੱਛਿਆ।

"ਹਾਂ ਵੇਚਿਆ ਈ ਸੀ। ਸਾਡੇ ਸਮਾਜ ਦੇ ਵਾਧੇ ਦਾ ਕੋਈ ਸਾਧਨ ਤਾਂ ਹੈ ਨ੍ਹੀਂ ਐ। ਇਹੋ ਇੱਕ ਜ਼ਰੀਆ ਐ ਕਿ ਧਿਆਨ ਰੱਖੀਏ ਕਿ ਕਿੱਥੇ ਕੋਈ ਸਾਡੇ ਵਰਗਾ ਨਵਾਂ ਜੰਮਿਆਂ ਐਂ। ਉਂਝ ਇਸ ਸਮਾਜ ਅੰਦਰ ਵੀ ਗੁੰਡਾਗਰਦੀ ਚੱਲਦੀ ਐ। ਕਈ ਵਾਰੀ ਸਾਡੇ ਲੋਕ ਨਿੱਕੇ ਨਿਆਣਿਆਂ ਨੂੰ ਚੋਰੀਉਂ ਚੁੱਕ ਲਿਆਉਂਦੇ ਨੇ ਤੇ ਉਨ੍ਹਾਂ ਦੇ ਗੁਪਤ ਅੰਗ ਕੱਟ ਕੇ, ਆਪਣੇ ਵਿੱਚ ਰਲਾ ਲੈਂਦੇ ਨੇ।"

"ਇਹ ਤਾਂ ਬਹੁਤ ਮਾੜੀ ਗੱਲ ਐ। ਤੂੰ ਹੋਰ ਕੁਝ ਆਪਣੇ ਬਾਰੇ ਦੱਸ ?"

"ਹੋਰ ਕੁਛ ਨ੍ਹੀਂ। ਬੱਸ ਇਨ੍ਹਾਂ ਬੱਚੀਆਂ ਨੂੰ ਪਾਲਦੀ, ਮੈਂ ਆਪਣੀ ਮਮਤਾ ਦੀ ਭੁੱਖ ਪੂਰੀ ਕਰਦੀ ਆਂ। ਮੈਨੂੰ ਹੁਣ ਇਸੇ ਨਾਲ ਈ ਸੰਤੁਸ਼ਟੀ ਐ। ਤੂੰ ਆਪਣੀ ਸੁਣਾ ?"

"ਮੇਰੇ ਦੋ ਬੱਚੇ ਨੇ। ਠੀਕ ਠਾਕ ਪਰਿਵਾਰਕ ਜ਼ਿੰਦਗੀ ਐ। ਬੱਸ ਚੰਗੀ ਗੁਜ਼ਰ ਬਸਰ ਹੋ ਰਹੀ ਐ।"

ਮੈਂ ਗੱਲ ਮੁਕਾਈ ਤਾਂ ਮੈਨੂੰ ਲੱਗਿਆ ਕਿ ਰਾਣੀ ਹੁਣ ਉੱਠਣ ਦੇ ਰੌਂਅ 'ਚ ਹੈ। ਮੈਂ ਬਹਾਨੇ ਜਿਹੇ ਨਾਲ ਕਿਹਾ,

"ਚੰਗਾ ਰਾਣੀ ਹੁਣ ਮੈਨੂੰ ਇਜਾਜ਼ਤ ਦੇਹ। ਮੈਂ ਕੱਲ੍ਹ ਨੂੰ ਫਿਰ ਆਊਂਗਾ।"

"ਕਿਉਂ ਕੱਲ੍ਹ ਨੂੰ ਤੂੰ ਕੀ ਕਰਨ ਆਏਂਗਾ ?" ਉਹ ਖੜ੍ਹੀ ਹੁੰਦੀ ਹੈਰਾਨੀ ਨਾਲ ਮੇਰੇ ਵੱਲ ਝਾਕੀ।

"ਤੈਨੂੰ ਮਿਲਣ। ਹੋਰ ਗੱਲਾਂ ਬਾਤਾਂ ਕਰਨ।"

"ਨਹੀਂ, ਤੂੰ ਮੁੜ ਕੇ ਮੈਨੂੰ ਨਾ ਮਿਲੀਂ। ਨਾ ਹੀ ਕਦੇ ਇੱਥੇ ਆਈਂ। ਮੈਂ ਤਾਂ ਪਹਿਲਾਂ ਹੀ ਬੜੀ ਮੁਸ਼ਕਲ ਨਾਲ ਸੰਭਲੀ....।" ਅਗਾਂਹ ਉਸ ਤੋਂ ਬੋਲ ਨਾ ਹੋਇਆ ਤੇ ਉਸਨੇ ਮੂੰਹ ਪਾਸੇ ਕਰਦਿਆਂ ਚੁੰਨੀ ਨਾਲ ਅੱਥਰੂ ਪੂੰਝੇ।

"ਇੰਨਾ ਕੁ ਅਧਿਕਾਰ ਤਾਂ ਮੇਰਾ ਹੈ। ਤੂੰ ਮੈਨੂੰ ਮਿਲਣ ਤੋਂ ਨ੍ਹੀਂ ਰੋਕ ਸਕਦੀ। ਚੰਗਾ ਫਿਰ ਕੱਲ੍ਹ ਨੂੰ ਮੁਲਾਕਾਤ ਹੋਊਗੀ।" ਮੈਂ ਕੁਝ ਡਾਹਢੇ ਹੀ ਆਪਣੇਪਣ ਨਾਲ ਕਿਹਾ ਤਾਂ ਰਾਣੀ ਨੇ ਨੀਵੀਂ ਪਾ ਲਈ। ਮੈਂ ਉੱਠ ਕੇ ਤੁਰ ਪਿਆ। ਮੋੜ ਮੁੜਨ ਤੋਂ ਪਹਿਲਾਂ ਮੈਂ ਪਿਛੇ ਮੁੜ ਕੇ ਵੇਖਿਆ। ਰਾਣੀ ਕੰਧੋਲੀ 'ਤੇ ਹੱਥ ਰੱਖੀ ਮੈਨੂੰ ਜਾਂਦੇ ਹੋਏ ਨੂੰ ਵੇਖ ਰਹੀ ਸੀ। ਖੈਰ ਸ਼ਾਮ ਤੱਕ ਮੈਂ ਪਿੰਡ ਵਾਪਸ ਪਹੁੰਚ ਗਿਆ।

ਅਗਲੇ ਦਿਨ ਮੈਂ ਗਿਆ ਤਾਂ ਘਰ ਨੂੰ ਜੰਦਰਾ ਵੱਜਿਆ ਹੋਇਆ ਸੀ। ਮੈਂ ਹੈਰਾਨ ਹੁੰਦੇ ਨੇ ਗੁਆਂਢੀ ਨੂੰ ਪੁੱਛਿਆ ਕਿ ਇਹ ਅਜੇ ਆਏ ਨੀ ਤਾਂ ਉਹ ਮੇਰੇ ਵੱਲ ਗੌਹ ਨਾਲ ਝਾਕਦਾ ਬੋਲਿਆ,

"ਨਹੀਂ ਆਏ ਨ੍ਹੀਂ ਤੇ ਨਾ ਹੀ ਹੁਣ ਕਦੇ ਆਉਣ।"

"ਕਿਉਂ?" ਮੇਰੀਆਂ ਹੈਰਾਨੀ 'ਚ ਅੱਖਾਂ ਟੱਡੀਆਂ ਗਈਆਂ।

"ਕਿਉਂਕਿ ਇਹ ਰਾਤ ਹੀ ਖੱਚਰ ਰੇਹੜੇ 'ਤੇ ਸਮਾਨ ਰੱਖ ਕੇ ਇੱਥੋਂ ਅੱਡਾ ਪੱਟ ਕੇ ਚਲੇ ਗਏ।"

"ਪਰ ਕਿੱਧਰ ਨੂੰ ਗਏ ਐ? ਕੁਛ ਪਤਾ ਐ ਤੁਹਾਨੂੰ?"

"ਉਏ ਬਾਬੂ, ਇਨ੍ਹਾਂ ਖੁਸਰਿਆਂ ਦਾ ਕੋਈ ਘਰ ਟਿਕਾਣਾ ਨ੍ਹੀਂ ਹੁੰਦਾ। ਅੱਜ ਇੱਥੇ ਕੇ ਕੱਲ੍ਹ ਨੂੰ ਕਿਤੇ ਹੋਰ। ਇਨ੍ਹਾਂ ਨੂੰ ਕਿਹੜਾ ਕੈਂਠੇ ਵਾਲੇ ਉਡੀਕਦੇ ਐ।" ਇੰਨਾ ਕਹਿੰਦਿਆਂ ਉਹ ਅਗਾਂਹ ਲੰਘ ਗਿਆ ਤੇ ਮੈਂ ਉਦਾਸ ਖੜ੍ਹਾ ਕੁਝ ਦੇਰ ਬੰਦ ਪਏ ਦਰਵਾਜ਼ੇ ਵੱਲ ਵੇਖਦਾ ਰਿਹਾ ਤੇ ਫਿਰ ਬੋਝਲ ਕਦਮ ਪੁੱਟਦਾ ਵਾਪਸ ਮੁੜ ਪਿਆ।

# ਵਾਪਸੀ

ਜਗਪਾਲ ਨੇ ਸੁੱਤਾ ਉਠਦਿਆਂ ਦੋਨਾਂ ਹੱਥਾਂ ਦੀਆਂ ਉਂਗਲਾਂ ਆਪਸ 'ਚ ਅੜਾ ਕੇ ਬਾਹਾਂ ਫੈਲਾਉਂਦਿਆਂ ਅੰਗੜਾਈ ਭੰਨੀ। ਉਸਨੇ ਮੂੰਹ 'ਤੇ ਪੁੱਠਾ ਹੱਥ ਰੱਖ ਕੇ ਉਬਾਸੀ ਲਈ ਤਾਂ ਕੋਲ ਦੀ ਲੰਘਦੀ ਏਅਰਹੋਸਟਸ ਨੇ ਉਸਨੂੰ ਗਰਮ ਪਾਣੀ 'ਚ ਭਿੱਜਿਆ ਤੇ ਭਾਫਾਂ ਛੱਡਦਾ ਮੋਟਾ ਜਿਹਾ ਰੁਮਾਲ ਫੜਾਇਆ। ਜਗਪਾਲ ਨੇ ਤਹਿ ਖੋਲਦਿਆਂ ਗਰਮ ਗਰਮ ਰੁਮਾਲ ਮੂੰਹ 'ਤੇ ਫੇਰਿਆ ਤੇ ਅੱਖਾਂ ਦੇ ਕੋਏ ਪੂੰਝੇ। ਮੂੰਹ 'ਤੇ ਰੁਮਾਲ ਫੇਰਦਿਆਂ ਹੀ ਜਗਪਾਲ ਤਰੋ-ਤਾਜ਼ਾ ਹੋ ਗਿਆ। ਇੰਨੇ ਨੂੰ ਏਅਰਹੋਸਟਸ ਨੇ ਉਸਨੂੰ ਕਾਫੀ ਦਾ ਕੱਪ ਫੜਾਇਆ। ਕਾਫੀ ਦਾ ਘੁੱਟ ਭਰਦਿਆਂ ਜਗਪਾਲ ਨੇ ਸਾਹਮਣੇ ਛੋਟੀ ਜਿਹੀ ਸਕਰੀਨ 'ਤੇ ਨਜ਼ਰ ਮਾਰੀ। ਉੱਥੇ ਲਿਖਿਆ ਆ ਰਿਹਾ ਸੀ, ਮੰਜ਼ਿਲ ਅਠਤਾਲੀ ਮਿੰਟ ਦੂਰ। ਕਾਫੀ ਮੁਕਾ ਕੇ ਕੱਪ ਪਾਸੇ ਰੱਖਦਿਆਂ, ਕੱਪੜੇ ਠੀਕ ਠਾਕ ਕਰਕੇ ਜਗਪਾਲ ਸਿੱਧਾ ਹੋ ਕੇ ਬੈਠ ਗਿਆ। ਉਸਨੇ ਫਿਰ ਸਕਰੀਨ ਵੱਲ ਨਜ਼ਰ ਮਾਰੀ। ਹੁਣ ਸਾਹਮਣੇ ਲਿਖਿਆ ਆ ਰਿਹਾ ਸੀ, ਮੰਜ਼ਲ ਚਾਲੀ ਮਿੰਟ ਦੂਰ। ਮਤਲਬ ਸਿਰਫ ਚਾਲੀ ਮਿੰਟ ਦਾ ਰਸਤਾ ਰਹਿ ਗਿਆ ਸੀ, ਮੰਜ਼ਲ ਤੱਕ ਪਹੁੰਚਣ ਲਈ। ਮੰਜ਼ਲ ਜਾਣੀ ਕਿ ਇੰਟਰਨੈਸ਼ਨਲ ਏਅਰਪੋਰਟ ਅੰਮ੍ਰਿਤਸਰ। ਚਾਲੀ ਦਾ ਹਿੰਦਸਾ ਯਾਦ ਕਰਦਿਆਂ ਜਗਪਾਲ ਨੇ ਡੂੰਘਾ ਹੌਕਾ ਭਰਿਆ।

ਇਹ ਜਹਾਜ਼ ਉਸਨੇ ਆਸਟਰੀਆ ਦੀ ਰਾਜਧਾਨੀ ਵਿਆਨਾ ਤੋਂ ਬਦਲਿਆ ਸੀ। ਵਿਆਨਾ ਤੋਂ ਜਹਾਜ਼ ਦੇ ਚਲਦਿਆਂ ਜਗਪਾਲ ਖਾਣਾ ਖਾ ਕੇ ਸੌਂ ਗਿਆ ਸੀ। ਹੁਣ ਜਦੋਂ ਸਾਰਾ ਸਫਰ ਮੁਕਾ ਕੇ ਜਹਾਜ਼ ਮੰਜ਼ਲ ਦੇ ਨੇੜੇ ਪਹੁੰਚ ਚੱਲਿਆ ਸੀ ਤਾਂ ਉਸਦੇ ਮਨ 'ਚ ਉਥਲ-ਪੁਥਲ ਜਿਹੀ ਹੋਣ ਲੱਗ ਪਈ। ਉਸ ਦੇ ਮਨ 'ਚ ਖਿਆਲ ਆਇਆ ਕਿ ਕਾਸ਼ ਇਹ ਸਫਰ, ਸਿਰਫ ਚਾਲੀ ਸੈਕਿੰਡ ਵਿੱਚ ਹੀ ਮੁੱਕ ਜਾਵੇ। ਇਹ ਚਾਲੀ ਮਿੰਟ ਉਸਨੂੰ ਚਾਲੀ ਸਾਲਾਂ ਵਾਂਗੂੰ ਜਾਪਣ ਲੱਗੇ। 'ਚਾਲੀ ਸਾਲ' ਸੋਚਦਿਆਂ ਉਸਨੇ ਹੌਕਾ ਭਰਿਆ ਤੇ ਖਿੜਕੀ 'ਚੋਂ ਬਾਹਰ ਵੇਖਣ ਲੱਗਿਆ। ਜਹਾਜ਼ ਬੱਦਲਾਂ ਵਿੱਚੋਂ ਦੀ ਲੰਘ ਰਿਹਾ ਸੀ। ਫਿਰ ਬੱਦਲ ਉੱਪਰ ਰਹਿ ਗਏ ਤੇ ਜਹਾਜ ਹੇਠਾਂ ਉਤਰਨਾ ਸ਼ੁਰੂ ਹੋ ਗਿਆ। ਪਰ ਅਜੇ ਵੀ ਵੀਹ ਮਿੰਟ ਦਾ ਸਫਰ ਰਹਿੰਦਾ ਸੀ। ਫਿਰ ਜਗਪਾਲ ਨੇ ਜੇਬ 'ਚੋਂ ਰੁਮਾਲ ਕੱਢ ਕੇ ਨੱਕ 'ਚੋਂ ਵਗ ਰਿਹਾ ਪਾਣੀ ਪੂੰਝਿਆ। ਨਾਲ ਹੀ ਉਸਨੂੰ ਕਈ ਛਿੱਕਾਂ ਆਈਆਂ। ਇਹ ਨੱਕ ਦਾ ਵਗਣਾ ਜਾਂ ਛਿੱਕਾਂ ਦਾ ਆਉਣਾ ਉਸਨੂੰ ਕੋਈ ਜਮਾਂਦਰੂ ਬਿਮਾਰੀ ਨਹੀਂ ਸੀ। ਬੱਸ ਕਨੇਡਾ ਦਾ ਪੌਣ ਪਾਣੀ ਹੀ ਉਸਨੂੰ ਮਾਫਕ ਨਹੀਂ ਸੀ। ਜਿੰਨੇ ਸਾਲ ਉਹ ਕਨੇਡਾ ਰਿਹਾ, ਉਸਦਾ ਹਮੇਸ਼ਾਂ ਨੱਕ ਵਗਦਾ ਰਹਿੰਦਾ ਤੇ ਛਿੱਕਾਂ ਆਉਂਦੀਆਂ ਰਹਿੰਦੀਆਂ ਸਨ। ਪਹਿਲਾਂ ਪੰਜਾਬ 'ਚ ਰਹਿੰਦਿਆਂ ਉਸਨੂੰ ਇਸ ਬਿਮਾਰੀ ਦਾ ਵਾਹ ਵਾਸਤਾ ਵੀ ਨਹੀਂ ਸੀ। ਫਿਰ ਜਹਾਜ਼ ਹਿਚਕੋਲੇ ਖਾਂਦਾ ਕਾਫੀ ਹੇਠਾਂ ਆ ਗਿਆ। ਤਾਕੀ 'ਚੋਂ ਵੇਖਦਿਆਂ ਹੇਠਲੀਆਂ ਬਿਲਡਿੰਗਾਂ ਦਿਸਣ ਲੱਗ ਪਈਆਂ। ਥੋੜਾ ਹੋਰ ਹੇਠਾਂ ਆਉਣ 'ਤੇ ਹੇਠਲੇ ਪੌਣ-

ਪਾਣੀ 'ਚ ਸਮੋਈ ਹਵਾ ਦੇ ਬੁੱਲੇ ਜਹਾਜ਼ 'ਚ ਦਾਖਲ ਹੋਏ ਤਾਂ ਜਗਪਾਲ ਦਾ ਵਗਦਾ ਨੱਕ ਇੱਕ ਦਮ ਸੁੱਕ ਗਿਆ। ਉਸਦੀ ਜੰਮਣ ਭੋਇ, ਪੰਜ ਦਰਿਆਵਾਂ ਦੀ ਧਰਤੀ ਦੀਆਂ ਫਿਜ਼ਾਵਾਂ ਨੇ ਸ਼ਾਇਦ ਆਪਣੇ ਪੁੱਤਰ ਨੂੰ ਪਛਾਣ ਲਿਆ ਸੀ। ਹੇਠਲੀ ਹਵਾ ਦੀਆਂ ਸੁਗੰਧੀਆਂ ਨੂੰ ਮਹਿਸੂਸ ਕਰਦਿਆਂ ਉਸਨੂੰ ਮਸਤੀ ਚੜ੍ਹ ਗਈ। ਅਖੀਰ ਜਹਾਜ਼ ਦੇ ਪਹੀਏ ਰਨਵੇ 'ਤੇ ਟਿਕੇ ਤੇ ਜਹਾਜ਼ ਹਵਾ 'ਚੋਂ ਉੱਤਰ ਕੇ ਧਰਤੀ ਉੱਪਰ ਭੱਜਣ ਲੱਗਿਆ। ਹੌਲੀ ਹੁੰਦਿਆਂ ਲੰਬਾ ਗੇੜਾ ਕੱਢ ਕੇ ਜਹਾਜ਼ ਟਰਮੀਨਲ 'ਤੇ ਜਾ ਲੱਗਿਆ। ਏਅਰਲਾਈਨ ਦਾ ਕੋਈ ਕਰਿੰਦਾ ਆਇਆ ਤੇ ਜਗਪਾਲ ਨੂੰ ਵੀਅਲ ਚੇਅਰ 'ਤੇ ਬਿਠਾ ਕੇ ਅੰਦਰ ਲੈ ਤੁਰਿਆ। ਕਸਟਮ ਦੀ ਮੋਹਰ ਲਗਵਾ ਕੇ ਉਹ ਉਸਨੂੰ ਟਰਮੀਨਲ 'ਚੋਂ ਬਾਹਰ ਲੈ ਆਇਆ। ਕਰਿੰਦਾ ਉਸਨੂੰ ਪੁੱਛ ਰਿਹਾ ਸੀ ਕਿ ਉਸਨੂੰ ਲੈਣ ਆਉਣ ਵਾਲੇ ਕਿੱਥੇ ਹਨ ਤਾਂ ਕਿ ਉਹ ਉਸਨੂੰ ਉਨ੍ਹਾਂ ਦਾ ਹਵਾਲੇ ਕਰਕੇ ਵਾਪਸ ਮੁੜੇ।

"ਤੂੰ ਭਾਵੇਂ ਚਲਾ ਜਾ, ਅਗਾਂਹ ਮੈਂ ਆਪੇ ਚਲਾ ਜਾਊਂ।" ਖੁਸ਼ੀ 'ਚ ਖੀਵੇ ਹੋਏ ਜਗਪਾਲ ਨੇ ਕਰਿੰਦੇ ਨੂੰ ਵਾਪਸ ਮੋੜ ਦਿੱਤਾ। ਫਿਰ ਉਸਨੇ ਹੱਥੀਂ ਵੀਅਲ ਚੇਅਰ ਰੇੜ੍ਹ ਕੇ ਇੱਕ ਪਾਸੇ ਲਾ ਲਈ ਤੇ ਉਹ ਟਿਕਟਿਕੀ ਬੰਨ੍ਹੀ ਆਲੇ ਦੁਆਲੇ ਫਿਰਦੇ ਲੋਕਾਂ ਵੱਲ ਵੇਖਣ ਲੱਗਿਆ।

"ਭਾਅ ਜੀ ਟੈਕਸੀ ਚਾਹੀਦੀ ਜੇ ?" ਕਾਫੀ ਦੇਰ ਤੋਂ ਉਸ ਵੱਲ ਵੇਖ ਰਿਹਾ ਟੈਕਸੀ ਡਰਾਈਵਰ ਉਸਦੇ ਕੋਲ ਆ ਗਿਆ।

"ਹਾਂ ਚਾਹੀਦੀ ਤਾਂ ਹੈ, ਪਰ ਤੇਰੇ ਕੋਲ ਹੈ ਪ੍ਰਬੰਧ ?" ਜਗਪਾਲ ਦਾ ਮਤਲਬ ਵੀਅਲ ਚੇਅਰ ਤੋਂ ਸੀ।

"ਉਹ ਜੀ ਮਾਲਕੋ ਇਸਦਾ ਤੁਸੀਂ ਫਿਕਰ ਨਾ ਕਰੋ। ਤੁਸੀਂ ਇੱਥੇ ਈ ਉਡੀਕੋ ਮੈਂ ਹੁਣੇ ਗੱਡੀ ਲੈ ਕੇ ਆਇਆ।" ਫਿਰ ਡਰਾਇਵਰ ਆਪਣੀ ਟੈਕਸੀ ਲੈ ਆਇਆ। ਉਸਨੇ ਪਹਿਲਾਂ ਜਗਪਾਲ ਨੂੰ ਗੱਡੀ 'ਚ ਬਿਠਾਇਆ ਤੇ ਨਾਲ ਹੀ ਉਸਦੀ ਵੀਅਲ ਚੇਅਰ ਵਿੱਚ ਰੱਖ ਲਈ। ਉੱਥੋਂ ਗੱਡੀ ਤੋਰਦਿਆਂ ਉਹ ਏਅਰਪੋਰਟ ਬਿਲਡਿੰਗ ਤੋਂ ਬਾਹਰ ਨਿਕਲ ਆਇਆ।

"ਭਾਅ ਜੀ, ਪਹਿਲਾਂ ਗੁਰੂ ਘਰ ਚੱਲਣਾ ਜੇ ?" ਪਿੱਛੇ ਨੂੰ ਸਿਰ ਭੰਵਾਉਂਦਿਆਂ ਡਰਾਈਵਰ ਨੇ ਜਗਪਾਲ ਨੂੰ ਪੁੱਛਿਆ ਕਿਉਂਕਿ ਉਸਨੂੰ ਪਤਾ ਸੀ ਕਿ ਬਾਹਰੋਂ ਆਏ ਲੋਕ ਪਹਿਲਾਂ ਹਰਮੰਦਰ ਸਾਹਿਬ ਦੇ ਦਰਸ਼ਣਾਂ ਨੂੰ ਜਾਂਦੇ ਹਨ।

"ਹੈਂ ਜੀ! " ਸੋਚਾਂ 'ਚ ਗੁਆਚਿਆ ਜਗਪਾਲ ਭੜੱਕ ਦੇਣੇ ਡਰਾਈਵਰ ਵੱਲ ਝਾਕਿਆ। ਉਸਨੂੰ ਨਹੀਂ ਸੁਣਿਆਂ ਸੀ ਕਿ ਡਰਾਈਵਰ ਨੇ ਕੀ ਕਿਹਾ ਸੀ।

"ਮੈਂ ਕਿਹਾ ਜੀ ਪਹਿਲਾਂ ਗੁਰੂ ਘਰ ਹੋ ਕੇ ਜਾਉਗੇ ?"

"ਉਏ ਭਰਾਵਾ ਇਸ ਵੇਲੇ ਮੇਰੇ ਲਈ ਸਭ ਤੋਂ ਵੱਡਾ ਗੁਰੂ ਘਰ ਐ 'ਕੋਠੇ ਹਰੀ ਸਿੰਘ' । ਜਿੰਨੀ ਛੇਤੀ ਹੋ ਸਕਦੈ ਤੂੰ ਮੈਨੂੰ ਮੇਰੇ ਉਸ ਗੁਰੂ ਘਰ ਪਹੁੰਚਦਾ ਕਰ।" ਕੋਠੇ ਹਰੀ ਸਿੰਘ ਜਗਪਾਲ ਦਾ ਪਿੰਡ ਸੀ ਤੇ ਇਸ ਵੇਲੇ ਉਹ ਆਪਣੇ ਪਿੰਡ, ਅੱਖ ਦੇ ਫੋਰ 'ਚ ਪਹੁੰਚ ਜਾਣਾ ਚਾਹੁੰਦਾ ਸੀ।

"ਭਾਅ, ਕਿਹੜੇ ਪਾਸੇ ਪੈਂਦੈ ਇਹ ਪਿੰਡ ?"

"ਤੂੰ ਇਉਂ ਕਰ, ਇੱਕ ਵਾਰ ਕੋਟਕਪੂਰੇ ਲੈ ਚੱਲ, ਅੱਗੇ ਮੈਂ ਆਪੇ ਦੱਸਦੂੰ।"

"ਫਿਰ ਤਾਂ ਲੰਬੀਆਂ ਵਾਟਾਂ ਨੇ।" ਇੰਨਾਂ ਕਹਿੰਦਿਆਂ ਡਰਾਈਵਰ ਨੇ ਰੇਸ ਦੱਬ ਦਿੱਤੀ।

ਡਰਾਈਵਰ ਗੱਡੀ ਭਜਾਈ ਜਾ ਰਿਹਾ ਸੀ ਤੇ ਜਗਪਾਲ ਆਲੇ ਦੁਆਲੇ ਵੇਖਦਾ ਅਚੰਭਤ ਹੋ ਰਿਹਾ ਸੀ। ਉਹ ਵੇਖ ਰਿਹਾ ਸੀ ਕਿ ਪੰਜਾਬ ਕਿੰਨਾ ਬਦਲ ਗਿਆ ਹੈ। ਉਹ ਵੇਖ ਰਿਹਾ ਸੀ ਕਿ ਪਿਛਲੇ ਸਾਲਾਂ 'ਚ ਆਬਾਦੀ ਬਹੁਤ ਹੀ ਜ਼ਿਆਦਾ ਵਧ ਗਈ ਹੈ। ਜਦੋਂ ਹੀ ਗੱਡੀ ਕਿਸੇ ਸ਼ਹਿਰ ਵਿੱਚੋਂ ਦੀ ਲੰਘਦੀ ਤਾਂ ਉਸਨੂੰ ਲੱਗਦਾ ਜਿਵੇਂ ਕਿਧਰੇ ਮੇਲਾ ਲੱਗਿਆ ਹੋਵੇ। ਮੋਗੇ ਪਹੁੰਚ ਕੇ ਤਾਂ ਉਹ ਹੋਰ ਵੀ ਅਚੰਭਤ ਹੋਇਆ। ਉਸਨੂੰ ਯਕੀਨ ਹੀ ਨਾ ਆਇਆ ਕਿ ਇਹ ਉਹੀ ਮੋਗਾ ਸ਼ਹਿਰ ਐ, ਜੋ ਐਵੇਂ ਹੀ ਸੁੰਨਾ ਜਿਹਾ ਹੁੰਦਾ ਸੀ ਤੇ ਹੁਣ ਕਿਧਰੇ ਪੈਰ ਧਰਨ ਨੂੰ ਜਗ੍ਹਾ ਨ੍ਹੀਂ ਸੀ। ਹਰ ਚੀਜ਼ ਉਸਨੂੰ ਹੈਰਾਨ ਕਰ ਰਹੀ ਸੀ। ਉਦੋਂ ਤਾਂ ਇੱਥੇ ਸਿਰਫ ਅੰਬੈਸਡਰ ਜਾਂ ਫੀਅਟ ਗੱਡੀਆਂ ਹੀ ਹੁੰਦੀਆਂ ਸਨ। ਪਰ ਹੁਣ ਦੁਨੀਆਂ ਭਰ ਦੇ ਮਾਡਲਾਂ ਦੀਆਂ ਗੱਡੀਆਂ ਨੇ ਸੜਕਾਂ 'ਤੇ ਰੌਣਕਾਂ ਲਾਈਆਂ ਹੋਈਆਂ ਸਨ। ਕੋਟਕਪੂਰੇ ਪਹੁੰਚ ਕੇ ਡਰਾਈਵਰ ਨੇ ਅੱਗੇ ਦਾ ਰਸਤਾ ਪੁੱਛਿਆ ਤਾਂ ਜਗਪਾਲ ਨੇ ਗੱਡੀ ਜੈਤੋ ਰੋਡ ਪੁਆ ਲਈ। ਥੋੜੀ ਦੇਰ ਬਾਅਦ ਪੁਰਾਣੀ ਸਰਹਿੰਦ ਨਹਿਰ ਆ ਗਈ। ਜਗਪਾਲ ਨੇ ਨਹਿਰ ਦੇ ਪੁਲ 'ਤੇ ਗੱਡੀ ਰੁਕਵਾ ਲਈ। ਵੱਡੀਆਂ ਨਹਿਰਾਂ ਨਿਕਲਣ ਤੋਂ ਪਹਿਲਾਂ ਇਹ ਨਹਿਰ ਪੂਰਾ ਦਰਿਆ ਹੀ ਤਾਂ ਹੁੰਦੀ ਸੀ। ਕਦੇ ਇਸੇ ਨਹਿਰ ਦੀਆਂ ਪਟੜੀਆਂ 'ਤੇ ਸਾਈਕਲ ਚਲਾਉਂਦਾ ਜਗਪਾਲ ਜੁਆਨ ਹੋਇਆ ਸੀ। ਹੁਣ ਇਸ ਨਹਿਰ ਦੇ ਥੱਲੇ 'ਤੇ ਥੋੜਾ ਜਿਹਾ ਹੀ ਪਾਣੀ ਵਗਦਾ ਸੀ। ਵੱਡੀਆਂ ਵੱਡੀਆਂ ਪਟੜੀਆਂ ਤੇ ਖਾਲੀ ਪਈ ਨਹਿਰ, ਕਿਸੇ ਦੇ ਉਜੜੇ ਘਰ ਵਾਂਗ ਉਦਾਸ ਪਈ ਸੀ। ਉੱਥੋਂ ਤੁਰਦਿਆਂ ਜਗਪਾਲ ਦੇ ਮਨ 'ਤੇ ਵੀ ਉਦਾਸੀ ਛਾਉਣੀ ਸ਼ੁਰੂ ਹੋ ਗਈ। ਗੱਡੀ ਹੌਲੀ ਹੌਲੀ ਜਾ ਰਹੀ ਸੀ। ਕੱਤੇ ਦਾ ਮਹੀਨਾ ਸੀ ਤੇ ਆਲੇ ਦੁਆਲੇ, ਨਰਮੇਂ ਕਪਾਹਾਂ ਦੇ ਖੇਤ ਆਪਣੇ ਭਰ ਜੋਬਨ 'ਤੇ ਸਨ। ਕਿਧਰੇ ਝੋਨੇ ਦੀਆਂ ਫਸਲਾਂ ਲਹਿਲਹਾ ਰਹੀਆਂ ਸਨ ਤੇ ਕਿਧਰੇ ਹਰੇ ਕਚਾਰ ਮੱਕੀਆਂ ਬਾਜਰੇ ਹਰਿਆਵਲ ਬਖੇਰ ਰਹੇ ਸਨ। ਹੌਲੀ ਹੌਲੀ ਰੁਮਕਦੀ ਹਵਾ 'ਚ ਸਮੋਈ ਹਰੀਆਂ ਫਸਲਾਂ ਦੀ ਖੁਸ਼ਬੋਈ ਜਗਪਾਲ ਦੇ ਨੱਕ ਨੂੰ ਟਕਰਾਈ ਤਾਂ ਉਸਨੂੰ ਕੰਬਣੀ ਜਿਹੀ ਛਿੜੀ ਤੇ ਉਸਦੀਆਂ ਅੱਖਾਂ 'ਚ ਵੈਰਾਗ ਦੇ ਹੰਝੂ ਆ ਗਏ। ਬਾਹਰ ਹਰ ਪਾਸੇ ਰੌਣਕਾਂ ਸਨ ਪਰ ਜਗਪਾਲ ਦੇ ਅੰਦਰ ਕੁਝ ਖੁਰਨਾ ਸ਼ੁਰੂ ਹੋ ਗਿਆ ਸੀ। ਅਖੀਰ ਜਗਤਪੁਰੇ ਦਾ ਅੱਡਾ ਆ ਗਿਆ। ਇੱਥੋਂ ਹੀ ਉਸਦੇ ਪਿੰਡ, ਕੋਠੇ ਹਰੀ ਸਿੰਘ ਨੂੰ ਕੱਚਾ ਰਾਹ ਜਾਂਦਾ ਹੁੰਦਾ ਸੀ। ਪਰ ਉਸਨੇ ਵੇਖਿਆ ਕਿ ਜਗਤਪੁਰੇ ਦਾ ਅੱਡਾ ਤਾਂ ਪਛਾਣ 'ਚ ਹੀ ਨਹੀਂ ਸੀ ਆਉਂਦਾ। ਅਤੇ ਉਸਦੇ ਪਿੰਡ ਨੂੰ ਵੀ ਹੁਣ ਤਾਂ ਪੱਕੀ ਸੜਕ ਜਾਂਦੀ ਸੀ। ਉਸਦੇ ਪਿੱਛੋਂ ਆਲੇ ਦੁਆਲੇ ਭਾਵੇਂ ਬਹੁਤ ਕੁਝ ਉਸਰ ਗਿਆ ਸੀ ਪਰ ਜਗਪਾਲ ਨੇ ਆਪਣੀ ਧਰਤੀ ਨੂੰ ਪਛਾਣ ਲਿਆ ਸੀ। ਇੱਥੋਂ ਉਸਦਾ ਪਿੰਡ ਦੋ ਕੁ ਕਿਲੋਮੀਟਰ ਦੇ ਫਾਸਲੇ 'ਤੇ ਸੀ। ਰਸਤੇ ਵਿੱਚ ਇੱਕ ਮੋੜ ਪੈਂਦਾ ਸੀ। ਉਸ ਮੋੜ 'ਤੇ ਪਹੁੰਚ ਕੇ ਉਸਦੇ ਪਿੰਡ ਦੀ ਜੂਹ ਖਤਮ ਹੋ ਜਾਂਦੀ ਸੀ। ਉਸਦੇ ਕਹਿਣ 'ਤੇ ਗੱਡੀ ਉਸਦੇ ਪਿੰਡ ਵੱਲ ਨੂੰ ਮੁੜ ਪਈ। ਪਰ ਮੋੜ 'ਤੇ ਪਹੁੰਚ ਕੇ ਉਸਨੇ ਗੱਡੀ ਰੁਕਵਾ ਲਈ। ਸਾਹਮਣੇ ਉਸਦੇ ਪਿੰਡ ਦੀ ਜੂਹ ਸ਼ੁਰੂ ਹੋ ਜਾਂਦੀ ਸੀ। ਉੱਧਰ ਵੱਲ ਵੇਖਦਿਆਂ ਉਸ ਦੀਆਂ ਅੱਖਾਂ ਭਰ ਭਰਕੇ ਡੁੱਲ੍ਹਣ ਲੱਗੀਆਂ।

'ਕਿੰਨੀ ਦੇਰ ਬਾਅਦ ਪਿੰਡ ਦੀ ਧਰਤੀ ਦੀ ਛੂਹ ਪ੍ਰਾਪਤ ਹੋ ਰਹੀ ਐ! ਪੂਰੇ ਚਾਲੀ ਸਾਲਾਂ ਬਾਅਦ' ਉਹ ਆਪਣੇ ਆਪ ਨਾਲ ਗੱਲਾਂ ਕਰਨ ਲੱਗਿਆ। ਇਸ ਬਾਰੇ ਕਦੇ ਉਸਦੇ ਬਾਪੂ ਨੇ ਕਿਹਾ ਸੀ, "ਜੇ ਤੂੰ ਵਾਕਿਆ ਈ ਮੇਰੀ ਉਲਾਦ ਐਂ ਤਾਂ ਹੁਣੇ ਹੀ ਮੇਰੇ ਘਰੋਂ ਨਿਕਲ ਜਾ ਤੇ ਮੁੜ ਕੇ ਮੇਰੇ ਜਿਉਂਦੇ ਦੇ ਮੱਥੇ ਨਾ ਲੱਗੀਂ।"

"ਮੈਂ ਵੀ ਬਾਪੂ ਤੇਰਾ ਈ ਪੁੱਤ ਆਂ, ਜੇ ਕੇਰਾਂ ਪਿੰਡ ਛੱਡ ਗਿਆ ਤਾਂ ਫਿਰ ਤੇਰੇ ਘਰੇ ਆਉਣਾ ਤਾਂ ਦੂਰ, ਮੈਂ ਤਾਂ ਇਸ ਪਿੰਡ ਦੀ ਜੂਹ ਵਿੱਚ ਵੀ ਪੈਰ ਨ੍ਹੀਂ ਪਾਉਣਾ।" ਉਦੋਂ ਉਸਨੇ ਬਾਪੂ ਨੂੰ ਜੁਆਬ ਦਿੱਤਾ ਸੀ।

ਪਰ ਅੱਜ ਉਹ ਪਿੰਡ ਵਾਪਸ ਮੁੜ ਆਇਆ ਸੀ। ਆਪਣਾ ਵਾਅਦਾ ਤੋੜ ਕੇ ਪੂਰੇ ਚਾਲੀ ਸਾਲਾਂ ਬਾਅਦ ਪਿੰਡ ਦੀ ਜੂਹ 'ਚ ਦਾਖਲ ਹੋਣ ਲੱਗਿਆ ਸੀ। ਅੱਖਾਂ ਪੂੰਝਦਿਆਂ ਉਸਨੇ ਗੱਡੀ ਪਿੰਡ ਨੂੰ ਤੁਰਵਾ ਲਈ। ਪਿੰਡ ਪਹੁੰਚ ਕੇ ਡਰਾਈਵਰ ਨੇ ਪੁੱਛਿਆ ਸੀ, "ਕਿਸਦੇ ਘਰ ਜਾਣੈ ਜੀ?"

"ਹੈਂ! ....।" ਜਗਪਾਲ ਆਪੇ 'ਚ ਪਰਤਿਆ। 'ਕਿਸਦੇ ਘਰ ਜਾਣੈ ਮੈਂ, ਪਿੰਡ ਤਾਂ ਮੇਰਾ ਈ ਐ ਪਰ ਘਰ ਤਾਂ ਮੇਰਾ ਇੱਥੇ ਕੋਈ ਹੈ ਈ ਨ੍ਹੀਂ।'

"ਤੂੰ ਇਉਂ ਕਰ ਮੈਨੂੰ ਪੰਚਾਇਤ ਘਰ 'ਚ ਉਤਾਰਦੇ।" ਸ਼ਰਮਿੰਦੇ ਜਿਹੇ ਹੁੰਦੇ ਜਗਪਾਲ ਨੇ ਅੱਡੇ ਨੇੜਲੇ ਪੰਚਾਇਤ ਘਰ ਵੱਲ ਇਸ਼ਾਰਾ ਕੀਤਾ। ਹੈਰਾਨ ਹੁੰਦੇ ਡਰਾਈਵਰ ਨੇ ਗੱਡੀ ਪੰਚਾਇਤ ਘਰ ਵਿੱਚ ਜਾ ਲਾਈ। ਉਸਨੇ ਉਸਦਾ ਸਮਾਨ ਲਾਹ ਕੇ ਇੱਕ ਪਾਸੇ ਰੱਖ ਦਿੱਤਾ ਤੇ ਜਗਪਾਲ ਨੂੰ ਵੀਅਲ ਚੇਅਰ 'ਤੇ ਬਿਠਾ ਕੇ ਵੀਅਲ ਚੇਅਰ ਵਰਾਂਡੇ ਦੇ ਇੱਕ ਖੂੰਜੇ ਵਿੱਚ ਖੜ੍ਹੀ ਕਰ ਦਿੱਤੀ। ਆਪਣਾ ਕਿਰਾਇਆ ਲੈ ਕੇ ਉਹ ਆਲੇ ਦੁਆਲੇ ਜਿਹੇ ਝਾਕਦਾ ਆਪਣੇ ਰਾਹ ਪੈ ਗਿਆ। ਹੁਣ ਜਗਪਾਲ ਪਿੱਛੇ ਇਕੱਲਾ ਰਹਿ ਗਿਆ ਸੀ। ਸੁੰਨਸਾਨ ਪਏ ਪੰਚਾਇਤ ਘਰ ਦੇ ਵਰਾਂਡੇ 'ਚ ਉਦਾਸ ਬੈਠਾ ਜਗਪਾਲ ਇੱਧਰ ਉੱਧਰ ਵੇਖੀ ਜਾ ਰਿਹਾ ਸੀ। ਪਿੰਡ ਵੱਲ ਨਜ਼ਰ ਮਾਰਦਿਆਂ ਪਿੰਡ ਦੇ ਵਿਚਕਾਰ ਜਿਹੇ ਉੱਚੇ ਥਾਂ 'ਤੇ ਪੁਰਾਣੇ ਘਰਾਂ ਵੱਲ ਵੇਖਦਿਆਂ ਉਸਨੂੰ ਪਿੰਡ ਦੀ ਕੁਝ ਕੁਝ ਪਛਾਣ ਆ ਗਈ। ਉਂਝ ਪਿੰਡ ਦੇ ਬਾਹਰ ਵੱਲ ਸਭ ਕੁਝ ਨਵਾਂ ਉਸਰ ਗਿਆ ਸੀ। ਇੱਧਰ ਉੱਧਰ ਵੇਖਦਿਆਂ ਉਸਨੇ ਸੱਜੇ ਹੱਥ ਵੱਲ ਨਜ਼ਰ ਮਾਰੀ। ਸਾਹਮਣੇ ਜਾਂਦਾ ਕੱਚਾ ਰਾਹ ਨਹਿਰ ਦੇ ਪੁਲ 'ਤੇ ਜਾ ਚੜ੍ਹਦਾ ਸੀ। ਉਸਦੀ ਯਾਦਾਂ ਦੀ ਖਿੜਕੀ ਖੁੱਲ੍ਹਣੀ ਸ਼ੁਰੂ ਹੋ ਗਈ। ਇੱਧਰਲਾ ਪਾਸਾ ਉਸਨੂੰ ਯਾਦ ਆ ਗਿਆ। ਰਾਹ ਵੀ ਉਹੀ ਸੀ ਤੇ ਸਾਹਮਣੇ ਨਹਿਰ ਦਾ ਪੁਲ ਵੀ ਉਹੀ। ਇਸੇ ਰਾਹ ਜਾ ਕੇ ਤੇ ਅੱਗੋਂ ਨਹਿਰ ਦੀ ਪਟੜੀ ਪੈ ਕੇ ਉਹ ਜੈਤੋ ਪੜ੍ਹਨ ਜਾਂਦਾ ਹੁੰਦਾ ਸੀ। ਇਸੇ ਰਾਹ ਵੱਲ ਹੀ ਉਹਨਾ ਦਾ ਖੇਤ ਸੀ, ਜਿੱਥੇ ਕਿ ਅੱਜ-ਕੱਲ੍ਹ ਦੇ ਦਿਨਾਂ 'ਚ ਉਸਦੀ ਮਾਂ, ਉਸਦੀਆਂ ਭੈਣਾਂ ਨੂੰ ਨਾਲ ਲਾ ਕੇ ਨਰਮਾ ਚੁਗਦੀ ਹੁੰਦੀ ਸੀ। ਇਸੇ ਖੇਤ ਉਸਦਾ ਬਾਪੂ ਗੋਲ ਘੇਰੇ 'ਚ ਊਠ ਦਾ ਹਲ ਵਾਹੁੰਦਾ ਹੁੰਦਾ ਸੀ। ਊਠ ਬਹੁਤ ਕੌੜ ਸੀ ਤੇ ਉਹ ਹਰ ਇੱਕ ਤੋਂ ਲੋਟ ਨਹੀਂ ਸੀ ਆਉਂਦਾ। ਊਠ ਵਾਂਗ ਹੀ ਉਸਦਾ ਬਾਪੂ ਵੀ ਬਹੁਤ ਅੜਬ ਸੀ। ਬਾਪੂ ਦੇ ਗਰਮ ਸੁਭਾਅ ਤੋਂ ਡਰਦਾ ਕੋਈ ਉਸਦੇ ਸਾਹਮਣੇ ਨਹੀਂ ਸੀ ਆਉਂਦਾ ਹੁੰਦਾ। ਸਕੂਲੋਂ ਘਰ ਆ ਕੇ ਜਗਪਾਲ ਸਾਈਕਲ 'ਤੇ ਹੀ ਖੇਤ ਨੂੰ ਨਿਕਲ ਜਾਂਦਾ ਹੁੰਦਾ ਸੀ। ਉੱਥੇ ਉਹ ਨਰਮਾ ਚੁਗਦੀਆਂ ਭੈਣਾਂ ਨਾਲ ਰਲ ਕੇ ਸ਼ਰਾਰਤਾਂ ਕਰਦਾ, ਉਨ੍ਹਾਂ ਨਾਲ ਲੜਦਾ ਝਗੜਦਾ ਤੇ ਮਾਂ ਤੋਂ

ਗਾਹਲਾਂ ਲੈਂਦਾ। ਕਦੇ ਸਾਰੇ ਭੈਣ ਭਰਾ ਇਕੱਠੇ ਹੋ ਕੇ ਨਹਿਰ ਦੀਆਂ ਨੇੜਲੀਆਂ ਝਾੜੀਆਂ 'ਚੋਂ ਮਖਿਆਲ ਚੋਂਦੇ। ਕਿਸੇ ਨਾ ਕਿਸੇ ਦੇ ਮੱਖੀ ਵੀ ਲੜ ਜਾਂਦੀ ਪਰ ਮਖਿਆਲ ਦੀ ਮਠਿਆਸ, ਮੱਖੀ ਦੀ ਪੀੜ ਮਹਿਸੂਸ ਨਾ ਹੁੰਦੀ। ਅੱਜ ਕੱਲ੍ਹ ਦੇ ਦਿਨਾਂ 'ਚ ਕਈ ਵਾਰੀ ਨਰਮਾ ਚੁਗਦੀ ਮਾਂ ਤੋਂ ਅੱਖ ਬਚਾ ਕੇ ਉਹ ਮਲ੍ਹਿਆਂ ਤੋਂ ਬੇਰ ਤੋੜਨ ਜਾ ਲੱਗਦੇ। ਭਾਵੇਂ ਬੇਰ ਖੱਟੇ ਹੁੰਦੇ ਤੇ ਮਾਂ ਗਾਹਲਾਂ ਵੀ ਦਿੰਦੀ ਪਰ ਬੇਰ ਫਿਰ ਵੀ ਬਹੁਤ ਸੁਆਦ ਲੱਗਦੇ। ਦਿਨ ਢਲੇ ਉਹ ਗੁਆਢੋਂ ਕਿਸੇ ਦਿਉਂ ਛੱਲੀਆਂ ਤੋੜ ਲਿਆਉਂਦੇ ਤੇ ਮਾਂ ਤੋਂ ਚੋਰੀਉਂ ਭੁੰਨ ਕੇ ਖਾਂਦੇ। ਉਲਾਂਭੇ ਤੋਂ ਡਰਦੀ ਮਾਂ ਬਥੇਰਾ ਰੌਲਾ ਪਾਉਂਦੀ ਪਰ ਭੈਣ ਭਰਾ ਧੁਮੱਚੜ ਪਾਉਂਦੇ ਉਸਦੀ ਇਕ ਨਾ ਸੁਣਦੇ। ਕੱਤੇ ਦੇ ਮਹੀਨੇ, ਆਥਣ ਵੇਲੇ ਨਰਮੇ ਦਾ ਭਰਿਆ ਗੱਡਾ, ਕੱਚੇ ਰਾਹ ਧੂੜ ਉਡਾਉਂਦਾ ਪਿੰਡ ਨੂੰ ਆ ਰਿਹਾ ਹੁੰਦਾ ਤੇ ਉਹ ਸਾਰੇ ਭੈਣ ਭਰਾ ਉੱਪਰ ਬੈਠੇ ਹੱਥਾਂ ਨਾਲ ਮਲ਼ ਮਲ਼ਕੇ ਬਾਜਰੇ ਦੇ ਛਿੱਟਿਆਂ 'ਚੋਂ ਕੱਚੇ ਦਾਣੇ ਕੱਢ ਕੇ ਖਾ ਰਹੇ ਹੁੰਦੇ। ਕਿਸੇ ਇੱਕ ਜਣੇ ਦੇ ਦਾਣੇ ਮਿੱਠੇ ਹੁੰਦੇ ਤਾਂ ਫਿਰ ਇੱਕ ਦੂਜੇ ਤੋਂ ਛਿੱਟੇ ਖੋਹਣ ਪਿੱਛੇ ਲੜਦੇ। ਕਦੇ ਗੱਡੇ 'ਤੇ ਬੈਠੇ ਖੇਤੋਂ ਪੱਟੇ ਗੰਨੇ ਚੂਪਦੇ ਆ ਰਹੇ ਹੁੰਦੇ। ਜਦੋਂ ਕਿਤੇ ਬਾਪੂ ਨੇੜੇ ਆ ਜਾਂਦਾ ਤਾਂ ਸਾਰੇ ਸ਼ੈਂ ਹੋ ਜਾਂਦੇ। ਪਰ ਉਸਦੇ ਪਾਸੇ ਹੁੰਦਿਆਂ ਹੀ ਫਿਰ ਤੋਂ ਧਰਤੀ ਸਿਰ 'ਤੇ ਚੁੱਕ ਲੈਂਦੇ। ਉਸਦੀਆਂ ਦੋ ਭੈਣਾਂ ਉਸ ਤੋਂ ਵੱਡੀਆਂ ਤੇ ਇੱਕ ਛੋਟੀ ਸੀ। ਉਂਝ ਵੇਖਣ ਨੂੰ ਸਾਰੇ ਇੱਕੋ ਜਿਹੇ ਈ ਲੱਗਦੇ। ਅੱਜ ਕੱਲ੍ਹ ਦਿਵਾਲੀ ਦੇ ਦਿਨਾਂ 'ਚ ਭੈਣ ਭਰਾ ਇਕੱਠੇ ਹੋ ਕੇ ਨਹਿਰ ਵਾਲੀਆਂ ਕਿੱਕਰਾਂ ਦੀਆਂ ਜੜਾਂ 'ਚੋਂ ਗਿੱਦੜ ਪੀੜੀ ਤੋੜਦੇ, ਜਿਸਨੂੰ ਸੁਕਾ ਕੇ ਭੈਣਾਂ ਦਿਵਾਲੀ ਵਾਲੇ ਦਿਨ ਘਰੂੰਡੀ 'ਚ ਬਾਲਦੀਆਂ। ਨਹਿਰ ਨਾਲ ਲੱਗਦੇ ਖੇਤ ਦੇ ਸਿਰੇ 'ਤੇ ਵੱਡਾ ਨਸੂੜਾ ਸੀ, ਜਿਸਦੇ ਨਸੂੜੇ ਬੜੇ ਮਿੱਠੇ ਸਨ। ਗਰਮੀਆਂ ਦੇ ਦਿਨੀ ਜਗਪਾਲ ਉੱਪਰ ਚੜ੍ਹ ਕੇ ਟਾਹਣੀਆਂ ਹਿਲਾਉਂਦਾ ਤੇ ਭੈਣਾਂ ਹੇਠਾਂ ਚਾਦਰ ਵਿਛਾ ਕੇ ਨਸੂੜੇ ਇਕੱਠੇ ਕਰਦੀਆਂ। ਕਈ ਵਾਰੀ ਬਾਪੂ ਨੂੰ ਵੇਖ ਕੇ ਸਾਰੇ ਸ਼ੂਟਾਂ ਵੱਟ ਦਿੰਦੇ। ਇੱਕ ਵਾਰੀ ਬਾਪੂ ਨੂੰ ਆਉਂਦਾ ਵੇਖ ਕੇ ਕਾਹਲੀ 'ਚ ਛਾਲ ਮਾਰਦੇ ਜਗਪਾਲ ਦਾ ਗਿੱਟਾ ਉੱਤਰ ਗਿਆ ਸੀ। ਫਿਰ ਕਿੰਨੇ ਹੀ ਦਿਨ ਮਾਂ ਅਤੇ ਭੈਣਾਂ, ਬਾਪੂ ਤੋਂ ਚੋਰੀਉਂ ਉਸਦੇ ਗਿੱਟੇ ਦੀ ਮਾਲਸ਼ ਕਰਦੀਆਂ ਰਹੀਆਂ ਸਨ। ਉਸਨੂੰ ਖਿਆਲ ਆਇਆ, 'ਕਿੰਨੇ ਚੰਗੇ ਸਨ ਉਹ ਦਿਨ। ਕਿੰਨਾ ਪਿਆਰ ਸੀ ਸਭ ਦਾ ਆਪਸ ਵਿੱਚ। ਉਦੋਂ ਮਾਂ ਦੀਆਂ ਝਿੜਕਾਂ 'ਚ ਵੀ ਪਿਆਰ ਹੁੰਦਾ ਸੀ। ਬਾਪੂ ਦੀਆਂ ਗਾਹਲਾਂ ਅਤੇ ਅੜਬਪੁਣੇ ਵਿੱਚ ਵੀ ਅਪਣੱਤ ਹੁੰਦੀ ਸੀ। ਭੈਣਾਂ ਦੀ ਲੜਾਈ 'ਚ ਵੀ ਮੋਹ ਹੁੰਦਾ। ਘਰ ਬਾਰ, ਖੇਤ ਖਲਿਆਨ, ਗਾਹ ਪਗਡੰਡੀਆਂ ਅਤੇ ਨਹਿਰ ਦੀਆਂ ਪਟੜੀਆਂ ਕਿੰਨੀਆਂ ਚੰਗੀਆਂ ਲੱਗਦੀਆਂ ਹੁੰਦੀਆਂ ਸਨ। ਕਿੰਨਾ ਪਿਆਰ ਹੁੰਦਾ ਸੀ ਉਦੋਂ ਇਹਨਾਂ ਚੀਜ਼ਾਂ ਨਾਲ। ਕਿੰਨੇ ਵਧੀਆ ਸਨ, ਜ਼ਿੰਦਗੀ ਦੇ ਉਹ ਦਿਨ। ਕਿੱਧਰ ਗਏ ਉਹ ਖੇਤ ਖਲਿਆਣ? ਕਿੱਧਰ ਗਈਆਂ ਉਹ ਨਹਿਰ ਦੀਆਂ ਪਟੜੀਆਂ? ਤੇ ਕਿੱਧਰ ਗਏ ਉਹ ਪਿਆਰੇ ਦਿਨ? ਕਿੱਧਰ ਚਲੇ ਗਏ ਮਾਂ, ਭੈਣਾਂ ਤੇ ਅੜਬ ਬਾਪੂ? ਸਭ ਕੁਝ ਚਾਲੀ ਸਾਲਾਂ ਦੇ ਸਫਰ ਦੀ ਧੂੜ ਹੇਠਾਂ ਕਿਧਰੇ ਗੁਆਚ ਗਿਆ। ਇੱਕ ਜ਼ਿੱਦ ਭਰੇ ਫੈਸਲੇ ਨੇ ਸਭ ਕੁਝ ਨਿਗਲ ਲਿਆ। ਪਰ ਇਕੱਲਾ ਉਹੀ ਤਾਂ ਕਸੂਰਵਾਰ ਨਹੀਂ ਸੀ....।'

ਪਿੰਡ ਉਦੋਂ ਮਿਡਲ ਸਕੂਲ ਹੁੰਦਾ ਸੀ। ਭੈਣਾਂ ਤਾਂ ਅੱਠ ਪੜ੍ਹ ਕੇ ਹਟ ਗਈਆਂ ਸਨ ਤੇ ਘਰੇ ਰਹਿ ਕੇ ਮਾਂ ਨਾਲ ਦਰੀਆਂ ਖੇਸ ਤੇ ਤਾਣੀਆਂ ਬੁਣਨ ਵਰਗੇ ਕੰਮ ਕਰਵਾਉਣ ਲੱਗ

ਪਈਆਂ ਸਨ। ਪਰ ਜਗਪਾਲ ਅੱਠਵੀਂ ਪਾਸ ਕਰਨ ਪਿੱਛੋਂ ਪਿੰਡ ਦੇ ਬਾਕੀ ਮੁੰਡਿਆਂ ਨਾਲ ਕਸਬੇ ਦੇ ਹਾਈ ਸਕੂਲ ਪੜ੍ਹਨ ਲੱਗ ਪਿਆ ਸੀ। ਪਿੰਡ ਦੇ ਸਾਰੇ ਮੁੰਡੇ, ਨਹਿਰ ਦੀ ਪਟੜੀ ਸਾਈਕਲਾਂ 'ਤੇ ਸਕੂਲ ਨੂੰ ਜਾਂਦੇ। ਜਗਪਾਲ ਸਕੂਲੋਂ ਮੁੜਦਾ ਘਰੇ ਆਉਣ ਤੋਂ ਪਹਿਲਾਂ ਸਿੱਧਾ ਖੇਤ ਹੀ ਚਲਿਆ ਜਾਂਦਾ ਹੁੰਦਾ ਸੀ। ਆਥਣ ਤੱਕ ਖੇਤ ਬਾਪੂ ਨਾਲ ਕੰਮ ਕਰਵਾ ਕੇ ਉਸਦੇ ਨਾਲ ਹੀ ਘਰ ਨੂੰ ਆਉਂਦਾ। ਛੁੱਟੀਆਂ ਵਿੱਚ ਵੀ ਉਹ ਖੇਤ ਕੰਮ ਧੰਦਾ ਕਰਵਾਉਂਦਾ ਰਹਿੰਦਾ। ਉਂਝ ਤਾਂ ਉਸਦਾ ਬਾਪੂ, ਗੁਰਦਿੱਤ ਸਿਉਂ ਬੜੇ ਅੜਬ ਸੁਭਾਅ ਦਾ ਬੰਦਾ ਸੀ ਪਰ ਜਗਪਾਲ ਦੇ ਖੇਤ ਕੰਮ ਕਰਵਾਉਣ ਕਰਕੇ ਉਸ ਉੱਪਰ ਬਾਪੂ ਦਾ ਨਜ਼ਲਾ ਘੱਟ ਹੀ ਝੜਦਾ ਸੀ। ਦਸਵੀਂ ਪਾਸ ਕਰਨ ਤੱਕ ਸਭ ਕੁਛ ਠੀਕ ਠਾਕ ਰਿਹਾ। ਦਸਵੀਂ ਉਸਨੇ ਕਸਬੇ ਦੇ ਹਾਈ ਸਕੂਲ ਤੋਂ ਪਾਸ ਕਰ ਲਈ ਸੀ। ਪੁਆੜਾ ਉਸਤੋਂ ਬਾਅਦ ਹੀ ਸ਼ੁਰੂ ਹੋਇਆ। ਬਾਪੂ ਚਾਹੁੰਦਾ ਸੀ ਕਿ ਜਗਪਾਲ ਹੁਣ ਅਗਾਂਹ ਪੜ੍ਹਨ ਦੀ ਬਜਾਇ ਉਸ ਨਾਲ ਖੇਤੀ ਦਾ ਕੰਮ ਕਰਵਾਏ। ਉਸਦਾ ਕਹਿਣਾ ਸੀ ਕਿ ਉਹਨਾਂ ਦੀ ਝੋਟੇ ਦੇ ਸਿਰ ਵਰਗੀ ਬੀਹ ਕਿੱਲੇ ਜ਼ਮੀਨ, ਨਹਿਰ ਦੇ ਨਾਲ ਲੱਗਦੀ ਹੈ ਤੇ ਇੰਨੀ ਜ਼ਮੀਨ ਤਾਂ ਜੱਟ ਦੇ ਪੁੱਤ ਨੂੰ ਮੁਕਦੀ ਨ੍ਹੀਂ। ਪਰ ਜਗਪਾਲ ਅਗਾਂਹ ਪੜ੍ਹਨਾ ਚਾਹੁੰਦਾ ਸੀ। ਉਸਦਾ ਕਹਿਣਾ ਸੀ ਕਿ ਬੀ. ਏ. ਜ਼ਰੂਰ ਕਰਨੀ ਐਂ ਤੇ ਫਿਰ ਭਾਵੇਂ ਖੇਤੀ ਹੀ ਕਰ ਲਵੇ। ਕਾਲਜ ਦੀ ਜ਼ਿੰਦਗੀ ਮਾਨਣਾ ਉਸਦਾ ਸੁਪਨਾ ਸੀ। ਪਰ ਬਾਪੂ ਦਾ ਕਹਿਣਾ ਸੀ ਕਿ ਜਦੋਂ ਅਖੀਰ ਖੇਤੀ ਹੀ ਕਰਨੀ ਐਂ ਤਾਂ ਫਿਰ ਕਾਲਜਾਂ 'ਚ ਮੱਥਾ ਮਾਰਨ ਦਾ ਕੀ ਫਾਇਦਾ। ਉਸਦਾ ਕਹਿਣਾ ਸੀ ਕਿ ਤੈਨੂੰ ਟਰੈਕਟਰ ਲੈ ਦਿੰਨਾ ਤੇ ਦੋ ਨੌਕਰ ਰੱਖ ਕੇ ਸਰਦਾਰ ਬਣ ਕੇ ਖੇਤੀ ਕਰਵਾ। ਪਰ ਜਗਪਾਲ ਨਹੀਂ ਸੀ ਮੰਨ ਰਿਹਾ। ਉਹ ਕਹਿ ਰਿਹਾ ਸੀ ਕਿ ਕਾਲਜ ਤਾਂ ਮੈਂ ਜਾਣਾ ਈ ਜਾਣਾ ਐਂ। ਅਸਲ 'ਚ ਗੁਰਦਿੱਤ ਸਿੰਘ, ਜਗਪਾਲ ਦੀਆਂ ਮਨ ਸਥਿਤੀਆਂ ਨਹੀਂ ਸੀ ਸਮਝ ਰਿਹਾ। ਉਸਦੇ ਦਿਮਾਗ ਵਿੱਚ ਇਹ ਗੱਲ ਨਹੀਂ ਸੀ ਆ ਰਹੀ ਕਿ ਪੰਛੀ ਜਦੋਂ ਉਡਾਰ ਹੋ ਜਾਂਦੇ ਨੇ ਤਾਂ ਉਹ ਅਸਮਾਨ 'ਚ ਖੁੱਲ੍ਹੀਆਂ ਉਡਾਰੀਆਂ ਮਾਰਨੀਆਂ ਲੋਚਦੇ ਹਨ। ਉਹ ਇਹ ਨਹੀਂ ਸੀ ਸਮਝ ਰਿਹਾ ਕਿ ਜਵਾਨੀ ਦੇ ਤੂਫਾਨ ਵੀ ਕਦੇ ਕਿਸੇ ਦੇ ਕਾਬੂ ਵਿੱਚ ਰਹੇ ਨੇ। ਉਹ ਹੜ੍ਹਾਂ ਦੇ ਵੇਗ ਨੂੰ ਕਾਬੂ 'ਚ ਰੱਖਣ ਦੀ ਕੋਸ਼ਿਸ਼ ਕਰ ਰਿਹਾ ਸੀ। ਉੱਧਰ ਜਗਪਾਲ ਨੂੰ ਲੱਗਦਾ ਸੀ ਕਿ ਬਾਪੂ ਉਸਨੂੰ ਪੁਰਾਣੀਆਂ ਕਦਰਾਂ ਕੀਮਤਾਂ ਨਾਲ ਬੰਨ੍ਹ ਕੇ ਰੱਖਣ ਦੀ ਕੋਸ਼ਿਸ਼ ਕਰ ਰਿਹਾ ਹੈ। ਬਾਪੂ ਦੀ ਅੜੀ ਕਰਕੇ ਜਗਪਾਲ ਦਾ ਸੁਭਾਅ ਬਾਗੀ ਰੁਖ ਅਖਤਿਆਰ ਕਰਦਾ ਜਾ ਰਿਹਾ ਸੀ। ਸ਼ਾਮ ਵੇਲੇ ਹਰ ਰੋਜ਼ ਘਰ ਵਿੱਚ ਕਲੇਸ਼ ਹੋਣ ਲੱਗ ਪਿਆ। ਅੜਬ ਬਾਪੂ ਸਿੱਧੀਆਂ ਗਾਹਲਾਂ ਕੱਢਦਾ ਸੀ। ਜਦੋਂ ਬਾਪੂ ਦਾ ਪਾਰਾ ਗਰਮ ਹੁੰਦਾ ਮਾਂ ਅਤੇ ਤਿੰਨੋਂ ਭੈਣਾਂ ਖੱਲੀਂ ਖੂੰਝੀਂ ਲੁਕ ਕੇ ਰੋਂਦੀਆਂ। ਉਨ੍ਹਾਂ ਤੋਂ ਇੱਕੋ ਇੱਕ ਵੀਰ ਨਾਲ ਹੁੰਦੀ ਰੋਜ਼ਾਨਾ ਦੀ ਇਹ ਕੁੱਤੇਖਾਣੀ ਵੇਖੀ ਨਹੀਂ ਸੀ ਜਾਂਦੀ। ਅਜਿਹੇ ਵੇਲੇ ਮਾਂ ਕਦੇ ਗੁਰਦਿੱਤ ਸਿਉਂ ਮੂਹਰੇ ਹੱਥ ਜੋੜਦੀ ਤੇ ਕਦੇ ਜਗਪਾਲ ਦੇ ਵਾਸਤੇ ਪਾਉਂਦੀ। ਉਂਝ ਜਗਪਾਲ ਅਜੇ ਤੱਕ ਕਦੇ ਬਾਪੂ ਦੇ ਮੂਹਰੇ ਨਹੀਂ ਸੀ ਬੋਲਿਆ। ਜਦੋਂ ਬਾਪੂ ਗਾਹਲਾਂ ਦਿੰਦਾ ਤਾਂ ਉਹ ਚੁੱਪ ਚਾਪ ਨਿੰਮੋਝੂਣਾ ਜਿਹਾ ਹੁੰਦਾ ਚੁੱਲ੍ਹੇ ਮੂਹਰੇ ਬੈਠਾ ਰਹਿੰਦਾ। ਆਖਰ ਮਾਂ ਨੇ ਗੁਰਦਿੱਤ ਸਿਉਂ ਨੂੰ ਜਗਪਾਲ ਦੇ ਇੱਕ ਸਾਲ ਕਾਲਜ ਪੜ੍ਹਨ ਲਈ ਮਨਾ ਲਿਆ। ਪਰ ਉਸਨੇ ਸ਼ਰਤ ਲਾਉਂਦਿਆਂ ਕਿਹਾ,

"ਮੈਂ ਇਸਨੂੰ ਲੋਕਾਂ ਦੇ ਮੁੰਡਿਆਂ ਵਾਂਗੂੰ ਖੇਖਣ ਨਹੀਂ ਕਰਨ ਦੇਣੇ। ਹੁਣ ਵਾਂਗੂੰ ਈ ਖੇਤ ਕੰਮ ਕਰਨਾ ਪਿਆ ਕਰੂ।"

ਇੰਨੇ ਨਾਲ ਘਰ ਵਿੱਚ ਸ਼ਾਂਤੀ ਹੋ ਗਈ ਤੇ ਜਗਪਾਲ ਨੇ ਪਿੰਡ ਦੇ ਹੋਰ ਮੁੰਡਿਆਂ ਨਾਲ ਸ਼ਹਿਰ ਦੇ ਕਾਲਜ, ਬੀ. ਏ. 'ਚ ਦਾਖਲਾ ਲੈ ਲਿਆ। ਕਾਲਜ ਦੇ ਸ਼ੁਰੂਆਤੀ ਦਿਨਾਂ ਦੇ ਥੋੜਾ ਬਾਅਦ ਹੀ ਜਗਪਾਲ ਵਿੱਚ ਬਦਲਾਵ ਆਉਣ ਲੱਗ ਪਿਆ। ਸਕੂਲ ਵਾਲਾ ਜੁਆਕੜਾ ਜਿਹਾ ਜਗਪਾਲ ਹੁਣ ਮੁੱਛ ਫੁੱਟ ਗਭਰੂ ਬਣ ਚੱਲਿਆ ਸੀ। ਉਸਨੂੰ ਬਣ ਠਣ ਕੇ ਰਹਿਣ ਦਾ ਸ਼ੌਕ ਜਾਗ ਪਿਆ। ਉਸਨੇ ਸਕੂਲ ਵਾਲਾ ਕੁੜਤਾ ਪਜਾਮਾ ਪਹਿਨਣਾਂ ਛੱਡ ਕੇ ਪੈਂਟ ਕਮੀਜ਼ ਪਾਉਣਾ ਸ਼ੁਰੂ ਕਰ ਦਿੱਤਾ। ਉਸਦੀ ਚੰਗੇ ਮੁੰਡਿਆਂ 'ਚ ਉਠਣੀ ਬੈਠਣੀ ਹੋ ਗਈ। ਉਹ ਨਿੱਤ ਨਵੀਆਂ ਗੱਲਾਂ ਸਿੱਖਣ ਲੱਗਿਆ ਤੇ ਖੇਤ ਬਾਪੂ ਨਾਲ ਕੰਮ ਕਰਵਾਉਣ ਤੋਂ ਕੰਨੀ ਕਤਰਾਉਣ ਲੱਗਿਆ। ਸਾਲ ਕੁ ਤੱਕ ਉਸ ਵਿੱਚ ਇੰਨਾ ਕੁ ਆਤਮ ਵਿਸ਼ਵਾਸ਼ ਆ ਗਿਆ ਸੀ ਕਿ ਉਸਨੂੰ ਹੁਣ ਧੱਕੇ ਨਾਲ ਕਾਲਜੋਂ ਪੜ੍ਹਨੋਂ ਨਹੀਂ ਸੀ ਹਟਾਇਆ ਜਾ ਸਕਦਾ। ਗੁਰਦਿੱਤ ਸਿਉਂ ਨੇ ਵੀ ਕੁਝ ਸੋਚਦਿਆਂ ਮਨ ਨਾਲ ਸਮਝੌਤਾ ਕਰ ਲਿਆ ਤੇ ਘਰ ਦਾ ਮਾਹੌਲ ਸੁਖਾਵਾਂ ਜਿਹਾ ਰਹਿਣ ਲੱਗਿਆ। ਜਗਪਾਲ ਨੇ ਕਾਲਜ ਦੇ ਦੋ ਸਾਲ ਪੂਰੇ ਕਰ ਲਏ ਸਨ। ਇਹ ਉਸਦਾ ਕਾਲਜ ਵਿੱਚ ਬੀ. ਏ. ਦੇ ਦੂਸਰੇ ਸਾਲ ਦਾ ਕੋਈ ਵਕਤ ਸੀ ਜਦੋਂ ਉਹ ਹਨੇਰੀ ਉੱਠੀ ਜਿਹੜੀ ਕਿ ਸਭ ਕੁਛ ਰੋੜ੍ਹ ਕੇ ਲੈ ਗਈ। ਜਗਪਾਲ ਉਨ੍ਹੀ ਦਿਨੀ ਮੋਢੇ ਲੰਮੀਆਂ ਤਣੀਆਂ ਵਾਲਾ ਝੋਲਾ ਲਮਕਾਈ ਘੁੰਮਦਾ ਫਿਰਦਾ ਸੀ। ਗੁਰਦਿੱਤ ਸਿਉਂ ਨੂੰ ਉਸਦਾ ਇਹ ਪਾਂਡਿਆਂ ਵਰਗਾ ਲਿਬਾਸ ਬਿਲਕੁਲ ਪਸੰਦ ਨਹੀਂ ਸੀ। ਉਸਨੇ ਉਸਨੂੰ ਇਸ ਬਾਰੇ ਝਿੜਕਿਆ ਵੀ ਪਰ ਜਗਪਾਲ ਨੇ ਪ੍ਰਵਾਹ ਨਾ ਮੰਨੀ। ਜਦੋਂ ਉਹ ਇਹ ਤਾਣਾ ਬਾਣਾ ਜਿਹਾ ਪਾ ਕੇ ਘੁੰਮਦਾ ਤੇ ਉੱਚੀਆਂ ਉੱਚੀਆਂ ਗੂੜ੍ਹ ਗਿਆਨ ਦੀਆਂ ਗੱਲਾਂ ਕਰਦਾ ਤਾਂ ਗੁਰਦਿੱਤ ਸਿਉਂ ਨੂੰ ਉਹ ਫੁਕਰਾ ਲੱਗਦਾ। ਇਸ ਸਭ ਕੁਝ ਦੇ ਪਿਛਲੇ ਸੱਚ ਦਾ ਤਾਂ ਗੁਰਦਿੱਤ ਸਿਉਂ ਨੂੰ ਗੁਮਾਨ ਵੀ ਨਹੀਂ ਸੀ।

ਉਸ ਦਿਨ ਉਹ ਖੇਤ, ਨਹਿਰ ਦੀ ਪਟੜੀ 'ਤੇ ਖੜ੍ਹਾ ਦੂਰੋਂ ਆਉਂਦੇ ਜਗਪਾਲ ਨੂੰ ਵੇਖ ਰਿਹਾ ਸੀ। ਜਿਉਂ ਹੀ ਜਗਪਾਲ ਨਹਿਰ ਦੇ ਪੁਲ 'ਤੇ ਆਇਆ ਤਾਂ ਉੱਥੇ ਖੜ੍ਹੇ ਪੁਲਸ ਵਾਲਿਆਂ ਨੇ ਉਸਨੂੰ ਰੋਕ ਲਿਆ। ਉਸਦੀ ਤਲਾਸ਼ੀ ਲਈ ਗਈ ਪਰ ਉਸ ਕੋਲੋਂ ਕੋਈ ਵੀ ਗਲਤ ਚੀਜ਼ ਨਾ ਨਿੱਕਲੀ। ਪਰ ਫਿਰ ਵੀ ਪੁਲਸ ਵਾਲੇ ਉਸਨੂੰ ਮੂਹਰੇ ਲਾ ਕੇ ਪਿੰਡ ਨੂੰ ਹੋ ਤੁਰੇ। ਉਹ ਸਾਰੇ ਸਾਈਕਲਾਂ 'ਤੇ ਸਨ। ਗੁਰਦਿੱਤ ਸਿਉਂ ਉਨ੍ਹਾਂ ਦੇ ਪਿੱਛੇ ਪਿੱਛੇ ਪਿੰਡ ਨੂੰ ਚੱਕਵੇਂ ਪੈਰੀਂ ਹੋ ਲਿਆ। ਉਸਦੇ ਪਹੁੰਚਦੇ ਨੂੰ ਪੁਲਸ ਵਾਲੇ ਉਸਦੇ ਚਾਚੇ ਦੀ ਬੈਠਕ ਵਿੱਚ ਬੈਠੇ ਸਨ। ਜਗਪਾਲ ਨੂੰ ਸਰਪੰਚ ਦਾ ਪੋਤਰਾ ਜਾਣ ਕੇ ਉਨ੍ਹਾਂ ਉਸਨੂੰ ਘਰ ਨੂੰ ਜਾਣ ਦਿੱਤਾ ਸੀ। ਗੁਰਦਿੱਤ ਸਿਉਂ ਨੂੰ ਆਇਆ ਵੇਖ ਕੇ ਸਰਪੰਚ ਚਾਚੇ ਨੇ ਗੱਲ ਆਪਣੇ ਹੱਥ ਲੈ ਲਈ ਸੀ ਤੇ ਉਹ ਪੁਲਸ ਵਾਲਿਆਂ ਨੂੰ ਕਹਿ ਰਿਹਾ ਸੀ, "ਲਉ ਮੇਰਾ ਭਤੀਜਾ ਵੀ ਆ ਗਿਆ ਪਰ ਤੁਹਾਨੂੰ ਕੋਈ ਭੁਲੇਖਾ ਲੱਗਿਆ ਲੱਗਦੈ।"

"ਸਰਪੰਚ ਸਾਹਬ, ਸਾਡੀ ਸੀ. ਆਈ. ਡੀ. ਝੂਠ ਨੀਂ ਬੋਲਦੀ।"

ਗੁਰਦਿੱਤ ਸਿਉਂ ਉਹਨਾ ਦੀਆਂ ਗੱਲਾਂ ਸੁਣਦਿਆਂ ਔਟਲਿਆ ਜਿਹਾ ਸਰਪੰਚ ਦੇ ਪੁਆਂਦੀ ਬੈਠਾ ਸੀ। ਉਸਨੂੰ ਕਿਸੇ ਗੱਲ ਦੀ ਸਮਝ ਨਹੀਂ ਆ ਰਹੀ ਸੀ।

"ਤੁਸੀਂ ਚੰਗੀ ਜ਼ਮੀਨ ਜਾਇਦਾਤ ਵਾਲੇ ਤੇ ਸਰਦੇ ਵਰਦੇ ਘਰਾਂ 'ਚੋਂ ਹੈਗੇ ਉਂ, ਥੋਡੇ ਮੁੰਡੇ ਨੂੰ ਕੀ ਲੋੜ ਪਈ ਐ ਇਹਨਾ ਕਤੀੜਾਂ ਮਗਰ ਜਾਣ ਦੀ।" ਛੋਟਾ ਥਾਣੇਦਾਰ ਬੋਲਿਆ।

"ਇਹ ਤਾਂ ਭੁੱਖੇ ਨੰਗੇ ਲੋਕਾਂ ਦਾ ਕੰਮ ਐਂ। ਪਾ ਕੇ ਗਲੀਂ ਲੰਮੇ ਲੰਮੇ ਝੋਲੇ ਮੰਗਤਿਆਂ ਵਾਂਗੂੰ ਸਾਥੀਆ ਸਾਥੀਆ ਕਰਦੇ ਫਿਰਨਗੇ।" ਅਣਪੜ੍ਹ ਜਿਹੇ ਹੌਲਦਾਰ ਨੇ ਵਿੱਚੇ ਆਪਣੀ ਗੱਲ ਛੱਡ ਦਿੱਤੀ।

"ਵੇਖੋ ਸਰਪੰਚ ਸਾਹਬ ਤੁਸੀਂ ਘਰ ਦੇ ਬੰਦੇ ਉਂ, ਇਸੇ ਕਰਕੇ ਮੈਂ ਪਹਿਲਾਂ ਇਤਲਾਹ ਦੇਣ ਆ ਗਿਆ। ਨ੍ਹੀਂ ਇੰਨਾ ਮੌਕਾ ਤਾਂ ਅਸੀਂ ਕਿਸੇ ਨੂੰ ਦਿੰਦੇ ਨ੍ਹੀਂ ਹੁੰਦੇ।" ਥਾਣੇਦਾਰ ਦੀ ਆਵਾਜ਼ 'ਚ ਪੁਲਸ ਵਾਲੀ ਗੜ੍ਹਕ ਆ ਗਈ ਸੀ।

"ਸ਼ਾਬਾਸ਼ੇ ਥੋਡੇ ਸਰਦਾਰ ਜੀ, ਕੋਈ ਨ੍ਹੀਂ ਹੁਣ ਮੈਂ ਸਾਂਭਲੂੰ ਆਪੇ। ਮੁੜ ਕੇ ਥੋਨੂੰ ਸ਼ਿਕਾਇਤ ਦਾ ਮੌਕਾ ਨ੍ਹੀਂ ਦਿੰਦੇ।" ਫਿਰ ਸਰਪੰਚ ਨੇ ਗੁਰਦਿੱਤ ਸਿਉਂ ਨੂੰ ਪਾਸੇ ਕਰਕੇ ਉਸ ਤੋਂ ਪੁਲਸ ਵਾਲਿਆਂ ਦਾ ਮਾਣ ਤਾਣ ਕਰਵਾਇਆ ਤੇ ਪੁਲਸ ਵਾਲੇ ਸ਼ਹਿਰ ਨੂੰ ਮੁੜ ਗਏ।

"ਚਾਚਾ ਹੋਇਆ ਕੀ ਐ, ਕੁਛ ਪਤਾ ਤਾਂ ਲੱਗੇ। ਇਹ ਤਾਂ ਸਾਲੇ ਉਈਂ ਘੁੰਮਣਘੇਰੀਆਂ ਜਿਹੀਆਂ ਪਾਈ ਜਾਂਦੇ ਐ।

"ਕੋਈ ਨ੍ਹੀਂ ਤੂੰ ਘਰ ਨੂੰ ਚੱਲ, ਜਗਪਾਲ ਦੇ ਸਾਹਮਣੇ ਈਂ ਗੱਲ ਕਰਦੇ ਆਂ।"

ਉਹ ਪਰੇਸ਼ਾਨ ਜਿਹਾ ਘਰ ਨੂੰ ਤੁਰ ਪਿਆ। ਉਸਨੂੰ ਕੋਈ ਪਤਾ ਨ੍ਹੀਂ ਸੀ ਕਿ ਵਿੱਚੋਂ ਗੱਲ ਕੀ ਐ। ਅਗਾਂਹ ਘਰੇ ਜਾ ਕੇ ਉਸਨੇ ਵੇਖਿਆ ਕਿ ਜਗਪਾਲ ਬੈਠਕ ਦਾ ਅੰਦਰੋਂ ਕੁੰਡਾ ਬੰਦ ਕਰੀ ਪਿਆ ਸੀ।

"ਇਹਦੇ ਕੀ ਸੱਪ ਲੜਿਐ ?" ਗੁਰਦਿੱਤ ਸਿਉਂ ਨਲਕੇ ਤੋਂ ਪਾਣੀ ਦੀ ਬਾਲਟੀ ਭਰਦੀ ਮਾਂ ਨੂੰ ਭੁੱਜ ਕੇ ਪਿਆ। "ਮੈਨੂੰ ਤਾਂ ਆਪ ਨ੍ਹੀਂ ਕੁਛ ਪਤਾ। ਇਸਨੇ ਤਾਂ ਰੋਟੀ ਵੀ ਨ੍ਹੀਂ ਖਾਧੀ। ਬੱਸ ਭੁੱਖਣ ਭਾਣੇ ਨੇ ਅੰਦਰ ਵੜ ਕੇ ਕੁੰਡੀ ਲਾ ਲਈ।"

"ਨਾ ਕਰਾਲੈ ਬੀਆ ਤੇ ਪੜ੍ਹਾਲੈ ਹੋਰ। ਉਦੋਂ ਤਾਂ ਇਸਦੀਆਂ ਬਥੇਰੀਆਂ ਵਕਾਲਤਾਂ ਕਰਦੀ ਸੀ।"

"ਪਰ ਇਸਨੇ ਕੀਤਾ ਕੀ ਐ, ਕੁਛ ਪਤਾ ਤਾਂ ਲੱਗੇ ?" ਮਾਂ ਰੋਣ ਹਾਕੀ ਹੋਈ ਖੜ੍ਹੀ ਸੀ। ਉੱਧਰ ਭੈਣਾਂ ਬੈਠੀਆਂ ਬੁਕ ਬੁਕ ਹੰਝੂ ਕੇਰੀ ਜਾ ਰਹੀਆਂ ਸਨ। ਕਿਸੇ ਨੂੰ ਕੁਝ ਪਤਾ ਨਹੀਂ ਸੀ ਕਿ ਜਗਪਾਲ ਨੇ ਕੀਤਾ ਕੀ ਐ ਤੇ ਪੁਲਸ ਉਸ ਮਗਰ ਕਿਉਂ ਆਈ ਐ। ਸਾਰਾ ਟੱਬਰ ਡਰਿਆ ਸਹਿਮਿਆਂ ਜਿਹਾ ਬੈਠਾ ਸੀ। ਵਾਹਵਾ ਹਨੇਰੇ ਹੋਏ ਸਰਪੰਚ ਵਾਖਰੂ ਵਾਖਰੂ ਕਰਦਾ ਉਹਨਾ ਦੇ ਘਰੇ ਆਇਆ। ਘਰ 'ਚ ਅੰਤਾਂ ਦੀ ਖਾਮੋਸ਼ੀ ਵੇਖ ਕੇ ਉਸਦਾ ਦਿਲ ਧੜਕਿਆ। ਭਤੀਜੇ ਦੇ ਘਰ 'ਚ ਤਾਂ ਉਸ ਦਿਨ ਚੁੱਲ੍ਹਾ ਵੀ ਨਹੀਂ ਬਲਿਆ ਸੀ।

"ਉਏ ਕਿੱਥੇ ਐਂ ਭਾਈ ਜਗਪਾਲ ਸਿਆਂ ਕਾਕਾ ?" ਸਰਪੰਚ ਉੱਚੀ 'ਵਾਜ ਮਾਰਦਾ ਅਗਾਂਹ ਵਿਹੜੇ 'ਚ ਆ ਗਿਆ।

"ਆਹ ਬੈਠਕ 'ਚ ਪਿਐ, ਲਾਟ ਸਾਹਬ ਬਣਿਆਂ। ਅੰਦਰੋਂ ਬਾਰ ਬੰਦ ਕੀਤਾ ਹੋਇਐ।"

"ਓਹ ਕਾਕਾ ਦਰਵਾਜਾ ਖੋਲ੍ਹ ਭਾਈ।" ਸਰਪੰਚ ਨੇ ਦਰਵਾਜਾ ਖੁਲ੍ਹਵਾ ਲਿਆ। ਉਹ ਅੰਦਰ ਗਿਆ ਤਾਂ ਜਗਪਾਲ ਉੱਠ ਕੇ ਬੈਠ ਗਿਆ। ਬਾਹਰੋਂ ਗੁਰਦਿੱਤ ਸਿਉਂ ਵੀ ਹੌਲੀ ਦੇਣੇ ਆ ਕੇ ਅੰਦਰ ਇਕ ਪਾਸੇ ਖੜ੍ਹ ਗਿਆ।

"ਹਾਂ ਬਈ ਜਗਪਾਲ ਸਿਆਂ, ਦੱਸ ਭਾਈ ਕੀ ਗੱਲ ਹੋਈ ਐ ?" ਸਰਪੰਚ ਨੇ ਉਸਨੂੰ ਮੋਹ ਨਾਲ ਬੁਲਾਇਆ।

"ਬਾਬਾ ਜੀ ਜੇ ਕੋਈ ਗੱਲ ਹੋਵੇ ਤਾਂ ਦੱਸਾਂ। ਇਹ ਤਾਂ ਸਾਲੇ ਹਰੇਕ ਦੇ ਮਗਰ ਪੈੜਾਂ ਸੁੰਘਦੇ ਫਿਰਦੇ ਐ।" ਜਗਪਾਲ ਨੇ ਰੁੱਖਾ ਜਿਹਾ ਜੁਆਬ ਦਿੱਤਾ। ਅਗਲੇ ਕੁਛ ਪਲ ਕੋਈ ਨਾ ਬੋਲਿਆ।

"ਸਾਲਾ ਬੁਰਜੂਆ ਸਮਾਜ।" ਜਗਪਾਲ ਹੌਲੀ ਜਿਹੀ ਬੁਰੜਾਇਆ।

"ਕੀ ਹੋ ਗਿਆ ? ਆਹ ਕੀ ਕਿਹੈ ਤੂੰ ?" ਗੁਰਦਿੱਤ ਸਿਉਂ ਜਗਪਾਲ ਵੱਲ ਕੌੜ ਝਾਕਿਆ।

ਜਗਪਾਲ ਦਾ ਆਤਮ ਵਿਸ਼ਵਾਸ਼ , ਉਸਦਾ ਸਖਤ ਚਿਹਰਾ, ਗੱਲ ਕਰਨ ਦਾ ਢੰਗ, ਤੇ ਉਸਦੀਆਂ ਪਾੜਵੀਆਂ ਨਜ਼ਰਾਂ ਤੋਂ ਤਜੁਰਬੇਕਾਰ ਸਰਪੰਚ ਕਾਫੀ ਕੁਝ ਸਮਝ ਗਿਆ।

"ਪੁੱਤਰਾ ਅੱਜ-ਕੱਲ੍ਹ ਵਕਤ ਬਹੁਤ ਮਾੜੈ, ਬਿਨਾ ਕਸੂਰੋਂ ਹੀ ਬੰਦਾ ਨਾਲ ਘੜੀਸਿਆ ਜਾਂਦੈ। ਵੇਖ ਮੇਰਾ ਸ਼ੇਰ, ਇਹ ਸੰਭਲ ਕੇ ਚੱਲਣ ਦਾ ਵੇਲਾ ਐ। ਤੂੰ ਖੁਦ ਸਿਆਣਾ ਐਂ।" ਅਪਣੱਤ ਜਿਹੀ ਵਿਖਾਉਂਦਾ ਸਰਪੰਚ ਜਗਪਾਲ ਦਾ ਮੌਢਾ ਪਲੂਸਦਾ ਬਾਹਰ ਨਿੱਕਲ ਗਿਆ। ਇਸ਼ਾਰੇ ਨਾਲ ਉਹ ਗੁਰਦਿੱਤ ਸਿਉਂ ਨੂੰ ਵੀ ਨਾਲ ਲੈ ਗਿਆ। ਉਨ੍ਹਾਂ ਦੇ ਜਾਂਦਿਆਂ ਈ ਜਗਪਾਲ ਨੇ ਫਿਰ ਤੋਂ ਦਰਵਾਜ਼ਾ ਬੰਦ ਕਰ ਲਿਆ। ਮਾਂ ਨੇ ਰੋਟੀ ਪਾਣੀ ਨੂੰ ਜ਼ੋਰ ਪਾਇਆ ਤਾਂ ਉਹ ਅੰਦਰੋਂ ਬੋਲਿਆ ਈ ਨ੍ਹੀਂ। ਭੈਣਾਂ ਦਾ ਰੋ ਰੋ ਕੇ ਬੁਰਾ ਹਾਲ ਹੋ ਗਿਆ। ਘਰ 'ਤੇ ਪਤਾ ਨ੍ਹੀਂ ਕੀ ਸਾੜ੍ਹਸਤੀ ਆਣ ਪਈ ਸੀ। ਸਰਪੰਚ ਆਪਣੀ ਬਾਹਰਲੀ ਬੈਠਕ ਵਿੱਚ ਆ ਗਿਆ ਤੇ ਗੁਰਦਿੱਤ ਸਿਉਂ ਉਸਦੇ ਸਾਹਮਣੇ ਬੈਠ ਗਿਆ।

"ਚਾਚਾ ਮੈਨੂੰ ਤਾਂ ਉਈਂ ਅਸਚਰਜ਼ ਲੱਗਿਆ ਪਿਐ। ਵਿੱਚੋਂ ਗੱਲ ਤਾਂ ਦੱਸ ਬਈ ਕੀ ਐ। ਮੁੰਡਾ ਵੀ ਪਤਾ ਨ੍ਹੀਂ ਸਾਲਾ ਕੀ ਘਾਊਂ ਮਾਊਂ ਜਿਹਾ ਕਰੀ ਜਾਂਦੈ।"

"ਗੱਲ ਖੈਰ ਅਜੇ ਇੰਨੀ ਦੂਰ ਨ੍ਹੀਂ ਗਈ, ਸੰਭਲ ਸਕਦੀ ਐ।"

"ਪਰ ਚਾਚਾ ਗੱਲ ਹੈ ਕੀ.... ?" ਉਹ ਵਿਚਲੀ ਗੱਲ ਜਾਨਣ ਲਈ ਤਪਿਆ ਪਿਆ ਸੀ। ਆਖਰ ਸਰਪੰਚ ਨੇ ਡੂੰਘਾ ਸਾਹ ਭਰਦਿਆਂ ਕਿਹਾ, "ਭਾਈ ਪੁਲਸ ਵਾਲੇ ਕਹਿੰਦੇ ਨੇ ਕਿ ਥੋਡੇ ਮੁੰਡੇ ਦੇ ਨਕਸਲਬਾੜੀਆਂ ਨਾਲ ਸਬੰਧ ਨੇ।"

"ਹੈਂ! ਇਸ ਚਿੱਬੜ ਜਹੇ ਦੇ ਸਬੰਧ ਨੇ ਨਕਸਲਬਾੜੀਆਂ ਨਾਲ ?" ਬਾਪੂ ਦਾ ਹੈਰਾਨੀ 'ਚ ਮੂੰਹ ਟੱਡਿਆ ਗਿਆ। ਉਹ ਝੱਗ ਸੁੱਟਦਾ ਦੁਬਾਰਾ ਬੋਲਿਆ, "ਮੈਂ ਤਾਂ ਕੱਢਦੂੰ ਘੀਸਵਲ, ਇਸ ਸਾਲੇ ਵੱਡੇ ਨਕਸਲਬਾੜੀਏ ਦੇ।"

"ਬਹਿ ਜਾ ਆਰਾਮ ਨਾਲ। ਇਹ ਕੰਮ ਇਉਂ ਸਖਤੀ ਨਾਲ ਨ੍ਹੀਂ ਲੋਟ ਆਂਉਂਦੇ ਹੁੰਦੇ।"

"ਨਾ ਇਹ ਸਮਝਦਾ ਕੀ ਐ ਆਪਣੇ ਆਪ ਨੂੰ।" ਉਸਦਾ ਗੁੱਸਾ ਵਧਦਾ ਈ ਜਾ ਰਿਹਾ ਸੀ।

"ਮੈਂ ਕਿਹਾ ਐ ਨਾ ਕਿ ਬਹਿਜਾ ਚੁੱਪ ਕਰਕੇ। ਟਿਕਾਅ ਨਾਲ ਗੱਲ ਕਰਦੇ ਆਂ।" ਸਰਪੰਚ ਥੋੜਾ ਸਖਤ ਬੋਲਿਆ ਤਾਂ ਗੁਰਦਿੱਤ ਸਿਉਂ ਚੁੱਪ ਕਰ ਗਿਆ।

"ਵੇਖ ਮੇਰੀ ਗੱਲ ਸੁਣ ਕੰਨ ਖੋਲ੍ਹ ਕੇ।"

"ਹੂੰ।"

"ਇਹਨਾ ਦੀ ਸ਼ਿਖਸ਼ਾ ਬੜੀ ਭੈੜੀ ਐ। ਜਿਹੜਾ ਇੱਕ ਵਾਰੀ ਇਹਨਾ ਮਗਰ ਲੱਗ ਜੇ ਉਹ ਨ੍ਹੀਂ ਫਿਰ ਵਾਪਸ ਮੁੜਦਾ, ਵੱਢਿਆ ਭਾਵੇਂ ਕਿਉਂ ਨਾ ਜਾਵੇ।"

ਗੁਰਦਿੱਤ ਸਿਉਂ ਚੁੱਪ ਚਾਪ ਸੁਣਦਾ ਰਿਹਾ।

"ਆਹ ਪਿਛਲੇ ਮਹੀਨੇ ਕੋਟ ਵੱਲ ਪਤੈ ਕੀ ਹੋਇਆ ?"

"ਕੀ ਹੋਇਆ ?"

"ਮੁੰਡਾ ਸੀ ਕਿਸੇ ਚੰਗੇ ਘਰਦਾ ਤੇ ਮਾੜੀ ਕਿਸਮਤ ਨੂੰ ਇਨ੍ਹਾਂ 'ਚ ਰਲ ਗਿਆ। ਫਿਰ ਕਿਤੇ ਫੜ੍ਹਿਆ ਗਿਆ। ਉਸਦੀ ਬਥੇਰੀ ਕੁੱਟਮਾਰ ਕੀਤੀ, ਬੜੇ ਲਾਲਚ ਦਿੱਤੇ ਕਿ ਆਪਣੇ ਸਾਥੀਆਂ ਦੇ ਪਤੇ ਟਿਕਾਣੇ ਦੱਸ ਦੇਵੇ। ਪਰ ਉਸਨੇ ਤਾਂ ਮੂੰਹ ਈਂ ਸਿਉਂ ਲਿਆ। ਪੁਲਸ ਨੇ ਬੜੇ ਤਸੀਹੇ ਦਿੱਤੇ। ਬੜੀ ਕੁੱਟ ਮਾਰ ਕੀਤੀ ਉਸਨੂੰ ਬੁਲਾਉਣ ਲਈ ਪਰ ਸਭ ਬੇਅਰਥ। ਆਖਰ ਪੁਲਸ ਵਾਲਿਆਂ ਨੇ ਉਸਦੇ ਹੱਥ ਘਲਾੜੀ 'ਚ ਦੇ ਕੇ ਉੱਪਰੋਂ ਘਲਾੜੀ ਦਾ ਗੇੜਾ ਦੇ ਦਿੱਤਾ। ਜਿੱਥੇ ਰੌਹ ਡਿੱਗਦਾ ਹੁੰਦੈ ਨਾ ਉੱਥੇ ਖੂਨ ਦੇ ਛੱਪੜ ਲੱਗਗੇ, ਪਰ ਉਸ ਮਾਂ ਦੇ ਪੁੱਤ ਨੇ ਸੀ ਤੱਕ ਨਾ ਕੀਤੀ। ਪਤਾ ਨੀ ਇਹ ਤਾਂ ਕਿਹੜੀ ਮਿੱਟੀ ਦੇ ਬਣੇ ਹੁੰਦੇ ਐ।" ਸਰਪੰਚ ਦੀ ਗੱਲ ਸੁਣ ਕੇ ਗੁਰਦਿੱਤ ਸਿਉਂ ਨੂੰ ਮੁੜ੍ਹਕਾ ਆ ਗਿਆ।

ਜਗਪਾਲ ਪਾਰਟੀ ਦਾ ਪੱਕਾ ਮੈਂਬਰ ਨਹੀਂ ਸੀ। ਪਰ ਉਹ ਆਮ ਮੀਟਿੰਗਾਂ ਵਿੱਚ ਹਿੱਸਾ ਜ਼ਰੂਰ ਲੈਂਦਾ ਸੀ। ਉਂਝ ਉਹ ਜਿਉਂ ਜਿਉਂ ਪਾਰਟੀ ਦੇ ਅੰਦਰ ਜਾ ਰਿਹਾ ਸੀ ਉਸਨੂੰ ਪਾਰਟੀ ਨਾਲ ਲਗਾਅ ਹੁੰਦਾ ਜਾ ਰਿਹਾ ਸੀ। ਅਜਿਹੇ ਗਰਮ ਖ਼ੂੰਨ ਵਾਲੇ ਮੁੰਡਿਆਂ ਦੀ ਪਾਰਟੀ ਨੂੰ ਬੜੀ ਲੋੜ ਸੀ। ਜਗਪਾਲ ਅਗਾਂਹ ਵਧਣਾ ਤਾਂ ਚਾਹੁੰਦਾ ਸੀ ਪਰ ਉਸਨੂੰ ਇੱਕੋ ਗੱਲ ਰੋਕਦੀ ਸੀ। ਉਹ ਸੀ ਘਰਦਿਆਂ ਦਾ ਇਕਲੌਤਾ ਪੁੱਤ ਹੋਣਾ ਤੇ ਉੱਪਰੋਂ ਤਿੰਨ ਭੈਣਾਂ ਦੀ ਜ਼ਿੰਮੇਦਾਰੀ। ਇਹੀ ਗੱਲਾਂ ਉਸਨੂੰ ਰੋਕੀ ਖੜ੍ਹੀਆਂ ਸਨ। ਨਹੀਂ ਤਾਂ ਉਹ ਕਦੋਂ ਦਾ ਮੂਹਰਲੀ ਕਤਾਰ ਵਿੱਚ ਜਾ ਖਲੋਂਦਾ। ਪਰ ਫਿਰ ਵੀ ਉਹ ਪਾਰਟੀ ਦੇ ਹਲਕੇ ਫੁਲਕੇ ਕੰਮ ਕਰਨ ਲੱਗ ਪਿਆ ਸੀ। ਕਦੇ ਹੱਥੀਂ ਪੋਸਟਰ ਲਿਖਣੇ, ਤੇ ਫਿਰ ਇਹ ਕੰਧਾਂ 'ਤੇ ਚਿਪਕਾਉਣਾ ਆਦਿ। ਜਾਂ ਫਿਰ ਡਾਕ ਬਗੈਰਾ ਨੂੰ ਇੱਧਰੋਂ ਉੱਧਰ ਲਿਜਾਣਾ ਬਗੈਰਾ। ਪੁਲਸ ਰਿਕਾਰਡ ਵਿੱਚ ਉਸਦਾ ਨਾਂ ਭਾਵੇਂ ਅਜੇ ਨਹੀਂ ਆਇਆ ਸੀ ਪਰ ਮੁਖਬਰਾਂ ਮੁਤਾਬਕ ਉਹ ਲਹਿਰ ਦਾ ਹਮਦਰਦ ਸੀ। ਇਸੇ ਕਰਕੇ ਉਸ ਦਿਨ ਪੁਲਸ ਨੇ ਉਸਨੂੰ ਰੋਕ ਕੇ ਉਸਦੀ ਤਲਾਸ਼ੀ ਲਈ ਸੀ ਕਿ ਸ਼ਾਇਦ ਉਸ ਕੋਲੋਂ ਨਕਸਲਬਾੜੀ ਨਾਲ ਕੋਈ ਕਾਗਜ਼-ਪੱਤਰ ਮਿਲਣ। ਪਰ ਉਸ ਦਿਨ ਕੁਦਰਤੋਂ ਉਸ ਕੋਲ ਕੁਝ ਨਹੀਂ ਸੀ। ਇਸੇ ਕਰਕੇ ਪੁਲਸ ਉਸਨੂੰ ਛੱਡ ਗਈ ਸੀ। ਉਂਝ ਉਨ੍ਹਾਂ ਦਿਨਾਂ 'ਚ ਨਕਸਲਬਾੜੀਆਂ ਬਾਰੇ ਪੁਲਸ ਨੂੰ ਬੜੇ ਸ਼ਖਤ ਹੁਕਮ ਸਨ ਕਿ ਬੱਸ ਸਿਰ ਚੁੱਕਦਿਆਂ ਦੀ ਹੀ ਸਿਰੀ ਨੱਪ ਦਿਉ। ਪਰ

ਇੱਥੇ ਉਸ ਦਿਨ ਇੱਕ ਤਾਂ ਸਬੂਤ ਨਹੀਂ ਸੀ ਮਿਲਿਆ ਤੇ ਦੂਸਰਾ ਸਰਪੰਚ ਦਾ ਅਸਰ ਰਸੂਖ ਬਚਾ ਗਿਆ ਸੀ। ਇੱਕ ਵਾਰ ਤਾਂ ਬਲਾ ਟਲ ਗਈ ਸੀ ਪਰ ਸਰਪੰਚ ਸਿਆਣਾ ਬੰਦਾ ਸੀ ਇਸ ਕਰਕੇ ਉਹ ਦੂਰ ਦੀ ਸੋਚਦਾ ਸੀ। ਉਹ ਇਸ ਉਠਦੇ ਮਸਲੇ ਨੂੰ ਹੀ ਦਬਾ ਦੇਣਾ ਚਾਹੁੰਦਾ ਸੀ।

"ਭਤੀਜ ਸੁਣ ਮੇਰੀ ਗੱਲ।" ਉਹ ਫਿਰ ਗੁਰਦਿੱਤ ਸਿਉਂ ਨੂੰ ਸੰਬੋਧਤ ਹੋਇਆ।

"ਹਾਂ ਜੀ।"

"ਜਿਵੇਂ ਮੈਂ ਕਹਿਨਾ ਉਵੇਂ ਕਰੀਂ ਨਹੀਂ ਤੇਰੇ ਗੁੱਸੇ ਨੇ ਤਾਂ ਕੰਮ ਨੂੰ ਖਰਾਬ ਕਰ ਦੇਣੈ।"

"ਠੀਕ ਐ, ਦੱਸ ਚਾਚਾ।"

"ਹੁਣ ਮੈਨੂੰ ਇਹ ਦੱਸ ਬਈ ਇਹ ਮੁੰਡਾ ਸਭ ਤੋਂ ਵੱਧ ਆਖੇ ਕਿਸਦੇ ਲੱਗਦੈ। ਮੇਰਾ ਮਤਲਬ ਕਿ ਇਸਦਾ ਜਿਆਦਾ ਮੋਹ ਕਿਸ ਨਾਲ ਐ?"

"ਆਪਦੇ ਮਾਮੇ ਮਹਿੰਦਰ ਸਿਉਂ ਨਾਲ, ਉਸੇ ਦਾ ਜਿਆਦਾ ਤਿਉ ਕਰਦੈ।"

"ਅੱਛਾ ਅੱਛਾ! ਉਹੀ ਮਹਿੰਦਰ ਸਿਉਂ ਜਿਹੜਾ ਪੁਲਸ 'ਚ ਥਾਣੇਦਾਰ ਐ?" ਉਸਦਾ ਨਾ ਸੁਣ ਕੇ ਸਰਪੰਚ ਦਾ ਚਿਹਰਾ ਸੁਖਾਵਾਂ ਹੋ ਗਿਆ।

"ਫਿਰ ਤਾਂ ਹੋਰ ਵੀ ਠੀਕ ਐ। ਤੂੰ ਮਹਿੰਦਰ ਸਿਉਂ ਨੂੰ ਬੁਲਾ ਛੇਤੀ ਫਿਰ ਈ ਗੱਲ ਬਣੂੰ ਕੋਈ।"

"ਠੀਕ ਐ ਚਾਚਾ, ਮੈਂ ਕਰਦਾਂ ਕੋਈ ਪਤਾ ਸਤਾ।" ਇੰਨਾ ਕਹਿੰਦਾ ਗੁਰਦਿੱਤ ਸਿਉਂ ਉੱਠਣ ਲੱਗਿਆ।

"ਇਹ ਕੰਮ ਲੇਟ ਕਰਨ ਵਾਲਾ ਨੀਂ ਹੈ।" ਤੁਰੇ ਜਾਂਦੇ ਗੁਰਦਿੱਤ ਸਿਉਂ ਨੂੰ ਸਰਪੰਚ ਨੇ ਤਾਕੀਦ ਕੀਤੀ।

ਅਗਲੇ ਦਿਨ ਸੰਦੇਹਾਂ ਈ ਮਾਂ ਨੇ ਇੱਕ ਬੰਦਾ ਆਪਣੇ ਥਾਣੇਦਾਰ ਭਰਾ ਨੂੰ ਲੈਣ ਭੇਜ ਦਿੱਤਾ। ਦਿਨ ਚੜ੍ਹੇ ਜਗਪਾਲ ਕਾਲਜ ਜਾਣ ਲਈ ਤਿਆਰ ਹੋਣ ਲੱਗਿਆ। ਮਾਂ ਨੇ ਰੋਕਿਆ ਕਿ ਉਹ ਅੱਜ ਦਾ ਦਿਨ ਘਰ ਈ ਰਹੇ। ਕਿਉਂਕਿ ਉਸਨੂੰ ਲੱਗਦਾ ਸੀ ਕਿ ਸ਼ਾਮ ਤੱਕ ਤਾਂ ਭਰਾ ਨੇ ਆ ਹੀ ਜਾਣੈ। ਪਰ ਜਗਪਾਲ ਨੇ ਉਸਦੀ ਗੱਲ ਨਾ ਮੰਨੀ। ਭੈਣਾਂ ਨੇ ਵੀ ਜਦੋਂ ਅੱਗੇ ਹੋ ਕੇ ਵਾਸਤੇ ਪਾਏ ਕਿ ਉਹ ਅੱਜ ਦਾ ਕਾਲਜ ਨਾ ਜਾਵੇ ਜਗਪਾਲ ਸਭ ਨੂੰ ਭੱਝ ਕੇ ਪਿਆ, "ਕਿਉਂ ਮੈਂ ਕੋਈ ਚੋਰ ਆਂ ਕਿ ਘਰੋਂ ਬਾਹਰ ਨਾ ਨਿੱਕਲਾਂ।" ਜਗਪਾਲ ਕਾਲਜ ਜਾਣੋ ਤਾਂ ਨਾ ਰੁਕਿਆ ਪਰ ਉਹ ਚਾਰ ਕੁ ਵਜਦੇ ਨੂੰ ਵਾਪਸ ਆ ਗਿਆ। ਉਸਦੇ ਆਉਣ 'ਤੇ ਮਾਂ ਅਤੇ ਭੈਣਾਂ ਨੇ ਸ਼ੁਕਰ ਮਨਾਇਆ। ਗੁਰਦਿੱਤ ਸਿਉਂ ਵੀ ਅੱਜ ਖੇਤ ਨਹੀਂ ਗਿਆ ਸੀ। ਵਿੜਕਾਂ ਜਿਹੀਆਂ ਭੰਨਦਾ ਉਹ ਸਾਰਾ ਦਿਨ ਅੰਦਰ ਬਾਹਰ ਤੁਰਿਆ ਫਿਰਿਆ। ਜਗਪਾਲ ਨੇ ਕਾਲਜੋਂ ਆਉਂਦਿਆਂ ਹੀ ਬੈਠਕ ਵਿੱਚ ਵੜ ਕੇ ਅੰਦਰੋਂ ਕੁੰਡਾ ਬੰਦ ਕਰ ਲਿਆ। ਘਰਦੇ ਸਾਰੇ ਜੀਅ ਮਾਮੇ ਨੂੰ ਉਡੀਕੀ ਜਾਂਦੇ ਸਨ। ਦਿਨ ਢਲ ਚੱਲਿਆ ਸੀ। ਮਾਮਾ ਤਾਂ ਅਜੇ ਤੱਕ ਨਹੀਂ ਆਇਆ ਸੀ ਪਰ ਆਥਣੇ ਜਿਹੇ ਚੌਂਕੀਦਾਰ ਨੇ ਦਰਵਾਜੇ 'ਚ ਖੜ੍ਹੋ ਕੇ ਗੁਰਦਿੱਤ ਸਿਉਂ ਨੂੰ 'ਵਾਜ਼ ਮਾਰੀ।

"ਕੀ ਗੱਲ ਐ?" ਗੁਰਦਿੱਤ ਸਿਉਂ ਤ੍ਰੱਭਕ ਕੇ ਬੋਲਿਆ।

"ਪੰਚਾਇਤ ਘਰ 'ਚ ਪੁਲਸ ਆਈ ਐ, ਵੱਡੇ ਥਾਣੇਦਾਰ ਨੇ ਤੈਨੂੰ ਤੇ ਤੇਰੇ ਮੁੰਡੇ ਨੂੰ ਬੁਲਾਇਐ।" ਚੌਂਕੀਦਾਰ ਦੇ ਨਾਲ ਦੋ ਪੁਲਸ ਵਾਲੇ ਸਨ। ਗੁਰਦਿੱਤ ਸਿਉਂ ਨੇ ਭਰੇ ਪੀਤੇ ਨੇ

ਜਗਪਾਲ ਦੀ ਬੈਠਕ ਦਾ ਕੁੰਡਾ ਖੜਕਾਇਆ।

"ਕੀ ਐ ?" ਉਹ ਅੰਦਰੋਂ ਰੁੱਖਾ ਬੋਲਿਆ।

"ਕੁੰਡਾ ਖੋਲ੍ਹ ਤੇ ਆਜਾ ਬਾਹਰ। ਪਹੁੰਚਗੇ ਤੈਨੂੰ ਚੂਰਮਾ ਖਵਾਉਣ ਵਾਲੇ। ਪੰਚਾਇਤ ਘਰ 'ਚ ਬੈਠੇ ਸੱਦੀ ਜਾਂਦੇ ਐ।"

ਜਗਪਾਲ ਨੇ ਦਰਵਾਜ਼ਾ ਖੋਲ੍ਹਿਆ ਤਾਂ ਸਾਹਮਣੇ ਪੁਲਸ ਵਾਲੇ ਖੜ੍ਹੇ ਸਨ।

"ਮੈਨੂੰ ਕੀ ਖਾ ਜਾਣਗੇ, ਜਦੋਂ ਮੈਂ ਕੀਤਾ ਈ ਕੁਛ ਨ੍ਹੀਂ, ਚਲੋ ਤੁਰੋ।"

ਜਗਪਾਲ ਨੇ ਸਿਰ 'ਤੇ ਪੱਗ ਰੱਖ ਲਈ ਤੇ ਗੁਰਦਿੱਤ ਸਿਉਂ ਨੇ ਮੂਕਾ ਲਪੇਟ ਲਿਆ। ਉਹ ਦੋਨੋਂ ਜਣੇ ਪੁਲਸ ਵਾਲਿਆਂ ਦੇ ਮਗਰ ਪੰਚਾਇਤ ਘਰਨੂੰ ਤੁਰ ਪਏ। ਉੱਧਰ ਅਗਾਂਹ ਸਰਪੰਚ ਪੁਲਸ ਵਾਲਿਆਂ ਦੀ ਮਿੰਨਤ ਮੁਥਾਜ ਕਰਨ ਲੱਗਿਆ ਹੋਇਆ ਸੀ, "ਸਰਦਾਰ ਜੀ ਕੱਲ ਈ ਛੋਟੇ ਥਾਣੇਦਾਰ ਸਾਹਬ ਆਏ ਸਨ। ਮੈਂ ਉਹਨਾ ਨੂੰ ਕਿਹਾ ਸੀ ਕਿ ਅਸੀਂ ਆਪਦੇ ਮੁੰਡੇ ਨੂੰ ਆਪੇ ਸੰਭਾਲ ਲਵਾਂਗੇ। ਫਿਰ ਤੁਸੀਂ ਕਾਹਨੂੰ ਆਉਣ ਦੀ ਖੇਚਲ ਕਰਨੀ ਸੀ।"

"ਸਰਪੰਚ ਸਾਹਬ, ਰਾਤ ਕੋਟਲੀ ਆਲਾ ਜੈਲਦਾਰ ਮਾਰਤਾ ਨਕਸਲਬਾੜੀਆਂ ਨੇ। ਮੈਂ ਇਸ ਮੁੰਡੇ ਨੂੰ ਤਫਤੀਸ਼ ਵਿੱਚ ਰੱਖਣੈ।" ਥਾਣੇਦਾਰ ਦੀ ਇਹ ਗੱਲ ਸੁਣ ਕੇ ਉੱਥੇ ਜੁੜੇ ਇਕੱਠ 'ਚ ਚੁੱਪ ਵਰਤ ਗਈ।

"ਸਰਦਾਰ ਬਹਾਦੁਰ ਇਹ ਮੇਰਾ ਪੋਤਰਾ ਐ। ਇਸਦੀ ਜ਼ਿੰਮੇਵਾਰੀ ਮੈਂ ਲੈਨਾ। ਇਹ ਅਜਿਹਾ ਕੰਮ ਨ੍ਹੀਂ ਕਰ ਸਕਦਾ, ਮੇਰਾ ਯਕੀਨ ਕਰੋ।"

"ਸਰਪੰਚ ਸਾਹਿਬ ਖੂਹ 'ਚ ਡਿੱਗੀ ਇੱਟ ਸੁੱਕੀ ਨ੍ਹੀਂ ਨਿਕਲਣੀ। ਕੇਰਾਂ ਤਾਂ ਇਸਨੂੰ ਹਵਾਲਾਤ ਉਡੀਕੀ ਜਾਂਦੀ ਐ। ਨਾਲੇ ਇਸਨੂੰ ਵੀ ਤਾਂ ਪਤਾ ਲੱਗੇ ਕਿ ਸਰਕਾਰ ਨਾਲ ਮੱਥਾ ਲਾਉਣਾ ਕੋਈ ਖਾਲਾ ਜੀ ਦਾ ਵਾੜਾ ਨ੍ਹੀਂ ਹੁੰਦਾ।"

"ਜੇ ਹਜ਼ੂਰ ਹੁਕਮ ਕਰਨ ਤਾਂ ਮੈਂ ਕੱਲ ਨੂੰ ਆਪ ਮੁੰਡੇ ਨੂੰ ਲੈ ਕੇ ਥਾਣੇ ਹਾਜ਼ਰ ਹੋਜੂੰਗਾ ?" ਸਰਪੰਚ ਨੇ ਭਤੀਜੇ ਦੀ ਇੱਜ਼ਤ ਬਚਾਉਣ ਦਾ ਆਖਰੀ ਹੰਭਲਾ ਮਾਰਿਆ। ਉਸਨੇ ਸੋਚਿਆ ਕਿ ਹੋਰ ਨਹੀਂ ਤਾਂ ਮੁੰਡੇ ਨੂੰ ਪਿੰਡ ਵਾਲਿਆਂ ਦੇ ਸਾਹਮਣੇ ਗ੍ਰਿਫਤਾਰ ਨਾ ਕੀਤਾ ਜਾਵੇ।

"ਸਰਪੰਚ ਸਾਹਿਬ ਇਹ ਕੋਈ ਮਾੜੀ ਮੋਟੀ ਗੱਲ ਨ੍ਹੀ ਐ। ਇਲਾਕੇ ਦੇ ਸਿਰਕੱਢ ਬੰਦੇ ਦਾ ਕਤਲ ਹੋਇਐ। ਅਜੇ ਤਾਂ ਮੈਂ ਕੀਤਾ ਈ ਕੁਛ ਨਹੀਂ, ਤੁਸੀਂ ਵੇਖਿਉ ਸਹੀ ਕਿ ਮੈਂ ਤਫਤੀਸ਼ ਕਰਦਾ ਕਿਵੇਂ ਆਂ। ਮੇਰੇ ਮੂਹਰੇ ਤਾਂ ਕੰਧਾਂ ਵਾਸਤੇ ਪਾਉਂਦੀਆਂ ਨੇ, ਬੰਦਾ ਤਾਂ ਕੀਹਦੇ ਪਾਣੀ ਹਾਰ ਐ।"

"ਮੇਰੀ ਤਾਂ ਜਨਾਬ ਅੱਗੇ ਇੰਨੀ ਕੁ ਈ ਅਰਜ਼ ਸੀ ਜੀ ਕਿ....।"

ਸਰਪੰਚ ਦੀ ਗੱਲ ਵਿਚਕਾਰ ਈ ਰਹਿ ਗਈ, ਕਿਉਂਕਿ ਉਦੋਂ ਨੂੰ ਥਾਣੇਦਾਰ ਦਾ ਧਿਆਨ ਸਾਹਮਣੇ ਆ ਰਹੇ ਗੁਰਦਿੱਤ ਸਿਉਂ ਅਤੇ ਜਗਪਾਲ ਵੱਲ ਚਲਿਆ ਗਿਆ। ਉਹ ਪੰਚਾਇਤ ਘਰ ਦਾ ਗੇਟ ਲੰਘ ਕੇ ਥਾਣੇਦਾਰ ਵੱਲ ਆ ਰਹੇ ਸਨ।

"ਕਿੱਧਰ ਮੂੰਹ ਚੁੱਕਿਐ ਉਏ ਚੌਰਿਓ ?' ਉਹਨਾ ਨੂੰ ਵੇਖਦਿਆਂ ਥਾਣੇਦਾਰ ਪੁਲਸੀਆ ਬੋਲੀ ਬੋਲਣ ਲੱਗਿਆ। ਉਸਦੀ ਇੰਨੀ ਗੱਲ ਸੁਣਦਿਆਂ ਹੀ ਗੁਰਦਿੱਤ ਸਿਉਂ ਤਾਂ ਥਾਂ 'ਤੇ ਈ ਮਿੱਟੀ ਹੋ ਗਿਆ। ਉਨ੍ਹਾਂ ਨੇ ਨੇੜੇ ਆਉਣ 'ਤੇ ਥਾਣੇਦਾਰ ਨੇ ਗੁੱਸੇ 'ਚ ਪੁੱਛਿਆ,

"ਕੀ ਨਾਂ ਐਂ ਤੇਰਾ ਉਏ ?"

"ਜੀ ਗੁਰਦਿੱਤ ਸਿਉਂ।"

"ਅੱਛਾ ! ਇਹ ਤੇਰੀ ਉਲਾਦ ਈ ਐ ਜਿਸਨੇ ਅੱਤ ਚੁੱਕੀ ਹੋਈ ਐ। ਨਾ ਹੁਣ ਇਸ ਭਣੋਈਏ ਨੂੰ ਮੇਮਣੇ ਵਾਂਗੂੰ ਮਗਰ ਲਾਈ ਆਉਨੈ। ਪਹਿਲਾਂ ਨ੍ਹੀ ਸੀ ਸੰਭਾਲ ਕੇ ਰੱਖੀਦਾ। ਬਹਿਜੋ ਦੋਨੋ ਜਣੇ ਉੱਥੇ ਹੇਠਾਂ, ਪੜ੍ਹਾਉਨਾ ਥੋਨੂੰ ਵੀ ਨਕਸਲਬਾੜੀ ਦਾ ਪਾਠ।" ਪੂਰੀ ਲਾਹਪਾਹ ਕਰਕੇ ਉਸਨੇ ਉਨ੍ਹਾਂ ਨੂੰ ਭੁੰਜੇ ਬਿਠਾ ਦਿੱਤਾ। ਗੁਰਦਿੱਤ ਸਿਉਂ ਦੀ ਸਾਰੀ ਉਮਰ ਦੀ ਕੀਤੀ ਕਰਾਈ ਪਲ ਭਰ 'ਚ ਮਿੱਟੀ ਵਿੱਚ ਮਿਲ ਗਈ। ਉਹ ਇਹ ਸੋਚਦਾ ਨੀਵੀਂ ਪਾ ਕੇ ਬੈਠ ਗਿਆ ਕਿ ਇਹ ਤਾਂ ਸ਼ੁਰੂਆਤ ਈ ਐ ਅੱਗੇ ਪਤਾ ਨੀ ਕੀ ਬਣੂੰ। ਥਾਣੇਦਾਰ ਹੱਥ 'ਚ ਡਾਂਗ ਫੜੀ ਕੁਰਸੀ ਤੋਂ ਉੱਠਿਆ। ਸ਼ਾਇਦ ਉਹ ਜਗਪਾਲ ਹੋਰਾਂ ਨੂੰ ਗਾਹਲਾਂ ਦਾ ਜਸ਼ਾਂਦਾ ਹੋਰ ਦੇਣਾ ਚਾਹੁੰਦਾ ਸੀ। ਥਾਣੇਦਾਰ ਨੇ ਕੁਰਸੀ ਤੋਂ ਉਠਦਿਆਂ ਉਨ੍ਹਾਂ ਵੱਲ ਅਜੇ ਇੱਕ ਕਦਮ ਈ ਪੁੱਟਿਆ ਸੀ ਕਿ ਉਸਦੀ ਨਿਗ੍ਹਾ ਪੰਚਾਇਤ ਘਰ ਦੇ ਗੇਟ ਵੱਲ ਗਈ। ਉਹ ਥਾਂ 'ਤੇ ਹੀ ਖੜ੍ਹ ਗਿਆ। ਸਾਹਮਣੇ ਉਸਦਾ ਯਾਰ ਬੇਲੀ ਥਾਣੇਦਾਰ ਮਹਿੰਦਰ ਸਿਉਂ ਆ ਰਿਹਾ ਸੀ। ਡਾਂਗ ਕੁਰਸੀ ਨਾਲ ਟਿਕਾਉਂਦਾ ਉਹ ਮਹਿੰਦਰ ਸਿਉਂ ਨੂੰ ਅੱਗੋਂ ਹੋ ਕੇ ਮਿਲਿਆ। ਫਿਰ ਦੋਨੋਂ ਜਣੇ ਨਾਲੋ ਨਾਲ ਤੁਰਦੇ, ਪੰਚਾਇਤ ਘਰ ਦੇ ਖੂੰਜੇ ਵੱਲ ਨੂੰ ਹੋ ਤੁਰੇ। ਸਰਪੰਚ ਨੇ ਜਗਪਾਲ ਦੇ ਥਾਣੇਦਾਰ ਮਾਮੇ ਨੂੰ ਵੇਖਦਿਆਂ ਸੁੱਖ ਦਾ ਸਾਹ ਲਿਆ। ਗੁਰਦਿੱਤ ਸਿਉਂ ਦੇ ਦਿਲ 'ਚ ਪੈਂਦੇ ਡੋਬੂ ਵੀ ਬੰਦ ਹੋ ਗਏ।

"ਤੂੰ ਇੱਧਰ ਕਿੱਧਰ ?" ਵੱਡਾ ਥਾਣੇਦਾਰ ਮਹਿੰਦਰ ਸਿਉਂ ਨੂੰ ਪੁੱਛ ਰਿਹਾ ਸੀ।

"ਮੈਂ ਤਾਂ ਇਸੇ ਕੰਮ ਆਇਆਂ ਜਿਹੜਾ ਕਿ ਸਾਹਮਣੇ ਹੋਈ ਜਾਂਦੈ।"

"ਕੀ ਮਤਲਬ ?"

"ਉਹ ਗੁਰਦਿੱਤ ਸਿੰਘ ਮੇਰਾ ਭਣੋਈਆ ਐ ਤੇ ਮੁੰਡਾ ਜਗਪਾਲ ਮੇਰਾ ਭਾਣਜਾ।"

"ਕੀ ਕਰੇ ਕੋਈ ਅੱਜਕੱਲ੍ਹ ਦੀ ਉਲਾਦ ਦਾ। ਬੱਸ ਸਰਿਆ ਈ ਪਿਐ।" ਵੱਡੇ ਥਾਣੇਦਾਰ ਨੇ ਔਖ ਜਿਹੀ 'ਚ ਸਿਰ ਮਾਰਿਆ।

"ਮੌਕੇ ਦੇ ਹਾਲਾਤ ਕੀ ਨੇ ?"

"ਅਜੇ ਤੱਕ ਤਾਂ ਮੁਖਬਰੀ ਰਿਪੋਰਟ ਈ ਐ ਕਿ ਇਹ ਨਕਸਲਬਾੜੀਆਂ 'ਚ ਰਲਦਾ ਜਾਂਦੈ। ਕਾਗਜ਼ਾਂ 'ਚ ਅਜੇ ਇਸਦਾ ਨਾ ਨ੍ਹੀਂ ਆਇਆ।" ਵੱਡੇ ਥਾਣੇਦਾਰ ਨੇ ਖੁਲਾਸਾ ਕੀਤਾ।

"ਕਿਸੇ ਨੇ ਨਾਂ ਬਗੈਰਾ ਧਰਿਐ ?"

"ਨਹੀਂ, ਅਜੇ ਤੱਕ ਤਾਂ ਇਸਦਾ ਨਾ ਕਿਤੇ ਨ੍ਹੀਂ ਬੋਲਦਾ। ਜੇ ਬਚਾਉਣੈ ਤਾਂ ਇਸ ਨੂੰ ਇਸ ਇਲਾਕੇ 'ਚੋਂ ਕੱਢ ਕੇ ਕਿਧਰੇ ਦੂਰ ਲੈਜਾ। ਤੈਨੂੰ ਪਤਾ ਈ ਐ ਕਿ ਕੇਰਾਂ ਇਸਦਾ ਨਾਂ ਲਿਸਟ ਵਿੱਚ ਆ ਗਿਆ ਤਾਂ ਫਿਰ ਨ੍ਹੀਂ ਇਸਨੂੰ ਕਿਸੇ ਨੇ ਛੱਡਣਾ।"

"ਤੂੰ ਫਿਕਰ ਨਾ ਕਰ। ਮੈਂ ਪੂਰਾ ਪ੍ਰਬੰਧ ਕਰਕੇ ਆਇਆਂ। ਅੱਜ ਤੋਂ ਬਾਅਦ ਇਹ ਤੈਨੂੰ ਇੱਥੇ ਨ੍ਹੀਂ ਦਿਸਣਾ।"

"ਚੰਗਾ ਚੱਲ ਫਿਰ ਤੂੰ ਘਰ ਨੂੰ ਜਾਹ। ਮੈਂ ਸਰਪੰਚ ਦੇ ਚਾਰ ਨੰਬਰ ਬਣਾ ਦਿਆਂ।"

ਹੱਥ ਮਿਲਾਉਂਦਾ ਮਹਿੰਦਰ ਸਿੰਘ ਉੱਥੋਂ ਈ ਘਰ ਨੂੰ ਤੁਰ ਗਿਆ ਤੇ ਵੱਡਾ ਥਾਣੇਦਾਰ ਲੋਕਾਂ ਦੇ ਇਕੱਠ ਵੱਲ ਨੂੰ ਆ ਗਿਆ।

"ਤੁਸੀਂ ਸਰਦਾਰ ਜੀ ਇੱਧਰ ਆਜੋ।" ਵੱਡੇ ਥਾਣੇਦਾਰ ਨੇ ਨਰਮ ਆਵਾਜ਼ 'ਚ ਗੁਰਦਿੱਤ ਸਿਉਂ ਨੂੰ ਮੰਜੇ 'ਤੇ ਬੈਠਣ ਦਾ ਇਸ਼ਾਰਾ ਕੀਤਾ।

"ਵੇਖੋ ਸਰਪੰਚ ਸਾਹਿਬ ਦੀ ਮੈਂ ਬਹੁਤ ਇੱਜ਼ਤ ਕਰਦਾਂ। ਇਹ ਤੁਹਾਡੀ ਜ਼ਿੰਮੇਵਾਰੀ ਲੈਂਦੇ ਨੇ। ਇਨ੍ਹਾਂ ਕਰਕੇ ਈ ਮੈਂ ਤੁਹਾਨੂੰ ਛੱਡ ਰਿਹਾਂ। ਪਰ ਅੱਗੇ ਨੂੰ ਸੰਭਲ ਕੇ ਰਿਹੋ। ਹੁਣ ਤੁਸੀਂ ਜਾਉ ਘਰ ਨੂੰ।"

"ਠੀਕ ਐ ਸਰਪੰਚ ਸਾਹਿਬ ?" ਥਾਣੇਦਾਰ ਨੇ ਸਰਪੰਚ ਤੋਂ ਹਾਮ ਭਰਾਈ।

"ਜੀ ਬਹੁਤ ਬਿਹਤਰ ਐ ਜਨਾਬ। ਅਗਾਂਹ ਨੂੰ ਸ਼ਿਕਾਇਤ ਦਾ ਮੌਕਾ ਨ੍ਹੀਂ ਦਿੰਦੇ।"

ਸਰਪੰਚ ਨੇ ਮੂਕੇ ਨਾਲ ਮੂੰਹ ਤੋਂ ਮੁੜ੍ਹਕਾ ਪੂੰਝਦਿਆਂ ਦਿਲ ਵਿੱਚ ਸ਼ੁਕਰ ਮਨਾਇਆ।

"ਨਾਲੇ ਗੱਲ ਸੁਣ ਉਏ ਤੂੰ, ਕੀ ਨਾ ਐਂ ਤੇਰਾ ਮੁੰਡਿਆ....ਜਗਪਾਲ....।" ਥਾਣੇਦਾਰ ਦੀ ਆਵਾਜ਼ ਸੁਣ ਕੇ ਜਗਪਾਲ ਤੁਰਿਆ ਜਾਂਦਾ ਖੜ੍ਹ ਗਿਆ।

"ਸ਼ਰੀਫ ਮਾਂ ਪਿਉ ਦੀ ਇੱਜ਼ਤ ਮਿੱਟੀ 'ਚ ਮਿਲਾਉਣ ਤੋਂ ਪਹਿਲਾਂ ਜ਼ਰਾ ਸੋਚ ਲਿਆ ਕਰੋ, ਬੰਦਾ ਬਣ ਕੇ ਰਹੀਂ ਹੁਣ।" ਫਿਰ ਉਸਨੇ ਸਿਪਾਹੀਆਂ ਨੂੰ ਉੱਠਣ ਦਾ ਹੁਕਮ ਦਿੱਤਾ ਤੇ ਸਾਰੇ ਜੀਪ 'ਚ ਚੜ੍ਹਦੇ ਜੈਤੋ ਥਾਣੇ ਨੂੰ ਮੁੜ ਗਏ। ਗੁਰਦਿੱਤ ਸਿਉਂ ਤੇ ਜਗਪਾਲ ਅੱਗੜ ਪਿੱਛੜ ਘਰ ਨੂੰ ਜਾ ਰਹੇ ਸਨ। ਗੁਰਦਿੱਤ ਸਿਉਂ ਦੇ ਅੰਦਰ ਗੁੱਸੇ ਦੇ ਭਾਂਬੜ ਬਲ ਰਹੇ ਸਨ। ਅੱਜ ਤੱਕ ਉਸਨੇ ਕਿਸੇ ਤੋਂ ਉਏ ਨਹੀਂ ਸੀ ਅਖਵਾਈ ਤੇ ਅੱਜ ਉਹ ਜਗਪਾਲ ਦੀ ਵਜ੍ਹਾ ਕਰਕੇ ਕੱਖ ਦਾ ਨਹੀਂ ਸੀ ਰਿਹਾ। ਜਗਪਾਲ ਘਰੇ ਆਉਂਦਾ ਈ ਬੈਠਕ ਵਿੱਚ ਜਾ ਵੜਿਆ।

"ਨਾ ਇਉਂ ਰੋਅਬ ਵਿਖਾਉਨੈ, ਕੋਈ ਜੰਗ ਜਿੱਤ ਕੇ ਆਇਐਂ ?" ਜਗਪਾਲ ਨੂੰ ਅੰਦਰ ਵੜਦੇ ਨੂੰ ਵੇਖ ਕੇ ਗੁਰਦਿੱਤ ਸਿਉਂ ਉੱਚੀ ਆਵਾਜ਼ 'ਚ ਬੋਲਿਆ। ਪਰ ਸਾਹਮਣੇ ਖੜ੍ਹੇ ਮਾਮੇ ਨੇ ਮੂੰਹ 'ਤੇ ਉਂਗਲ ਰੱਖਦਿਆਂ ਚੁੱਪ ਰਹਿਣ ਦਾ ਇਸ਼ਾਰਾ ਕੀਤਾ। ਫਿਰ ਉਹ ਗੁਰਦਿੱਤ ਸਿਉਂ ਨੂੰ ਸਬਾਤ ਵਿੱਚ ਲਿਜਾ ਕੇ ਕੁਝ ਸਮਝਾਉਂਦਾ ਹੋਇਆ ਬੋਲਿਆ, "ਵੇਖੋ ਕੁਛ ਕੁ ਮੁੰਡੇ ਤਾਂ ਨਕਸਲਬਾੜੀਆਂ ਨਾਲ ਹੈਗੇ ਵੀ ਨੇ ਪਰ ਜ਼ਿਆਦਾਤਰ ਤਾਂ ਪੁਲਸ ਨਵੇਂ ਮੁੰਡਿਆਂ 'ਤੇ ਨਜ਼ਰ ਈ ਰੱਖ ਰਹੀ ਐ ਕਿ ਇਨ੍ਹਾਂ ਨੂੰ ਉੱਧਰ ਰਲਣ ਤੋਂ ਪਹਿਲਾਂ ਈ ਰੋਕਿਆ ਜਾਵੇ।" ਮਾਮਾ ਆਪਣੇ ਢੰਗ ਨਾਲ ਉਸ ਨੂੰ ਦਲੀਲਾਂ ਦੇ ਕੇ ਸ਼ਾਂਤ ਕਰਨ ਦੀ ਕੋਸ਼ਿਸ਼ ਕਰ ਰਿਹਾ ਸੀ। ਪਰ ਗੁਰਦਿੱਤ ਸਿਉਂ ਇਸ ਵੇਲੇ ਅੱਗ ਵਾਂਗੂੰ ਮੱਚੀ ਜਾਂਦਾ ਸੀ। ਉਸ ਤੋਂ ਪਰ੍ਹੇ 'ਚ ਹੋਈ ਬੇਇਜ਼ਤੀ ਬਰਦਾਸ਼ਤ ਨਹੀਂ ਸੀ ਹੋ ਰਹੀ। ਫਿਰ ਮਾਮਾ ਬੈਠਕ ਵਿੱਚ ਜਗਪਾਲ ਕੋਲ ਆ ਕੇ ਉਸਨੂੰ ਸਮਝਾਉਣ ਲੱਗਿਆ। ਜਗਪਾਲ ਵੀ ਢੈਲਾ ਹੋ ਚੁੱਕਿਆ ਸੀ।

"ਭਾਣਜੇ ਮੈਥੋਂ ਕੋਈ ਲੁਕਾਅ ਨਾ ਰੱਖੀਂ। ਜੋ ਕੁਛ ਵੀ ਐ ਸੱਚੋ ਸੱਚ ਦੱਸਦੇ।"

"ਲੁਕੋ ਰੱਖਣ ਵਾਲੀ ਤਾਂ ਮਾਮਾ ਜੀ ਗੱਲ ਈ ਕੋਈ ਨ੍ਹੀਂ। ਇਹ ਨਕਸਲਬਾੜੀ ਲਹਿਰ ਅੱਜ ਕੱਲ ਹਰ ਕਾਲਜ ਵਿੱਚ ਦਾਖਲ ਹੋ ਚੁੱਕੀ ਐ ਤੇ ਇਵੇਂ ਈ ਸਾਡੇ ਕਾਲਜ ਵਿੱਚ ਵੀ ਐ। ਨਾ ਈ ਮੈਂ ਇਸਦਾ ਮੈਂਬਰ ਆਂ ਤੇ ਨਾ ਹੀ ਮੈਂ ਕਦੇ ਕੋਈ ਗਲਤ ਕੰਮ ਕੀਤੈ। ਹਾਂ ਬਾਕੀ ਮੁੰਡਿਆਂ ਨਾਲ ਰਲ ਕੇ ਪੋਸਟਰ ਬਗੈਰਾ ਜ਼ਰੂਰ ਲਾਉਂਦੇ ਰਹੀਦਾ ਐ। ਪਰ ਸੱਚੀ ਗੱਲ ਮਾਮਾ ਜੀ ਇਹ ਐ ਕਿ ਜਦੋਂ ਮੁੰਡਿਆਂ ਦੇ ਲੈਕਚਰ ਬਗੈਰਾ ਸੁਣਦੇ ਆਂ ਤਾਂ ਜੀਅ ਕਰਦੈ ਕਿ ਇਹਨਾ ਦੇ ਨਾਲ ਹੀ ਰਲ ਜਾਈਏ।"

"ਐਸੀ ਕੀ ਖਾਸੀਅਤ ਐ ਇਨ੍ਹਾਂ ਵਿੱਚ ?" ਮਾਮਾ ਉਸਦਾ ਦਿਲ ਫਰੋਲਣਾ ਚਾਹੁੰਦਾ ਸੀ।

"ਇਹ ਜੋ ਵੀ ਗੱਲ ਕਰਦੇ ਐ ਸੱਚੀ ਕਰਦੇ ਐ। ਕਿ ਕਿਵੇਂ ਕ੍ਰਿਸਾਨ ਤੇ ਮਜ਼ਦੂਰ ਨੂੰ ਦਬਾ ਕੇ ਰੱਖਿਆ ਹੋਇਐ। ਅਮੀਰ ਕਿਵੇਂ ਦਿਨੋ ਦਿਨ ਅਮੀਰ ਹੋਈ ਜਾ ਰਹੇ ਨੇ। ਕ੍ਰਿਸਾਨ ਮਜ਼ਦੂਰ ਜੋ ਕਿ ਸਭ ਤੋਂ ਵੱਧ ਮਿਹਨਤ ਕਰਦੇ ਨੇ ਉਨ੍ਹਾਂ ਦੀ ਕਮਾਈ ਇਹੀ ਅਮੀਰ ਲੋਕਾਂ ਦੀਆਂ ਤਿਜੋਰੀਆਂ 'ਚ ਜਾ ਰਹੀ ਐ। ਕਿਉਂ ਨਾ ਫਿਰ ਸਭ ਨੂੰ ਬਰਾਬਰ ਦਾ ਕੰਮ ਅਤੇ ਬਰਾਬਰ ਦੀ ਕਮਾਈ ਮਿਲੇ।"

"ਪਰ ਭਾਣਜੇ ਇਸ ਮਾਰਾ ਮਰਾਈ ਨਾਲ ਕੀ ਹੋਊ ?"

"ਇਸੇ ਤਰ੍ਹਾਂ ਈ ਤਾਂ ਇਨਕਲਾਬ ਆਊ। ਜਿਵੇਂ ਕਿ ਚੀਨ 'ਚ ਹੋਇਐ। ਉੱਥੇ ਹੁਣ ਸਭ ਬਰਾਬਰ ਨੇ। ਨਾ ਕੋਈ ਵੱਡਾ ਤੇ ਨਾ ਕੋਈ ਛੋਟਾ।"

"ਹੂੰ....।"

"ਨਾਲੇ ਪੁਲਸ ਵਾਲੇ ਬੇਗੁਨਾਹ ਮੁੰਡਿਆਂ 'ਤੇ ਅੱਤਿਆਚਾਰ ਕਰਕੇ ਉਨ੍ਹਾਂ ਨੂੰ ਆਪ ਈ ਤਾਂ ਇਸ ਰਾਹ ਤੋਰੀ ਜਾ ਰਹੇ ਨੇ। ਜਿਵੇਂ ਜੇਕਰ ਅੱਜ ਤੁਸੀਂ ਨਾ ਆਉਂਦੇ ਤਾਂ ਫਿਰ ਮੇਰੇ ਨਾਲ ਵੀ ਤਾਂ ਇਹੀ ਕੁਛ ਹੋਣਾ ਸੀ।"

ਥਾਣੇਦਾਰ ਮਹਿੰਦਰ ਸਿੰਘ ਦਾ ਹਰ ਰੋਜ਼ ਨਕਸਲਬਾੜੀ ਲਹਿਰ ਦੇ ਮੁੰਡਿਆਂ ਨਾਲ ਹੀ ਵਾਹ ਪੈਂਦਾ ਸੀ। ਉਸਨੂੰ ਪਤਾ ਸੀ ਕਿ ਜੇਕਰ ਸ਼ੁਰੂ ਵਿੱਚ ਹੀ ਮੁੰਡੇ ਨੂੰ ਨਾ ਰੋਕਿਆ ਗਿਆ ਤਾਂ ਫਿਰ ਬਾਅਦ ਵਿੱਚ ਇਸਨੇ ਨਹੀਂ ਸੀ ਮੁੜਨਾ। ਉਹ ਮਿੱਠਾ ਪਿਆਰਾ ਹੋ ਕੇ ਜਗਪਾਲ ਨੂੰ ਰਾਹ 'ਤੇ ਲਿਆ ਰਿਹਾ ਸੀ।

"ਵੇਖ ਜਗਪਾਲ, ਤੇਰੇ ਮੁਤਾਬਕ ਹੋ ਸਕਦੈ ਕਿ ਇਹ ਲਹਿਰ ਤੈਨੂੰ ਚੰਗੀ ਲੱਗਦੀ ਹੋਵੇ, ਪਰ ਕੁਛ ਵੀ ਕਰਨ ਤੋਂ ਪਹਿਲਾਂ ਤੈਨੂੰ ਘਰਦਿਆਂ ਬਾਰੇ ਜ਼ਰੂਰ ਸੋਚਣਾ ਚਾਹੀਦੈ। ਤੂੰ ਘਰਦਿਆਂ ਦਾ ਇਕੱਲਾ ਪੁੱਤਰ ਐਂ। ਘਰਦਿਆਂ ਦੀਆਂ ਸਾਰੀਆਂ ਆਸਾਂ ਤੇਰੇ ਉੱਪਰ ਈ ਨੇ। ਘਰ ਵਿੱਚ ਤੇਰੀਆਂ ਤਿੰਨ ਭੈਣਾਂ ਨੇ। ਉਨ੍ਹਾਂ ਦੀ ਜ਼ਿੰਮੇਵਾਰੀ ਵੀ ਤੇਰੇ ਸਿਰ 'ਤੇ ਈ ਹੈ। ਜੇ ਤੈਨੂੰ ਕੁਛ ਹੋ ਗਿਆ ਤਾਂ ਉਹਨਾ ਦਾ ਦੱਸ ਕੀ ਬਣੂੰ ?"

"ਕਿਉਂ ਇਉਂ ਮੈਨੂੰ ਕੀ ਹੋਣ ਲੱਗਿਐ ?" ਜਗਪਾਲ ਸਪਾਟ ਲਹਿਜੇ 'ਚ ਬੋਲਿਆ।

"ਜਗਪਾਲ ਤੈਨੂੰ ਕਿਹੜਾ ਪਤਾ ਨ੍ਹੀਂ ਕਿ ਇਸ ਰਾਹ 'ਤੇ ਤੁਰਨ ਵਾਲਿਆਂ ਦਾ ਕੀ ਹਸ਼ਰ ਹੁੰਦੈ।" ਮਾਮੇ ਦੀ ਇਹ ਗੱਲ ਸੁਣ ਕੇ ਜਗਪਾਲ ਸੋਚਣ ਦੀ ਮੁਦਰਾ 'ਚ ਸਾਹਮਣੇ ਵੇਖਣ ਲੱਗਿਆ।

"ਤੇਰੇ ਪਿੱਛੋਂ ਬੁੜ੍ਹੇ ਮਾਂ ਪਿਉ ਦਾ ਕੀ ਬਣੂੰ, ਤੇਰੀਆਂ ਭੈਣਾਂ ਦਾ ਕੀ ਬਣੂੰ। ਭਰਾ ਸਿਰ 'ਤੇ ਨਾ ਰਹੇ ਤਾਂ ਲੋਕ ਭੈਣਾਂ ਨੂੰ ਕਿਤੇ ਜਿਉਣ ਦਿੰਦੇ ਐ।" ਮਾਮੇ ਨੇ ਜਗਪਾਲ ਨੂੰ ਚੁੱਪ ਵੇਖ ਕੇ ਗਰਮ ਲੋਹੇ 'ਤੇ ਸੱਟ ਮਾਰੀ।

ਬੈਠਕ ਵਿੱਚ ਮਾਮਾ ਹੌਲੀ ਹੌਲੀ ਸਮਝਾਉਂਦਾ ਜਗਪਾਲ ਨੂੰ ਸਿੱਧੇ ਰਾਹ 'ਤੇ ਲਿਆ ਰਿਹਾ ਸੀ। ਬਾਹਰ ਉਨ੍ਹਾਂ ਦੀਆਂ ਗੱਲਾਂ ਸੁਣਦੇ ਗੁਰਦਿੱਤ ਸਿਉਂ ਦਾ ਗੁੱਸਾ ਗੁਬਾਰ ਵਾਂਗੂੰ ਉੱਪਰ ਚੜ੍ਹ ਰਿਹਾ ਸੀ। ਉਹ ਗੁੱਸੇ 'ਚ ਹੱਥਾਂ ਦੀਆਂ ਮੁੱਠੀਆਂ ਵੱਟੀ ਜਾਂਦਾ ਸੀ।

"ਤੂੰ ਛੱਡ ਯਾਰ ਇਸ ਕਾਲਜ ਦਾ ਖਹਿੜਾ। ਤੂੰ ਮੇਰੇ ਨਾਲ ਈ ਚੱਲ। ਉੱਥੇ ਈ ਪੜ੍ਹਨ ਲੱਗਜੀਂ।" ਮਾਮਾ ਕਿਸੇ ਬਹਾਨੇ ਜਗਪਾਲ ਨੂੰ ਇੱਥੋਂ ਲਿਜਾਣਾ ਚਾਹੁੰਦਾ ਸੀ ਤੇ ਜਗਪਾਲ ਵੀ ਹੁਣ ਰਾਹ 'ਤੇ ਆਉਂਦਾ ਜਾ ਰਿਹਾ ਸੀ।

"ਚਲੋ ਠੀਕ ਐ ਮਾਮਾ ਜੀ ਜਿਵੇਂ ਤੁਸੀਂ ਕਹਿਨੇ ਓਂ ਕਰ ਲੈਨੇ ਆਂ। ਪਰ ਬਾਪੂ ਤਾਂ ਉਈਂ ਮੇਰੇ ਮਗਰ ਡਾਂਗ ਲੈ ਕੇ ਪੈ ਗਿਆ।" ਜਗਪਾਲ ਨੇ ਝਿਜਕਦੇ ਜਿਹੇ ਨੇ ਹਾਮੀ ਭਰ ਦਿੱਤੀ ਪਰ ਨਾਲ ਹੀ ਉਸਨੂੰ ਬਾਪੂ ਦਾ ਸਖਤ ਲਹਿਜ਼ਾ ਵੀ ਯਾਦ ਆ ਗਿਆ।

"ਕੋਈ ਨੀਂ ਉਸਦਾ ਤਾਂ ਸੁਭਾਅ ਈ ਇਹੋ ਜਿਹਾ ਐ।"

"ਸੁਭਾਅ ਤਾਂ ਜਿਹੋ ਜਿਹਾ ਐ ਠੀਕ ਐ, ਪਰ ਇਉਂ ਮੈਂ ਉਸਦਾ ਗੁਲਾਮ ਤਾਂ ਨੀਂ।"

ਜਗਪਾਲ ਤਾਂ ਠੰਡਾ ਹੋ ਚੁੱਕਿਆ ਸੀ ਪਰ ਉਸਦੇ ਇਹ ਲਫਜ਼ 'ਮੈਂ ਉਸਦਾ ਗੁਲਾਮ ਤਾਂ ਨੀਂ' ਬਾਹਰ ਫਿਰਦੇ ਗੁਰਦਿੱਤ ਸਿਉਂ ਦੇ ਕੰਨੀ ਪੈ ਗਏ। ਉਸਦੇ ਸੱਤੀਂ ਕੱਪੜੀਂ ਅੱਗ ਲੱਗ ਗਈ। ਉਸਦੇ ਗੁੱਸੇ ਦਾ ਗੁਬਾਰ ਫਟ ਗਿਆ। ਉਹ ਦਗੜ ਦਗੜ ਕਰਦਾ ਆਇਆ ਤੇ ਫੜਾਕ ਦੇਣੇ ਬੈਠਕ ਦਾ ਦਰਵਾਜ਼ਾ ਖੋਲ੍ਹਦਾ ਅੰਦਰ ਜਾ ਵੜਿਆ।

"ਨਾ ਕਾਕਾ ਤੂੰ ਮੇਰਾ ਗੁਲਾਮ ਕਾਹਨੂੰ ਹੋਣਾ ਸੀ, ਗੁਲਾਮ ਤਾਂ ਤੇਰਾ ਮੈਂ ਆਂ। ਅੱਜ ਪੁਲਸ ਨੇ ਮੈਨੂੰ ਘੜੀਸਿਐ ਤੇ ਕੱਲ੍ਹ ਨੂੰ ਮੇਰੀਆਂ ਧੀਆਂ ਨੂੰ ਘੜੀਸੂਗੀ।" ਗੁਰਦਿੱਤ ਸਿਉਂ ਦੀ ਆਵਾਜ਼ ਬੱਦਲ ਵਾਂਗੂੰ ਗੱਜੀ।

"ਨਾ ਮੈਂ ਕੀ ਪੁਲਸ ਨੂੰ ਸੱਦਣ ਗਿਆ ਸੀ?" ਅੱਗੋਂ ਜਗਪਾਲ ਦਾ ਗੁੱਸਾ ਵੀ ਫੁੱਟ ਪਿਆ।

"ਪੁਲਸ ਹੋਰ ਨਾ ਕਿਸੇ ਦੇ ਆ ਗਈ। ਤੂੰ ਈਂ ਦਿਸ ਗਿਆ ਉਨ੍ਹਾਂ ਨੂੰ ਜਗਤਪੁਰੇ ਵਾਲਾ ਦਸੌਂਦਾ ਸਿਉਂ ਸਫੈਦਪੋਸ਼। ਸ਼ੁਕੀਨੀਆਂ ਲਾ ਲਈਆਂ, ਕਾਲਜ 'ਚ ਘੁੰਮ ਲਿਆ ਤੇ ਨਕਸਲਬਾੜੀਆਂ ਨਾਲ ਕਰ ਲਈਆਂ ਮੀਟਿਗਾਂ। ਹੋਰ ਤੈਨੂੰ ਕੰਮ ਹੈ ਕੋਈ?" ਗੁਰਦਿੱਤ ਸਿਉਂ ਉੱਪਰ ਹੀ ਉੱਪਰ ਚੜ੍ਹਦਾ ਜਾ ਰਿਹਾ ਸੀ।

"ਤੁਸੀਂ ਦੱਸ ਦਿਉ ਕਿ ਕਿਹੜਾ ਕੰਮ ਕਰਾਂ ਫਿਰ?" ਜਗਪਾਲ ਦਾ ਪਾਰਾ ਵੀ ਚੜ੍ਹਨ ਲੱਗਿਆ।

ਪਿਉ ਪੁੱਤ ਬਹਿਸ ਰਹੇ ਸਨ। ਮਾਂ ਤੇ ਭੈਣਾਂ ਕਦੇ ਬਾਪੂ ਦੀਆਂ ਮਿੰਨਤਾਂ ਕਰਦੀਆਂ ਸਨ ਤੇ ਕਦੇ ਜਗਪਾਲ ਅੱਗੇ ਹੱਥ ਜੋੜਦੀਆਂ ਸਨ। ਮਾਮੇ ਦੀ ਵੀ ਕੋਈ ਨਹੀਂ ਸੀ ਸੁਣ ਰਿਹਾ। ਇੱਕੋ ਜਿਹੇ ਗੁੱਸੇ ਖੋਰ ਪਿਉ ਪੁੱਤ ਵਿਚਕਾਰ ਮਹਾਂਭਾਰਤ ਸ਼ੁਰੂ ਹੋ ਚੁੱਕਿਆ ਸੀ।

"ਅਸੀਂ ਸਾਰਾ ਟੱਬਰ ਕਮਾਉਂਦੇ ਮਰਗੇ ਤੇ ਤੈਨੂੰ ਇਹ ਕਰਤੂਤਾਂ ਸੁਝਦੀਆਂ ਨੇ। ਖਾ ਲਿਆ ਪੀ ਲਿਆ ਤੇ ਵਿਹਲਾ ਰਹਿ ਕੇ ਉੱਤੋਂ ਆਹ ਧਗੜੇ ਕੰਮ ਕਰ ਲਏ। ਤੈਨੂੰ ਖੁਦ ਨੂੰ ਕਮਾਉਣਾ ਪਵੇ ਤਾਂ ਪਤਾ ਲੱਗੇ ਨਾ।" ਬਾਪੂ ਨੇ ਚੋਟ ਕੀਤੀ।

"ਕਿਉਂ ਕਮਾਉਣ ਨੂੰ ਮੇਰੇ ਹੱਥ ਟੁੱਟੇ ਐ ਕਿ ਮੈਂ ਕਮਾ ਨਹੀਂ ਸਕਦਾ।" ਜਗਪਾਲ ਤੋਂ ਬਾਪੂ ਵੱਲੋਂ ਲਾਈ ਗਈ ਆਰ ਜਰੀ ਨਾ ਗਈ।

"ਫਿਰ ਕਮਾ ਕੇ ਖਾ ਨਾ ਆਪਣਾ, ਮੇਰੇ ਸਿਰ 'ਤੇ ਕਿਉਂ ਚੜ੍ਹਿਆ ਬੈਠਾ ਐਂ। ਕਿਉਂ ਇਸ ਘਰ 'ਤੇ ਬੋਝ ਬਣਿਆ ਹੋਇਐਂ। ਨਿਕਾਰਾ ਕਿਸੇ ਥਾਂ ਦਾ। ਤੇਰੀ ਇਸ ਘਰ ਨੂੰ ਕੋਈ ਲੋੜ ਨੀਂ ਐ।"

"ਜੇ ਆਹ ਗੱਲ ਐ ਤਾਂ ਫਿਰ ਸਿੱਧਾ ਕਹੋ ਨਾ।"

"ਮੈਂ ਤਾਂ ਸਿੱਧੀ ਕਹੀ ਐ, ਪਰ ਤੇਰੇ ਹੰਕਾਰੇ ਹੋਏ ਦੇ ਦਿਮਾਗ 'ਚ ਨ੍ਹੀਂ ਵੜਦੀ।"

ਗੁਰਦਿੱਤ ਸਿਉਂ ਦੇ ਮੂੰਹ 'ਚੋਂ ਅੰਗਾਰ ਵਰਸ ਰਹੇ ਸਨ।

"ਹੰਕਾਰਿਆ ਤਾਂ ਮੈਂ ਨ੍ਹੀਂ ਹਾਂ ਬਾਪੂ ਜੀ, ਪਰ ਥੋਡੀ ਗੱਲ ਦੀ ਸਮਝ ਜ਼ਰੂਰ ਆ ਗਈ।"

"ਜੇ ਸਮਝ ਆ ਈ ਗਈ ਤਾਂ ਹੁਣ ਫਿਰ ਕੀ ਵਾਜੇ ਆਲਿਆਂ ਨੂੰ ਉਡੀਕਦੈਂ?" ਬਾਪੂ ਨੇ ਆਖਰੀ ਵੰਗਾਰ ਪਾਈ।

"ਨਾਂਹ ਤੁਸੀਂ ਘਬਰਾਉ ਨਾ, ਇੱਕ ਮਿੰਟ ਦਿਉ ਬੱਸ।" ਇੰਨਾ ਕਹਿੰਦਿਆਂ ਜਗਪਾਲ ਆਪਣੇ ਕੱਪੜੇ ਲੀੜੇ ਇਕੱਠੇ ਕਰਨ ਲੱਗਿਆ। ਉਹ ਸਮਝ ਗਿਆ ਸੀ ਕਿ ਬਾਪੂ ਨੇ ਉਸਨੂੰ ਘਰੋਂ ਨਿਕਲਣ ਨੂੰ ਕਿਹਾ ਹੈ। ਉਸਨੇ ਫਟਾ ਫਟ ਪੰਜ ਸੱਤ ਕੱਪੜੇ ਇਕੱਠੇ ਕੀਤੇ ਤੇ ਘਰੋਂ ਨਿਕਲਣ ਲੱਗਿਆ। ਭੈਣਾਂ ਰੋਂਦੀਆਂ ਹੋਈਆਂ ਉਸਨੂੰ ਚੰਬੜ ਗਈਆਂ। ਮਾਂ ਮੂਹਰੇ ਹੋ ਕੇ ਉਸਨੂੰ ਰੋਕਣ ਲੱਗੀ। ਪਰ ਗੁਰਦਿੱਤ ਸਿਉਂ ਪਾਸੇ ਖੜ੍ਹਾ ਅਜੇ ਵੀ ਝੱਗ ਸੁੱਟੀ ਜਾ ਰਿਹਾ ਸੀ। ਪਹਿਲਾਂ ਜਦੋਂ ਕਦੇ ਉਹ ਗੁੱਸੇ ਦੇ 'ਚ ਕੁਛ ਬੋਲਣ ਲੱਗਦਾ ਸੀ ਤਾਂ ਜਗਪਾਲ ਬੈਠਕ ਵੱਲ ਨੂੰ ਤੁਰ ਜਾਂਦਾ ਹੁੰਦਾ ਸੀ। ਉਹ ਪੰਜ ਚਾਰ ਮਿੰਟ ਕੁਝ ਨਾ ਕੁਝ ਬੋਲਦਾ ਰਹਿੰਦਾ ਤੇ ਜਗਪਾਲ ਉਨੀ ਦੇਰ ਬੈਠਕ ਵਿੱਚ ਬੈਠਾ ਰਹਿੰਦਾ। ਫਿਰ ਥੋੜੀ ਦੇਰ ਬਾਅਦ ਬਾਪੂ ਦਾ ਗੁੱਸਾ ਢੈਲਾ ਹੋ ਜਾਂਦਾ ਤੇ ਗੱਲ ਆਈ ਗਈ ਹੋ ਜਾਂਦੀ। ਪਰ ਅੱਜ ਜਗਪਾਲ ਦੇ ਮੂੰਹਰੋਂ ਬੋਲਣ ਕਰਕੇ ਗੁਰਦਿੱਤ ਸਿਉਂ ਦੇ ਗੁੱਸੇ ਨੂੰ ਪਲੀਤਾ ਲੱਗ ਗਿਆ। ਜਿਉਂ ਜਿਉਂ ਜਗਪਾਲ ਮੂਹਰੋਂ ਬੋਲੀ ਜਾਂਦਾ ਸੀ ਤਿਉਂ ਤਿਉਂ ਉਸਦਾ ਗੁੱਸਾ ਦੂਣ ਸਵਾਇਆ ਹੋਈ ਜਾਂਦਾ ਸੀ। ਜਦੋਂ ਜਗਪਾਲ ਕੱਪੜਿਆਂ ਵਾਲਾ ਬੈਗ ਲਈ ਬੈਠਕ 'ਚੋਂ ਨਿਕਲਿਆ ਤਾਂ ਗੁਰਦਿੱਤ ਸਿਉਂ ਗੁੱਸੇ 'ਚ ਥਰਨ ਥਰਨ ਕੰਬੀ ਜਾਂਦਾ ਸੀ। ਅੱਤ ਦਾ ਗੁੱਸਾ ਹੋਣ ਕਾਰਨ ਉਸਨੂੰ ਇਹ ਵੀ ਪਤਾ ਨਹੀਂ ਸੀ ਲੱਗ ਰਿਹਾ ਕਿ ਉਹ ਬੋਲੀ ਕੀ ਜਾਂਦਾ ਹੈ। ਜਦੋਂ ਮਾਂ ਤੋਂ ਬਾਂਹ ਛੁਡਾ ਕੇ ਜਗਪਾਲ ਬਾਹਰ ਨੂੰ ਨਿਕਲਣ ਲੱਗਿਆ ਤਾਂ ਗੁਰਦਿੱਤ ਸਿਉਂ ਫਿਰ ਗਰਜਿਆ, "ਜਾਣ ਦਿਉ ਵੱਡੇ ਲਾਟ ਸਾਹਬ ਨੂੰ, ਭੁੱਖਾ ਮਰਦਾ ਆਪੇ ਮੁੜਿਆ ਆਊ।"

ਪਰ ਮਾਂ ਅਤੇ ਭੈਣਾਂ ਜਗਪਾਲ ਨੂੰ ਮੂਹਰੋਂ ਵਲਦੀਆਂ ਉਸਨੂੰ ਲਗਾਤਾਰ ਰੋਕਣ ਦੀਆਂ ਕੋਸ਼ਿਸ਼ਾਂ ਕਰੀ ਜਾ ਰਹੀਆਂ ਸਨ।

"ਮੈਂ ਕਿਹਾ ਜਾਣ ਦਿਉ ਕਪੂਤ ਨੂੰ।" ਗੁਰਦਿੱਤ ਸਿਉਂ ਗੁੱਸੇ 'ਚ ਫੁੰਕਾਰਿਆ।

"ਗਾਹਲ ਦੇਣ ਦੀ ਜਰੂਰਤ ਨ੍ਹੀਂ, ਮੈਂ ਕਪੂਤ ਨ੍ਹੀਂ ਆਂ। ਮੈਂ ਥੋਡਾ ਪੁੱਤ ਆਂ ਥੋਡਾ।"

ਗੁਰਦਿੱਤ ਸਿਉਂ ਦਾ ਗੁੱਸਾ ਸਾਉਣ ਦੇ ਮੀਂਹ ਵਾਂਗੂੰ ਥੰਮਣ ਦਾ ਨਾਂ ਨ੍ਹੀਂ ਸੀ ਲੈ ਰਿਹਾ ਅਤੇ ਆਖਰ ਉਸਨੇ ਜਗਪਾਲ ਨੂੰ ਆਰ ਜਾਂ ਪਾਰ ਹੋਣ ਦੀ ਵੰਗਾਰ ਪਾਉਂਦਿਆਂ ਉੱਚੀ ਕਿਹਾ, "ਲੈ ਸੁਣ ਲੈ ਮੇਰੀ ਗੱਲ। ਜੇ ਤੂੰ ਵਾਕਿਆ ਈ ਆਪਦੇ ਪਿਉ ਦਾ ਪੁੱਤ ਐਂ ਤਾਂ ਨਿਕਲਜਾ ਮੇਰੇ ਘਰੋਂ ਤੇ ਮੇਰੇ ਜਿਉਂਦੇ ਦੇ ਮੱਥੇ ਨਾ ਲੱਗੀਂ।"

"ਠੀਕ ਐ ਫਿਰ .....ਬਾਪੂ....ਜੀ....। ਥੋਡੇ ਜਿਉਂਦੇ ਜੀਅ ਇਸ ਘਰ 'ਚ ਪੈਰ ਪਾਉਣਾ ਤਾਂ ਦੂਰ, ਮੈਂ ਇਸ ਪਿੰਡ ਦੀ ਜੂਹ ਵਿੱਚ ਵੀ ਪੈਰ ਨਹੀਂ ਪਾਉਂਗਾ। ਮੇਰਾ ਇਹ ਵਾਅਦਾ ਰਿਹਾ ਥੋਡੇ ਨਾਲ।"

"ਹੂੰ....।"

"ਨਾਲੇ ਮੈਂ ਆਪਦੇ ਬੋਲ ਪੁਗਾ ਕੇ ਸਾਬਤ ਕਰੂੰਗਾ ਕਿ ਮੈਂ ਥੋਡਾ ਈ ਪੁੱਤ ਆਂ।" ਫਿਰ ਜਗਪਾਲ ਨੇ ਕਿਸੇ ਦੀ ਪ੍ਰਵਾਹ ਨਾ ਕੀਤੀ। ਉਸਨੇ ਭੈਣਾਂ ਨੂੰ ਤੋੜ ਕੇ ਪਰਾਂਹ ਸੁੱਟਿਆ ਤੇ ਮਾਂ ਨੂੰ ਧੱਕ ਕੇ ਪਾਸੇ ਕੀਤਾ। ਫਿਰ ਉਸਨੇ ਬੈਗ ਚੁੱਕਿਆ ਤੇ ਘਰੋਂ ਬਾਹਰ ਹੋ ਗਿਆ। ਮਾਮੇ ਨੇ ਉਨ੍ਹਾਂ ਨੂੰ ਦਿਲਾਸਾ ਦਿੱਤਾ ਕਿ ਉਹ ਉਸਨੂੰ ਕਿਧਰੇ ਨਹੀਂ ਜਾਣ ਦੇਵੇਗਾ। ਮਾਮੇ ਨੇ ਮੋਟਰ ਸਾਈਕਲ ਸਟਾਰਟ ਕੀਤਾ ਤੇ ਜਗਪਾਲ ਨੂੰ ਅੱਡੇ ਵਾਲੇ ਬੋਹੜ ਕੋਲ ਜਾ ਫੜਿਆ। ਮੋਟਰ ਸਾਈਕਲ ਪਾਸੇ ਲਾ ਕੇ ਉਸਨੇ ਜਗਪਾਲ ਨੂੰ ਬੁੱਕਲ ਵਿੱਚ ਲੈ ਲਿਆ। ਜਗਪਾਲ ਦੀਆਂ ਧਾਹਾਂ ਨਿਕਲ ਗਈਆਂ। ਫਿਰ ਮਾਮੇ ਨੇ ਵਰਾ ਤਰਾ ਕੇ ਜਗਪਾਲ ਨੂੰ ਆਪਣੇ ਨਾਲ ਬਿਠਾ ਕੇ ਮੋਟਰ ਸਾਈਕਲ ਜਗਤਪੁਰੇ ਦੇ ਰਾਹ ਪਾ ਲਿਆ। ਪਿੱਛੇ ਬੈਠੇ ਸੁਭਕਦੇ ਜਗਪਾਲ ਨੇ ਹੌਂਕਾ ਲਿਆ ਤੇ ਮੂੰਹ ਪੂੰਝ ਲਿਆ। ਮੋੜ 'ਤੇ ਪਹੁੰਚ ਕੇ ਉਸਨੇ ਹਰਾਸੀਆਂ ਨਜ਼ਰਾਂ ਨਾਲ ਪਿੱਛੇ ਨੂੰ ਮੁੜ ਕੇ ਵੇਖਿਆ। ਮੋਟਰ ਸਾਈਕਲ ਦੀ ਧੂੜ 'ਚ ਧੁੰਦਲੀਆਂ ਦਿਸਦੀਆਂ ਪਿੰਡ ਦੀਆਂ ਲਾਈਟਾਂ ਦੂਰ ਰਹਿ ਗਈਆਂ ਸਨ। ਰਾਹ ਦਾ ਮੋੜ ਮੁੜਦਿਆਂ ਉਸਦੇ ਦਿਲ ਵਿੱਚ ਚੀਸ ਜਿਹੀ ਉੱਠੀ ਤੇ ਉਸਨੇ ਮਨ 'ਚ ਸੋਚਿਆ ਕਿ ਲੈ ਬਈ ਜਗਪਾਲ ਸਿਆਂ ਮੁੜ ਕੇ ਇਸ ਪਿੰਡ ਦੀ ਜੂਹ 'ਚ ਨ੍ਹੀਂ ਵੜਨਾ। ਅੱਧੀ ਰਾਤ ਤੋਂ ਬਾਅਦ ਮਾਮਾ ਉਸਨੂੰ ਲੈ ਕੇ ਆਪਣੀ ਪੋਸਟਿੰਗ ਵਾਲੇ ਸ਼ਹਿਰ ਪਹੁੰਚਿਆ। ਅਗਲੇ ਦੋ ਤਿੰਨ ਹਫਤੇ ਜਗਪਾਲ ਮਾਮੇ ਕੋਲ ਹੀ ਰਿਹਾ। ਉਸਨੂੰ ਆਪਣੇ ਕੋਲ ਪੜ੍ਹਨ ਲਾਉਣ ਦੀ ਗੱਲ ਤਾਂ ਮਾਮੇ ਨੇ ਐਵੇਂ ਹੀ ਕਹੀ ਸੀ। ਉਸਦਾ ਅਸਲ ਇਰਾਦਾ ਤਾਂ ਉਸਨੂੰ ਕਿਸੇ ਬਾਹਰਲੇ ਮੁਲਕ ਭੇਜਣ ਦਾ ਸੀ। ਇਸਦਾ ਪ੍ਰਬੰਧ ਉਸਨੇ ਕਰ ਲਿਆ ਸੀ। ਮਾਮੇ ਨੂੰ ਪਤਾ ਸੀ ਕਿ ਜੇਕਰ ਇਹ ਇੱਥੇ ਹੀ ਰਿਹਾ ਤਾਂ ਇਸਨੇ ਫਿਰ ਲਹਿਰ ਨਾਲ ਜੁੜ ਜਾਣੈ। ਇਸ ਕਰਕੇ ਉਸਨੇ ਆਪਣੇ ਕਨੇਡਾ ਦੇ ਦੋਸਤ ਤੋਂ ਜਗਪਾਲ ਲਈ ਰਾਹਦਾਰੀ ਮੰਗਵਾ ਲਈ। ਬਾਕੀ ਸਭ ਤਾਂ ਠੀਕ ਸੀ ਪਰ ਹੁਣ ਜਗਪਾਲ ਕਨੇਡਾ ਲਈ ਨਹੀਂ ਸੀ ਮੰਨਦਾ। ਉਹ ਉਦਾਸ ਜਿਹਾ ਬੋਲਿਆ,

"ਮਾਮਾ ਜੀ ਮੈਂ ਕਨੇਡਾ ਕੀ ਕਰਨ ਜਾਣੈ?"

"ਹੋਰ ਫਿਰ ਕੀ ਕਰੇਂਗਾ, ਪਿੰਡ ਨਾ ਵੜਨ ਦੀ ਤਾਂ ਤੂੰ ਸੌਹ ਪਾ ਦਿੱਤੀ ਐ।"

"ਮੈਂ ਕੁਛ ਵੀ ਕਰ ਲਊਂ। ਪਰ ਨਾ ਮੈਂ ਕਨੇਡਾ ਜਾਣੈ ਤੇ ਨਾ ਹੀ ਪਿੰਡ ਮੁੜਨੈ।"

"ਦੇਖ ਜਗਪਾਲ ਬਾਕੀ ਗੱਲਾਂ ਤਾਂ ਬਾਅਦ ਦੀਆਂ ਨੇ ਪਰ ਕਨੇਡਾ ਤਾਂ ਤੈਨੂੰ ਇੱਕ ਵਾਰ ਜਾਣਾ ਈ ਪਊ।"

"ਉਹ ਕਿਉਂ?"

"ਉਸ ਦਿਨ ਮੈਨੂੰ ਜੈਤੋ ਵਾਲੇ ਥਾਣੇਦਾਰ ਨੇ ਦੱਸਿਆ ਸੀ ਕਿ ਤੇਰਾ ਨਾਂ ਨਕਸਲਬਾੜੀਆਂ ਦੀ ਲਿਸਟ ਵਿੱਚ ਆਉਂਦਾ ਐ। ਹੁਣ ਜੇ ਤੂੰ ਇੱਥੋਂ ਨਾ ਗਿਆ ਤਾਂ ਤੈਨੂੰ ਪੁਲਸ ਨੇ ਨ੍ਹੀਂ ਛੱਡਣਾ।" ਮਾਮੇ ਨੇ ਰਲਵਾਂ ਜਿਹਾ ਝੂਠ ਬੋਲ ਦਿੱਤਾ।

"ਜਦੋਂ ਮੈਂ ਕੀਤਾ ਹੀ ਕੁਛ ਨ੍ਹੀਂ ਤਾਂ ਪੁਲਸ ਮੈਨੂੰ ਕੀ ਕਰ ਦੇਊ?"

"ਇਸ ਵੇਲੇ ਜੋ ਹਾਲਾਤ ਇੱਥੇ ਬਣੇ ਹੋਏ ਨੇ ਉਨ੍ਹਾਂ ਮੁਤਾਬਕ ਤੇਰੀ ਨਕਸਲਬਾੜੀਆਂ ਨਾਲ ਨੇੜਤਾ ਈ ਕਾਫੀ ਵੱਡਾ ਗੁਨਾਹ ਐ।"

ਜਗਪਾਲ ਪਲ ਦੀ ਪਲ ਖਾਮੋਸ਼ ਰਿਹਾ।

"ਇਸ ਵੇਲੇ ਜੋ ਕੁਛ ਮੈਂ ਵੇਖ ਰਿਹਾਂ, ਉਹ ਤੈਨੂੰ ਨ੍ਹੀਂ ਦਿਸ ਰਿਹਾ। ਮੈਂ ਆਪਣੀ ਭੈਣ ਦਾ ਘਰ ਬਰਬਾਦ ਹੁੰਦਾ ਨ੍ਹੀਂ ਵੇਖ ਸਕਦਾ।"

ਮਾਮੇ ਦੀ ਗੱਲ ਸੁਣ ਕੇ ਜਗਪਾਲ ਸੋਚਾਂ ਵਿੱਚ ਪੈ ਗਿਆ। ਉਸਨੂੰ ਚੁੱਪ ਵੇਖ ਕੇ ਮਾਮਾ ਫਿਰ ਬੋਲਿਆ।

"ਕੇਰਾਂ ਤਾਂ ਤੈਨੂੰ ਜਾਣਾ ਈ ਪਊਗਾ। ਫਿਰ ਪੰਜ ਚਾਰ ਸਾਲਾਂ ਬਾਅਦ ਜਦੋਂ ਕੁਛ ਟਿਕਾਅ ਹੋ ਗਿਆ ਤਾਂ ਵਾਪਸ ਮੁੜ ਆਈਂ।"

"ਜ਼ਿੰਦਗੀ ਪਤਾ ਨ੍ਹੀਂ ਕੀ ਭਾਲਦੀ ਐ?" ਜਗਪਾਲ ਨਿਰਾਸਤਾ 'ਚੋਂ ਬੋਲਿਆ।

"ਇੱਕ ਵਾਰੀ ਇੱਥੋਂ ਪਾਸੇ ਹੋਜਾ, ਬਾਅਦ ਦੀ ਬਾਅਦ ਵਿੱਚ ਵੇਖੀ ਜਾਊਗੀ।"

"ਨ੍ਹੀਂ ਮਾਮਾ ਜੀ ਇਉਂ ਨ੍ਹੀਂ ....।" ਜਗਪਾਲ ਨੇ ਨੀਵੀਂ ਚੁੱਕੀ।

"ਜੇ ਤੁਸੀਂ ਮੈਨੂੰ ਇੱਥੋਂ ਕੱਢ ਕੇ ਈ ਰਾਜ਼ੀ ਓਂ ਤਾਂ ਮੇਰੀ ਵੀ ਸੁਣ ਲਉ। ਜੇ ਮੈਂ ਕੇਰਾਂ ਕਨੇਡਾ ਚਲਿਆ ਗਿਆ ਤਾਂ ਮੈਂ ਮੁੜ ਕੇ ਇੰਡੀਆ ਨ੍ਹੀਂ ਆਉਣਾ, ਮੇਰਾ ਵੀ ਇਹ ਪ੍ਰਣ ਐਂ।"

"ਤੂੰ ਕਮਲੀਆਂ ਨਾ ਮਾਰ ਤੇ ਤਿਆਰੀ ਕਰ।" ਮਾਮੇ ਨੇ ਸੋਚਿਆ ਕਿ ਕੇਰਾਂ ਇਹ ਇੱਥੋਂ ਤੁਰ ਜਾਵੇ, ਪਿੱਛੋਂ ਤਾਂ ਸਭ ਗੁੱਸੇ ਗਿੱਲੇ ਢੈਲੇ ਹੋ ਜਾਂਦੇ ਐ।

ਫਿਰ ਇੱਕ ਦਿਨ ਜਗਪਾਲ ਭਰਿਆ ਪੀਤਾ ਕਨੇਡਾ ਨੂੰ ਉਡਾਰੀ ਮਾਰ ਗਿਆ। ਉਸਦੀ ਜ਼ਿੰਦਗੀ ਦੀ ਦਿਸ਼ਾ ਹੀ ਬਦਲ ਗਈ। ਜੋ ਉਸਨੇ ਕਦੇ ਸੋਚਿਆ ਹੀ ਨਹੀਂ ਸੀ ਉਹ ਹੋ ਗਿਆ। ਉਸਨੂੰ ਅਣਜਾਣ ਰਾਹਾਂ 'ਤੇ ਤੁਰਨਾ ਪੈ ਗਿਆ। ਬਾਪੂ ਦੇ ਤਿੱਖੇ ਬਾਣਾਂ ਨੇ ਉਸ ਤੋਂ ਪਿੰਡ ਛੁਡਵਾ ਦਿੱਤਾ। ਨਵੀਂ ਧਰਤੀ 'ਕਨੇਡਾ' 'ਤੇ ਕਾਫੀ ਚਿਰ ਤਾਂ ਉਹ ਔਂਟਲਿਆ ਜਿਹਾ ਤੁਰਿਆ ਫਿਰਿਆ ਤੇ ਫਿਰ ਉਹ ਆਪੇ 'ਚ ਪਰਤਣ ਲੱਗਿਆ। ਸ਼ੁਰੂ ਵਿੱਚ ਉਹ ਟੁੱਟਵੀਆਂ ਜਿਹੀਆਂ ਨੌਕਰੀਆਂ ਕਰਦਾ ਰਿਹਾ। ਚਾਰ ਦਿਨ ਕਿਤੇ ਲਾ ਲਏ ਤੇ ਚਾਰ ਦਿਨ ਕਿਤੇ। ਆਖਰ ਉਸਨੂੰ ਕਿਸੇ ਆਰੇ 'ਤੇ ਪੱਕਾ ਕੰਮ ਮਿਲ ਗਿਆ। ਇੱਥੇ ਸ਼ਿਫਟਾਂ 'ਚ ਕੰਮ ਕਰਨਾ ਪੈਂਦਾ ਸੀ ਤੇ ਰਿਹੀਇਸ਼ ਵੀ ਆਰੇ ਦੇ ਨਾਲ ਹੀ ਸੀ। ਪੱਕਾ ਕੰਮ ਮਿਲਣ 'ਤੇ ਹੌਲੀ ਹੌਲੀ ਉਸਦੇ ਪੈਰ ਲੱਗਣ ਲੱਗੇ। ਕੋਈ ਚਾਰ ਕੁ ਮਹੀਨੇ ਲੰਘੇ ਸਨ ਜਦੋਂ ਭੈਣਾਂ ਨੇ ਮਾਮੇ ਤੋਂ ਉਸਦਾ ਅਡਰੈੱਸ ਲੈ ਕੇ ਉਸਨੂੰ ਚਿੱਠੀ ਲਿਖੀ। ਭੈਣਾਂ ਦੀ ਚਿੱਠੀ ਪੜ੍ਹ ਕੇ ਉਹ ਬਹੁਤ ਰੋਇਆ। ਫਿਰ ਜਿਉਂ ਹੀ ਉਸਨੇ ਚਿੱਠੀ ਦਾ ਜੁਆਬ ਦੇਣ ਦੀ ਸੋਚੀ ਤਾਂ ਉਸਨੂੰ ਬਾਪੂ ਦੇ ਕੌੜੇ ਬੋਲ ਯਾਦ ਆ ਗਏ। ਉਸਨੇ ਹੱਥਲਾ ਕਾਗਜ਼ ਪਾੜ ਸੁੱਟਿਆ। ਉਸ ਤੋਂ ਬਾਅਦ ਭੈਣਾਂ ਦੀਆਂ ਹੋਰ ਬੜੀਆਂ ਚਿੱਠੀਆਂ ਆਈਆਂ ਜਿਨ੍ਹਾਂ 'ਚ ਉਹ ਬੁੱਕ ਬੁੱਕ ਹੰਝੂ ਰੋਂਦੀਆਂ ਰਹਿੰਦੀਆਂ ਸਨ। ਮਾਂ ਦੀ ਮਮਤਾ ਅੱਡ ਕੁਰਲਾਹਟ ਪਾਉਂਦੀ ਹੁੰਦੀ ਸੀ। ਪਰ ਜਿਉਂ ਹੀ ਉਹ ਉਨ੍ਹਾਂ ਦਾ ਜੁਆਬ ਦੇਣ ਬਾਰੇ ਸੋਚਦਾ ਤਾਂ ਹਮੇਸ਼ਾ ਅੱਖਾਂ ਮੂਹਰੇ ਬਾਪੂ ਦਾ ਸਖਤ ਚਿਹਰਾ ਆ ਜਾਂਦਾ। ਬਾਪੂ ਦਾ ਜਿਉਂਦੇ ਜੀਅ ਮੱਥੇ ਨਾ ਲੱਗਣ ਦਾ ਸੁਣਾਇਆ ਫੈਸਲਾ ਉਸਨੂੰ ਚਿੱਠੀ ਲਿਖਣ ਤੋਂ ਰੋਕ ਦਿੰਦਾ। ਬਾਪੂ ਦਾ ਕਿਹਾ ਕਪੂਤ ਸ਼ਬਦ ਉਸਦਾ ਖੂਨ ਖੌਲਣ ਲਾ ਦਿੰਦਾ। ਕੁਝ ਦੇਰ ਬਾਅਦ ਉਸਦਾ ਮੌਜੂਦਾ ਕੰਮ ਛੁੱਟ ਗਿਆ ਤਾਂ ਉਹ ਕਿਸੇ ਠੇਕੇਦਾਰ ਨਾਲ ਲੱਗ ਕੇ ਬੇਰੀ ਤੋੜਨ ਦਾ ਕੰਮ ਕਰਨ ਲੱਗਿਆ। ਇਹ ਕੰਮ ਬਹੁਤ ਔਖਾ ਸੀ। ਪਰ ਉਹ ਕੰਮ ਚਲਾਈ ਗਿਆ। ਇਸੇ ਵਿਚਕਾਰ ਉਸਨੂੰ ਭੈਣਾਂ ਦੀ ਚਿੱਠੀ ਫਿਰ ਮਿਲੀ।

ਭੈਣਾਂ ਨੇ ਬੜੀ ਦਰਦ ਭਰੀ ਚਿੱਠੀ ਲਿਖਦਿਆਂ ਕਿਹਾ ਸੀ, "ਸਾਡਾ ਤਿੰਨੋ ਭੈਣਾਂ ਦਾ ਤੂੰ ਇੱਕੋ ਇੱਕ ਵੀਰ ਐਂ। ਸਾਡੇ ਨਾਲ ਤੂੰ ਇਉਂ ਕਿਉਂ ਕਰ ਰਿਹੈਂ। ਸਾਡਾ ਤੂੰ ਕਸੂਰ ਤਾਂ ਦੱਸ।" ਇਸ ਵੇਲੇ ਤੱਕ ਉਹ ਵੀ ਮਾਂ ਅਤੇ ਭੈਣਾਂ ਦੇ ਵਿਯੋਗ ਵਿੱਚ ਬਹੁਤ ਤੜਪ ਚੁੱਕਿਆ ਸੀ। ਉਸਨੇ ਮਾਮੇ ਦੇ ਪਤੇ 'ਤੇ ਚਿੱਠੀ ਲਿਖੀ। ਭੈਣਾਂ ਨੇ ਬਾਅਦ ਦੀ ਚਿੱਠੀ ਵਿੱਚ ਉਸਨੂੰ ਦੱਸਿਆ ਕਿ ਬਾਪੂ ਜਦੋਂ ਗੁੱਸੇ 'ਚ ਹੁੰਦਾ ਹੈ ਤਾਂ ਘਰੇ ਤੇਰਾ ਨਾਂ ਵੀ ਨਹੀਂ ਲੈਣ ਦਿੰਦਾ। ਪਰ ਜਦੋਂ ਗੁੱਸਾ ਉੱਤਰ ਜਾਂਦਾ ਹੈ ਤਾਂ ਸਾਰਾ ਸਾਰਾ ਦਿਨ ਖੇਸ ਲੈ ਕੇ ਸਬਾਤ 'ਚ ਪਿਆ ਰਹਿੰਦਾ ਹੈ। ਕਈ ਵਾਰ ਮਾਂ ਨੂੰ ਕਹਿ ਵੀ ਦਿੰਦਾ ਹੈ ਕਿ ਫਿਰ ਕੀ ਹੋ ਗਿਆ ਜੇ ਉਸਨੇ ਕੁਛ ਕਹਿ ਦਿੱਤਾ ਸੀ, ਆਖਰ ਉਸਦਾ ਪਿਉ ਆਂ। ਫਿਰ ਮਾਂ ਕਹਿ ਦਿੰਦੀ ਐ ਕਿ ਤੂੰ ਉਸਨੂੰ ਗਾਹਲ ਈ ਅਜਿਹੀ ਦਿੱਤੀ ਸੀ ਕਿ ਉਸਨੂੰ ਘਰੇ ਆਉਣ ਜੋਗਾ ਛੱਡਿਆ ਈ ਨ੍ਹੀਂ। ਜੇਕਰ ਉਹ ਘਰੇ ਆਉਂਦਾ ਐ ਤਾਂ ਉਹ ਕਪੂਤ ਵਜਦੈ। ਬਿਨਾ ਈ ਕਸੂਰੋਂ ਮੇਰਾ ਪੁੱਤ ਪ੍ਰਦੇਸੀਂ ਧੱਕੇ ਖਾਂਦਾ ਫਿਰਦੈ। ਇੰਨਾ ਕਹਿੰਦਿਆਂ ਮਾਂ ਰੋਣ ਲੱਗ ਪੈਂਦੀ ਐ ਤਾਂ ਬਾਪੂ ਫਿਰ ਗੁੱਸੇ 'ਚ ਆ ਕੇ ਗਾਹਲਾਂ ਕੱਢਣ ਲੱਗ ਪੈਂਦੈ। ਕਹਿਣ ਲੱਗ ਪੈਂਦਾ ਐ ਕਿ ਜੇ ਉਸਨੂੰ ਕੋਈ ਪ੍ਰਵਾਹ ਨਹੀਂ ਤਾਂ ਮੈਨੂੰ ਵੀ ਕੋਈ ਫਰਕ ਨਹੀਂ ਪੈਂਦਾ। ਮੈਨੂੰ ਉਸਦੀ ਕੋਈ ਲੋੜ ਨਹੀਂ ਜਿੱਥੇ ਮਰਜ਼ੀ ਧੱਕੇ ਖਾਵੇ।

ਇਸ ਤਰ੍ਹਾਂ ਪਿਉ ਅਤੇ ਪੁੱਤਰ ਦੇ ਵਿਚਕਾਰ ਪੈਦਾ ਹੋ ਚੁੱਕੀ ਦਰਾਰ ਹੋਰ ਡੂੰਘੀ ਹੁੰਦੀ ਗਈ। ਫਿਰ ਇੱਕ ਦਿਨ ਭੈਣ ਦੀ ਚਿੱਠੀ ਤੋਂ ਹੀ ਉਸਨੂੰ ਪਤਾ ਲੱਗਿਆ ਕਿ ਵੱਡੀ ਭੈਣ ਦਾ ਵਿਆਹ ਹੈ। ਉਸਨੇ ਮਾਮੇ ਦੇ ਪਤੇ 'ਤੇ ਵਿਆਹ ਲਈ ਕੁਛ ਪੈਸੇ ਭੇਜੇ। ਮਾਮੇ ਤੋਂ ਜਗਪਾਲ ਵੱਲੋਂ ਭੇਜੇ ਪੈਸਿਆਂ ਬਾਰੇ ਸੁਣਦਿਆਂ ਹੀ ਬਾਪੂ ਭੜਕ ਉੱਠਿਆ, "ਕਹਿ ਦਈਂ ਉਸ ਕਪੂਤ ਨੂੰ ਕਿ ਮੈਨੂੰ ਨ੍ਹੀਂ ਉਸਦੇ ਪੈਸੇ ਚਾਹੀਦੇ।"

"ਤੇਰੇ ਇਹਨਾ ਕੜਬੇ ਬੋਲਾਂ ਨੇ ਈ ਪਹਿਲਾਂ ਪੁਆੜੇ ਪਾਏ ਐ।" ਮਾਮੇ ਨੇ ਵੀ ਗੁੱਸੇ ਵਿੱਚ ਸੱਚੀ ਗੱਲ ਕਹਿ ਦਿੱਤੀ ਤਾਂ ਗੁਰਦਿੱਤ ਸਿਉਂ ਉਸਦੇ ਗਲ ਪੈ ਗਿਆ।

"ਥੋਡੇ ਪਿਉ ਪੁੱਤ ਦਾ ਮਾਮਲਾ ਐ। ਮੈਂ ਵਿੱਚੋਂ ਕੀ ਲੈਣਾ ਐਂ।" ਇੰਨਾ ਸੁਣਾਉਂਦਿਆਂ ਮਾਮਾ ਪਾਸੇ ਹੋ ਗਿਆ। ਉਂਝ ਉਹ ਸਮਝਦਾ ਸੀ ਕਿ ਜਦੋਂ ਈਂ ਇੱਕ ਜਣਾ ਢੈਲਾ ਹੋਣ ਲੱਗਦੈ ਤਾਂ ਉਦੋਂ ਨੂੰ ਦੂਸਰਾ ਟੀਂਡਰ ਜਾਂਦਾ ਐ। ਉਹ ਲੱਖ ਚਾਹ ਕੇ ਵੀ ਪਿਉ ਪੁੱਤ ਦੀ ਸੁਲਾਹ ਨਾ ਕਰਵਾ ਸਕਿਆ। ਉੱਧਰ ਜਦੋਂ ਜਗਪਾਲ ਨੂੰ ਬਾਪੂ ਦੇ ਇਸ ਵਤੀਰੇ ਦਾ ਪਤਾ ਲੱਗਿਆ ਤਾਂ ਉਸਦਾ ਕਾਲਜਾ ਵਲੂੰਦਰਿਆ ਗਿਆ। ਉਸਦੇ ਅਹਿਕਾਰ ਨੂੰ ਵੀ ਡੂੰਘੀ ਚੋਟ ਪਹੁੰਚੀ। ਬਾਪੂ ਪ੍ਰਤੀ ਉਸਦਾ ਨਜ਼ਰੀਆ ਹੋਰ ਵੀ ਸਖਤ ਹੀ ਗਿਆ। ਇਸ ਤਰ੍ਹਾਂ ਕੁਝ ਸਮਾ ਹੋਰ ਲੰਘ ਗਿਆ। ਫਿਰ ਦੂਸਰੀ ਭੈਣ ਦਾ ਵਿਆਹ ਰੱਖ ਦਿੱਤਾ ਗਿਆ। ਇਸ ਵਾਰ ਪੈਸੇ ਭੇਜਣ ਤੋਂ ਪਹਿਲਾਂ ਜਗਪਾਲ ਨੇ ਮਾਮੇ ਨੂੰ ਪੁੱਛਿਆ। ਮਾਮੇ ਨੇ ਅਗਾਂਹ ਗੁਰਦਿੱਤ ਸਿਉਂ ਨੂੰ ਟੋਹਿਆ। ਪਰ ਇਹ ਗੱਲ ਸੁਣਦਿਆਂ ਹੀ ਉਸਦਾ ਗੁੱਸਾ ਫਿਰ ਭੜਕ ਉੱਠਿਆ ਤੇ ਉਹ ਜਗਪਾਲ ਨੂੰ ਅਵਾ ਤਵਾ ਬੋਲਦਾ ਰਿਹਾ। ਜਗਪਾਲ ਵੀ ਜ਼ਹਿਰ ਦਾ ਘੁੱਟ ਪੀ ਕੇ ਰਹਿ ਗਿਆ। ਉਸਤੋਂ ਅਗਲੇ ਸਾਲ ਤੀਸਰੀ ਭੈਣ ਦੇ ਵਿਆਹ ਵੇਲੇ ਜਗਪਾਲ ਨਾਲ ਕਿਸੇ ਨੇ ਗੱਲ ਹੀ ਨਾ ਕੀਤੀ। ਸਾਲ ਸਾਲ ਦੇ ਫਰਕ ਨਾਲ ਤਿੰਨੋਂ ਭੈਣਾਂ ਵਿਆਹੀਆਂ ਗਈਆਂ। ਭਰਾ ਦੇ ਹੁੰਦਿਆਂ ਸੁੰਦਿਆਂ, ਤਿੰਨੋਂ ਭੈਣਾਂ ਭਰਾ ਦੀ ਯਾਦ ਵਿੱਚ ਤੜਪਦੀਆਂ ਆਪੋ ਆਪਣੇ ਘਰਾਂ ਨੂੰ ਚਲੀਆਂ ਗਈਆਂ। ਭੈਣਾਂ

ਆਪਣੇ ਘਰਾਂ ਦੀਆਂ ਹੋ ਗਈਆਂ ਤਾਂ ਉਹਨਾ ਵੱਲੋਂ ਹੌਲੀ ਹੌਲੀ ਚਿੱਠੀਆਂ ਦਾ ਸਿਲਸਲਾ ਵੀ ਬੰਦ ਹੋ ਗਿਆ। ਹੁਣ ਪਿੰਡ ਸਿਰਫ ਮਾਂ ਰਹਿ ਗਈ ਸੀ ਜਿਹੜੀ ਕਿ ਗੁਰਦਿੱਤ ਸਿਉਂ ਤੋਂ ਚੋਰੀਉਂ ਕਦੇ ਕਦਾਈਂ ਜਗਪਾਲ ਨੂੰ ਚਿੱਠੀ ਲਿਖਵਾਉਂਦੀ ਹੁੰਦੀ ਸੀ। ਹੌਲੀ ਹੌਲੀ ਇਹ ਕਰਮ ਵੀ ਘਟਦਾ ਘਟਦਾ ਅਖੀਰ ਬੰਦ ਹੋ ਗਿਆ। ਫਿਰ ਸਾਲਾਂ ਦੇ ਸਾਲ ਬੀਤ ਗਏ। ਜਵਾਨ ਪੁੱਤ ਦੇ ਹੁੰਦਿਆਂ ਸੁੰਦਿਆਂ ਘਰ ਮੜ੍ਹੀਆਂ ਬਣ ਗਿਆ। ਮਾਂ ਅਤੇ ਬਾਪੂ ਤੋਂ ਬਿਨਾ ਹੁਣ ਘਰੇ ਕੌਣ ਰਹਿ ਗਿਆ ਸੀ। ਅੰਦਰ ਤਾਂ ਗੁਰਦਿੱਤ ਸਿਉਂ ਦੇ ਵੀ ਕੁਝ ਨਹੀਂ ਬਚਿਆ ਸੀ। ਉਹ ਸੁੱਕ ਕੇ ਕਾਂਟਾ ਬਣ ਗਿਆ ਸੀ। ਉਸਦੀਆਂ ਅੱਖਾਂ ਅੰਦਰ ਨੂੰ ਧਸ ਗਈਆਂ ਸਨ ਜਿਹਨਾ 'ਚੋਂ ਸਾਰਾ ਦਿਨ ਕੌੜਾ ਪਾਣੀ ਡੁੱਲ੍ਹ ਡੁੱਲ੍ਹ ਕੇ ਬੱਗੀ ਦਾਹੜੀ 'ਚ ਪੈਂਦਾ ਰਹਿੰਦਾ ਸੀ। ਮਾਂ ਪੁੱਤ ਦੀ ਯਾਦ ਵਿੱਚ ਅੰਦਰੇ ਅੰਦਰ ਧੁਖਦੀ ਉਈਂ ਕਰੰਗ ਬਣ ਗਈ। ਹੱਡੀਆਂ ਦੀ ਮੁੱਠ ਬਣੀ ਮਾਂ ਟੋਹ ਟੋਹ ਕੇ ਮਸਾਂ ਈ ਵੇਲਾ ਪੂਰਾ ਕਰਦੀ ਸੀ।

ਉੱਧਰ ਜਗਪਾਲ ਪਿੱਛੇ ਜਾਣਾ ਤਾਂ ਦੂਰ, ਉਸਨੇ ਤਾਂ ਪਿੱਛੇ ਬਾਰੇ ਸੋਚਣਾ ਹੀ ਛੱਡ ਦਿੱਤਾ ਸੀ। ਪਿੱਛੇ ਨਾ ਮੁੜਨ ਦੇ ਕਸਮਾਂ ਵਾਅਦੇ ਉਸਦੀ ਮਨ 'ਤੇ ਪੱਕੇ ਉਕਰੇ ਗਏ ਸਨ। ਉਸਨੇ ਇੱਧਰੇ ਹੀ ਵਿਆਹ ਕਰਵਾ ਲਿਆ ਸੀ। ਵਿਆਹ ਹੋਣ ਤੋਂ ਬਾਅਦ ਜਗਪਾਲ ਆਪਣੇ ਪਰਿਵਾਰ ਵਿੱਚ ਪਰਚਣ ਲੱਗਿਆ। ਦੋਨੋ ਮੀਆਂ ਬੀਵੀ ਜੀਅ ਤੋੜ ਕੇ ਕੰਮ ਕਰਦੇ। ਉਹਨਾ ਨੇ ਆਪਣਾ ਘਰ ਲੈ ਲਿਆ। ਜਗਪਾਲ ਹੁਣ ਟੈਕਸੀ ਚਲਾਉਂਦਾ ਸੀ। ਸਮੇਂ ਦੇ ਚਲਦਿਆਂ ਉਸਦੇ ਘਰ ਦੋ ਮੁੰਡੇ ਅਤੇ ਇੱਕ ਕੁੜੀ ਨੇ ਜਨਮ ਲਿਆ। ਕੁਝ ਕੁ ਤਾਂ ਉਹ ਪਹਿਲਾਂ ਹੀ ਕਾਫੀ ਕੰਮ ਕਰਦਾ ਸੀ ਫਿਰ ਦੂਜਿਆਂ ਦੀ ਵੇਖਾ ਵੇਖੀ ਉਸ ਉਪਰ ਵੀ ਆਪਣਾ ਕੋਈ ਕੰਮ ਧੰਦਾ ਕਰਨ ਦੀ ਧੁਨ ਸਵਾਰ ਹੋ ਗਈ। ਉਹ ਜੀਅ ਤੋੜ ਕੇ ਕੰਮ ਕਰਨ ਲੱਗਿਆ। ਆਖਰ ਉਸਦੀ ਮਿਹਨਤ ਰੰਗ ਲਿਆਈ ਅਤੇ ਉਸ ਕੋਲ ਕਾਫੀ ਪੈਸਾ ਜਮ੍ਹਾਂ ਹੋ ਗਿਆ। ਇਸੇ ਦੀ ਬਦੌਲਤ ਉਸਨੇ ਇੱਕ ਗਰਾਸਰੀ ਸਟੋਰ ਖਰੀਦ ਲਿਆ। ਫਿਰ ਸਾਰੇ ਟੱਬਰ ਨੇ ਦਿਨ ਰਾਤ ਮਿਹਨਤ ਕਰਦਿਆਂ ਇਸ ਸਟੋਰ ਦੀ ਕੁਝ ਹੀ ਮਹੀਨਿਆਂ ਵਿੱਚ ਵਿਕਰੀ ਦੁੱਗਣੀ ਕਰ ਦਿੱਤੀ। ਉਦੋਂ ਹੀ ਉਸਨੂੰ ਸਟੋਰ ਦੀ ਵਧੀਆ ਆਫਰ ਆ ਗਈ ਤੇ ਉਸਨੇ ਚੰਗੇ ਮੁਨਾਫੇ 'ਤੇ ਇਹ ਸਟੋਰ ਵੇਚ ਦਿੱਤਾ। ਨਾਲ ਦੀ ਨਾਲ ਈ ਉਸਨੇ ਸ਼ਰਾਬ ਦਾ ਠੇਕਾ ਖਰੀਦ ਲਿਆ। ਸ਼ਰਾਬ ਦੇ ਠੇਕੇ ਦੀ ਬਹੁਤ ਆਮਦਨੀ ਸੀ ਤੇ ਇੱਥੋਂ ਹੀ ਉਹ ਉੱਪਰ ਉਠਣ ਲੱਗਿਆ। ਇਸ ਤਰਾਂ ਇੱਕ ਤੋਂ ਦੋ ਤੇ ਫਿਰ ਦੋ ਤੋਂ ਚਾਰ ਕਰਕੇ ਉਸਦੇ ਸਟੋਰਾਂ ਦੀ ਗਿਣਤੀ ਵਧਣ ਲੱਗੀ। ਪੈਸਾ ਹੱਥ ਆਇਆ ਤਾਂ ਉਸਨੇ ਕੈਸ਼ ਨਾਲ ਸਸਤੇ ਬਿਜ਼ਨਸ ਖਰੀਦ ਕੇ ਅਗਾਂਹ ਮਹਿੰਗੇ ਭਾਅ ਵੇਚਣੇ ਸ਼ੁਰੂ ਕਰ ਦਿੱਤੇ। ਇਸੇ ਤਰ੍ਹਾਂ ਉਸਨੇ ਦਫਤਰੀ ਇਮਾਰਤਾਂ ਦੀ ਖਰੀਦੋ ਫਰੋਖਤ ਸ਼ੁਰੂ ਕਰ ਦਿੱਤੀ। ਖਾਲੀ ਪਏ ਪਲਾਟ ਖਰੀਦ ਕੇ, ਉਨ੍ਹਾਂ ਉੱਪਰ ਘਰ ਬਣਾ ਕੇ ਵੇਚਣ ਲੱਗਿਆ। ਇਸੇ ਤਰ੍ਹਾਂ ਉਸਦਾ ਕੰਮ ਵਧਦਾ ਗਿਆ। ਕੁਝ ਕੁ ਸਾਲਾਂ ਵਿੱਚ ਹੀ ਉਸਦੀ ਗਿਣਤੀ ਚੋਟੀ ਦੇ ਅਮੀਰਾਂ ਵਿੱਚ ਹੋਣ ਲੱਗੀ। ਹੋਰ ਤਾਂ ਉਸਨੂੰ ਹੁਣ ਕੋਈ ਕਮੀ ਨਹੀਂ ਸੀ ਰਹੀ, ਪਰ ਇੱਕ ਉਸਨੂੰ ਪੱਕੀ ਬਿਮਾਰੀ ਲੱਗ ਗਈ। ਉਹ ਇਹ ਸੀ ਕਿ ਇੱਥੇ ਦਾ ਪੌਣ ਪਾਣੀ ਕਦੇ ਵੀ ਉਸਨੂੰ ਮਾਫਕ ਨਹੀਂ ਆਇਆ ਸੀ। ਮਾੜੀ ਜਿਹੀ ਹਵਾ ਲੱਗਦਿਆਂ ਈਂ ਉਸਦਾ ਨੱਕ ਵਗਣ ਲੱਗਦਾ ਸੀ। ਨਾਲ ਹੀ ਛਿੱਕਾਂ ਸ਼ੁਰੂ ਹੋ ਜਾਂਦੀਆਂ ਸਨ। ਇਸ ਬਿਮਾਰੀ ਦਾ ਕੋਈ ਪੱਕਾ ਇਲਾਜ ਨਹੀਂ ਸੀ। ਇਹ ਤਾਂ ਉਸਦੀ

ਜ਼ਿੰਦਗੀ ਦਾ ਹਿਸਾ ਬਣ ਗਈ। ਪਰ ਜਗਪਾਲ ਅਜਿਹੀਆਂ ਗੱਲਾਂ ਦੀ ਹੁਣ ਪ੍ਰਵਾਹ ਨਹੀਂ ਸੀ ਕਰਦਾ। ਉਹ ਕਹਿੰਦਾ ਕਹਾਉਂਦਾ ਬਿਜ਼ਨਸਮੈਨ ਬਣ ਗਿਆ ਸੀ। ਬਿਜ਼ਨਸ 'ਚੋਂ ਉਸਨੂੰ ਬੇਹਿਸਾਬੀ ਕਮਾਈ ਹੁੰਦੀ ਸੀ। ਮਹਿਲ ਜਿੱਡਾ ਉਸਦਾ ਘਰ ਸੀ। ਘਰੇ ਮਹਿੰਗੀਆਂ ਕਾਰਾਂ ਸਨ। ਘਰੇ ਹਰ ਨਵੀਨਤਮ ਸੁਵਿਧਾ ਸੀ। ਪੰਜਾਬੀ ਭਾਈਚਾਰੇ ਵਿੱਚ ਉਸਦਾ ਪੂਰਾ ਨਾਮ ਸੀ। ਨਿੱਤ ਦਿਨ ਪਾਰਟੀਆਂ ਕਰਨਾ, ਗੁਲਸ਼ਰਰੇ ਉਡਾਉਣਾ ਤੇ ਮਨ ਆਈਆਂ ਕਰਨਾ ਇਹ ਉਸਦੀ ਨਿੱਤ ਪ੍ਰਤਾ ਦੀ ਸ਼ਾਹੀ ਜ਼ਿੰਦਗੀ ਸੀ। ਅੱਜ ਦੀ ਘੜੀ ਉਸਨੂੰ ਰੱਬ ਯਾਦ ਨਹੀਂ ਸੀ। ਇੰਡੀਆ ਨਾ ਜਾਣ ਦੀ ਤਾਂ ਉਸਨੇ ਪਹਿਲਾਂ ਹੀ ਸੌਂਹ ਖਾਧੀ ਹੋਈ ਸੀ ਤੇ ਉੱਪਰੋਂ ਉਸਦੀ ਅਮੀਰੀ ਨੇ ਉਸਦੇ ਧੌਣ ਵਿਚਲਾ ਕਿੱਲਾ ਹੋਰ ਮਜ਼ਬੂਤ ਕਰ ਦਿੱਤਾ। ਹੁਣ ਕਦੇ ਇੰਡੀਆ ਦੀ ਗੱਲ ਚੱਲ ਪੈਂਦੀ ਤਾਂ ਉਹ ਸੌ ਨੱਕ ਬੁੱਲ੍ਹ ਚੜ੍ਹਾਉਂਦਾ ਕਹਿੰਦਾ ਕਿ ਇੰਡੀਆ ਕੀ ਐ, ਮਿੱਟੀ ਘੱਟਾ ਤੇ ਗੰਦਗੀ। ਕੀ ਐ ਉੱਥੇ, ਉਹ ਇੱਕ ਪਛੜਿਆ ਤੇ ਘਟੀਆ ਮੁਲਕ ਐ। ਹੁਣ ਪਿੰਡ ਜਾਂ ਘਰ ਪਰਿਵਾਰ ਵਾਲਿਆਂ ਨੂੰ, ਉਹ ਸਭ ਨੂੰ ਭੁੱਲ ਭੁਲਾ ਗਿਆ ਸੀ।

ਉੱਧਰ ਪਿੰਡ ਬੈਠੀ ਮਾਂ ਜਗਪਾਲ ਨੂੰ ਨਿੱਤ ਦਿਨ ਉਡੀਕਦੀ ਸੀ। ਚੌਵੀ ਘੰਟੇ ਉਸਦੇ ਮਨ 'ਚ ਜਗਪਾਲ ਘੁੰਮਦਾ ਰਹਿੰਦਾ। ਸਾਲਾਂ ਦੇ ਸਾਲ ਪੁੱਤ ਨੂੰ ਉਡੀਕਦਿਆਂ ਲੰਘ ਗਏ, ਪਰ ਉਹ ਮੁੜ ਕੇ ਨਾ ਆਇਆ। ਪੁੱਤ ਦੇ ਵਿਯੋਗ ਵਿੱਚ ਮਾਂ ਅੰਨ੍ਹੀ ਹੋ ਗਈ। ਹੁਣ ਤਾਂ ਲੱਗਦਾ ਸੀ ਕਿ ਉਸਦਾ ਦਿਮਾਗ ਵੀ ਥਾਂ ਸਿਰ ਨਹੀਂ ਸੀ ਰਿਹਾ। ਅੱਖਾਂ ਤੋਂ ਆਹਰੀ ਹੋਈ ਮਾਂ ਮੰਜੇ ਜੋਗੀ ਰਹਿ ਗਈ। ਮੰਜੇ 'ਤੇ ਬੈਠੀ ਸਾਰਾ ਦਿਨ ਉਹ ਆਪਣੇ ਆਪ ਨਾਲ ਹੀ ਜਗਪਾਲ ਦੀਆਂ ਗੱਲਾਂ ਕਰੀ ਜਾਂਦੀ। ਗੁਰਦਿੱਤ ਸਿਉਂ ਵੀ ਸਾਰਾ ਦਿਨ ਮੰਜੇ 'ਤੇ ਬੈਠਾ ਸੁੰਨੇ ਘਰ ਦੀਆਂ ਕੰਧਾਂ ਨੂੰ ਘੂਰਦਾ ਰਹਿੰਦਾ। ਕਦੇ ਉਹ ਜਗਪਾਲ ਨੂੰ ਉੱਚੀ ਉੱਚੀ ਗਾਹਲਾਂ ਦੇਣ ਲੱਗਦਾ ਤੇ ਕਦੇ ਉਸਦੀਆਂ ਅੱਖਾਂ 'ਚੋਂ ਪਰਲ ਪਰਲ ਹੰਝੂ ਵਗੀ ਜਾਂਦੇ। ਦੋਨਾਂ ਜੀਆਂ ਤੋਂ ਬਿਨਾ ਘਰੇ ਕੋਈ ਨਹੀਂ ਸੀ। ਇੱਕ ਬੈਠਕ ਨੂੰ ਛੱਡ ਕੇ ਬਾਕੀ ਕਮਰਿਆਂ ਨੂੰ ਜਿੰਦਰੇ ਲੱਗੇ ਹੋਏ ਸਨ। ਗੁਰਦਿੱਤ ਸਿਉਂ ਦਾ ਇੱਕ ਭਲਾਮਾਣਸ ਭਤੀਜਾ ਹੀ ਉਹਨਾ ਨੂੰ ਸੰਭਾਲਦਾ ਸੀ। ਉਸਨੂੰ ਇਹ ਲਾਲਚ ਸੀ ਕਿ ਚਾਚੇ ਦੀ ਸਾਰੀ ਜ਼ਮੀਨ ਸਸਤੀ ਠੇਕੇ 'ਤੇ ਮਿਲ ਜਾਂਦੀ ਸੀ। ਉਸਦੀ ਘਰਵਾਲੀ ਵੀ ਚੰਗੀ ਸੀ ਜੋ ਰੋਟੀ ਟੁੱਕ ਤੋਂ ਲੈ ਕੇ ਕੱਪੜਾ ਲੱਤਾ ਧੋਣ ਦਾ ਸਾਰਾ ਕੰਮ ਕਰਦੀ ਸੀ। ਮਾਮਾ ਮਹਿੰਦਰ ਸਾਲ ਛਿਮਾਹੀਂ ਗੇੜਾ ਮਾਰਦਾ। ਉਹੀ ਸਾਲ ਦੇ ਅਖੀਰ 'ਤੇ ਬਾਪੂ ਦੀ ਜਮੀਨ ਠੇਕੇ 'ਤੇ ਦੇ ਕੇ ਕੁਛ ਪੈਸੇ ਕੁੜੀਆਂ ਨੂੰ ਦੇ ਦਿੰਦਾ ਤੇ ਬਾਕੀ ਬਚਿਆਂ 'ਚੋਂ ਕੁਝ ਖਰਚੇ ਲਈ ਰੱਖ ਕੇ ਬਚਦੇ ਪੈਸੇ ਬੈਂਕ 'ਚ ਜਮ੍ਹਾਂ ਕਰਵਾ ਦਿੰਦਾ।

ਭੈਣਾਂ ਨੇ ਬਹੁਤ ਸਾਲ ਵੀਰ ਨੂੰ ਉਡੀਕਿਆ, ਪਰ ਉਹ ਆਉਣ ਵੇਲੇ ਨਾ ਆਇਆ ਤੇ ਹੁਣ ਉਸਨੇ ਕੀ ਆਉਣਾ ਸੀ। ਵੱਡੀ ਦੇ ਕਈ ਸਾਲ ਕੋਈ ਉਲਾਦ ਨਾ ਹੋਈ। ਉਸਦੇ ਸੌਹਰਿਆਂ ਨੇ ਆਪਣੇ ਮੁੰਡੇ ਨੂੰ ਦੁਬਾਰਾ ਵਿਆਹੁਣ ਲਈ ਕੁੜੀ ਨੂੰ ਜ਼ਹਿਰ ਦੇ ਕੇ ਮਾਰ ਦਿੱਤਾ। ਉਨ੍ਹਾਂ ਨੂੰ ਫੁੱਲ ਦੀ ਨਾ ਲੱਗੀ। ਉਦੋਂ ਲੋਕਾਂ ਨੇ ਜਗਪਾਲ ਨੂੰ ਯਾਦ ਕੀਤਾ ਕਿ ਸਕੇ ਭਰਾਵਾਂ ਬਿਨਾ ਕੌਣ ਸਾਰ ਲੈਂਦਾ ਹੈ। ਉਸਤੋਂ ਛੋਟੀ ਕਿਸੇ ਐਕਸੀਡੈਂਟ 'ਚ ਮਾਰੀ ਗਈ। ਸਾਰਿਆਂ ਤੋਂ ਛੋਟੀ ਇਨ੍ਹਾਂ ਅਣਹੋਣੀਆਂ ਨੂੰ ਨਾ ਸਹਾਰ ਸਕੀ ਤੇ ਉਸ ਉੱਪਰ ਦਿਮਾਗੀ ਬੋਝ ਪੈ ਗਿਆ। ਉਸਦੇ ਘਰਵਾਲਾ ਉਸਨੂੰ ਵੀ ਮਰੀ ਹੀ ਭਾਲਦਾ ਸੀ ਕਿਉਂਕਿ ਉਸਦੀ ਅੱਖ ਗੁਰਦਿੱਤ ਸਿਉਂ

ਦੀ ਜਮੀਨ 'ਤੇ ਸੀ। ਉਹ ਵੀ ਮਾਮੇ ਮਹਿੰਦਰ ਤੋਂ ਡਰਦਾ ਈ ਚੁੱਪ ਸੀ। ਮਾਂ ਦੀ ਨਿਗਾਹ ਤਾਂ ਪਹਿਲਾਂ ਈ ਜਾਂਦੀ ਰਹੀ ਸੀ ਤੇ ਫਿਰ ਅਖੀਰੀ ਉਮਰ 'ਚ ਉਸਨੂੰ ਕੈਂਸਰ ਹੋ ਗਿਆ। ਮਾਮਾ ਉਸਨੂੰ ਸ਼ਹਿਰ ਦੇ ਹਸਪਤਾਲ ਲੈ ਗਿਆ। ਡਾਕਟਰਾਂ ਮੁਤਾਬਕ ਹੁਣ ਤਾਂ ਉਹ ਗਿਣਤੀ ਦੇ ਦਿਨ ਈ ਗਿਣ ਰਹੀ ਸੀ। ਮਾਂ ਪੁੱਤ ਦੇ ਵਿਯੋਗ 'ਚ ਜਮਾ ਈ ਕਮਲੀ ਹੋ ਗਈ ਸੀ। ਹਸਪਤਾਲ 'ਚ ਪਈ ਉਹ ਸਾਰਾ ਦਿਨ ਆਪ ਮੁਹਾਰੇ ਬੋਲੀ ਜਾਂਦੀ। ਕਦੇ ਕਹਿੰਦੀ 'ਜਗਪਾਲ ਆ ਗਿਆ, ਜਗਪਾਲ ਆ ਗਿਆ। ਕਦੇ ਕਹਿੰਦੀ ਬੁਲਾਉ ਜਗਪਾਲ ਨੂੰ। ਕਦੇ ਕਹਿੰਦੀ ਵੇ ਜਗਪਾਲ ਪੁੱਤ ਮੇਰੇ ਸਿਰਹਾਣੇ ਬੈਠ ਕੇ ਮੇਰਾ ਸਿਰ ਘੁੱਟ, ਸਿਰ 'ਚ ਬੜੀ ਪੀੜ ਹੁੰਦੀ ਐ।'

"ਇਹ ਜਗਪਾਲ ਕੌਣ ਐਂ ?" ਇੱਕ ਦਿਨ ਟੀਕਾ ਲਾਉਂਦੇ ਡਾਕਟਰ ਨੇ ਪੁੱਛਿਆ।

"ਮੇਰਾ ਭਾਣਜਾ ਐ ਤੇ ਇਸਦਾ ਪੁੱਤਰ।" ਮਾਮੇ ਨੇ ਮਾਂ ਵੱਲ ਇਸ਼ਾਰਾ ਕਰਦਿਆਂ ਦੱਸਿਆ।

"ਉਸਨੂੰ ਬੁਲਾ ਲਉ ਤਾਂ ਕਿ ਇਸ ਵਿਚਾਰੀ ਦੀ ਜਾਨ ਜ਼ਰਾ ਸੁਖਾਲੀ ਨਿੱਕਲ ਜਾਏ।"

ਡਾਕਟਰ ਨੇ ਹਮਦਰਦੀ ਜਿਤਾਈ ਪਰ ਮਾਮਾ ਕੁਛ ਨਾ ਬੋਲਿਆ।

"ਕਿੱਥੇ ਐ ਉਹ ?" ਡਾਕਟਰ ਨੇ ਫਿਰ ਪੁੱਛਿਆ।

"ਉਹ ਤਾਂ ਤੀਹ ਪੈਂਤੀ ਸਾਲ ਪਹਿਲਾਂ ਮਰ ਗਿਆ ਸੀ।" ਨਫਰਤ 'ਚ ਬੋਲਦਿਆਂ ਮਾਮੇ ਨੇ ਪਰ੍ਹਾਂ ਮੂੰਹ ਕਰ ਲਿਆ। ਮਾਮਾ ਵੀ ਹੁਣ ਜਗਪਾਲ 'ਤੇ ਬਹੁਤ ਔਖਾ ਸੀ। ਉਹ ਕਿੰਨੇ ਈ ਸਾਲਾਂ ਤੋਂ ਜਗਪਾਲ ਨੂੰ ਸੁਨੇਹੇ ਭਿਜਵਾਉਂਦਾ ਆ ਰਿਹਾ ਸੀ ਕਿ ਉਸਦੇ ਮਾਂ ਪਿਉ ਬਿਰਧ ਅਵੱਸਥਾ 'ਚ ਪਹੁੰਚ ਚੁੱਕੇ ਹਨ ਤੇ ਉਹ ਆ ਕੇ ਉਹਨਾ ਦੀ ਸੰਭਾਲ ਕਰੇ। ਪਰ ਜਗਪਾਲ ਨੇ ਕਦੇ ਉਸਦੀ ਗੱਲ ਈ ਨਹੀਂ ਸੀ ਗੌਲੀ। ਫਿਰ ਮਾਂ ਦੀ ਨਜ਼ਰ ਚਲੀ ਜਾਣ ਵੇਲੇ ਵੀ ਉਸਨੇ ਲਿਖਿਆ ਸੀ ਕਿ ਤੇਰੀ ਮਾਂ ਤੈਨੂੰ ਉਡੀਕਦੀ ਅੰਨ੍ਹੀ ਹੋ ਚੁੱਕੀ ਐ। ਹੁਣ ਫਿਰ ਉਸਨੇ ਉਸਨੂੰ ਲਿਖਿਆ ਸੀ ਕਿ ਤੇਰੀ ਮਾਂ ਨੂੰ ਕੈਂਸਰ ਹੋ ਚੁੱਕਿਆ ਹੈ ਤੇ ਉਹ ਇਸ ਆਖਰੀ ਵੇਲੇ ਤੈਨੂੰ ਮਿਲਣਾਂ ਲੋਚਦੀ ਐ। ਪਰ ਜਗਪਾਲ ਦੇ ਕੰਨ 'ਤੇ ਜੂੰਅ ਨ੍ਹੀਂ ਸੀ ਸਰਕੀ। ਮਾਮੇ ਨੂੰ ਸ਼ਾਇਦ ਇਹ ਨਹੀਂ ਸੀ ਪਤਾ ਕਿ ਉਹ ਹੁਣ ਪਹਿਲਾਂ ਵਾਲਾ ਜਗਪਾਲ ਨਹੀਂ ਸੀ ਰਿਹਾ ਉਹ ਤਾਂ ਇੱਕ ਧਨਾਢ ਆਦਮੀ ਬਣ ਚੁੱਕਿਆ ਸੀ। ਆਖਰ ਮਾਂ ਇਸ ਸੰਸਾਰ ਨੂੰ ਅਲਵਿਦਾ ਕਹਿ ਗਈ। ਮਾਮੇ ਨੇ ਇਸ ਬਾਰੇ ਜਗਪਾਲ ਨੂੰ ਕੋਈ ਸੂਚਨਾ ਨਾ ਦਿੱਤੀ। ਉਸਨੇ ਸੋਚਿਆ ਕਿ ਹੁਣ ਕਾਹਦੇ ਲਈ, ਜਿਉਂਦੀ ਦੀ ਸਾਰ ਤਾਂ ਉਸਨੇ ਲਈ ਨਹੀਂ ਤੇ ਹੁਣ ਉਹ ਕਦੋਂ ਆਉਣ ਲੱਗਿਐ।

ਗੁਰਦਿੱਤ ਸਿਉਂ ਪਿੱਛੇ ਘਰ ਵਿੱਚ ਇਕੱਲਾ ਰਹਿ ਗਿਆ ਸੀ। ਪਹਿਲਾਂ ਦੋਨੋ ਸਨ ਤਾਂ ਕੁਛ ਕੁ ਮਾਨਸਿਕ ਤਸੱਲੀ ਜਿਹੀ ਤਾਂ ਸੀ। ਪਰ ਹੁਣ ਉਹ ਰੋਹੀਆਂ ਦੇ ਜੰਡ ਵਾਂਗੂੰ ਇੱਡੇ ਵੱਡੇ ਘਰ 'ਚ ਇਕੱਲਾ ਬੈਠਾ ਸਾਰਾ ਦਿਨ ਕੰਧਾਂ ਨੂੰ ਘੂਰਦਾ ਰਹਿੰਦਾ। ਮਾਮਾ ਵੀ ਹੁਣ ਬਿਰਧ ਹੋ ਚੁੱਕਿਆ ਸੀ, ਪਰ ਉਹ ਫਿਰ ਵੀ ਮਾੜਾ ਮੋਟਾ ਤੋਰਾ ਫੇਰਾ ਕਰ ਲੈਂਦਾ ਸੀ। ਫਿਰ ਇੱਕ ਦਿਨ ਉਹ ਆਇਆ ਤੇ ਗੁਰਦਿੱਤ ਸਿਉਂ ਨੂੰ ਤਹਿਸੀਲ ਲੈ ਗਿਆ। ਮਾਮੇ ਨੇ ਲੰਬੀ ਸੋਚੀ ਸੀ। ਉਹ ਨਹੀਂ ਸੀ ਚਾਹੁੰਦਾ ਕਿ ਗੁਰਦਿੱਤ ਸਿਉਂ ਤੋਂ ਪਿੱਛੋਂ ਪ੍ਰਾਹੁਣੇ ਜ਼ਮੀਨ ਪਿੱਛੇ ਲੜਾਈ ਝਗੜਾ

ਕਰਨ। ਇਸ ਕਰਕੇ ਮਾਮੇ ਨੇ ਉਸਦੀ ਵਸੀਅਤ ਬਣਵਾ ਦਿੱਤੀ। ਉਸਨੇ ਪੰਜ ਪੰਜ ਕਿੱਲੇ ਤਿੰਨੋ ਪ੍ਰਾਹੁਣਿਆਂ ਦੇ ਨਾਮ ਕਰਵਾ ਦਿੱਤੀ।

"ਬਾਕੀ ਪੰਜ ਕਿੱਲਿਆਂ ਦਾ ਕੀ ਕਰਨੈ ?" ਮਾਮੇ ਨੇ ਪੁੱਛਿਆ।

"ਉਸ ਕਪੂਤ ਦੇ ਨਾਂ ਤਾਂ ਮੈਂ ਲਗਵਾਉਂਦਾ ਨ੍ਹੀਂ।"

"ਵੇਖ ਲੈ, ਖਬਰੇ ਕਦੇ ਮੁੜ ਆਵੇ। ਖਾਨਦਾਨ ਦੀ ਜੜ ਰਹਿਜੂਗੀ।"

"ਖਾਨਦਾਨ ਦੀਆਂ ਜੜਾਂ ਤਾਂ ਉਹ ਪੈਂਤੀ ਸਾਲ ਪਹਿਲਾਂ ਹੀ ਪੱਟ ਗਿਆ ਸੀ।"

"ਫਿਰ ਇਨ੍ਹਾਂ ਪੰਜ ਕਿੱਲਿਆਂ ਦਾ ਕੀ ਕਰੀਏ ?"

"ਇਹ ਮੈਂ ਆਪਣੇ ਭਤੀਜੇ ਦੇ ਨਾਂ ਲਗਵਾਊਂਗਾ। ਜਿਸਨੇ ਇੰਨੇ ਸਾਲ ਸਾਨੂੰ ਮੰਜਿਆਂ 'ਤੇ ਬੈਠਿਆਂ ਨੂੰ ਸਾਂਭਿਐ।" ਬਾਪੂ ਦੀ ਇਹ ਗੱਲ ਮਾਮੇ ਨੂੰ ਵੀ ਠੀਕ ਲੱਗੀ। ਵਸੀਅਤ ਦਾ ਕੰਮ ਨਬੇੜ ਕੇ ਉਹ ਵਾਪਸ ਪਿੰਡ ਆ ਗਏ। ਉਸਤੋਂ ਬਾਅਦ ਬਾਪੂ ਦੀ ਸਿਹਤ ਲਗਾਤਾਰ ਡਿੱਗਣ ਲੱਗੀ। ਫਿਰ ਇੱਕ ਦਿਨ ਉਹ ਵੀ ਇਸ ਫਾਨੀ ਸੰਸਾਰ ਨੂੰ ਅਲਵਿਦਾ ਕਹਿ ਗਿਆ। ਮਾਮਾ ਗੁੱਸੇ 'ਚ ਆਇਆ ਜਗਪਾਲ ਨੂੰ ਇਹ ਗੱਲ ਦੱਸਣੀ ਚਾਹੁੰਦਾ ਸੀ ਕਿ ਜਿਸ ਪਿੱਛੇ ਤੂੰ ਪਿੰਡ ਨਾ ਆਉਣ ਦੀ ਸੌਂਹ ਖਾਧੀ ਹੋਈ ਸੀ ਉਹ ਹੁਣ ਇਸ ਸੰਸਾਰ ਤੋਂ ਜਾ ਚੁੱਕਿਐ, ਪਰ ਮਾਮਾ ਦਿਲ ਦੀਆਂ ਦਿਲ ਵਿੱਚ ਹੀ ਲੈ ਕੇ ਆਪਦੇ ਪਿੰਡ ਮੁੜ ਗਿਆ। ਹਾਂ ਜਾਣ ਤੋਂ ਪਹਿਲਾਂ ਉਸਨੇ ਕੁੜੀਆਂ ਦੇ ਹਿੱਸੇ ਦੀ ਜ਼ਮੀਨ ਵਿਕਵਾਕੇ ਪੈਸੇ ਪ੍ਰਾਹੁਣਿਆਂ ਦੇ ਹਵਾਲੇ ਕੀਤੇ ਤੇ ਭਤੀਜੇ ਨੂੰ ਬਾਕੀ ਬਚੇ ਪੰਜ ਕਿੱਲਿਆਂ ਦਾ ਕਬਜ਼ਾ ਦੁਆ ਦਿੱਤਾ। ਘਰ ਵੀ ਉਸੇ ਭਤੀਜੇ ਦੇ ਹਵਾਲੇ ਕਰ ਦਿੱਤਾ। ਭਤੀਜੇ ਨੇ ਵਿਚਕਾਰਲੀ ਕੰਧ ਢਾਹ ਕੇ ਗੁਰਦਿੱਤ ਸਿਉਂ ਦਾ ਘਰ ਆਪਣੇ ਦੇ ਨਾਲ ਹੀ ਮਿਲਾ ਲਿਆ। ਉਸ ਦਿਨ ਗੁਰਦਿੱਤ ਸਿੰਘ ਦੇ ਖਾਨਦਾਨ ਦਾ ਪਿੰਡ 'ਕੋਠੇ ਹਰੀ ਸਿੰਘ' ਵਿੱਚੋਂ ਖੁਰਾ ਖੋਜ ਖਤਮ ਹੋ ਗਿਆ।

ਇੱਧਰ ਕਨੇਡਾ 'ਚ ਬੈਠਾ ਜਗਪਾਲ ਨਿੱਤ ਨਵੀਆਂ ਮੰਜ਼ਲਾਂ ਸਰ ਕਰਦਾ ਸੀ। ਉਸਦਾ ਬਿਜ਼ਨਸ ਦਿਨ ਦੁੱਗਣੀ ਤੇ ਰਾਤ ਚੌਗਣੀ ਤਰੱਕੀ ਕਰ ਰਿਹਾ ਸੀ। ਉਹ ਹੁਣ ਕਮਿਊਨਟੀ ਵਿੱਚ ਇੱਕ ਨੰਬਰ ਦਾ ਬਿਜ਼ਨਸਮੈਨ ਬਣ ਚੁੱਕਿਆ ਸੀ। ਉਸਦਾ ਵੱਡਾ ਮੁੰਡਾ ਡਾਕਟਰੀ ਦੀ ਪੜ੍ਹਾਈ ਪੂਰੀ ਕਰ ਚੁੱਕਿਆ ਸੀ। ਜਗਪਾਲ ਉਸਨੂੰ ਬਿਜ਼ਨਸ 'ਚ ਪਾਉਣਾ ਚਾਹੁੰਦਾ ਸੀ। ਪਰ ਮੁੰਡਾ ਨਾ ਮੰਨਿਆਂ। ਜਗਪਾਲ ਨੇ ਉਸਨੂੰ ਇਹ ਵੀ ਕਿਹਾ ਕਿ ਉਹ ਉਸਦਾ ਆਪਣਾ ਹਸਪਤਾਲ ਖੋਲ੍ਹ ਦਊਗਾ ਪਰ ਮੁੰਡੇ ਦਾ ਕਹਿਣਾ ਸੀ ਕਿ ਉਹ ਜੋ ਕੁਛ ਵੀ ਬਣੂੰਗਾ ਆਪਣੇ ਬਲਬੂਤੇ 'ਤੇ ਬਣੂੰਗਾ। ਫਿਰ ਮੁੰਡਾ ਉਸਨੂੰ ਛੱਡ ਕੇ ਤੇ ਵਿਆਹ ਕਰਵਾ ਕੇ ਕਿਸੇ ਹੋਰ ਸ਼ਹਿਰ ਵਿੱਚ ਚਲਿਆ ਗਿਆ। ਉਸਤੋਂ ਛੋਟੀ ਕੁੜੀ ਨੇ ਪੜ੍ਹਾਈ ਪੂਰੀ ਕਰਕੇ ਆਪਣੀ ਪਸੰਦ ਦਾ ਵਿਆਹ ਕਰਵਾ ਲਿਆ ਤੇ ਉਹ ਵੀ ਉੱਥੋਂ ਦੂਰ ਚਲੀ ਗਈ। ਹੁਣ ਜਗਪਾਲ ਨੂੰ ਇਹ ਫਿਕਰ ਸੀ ਕਿ ਇੱਡੇ ਵੱਡੇ ਬਿਜ਼ਨਸ ਨੂੰ ਕੌਣ ਸੰਭਾਲੂਗਾ। ਛੋਟਾ ਮੁੰਡਾ ਅਜੇ ਸਕੂਲ ਵਿੱਚ ਈ ਪੜ੍ਹਦਾ ਸੀ। ਜਗਪਾਲ ਨੇ ਸੋਚਿਆ ਕਿ ਜੇਕਰ ਇਸਨੂੰ ਹੁਣ ਤੋਂ ਹੀ ਬਿਜ਼ਨਸ ਦਾ ਭੁੱਸ ਪੈ ਜਾਵੇ ਤਾਂ ਇਹ ਸ਼ਾਇਦ ਬਿਜ਼ਨਸ ਸੰਭਾਲ ਲਵੇ। ਆਪਣੀ ਇਸੇ ਸੋਚ ਦੇ ਤਹਿਤ ਉਸਨੇ ਮੁੰਡੇ ਨੂੰ ਸਕੂਲ ਦੇ ਦਿਨਾਂ ਵਿੱਚ ਹੀ ਬਿਜ਼ਨਸ ਵੱਲ ਖਿੱਚਣਾ ਸ਼ੁਰੂ ਕਰ ਦਿੱਤਾ। ਮੁੰਡੇ ਦੀ ਉਮਰ ਅਜੇ ਛੋਟੀ ਸੀ ਇਸ ਲਈ ਜ਼ਿੰਮੇਵਾਰੀ ਸਮਝਣ ਦੀ ਬਜਾਇ ਖੁੱਲ੍ਹਾ ਪੈਸਾ ਵੇਖ ਕੇ ਉਸਦੇ ਹੱਥ ਖੁੱਲ੍ਹਣ ਲੱਗੇ। ਜਦੋਂ ਪੈਸਾ

ਖੁੱਲ੍ਹਾ ਮਿਲਣ ਲੱਗਿਆ ਤਾਂ ਉਹ ਪੜ੍ਹਨ ਦੀ ਥਾਂ ਖੁੱਲ੍ਹ ਕੇ ਮੌਜ ਮਸਤੀ ਕਰਨ ਲੱਗਿਆ ਤੇ ਐਸ਼ੋ ਆਰਾਮ 'ਚ ਪੈ ਗਿਆ। ਪਿਉ ਦੀ ਮਨਸ਼ਾ ਸਮਝਦਾ ਉਹ ਪਿਉ ਦਾ ਚਹੇਤਾ ਬਣ ਗਿਆ। ਸਕੂਲ ਦੌਰਾਨ ਮਹਿੰਗੀਆਂ ਕਾਰਾਂ ਰੱਖਣੀਆਂ, ਉੱਚੀਆਂ ਉਡਾਰੀਆਂ ਭਰਨੀਆਂ ਅਤੇ ਹੋਰ ਹਾਈ ਫਾਈ ਸ਼ੌਂਕ ਉਸਦਾ ਨਿੱਤ ਪ੍ਰਤਾ ਕੰਮ ਬਣ ਗਿਆ। ਕੱਚੀ ਉਮਰ ਵਿੱਚ ਖੁੱਲ੍ਹੇ ਪੈਸੇ ਨੇ ਮੁੰਡੇ ਨੂੰ ਵਿਗਾੜ ਦਿੱਤਾ। ਉਸਨੇ ਬੜੀ ਮੁਸ਼ਕਲ ਨਾਲ ਸਕੂਲ ਪਾਸ ਕੀਤਾ। ਫਿਰ ਉਹ ਯੂਨੀਵਰਸਿਟੀ ਜਾਣ ਲੱਗਿਆ। ਹੁਣ ਜਗਪਾਲ ਸੋਚਦਾ ਸੀ ਕਿ ਮੁੰਡਾ ਕੰਮ ਸੰਭਾਲੇ ਪਰ ਮੁੰਡਾ ਯੂਨੀਵਰਸਿਟੀ ਐਸ਼ ਕਰਨ ਹੀ ਜਾਂਦਾ ਸੀ। ਦੋ ਸਾਲ ਧੱਕੇ ਖਾਕੇ ਮੁੰਡੇ ਨੇ ਪੜ੍ਹਾਈ ਛੱਡ ਦਿੱਤੀ। ਹੁਣ ਮੁੰਡਾ ਪੂਰਾ ਸਮਾਂ ਕੰਮ ਤੇ ਰਹਿਣ ਲੱਗ ਪਿਆ। ਜਗਪਾਲ ਨੇ ਸੋਚਿਆ ਕਿ ਚਲੋ ਆਖਰ ਨੂੰ ਕਰਨਾ ਤਾਂ ਕੰਮ ਹੀ ਹੈ ਫਿਰ ਹੁਣ ਤੋਂ ਈ ਠੀਕ ਐ। ਮੁੰਡਾ ਪੂਰਾ ਸਮਾਂ ਕੰਮ ਤਾਂ ਕਰਨ ਲੱਗ ਪਿਆ ਪਰ ਉਸਨੂੰ ਕੰਮ ਵਧਾਉਣ ਜਾਂ ਚਲਦੇ ਨੂੰ ਹੀ ਸੰਭਾਲ ਕੇ ਰੱਖਣ ਵਿੱਚ ਕੋਈ ਦਿਲਚਸਪੀ ਨਹੀਂ ਸੀ। ਉਹ ਤਾਂ ਕੰਮ 'ਚੋਂ ਵੱਧ ਤੋਂ ਵੱਧ ਪੈਸਾ ਕੱਢ ਕੇ ਯਾਰਾਂ ਦੋਸਤਾਂ ਨਾਲ ਮਹਿਫਲਾਂ ਵਿੱਚ ਹੀ ਉਡਾ ਦਿੰਦਾ ਸੀ। ਇਨ੍ਹਾਂ ਮਹਿਫਲਾਂ ਵਿਚ ਹੀ ਮਿਲੀ ਕਿਸੇ ਦੋਸਤ ਨਾਲ ਉਸਨੇ ਆਪਣੀ ਮਰਜ਼ੀ ਨਾਲ ਹੀ ਵਿਆਹ ਕਰਵਾ ਲਿਆ। ਜਗਪਾਲ, ਪੁੱਤ ਵੱਲੋਂ ਆਪਣੀ ਮਰਜ਼ੀ ਦਾ ਵਿਆਹ ਕਰਵਾਉਣ 'ਤੇ ਦੁਖੀ ਤਾਂ ਹੋਇਆ ਪਰ ਇਹ ਸੋਚ ਕੇ ਚੁੱਪ ਰਿਹਾ ਕਿ ਚਲੋ ਕਮ ਸੇ ਕਮ ਬਹੂ ਆਪਣੇ ਹੀ ਭਾਈਚਾਰੇ 'ਚੋਂ ਹੈ। ਪਰ ਬਹੂ ਵੀ ਅੱਗੋਂ ਮੁੰਡੇ ਵਾਂਗ ਚੁਸਤ ਸੁਭਾਅ ਦੀ ਮਾਲਕ ਸੀ। ਉਸਨੇ ਜਦੋਂ ਇੱਡਾ ਵੱਡਾ ਬਿਜ਼ਨਸ ਵੇਖਿਆ ਤਾਂ ਡੈਡੀ ਜੀ ਡੈਡੀ ਜੀ ਕਰਦੀ ਜਗਪਾਲ ਦੀ ਚਹੇਤੀ ਬਣ ਗਈ। ਜਗਪਾਲ ਨੇ ਸੋਚਿਆ ਸੀ ਕਿ ਸ਼ਾਇਦ ਬਹੂ ਮੁੰਡੇ ਨੂੰ ਸਹੀ ਰਾਹ 'ਤੇ ਲੈ ਆਊਗੀ। ਪਰ ਬਹੂ ਦੀ ਸੋਚ ਹੋਰ ਸੀ। ਉਹ ਤਾਂ ਛੇਤੀ ਤੋਂ ਛੇਤੀ ਸਾਰੇ ਬਿਜ਼ਨਸ ਨੂੰ ਆਪਣੇ ਕਬਜ਼ੇ ਹੇਠਾਂ ਲਿਆਉਣ ਦਾ ਫੈਸਲਾ ਕਰ ਚੁੱਕੀ ਸੀ। ਬਹੂ ਦੀ ਮਨਸ਼ਾ ਦਾ ਜਗਪਾਲ ਨੂੰ ਕੋਈ ਅੰਦਾਜ਼ਾ ਨਾ ਹੋ ਸਕਿਆ। ਉਹ ਤਾਂ ਸਗੋਂ ਇਹ ਸਮਝਦਾ ਸੀ ਕਿ ਬਹੂ ਅਤੇ ਉਸਦਾ ਮੁੰਡਾ ਰਲ ਕੇ ਬਿਜ਼ਨਸ ਨੂੰ ਤਰੱਕੀਆਂ 'ਤੇ ਲਿਜਾਣਗੇ। ਸਾਰਾ ਪਰਿਵਾਰ ਜਾਣੀ ਕਿ ਜਗਪਾਲ, ਉਸਦੀ ਘਰਵਾਲੀ, ਮੁੰਡਾ ਅਤੇ ਬਹੂ ਇੱਕੋ ਘਰ ਵਿੱਚ ਹੀ ਰਹਿੰਦੇ ਸਨ। ਅੱਗੋਂ ਉਸਦੇ ਦੋ ਪੋਤਰੇ ਵੀ ਹੋ ਚੁੱਕੇ ਸਨ। ਅੱਜ ਦੀ ਘੜੀ ਜਗਪਾਲ ਦੀਨ ਦੁਨੀਆਂ ਤੋਂ ਬੇਖਬਰ ਅਮੀਰੀ ਦੀ ਮਸਤੀ 'ਚ ਮਦਹੋਸ਼ ਆਨੰਦ ਦੇ ਡੂੰਘੇ ਸਾਗਰਾਂ ਵਿੱਚ ਗੋਤੇ ਲਾਉਂਦਾ ਸੀ।

ਜਗਪਾਲ ਦੇ ਅਹਿੰਕਾਰ ਨੂੰ ਪਹਿਲਾ ਝਟਕਾ ਉਸ ਦਿਨ ਲੱਗਿਆ ਜਿਸ ਦਿਨ ਉਸਨੂੰ ਡਾਕਟਰੀ ਰਿਪੋਰਟਾਂ ਤੋਂ ਪਤਾ ਚੱਲਿਆ ਕਿ ਉਸਦੀ ਘਰਵਾਲੀ ਨੂੰ ਕੈਂਸਰ ਹੈ। ਉਸਨੇ ਕਨੇਡਾ ਦਾ ਕੋਈ ਹਸਪਤਾਲ ਨਾ ਛੱਡਿਆ, ਪਰ ਕਿਤੋਂ ਕੋਈ ਫਾਇਦਾ ਨਾ ਹੋਇਆ। ਫਿਰ ਉਹ ਉਸਨੂੰ ਅਮਰੀਕਾ ਅਤੇ ਯੋਰਪ ਦੇ ਵੱਡੇ ਵੱਡੇ ਹਸਪਤਾਲਾਂ ਵਿੱਚ ਲੈ ਕੇ ਗਿਆ। ਪਰ ਹਰ ਪਾਸਿਉਂ ਇਹੀ ਜੁਆਬ ਮਿਲਿਆ ਕਿ ਇਹ ਲਾਇਲਾਜ ਬਿਮਾਰੀ ਹੈ। ਉਸਨੇ ਡਾਕਟਰਾਂ ਦੇ ਤਰਲੇ ਕੀਤੇ ਕਿ ਭਾਵੇਂ ਮੇਰਾ ਸਾਰਾ ਪੈਸਾ ਲੱਗ ਜਾਵੇ ਪਰ ਇਸਨੂੰ ਬਚਾ ਲਉ। ਪਰ ਇਹ ਸਭ ਗੱਲਾਂ ਹੁਣ ਵਿਅਰਥ ਸਨ। ਆਖੀਰ ਜਗਪਾਲ ਨੂੰ ਅਹਿਸਾਸ ਹੋਇਆ ਕਿ ਪੈਸੇ ਨਾਲ ਹੋਰ ਸਭ ਕੁਛ ਤਾਂ ਖਰੀਦਿਆ ਜਾ ਸਕਦਾ ਹੈ ਪਰ ਜ਼ਿੰਦਗੀ ਨਹੀਂ। ਫਿਰ ਸਿਰਫ ਛੇ ਕੁ ਮਹੀਨਿਆਂ ਵਿੱਚ ਹੀ ਉਸਦੀ ਘਰ ਵਾਲੀ ਜ਼ਿੰਦਗੀ ਦਾ ਸਫਰ ਮੁਕਾ ਗਈ।

ਘਰਵਾਲੀ ਦੇ ਵਿਯੋਗ ਦਾ ਪਰੁੰਨਿਆਂ ਉਹ ਘਰ ਪਰਤਿਆ। ਬਹੁਤ ਸਮਾਂ ਤਾਂ ਉਹ ਘਰੋਂ ਹੀ ਨਾ ਨਿਕਲਿਆ। ਫਿਰ ਜਿਉਂ ਹੀ ਉਹ ਕੰਮ 'ਤੇ ਜਾਣ ਲੱਗਿਆ ਤਾਂ ਦਫਤਰ ਦਾ ਹਿਸਾਬ ਕਿਤਾਬ ਵੇਖ ਕੇ ਉਹ ਸੁੰਨ ਹੋ ਗਿਆ। ਉਸਦਾ ਮੁੰਡਾ ਅਤੇ ਨੂੰਹ, ਬਿਜ਼ਨਸ ਵਿੱਚੋਂ ਧੜਾ ਧੜਾ ਪੈਸਾ ਕੱਢ ਕੇ ਗੁਲਸ਼ੱਰੇ ਉਡਾਈ ਜਾਂਦੇ ਸਨ। ਉਹ ਹੈਰਾਨ ਸੀ ਕਿ ਜਦੋਂ ਇਹ ਸਭ ਕੁਛ ਹੈ ਹੀ ਇਨ੍ਹਾਂ ਦਾ ਤਾਂ ਇਨ੍ਹਾਂ ਨੇ ਤੰਗਲੀ ਕਿਉਂ ਲਾ ਰੱਖੀ ਐ। ਫਿਰ ਉਹ ਸੋਚਦਾ ਕਿ ਆਪਣਾ ਕਮਾ ਕੇ ਬਿਜ਼ਨਸ ਖੜ੍ਹਾ ਕਰਨ ਨਾਲੋਂ ਮੁਫਤ ਦੇ ਮਿਲੇ ਦਾ ਸ਼ਾਇਦ ਇਹੀ ਫਰਕ ਹੁੰਦਾ ਹੈ। ਜਿਸਨੂੰ ਬਣਿਆਂ ਬਣਾਇਆ ਮਿਲ ਜਾਵੇ ਉਹ ਫਿਰ ਖਰਚ ਕਰਨ ਵੇਲੇ ਕਦੋਂ ਕਿਰਕ ਕਰਦਾ ਹੈ। ਪਹਿਲਾਂ ਘਰ ਵਿੱਚ ਉਸਦੀ ਘਰਵਾਲੀ ਦੀ ਚੱਲਦੀ ਹੁੰਦੀ ਸੀ ਤੇ ਹੁਣ ਸਾਰਾ ਕੰਟਰੋਲ ਬਹੂ ਦੇ ਹੱਥ ਵਿੱਚ ਆ ਗਿਆ ਸੀ। ਬਹੂ ਉਸ ਪ੍ਰਤੀ ਪਹਿਲਾਂ ਵਾਲੀ ਅਪਣੱਤ ਜਿਹੀ ਨਹੀਂ ਸੀ ਵਿਖਾਉਂਦੀ। ਉਸਨੂੰ ਮਹਿਸੂਸ ਹੋਣ ਲੱਗਿਆ ਜਿਵੇਂ ਕਿ ਪੁੱਤ ਅਤੇ ਨੂੰਹ ਉਸਨੂੰ ਹੁਣ ਵਾਧੂ ਜਿਹਾ ਸਮਝਣ ਲੱਗ ਪਏ ਹੋਣ। ਘਰਵਾਲੀ ਦੇ ਗੁਜ਼ਰ ਜਾਣ ਕਰਕੇ ਅਤੇ ਉਲਾਦ ਦੁਆਰਾ ਬਿਜ਼ਨਸ ਵਿੱਚ ਕੀਤੀਆਂ ਗਈਆਂ ਧਾਂਦਲੀਆਂ ਕਾਰਨ ਜਗਪਾਲ ਗਮਗੀਣ ਜਿਹਾ ਰਹਿਣ ਲੱਗ ਪਿਆ। ਕਈ ਮਹੀਨੇ ਉਸਨੇ ਉਦਾਸੀ ਵਿੱਚ ਹੀ ਗੁਜ਼ਾਰ ਦਿੱਤੇ। ਕਿਤੇ ਸਾਲ ਭਰ ਬਾਅਦ ਜਾ ਕੇ ਉਹ ਕੁਝ ਠੀਕ ਹੋਇਆ। ਪਰ ਉਦੋਂ ਹੀ ਉਸਨੂੰ ਜਿੰਦਗੀ ਨੇ ਇੱਕ ਹੋਰ ਵੱਡਾ ਝਟਕਾ ਜਿਤਾ। ਉਸਨੂੰ ਅਚਾਣਕ ਅਧਰੰਗ ਦਾ ਦੌਰਾ ਪੈ ਗਿਆ। ਡਾਕਟਰੀ ਸਹਾਇਤਾ ਛੇਤੀ ਮਿਲ ਜਾਣ ਕਰਕੇ ਵੱਡਾ ਨੁਕਸਾਨ ਹੋਣੋ ਤਾਂ ਬਚ ਗਿਆ। ਪਰ ਉਸਦੇ ਸਰੀਰ ਦਾ ਸੱਜਾ ਪਾਸਾ ਨੁਕਸਾਨਿਆਂ ਗਿਆ। ਚੂਲੇ ਤੋਂ ਹੇਠਾਂ ਉਸਦੀ ਖੱਬੀ ਲੱਤ ਖੜ੍ਹ ਗਈ, ਖੱਬੀ ਬਾਂਹ ਵੀ ਕੰਮ ਕਰਨਾ ਛੱਡ ਗਈ। ਅੱਖ ਵੀ ਥੋੜੀ ਜਿਹੀ ਅੰਦਰ ਨੂੰ ਧਸ ਗਈ। ਬਾਕੀ ਸਰੀਰ ਦੀ ਬੱਚਤ ਰਹਿ ਗਈ ਸੀ। ਪਰ ਹੁਣ ਉਹ ਤੁਰਨ ਫਿਰਨ ਜੋਗਾ ਨਹੀਂ ਸੀ ਰਹਿ ਗਿਆ। ਹਸਪਤਾਲ ਤੋਂ ਵਾਪਸ ਮੁੜਨ ਵੇਲੇ ਉਹ ਵੀਅਲ ਚੇਅਰ 'ਤੇ ਬੈਠਾ ਹੋਇਆ ਸੀ। ਘਰੇ ਵੜਦਿਆਂ ਉਸਨੂੰ ਹੋਰ ਵੀ ਧੱਕਾ ਲੱਗਿਆ। ਉਸਦਾ ਬੈੱਡ ਨੌਕਰਾਂ ਵਾਲੇ ਪਾਸੇ ਲਗਾਇਆ ਪਿਆ ਸੀ। ਉਸਦੇ ਕੁਛ ਕਹਿਣ ਤੋਂ ਪਹਿਲਾਂ ਹੀ ਉਸਦੇ ਕੰਨਾਂ 'ਚ ਬਹੂ ਦੇ ਸਖਤ ਬੋਲ ਪਏ।

"ਡੈਡੀ ਜੀ ਨੂੰ ਭੈੜੀ ਬਿਮਾਰੀ ਐ। ਮੈਂ ਨਹੀਂ ਚਾਹੁੰਦੀ ਕਿ ਇਸ ਬਿਮਾਰੀ ਦੇ ਕਿਟਾਣੂੰ ਸਾਰੇ ਘਰ ਵਿੱਚ ਫੈਲਣ।" ਉਸਦੀ ਇੰਨੀ ਗੱਲ ਸੁਣ ਕੇ ਮੁੰਡਾ ਵੀ ਕੰਨੀ ਲਪੇਟ ਗਿਆ। ਉਸਨੂੰ ਚੁੱਪ ਵੇਖ ਕੇ ਬਹੂ ਫਿਰ ਬੋਲੀ, "ਵੇਖ ਨਾ ਘਰ ਵਿੱਚ ਛੋਟੇ ਬੱਚੇ ਨੇ। ਅਗਾਂਹ ਉਨਾਂ ਨੂੰ ਵੀ ਕੋਈ ਬਿਮਾਰੀ ਲੱਗ ਸਕਦੀ ਐ। ਆਪਾਂ ਡੈਡੀ ਜੀ ਦਾ ਇੱਥੇ ਵੀ ਪੂਰਾ ਖਿਆਲ ਰੱਖਾਂਗੇ।"

ਜਗਪਾਲ ਬੇਵਸ ਸੀ। ਉਸਨੇ ਹਾਲਾਤ ਨਾਲ ਸਮਝੌਤਾ ਕਰ ਲਿਆ। ਉਸਨੂੰ ਸਮਝ ਵੀ ਨਹੀਂ ਸੀ ਲੱਗਦੀ ਕਿ ਉਹ ਹੁਣ ਕਰੇ ਤਾਂ ਕੀ ਕਰੇ। ਉਸਦਾ ਤੋਰਾ ਫੇਰਾ ਬੰਦ ਹੋ ਗਿਆ ਸੀ ਤੇ ਉਹ ਸਿਰਫ ਵੀਅਲ ਚੇਅਰ ਜੋਗਾ ਈ ਰਹਿ ਗਿਆ ਸੀ। ਉੱਪਰੋਂ ਉਸਨੂੰ ਆਰਾਮ ਦੀ ਜ਼ਰੂਰਤ ਸੀ। ਪਰ ਮੁੰਡਾ ਉਸਨੂੰ ਆਰਾਮ ਨਹੀਂ ਸੀ ਕਰਨ ਦਿੰਦਾ। ਉਹ ਸਾਰਾ ਦਿਨ ਜਗਪਾਲ ਕੋਲੋਂ ਕਦੇ ਕਿਸੇ ਕਾਗਜ਼ ਉੱਪਰ ਤੇ ਕਦੇ ਕਿਸੇ ਉੱਪਰ ਦਸਤਖਤ ਕਰਾਉਂਦਾ ਫਿਰਦਾ ਰਹਿੰਦਾ ਸੀ। ਇਵੇਂ ਹੀ ਇੱਕ ਦਿਨ ਕਿਸੇ ਅਜਿਹੇ ਵੇਲੇ ਬਹੂ ਬੋਲੀ, "ਤੂੰ ਡੈਡੀ ਜੀ ਨੂੰ ਬਹੁਤ ਤੰਗ

ਕਰਦਾ ਰਹਿੰਦਾ ਹੈ। ਉਹਨਾ ਨੂੰ ਚੰਗੀ ਤਰ੍ਹਾਂ ਆਰਾਮ ਵੀ ਨ੍ਹੀਂ ਕਰਨ ਦਿੰਦਾ। ਉਹਨਾ ਨੂੰ ਵਾਰ ਵਾਰ ਦਸਤਖਤ ਕਰਨ ਲਈ ਉਠਣਾ ਪੈਂਦਾ ਹੈ।"

"ਹੋਰ ਫਿਰ ਕੀ ਕਰਾਂ ?"

"ਤੂੰ ਇੱਕੋ ਵਾਰ ਡੈਡੀ ਜੀ ਤੋਂ ਪਾਵਰ ਆਫ ਅਟਾਰਨੀ ਕਿਉਂ ਨ੍ਹੀਂ ਲੈ ਲੈਂਦਾ। ਇਸ ਤਰਾਂ ਉਨ੍ਹਾਂ ਨੂੰ ਬਿੰਦੇ ਝੱਟੇ ਹਿਲਜੁੱਲ ਤਾਂ ਨ੍ਹੀਂ ਕਰਨੀ ਪਊ।" ਬਹੂ ਨੇ ਡਰਾਮਾ ਕਰਦਿਆਂ ਨਵਾਂ ਪੱਤਾ ਖੇਡਿਆ। ਜਗਪਾਲ ਮਨ ਮਸੋਸ ਕੇ ਰਹਿ ਗਿਆ। ਸਮਝਦਾ ਤਾਂ ਉਹ ਸਭ ਕੁਛ ਸੀ ਪਰ ਕੀ ਕਰੇ ਲਾਚਾਰ ਸੀ। ਫਿਰ ਉਨ੍ਹਾਂ ਨੇ ਜਗਪਾਲ ਤੋਂ ਕੱਚੀਆਂ ਪੱਕੀਆਂ ਅਟਾਰਨੀ ਪਾਵਰਾਂ ਲੈਂਦਿਆਂ ਸਾਰਾ ਬਿਜ਼ਨਸ ਆਪਣੇ ਨਾਮ ਕਰ ਲਿਆ। ਉਲਾਦ ਦੀਆਂ ਅਜਿਹੀਆਂ ਆਪ ਹੁਦਰੀਆਂ ਅਤੇ ਉੱਪਰੋਂ ਪਈਆਂ ਆਫਤਾਂ ਨੇ ਉਸਨੂੰ ਤੋੜ ਕੇ ਰੱਖ ਦਿੱਤਾ। ਉਂਝ ਬਿਜ਼ਨਸ ਤੋਂ ਬਿਨਾਂ ਉਸਦੇ ਨਿੱਜੀ ਖਾਤਿਆਂ ਵਿੱਚ ਵੀ ਕਾਫੀ ਪੈਸਾ ਸੀ ਜਿਸਦਾ ਕਿ ਸਿਰਫ ਉਸਨੂੰ ਹੀ ਪਤਾ ਸੀ। ਇਸ ਕਰਕੇ ਉਸਦਾ ਇਹ ਪੈਸਾ ਬਚ ਰਿਹਾ। ਜਗਪਾਲ ਦੀ ਸੇਵਾ ਸੰਭਾਲ ਲਈ ਹੁਣ ਇੱਕ ਨਰਸ ਰੱਖੀ ਹੋਈ ਸੀ। ਮੁੰਡਾ ਅਤੇ ਬਹੂ ਤਾਂ ਉਸਦੇ ਹੁਣ ਕੋਲ ਦੀ ਵੀ ਨਹੀਂ ਸਨ ਲੰਘਦੇ। ਜਦੋਂ ਕਦੇ ਬੱਚੇ ਇਕੱਲੇ ਹੁੰਦੇ ਤਾਂ ਉਹ ਵੀਅਲ ਚੇਅਰ ਰੋੜ੍ਹ ਕੇ ਉਨ੍ਹਾਂ ਦੇ ਕੋਲ ਲੈ ਜਾਂਦਾ। ਉਨ੍ਹਾਂ ਨਾਲ ਖੇਡਦਿਆਂ ਤੇ ਗੱਲਾਂ ਕਰਦਿਆਂ ਉਸਨੂੰ ਬੜਾ ਸਕੂਨ ਮਿਲਦਾ। ਬੱਸ ਇਹੀ ਘੜੀ ਪਲ ਸੁੱਖ ਦੇ ਹੁੰਦੇ ਜਦੋਂ ਉਹ ਬੱਚਿਆਂ ਨਾਲ ਹੱਸ ਖੇਡ ਲੈਂਦਾ। ਬਾਕੀ ਵਕਤ ਤਾਂ ਗੁਜਾਰਿਆਂ ਵੀ ਨਹੀਂ ਸੀ ਗੁਜ਼ਰਦਾ। ਪਰ ਇੱਕ ਦਿਨ ਜਦੋਂ ਉਹ ਬੱਚਿਆਂ ਕੋਲ ਬੈਠਾ ਸੀ ਤਾਂ ਉੱਪਰੋਂ ਬਹੂ ਆ ਗਈ। ਜੋ ਕੁਛ ਅਗਾਂਹ ਕਰਨ ਦਾ ਉਹ ਸੋਚ ਰਹੀ ਸੀ ਉਸ ਲਈ ਅੱਜ ਉਸਨੂੰ ਮੌਕਾ ਮਿਲ ਗਿਆ। ਉਹ ਟੱਪਣ ਲੱਗੀ, "ਡੈਡੀ ਜੀ ਇਸ ਤਰਾਂ ਘਰ 'ਚ ਤੁਰੇ ਫਿਰਨਗੇ ਤਾਂ ਉਨ੍ਹਾਂ ਤੋਂ ਕਿਸੇ ਨੂੰ ਵੀ ਬਿਮਾਰੀ ਲੱਗ ਸਕਦੀ ਐ ਖਾਸ ਕਰਕੇ ਬੱਚਿਆਂ ਨੂੰ।"

"ਫਿਰ ਹੁਣ ਕੀ ਕਰੀਏ ?" ਮੁੰਡਾ ਜਾਣਦਾ ਬੁੱਝਦਾ ਅਣਜਾਣ ਬਣਿਆਂ।

"ਆਪਾਂ ਡੈਡੀ ਜੀ ਨੂੰ ਸੀਨੀਅਰ ਸਿਟੀਜ਼ਨ ਹੋਮ, ਮੇਰਾ ਮਤਲਬ ਬਿਰਧ ਆਸ਼ਰਮ ਛੱਡ ਆਈਏ। ਉੱਥੇ ਇਨ੍ਹਾਂ ਦੀ ਸੇਵਾ ਸੰਭਾਲ ਵੀ ਵਧੀਆ ਹੋਊ।"

ਮੁੰਡਾ ਕੁਛ ਨਾ ਬੋਲਿਆ।

"ਇੱਥੇ ਵੀ ਤਾਂ ਆਪਾਂ ਇਹਨਾ ਨੂੰ ਸਵੇਰ ਸ਼ਾਮ ਹੀ ਮਿਲਦੇ ਹਾਂ। ਇਵੇਂ ਈਂ ਉੱਥੇ ਮਿਲ ਆਇਆ ਕਰਾਂਗੇ।" ਆਪਣੀ ਗੱਲ ਕਹਿ ਕੇ ਬਹੂ ਨੇ ਮੁੰਡੇ ਵੱਲ ਵੇਖਿਆ। ਉਹ ਬਿਨਾਂ ਕੁਛ ਕਿਹਾਂ ਬਾਹਰ ਨੂੰ ਨਿਕਲ ਗਿਆ। ਉੱਧਰ ਜਗਪਾਲ ਖ਼ੂੰਨ ਦਾ ਘੁੱਟ ਭਰ ਕੇ ਰਹਿ ਗਿਆ। ਅਗਲੇ ਦਿਨ ਉਸਨੇ ਵੇਖਿਆ ਕਿ ਡਰਾਈਵ ਵੇਅ ਵਿੱਚ ਇੱਕ ਵੈਨ ਆਈ ਖੜ੍ਹੀ ਸੀ ਜਿਸ ਉੱਪਰ ਲਿਖਿਆ ਹੋਇਆ ਸੀ 'ਸੀਨੀਅਰ ਸਿਟੀਜ਼ਨ ਹੋਮ'

ਨਰਸ ਨੇ ਜਗਪਾਲ ਦੀ ਵੀਅਲ ਚੇਅਰ ਰੋੜ੍ਹ ਕੇ ਵੈਨ ਵਿੱਚ ਚੜ੍ਹਾ ਦਿੱਤੀ ਤੇ ਵੈਨ ਦਾ ਦਰਵਾਜ਼ਾ ਬੰਦ ਕਰ ਦਿੱਤਾ।

ਜਗਪਾਲ ਆਪਣੇ ਨਵੇਂ ਘਰ ਜਾਣੀ ਕਿ ਬਿਰਧ ਆਸ਼ਰਮ ਵਿੱਚ ਪਹੁੰਚ ਗਿਆ। ਉਸਨੇ ਵੇਖਿਆ ਕਿ ਇੱਥੇ ਜ਼ਿਆਦਾ ਵਡੇਰੀ ਉਮਰ ਦੇ ਲੋਕ ਰਹਿੰਦੇ ਸਨ। ਪਰ ਉਸਨੇ ਵੇਖਿਆ ਕਿ ਇੱਥੇ ਉਸਦੀ ਉਮਰ ਦਾ ਕੋਈ ਵੀ ਨਹੀਂ ਸੀ। ਉਹ ਸਮਝ ਚੁੱਕਿਆ ਸੀ ਕਿ ਉਸਨੂੰ ਬੜੀ

ਸੋਚੀ ਸਮਝੀ ਸਕੀਮ ਨਾਲ ਘਰੋਂ ਕੱਢਿਆ ਗਿਆ ਸੀ। ਉਂਝ ਇੱਥੇ ਰਹਿਣ ਵਾਲੇ ਬਜ਼ੁਰਗ ਲੋਕਾਂ ਦੀ ਸੇਵਾ ਸੰਭਾਲ ਤਾਂ ਬੜੀ ਹੁੰਦੀ ਸੀ। ਸਵੇਰ ਸ਼ਾਮ ਡਾਕਟਰ ਗੇੜਾ ਮਾਰਦੇ ਸਨ ਅਤੇ ਬਾਕੀ ਟਾਈਮ ਵਿੱਚ ਨਰਸਾਂ ਸੇਵਾ ਸੰਭਾਲ ਕਰਦੀਆਂ ਸਨ। ਐਤਵਾਰ ਨੂੰ ਕਈਆਂ ਦੇ ਤਾਂ ਪਰਿਵਾਰਕ ਮੈਂਬਰ ਵੀ ਇੱਥੇ ਮਿਲਣ ਆਉਂਦੇ ਸਨ। ਪਰ ਜਗਪਾਲ ਨੂੰ ਕਦੇ ਕੋਈ ਮਿਲਣ ਨਹੀਂ ਆਇਆ ਸੀ। ਉਸਨੂੰ ਲੱਗਿਆ ਜਿਵੇਂ ਕਿ ਇੱਥੇ ਰਹਿਣ ਵਾਲੇ ਲੋਕ ਸਿਰਫ ਮੌਤ ਦਾ ਇੰਤਜ਼ਾਰ ਕਰ ਰਹੇ ਹੋਣ। ਉਸਨੇ ਆਪਣੇ ਵੱਲ ਹੀ ਧਿਆਨ ਮਾਰਿਆ। ਉਸ ਕੋਲ ਇੱਥੇ ਕਰਨ ਲਈ ਕੁਛ ਨਹੀਂ ਸੀ। ਕੋਈ ਉਸਦਾ ਨਹੀਂ ਸੀ ਜਿਸਨੂੰ ਕਿ ਉਹ ਉਡੀਕਦਾ। ਉਹ ਸਾਰਾ ਦਿਨ ਬੈੱਡ 'ਤੇ ਪਿਆ ਟੀ ਵੀ ਵੇਖਦਾ ਰਹਿੰਦਾ। ਪਿਆ ਪਿਆ ਅੱਕ ਜਾਂਦਾ ਤਾਂ ਵੀਅਲ ਚੇਅਰ ਰੋੜ੍ਹ ਕੇ ਬਾਹਰ ਨੂੰ ਚਲਿਆ ਜਾਂਦਾ। ਉਹ ਇੱਥੇ ਇੱਕ ਪਲ ਵੀ ਨਹੀਂ ਰਹਿਣਾ ਚਾਹੁੰਦਾ ਸੀ ਪਰ ਹੁਣ ਉਸਦੇ ਹੱਥ ਵੱਸ ਕੁਝ ਨਹੀਂ ਸੀ। ਹੁਣ ਉਹ ਪਹਿਲਾਂ ਵਾਲਾ ਜਗਪਾਲ ਨਹੀਂ ਸੀ ਜੋ ਕਿ ਹਰ ਵਕਤ ਲੱਖਾਂ ਕਰੋੜਾਂ ਦੀਆਂ ਬਿਜ਼ਨਸ ਡੀਲਾਂ ਕਰਨ ਵਿੱਚ ਰੁੱਝਿਆ ਰਹਿੰਦਾ ਸੀ। ਹੁਣ ਉਹ ਲਾਚਾਰ ਸੀ। ਇੱਥੇ ਦਿਨੋ ਦਿਨ ਉਸਦੀ ਹਾਲਤ ਖਰਾਬ ਹੁੰਦੀ ਜਾ ਰਹੀ ਸੀ। ਇੱਕ ਦਿਨ ਇਵੇਂ ਹੀ ਉਸਨੇ ਅੱਕੇ ਹੋਏ ਨੇ ਟੀਵੀ ਬੰਦ ਕਰ ਦਿੱਤਾ ਤੇ ਅੱਖਾਂ ਮੀਚ ਕੇ ਸੋਚਾਂ 'ਚ ਡੂੰਘਾ ਉੱਤਰ ਗਿਆ। ਖਿਆਲਾਂ 'ਚ ਖੋਇਆ ਉਹ ਆਪਣੀ ਜ਼ਿੰਦਗੀ ਬਾਰੇ ਚਿੰਤਨ ਕਰਨ ਲੱਗਿਆ। ਕਿੱਥੋਂ ਚੱਲਿਆ ਸੀ ਤੇ ਕਿੱਥੇ ਆ ਪਹੁੰਚਿਆ। ਕੀ ਖੱਟਿਆ ਤੇ ਕੀ ਖੋਇਆ। ਉਸਨੂੰ ਲੱਗਿਆ ਕਿ ਪੈਸਾ ਤਾਂ ਉਸਨੇ ਬਥੇਰਾ ਕਮਾਇਆ। ਪਰ ਉਹ ਇਸ ਪੈਸੇ ਦਾ ਕੀ ਕਰੇ। ਕਿਉਂਕਿ ਰਿਸ਼ਤੇ ਤਾਂ ਉਸਨੇ ਸਭ ਗੁਆ ਦਿੱਤੇ। ਇੰਨਾ ਸਭ ਹੁੰਦਿਆਂ ਵੀ ਅੱਜ ਉਹ ਲਾਵਾਰਸ ਪਿਆ ਹੈ। ਅੱਜ ਉਸਦਾ ਕੋਈ ਆਪਣਾ ਨਹੀਂ ਹੈ। ਅਚਾਨਕ ਉਸਨੂੰ ਲੱਗਿਆ ਕਿ ਜਿਵੇਂ ਇਸ ਬੈੱਡ 'ਤੇ ਉਹ ਨਹੀਂ ਸਗੋਂ ਉਸਦਾ ਬਾਪੂ ਪਿਆ ਹੋਵੇ। ਉਸ ਨੇ ਛੇਤੀ ਦੇਣੇ ਅੱਖਾਂ ਖੋਲ੍ਹੀਆਂ ਤੇ ਆਲੇ ਦੁਆਲੇ ਵੇਖਿਆ। ਅੰਦਰ ਕੋਈ ਨਹੀਂ ਸੀ। ਉਹ ਉਦਾਸ ਜਿਹਾ ਕੰਧ ਵੱਲ ਵੇਖਦਾ ਫਿਰ ਤੋਂ ਸੋਚਾਂ 'ਚ ਗੁਆਚ ਗਿਆ। ਆਪਣਿਆਂ ਨੂੰ ਯਾਦ ਕਰਦਾ ਉਹ ਚਾਲੀ ਸਾਲ ਪਿੱਛੇ ਪਹੁੰਚ ਗਿਆ। ਜੋ ਕੁਛ ਉਸਦੇ ਚੇਤਿਆਂ 'ਚੋਂ ਵਿੱਸਰ ਚੁੱਕਿਆ ਸੀ ਅੱਜ ਉਹ ਸਭ ਉਸਨੂੰ ਲਾਵਾਰਸ ਪਏ ਨੂੰ ਯਾਦ ਆਉਣ ਲੱਗਿਆ। ਪਹਿਲਾਂ ਉਸਨੂੰ ਮਾਂ ਦਾ ਚਿਹਰਾ ਦਿਸਿਆ ਤੇ ਫਿਰ ਭੈਣਾਂ ਦੀ ਯਾਦ ਆਈ। ਬਾਪੂ ਦਾ ਝਾਉਲਾ ਜਿਹਾ ਪਿਆ। ਫਿਰ ਉਸਨੂੰ ਬਿਮਾਰ, ਬੁੱਢੇ ਮਾਂ ਪਿਉ ਮੰਜਿਆਂ 'ਤੇ ਲਾਚਾਰ ਪਏ ਦਿਸੇ। ਉਸਨੂੰ ਝਰਨਾਹਟ ਜਿਹੀ ਛਿੜੀ ਤੇ ਉਸਨੇ ਲੰਬਾ ਹੌਂਕਾ ਲਿਆ। ਅਚਾਨਕ ਹੀ ਉਸਦੇ ਅੰਦਰ ਕੋਈ ਕੜ ਜਿਹਾ ਪਾਟ ਗਿਆ ਤੇ ਉਹ ਧਾਹਾਂ ਮਾਰ ਕੇ ਰੋਣ ਲੱਗਿਆ। ਬੜੀ ਦੇਰ ਤੱਕ ਪਿਛਲਿਆਂ ਨੂੰ ਯਾਦ ਕਰਕੇ ਉਹ ਹੰਝੂ ਵਹਾਉਂਦਾ ਰਿਹਾ। ਕਾਫੀ ਚਿਰ ਤੋਂ ਉਸਦਾ ਰੋਣਾ ਥੱਮਿਆਂ ਤਾਂ ਉਸਦਾ ਮਨ ਪਹਿਲਾਂ ਨਾਲੋਂ ਹੌਲਾ ਹੋ ਚੁੱਕਆ ਸੀ।

ਅੱਜ ਪਹਿਲੀ ਵਾਰ ਉਹ ਬਾਪੂ ਵੱਲੋਂ ਚਾਲੀ ਸਾਲ ਪਹਿਲਾਂ ਕਹੀਆਂ ਗੱਲਾਂ ਦਾ ਵਿਸ਼ਲੇਸ਼ਣ ਕਰਨ ਲੱਗਿਆ,

'ਬਾਪੂ ਤਾਂ ਗੁੱਸੇਖੋਰ ਸੀ ਤਾਂ ਹੀ ਗਾਹਲਾਂ ਕੱਢਦਾ ਸੀ। ਪਰ ਮੈਂ ਕਿਹੜਾ ਘੱਟ ਸੀ। ਮੇਰੇ ਅਹਿੰਕਾਰ ਨੇ ਹੀ ਬਾਪੂ ਵੱਲੋਂ ਕਹੀਆਂ ਗੱਲਾਂ ਨੂੰ ਆਪਣੀ ਹਉਮੈ ਦਾ ਸੁਆਲ ਬਣਾ

ਲਿਆ। ਉਂਝ ਜੇ ਮਾਮਾ ਮੈਨੂੰ ਇਧਰ ਨਾ ਲੈ ਕੇ ਆਉਂਦਾ ਤਾਂ ਮੈਂ ਲਗਭਗ ਲਹਿਰ ਵਿਚ ਰਲ ਹੀ ਤਾਂ ਗਿਆ ਸੀ। ਕਿਤੇ ਬਾਪੂ ਨੇ ਵੀ....।'

ਉਸਦਾ ਸੋਚਦੇ ਸੋਚਦੇ ਦੇ ਚਿੱਤ 'ਚ ਕੁਝ ਆਇਆ ਤਾਂ ਉਹ ਪਟੱਕ ਦੇਣੇ ਖਿਆਲਾਂ 'ਚੋਂ ਨਿਕਲਦਾ ਉੱਠ ਕੇ ਬੈਠ ਗਿਆ। ਉਸਨੂੰ ਬਾਪੂ ਦੀ ਕਹੀ ਉਹ ਗੱਲ ਯਾਦ ਆਈ, "ਜੇ ਬੰਦੇ ਦਾ ਪੁੱਤ ਐਂ ਤਾਂ ਹੁਣੇ ਈ ਮੇਰੇ ਘਰੋਂ ਨਿਕਲਜਾ ਤੇ ਮੇਰੇ ਜਿਉਂਦੇ ਦੇ ਮੱਥੇ ਨਾ ਲੱਗੀਂ।"

ਬਾਪੂ ਦੀ ਇਹ ਗੱਲ ਯਾਦ ਆਉਂਦਿਆਂ ਹੀ ਉਹ ਸੋਚਣ ਲੱਗਿਆ ਕਿ ਕਿਧਰੇ ਬਾਪੂ ਨੇ ਵੀ ਇਹ ਗੱਲ ਉਸੇ ਮਨਸ਼ਾ ਨਾਲ ਤਾਂ ਨ੍ਹੀਂ ਕਹੀ ਸੀ ਜੋ ਮਨਸ਼ਾ ਮਾਮੇ ਦੀ ਸੀ। ਮਤਲਬ ਉਸਨੂੰ ਪਿੰਡੋਂ ਦੂਰ ਕਰਨਾ। ਉਹ ਮਨ ਹੀ ਮਨ ਬੋਲਿਆ, 'ਬਿਲਕੁਲ ਇਹੀ ਗੱਲ ਸੀ। ਬਾਪੂ ਦੀ ਸੋਚਣੀ ਹੋਵੇਗੀ ਕਿ ਇਸਨੂੰ ਇੰਨੇ ਕੌੜੇ ਲਫਜ਼ ਕਹਾਂ ਕਿ ਇਹ ਮੁੜ ਕੇ ਪਿੰਡ ਵੱਲ ਦਾ ਰੁਖ ਹੀ ਨਾ ਕਰੇ। ਇੱਥੋਂ ਦੂਰ ਚਲਿਆ ਜਾਵੇਗਾ ਤਾਂ ਆਪੇ ਲਹਿਰ ਤੋਂ ਦੂਰ ਹੋ ਜਾਊਗਾ। ਇੰਨੇ ਨੂੰ ਇਹ ਮਾਰ ਧਾੜ ਠੰਡੀ ਹੋਜੂਗੀ।'

ਇਹ ਗੱਲ ਉਸਦੇ ਦਿਲ ਲੱਗ ਗਈ ਤਾਂ ਉਹ ਅਫਸੋਸ 'ਚ ਸਿਰ ਮਾਰਨ ਲੱਗਿਆ। ਸੋਚਣ ਲੱਗਿਆ ਕਿ ਉਹ ਅਸਲੀ ਗੱਲ ਨਾ ਸਮਝਦਾ ਸਾਰੀ ਉਮਰ ਅਹਿੰਕਾਰ ਦੀ ਅੱਗ 'ਚ ਝੁਲਸਦਾ ਰਿਹਾ। ਉਸਦਾ ਮਨ ਫਿਰ ਪਿੰਡ ਵੱਲ ਚਲਾ ਗਿਆ ਤੇ ਅੱਗੇ ਲਹਿਰ ਵੱਲ। ਉਹ ਮਨ ਹੀ ਮਨ ਸੋਚਣ ਲੱਗਿਆ,

'ਉਦੋਂ ਉਸਦੇ ਅਹਿੰਕਾਰ ਨੇ ਉਸਨੂੰ ਵੰਗਾਰ ਕੇ ਉਸਤੋਂ ਘਰ ਛੁਡਵਾ ਦਿੱਤਾ ਸੀ ਤੇ ਅੱਜ ਜਦੋਂ ਉਹ ਅਹਿੰਕਾਰ ਈ ਨਹੀਂ ਰਹਿ ਗਿਆ ਸੀ ਤਾਂ ਉਸਦੇ ਆਪਣਿਆਂ ਨੇ ਉਸਨੂੰ ਘਰੋਂ ਕੱਢ ਦਿੱਤਾ। ਜਿਸ ਅਹਿੰਕਾਰ ਦੇ ਨਸ਼ੇ ਵਿਚ ਮੈਂ ਘਰ ਛੱਡਿਆ ਸੀ ਹੁਣ ਕਿੱਥੇ ਐ ਉਹ ਅਹਿੰਕਾਰ? ਅੱਜ ਮੇਰੇ ਕੋਲ ਇਸ ਬਿਮਾਰੀ ਖਾਧੇ ਸਰੀਰ ਤੋਂ ਬਿਨਾ ਕੁਛ ਨ੍ਹੀਂ ਹੈ। ਇੱਥੇ ਧਨ ਦੌਲਤ ਤਾਂ ਬਥੇਰੀ ਕਮਾਈ ਪਰ ਫਿਰ ਵੀ ਮੈਂ ਇਕੱਲੇ ਦਾ ਇਕੱਲਾ ਹੀ ਹਾਂ। ਬਦੇਸ਼ਾਂ ਵਿੱਚ ਕੌਣ ਕਿਸੇ ਦਾ ਹੈ ਸਭ ਰਿਸ਼ਤੇ ਪੈਸੇ ਦੇ ਨੇ। ਜੇ ਕਿਤੇ ਰਿਸ਼ਤਿਆਂ ਦੀ ਕਦਰ ਹੈ ਤਾਂ ਉਹ ਹੈ ਆਪਣੇ ਮੁਲਕ ਵਿੱਚ, ਆਪਣੇ ਪਿੰਡ ਵਿਚ। ਉੱਥੇ ਆਪਣੇ ਲੋਕ ਹਨ, ਆਪਣੀ ਧਰਤੀ ਆਪਣੇ ਖੇਤ ਖਲਿਆਣ ਹਨ। ਉੱਥੇ ਹਵਾਵਾਂ ਆਪਦੀਆਂ ਹਨ, ਫਿਜ਼ਾਵਾਂ ਆਪਦੀਆਂ ਹਨ।' ਇਸ ਖਿਆਲ ਨੇ ਜਗਪਾਲ ਦੇ ਅੰਦਰੋਂ ਰੁੱਗ ਭਰ ਲਿਆ।

'ਫਿਰ ਚਾਲੀ ਸਾਲ ਪਹਿਲਾਂ ਖਿੱਚੀ ਲਕੀਰ?' ਉਸਨੇ ਆਪਣੇ ਆਪ ਨੂੰ ਸੁਆਲ ਕੀਤਾ।

'ਜਿਸ ਅਹਿੰਕਾਰ ਨੇ ਉਹ ਲਕੀਰ ਖਿਚਵਾਈ ਸੀ ਉਹ ਅਹਿੰਕਾਰ ਹੀ ਨਹੀਂ ਰਿਹਾ ਤੇ ਜਿਸ ਸਰੀਰ ਨੇ ਉਹ ਅਹਿੰਕਾਰ ਕੀਤਾ ਸੀ ਉਹ ਸਰੀਰ ਵੀ ਹੁਣ ਜਰਜਰ ਹੋ ਚੁੱਕਿਆ ਐ।'

'ਜਦੋਂ ਸਰੀਰ ਉਹ ਸਰੀਰ ਨਹੀਂ ਰਿਹਾ ਤੇ ਨਾ ਈ ਕਿਧਰੇ ਉਹ ਅਹਿੰਕਾਰ ਰਿਹੈ, ਫਿਰ ਲਕੀਰਾਂ ਵਕੀਰਾਂ ਕਿੱਥੇ ਰਹਿ ਗਈਆਂ। ਰੁੜ੍ਹ ਗਿਆ ਸਭ ਕੁਛ ਸਮੇਂ ਦੇ ਨਾਲ ਹੀ।'

'ਜਗਪਾਲ ਸਿਆਂ ਤੂੰ ਜਿੰਦਗੀ ਜਿਉਣੀ ਚਾਹੁੰਨਾ ਨਾ ...?' ਉਸਨੇ ਆਪਣੇ ਆਪ ਨੂੰ ਸੁਆਲ ਕੀਤਾ।

'ਹਾਂ ਮੈਂ ਤਾਂ ਹਾਲੇ ਜ਼ਿੰਦਗੀ ਜਿਉਣੀ ਐਂ।' ਉਸਦੇ ਅੰਦਰੋਂ ਆਵਾਜ਼ ਆਈ।

'ਫਿਰ ਤੂੰ ਇੱਥੋਂ ਇਸ ਨਰਕ 'ਚੋਂ ਨਿਕਲ ਤੇ ਆਪਦੇ ਪਿੰਡ ਪਹੁੰਚ ....।'

ਉਹ ਅੱਖਾਂ ਮੀਚੀ ਖਿਆਲਾਂ 'ਚ ਗੁਆਚਿਆ ਹੋਇਆ ਸੀ ਕਿ ਉਸਨੂੰ ਨਰਸ ਨੇ ਆ ਕੇ ਸੁਨੇਹਾ ਦਿੱਤਾ ਕਿ ਕੋਈ ਉਸਨੂੰ ਮਿਲਣ ਆਇਐ। ਇੰਨਾ ਕਹਿੰਦੀ ਨਰਸ ਨੇ ਉਸਨੂੰ ਵੀਅਲ ਚੇਅਰ 'ਤੇ ਬਿਠਾ ਲਿਆ। ਉਹ ਸੋਚਦਾ ਜਾ ਰਿਹਾ ਸੀ ਕਿ ਇੰਨੇ ਚਿਰ ਬਾਅਦ ਅੱਜ ਉਸਨੂੰ ਕੌਣ ਮਿਲਣ ਆਇਆ ਹੋਇਆ। ਇੰਨੇ ਨੂੰ ਉਹ ਹਾਲ ਵਿੱਚ ਪਹੁੰਚ ਗਏ। ਉਸਨੇ ਵੇਖਿਆ ਕਿ ਸਾਹਮਣੇ ਉਸਦਾ ਇੱਕ ਪੁਰਾਣਾ ਮੈਨੇਜਰ, ਰਾਮ ਲਾਲ ਬੈਠਾ ਸੀ। ਹਾਲ ਚਾਲ ਪੁਛਦਿਆਂ ਉਹ ਇੱਕ ਪਾਸੇ ਬਹਿ ਕੇ ਗੱਲਾਂ ਕਰਨ ਲੱਗੇ। ਜਗਪਾਲ ਨੇ ਰਾਮ ਲਾਲ ਮੂਹਰੇ ਮਨ ਦਾ ਸਾਰਾ ਦਰਦ ਫਰੋਲਿਆਂ ਪੁੱਛਿਆ, "ਰਾਮ ਲਾਲ ਤੂੰ ਹੀ ਦੱਸ ਕਿ ਮੈਂ ਕਿੱਧਰ ਨੂੰ ਜਾਵਾਂ।" ਆਪਦੀ ਸਾਰੀ ਕਹਾਣੀ ਸੁਣਾ ਕੇ ਜਗਪਾਲ ਭਰੜਾਈ ਆਵਾਜ 'ਚ ਬੋਲਿਆ।

"ਪਰ ਜਗਪਾਲ ਤੂੰ ਮੁੜ ਕੇ ਕਦੇ ਵਾਪਸ ਕਿਉਂ ਨਾ ਗਿਆ ?"

"ਰਾਮ ਲਾਲ ਅੱਜ ਤੋਂ ਚਾਲੀ ਸਾਲ ਪਹਿਲਾਂ ਮੈਂ ਕਨੇਡਾ ਆਇਆ ਸੀ। ਉਦੋਂ ਘਰ ਵਿੱਚ ਹੋਈ ਕਿਸੇ ਤਕਰਾਰ ਨੂੰ ਮੈਂ ਹਾਊਮੈ ਦਾ ਸੁਆਲ ਬਣਾ ਲਿਆ ਸੀ ਤੇ ਕਦੇ ਵੀ ਵਾਪਸ ਪਿੰਡ ਨਾ ਮੁੜਨ ਦੀ ਗੱਲ ਕਹਿ ਕੇ ਮੈਂ ਪਿੰਡ ਛੱਡ ਆਇਆ ਸੀ। ਮੇਰੀ ਮਾਂ ਮੈਨੂੰ ਬੜਾ ਪਿਆਰ ਕਰਦੀ ਸੀ। ਮੈਨੂੰ ਚਾਹੁਣ ਵਾਲੀਆਂ ਭੈਣਾਂ ਮੈਨੂੰ ਇੰਨੇ ਸਾਲ ਉਡੀਕਦੀਆਂ ਰਹੀਆਂ। ਪਰ ਮੇਰੇ ਅਹਿਕਾਰ ਨੇ ਮੈਨੂੰ ਕਦੇ ਪਿੰਡ ਬਾਰੇ ਸੋਚਣ ਵੀ ਨਾ ਦਿੱਤਾ। ਹੁਣ ਉਮਰਾਂ ਬੀਤ ਗਈਆਂ ਤੇ ਪਿੱਛੇ ਆਹ ਜਰਜਰ ਸਰੀਰ ਰਹਿ ਗਿਆ। ਮੈਨੂੰ ਇਸ ਬਿਰਧ ਆਸ਼ਰਮ ਵਿੱਚ ਆ ਕੇ ਈ ਪਤਾ ਚੱਲਿਐ ਕਿ ਮੈਂ ਬਣਾਇਆ ਕੀ ਤੇ ਗੁਆਇਆ ਕੀ। ਮੈਨੂੰ ਲੱਗਦੇ ਕਿ ਜ਼ਿੰਦਗੀ ਦੇ ਚਾਲੀ ਵਰ੍ਹੇ ਤਾਂ ਮੈਂ ਭਟਕਦਿਆਂ ਹੀ ਗੁਜ਼ਾਰ ਦਿੱਤੇ। ਮੈਂ ਆਪਣੇ ਮਾਂ ਪਿਉ ਦਾ ਬੁਢਾਪਾ ਰੋਲਿਆ ਸੀ ਤਾਂ ਅੱਜ ਮੇਰਾ ਵੀ ਉਹੀ ਹਾਲ ਹੋ ਰਿਹਾ ਹੈ। ਅੱਜ ਮੈਨੂੰ ਅਹਿਸਾਸ ਹੋ ਰਿਹੈ ਕਿ ਇਨਸਾਨ ਆਪਦੀਆਂ ਜੜ੍ਹਾਂ ਨਾਲੋਂ ਟੁੱਟ ਕੇ ਕਿਸੇ ਪਾਸੇ ਜੋਗਾ ਨਹੀਂ ਰਹਿੰਦਾ। ਪਿੱਛੇ ਭਾਵੇਂ ਮੇਰੀ ਇੱਕ ਬਦਕਿਸਮਤ ਭੈਣ ਤੋਂ ਬਿਨਾ ਕੋਈ ਨਹੀਂ ਬਚਿਆ, ਪਰ ਮੈਨੂੰ ਲੱਗਦੈ ਕਿ ਮੇਰੀ ਭਟਕਣ, ਆਪਣੇ ਪਿੰਡ ਜਾ ਕੇ ਹੀ ਮੁੱਕੂਗੀ। ਰਾਮ ਲਾਲ ਮੈਂ ਆਪਦੀ ਰਹਿੰਦੀ ਜ਼ਿੰਦਗੀ ਆਪਣੇ ਪਿੰਡ ਜਾ ਕੇ ਬਿਤਾਉਣਾਂ ਚਾਹੁੰਨਾ ਤੇ ਇਸ ਕੰਮ ਵਿੱਚ ਤੂੰ ਹੀ ਮੇਰੀ ਮੱਦਦ ਕਰ ਸਕਦੈਂ।"

"ਦੱਸ ਜਗਪਾਲ ਮੈਂ ਤੇਰੇ ਲਈ ਕੀ ਕਰਾਂ ?"

"ਤੂੰ ਮੈਨੂੰ ਇੰਡੀਆ ਦੀ ਟਿਕਟ ਲੈ ਕੇ ਦੇ ਤੇ ਮੈਨੂੰ ਏਅਰਪੋਰਟ ਤੋਂ ਜਹਾਜ਼ ਚੜ੍ਹਾ ਆ। ਮੈਂ ਤੇਰਾ ਇਹ ਅਹਿਸਾਨ ਜ਼ਿੰਦਗੀ ਭਰ ਯਾਦ ਰੱਖੂੰ।" ਇੰਨਾ ਕਹਿੰਦਿਆਂ ਉਸਨੇ ਰਾਮ ਲਾਲ ਨੂੰ ਚੈੱਕ ਕੱਟ ਕੇ ਫੜ੍ਹਾ ਦਿੱਤਾ। ਅਗਲੇ ਦਿਨ ਰਾਮ ਲਾਲ ਨੇ ਉਸਨੂੰ ਟਰਾਂਟੋ ਏਅਰਪੋਰਟ ਤੋਂ ਜਹਾਜ਼ ਚੜ੍ਹਾਉਂਦਿਆਂ ਇੰਡੀਆ ਨੂੰ ਤੋਰ ਦਿੱਤਾ....।

"ਕਾਰਡ ਕਦੋਂ ਕੁ ਜਮ੍ਹਾਂ ਕਰਵਾਉਣ ਲੱਗੋਂਗੇ ਜੀ ?"

"ਹੈਂ! ਕੀ ਕਿਹਾ ?"

"ਮੈਂ ਕਿਹਾ ਜੀ ਮੈਂ ਰਾਸ਼ਣ ਕਾਰਡ ਜਮਾ ਕਰਵਾਉਣਾ ਐਂ ਤਾ ਹੀ ਪੁੱਛਦਾ ਸੀ।"

"ਰਾਸ਼ਣ ਕਾਰਡ....?" ਭਵੰਤਰੇ ਹੋਏ ਜਗਪਾਲ ਨੇ ਆਲੇ ਦੁਆਲੇ ਵੇਖਿਆ। ਉਹ ਪਿੰਡ ਦੇ ਪੰਚਾਇਤ ਘਰ 'ਚ ਆਪਣੀ ਵੀਲ੍ਹ ਚੇਅਰ 'ਤੇ ਬੈਠਾ ਹੋਇਆ ਸੀ। ਉਸਨੂੰ ਖਿਆਲ ਆਇਆ ਕਿ ਉਸਨੂੰ ਇੱਥੇ ਟੈਕਸੀ ਵਾਲਾ ਉਤਾਰ ਕੇ ਗਿਆ ਹੈ। ਉਦੋਂ ਤੋਂ ਹੀ ਉਹ ਤਾਂ ਪੁਰਾਣੀਆਂ ਸੋਚਾਂ 'ਚ ਗੁਆਚਿਆ ਰਿਹਾ। ਹੁਣ ਕਿਸੇ ਪਿੰਡ ਦੇ ਬੰਦੇ ਨੇ ਆ ਕੇ ਉਸਨੂੰ ਸੋਚਾਂ 'ਚੋਂ ਕੱਢਿਆ ਸੀ। ਪਿੰਡ ਵਾਲੇ ਨੇ ਉਸਨੂੰ ਸ਼ਾਇਦ ਫੂਡ ਸਪਲਾਈ ਮਹਿਕਮੇ ਦਾ ਕੋਈ ਮੁਲਾਜ਼ਮ ਸਮਝਿਆ ਸੀ ਇਸੇ ਕਰਕੇ ਉਹ ਆਪਣਾ ਡਿਪੂ ਦਾ ਰਾਸ਼ਣ ਕਾਰਡ ਲੈ ਆਇਆ ਸੀ।

"ਉਹ ਨ੍ਹੀਂ ਭਾਈ ਮੈਂ ਕਿਸੇ ਮਹਿਕਮੇ ਵਾਲਾ ਨ੍ਹੀਂ ਆਂ।" ਜਗਪਾਲ ਯਾਦਾਂ ਦੇ ਸਮੁੰਦਰ 'ਚੋਂ ਪੂਰੀ ਤਰ੍ਹਾਂ ਬਾਹਰ ਆ ਚੁੱਕਿਆ ਸੀ।

"ਫਿਰ ਜੀ ਤੁਸੀਂ ਕਿਸ ਨੂੰ ਮਿਲਣਾ ਐਂ? ਮੈਂ ਖਾਸੇ ਚਿਰ ਦਾ ਵੇਖੀ ਜਾਂਦਾ ਆਂ ਤੁਸੀਂ ਇਵੇਂ ਈ ਬੈਠੇ ਹੋਏ ਓਂ।"

"ਮੈਂ....ਮੈਂ....ਮੈਂ ਤਾਂ ਅਸਲ 'ਚ....।" ਜਗਪਾਲ ਨੂੰ ਕੋਈ ਗੱਲ ਨਾ ਆਉੜੀ। ਪਲ ਭਰ ਚੁੱਪ ਰਹਿੰਦਿਆਂ ਉਸਨੇ ਪਿੰਡ ਦੇ ਬੰਦੇ ਨੂੰ ਕਿਹਾ, "ਮੇਰਾ ਇਕ ਕੰਮ ਕਰ, ਤੂੰ ਜ਼ੈਲਦਾਰਾਂ ਦੇ ਜੋਗਿੰਦਰ ਨੂੰ ਬੁਲਾ ਕੇ ਲਿਆ?" ਜਗਪਾਲ ਨੂੰ ਕਾਲਜ ਵੇਲੇ ਦਾ ਪਿੰਡ ਦਾ ਕੋਈ ਬੇਲੀ ਮੁੰਡਾ ਯਾਦ ਆਇਆ।

"ਜੋਗਿੰਦਰ ਸਿਓਂ ਜ਼ੈਲਦਾਰ ਮਰੇ ਨੂੰ ਤਾਂ ਮੁੱਦਤਾਂ ਹੋ ਗਈਆਂ ਜੀ।"

"ਹੈਂ! ਅੱਛਾ।" ਜਗਪਾਲ ਨੂੰ ਝਟਕਾ ਜਿਹਾ ਲੱਗਿਆ। ਫਿਰ ਉਹ ਕੁਝ ਸੋਚਦਾ ਹੋਇਆ ਬੋਲਿਆ, "ਚੰਗਾ ਫਿਰ ਤੂੰ ਨੰਬਰਦਾਰਾਂ ਦੇ ਗੁਰਦਿਆਲ ਸਿਓਂ ਨੂੰ ਬੁਲਾ ਲਿਆ।"

"ਉਸਦਾ ਤਾਂ ਸਾਰਾ ਟੱਬਰ ਅੱਤਵਾਦੀਆਂ ਨੇ ਮਾਰਤਾ ਸੀ। ਉਹ ਵੀ ਵਿੱਚੇ ਮਾਰਿਆ ਗਿਆ ਸੀ।" ਪਿੰਡ ਵਾਸੀ ਹੈਰਾਨ ਸੀ ਕਿ ਇਹ ਅਣਜਾਣ ਜਿਹਾ ਦਿਸਦਾ ਬੰਦਾ ਕੌਣ ਹੋਇਆ।

"ਅੱਛਾ!।" ਜਗਪਾਲ ਉਦਾਸ ਹੋ ਗਿਆ। ਉਹ ਪਿੰਡ ਵਾਲੇ ਵੱਲ ਵੇਖਦਾ ਰਿਹਾ ਤਾਂ ਉਸਨੂੰ ਉਸਦਾ ਕਾਲਜ ਵੇਲੇ ਦਾ ਇੱਕ ਹੋਰ ਦੋਸਤ ਯਾਦ ਆ ਗਿਆ ਤੇ ਉਸਨੇ ਪੁੱਛਿਆ, "ਬਾਜ਼ੀਗਰਾਂ ਦੇ ਸੰਤੇ ਦਾ ਮੁੰਡਾ ਨਿੰਦਰ ਹੈਗਾ?"

"ਇਸ ਨਾਂ ਦਾ ਮੁੰਡਾ ਤਾਂ ਕੋਈ ਨ੍ਹੀ ਐ ਜੀ ਪਰ ਬਾਜ਼ੀਗਰਾਂ ਦੇ ਇੱਕ ਨਿੰਦਰ ਨਾਂ ਦਾ ਬੁੜ੍ਹਾ ਜ਼ਰੂਰ ਐ।"

'ਚਾਲੀ ਸਾਲ ਪਹਿਲਾਂ ਦਾ ਮੁੰਡਾ ਇਸ ਵੇਲੇ ਤਾਂ ਬੁੜ੍ਹਾ ਈ ਹੋਊਗਾ।' ਜਗਪਾਲ ਨੇ ਆਪਣੇ ਆਪ ਨੂੰ ਕਿਹਾ ਤੇ ਪਿੰਡ ਵਾਲੇ ਨੂੰ ਨਿੰਦਰ ਬਾਜ਼ੀਗਰ ਨੂੰ ਬੁਲਾਉਣ ਭੇਜ ਦਿੱਤਾ। ਕੁਝ ਦੇਰ ਪਿੱਛੋਂ ਨਿੰਦਰ ਬਾਜ਼ੀਗਰ ਹੱਥ 'ਚ ਖੂੰਡੀ ਫੜੀ ਪੰਚਾਇਤ ਘਰ ਵੱਲ ਨੂੰ ਆ ਰਿਹਾ ਸੀ। ਉਹ ਪੰਚਾਇਤ ਘਰ ਤੋਂ ਥੋੜ੍ਹਾ ਪਿੱਛੇ ਹੀ ਖੜ੍ਹ ਗਿਆ ਤੇ ਅੱਖਾਂ 'ਤੇ ਹੱਥ ਦਾ ਛੱਜਾ ਜਿਹਾ ਬਣਾਉਂਦਾ ਪੰਚਾਇਤ ਘਰ ਵੱਲ ਵੇਖਣ ਲੱਗਿਆ। ਉਹ ਸੋਚ ਰਿਹਾ ਸੀ ਕਿ ਸ਼ਾਇਦ ਕੋਈ ਬੈਂਕ ਵਾਲੇ ਉਗਰਾਹੀ ਕਰਨ ਆਏ ਹਨ ਤੇ ਜੇਕਰ ਉਹ ਅਗਾਂਹ ਗਿਆ ਤਾਂ ਉਸਨੂੰ ਫੜ ਲੈਣਗੇ। ਉਹ ਦੁਚਿੱਤੀ ਜਿਹੀ 'ਚ ਮੁੜਨ ਹੀ ਲੱਗਿਆ ਸੀ ਕਿ ਜਗਪਾਲ ਨੇ ਹੱਥ ਦੇ ਇਸ਼ਾਰੇ ਨਾਲ ਉਸਨੂੰ ਆਪਣੇ ਵੱਲ ਬੁਲਾ ਲਿਆ। ਉਸਨੇ ਬੁੱਢੇ ਚਿਹਰੇ 'ਚੋਂ ਜੁਆਨ ਨਿੰਦਰ ਦੇ ਚਿਹਨ

ਪਛਾਣ ਲਏ ਸਨ। ਨਿੰਦਰ ਹੌਲੀ ਹੌਲੀ ਅਗਾਂਹ ਆ ਗਿਆ ਤੇ ਸ਼ਸ਼ੋਪੰਜ ਜਿਹੀ 'ਚ ਜਗਪਾਲ ਵੱਲ ਵੇਖਣ ਲੱਗਿਆ।

"ਕਿਵੇਂ....ਮੈਨੂੰ ਪਛਾਣਿਆਂ ਨ੍ਹੀਂ ?"

"ਨਾਂ....ਆਂ....।" ਨਿੰਦਰ ਪਰੇਸ਼ਾਨ ਜਿਹੀ 'ਚ ਬੋਲਿਆ।

"ਮੈਂ ਜਗਪਾਲ ਆਂ।"

"ਕਿਹੜਾ ਜਗਪਾਲ ?"

"ਜਮਾਂ ਈ ਭੁੱਲ ਗਿਆ ?" ਜਗਪਾਲ ਨੇ ਇੰਨਾ ਕਿਹਾ ਤਾਂ ਨਿੰਦਰ ਬੁੱਢੇ ਨੇ ਆਵਾਜ਼ ਤੋਂ ਕੁਝ ਅੰਦਾਜ਼ਾ ਜਿਹਾ ਲਾਇਆ ਤੇ ਕੁਝ ਚਿਹਨ ਚੱਕਰ ਜਿਹੇ ਪਛਾਣਦਾ ਉਹ ਬੋਲਿਆ, "ਕਿਤੇ ਤੂੰ ਗੁਰਦਿੱਤ ਸਿਓਂ ਦਾ ਜਗਪਾਲ ਤਾਂ ਨ੍ਹੀਂ ?"

"ਹਾਂ ਹਾਂ ਮੈਂ ਉਹੀ ਆਂ।" ਜਗਪਾਲ ਨੇ ਚੇਅਰ ਅਗਾਂਹ ਨੂੰ ਧੱਕਦਿਆਂ ਨਿੰਦਰ ਦਾ ਹੱਥ ਘੁੱਟ ਲਿਆ।

"ਬਾਈ ਜਗਪਾਲ ਸਿਆਂ ਸਦੀਆਂ ਹੋ ਗਈਆਂ ਤੈਨੂੰ ਗਏ ਨੂੰ, ਇਹ ਤੂੰ ਕਿਹੜੀ ਰੁੱਤੇ ਆਇਆ ਐਂ ਹੁਣ ?"

"ਨਿੰਦਰਾ ਕਿਸਮਤ ਨੂੰ ਇਹੀ ਮਨਜ਼ੂਰ ਸੀ।"

"ਬੜਾ ਇਕਲਾਪਾ ਭੋਗਿਆ ਜਗਪਾਲ ਸਿਆਂ ਤੇਰੇ ਮਾਂ ਪਿਉ ਨੇ।"

ਜਗਪਾਲ ਕੁਝ ਨਾ ਬੋਲਿਆ ਤੇ ਨੀਵੀਂ ਪਾ ਲਈ। ਨਿੰਦਰ ਫਿਰ ਬੋਲਿਆ,

"ਚਾਚੀ ਨੇ ਤੈਨੂੰ ਬੜਾ ਉਡੀਕਿਆ ਜਗਪਾਲ ਸਿਆਂ। ਬਹੁਤ ਔਖੀ ਜਾਨ ਨਿਕਲੀ ਉਸਦੀ। ਆਖਰ ਵੇਲੇ ਤੱਕ ਤੇਰਾ ਨਾਂ ਈ ਉਸਦੇ ਬੁੱਲ੍ਹਾਂ 'ਤੇ ਰਿਹਾ।"

ਜਗਪਾਲ ਦੇ ਅੰਦਰ ਕੋਈ ਗੁਬਾਰ ਜਿਹਾ ਇਕੱਠਾ ਹੋਣ ਲੱਗਿਆ।

"ਜਗਪਾਲ ਸਿਆਂ ਐਸੀ ਵੀ ਕੀ ਮਜਬੂਰੀ ਸੀ ਯਾਰ, ਕਿ ਮਰਦੀ ਮਾਂ ਦੇ ਮੂੰਹ, ਦੋ ਘੁੱਟਾਂ ਪਾਣੀ ਦੀਆਂ ਪਾਉਣ ਨਾ ਆ ਸਕਿਆ ?"

ਜਗਪਾਲ ਨੂੰ ਲੱਗਿਆ ਕਿ ਜਿਵੇਂ ਇਹ ਸੁਆਲ ਉਸ ਤੋਂ ਸਾਰਾ ਪਿੰਡ ਪੁੱਛ ਰਿਹਾ ਹੋਵੇ। ਉਸ ਦਾ ਆਪੇ 'ਤੇ ਕਾਬੂ ਨਾ ਰਿਹਾ ਤੇ ਉਹ ਹੱਥਾਂ 'ਚ ਮੂੰਹ ਲੈਂਦਾ ਰੋਣ ਲੱਗਿਆ। ਇੰਨੇ ਨੂੰ ਪਿੰਡ 'ਚ ਜਗਪਾਲ ਦੇ ਆਉਣ ਦੀ ਖਬਰ ਫੈਲ ਚੁੱਕੀ ਸੀ ਤੇ ਕਾਫੀ ਸਾਰੇ ਲੋਕ ਪੰਚਾਇਤ ਘਰ ਪਹੁੰਚ ਚੁੱਕੇ ਸਨ। ਲੋਕਾਂ ਦਾ ਇਕੱਠ ਵੇਖ ਕੇ ਉਸਦਾ ਰੋਣਾ ਭੁੱਬਾਂ 'ਚ ਬਦਲ ਗਿਆ। ਉਹ ਉੱਚੀ ਉੱਚੀ ਭੁੱਬਾਂ ਮਾਰਦਾ ਰਿਹਾ। ਇੰਨੇ ਨੂੰ ਇੱਕ ਬਜ਼ੁਰਗ ਔਰਤ ਨੇ ਅਗਾਂਹ ਹੋ ਕੇ ਉਸਦਾ ਸਿਰ ਆਪਣੀ ਵੱਖੀ ਨਾਲ ਲਾ ਲਿਆ। ਜਗਪਾਲ ਨੇ ਉਤਾਂਹ ਨੂੰ ਮੂੰਹ ਕਰਕੇ ਵੇਖਿਆ। ਇਹ ਉਸਦੀ ਘਰਾਂ 'ਚੋਂ ਲੱਗਦੀ ਚਾਚੀ ਸੀ। ਉਸ ਨੇ ਚਾਚੀ ਦੁਆਲੇ ਬਾਹਾਂ ਘੁੱਟ ਲਈਆਂ ਤੇ ਰੋਂਦਾ ਉੱਚੀ ਬੋਲਿਆ, "ਚਾਚੀ ਮੈਂ ਬੇਕਦਰਾ। ਮੇਰਾ ਸਾਰਾ ਟੱਬਰ ਇਸ ਸੰਸਾਰ ਤੋਂ ਚਲਾ ਗਿਆ, ਮੈਂ ਕਿਸੇ ਦੀ ਸਾਰ ਨਾ ਲਈ।"

"ਕੋਈ ਨ੍ਹੀਂ ਪੁੱਤ ਜੋ ਕੁਦਰਤ ਨੂੰ ਮਨਜ਼ੂਰ। ਪਰ ਸੁੱਖ ਨਾਲ ਇਹ ਸਾਰਾ ਨੱਗਰ ਖੇੜਾ ਤੇਰਾ ਈ ਐ।"

ਚਾਚੀ ਨੇ ਉਸਨੂੰ ਚੁੱਪ ਕਰਵਾਇਆ ਤਾਂ ਉਸਦੇ ਪੁਰਾਣੇ ਯਾਰ ਬੇਲੀ ਨੇੜੇ ਹੋ ਕੇ ਹਾਲ ਚਾਲ ਪੁੱਛਣ ਲੱਗੇ। ਉਸਨੇ ਆਪਣੇ ਆਪ 'ਤੇ ਕਾਬੂ ਪਾਇਆ ਤੇ ਸਾਰਿਆਂ ਨਾਲ ਨਿੱਕੀਆਂ ਨਿੱਕੀਆਂ ਗੱਲਾਂ ਕਰਨ ਲੱਗਿਆ। ਹੌਲੀ ਹੌਲੀ ਮਾਹੌਲ ਸਾਵਾਂ ਹੋ ਗਿਆ ਤਾਂ ਫਿਰ ਕਿਸੇ ਦੋਸਤ ਨੇ ਪੁੱਛਿਆ, "ਕਿੰਨਾ ਕੁ ਚਿਰ ਰੁਕੇਂਗਾ ਹੁਣ ਸਾਡੇ ਕੋਲ ?"

"ਹੁਣ ਤਾਂ ਮੈਂ ਥੋਡੇ 'ਚ ਈ ਰਹਿਣ ਆਇਆ ਆਂ। ਹੁਣ ਨ੍ਹੀਂ ਕਿਧਰੇ ਜਾਣਾ। ਬੱਸ ਮੇਰੀ ਇੱਕੋ ਬੇਨਤੀ ਐ।" ਉਸਨੇ ਪਿੰਡ ਵਾਲਿਆਂ ਵੱਲ ਹੱਥ ਜੋੜੇ ਤਾਂ ਸਾਰੇ ਉਸ ਵੱਲ ਉਤਸੁਕਤਾ ਵੱਸ ਵੇਖਣ ਲੱਗੇ। ਉਹ ਫਿਰ ਬੋਲਿਆ, "ਕੋਈ ਇਹ ਨਾ ਸਮਝੇ ਕਿ ਮੈਂ ਆਪਣੀ ਜ਼ਮੀਨ ਜਾਂ ਘਰ ਬਗੈਰਾ ਕਿਸੇ ਤੋਂ ਛੁਡਵਾਊਂਗਾ। ਜੋ ਜਿਵੇਂ ਹੈ ਠੀਕ ਐ। ਮੇਰੇ ਕੋਲ ਪੈਸਿਆਂ ਦੀ ਕੋਈ ਕਮੀ ਨ੍ਹੀਂ ਐ। ਮੈਨੂੰ ਤੁਸੀਂ ਚਾਹੀਦੇ ਓਂ।"

ਉਸਦੀ ਗੱਲ ਸੁਣ ਕੇ ਪਿੰਡ ਵਾਲਿਆਂ ਦੇ ਚਿਹਰਿਆਂ 'ਤੇ ਰੌਣਕਾਂ ਆ ਗਈਆਂ। ਉਹ ਥੋੜਾ ਰੁਕਦਿਆਂ ਫਿਰ ਬੋਲਿਆ, "ਜੇ ਕਿਤੇ ਸਾਡੀ ਉਹ ਬੈਠਕ ਹੈਗੀ ਐ ਜਿੱਥੇ ਬਹਿ ਕੇ ਮੈਂ ਪੜ੍ਹਦਾ ਹੁੰਦਾ ਸੀ ਬੱਸ ਮੈਨੂੰ ਉਹ ਚਾਹੀਦੀ ਐ ਪੈਸੇ ਭਾਵੇਂ ਉਸਦੇ ਕੋਈ ਜਿੰਨੇ ਮਰਜ਼ੀ ਲੈ ਲਵੇ।"

ਇਕੱਠ 'ਚੋਂ ਉਸਦੇ ਚਾਚੇ ਦਾ ਮੁੰਡਾ ਅਗਾਂਹ ਆ ਗਿਆ। ਹੁਣ ਤੱਕ ਉਹ ਪਿੱਛੇ ਖੜ੍ਹਾ ਇਸੇ ਗੱਲੋਂ ਡਰੀ ਜਾਂਦਾ ਸੀ ਕਿ ਕਿਤੇ ਜਗਪਾਲ ਆਪਦੇ ਪਿਉ ਵੱਲੋਂ ਉਸਦੇ ਨਾਂ ਲਗਵਾਈ ਪੰਜ ਕਿੱਲੇ ਜ਼ਮੀਨ ਛੁਡਵਾਉਣ ਦੀ ਗੱਲ ਨਾ ਕਰਨ ਆਇਆ ਹੋਵੇ। ਪਰ ਹੁਣ ਉਸਦੇ ਸਭ ਭਰਮ ਭੁਲੇਖੇ ਦੂਰ ਹੋ ਚੁੱਕੇ ਸਨ। ਉਹ ਜਗਪਾਲ ਦੇ ਨੇੜੇ ਆਉਂਦਾ ਬੋਲਿਆ, "ਉਹ ਬੈਠਕ ਵੀ ਹੈਗੀ ਐ ਤੇ ਘਰ ਵੀ। ਸਭ ਕੁਛ ਤੇਰਾ ਈ ਐ ਬਾਈ।"

"ਸਾਡੇ ਲਾਇਕ ਕੋਈ ਹੋਰ ਸੇਵਾ ?" ਇਕੱਠ 'ਚੋਂ ਕੋਈ ਜਣਾ ਬੋਲਿਆ।

"ਮੈਨੂੰ ਪਿੰਡ ਦੀਆਂ ਗਲੀਆਂ 'ਚ ਘੁਮਾ ਦਿਉ ਤੇ ਮੇਰੇ ਘਰ ਦੇ ਦਰਸ਼ਣ ਕਰਵਾ ਦਿਉ ਤਾਂ ਸਮਝਲੋ ਮੇਰੀ ਤੀਰਥ ਯਾਤਰਾ ਹੋਜੂਗੀ।" ਉਸਦੇ ਇੰਨਾ ਕਹਿਣ 'ਤੇ ਸਾਰਾ ਪਿੰਡ ਵੀਅਲ ਚੇਅਰ 'ਤੇ ਬੈਠੇ ਜਗਪਾਲ ਨੂੰ ਮੂਹਰੇ ਲਾ ਤੁਰਿਆ। ਪਿੰਡ ਦੀਆਂ ਗਲੀਆਂ 'ਚ ਘੁੰਮਦਿਆਂ ਜਗਪਾਲ ਨੂੰ ਲੱਗਿਆ ਜਿਵੇਂ ਉਹ ਚਾਲੀ ਸਾਲ ਦੀ ਲੰਬੀ ਨੀਂਦ 'ਚੋਂ ਜਾਗਿਆ ਹੋਵੇ।